INSIGHT PUBLICA®

INSIGHT PUBLICA®

Nadakkavu, Kozhikode, Kerala
Tel:0495–4020666
www. insightpublica. com
e-mail: insightpublica@gmail. com

Malakaludeyum Steppiyudeyum Kadhakal

(Malayalam)

Chinghiz Aitmatov

First Insight Edition: December 2018
This Edition: March 2020

ISBN 978-93-87398-47-4
Published by
Insightinpublica Publishers Pvt. Ltd.
Printed at Repro India Limited, India

ഞാൻ ജനാല മലർക്കെ തുറന്നിടുന്നു. കുളിർവായു മുറിയിലേക്കു ഒഴുകിയെത്തുന്നു. തെളിമയാർന്നുകൊണ്ടിരിക്കുന്ന അരണ്ട നീലവെളിച്ചത്തിൽ പുതിയ ചിത്രത്തിനുവേണ്ടി വരച്ച സ്കെച്ചുകളിലേക്കു ഞാൻ ശ്രദ്ധിച്ചുനോക്കുന്നു. അവ ധാരാളമുണ്ട്; കാരണം, ഞാനതു പല തവണ തുടങ്ങുകയുണ്ടായി. എന്നാൽ ചരിത്രത്തെപ്പറ്റി മൊത്തത്തിൽ എന്തെങ്കിലും പറയാൻ സമയമായിട്ടില്ല. പ്രധാനമായ ഒന്ന്, കൂടുതൽ കൂടുതൽ തെളിഞ്ഞുവരുന്ന ഈ ഗ്രീഷ്മകാലപ്പുലരികളെപ്പോലെ അപ്രതിരോധ്യമായും ആകസ്മികമായും വന്നെത്തുന്ന എന്തോ ഒന്ന്. ഞാനിനിയും കണ്ടെത്തിയിട്ടില്ല. പുലർകാലനിശ്ശബ്ദതയിൽ മുറിയിലൂടെ മന്ദം മന്ദം നടന്നുകൊണ്ടു ഞാൻ ചിന്തയിൽ മുഴുകുന്നു.. ഇങ്ങനെയാണ് ഓരോ തവണയും എന്റെ ചിത്രം ഇനിയുമൊരു സങ്കല്പംമാത്രമാണെന്ന് എനിക്ക് ബോദ്ധ്യമാവുന്നു.

പൂർത്തിയാകാത്ത ചിത്രത്തെപ്പറ്റി സംസാരിക്കാനോ ഉറ്റ സുഹൃത്തുക്കളുടെയിടയിൽപ്പോലും അതു പരസ്യമാക്കാനോ ഇഷ്ടപ്പെടുന്ന കൂട്ടത്തിലല്ല ഞാൻ. ജോലിയിൽ വേണ്ടതിലേറെ ജാഗ്രതപാലിക്കുന്നതുകൊണ്ടല്ല. ഇന്നു തൊട്ടിലിൽ കിടക്കുന്ന ശിശു വളർന്ന് എത്തരക്കാരനാവുമെന്ന് ഊഹിക്കുക പ്രയാസമാണല്ലോ. അപൂർണ്ണമായ കലാസൃഷ്ടിയെപ്പറ്റി എന്തെങ്കിലും പറയാനും അത്രതന്നെ പ്രയാസമാണെന്ന് ഞാൻ കരുതുന്നു. എന്നാൽ ഇത്തവണ ഞാൻ എന്റെ നിയമം ലംഘിക്കയാണ്. എഴുതിത്തീരാത്ത ആ ചിത്രത്തെപ്പറ്റി എല്ലാവരും കേൾക്കെ പറയാൻ, മറ്റുള്ളവരെ എന്റെ വിചാരങ്ങളിൽ പങ്കുകൊള്ളിക്കാൻ ഞാൻ ആഗ്രഹിക്കുന്നു.

ഇതൊരു ഭ്രമമല്ല. അങ്ങനെ ചെയ്യാതിരിക്കാൻ എനിക്ക് വയ്യ. കാരണം. ഒറ്റയ്ക്ക് നിർവ്വഹിക്കാവുന്ന ഒരു ജോലിയല്ലിതെന്ന് എനിക്ക് തോന്നുന്നു. എന്റെ മനസ്സിനെ

ഇളക്കിമറിച്ച, ത്ലലികയെട്ടക്കാൻ എന്നെ പ്രേരിപ്പിച്ച ആ സംഭവത്തെ തനിച്ചൾക്കൊള്ളാനുള്ള കെല്പെനിക്കില്ല. അത്രയ്ക്ക മഹത്താണത്. ആ നിറഞ്ഞ ചഷകം കൊണ്ടെത്തിക്കാനാവില്ലെന്ന്, അതു തുളുമ്പിപ്പോയേക്കുമെന്ന് ഞാൻ ഭയപ്പെടുന്നു.

അതിനാൽ ആളുകളുടെ ഉപദേശങ്ങൾ നല്കി എന്നെ സഹായിക്കണമെന്നും തങ്ങളുടെ വിചാരങ്ങളിലെങ്കിലും അവർ എന്റെ ചിത്രഫലകത്തിനടുത്തുണ്ടായിരിക്കണമെന്നും എന്നോടൊപ്പം അവർ ഉദ്വേഗഭരിതമാവണമെന്നും ഞാൻ ആഗ്രഹിക്കയാണ്.

ഇങ്ങോട്ടടുത്തു നിന്നാലും! നിങ്ങളുടെ ഹൃദയങ്ങൾ ജ്വലിക്കട്ടെ! ഈ കഥ നിങ്ങളോടു പറയേണ്ടത് എന്റെ കടമയാണ്...

ഞങ്ങളുടെ കർക്കറേവുഗ്രാമം സ്ഥിതിചെയ്യുന്നത് മലയടിവാരത്തിലുള്ള ഒരു തുറന്ന പീഠഭൂമിയിലാണ്. മുകളിലുള്ള പല മലയിടുക്കുകളിൽനിന്നും തുള്ളിച്ചാടിയെത്തുന്ന കൊച്ചരുവികൾ അവിടെവച്ച് ഒന്നു ചേരുന്നു. ഗ്രാമത്തിനു താഴെ കരിമലകളുടെ ശാഖകൾക്കും സമതലം കടന്നു പശ്ചിമചക്രവാളത്തിനപ്പുറത്തേയ്ക്കു പോകുന്ന റയിൽപ്പാതയുടെ ഇരുണ്ട രേഖയ്ക്കുമിടയിലായി മഞ്ഞുതാഴ്വര എന്നറിയപ്പെടുന്ന വിശാലമായ കസാക്ക് സ്റ്റെപ്പി നീണ്ടുപരന്നു കിടക്കുന്നു.

ഗ്രാമത്തിനു പിന്നിലുള്ള കുന്നിൽ രണ്ടു വൻപോപ്ലാർ വൃക്ഷങ്ങൾ നില്പുണ്ട്. കുട്ടിക്കാലംമുതല്ക്കേ എനിക്കവയെ ഓർമ്മയുള്ളതാണ്. കർക്കുറേവുവിലേക്ക് ഏതു ഭാഗത്തുനിന്നുവന്നാലും ആദ്യമായി ദൃഷ്ടിയിൽ പെടുന്നതു ദീപസ്തംഭങ്ങൾപോലെ കുന്നിൻപുറത്തുയർന്നുനില്ക്കുന്ന ആ രണ്ടു പോപ്ലാറുകളായിരിക്കും. ബാല്യകാലത്തു മനസ്സിൽ പതിയുന്നതെല്ലാം മനുഷ്യന് എത്രയും വിലപ്പെട്ടതായിത്തീരുന്നതുകൊണ്ടോ, അതോ ഞാനൊരു ചിത്രകാരനായതുകൊണ്ടോ, എന്തുകൊണ്ടെന്നറിഞ്ഞുകൂടാ, റെയിൽവേസ്റ്റേഷനിൽനിന്നു സ്റ്റെപ്പിയിലൂടെ ഗ്രാമത്തിലേക്കു പോകുന്ന വണ്ടിയിലിരിക്കുമ്പോഴെല്ലാം എന്റെ കണ്ണുകൾ ദൂരെനിന്നുതന്നെ ആ പ്രിയപ്പെട്ട പോപ്ലാറുകളെ തേടും.

ആ മരങ്ങൾക്കു നല്ല ഉയരമുണ്ടെങ്കിലും അത്രയും അകലെനിന്ന് അവയെ കണ്ടെത്തുക എളുപ്പമല്ല. എന്നാൽ എനിക്കവ എല്ലായ്പ്പോഴും അനുഭവവേദ്യമാണ്.

വിദൂര സ്ഥലങ്ങളിൽനിന്നു എത്രയോ പ്രാവശ്യം ഞാൻ കർക്കുറേവുവിലേക്കു മടങ്ങിയിരിക്കുന്നു. ഓരോ തവണയും ആകാംക്ഷയാൽ മഥിക്കപ്പെടുന്ന ഹൃദയത്തോടെ ഞാൻ വിചാരിക്കും. “ആ ഇരട്ടപ്പോപ്ലാറുകളെ കാണാൻ ഇനിയും എത്രനേരം കഴിയണം? എപ്പോഴാണു ഗ്രാമത്തിൽ എത്തുക! എത്രയും വേഗം എനിക്ക് ആ കുന്നിൻമുകളിൽ കയറിച്ചെല്ലണം. അവിടെ, ആ മരങ്ങളുടെ ചുവട്ടിൽ നിന്നുകൊണ്ട് ദലമർമ്മരം ശ്രദ്ധിച്ച് എനിക്ക് നിർവൃതിയടയണം.”

ഞങ്ങളുടെ ഗ്രാമത്തിൽ പലതരത്തിലുള്ള എത്രയോ വൃക്ഷങ്ങളുണ്ട്! എന്നാൽ ആ പോപ്ലാറുകൾക്ക് എന്തോ ഒരു പ്രത്യേകതയുണ്ട്- അവയ്ക്ക് ഒരുപക്ഷേ തങ്ങളുടേതായ ഭാഷയും തങ്ങളുടേതായ സംഗീതംതുളുമ്പുന്ന ആത്മാവുമുണ്ടായിരിക്കാം. അങ്ങോട്ട് എപ്പോൾ ചെന്നാലും രാത്രിയോ പകലോ എപ്പോഴായാലും അവ ഇലകളും ശിഖരങ്ങളുമിട്ടടിച്ച് ആടിയുലയുന്നുണ്ടാവും. അവയുടെ വൈവിധ്യമാർന്ന സംഗീതം ഒരിക്കലും നിലയ്ക്കുകയില്ല. ചിലപ്പോൾ ചിറ്റോളങ്ങൾ മണലിൽ വന്നടിക്കുന്നതുപോലെ തോന്നും. ഇടയ്ക്കിടെ ശിഖരങ്ങളിലൂടെ അദൃശ്യമായ അഗ്നിശകലം കണക്കെ ഉൽക്കടവും തീക്ഷ്ണവുമായ മർമ്മരം ഓടിനടക്കും. പെട്ടെന്ന് ക്ഷണനേരത്തേയ്ക്കു നിശ്ചലമായതിനുശേഷം ഇരുമരങ്ങളുമൊന്നിച്ച്

ഇലപ്പടർപ്പുകൾ ഇളക്കിമറിച്ച്, ആരെയോ പ്രതീക്ഷിച്ച വിഷമിക്കുന്നതുപോലെ ഉച്ചത്തിൽ നെടുവീർപ്പിടും. കാർമേഘങ്ങൾ പാഞ്ഞെത്തുമ്പോൾ, കൊടുങ്കാറ്റത്തു ശിഖരങ്ങളുലയുകയും ഇലകളുതിരുകയും ചെയ്യുമ്പോൾ, ആ പോപ്ലാറുകൾ ആളിക്കത്തുന്ന തീപോലെ ഇരമ്പിക്കൊണ്ട് ഇളകിയാടും.

പിന്നീട്, വളരെ വർഷങ്ങൾക്കുശേഷം ആ പോപ്ലാറുകളുടെ രഹസ്യം എനിക്ക് പിടികിട്ടി. എല്ലാവശത്തു നിന്നുമുള്ള കാറ്റേൽക്കത്തക്കവണ്ണം കുന്നിൻ മുകളിൽ നില്ക്കുന്നതിനാൽ വായുവിലുണ്ടാകുന്ന നിസ്സാരമായ ചലനം പോലും അവയിൽ പ്രതിസ്പന്ദിക്കും; ഒരു ചെറിയ കാറ്റു വന്നാൽ മതി, അവയുടെ ഓരോ ഇലയുമിളകും.

ഈ കേവലസത്യം കണ്ടുപിടിക്കപ്പെട്ടതിൽ ഞാനൊട്ടും നിരാശനായില്ല. ആ ബാല്യകാലാനുഭൂതിയെ എന്നിൽ ഇല്ലാതാക്കാൻ അതിനു കഴിഞ്ഞില്ല. ഇന്നും ആ ഇരട്ടപ്പോപ്ലാറുകൾ എന്നെ സംബന്ധിച്ചിടത്തോളം അസാധാരണങ്ങളാണ്, ജീവനുള്ളവയാണ്. അവിടെ ആ മരങ്ങളുടെ ചുവട്ടിൽ എന്റെ ബാല്യം മാന്ത്രികശക്തിയുള്ള ഒരു പച്ചപ്പളുങ്കുകഷ്ണം കണക്കെ വീണു കിടക്കുന്നു...

വേനൽക്കാലാവധിക്കുമുമ്പുള്ള അവസാനത്തെ അദ്ധ്യയനദിവസം ഞങ്ങൾ പക്ഷിക്കൂട്ടുകൾ തകർക്കാനായി അങ്ങോട്ടു പോകുമായിരുന്നു. ആർത്തുവിളിച്ച്, ചൂളമടിച്ചെത്തുന്ന ഞങ്ങളെ ആ വൻപോപ്ലാറുകൾ എല്ലായ്പോഴും തലയാട്ടി, ദലമർമ്മരം പൊഴിച്ച് തങ്ങളുടെ തണലിലേക്കു സ്വാഗതം ചെയ്യും. ഞങ്ങൾ, നഗ്നപാദരായ കുസൃതികൾ. ആ മരങ്ങളുടെ ശിഖരങ്ങളിലേക്കും ചില്ലകളിലേക്കും വലിഞ്ഞുകയറി പക്ഷിസാമ്രാജ്യത്തിൽ അങ്കലാപ്പുണ്ടാക്കും. ഭീതിപൂണ്ട പക്ഷികൾ ചിലച്ചുകൊണ്ടു ഞങ്ങളുടെ തലയ്ക്കുമുകളിൽ കൂട്ടമായി പറക്കും. പക്ഷേ ഞങ്ങളുണ്ടോ അതു വല്ലതും കൂട്ടാക്കുന്നു! കൂടുതൽ കൂടുതൽ മുകളിലേക്കു ഞങ്ങൾ കയറും(ആരാണ് ഏറ്റവും മിടുക്കനെന്നു നോക്കിക്കളയാം!) പൊടുന്നനെ, പക്ഷികൾ പറക്കുന്ന ഉയരത്തിൽനിന്ന്, ഇന്ദ്രജാലത്താലെന്നപോലെ, വിശാലവും പ്രകാശമാനവുമായ ഒരു സുന്ദരപ്രപഞ്ചം ഞങ്ങളുടെ മുമ്പാകെ പ്രത്യക്ഷപ്പെടും.

ഭൂമിയുടെ ഗാംഭീര്യം ഞങ്ങളെ അത്ഭുതപരതന്ത്രരാക്കും. പക്ഷിക്കൂട്ടുകളുടെ കാര്യമേ മറന്ന് ഞങ്ങൾ ആ മരക്കൊമ്പുകളിൽ നിശ്ശബ്ദരായിരിക്കും. ലോകത്തിലേക്കും വച്ച് ഏറ്റവും വലിയ കെട്ടിടമായി ഞങ്ങൾ കരുതിയിരുന്ന കൂട്ടുകൃഷിക്കളം വക കുതിരലായം അവിടെ നിന്നു നോക്കിയപ്പോൾ വെറുമൊരു വിറകുപുരപോലെ കാണപ്പെട്ടു. ഗ്രാമത്തിനപ്പുറത്ത് മങ്ങിയ മൂടലിൽ കന്നിസ്റ്റെപ്പി പരന്നുകിടക്കുന്നു. അതിന്റെ ചാരനീലനിറമാർന്ന വിദൂരതയിലേക്കു ഞങ്ങൾ കണ്ണെത്തുന്നിടത്തോളം നോക്കി. അതുവരെ ഊഹിക്കപോലും ചെയ്യാതിരുന്ന അനേകം നാടുകൾ ഞങ്ങൾ അവിടെ കണ്ടെത്തി. അതുവരെ അറിഞ്ഞുകൂടാതിരുന്ന അനേകമനേകം നദികൾ ഞങ്ങൾക്കവിടെ ദൃശ്യമായി. ചക്രവാള സീമയിൽ അവ വെള്ളിനാടകൾ പോലെ വെട്ടിത്തിളങ്ങി. ശിഖരങ്ങൾക്കിടയിൽ മറഞ്ഞിരുന്നുകൊണ്ടു ഞങ്ങൾ ആലോചിച്ചു: അവിടെയാണോ ഭൂമിയുടെ വിളുമ്പ്? അതോ അതിനപ്പുറത്തും ഇതുപോലെതന്നെയുള്ള ആകാശവും മേഘങ്ങളും സ്റ്റെപ്പിയും നദികളുമുണ്ടോ? കാറ്റിന്റെ അഭൗമികമായ ധ്വനി ആ മരക്കൊമ്പുകളിലിരുന്നുകൊണ്ട് ഞങ്ങൾ ശ്രവിച്ചു. അതിനു മറുപടിയെന്നോണം നീലിമയാർന്ന ചക്രവാളത്തിനപ്പുറത്തു മറഞ്ഞുകിടക്കുന്ന നിഗൂഢദേശങ്ങളുടെ വശ്യതയെപ്പറ്റി ഇലകൾ ഒന്നിച്ചു മന്ത്രിച്ചു.

പോപ്ലാറുകളുടെ ശബ്ദത്തിനു ചെവികൊടുത്തിരുന്നപ്പോൾ എന്റെ ഹൃദയം ഭയത്താലും ആഹ്ലാദത്താലും മിടിക്കുകയായിരുന്നു. ആ നിലയ്ക്കാത്ത ദലമർമ്മരം

ശ്രുവിച്ചകൊണ്ട് ഞാൻ വിദൂരദേശങ്ങളെപ്പറ്റി സങ്കല്പിക്കാൻ ശ്രമിച്ചു. പക്ഷേ ഒന്നിനെപ്പറ്റിമാത്രം അന്ന് ഞാൻ ആലോചിച്ചില്ല. അവിടെ ആ മരങ്ങൾ നട്ടുപിടിപ്പിച്ചത് ആരാണ്? ആ തൈകളുടെ വേരുകൾ മണ്ണിലുറപ്പിക്കവെ എന്തിനെപ്പറ്റിയാണ് ആ അജ്ഞാതമനുഷ്യൻ സ്വപ്നം കണ്ടത്? എന്താണയാൾ പറഞ്ഞത്? എന്തെല്ലാം പ്രതീക്ഷകളോട്ടുകൂടിയാണ് അയാൾ അവയെ ശുശ്രൂഷിച്ച വളർത്തിയത്?

ആ പ്ലോപ്പാറുകൾ നിന്നിരുന്ന കുന്നിനെ ഞങ്ങളുടെ ഗ്രാമത്തിൽ വിളിച്ചിരുന്നത് എന്തുകൊണ്ടോ "ദൂയ്ഷേന്റെ സ്കൂൾ" എന്നാണ്. കാണാതായ കുതിരയെ അന്വേഷിക്കുന്ന ആൾ എതിരെ വരുന്നയാളോട്ട ചോദിക്കയാണെന്നിരിക്കട്ടെ: "എന്റെ ചെമ്പൻകുതിരയെ വല്ലയിടത്തും കണ്ടോ?" അവിടെ കുന്നിൻമുകളിൽ ദൂയ്ഷേന്റെ സ്കൂളിനടുത്ത് ഇന്നലെ രാത്രി കുതിരകൾ മേയുന്നുണ്ടായിരുന്നു. പോയി നോക്ക്, തന്റെ കുതിരയും അവിടെ കണ്ടേക്കും. മുതിർന്നവരെ അനുകരിച്ച് ഞങ്ങളും ആ പേരിനെപ്പറ്റി ആലോചിക്കാതെതന്നെ പറയുമായിരുന്നു. "നമുക്ക ദൂയ്ഷേന്റെ സ്കൂളിലേക്ക പോകാം. പോപ്ലാർമരത്തിൽ കയറി കുരുവികളെ തുരത്താൻ."

മുമ്പെങ്ങോ ആ കുന്നിൽ ഒരു സ്കൂളുണ്ടായിരുന്നത്രേ, അതിന്റെ യാതൊരു ലക്ഷണവും ഞങ്ങൾക്കവിടെ കാണാൻ കഴിഞ്ഞില്ല. കുട്ടിക്കാലത്ത് അതിന്റെ നാശാവിശിഷ്ടങ്ങളെങ്കിലും കണ്ടെത്തുന്നതിനായി ഒരിക്കലല്ല ഞാൻ ശ്രമിച്ചിട്ടുള്ളത്. ഞാനതു തേടി ചുറ്റിത്തിരിഞ്ഞു. പക്ഷേ ഒന്നും കണ്ടെത്തിയില്ല. ആ മൊട്ടക്കുന്നിനെ "ദൂയ്ഷേന്റെ സ്കൂൾ" എന്നു വിളിക്കുന്നതു വിചിത്രമായി എനിക്ക് തോന്നി. ഒരിക്കൽ ഞാൻ വയസ്സചെന്നവരോട് ആരാണ് ഈ ദൂയ്ഷേൻ എന്നു ചോദിച്ചു. അവരിലൊരാൾ അലക്ഷ്യമായി തോൾ കുലുക്കിക്കൊണ്ടു പറഞ്ഞു:

"ദൂയ്ഷേൻ ആരാണെന്നോ? അയാൾ "മുടന്തനാട്" തറവാട്ടിൽ പെട്ടതാണ്. ഇപ്പോഴും അയാളുടെ താമസം ഇവിടെത്തന്നെയാണ്. വളരെ നാൾ മുമ്പ് ദൂയ്ഷേൻ ഒരു കൊംസൊമോളുകാരനായിരുന്നു. ആ കുന്നിൽ അന്ന് ഒരു ജീർണ്ണിച്ച കൊട്ടിലുണ്ടായിരുന്നു. അയാൾ അവിടെ ഒരു സ്കൂൾ തുറന്നു. പിള്ളേരെ പഠിപ്പിച്ചു. അതു സ്കൂൾ വല്ലതുമായിരുന്നോ, വെറും പേരിനുമാത്രം. ഓ, എന്തൊരു കാലമായിരുന്നത്! കുഞ്ചിരോമത്തിൽ പിടിച്ച് ജീനിപ്പടിയിൽ കാലെടുത്തുവയ്ക്കാൻ അറിയാവുന്നവരെല്ലാം മേലാവിമാരാണ്. അങ്ങനെയായിരുന്നു ദൂയ്ഷേനും. മനസ്സിലുറച്ചതു ചെയ്യും. ഇന്നവിടെ ആ കൊട്ടിലിന്റെ ഒറ്റകല്ലുപോലും തെരഞ്ഞാൽ കിട്ടില്ല. പേരുമാത്രം ബാക്കിയുണ്ട്, അത്രതന്നെ."

എനിക്ക് ദൂയ്ഷേനെ നല്ല പരിചയമില്ലായിരുന്നു. ഉന്തിയ പുരികങ്ങളുള്ള ചടച്ചുയർന്ന ചന്തമില്ലാത്ത ഒരു മദ്ധ്യവയസ്സാനായിരുന്നു അയാളെന്നു ഞാൻ ഓർമ്മിക്കുന്നു. അയാളുടെ വീട് നദിയുടെ അക്കരെ രണ്ടാം ബ്രിഗേഡുകാരുടെ തെരുവിലായിരുന്നു. ഞാൻ ഗ്രാമത്തിൽ കഴിഞ്ഞിരുന്ന കാലത്തു ദൂയ്ഷേൻ കൂട്ടുകൃഷിക്കളത്തിൽ മീറാബ്[1] ആയിരുന്നു.

പകൽമുഴുവൻ വയലുകളിൽ ചെലവഴിക്കും. ചിലപ്പോൾ അയാൾ ഞങ്ങളുടെ തെരുവിലൂടെ കുതിരപ്പുറത്തു പോകുന്നതു കാണാം. ജീനിയിൽ വലിയൊരു മൺവെട്ടി തൂക്കിയിട്ടുണ്ടായിരിക്കും. ചടച്ച കാലുകളുള്ള ആ മെല്ലിച്ച കുതിരയ്ക്ക് അതിന്റെ യജമാനനോട് എന്തോ സാമ്യമുണ്ടായിരുന്നു. പിന്നീട് വയസ്സചെന്നതോടെ ദൂയ്ഷേൻ ഗ്രാമത്തിലെ പോസ്റ്റ്മാനായതായി ഞാൻ കേട്ടു. എന്നാൽ ഞാൻ പറഞ്ഞുവന്നത് അതല്ല, വേറൊന്നാണ്. കൊംസൊമോൾ അംഗമെന്നാൽ

1 *മീറാബ് - വയലുകളിൽ വെള്ളം നോക്കുന്ന ജോലിക്കാരൻ എ. ഡി

വാക്കിലും ജോലിയിലും ചുണയുള്ള, യോഗങ്ങളിൽ പ്രസംഗിക്കുകയും മടിയന്മാരേയും പൊതുമുതൽക്കള്ളന്മാരേയും പറ്റി പത്രങ്ങളിൽ എഴുതുകയും ചെയ്യുന്ന, ഗ്രാമത്തിലേക്കും വച്ച് ഏറ്റവും തന്റേടമുള്ള ജിഗീത്താ[2]ണെന്നാണ് അന്ന് ഞാൻ ധരിച്ചിരുന്നത്.

താടിനീട്ടിയ ആ ശാന്തനായ മനുഷ്യൻ പണ്ടൊരു കൊംസൊമോൾകാരനായിരുന്നെന്നു സങ്കല്പിക്കാൻ പോലും എനിക്ക് കഴിഞ്ഞില്ല. എഴുത്തും വായനയും ശരിക്കറിഞ്ഞുകൂടാത്ത അയാൾ കുട്ടികളെ പഠിപ്പിച്ചുവെന്നതായിരുന്നു അതിലും അത്ഭുതം. എനിക്കത് അവിശ്വസനീയമായി തോന്നി. തുറന്നു പറയാമല്ലോ, ഞങ്ങളുടെ ഗ്രാമത്തിൽ പ്രചാരത്തിലുള്ള കെട്ടുകഥകളിലൊന്നാണതെന്നു ഞാൻ കരുതി. എന്നാൽ അതു കെട്ടുകഥയായിരുന്നില്ല...

കഴിഞ്ഞ ശരൽക്കാലത്ത് എനിക്ക് ഗ്രാമത്തിൽനിന്ന് ഒരു കമ്പികിട്ടി. കൂട്ടുകൃഷിക്കാർ സ്വയം പണിതീർത്ത സ്കൂളിന്റെ ഉൽഘാടനഘോഷത്തിൽ പങ്കെടുക്കാനുള്ള ക്ഷണമായിരുന്നത്. പോകണമെന്നു ഞാൻ ഉടൻതന്നെ തീരുമാനിച്ചു-അതുപോലുള്ളൊരു സുദിനത്തിൽ സ്വന്തം നാട്ടുകാരിൽനിന്ന് അകന്നു കഴിയുന്നതെങ്ങനെ? ഏതാനും ദിവസം നേരത്തെതന്നെ ഞാൻ യാത്രതിരിച്ചു. ചുറ്റിനടന്ന് എല്ലാമൊന്ന് കാണുകയും പുതിയ സ്കെച്ചുകൾ വരയ്ക്കുകയും ചെയ്യാമല്ലോ. അക്കാഡമിഷ്യൻ സുലൈമാനൊവയേയും ക്ഷണിച്ചിട്ടുണ്ടെന്നു ഞാനറിഞ്ഞു. ഒന്നുരണ്ടു ദിവസം അവിടെ തങ്ങിയതിനുശേഷം അവർ മോസ്ക്കോയ്ക്കു പുറപ്പെടുമത്രേ.

ഇപ്പോൾ പ്രശസ്തയായ ആ മഹിള ചെറുപ്പത്തിൽ ഞങ്ങളുടെ ഗ്രാമം വിട്ടു നഗരത്തിലേക്കു പോയതാണെന്നു ഞാൻ കേട്ടിരുന്നു. ഞാനുമൊരു നഗരവാസിയായതോടെ അവരുമായി പരിചയപ്പെട്ടു. വാർദ്ധക്യത്തിലേക്കു കടന്നുകഴിഞ്ഞ ഒരു സ്ത്രീയായിരുന്നു അവർ. ദേഹം തടിച്ചിരുന്നു. നരച്ചുതുടങ്ങിയ മുടി മിനുക്കിച്ചീകിക്കെട്ടിയിരുന്നു സർവ്വകലാശാലയിൽ ഒരു ഡിപ്പാർട്ടുമെന്റ് അദ്ധ്യക്ഷയായിരുന്ന അവർ തത്വശാസ്ത്രം പഠിപ്പിക്കുകയും ശാസ്ത്രഅക്കാഡമിയിൽ ജോലി നോക്കുകയും ചെയ്തിരുന്നു. പലപ്പോഴും അവർ വിദേശയാത്രകൾ നടത്തിയിരുന്നു. ചുരുക്കത്തിൽ വലിയ ജോലിത്തിരക്കുള്ള ഒരു സ്ത്രീയായിരുന്നു അവർ. അതിനാൽ അവരുമായി അടുത്ത് പരിചയപ്പെടാൻ എനിക്കു കഴിഞ്ഞിരുന്നില്ല. എന്നാൽ എവിടെവച്ചു കണ്ടാലും ഞങ്ങളുടെ ഗ്രാമത്തെപ്പറ്റി അന്വേഷിക്കാൻ അവർ മറക്കില്ല. എന്റെ പുതിയ ചിത്രങ്ങളെപ്പറ്റി, ചുരുങ്ങിയ വാക്കുകളിലാണെങ്കിൽത്തന്നെയും, തീർച്ചയായും അഭിപ്രായം പറയുകയും ചെയ്യും. ഒരിക്കൽ ഞാൻ അവരോടു ധൈര്യപ്പെട്ടു പറഞ്ഞു:

"അൽത്തിനായ് സുലൈമാനൊവ, ഗ്രാമത്തിൽ പോയി നാട്ടുകാരെ ഒന്നു സന്ദർശിക്കുന്നതു നന്നായിരിക്കും. നിങ്ങളെ അവിടെ എല്ലാവർക്കുമറിയാം. നിങ്ങളിൽ അവർ അഭിമാനം കൊള്ളുന്നു. എന്നാൽ പറഞ്ഞുകേട്ടുള്ള അറിവേ അവർക്കുള്ളു. നമ്മുടെ പേരുകേട്ട ശാസ്ത്രജ്ഞ കർക്കുറേവുവിലേക്കുള്ള വഴിപോലും മറന്നിരിക്കുന്നുവെന്നും നാട്ടുകാരെ കാണാൻ അവർക്കു താല്പര്യമില്ലെന്നുമൊക്കെ ഗ്രാമത്തിൽ പറഞ്ഞുതുടങ്ങിയിരിക്കുന്നു."

"തീർച്ചയായും ഒന്നു പോകണം." വിഷാദം കലർന്ന പുഞ്ചിരിയോടെ അൽത്തിനായ് സുലൈമാനൊവ പറഞ്ഞു.. "കർക്കുറേവുവിലൊന്നു പോകണമെന്ന്

---

2 * ജിഗീത്- കുതിരസവാരിയിൽ സമർത്ഥനായ ചെറുപ്പക്കാരൻ എ ഡി.

എത്രനാളായി ഞാൻ വിചാരിക്കുന്നു! അവിടെ പോയിട്ട് ഒരു നൂറ്റാണ്ടായതുപോലെ തോന്നുന്നു. എനിക്കവിടെ ബന്ധുക്കളാരുമില്ല, പക്ഷേ അതല്ല കാര്യം. തീർച്ചയായും ഞാൻ പോകും. ജനിച്ച നാട്ടു കാണാൻ എനിക്ക് അതിയായ ആഗ്രഹമുണ്ട്."

ഉദ്ഘാടനസമ്മേളനം തുടങ്ങുന്നതിനു തൊട്ടുമുമ്പാണ് അക്കാഡമിഷ്യൻ സുലൈമാനൊവ ഗ്രാമത്തിലെത്തിയത്. അവരുടെ കാർ വരുന്നത് ആളുകൾ സ്കൂളിന്റെ ജനലിലൂടെ കണ്ടു. എല്ലാവരും തെരുവിലേക്കോടിയിറങ്ങി. പരിചയമുള്ളവരും ഇല്ലാത്തവരും, കുട്ടികളും പ്രായംചെന്നവരും അവർക്കു കൈകൊടുക്കാൻ വെമ്പി. ഒരുപക്ഷേ അൽത്തിനായ് സുലൈമാനൊവ അത്തരമൊരു സ്വീകരണം പ്രതീക്ഷിച്ചുകാണുകയില്ല. അതവരെ ഒട്ടമ്പരപ്പിച്ചതായി എനിക്ക് തോന്നി. കൈകൾ മാറത്തണച്ചുകൊണ്ട് അവൾ ആളുകളെ തലകുനിച്ചു വണങ്ങി.

ആൾക്കൂട്ടത്തിലൂടെ വിഷമിച്ചു വഴിയുണ്ടാക്കിക്കൊണ്ട് അവർ അദ്ധ്യക്ഷവേദിയിലേക്കു കയറി.

അൽത്തിനായ് സുലൈമാനൊവ തീർച്ചയായും ധാരാളം യോഗങ്ങളിലും സമ്മേളനങ്ങളിലും പങ്കെടുത്തിട്ടുണ്ടായിരിക്കും. അവിടെയെല്ലാം അവർക്കു ഹാർദ്ദവും ഊഷ്മളവുമായ സ്വാഗതം ലഭിച്ചിരിക്കും. എന്നാൽ ഈ ഗ്രാമീണവിദ്യാലയത്തിൽ സ്വന്തം നാട്ടുകാർ നല്കിയ ഹൃദയ സ്പൃക്കായ വരവേല്പ് അവരെ ഉദ്വേഗഭരിതയാക്കി. കണ്ണീരടക്കാൻ അവർ ബദ്ധപ്പെട്ടു.

പ്രസംഗങ്ങൾക്കുശേഷം പയനിയർമാർ ബഹുമാന്യാതിഥിയുടെ കഴുത്തിൽ ചുവന്ന ടൈ കെട്ടുകയും അവർക്കു പൂച്ചെണ്ടു സമ്മാനിക്കുകയും സ്കൂളിന്റെ സന്ദർശകഗ്രന്ഥത്തിൽ ആദ്യമായി ഏതാനും വാക്കുകൾ കുറിക്കാൻ അവരോട് അഭ്യർത്ഥിക്കുകയും ചെയ്തു. പിന്നീട് കുട്ടികളുടെ കലാപരിപാടി നടന്നു. അത് എത്രയും ആസ്വാദ്യകരമായിരുന്നു. അതിനുശേഷം ഹെഡ് മാസ്റ്റർ ഞങ്ങളെയെല്ലാവരേയും-അതിഥികളേയും അദ്ധ്യാപകരേയും കൂട്ടുകൃഷിക്കളത്തിലെ സജീവപ്രവർത്തകരേയും തന്റെ വസതിയിലേക്കു ക്ഷണിച്ചു.

അൽത്തിനായ് സുലൈമാനൊവ വന്നതിലുള്ള സന്തോഷം അവിടെവച്ചും എല്ലാവരും പ്രകടിപ്പിച്ചു. പരവതാനികളാൽ അലങ്കരിക്കപ്പെട്ട പ്രധാനപീഠത്തിൽ അവരെ ഉപവിഷ്ടയാക്കി. അവരോടു തങ്ങൾക്കുള്ള ബഹുമാനം പ്രകടിപ്പിക്കാൻ ആളുകൾ സർവ്വവിധേനയും ശ്രമിച്ചു. വിരുന്നു സല്ക്കാരവേളകളിൽ പതിവുള്ളതുപോലെ അന്തരീക്ഷം ശബ്ദായമാനമായി - അതിഥികൾ ഉല്ലാസപൂർവ്വം സംസാരിക്കുകയും പാനോപചാരം നടത്തുകയും ചെയ്തു. അതിനിടയ്ക്ക് ഒരു പയ്യൻ കയറിവന്ന് ഒരു കെട്ടു കമ്പിസന്ദേശങ്ങൾ വീട്ടുകാരനെ ഏല്പിച്ചു. പുതിയ സ്കൂളിന്റെ ഉദ്ഘാടനം പ്രമാണിച്ച് പഴയ വിദ്യാർത്ഥികൾ കൂട്ടുകൃഷിക്കാർക്കയച്ച ആശംസകളായിരുന്നു അത്. ഓരോരുത്തരം ആ സന്ദേശങ്ങൾ വായിച്ചു കൈമാറി.

"ആരാ, ദീയ്ഷേനല്ലേ ഈ കമ്പികൾ കൊണ്ടുവന്നത്?" ഹെഡ് മാസ്റ്റർ ചോദിച്ചു.

"അതെ," പയ്യൻ മറുപടി പറഞ്ഞു."യോഗത്തിന്റെ തുടക്കത്തിൽത്തന്നെ എത്താനായി കുതിരയെ അടിച്ചുപായിച്ചെന്നാ പറഞ്ഞത്. സന്ദേശങ്ങൾ യോഗത്തിൽ വച്ചുതന്നെ വായിച്ചുകേൾപ്പിക്കട്ടെയെന്നു കരുതിയത്രെ. അല്പം വൈകിപ്പോയതിൽ സങ്കടപ്പെട്ടാണ് അക്സക്കാൻ[3] വന്നത്."

3 * അക്സക്കാൽ - കാരണവൻ. എഡി.

“അയാളെന്താ പുറത്തു നില്ക്കുന്നത്? ഇങ്ങോട്ടു കയറിവരാൻ പറയൂ.!”

ദുയ്ഷേനെ വിളിക്കാനായി പയ്യൻ പുറത്തേക്കു പോയി. എന്റെ അടുത്തിരുന്ന അൽത്തിനായ് സുലൈമാനൊവ പെട്ടെന്ന് എന്തോ ഓർമ്മിച്ചതുപോലെ ഞെട്ടി ത്തിരിഞ്ഞ് ഏതു ദുയ്ഷേനെപ്പറ്റിയാണു പറയുന്നതെന്ന് എന്നോടു ചോദിച്ചു.

“അയാൾ ഇവിടത്തെ പോസ്റ്റ്മാനാണ്. വയസ്സൻ ദുയ്ഷേനെ നിങ്ങൾക്കറി യാമോ?”

സന്നിഗ്ധഭാവത്തിൽ തലകുലുക്കിക്കൊണ്ട് അവർ എണീക്കാൻ ശ്രമിച്ചു. ആ നിമിഷത്തിൽ ആരോ ഒരാൾ കുതിരപ്പുറത്ത് ഓടിച്ചുപോകുന്നത് ജനലിലൂടെ കാണാമായിരുന്നു. പയ്യൻ മടങ്ങിവന്നു വീട്ടുകാരനോടു പറഞ്ഞു:

“ഞാൻ വിളിച്ചു, പക്ഷേ ഇനിയും എഴുത്തുകൾ എത്തിക്കാനുണ്ടെന്നും പറഞ്ഞ് ആളു സ്ഥലംവിട്ടു.”

“പോട്ടെ, പോയി എഴുത്തുകൾ കൊണ്ടെത്തിക്കട്ടെ. എന്തിനയാളെ ഇപ്പോൾ പിടിച്ചിരുത്തുന്നു? പിന്നീട് വയസ്സന്മാരുടെകൂടെ ഇരുന്നോളും. ആരോ ഒരാൾ പരുഷമായി പറഞ്ഞു.

“ഓ ദുയ്ഷേനെ നിങ്ങൾക്കറിഞ്ഞുകൂടേ? അയാൾ മഹാകണിശക്കാരനാണ്. ജോലി കഴിഞ്ഞേയുള്ളു മറ്റെല്ലാ കാര്യങ്ങളും.”

“ശരിയാണ്. അയാളൊരു വിചിത്ര മനുഷ്യനാണ്. യുദ്ധത്തിനു ശേഷം ആസ്പത്രി വിട്ടിറങ്ങിയത് ഉക്രെയിനിൽ വച്ചായിരുന്നു. അവിടെത്തന്നെ താമ സവുമായി. അഞ്ചുവർഷമേ ആയുള്ളു. മടങ്ങിയെത്തിയിട്ട്. നാട്ടിൽ വച്ചുവേണം മരിക്കാനെന്നാണു പറയുന്നത്. ജീവിതം മുഴുവൻ ഒറ്റത്തടിയായിരുന്നു. ഇപ്പോഴു മങ്ങനെതന്നെ...”

“ഏതായാലും അയാൾക്കൊന്നു കയറിവരാമായിരുന്നു... പോയെങ്കിൽപ്പിന്നെ ഇനി പറഞ്ഞിട്ടെന്തുകാര്യം.” ആതിഥേയൻ പറഞ്ഞു.

“സുഹൃത്തുക്കളേ, ഒരു കാലത്തു നമ്മൾ ദുയ്ഷേന്റെ സ്കൂളിൽ പഠിച്ചിരുന്നതു നിങ്ങൾ ഓർമ്മിക്കുന്നുണ്ടായിരിക്കും.” ഗ്രാമത്തിലെ എത്രയും ബഹുമാന്യനായ ഒരാൾ പാനപാത്രമുയർത്തിക്കൊണ്ടു പറഞ്ഞു.

“പക്ഷേ അയാൾക്കുതന്നെ അക്ഷരങ്ങൾ മുഴുവൻ അറിഞ്ഞുകൂടായിരുന്നു.!” അയാൾ കണ്ണിറുക്കിക്കൊണ്ടു തലയാട്ടി. അയാളുടെ മുഖത്തു ആശ്ചര്യവും പരിഹാസവും നിഴലിച്ചിരുന്നു.

“അതേ, അപ്പറഞ്ഞതു വാസ്തവം.” ഏതാനും ശബ്ദങ്ങൾ ഒന്നിച്ചു കേട്ടു.

ചുറ്റും ചിരി ഉയർന്നു.

“പറയാനെന്തിരിക്കുന്നു? ദുയ്ഷേൻ അക്കാലത്ത് ഒരുമ്പെടാത്തതു വല്ലതുമു ണ്ടോ? അയാൾ വാസ്തവത്തിൽ ഒരദ്ധ്യാപകനാണെന്നു നമ്മളും കരുതി.”

ചിരി അടങ്ങിയപ്പോൾ പാനപാത്രം മുയർത്തിയ ആൾ തുടർന്നു.

“ഇപ്പോൾ ആളുകൾ എത്രത്തോളമെത്തിയിരിക്കുന്നു! അക്കാഡമിഷ്യൻ അൽത്തിനായ് സുലൈമാനൊവ രാജ്യത്തെങ്ങും അറിയപ്പെടുന്നു. നമ്മളെല്ലാവ രും തന്നെ സെക്കണ്ടറി സ്കൂൾ പാസ്സായിട്ടുണ്ട്. പലരും ഉന്നതവിദ്യാഭ്യാസം നേടിയിരിക്കുന്നു. നമ്മളിന്നു ഗ്രാമത്തിൽ പുതിയൊരു സെക്കണ്ടറി സ്കൂൾ ഉൽഘാടനം ചെയ്തു. ജീവിതം എത്രമാത്രം മാറിയിരിക്കുന്നുവെന്നതിന് ഇതിലേറെ

തെളിവെന്തിന്? കർക്കുറേവ്വവിന്റെ മക്കൾ ഭാവിയിലും കാലത്തിന്റെ മുൻപന്തി യിൽത്തന്നെ നിലകൊള്ളട്ടെ! അവർക്കുവേണ്ടി ഞാൻ പാനപാത്രമുയർത്തുന്നു!"

വീണ്ടും ശബ്ദകോലാഹലം തുടങ്ങി. എല്ലാവരും അപ്പറഞ്ഞ വാക്കുകളെ പിന്താങ്ങി പാനോപചാരം നടത്തി. അൽത്തിനായ് സുലൈമാനൊവ മാത്രം വളരെ അസ്വസ്ഥയായി കാണപ്പെട്ടു. അവരുടെ മുഖം തുടുത്തിരുന്നു. പാനപാത്രം ചുണ്ടോടടുപ്പിക്കുക മാത്രം ചെയ്ത് അവരതു താഴെവച്ചു. ഉല്ലാസപൂർവ്വം സംഭാഷണ ത്തിൽ മുഴുകിയിരുന്ന ആളുകൾ അവരെ ശ്രദ്ധിച്ചില്ല.

അൽത്തിനായ് സുലൈമാനൊവ പലതവണ വാച്ചിലേക്കു നോക്കി. പിന്നീട്, എല്ലാവരും വീട്ടിൽ നിന്നു പുറത്തേയ്ക്കിറങ്ങിയപ്പോൾ അവർ തോട്ടിനടുത്തേക്കു മാറി. ആ പോപ്ലാറുകൾ നിന്നിരുന്ന കുന്നിലേക്കു ദൃഷ്ടിപതിപ്പിച്ചു നില്ക്കുന്നതു ഞാൻ കണ്ടു. ഇലപഴുത്ത ആ വൃക്ഷങ്ങൾ കാറ്റത്തു മന്ദം മന്ദം ആടിക്കൊണ്ടിരുന്ന സ്റ്റെ പ്പിയെ ഇരുട്ടിലാഴ്ത്തിക്കൊണ്ട് അങ്ങകലെ, ഊതനിറമാർന്ന ചക്രവാളരേഖയിൽ താണുകൊണ്ടിരുന്ന അസ്തമനസൂര്യന്റെ മങ്ങിയ പ്രകാശത്തിൽ ആ മരത്തലപ്പുകൾ കുങ്കുമ വർണ്ണം പൂണ്ടു ശോകമയമായി കാണപ്പെട്ടു.

ഞാൻ അൽത്തിനായ് സുലൈമാനൊവയുടെ അടുത്തേയ്ക്കു ചെന്നു.

"ഇപ്പോൾ അവ ഇലപൊഴിയ്ക്കുകയാണ്. വസന്തത്തിൽ പൂവിട്ടു നില്ക്കുമ്പോൾ കാണണം!" ഞാൻ പറഞ്ഞു.

"അതുതന്നെയാണു ഞാനും വിചാരിക്കുന്നത്." അവർ നെടുവീർപ്പിട്ടു. അല്പനേ രത്തെ മൗനത്തിനുശേഷം സ്വഗതമായിട്ടെന്നപോലെ അവർ തുടർന്നു: 'ജീവനുള്ള വയ്ക്കെല്ലാം അവയുടേതായ വസന്തവും ശരത്തുമുണ്ട്."

കണ്ണുകൾക്കുചുറ്റും വാർദ്ധക്യം വലകെട്ടിത്തുടങ്ങിയിരുന്ന ആ ക്ഷീണിച്ച മുഖത്തു വിഷാദം നിഴലിച്ചു. ചിന്തയിലാണ്ട് തികച്ചും സ്ത്രീസഹജമായ രീതിയിൽ ശോകാകുലയായി അവർ ആ പോപ്ലാറുകളുടെ നേരെ നോക്കി. എന്റെ മുമ്പിൽ നില്ക്കുന്നത് അക്കാഡമിഷ്യൻ സുലൈമാനൊവയല്ല, ഏറ്റവും സാധാരണക്കാരിയായ നിഷ്ക്കപടമായി ആനന്ദിക്കാനും ദുഃഖിക്കാനും കഴിവുള്ള ഒരു കിർഗീസ് സ്ത്രീയാ ണെന്ന് എനിക്ക് തോന്നി. (ശാസ്ത്രജ്ഞയായ ആ സ്ത്രീ തന്റെ യൗവ്വനത്തെപ്പറ്റി, ഏറ്റവും ഉയരമുള്ള ഗിരിശൃംഗത്തിൽ കയറിനിന്നു വിളിച്ചാലും മടങ്ങിയെത്തുകയി ല്ലെന്നു ഞങ്ങളുടെ പാട്ടുകളിൽ പുകഴ്ത്തപ്പെടുന്ന ആ കാലത്തെപ്പറ്റി ഓർമ്മിക്കുകയാ യിരുന്നിരിക്കാം.) ആ പോപ്ലാറുകളെ നോക്കിനില്ക്കവേ അവരെന്തോ പറയാൻ ഭാവിച്ചതുപോലെ എനിക്ക് തോന്നി. എന്നാൽ തൽക്ഷണം തന്നെ അവർ അതു വേണ്ടെന്നുവച്ച് കൈയിൽ പിടിച്ചിരുന്ന കണ്ണട ധൃതിയിൽ ധരിച്ചുകൊണ്ട് എന്നോടു ചോദിച്ചു.

"മോസ്ക്കോയ്ക്കുള്ള ട്രെയിൻ പതിനൊന്നു മണിയ്ക്കല്ലേ ഇവിടെയെത്തുന്നത്?"

"അതേ, രാത്രി പതിനൊന്നു മണിയ്ക്ക്."

"എങ്കിൽ എനിക്കു സ്റ്റേഷനിലേക്കു പുറപ്പെടാൻ സമയമായി."

"എന്താണിത്ര പെട്ടെന്ന്? ഏതാനും ദിവസങ്ങൾ ഇവിടെ തങ്ങുമെന്നു നിങ്ങൾ പറഞ്ഞിരുന്നല്ലോ. ആളുകൾ നിങ്ങളെ വിടുകയില്ല."

"എനിക്ക് അടിയന്തരമായ ജോലിയുണ്ട്. എനിക്കിപ്പോൾത്തന്നെ പോകണം."

നാട്ടുകാർ എത്രമാത്രം നിർബന്ധിക്കുകയും എങ്ങനെയെല്ലാം തങ്ങളുടെ പരിഭവം പ്രകടിപ്പിക്കുകയും ചെയ്തെങ്കിലും അൽത്തിനായ് സുലൈമാനൊവ

തന്റെ തീരുമാനത്തിൽ ഉറച്ചുനിന്നു.

അതിനകം ഇരുട്ടിത്തുടങ്ങി. പിന്നീടൊരിക്കൽ ഒരാഴ്ചയോ അതിൽ കൂടുതലോ അവിടെവന്നു താമസിച്ചു കൊള്ളാമെന്നു വാഗ്ദാനം ചെയ്യിച്ചതിനുശേഷം നാട്ടുകാർ അവരെ കാറിൽ കയറ്റി യാത്രയാക്കി. അൽത്തിനായ് സുലൈമാനൊവയോടൊപ്പം ഞാനും സ്റ്റേഷനിലേക്കു തിരിച്ചു.

അവർ ഇത്ര പെട്ടെന്ന് പോകാൻ തീരുമാനിച്ചെതെന്തുകൊണ്ട്? സ്വന്തം നാട്ടുകാർക്കു പരിഭവത്തിനിടനല്കുന്നത്, അതും അങ്ങനെയുള്ളൊരു സുദിനത്തിൽ, ഒട്ടും ബുദ്ധിപൂർവ്വമല്ലെന്ന് എനിക്ക് തോന്നി. അതിനെപ്പറ്റി ചോദിക്കണമെന്നു വഴിക്കുവച്ചു പലതവണ ഞാൻ വിചാരിച്ചു. പക്ഷേ ധൈര്യപ്പെട്ടില്ല- അതു മര്യാദ കേടായിരിക്കുമെന്നു കരുതിയതിനാലല്ല, തന്റെ അന്തരംഗം അവർ വെളിപ്പെടുത്തുകയില്ലെന്ന് അറിയാമായിരുന്നതുകൊണ്ടുതന്നെ. സ്റ്റേഷനിലേക്കുള്ള വഴി മുഴുവൻ അവർ ചിന്തയിലാണ്ടു നിശ്ശബ്ദയായിരുന്നു.

സ്റ്റേഷനിൽവച്ച് ഞാൻ ചോദിക്കുക തന്നെ ചെയ്തു.

"നിങ്ങൾക്കെന്തോ വിഷമമുള്ളതുപോലെ തോന്നുന്നു. ഒരുപക്ഷേ ഞങ്ങളായിരിക്കുമോ അതിനു കാരണക്കാർ?"

"എന്താണീപ്പറയുന്നത്? അങ്ങനെ വിചാരിക്കുകപോലുമരുത്. നിങ്ങളോടാരോടെങ്കിലും എനിക്ക് പരിഭവിക്കാൻ കഴിയുമോ? പരിഭവിക്കുന്നെങ്കിൽ അതെന്നോടുതന്നെ. അതേ, സ്വയം പരിഭവിക്കാൻ എനിക്ക് സാധിക്കും"

കൂടുതലൊന്നും പറയാതെ അവർ തീവണ്ടി കയറി. ഞാൻ പട്ടണത്തിലേക്കു മടങ്ങി. ഏതാനും ദിവസങ്ങൾക്കുശേഷം എനിക്ക് അവരുടെ ഒരു കത്തു കിട്ടി. മോസ്ക്കോയിൽ ഉദ്ദേശിച്ചതിലേറെ താമസിക്കേണ്ടിവരുമെന്ന് അറിയിച്ചുകൊണ്ട് അൽത്തിനായ് സുലൈമാനൊവ ഇങ്ങനെ എഴുതി:

"പ്രധാനപ്പെട്ടതും അടിയന്തരവുമായ ജോലികൾ ധാരാളമുണ്ടെങ്കിലും അവയെല്ലാം നീക്കിവച്ചിട്ട് ഈ കത്തെഴുതാൻ ഞാൻ തീരുമാനിച്ചു. ഞാനിവിടെ കുറിക്കുന്നതു താല്പര്യകരമായി തോന്നുന്നെങ്കിൽ അതു ജനസമക്ഷം ഏതു രൂപത്തിൽ അവതരിപ്പിക്കാമെന്നതിനെപ്പറ്റി ആലോചിക്കണമെന്നു ഞാൻ നിങ്ങളോടഭ്യർത്ഥിക്കുന്നു. നമ്മുടെ നാട്ടുകാർ മാത്രമല്ല, എല്ലാവരും, പ്രത്യേകിച്ചും യുവജനങ്ങൾ, അവശ്യമായും അറിഞ്ഞിരിക്കേണ്ടതാണിതെന്നു ഞാൻ കരുതുന്നു. വളരെയേറെ ചിന്തിച്ചതിന്റെ ഫലമായി എനിക്കതു ബോദ്ധ്യമായിരിക്കുന്നു. ആളുകളുടെ മുമ്പാകെ ഞാൻ എല്ലാം ഏറ്റുപറയുകയാണ്. അങ്ങനെ ചെയ്യേണ്ടത് എന്റെ കടമയാണ്. എത്രയേറെപ്പേർ ഇതിനെപ്പറ്റി അറിയുന്നുവോ, അത്രയ്ക്കും എന്റെ മനസ്സ് സ്വസ്ഥമാകും. എനിക്കെന്തെങ്കിലും വിഷമം തോന്നിയേക്കുമെന്നു കരുതി ഭയപ്പെടേണ്ട. ഒന്നും മറച്ചുവയ്ക്കരുത്..."

ഏതാനും ദിവസത്തേയ്ക്ക് എന്റെ ചിന്ത ആ കത്തിനെപ്പറ്റിമാത്രമായിരുന്നു. ഒടുവിൽ, അൽത്തിനായ് സുലൈമാനൊവ പറയുന്ന രൂപത്തിൽത്തന്നെ ആ കഥ രേഖപ്പെടുത്തുന്നതായിരിക്കും. ഉചിതമെന്നു ഞാൻ തീരുമാനിച്ചു.

1924-ലായിരുന്നു അത്. അതേ, ആ വർഷംതന്നെ....

ഇന്നു നമ്മുടെ കൂട്ടുകൃഷിക്കളം സ്ഥിതി ചെയ്യുന്നിടത്ത് പാവപ്പെട്ട ആട്ടുവളർത്തൽകാരുടെ ഒരു ഗ്രാമമാണ് അന്നുണ്ടായിരുന്നത്. എനിക്കന്ന് പതിന്നാലു വയസ്സു പ്രായമുണ്ട്. അനാഥയായിരുന്ന ഞാൻ പാർത്തിരുന്നത് എന്റെ ഒരകന്ന

അമ്മാവന്റെ വീട്ടിലാണ്.

ആ ശരൽക്കാലത്ത്, കൂടുതൽ ധനികരായിട്ടുള്ളവർ മഞ്ഞുകാലം കഴിച്ചുകൂട്ടുന്നതിനായി മലകളിലേക്കു പാളയംമാറ്റിയയുടൻതന്നെ, പട്ടാളക്കോട്ടുധരിച്ച ഒരു അപരിചിതയുവാവ് ഗ്രാമത്തിൽ വന്നുചേർന്നു. അയാളുടെ ഓവർക്കോട്ട് എന്റെ ഓർമ്മയിൽ പതിഞ്ഞു. കാരണം അതുകറുത്ത ചാക്കുതുണികൊണ്ടു തുന്നിയതായിരുന്നു. വഴികളിൽനിന്നെല്ലാമകന്ന് മലമ്പ്രദേശത്തു സ്ഥിതി ചെയ്യുന്ന ഞങ്ങളുടെ കുഗ്രാമത്തിൽ യൂണിഫോറമിട്ട ഒരാൾ വന്നെത്തിയതു വലിയൊരു സംഭവമായിരുന്നു.

അയാൾ പട്ടാളത്തിൽ കമാണ്ടറായിരുന്നെന്നും അതിനാൽ ഗ്രാമത്തിലെ മേലാവിയായിരിക്കുമെന്നും ആദ്യം ആളുകൾ പറഞ്ഞുപരത്തി. പിന്നാടാണറിഞ്ഞത് അയാൾ കമാണ്ടറൊന്നുമല്ലെന്നും വളരെക്കാലം മുമ്പ് ക്ഷാമകാലത്തു റെയിൽ വേപ്പണിക്കു പോയിട്ട് യാതൊരു വിവരവുമില്ലായിരുന്ന തഷ്ത്താൻ ബേക്കിന്റെ മകൻ ദുയ്ഷേനാണെന്ന്. സ്കൂൾ തുറന്ന് കുട്ടികളെ പഠിപ്പിക്കാനായി അയാളെ ഗ്രാമത്തിലേക്കയച്ചിരിക്കയാണത്രേ.

അക്കാലത്തു "സ്കൂൾ" "വിദ്യാഭ്യാസം" തുടങ്ങിയ വാക്കുകൾ പുത്തരിയായിരുന്നു. ആളുകൾക്ക് അവയെപ്പറ്റി കാര്യമായ വിവരമില്ലായിരുന്നു. ചിലർ കിംവദന്തികൾ വിശ്വസിച്ചു. മറ്റുചിലർ അതെല്ലാം സ്ത്രീജനങ്ങൾ കെട്ടിച്ചമച്ചതാണെന്നു കരുതി. സ്കൂളിന്റെ കാര്യം തന്നെ എല്ലാവരും മറന്നുപോയേനെ. പക്ഷേ താമസിയാതെ ദുയ്ഷേൻ നാട്ടുകാരുടെ ഒരു യോഗം വിളിച്ചുകൂട്ടി. എന്റെ അമ്മാവൻ വളരെനേരം പിറുപിറുത്തുകൊണ്ടിരുന്നു: "എന്തു യോഗമാണിത്! വെറും നിസ്സാര കാര്യത്തിനുവേണ്ടി മനുഷ്യരുടെ സമയം പാഴാക്കാനുള്ള ഒരേർപ്പാട്!" എങ്കിലും ഒടുവിൽ അദ്ദേഹം സ്വാഭിമാനമുള്ള ഏതൊരു പുരുഷനേയും പോലെ, കുതിരപ്പുറത്തുകയറി യോഗസ്ഥലത്തേക്ക് ഓടിച്ചുപോയി. അയൽപക്കത്തെ കുട്ടികളുടെകൂടെ ഞാനും അങ്ങോട്ടു പാഞ്ഞു.

ഞങ്ങൾ ഓടിക്കിതച്ചു ചെന്നപ്പോഴേയ്ക്കും സാധാരണയായി യോഗങ്ങൾ കൂടാറുള്ള ആ കുന്നിൽ നടന്നും കുതിരപ്പുറത്തുമായി ധാരാളം പേർ എത്തിക്കഴിഞ്ഞിരുന്നു. കറുത്ത ഓവർക്കോട്ടിട്ട മുഖം വിളറിയ ആ യുവാവ് അവരോട് സംസാരിക്കുകയായിരുന്നു. അയാളുടെ വാക്കുകൾ ഞങ്ങൾക്കു കേൾക്കാൻ കഴിഞ്ഞില്ല. കുറെക്കൂടി അടുത്തുചെന്നപ്പോൾ കീറിപ്പറഞ്ഞ കോട്ടിട്ട ഒരു വയസ്സൻ പെട്ടെന്ന് ബോധോദയമുണ്ടായതു പോലെ ഇടയ്ക്കുകയറി പറയുന്നതു കേട്ടു:

"മോനേ, പണ്ടൊക്കെ മുല്ലാമാരാണ കുട്ടികളെ പഠിപ്പിച്ചിരുന്നത്." അയാൾ തിടുക്കത്തിൽ വിക്കിവിക്കിപ്പറഞ്ഞു. "നിന്റെ ബാപ്പയെ ഞങ്ങൾക്കറിയാമായിരുന്നു. ഞങ്ങളെപ്പോലെതന്നെയുള്ള ഒരു പാവപ്പെട്ടവൻ. എങ്കിൽപ്പിന്നെ നീ ഈ മുല്ലായായത് എപ്പോഴാണ് ഒന്ന് പറഞ്ഞാട്ടെ."

"ഞാൻ മുല്ലായല്ല. അക്സക്കാൽ, ഞാനൊരു കൊംസൊമോളുകാരനാണ്." ദുയ്ഷേൻ പെട്ടെന്ന് മറുപടി നല്കി. "ഇനി കുട്ടികളെ പഠിപ്പിക്കാൻ പോകുന്നതു മുല്ലാമാരല്ല, അധ്യാപകന്മാരാണ്. പട്ടാളത്തിൽവച്ചാണ് ഞാൻ എഴുത്തും വായനയും പഠിച്ചത്. അതിനും മുമ്പും കുറച്ചൊക്കെ അറിയാമായിരുന്നു. അങ്ങനെത്തെയൊരു മുല്ലായാണ ഞാൻ."

"അതു കാര്യം..."

“മിടുക്കൻ!” അഭിനന്ദനശബ്ദങ്ങൾ മുഴങ്ങി.

“നിങ്ങളുടെ കുട്ടികളെ പഠിപ്പിക്കാനാണ് കൊംസൊമോൾ എന്നെ അയച്ചിരിക്കുന്നത്. അതിനു നമുക്കൊരു കെട്ടിടം വേണം. നിങ്ങൾ സഹായിക്കുന്ന പക്ഷം ആ കുന്നിൽ കാണുന്ന പഴയ കുതിരലായം സ്കൂളായി മാറ്റാമെന്നാണ് എന്റെ വിചാരം. അതിനെപ്പറ്റി നിങ്ങൾ എന്തു പറയുന്നു?”

ആളുകൾ മടിച്ചുനിന്നു. പുറത്തുനിന്നുവന്ന ഇയാളുടെ ഉദ്ദേശ്യമെന്തെന്ന് അവർ ആലോചിക്കുന്നതുപോലെ തോന്നി. തർക്കക്കാരനെന്നു ഗ്രാമത്തിൽ പേരുകേട്ട സത്തിംകുലാണ് മൗനം ഭഞ്ജിച്ചത്. അയാൾ സംസാരവും ശ്രദ്ധിച്ച്, ഇടയ്ക്കിടെ പല്ലിനിടയിലൂടെ തുപ്പിക്കൊണ്ട് ജീനിപ്പുറത്തു കൈയുംകുത്തിയിരിക്കുകയായിരുന്നു.

“നീയൊന്ന് നിറുത്ത്” ഉന്നം പിടിക്കുന്നമട്ടിൽ കണ്ണിറുക്കിക്കൊണ്ട് അയാൾ പറഞ്ഞു. “ഞങ്ങൾക്ക് ഈ സ്കൂളെന്തിനാണെന്ന് ഒന്നു പറ!”

“എന്തിനാണെന്നോ?” ദുയ്ഷേൻ ആശ്ചര്യസ്തബ്ധനായി.

“അതുതന്നെ. എന്തിനാ. സ്കൂള്?” ആരോ ഒരാൾ ചോദിച്ചു.

ആൾക്കൂട്ടത്തിൽ ചലനമുണ്ടായി. എല്ലാവരും ഉറക്കെ സംസാരിക്കാൻ തുടങ്ങി.

“ഞങ്ങൾ പണ്ടുതൊട്ടേ കൃഷിക്കാരാണ്.. തൂമ്പയെടുത്തു പണിതാണ് ഞങ്ങൾ നിത്യവൃത്തി കഴിക്കുന്നത്. ഞങ്ങളുടെ മക്കളും അങ്ങനെതന്നെ കഴിഞ്ഞോളും. പഠിത്തംകൊണ്ട് അവർക്കൊരു ഗുണവും ഉണ്ടാകാൻ പോണില്ല. പഠിത്തത്തിന്റെ ആവശ്യം മേലാളന്മാർക്കാണ്. ഞങ്ങളോ വെറും സാധാരണക്കാർ, നിന്റെ ഈ വാചകമൊന്നും ഞങ്ങൾക്കു കേൾക്കണ്ട.”

ആൾക്കൂട്ടം അല്പം ശാന്തമായി.

“നിങ്ങളുടെ മക്കൾ പഠിക്കുന്നതിനു നിങ്ങൾ എതിരാണെന്നാണോ പറയുന്നത്?” തന്റെ ചുറ്റും നിന്നിരുന്ന ആളുകളുടെ മുഖത്തേയ്ക്ക് അത്ഭുതസ്തബ്ധനായി ഉറ്റുനോക്കിക്കൊണ്ടു ദുയ്ഷേൻ ചോദിച്ചു.

“എന്താ, എതിരാണെങ്കിൽ ഞങ്ങളെ നിർബ്ബന്ധിച്ചു സമ്മതിപ്പിക്കാമെന്നാണോ വിചാരം? ആ കാലമൊക്കെ കഴിഞ്ഞുപോയി. ഞങ്ങളിപ്പോൾ സ്വതന്ത്രരാണ്. ഞങ്ങളുടെ ഇഷ്ടംപോലെ ജീവിക്കും...”

ദുയ്ഷേന്റെ മുഖം വിളറിവെളുത്തു. വിറയ്ക്കുന്ന വിരലുകളാൽ കോട്ടിന്റെ കുരുക്കൾ വലിച്ചഴിച്ച് പട്ടാളക്കുപ്പായത്തിന്റെ കീശയിൽ നിന്ന് നാലായി മടക്കിയ ഒരു കടലാസ് അയാൾ പുറത്തെടുത്തു. അതു തിടുക്കത്തിൽ നിവർത്തി ഉയർത്തിപ്പിടിച്ചുകൊണ്ട് അയാൾ ചോദിച്ചു.

“അപ്പോൾ കുട്ടികളെ പഠിപ്പിക്കണമെന്നു പറഞ്ഞിട്ടുള്ള സോവിയറ്റ് ഗവണ്മെന്റിന്റെ മുദ്ര പതിച്ചിട്ടുള്ള ഈ കടലാസിനു നിങ്ങളെതിരാണല്ലേ? നിങ്ങൾക്കു ഭൂമിയും വെള്ളവും നല്കിയതാരാണ്? ആരാണു നിങ്ങൾക്കു സ്വാതന്ത്ര്യം നേടിത്തന്നത്? സോവിയറ്റ് നിയമങ്ങൾക്ക് ആരാണെതിര്? ആരാണ്? പറയൂ!”

കോപം നിറഞ്ഞു മുഴങ്ങുന്ന സ്വരത്തിലാണ് അയാൾ “പറയൂ” എന്ന വാക്കുച്ചരിച്ചത്. ഊഷ്മളമായ ശരൽക്കാരനിശ്ശബ്ദതയെ ഭേദിച്ചുകൊണ്ട് ആ ശബ്ദം ഒരു വെടിയുണ്ടകണക്കെ പാറക്കെട്ടുകളിൽ ചെന്നടിച്ചു മാറ്റൊലിക്കൊണ്ടു. ആരും ഒരക്ഷരം മിണ്ടിയില്ല. ആളുകൾ നിശ്ശബ്ദരായി തലയും താഴ്ത്തി നിന്നു.

“നമ്മൾ പാവങ്ങളാണ്,” ദുയ്ഷേൻ ശബ്ദം താഴ്ത്തി പറഞ്ഞു. “ചവിട്ടും തൊഴിയും

കൊണ്ടാണ് നമ്മൾ ഇതേവരെ കഴിഞ്ഞിട്ടുള്ളത്. ഇരുട്ടിലാണ് നമ്മൾ ജീവിച്ചത്. ഇനി നമ്മൾ വെളിച്ചം കാണണമെന്ന്, നമ്മൾ എഴുത്തും വായനയും പഠിക്കണ മെന്ന് സോവിയറ്റ് ഗവണ്മെന്റ് ആഗ്രഹിക്കുന്നു. അതിനാൽ കുട്ടികളെ നമ്മൾ പഠിപ്പിക്കണം..."

മറുപടി പ്രതീക്ഷിച്ച് ദ്യൂയ്ഷേൻ നിശ്ശബ്ദനായി. കീറിപ്പറഞ്ഞ കോട്ടിട്ട ദ്യൂയ്ഷേൻ മുല്ലായായത് എപ്പോഴാണെന്നു ചോദിച്ച ആ കിഴവൻ അനുരഞ്ജനഭാവത്തിൽ പിറുപിറുത്തു:

"ശരി, വേണമെന്നുണ്ടെങ്കിൽ പഠിപ്പിച്ചോളൂ. അതിനു ഞങ്ങൾക്കെന്താ?... ഞങ്ങൾ നിയമത്തിനെതിരല്ല."

"പക്ഷേ നിങ്ങളുടെ സഹായം എനിക്കാവശ്യമുണ്ട്. ആ കുന്നിലുള്ള പഴയ കുതിരലായം ഒന്നു നന്നാക്കിയെടുക്കണം. ആറ്റിലൊരു പാലമിടണം. മഞ്ഞുകാലത്തേയ്ക്കു വിറകു കരുതിവയ്ക്കണം..."

"ഏയ്, ജിഗീത്, ഇത്ര ധിറുതിയെന്താ?" തർക്കക്കാരനായ സത്തിംകുൽ ഇടയ്ക്ക് കയറിപ്പറഞ്ഞു. പല്ലിനിടയിലൂടെ ഒന്നു തുപ്പിയിട്ട് അയാൾ വീണ്ടും ഉന്നം നോക്കുന്നതുപോലെ കണ്ണിറുക്കി സ്കൂളു തുടങ്ങും, സ്കൂളു തുടങ്ങും. സ്കൂളു തുടങ്ങും എന്നു നീ വിളിച്ചുകൂവുന്നുണ്ടല്ലോ. നിനക്കാണെങ്കിൽ ധരിക്കാനൊരു രോമക്കോട്ടോ, സവാരിക്കൊരു കുതിരയോ, കൃഷിചെയ്യാൻ ഒരു തുണ്ടുഭൂമിയോ,. ഒരൊറ്റ കുന്നുപോലുമോ ഇല്ല. എങ്ങനെ ജീവിക്കാമെന്നാണു നിന്റെ വിചാരം? മറ്റുള്ളവരുടെ കുതിരകളെ മോഷ്ടിച്ചു കഴിയാമെന്നാണോ?"

പരുഷമായി എന്തോ പറയാൻ ദ്യൂയ്ഷേൻ ഭാവിച്ചു. എന്നാൽ സ്വയം അടക്കിക്കൊണ്ട് അയാൾ പതിഞ്ഞ ശബ്ദത്തിൽ പറഞ്ഞു:

"എങ്ങിനെയെങ്കിലും കഴിഞ്ഞോളും. എനിക്ക് ശമ്പളം കിട്ടും."

"ആങ്, അതു വരട്ടെ!" സത്തിംകുൽ വളരെ സന്തുഷ്ടഭാവത്തിൽ കുതിരപ്പുറത്തു ഞെളിഞ്ഞിരുന്നു. "ഇപ്പോൾ സംഗതി മനസ്സിലായി. നിന്റെ ജോലി നീ തന്നെ ചെയ്തോളൂ. കിട്ടുന്ന ശമ്പളം കൊണ്ടു കുട്ടികളെ പഠിപ്പിക്ക്. ഖജനാവിൽ പണത്തിനു വല്ല കുറവുമുണ്ടോ? ഞങ്ങളെ വെറുതെ വിട്. അല്ലാതെതന്നെ ഞങ്ങൾക്കു ബുദ്ധിമുട്ടുകൾ ധാരാളമുണ്ട്."

ഇത്രയും പറഞ്ഞിട്ട് സത്തിംകുൽ കുതിരയെ തിരിച്ച് ഓടിച്ചു പോയി. അയാളുടെ പിന്നാലെ മറ്റുള്ളവരും പോകാൻ തുടങ്ങി. കൈയിൽ ആ കടലാസും പിടിച്ച് ദ്യൂയ്ഷേൻ അവിടെത്തന്നെ നിന്നു. പാവം! എന്തു ചെയ്യണമെന്ന് അയാൾക്കറിഞ്ഞുകൂടായിരുന്നു.

എനിക്കയാളോടു സഹതാപം തോന്നി. ഞാനയാളെ കണ്ണെടുക്കാതെ നോക്കിനിന്നു. കുതിരയെ തിരിച്ചുവിട്ടുകൊണ്ട് അമ്മാവൻ എന്നെ ശകാരിച്ചു:

"എടീ, പറന്തലച്ചീ, നീയെന്തിനാ ഇവിടെ വായും പൊളിച്ചുനില്ക്കുന്നത്? ഓട് വീട്ടിലേയ്ക്ക്?" മറ്റു കുട്ടികളുടെ ഒപ്പമെത്താനായി ഞാൻ ഓടി. "ഹും തരക്കേടില്ല! പിള്ളേരുപോലും യോഗത്തിനു വന്നുതുടങ്ങിയിരിക്കുന്നു!"

പിറ്റേന്ന് വെള്ളം കോരാനായി അയൽപക്കത്തെ പെൺകുട്ടികളുടെകൂടെ ആറ്റിൻകരയിൽ ചെന്നപ്പോൾ ദ്യൂയ്ഷേൻ ആറു കടന്നുപോകുന്നതു ഞാൻ കണ്ടു. അയാളുടെ കൈയിൽ ഒരു മൺവെട്ടിയും കുന്താലിയും മഴുവും പഴയ തൊട്ടിയുമുണ്ടായിരുന്നു.

അന്നുതൊട്ട് എല്ലാം ദിവസവും രാവിലെ കറുത്ത പട്ടാളക്കോട്ടണിഞ്ഞ ദുയ്ഷേന്റെ ഏകാന്തരൂപം കുന്നിൽപുറത്ത് ഉപേക്ഷിച്ചുകിടന്നിരുന്ന ആ കുതിരലായത്തിലേക്കു കയറിപ്പോകുന്നതു കാണാമായിരുന്നു. നന്നായി ഇരുട്ടിയതിനുശേഷമേ അയാൾ അവിടെനിന്ന് ഇറങ്ങിവരൂ. പലപ്പോഴും അയാൾ ഒരു വലിയ കെട്ടു പുല്ലോ വയ്ക്കോലോ ചുമന്നുകൊണ്ടു പോകുന്നതു കാണാം. അയാളെ ദൂരെ കാണുമ്പോൾ ആളുകൾ ജീനിപ്പടിയിൽ പൊന്തിനിന്ന് കൈപ്പത്തി കണ്ണിനുമുകളിൽ പിടിച്ചുകൊണ്ട് ആശ്ചര്യപൂർവ്വം തമ്മിൽത്തമ്മിൽ പറയും:

“നോക്കൂ, നമ്മുടെ വാദ്ധ്യാരല്ലേ ആ കെട്ടും ചുമന്നുകൊണ്ടു പോകുന്നത്?”

“അതേ, അയാളുതന്നെ.”

“പാവം! വാദ്ധ്യാരുപണിയും വലിയ പ്രയാസം പിടിച്ചതാണെന്നു തോന്നുന്നു.”

“പിന്നെന്താ, എളുപ്പമാണെന്നാണോ താൻ വിചാരിച്ചത്? ജന്മിയുടെ കൂലിവേലക്കാരൻ എടുക്കുന്നതിലും വലിയ ചുമടല്ലേ അയാൾ ചുമലിലേറ്റിയിരിക്കുന്നതെന്നു നോക്കൂ!”

“ആളുടെ വർത്തമാനം കേട്ടാൽ തോന്നും!”

“മുദ്രപതിച്ച കടലാസു കൈയിലുള്ളതുകൊണ്ടാണത്. ആ കടലാസിലാണു ശക്തി മുഴുവൻ.”

ഒരിക്കൽ പതിവുപോലെ മലഞ്ചെരിവുകളിൽനിന്നു ചാക്കുനിറയെ ചാണകവരളികൾ ശേഖരിച്ചുകൊണ്ടു മടങ്ങുന്ന വഴിയ്ക്ക് സ്കൂൾ ഒന്നു പോയിക്കാണാൻ ഞങ്ങളുറച്ചു. ദുയ്ഷേൻ അവിടെ എന്തു ചെയ്യുന്നുവെന്നറിയാൻ ഞങ്ങൾക്കു ജിജ്ഞാസതോന്നി. കളിമൺ ഭിത്തികളുള്ള ആ കൊട്ടിൽ പണ്ടൊരു ജന്മിയുടെ കുതിരലായമായിരുന്നു. ശരൽക്കാലത്തു പ്രസവിക്കുന്ന കുതിരകളെ മഞ്ഞുകാലം കഴിയുന്നതുവരെ സൂക്ഷിച്ചിരുന്നത് അവിടെയാണ്. സോവിയറ്റ് ഭരണം വന്നതോടെ ജന്മി നാടുവിട്ടു. അന്നു മുതൽ ആ കുതിരലായം ഒഴിഞ്ഞു കിടക്കുകയായിരുന്നു. ആരുമങ്ങോട്ടു പോകാറുണ്ടായിരുന്നില്ല. അവിടം മുഴുവൻ പുല്ലു കയറിയിരുന്നു. ഇപ്പോഴാകട്ടെ ആ പുല്ലുയെല്ലാം വേരോടെ പറിച്ചുകൂട്ടിയിരിക്കുന്നതു ഞങ്ങൾ കണ്ടു. മുറ്റം പുല്ലുപറിച്ചു വൃത്തിയാക്കിയിരുന്നു. മഴയേറ്റു പൊളിഞ്ഞുതുടങ്ങിയിരുന്ന ഭിത്തികൾ കളിമണ്ണുതേച്ചു മിനുക്കിയിരുന്നു. ഒറ്റ വിജാഗിരിയിൽ തൂങ്ങിക്കിടന്നിരുന്ന കോടിയ കതക് നന്നാക്കി ശരിയ്ക്കടച്ചിട്ടുണ്ടായിരുന്നു.

അല്പമൊന്നു വിശ്രമിക്കാനായി ഞങ്ങൾ ചാക്കുകെട്ടുകൾ നിലത്തിറക്കിയപ്പോഴേയ്ക്കും ദുയ്ഷേൻ വാതിൽ തുറന്നു പുറത്തു വന്നു. അയാളുടെ ദേഹമാകെ കളിമണ്ണു പുരണ്ടിരുന്നു. ഞങ്ങളെ കണ്ടപ്പോൾ അയാൾ ആദ്യം അത്ഭുതപ്പെട്ടു. പിന്നീട് മുഖത്തു നിന്നു വിയർപ്പു തുടച്ചു കളഞ്ഞുകൊണ്ടു പുഞ്ചിരിച്ചു:

“എവിടുന്നെത്തി പെൺകുട്ടികൾ?”

ചാക്കുകെട്ടുകൾക്കടുത്ത് നിലത്തിരുന്നുകൊണ്ട് ഞങ്ങൾ സങ്കോചത്തോടെ പരസ്പരം നോക്കി. ഞങ്ങൾ ഒന്നും മിണ്ടാതെ നാണിച്ചിരിക്കുന്നതു കണ്ടപ്പോൾ ദുയ്ഷേൻ ഞങ്ങളെ ധൈര്യപ്പെടുത്താനായി കണ്ണിറുക്കിക്കൊണ്ടു പറഞ്ഞു:

“നിങ്ങളേക്കാളും വലുതാണല്ലോ ചുമട്! നിങ്ങളിങ്ങോട്ടു വന്നതു വളരെ നല്ല കാര്യം. നിങ്ങളുടെ സ്കൂളല്ലേ ഇത്? ഇതിന്റെ പണി മിക്കവാറും തീർന്നെന്നു പറയാം. ഇപ്പോൾ ഞാൻ ആ മൂലയ്ക്ക് ഒരടുപ്പുപോലൊന്നു കുഴച്ചുണ്ടാക്കിയതേയുള്ളൂ. നോക്കൂ. പുകക്കുഴൽ പോലും വച്ചിരിക്കുന്നു. മഞ്ഞുകാലത്തേയ്ക്കു തീകത്തിക്കാനുള്ള

വക കരുതിവയ്ക്കണം. ആ പണി മാത്രമേ ഇനി ബാക്കിയുള്ളൂ. ഇവിടെ ധാരാളം പുല്ലുള്ളതുകൊണ്ട് അതിന് പ്രയാസമില്ല. നിലത്ത് വയ്ക്കോൽ വിരിച്ചുകഴിഞ്ഞാലുടൻ നമുക്ക് പഠിത്തം തുടങ്ങാം. എന്താ, പഠിക്കാൻ നിങ്ങൾക്കിഷ്ടമാണോ? നിങ്ങൾ മുടങ്ങാതെ സ്കൂളിൽ വരുമോ?"

ഞങ്ങളിൽ തലമുതിർന്നത് ഞാനായിരുന്നു. അതിനാൽ ഞാൻ തന്നെ മറുപടി പറയാൻ തീരുമാനിച്ചു.

"അമ്മായി വിടുമെങ്കിൽ വരാം." ഞാൻ പറഞ്ഞു.

"അൽത്തിനായ്- നല്ല പേര്ആ" ദുയ്ഷേന്റെ ഹൃദ്യമായ പുഞ്ചിരി എന്നിൽ രോമാഞ്ചമുളവാക്കി. "നീ ഏതു വീട്ടിലെയാണ്?"

മറ്റുള്ളവർ എന്നോട് അനുകമ്പ കാട്ടുന്നത് ഇഷ്ടമില്ലാത്തതിനാൽ ഞാൻ മിണ്ടിയില്ല.

"അവൾക്ക് അച്ഛനുമമ്മയുമില്ല. അമ്മാവന്റെ വീട്ടിലാണ് താമസം." എന്റെ കൂട്ടുകാരികൾ പറഞ്ഞു.

"ശരി, അൽത്തിനായ്, നീ മറ്റു പിള്ളേരേയും സ്കൂളിലേക്കു കൂട്ടിക്കൊണ്ടുവരണം. കേട്ടോ? കുട്ടികളേ, നിങ്ങളെല്ലാവരും വരണം."

"വരാം, അമ്മാവാ."

"എന്നെ മാസ്റ്ററെന്നു വിളിച്ചാൽ മതി. അകത്തു കയറി കാണണ്ടേ? വരൂ, മടിക്കേണ്ട!"

"വേണ്ട, ഞങ്ങൾക്കു വീട്ടിലെത്താൻ വൈകി." അകത്തു കയറാൻ ഞങ്ങൾക്കു നാണമായിരുന്നു.

"ശരി, എന്നാൽ പോയ്ക്കോളൂ. പഠിക്കാൻ വരുമ്പോൾ എല്ലാവർക്കും കാണാം. ഇരുട്ടുന്നതിനുമുമ്പ് എനിക്ക് ഒരു കെട്ടു പുല്ലുകൂടി കൊണ്ടുവരണം."

അരിവാളും കയറുമെടുത്തുകൊണ്ട് ദുയ്ഷേൻ വയലിലേക്കു പോയി. ഞങ്ങളും എഴുന്നേറ്റ് ചാക്കുകെട്ടുകൾ ചുമലിലേറ്റി വീട്ടിലേയ്ക്കു നടന്നു. പെട്ടെന്ന് എനിക്കൊരാശയം തോന്നി.

"നില്ക്കു പെണ്ണുങ്ങളേ." ഞാൻ കൂട്ടുകാരികളോടു വിളിച്ചു പറഞ്ഞു. "നമുക്ക് ഈ ചാണകവരളികൾ സ്കൂളിൽ ഇട്ടേച്ചു പോകാം. മഞ്ഞു കാലത്തു കത്തിക്കാമല്ലോ!"

"എന്നിട്ടു വെറുംകയ്യോടെ വീട്ടിലേക്കു ചെല്ലാമെന്നോ? അമ്പടീ. നിന്റെ ഒരു ബുദ്ധി.!"

"നമുക്കു തിരിച്ചുപോയി വീണ്ടും പെറുക്കാമല്ലോ."

"വേണ്ട, നേരം ഇരുട്ടും വീട്ടിൽ ചെല്ലുമ്പോൾ വഴക്കു പറയും."

എന്നെ കാത്തു നില്ക്കാതെ തന്നെ കൂട്ടുകാരികൾ ഗ്രാമത്തിലേക്കു നടന്നു.

അങ്ങനെയൊരു തീരുമാനമെടുക്കാൻ എന്നെ പ്രേരിപ്പിച്ചതെന്തെന്ന് ഇന്നുമെനിക്കു മനസ്സിലാക്കാൻ കഴിയുന്നില്ല. ഞാൻ പറഞ്ഞതു കേൾക്കാതിരുന്ന കൂട്ടുകാരികളോടുള്ള വാശികൊണ്ടോ, അതോ ചെറുപ്പംതൊട്ടേ നിർദ്ദയരായ മനുഷ്യരുടെ ശകാരവും തല്ലും സഹിച്ചു കഴിഞ്ഞിരുന്ന എനിക്ക് സ്വന്തം ഇച്ഛയ്ക്കും അഭിലാഷത്തിനുമനുസരിച്ചു പ്രവർത്തിക്കാൻ ഒരിക്കലും സാധിക്കാതിരുന്നതുകൊണ്ടോ, എന്തുകൊണ്ടെന്നറിഞ്ഞുകൂടാ, തികച്ചും അപരിചിതനായ ആ മനുഷ്യനോട്, എന്നെ

പുളകിതഗാത്രയാക്കിയ അയാളുടെ പുഞ്ചിരിക്കും നിസ്സാരമെങ്കിലും എന്നിലർപ്പിച്ച വിശ്വാസത്തിനും ഉദാരമായ ആ വാക്കുകൾക്കും നന്ദി പ്രകടിപ്പിക്കാൻ എന്തെങ്കിലും ചെയ്യണമെന്ന് എനിക്ക് അപ്പോൾ തോന്നി. സന്തോഷങ്ങളും യാതനങ്ങളും നിറഞ്ഞ എന്റെ യഥാർത്ഥ ജീവിതത്തിന്റെ തുടക്കം അന്നുതൊട്ടാണെന്ന്, ആ ഒരു ചാക്കു ചാണകവരളികകളിൽ നിന്നാണെന്ന്, എനിക്കിന്നു നല്ല ബോദ്ധ്യമുണ്ട്. എന്തെന്നാൽ അന്നാണു ഞാൻ ജീവിതത്തിലാദ്യമായി യാതൊരു വീണ്ടുവിചാരവും കൂടാതെ, ശിക്ഷയെപ്പറ്റി ഭയപ്പെടാതെ, ആവശ്യമെന്നു തോന്നിയ കാര്യം ചെയ്തത്. കൂട്ടുകാരികൾ പൊയ്ക്കഴിഞ്ഞയുടൻ ഞാൻ സ്കൂളിലേക്കു മടങ്ങിച്ചെന്ന് ചാണകവരളികൾ വാതിൽക്കൽ കുടഞ്ഞിട്ടതിനുശേഷം വീണ്ടും ചാക്കു നിറയ്ക്കുന്നതിനായി ആവും വേഗം മലയുടെ ചെരുവുകളിലേക്കും താഴ് വരകളിലേക്കും പാഞ്ഞു.

എങ്ങോട്ടെന്നാലോചിക്കാതെ ഞാൻ ഓടിക്കൊണ്ടിരുന്നു. എന്നിൽ ഉത്സാഹം തിരതല്ലി. ഹൃദയം ശക്തിയായി മിടിച്ചു. ഏതോ ഒരു വലിയ കൃത്യം നിർവ്വഹിച്ചതുപോലുള്ള ആനന്ദം എനിക്കനുഭവപ്പെട്ടു. ഞാൻ അത്രമാത്രം സന്തോഷിക്കുന്നതെന്തുകൊണ്ടാണെന്ന് സൂര്യന് അറിയാമെന്നു തോന്നി. അതേ, ഞാനത്രയും ഉല്ലാസപൂർവ്വം തുള്ളിച്ചാടി ഓടുന്നതിനുള്ള കാരണം, ഞാനൊരു ചെറിയ സൽക്കർമ്മം ചെയ്തുവെന്ന സംഗതി, അതിന് അറിയാമായിരുന്നെന്നു ഞാൻ വിശ്വസിക്കുന്നു.

സൂര്യൻ കുന്നുകളുടെ ഭാഗത്തേയ്ക്കു ചാഞ്ഞുകഴിഞ്ഞിരുന്നു. പക്ഷേ എന്നെ കൺകുളിരെ കാണുന്നതിനുവേണ്ടി അതു മന്ദഗതി പ്രാപിച്ചെന്ന് എനിക്കു തോന്നി. മങ്ങിയ ശരൽക്കാലഭ്രമിയിൽ കടുംചുവപ്പും ഇളംചുവപ്പും ഊതനിറവും ഇടകലർന്ന പരവതാനി വിരിച്ചുകൊണ്ട് അതെന്റെ വഴി അലങ്കരിച്ചു. ഇരുവശത്തും നിന്നിരുന്ന കാട്ടുചെടികളുടെ ഉണങ്ങിയ പൂങ്കുലകൾ അഗ്നിജ്വാലകൾപോലെ മിന്നിമറഞ്ഞു. പലയിടത്തും കണ്ടം വച്ചുതയ്ച്ച ജാക്കറ്റിന്റെ വെള്ളിപൂശിയ ബട്ടണുകൾ സൂര്യപ്രകാശത്തിൽ വെട്ടിത്തിളങ്ങി. ഞാൻ ഓടിക്കൊണ്ടേയിരുന്നു. ആഹ്ലാദം കവിഞ്ഞൊഴുകുന്ന ഹൃദയത്തോടെ ഞാൻ ആകാശത്തോടും ഭൂമിയോടും കാറ്റിനോടും പറയുകയായിരുന്നു."എന്നെ നോക്കുവിൻ! ഞാൻ സ്കൂളിൽ പോയി പഠിക്കും, മറ്റു കുട്ടികളേയും ഞാൻ കൂട്ടിക്കൊണ്ടു പോകും!"

എത്രനേരം അങ്ങനെ ഓടിയെന്നറിഞ്ഞുകൂടാ. പെട്ടെന്ന് ചാണകം പെറുക്കണമെന്ന കാര്യം എനിക്കോർമ്മ വന്നു. വിചിത്രം തന്നെ വേനൽക്കാലം മുഴുവൻ കന്നുകാലികൾ ഇവിടെ മേഞ്ഞുനടന്നതാണ്. എന്നുമിവിടെ ധാരാളം ഉണക്കച്ചാണകം ഉണ്ടായിരുന്നതുമാണ്. എന്നാൽ ഇപ്പോഴതെല്ലാം ഭൂമിയിലേക്ക് ആണ്ടുപോയതുപോലെ തോന്നി. ഒരുപക്ഷേ ഞാൻ തിരയാത്തതുകൊണ്ടാണോ ഞാൻ ഓടിനടന്ന് അവിടെയുമിവിടെയും നോക്കി. ഇരുട്ടുന്നതിനുമുമ്പ് ചാക്കുനിറയ്ക്കാൻ കഴിയില്ലെന്ന് എനിക്കു മനസ്സിലായി. ഞാൻ സംഭ്രമിച്ചു വശായി. കുറ്റിക്കാട്ടിലൂടെ വെപ്രാളപ്പെട്ട് ഓടിനടന്ന് ഒരുവിധത്തിൽ അരച്ചാക്ക് ചാണകവരളികൾ ഞാൻ ശേഖരിച്ചു. അപ്പോഴേക്കും സൂര്യൻ മറഞ്ഞുകഴിഞ്ഞിരുന്നു. താഴ്വരകളിൽ അതിവേഗം ഇരുട്ടു പരന്നുതുടങ്ങി.

അത്രയും വൈകിയ നേരത്ത് ഒറ്റയ്ക്ക് വീട്ടിനുവെളിയിൽ കഴിയുന്നത് അന്നാദ്യമായിട്ടായിരുന്നു. നിർജ്ജനവും മൂകവുമായ കുന്നുകൾക്കുമുകളിൽ രാത്രി അതിന്റെ കറുത്ത ചിറകുകൾ വിരിച്ചു. ഭയചകിതയായ ഞാൻ ചാക്കും തോളിലേറ്റി ഗ്രാമത്തിലേക്കോടി. പേടികൊണ്ടു ഞാൻ നിലവിളിച്ചുപോയേനെ, പക്ഷേ വിചിത്രമെന്നു

പറയട്ടെ. എന്നെ അത്രയും നിസ്സഹായയായി കണ്ടാൽ മാസ്റ്റർ എന്തു പറയുമെന്ന ചിന്ത എന്നെ അതിൽനിന്നു പിടിച്ചുനിർത്തി. ഞാൻ ധൈര്യം വീണ്ടെടുത്തു. ഒരിക്കൽപോലും ഞാൻ തിരിഞ്ഞുനോക്കിയില്ല- അകലെ നിന്നു മാസ്റ്റർ എന്നെ നോക്കുന്നുണ്ടെന്ന് എനിക്ക് തോന്നി.

ഓടിക്കിതച്ചു. വിയർപ്പിലും പൊടിയിലും കുളിച്ച് ഞാൻ വീട്ടിലെത്തി. ശക്തിയായി അണച്ചുകൊണ്ട് ഞാൻ ഉമ്മറപ്പടി കടന്നു. അടുപ്പിനടുത്തിരുന്നിരുന്ന അമ്മായി എണീറ്റ് ഭീഷണഭാവത്തിൽ എന്റെനേരെ വന്നു. ദുഷ്ടയും ക്രൂരയുമായ ഒരു സ്ത്രീയായിരുന്നു അവർ.

"നീ എവിടെയായിരുന്നെടീ ഇത്രനേരം?" അവർ എന്റെ അടുത്തേക്കു വന്നു. എന്തെങ്കിലും പറയാൻ കഴിയുന്നതിനുമുമ്പ് അവർ എന്റെ കൈയിൽനിന്നു ചാക്കു പിടിച്ചുപറിച്ചു നിലത്തേക്കെറിഞ്ഞു. "പകൽമുഴുവൻ നടന്നിട്ട് ഇത്രയേ കിട്ടിയുള്ളോടീ?"

എന്റെ കൂട്ടുകാരികൾ സർവ്വതും അമ്മായിയുടെ ചെവിയിൽ കൊളുത്തിക്കഴിഞ്ഞിരുന്നു.

"എടീ മോന്തകറുത്ത മൂധേവി, എന്തിനാടീ നിന്നെ സ്കൂളിലേക്കു കെട്ടിയെടുത്തത്? നിനക്ക് അവിടെ കിടന്നു ചത്തുകൂടായിരുന്നോ?"

അമ്മായി എന്റെ ചെവിയിൽ പിടിച്ചു തലയ്ക്കടിയ്ക്കാൻ തുടങ്ങി. "തന്തേം തള്ളേമില്ലാത്ത മൂശേട്ട! ചെന്നായക്കുട്ടി വളർന്നാൽ ചെന്നായ് തന്നെ. മനുഷ്യരുടെ കുട്ടികൾ വീട്ടിലേക്കു കൊണ്ടുവരുന്നു. അവളോ വീട്ടിൽനിന്നു കൊണ്ടുപോകുന്നു! നിന്നെ ഞാൻ സ്കൂളിൽ വിട്ടിട്ടേയുള്ളൂ! അതിന്റെ അടുത്തെങ്ങാനും പോയാൻ നിന്റെ കാലു ഞാൻ തല്ലിയൊടിക്കും! പിന്നെ സ്കൂളു നീ മറക്കുകേല!"

ഞാൻ മിണ്ടിയില്ല. നിലവിളിക്കാതിരിക്കാൻ ഞാൻ വളരെ ശ്രമിച്ചു. എങ്കിലും പിന്നീട് അടുപ്പിലെ തീ നോക്കിയിരുന്നപ്പോൾ ഞങ്ങളുടെ ചാരനിറമുള്ള പൂച്ചയെ തലോടിക്കൊണ്ട് ആരും കാണാതെ ഞാൻ നിശ്ശബ്ദമായി കരഞ്ഞു. ഞാൻ കരയുമ്പോഴൊക്കെ ആ പൂച്ച അതു മനസ്സിലാക്കിക്കൊണ്ട് എന്റെ മടിയിലേക്കു ചാടിക്കയറുമായിരുന്നു. അമ്മായി തല്ലിയതു കൊണ്ടല്ല ഞാൻ കരഞ്ഞത്-അതെനിക്കൊരു ശീലമായിക്കഴിഞ്ഞിരുന്നു-അവരെന്നെ സ്കൂളിൽ വിടുകയില്ലെന്നു മനസ്സിലായതിനാലാണ്.

ഒന്നുരണ്ടു ദിവസങ്ങൾക്കുശേഷം അതിരാവിലെ ഗ്രാമത്തിൽ പട്ടികളുടെ കുരയും ആളുകളുടെ സംസാരവും കേട്ടു. ദുയ്ഷേൻ വീടുതോറും നടന്ന് കുട്ടികളെ സ്കൂളിലേക്കു വിളിച്ചുകൂട്ടുകയായിരുന്നു. ഗ്രാമത്തിൽ അന്ന് തെരുവുകളുണ്ടായിരുന്നില്ല. മണ്ണുകുഴച്ചുണ്ടാക്കിയ വെളിച്ചം കയറാത്ത വീടുകൾ അങ്ങുമിങ്ങുമായി യാതൊരു ക്രമവുമില്ലാതെയാണു സ്ഥിതിചെയ്തിരുന്നത്-ഓരോരുത്തരും അവരവർക്കു തോന്നിയിടത്താണു വീടുവച്ചിരുന്നത്. ആർത്തുവിളിക്കുന്ന ഒരു പറ്റം കുട്ടികളുടെ അകമ്പടിയോടെ ദുയ്ഷേൻ വീടുതോറും കയറിയിറങ്ങിക്കൊണ്ടിരുന്നു.

ഞങ്ങളുടെ വീട് ഏറ്റവും അവസാനത്തേതായിരുന്നു. ഞാനും അമ്മായിയും ഉരലിൽ ചാമപൊടിച്ചുകൊണ്ടു നില്ക്കുകയായിരുന്നു. അമ്മാവൻ കൊട്ടിലിനടുത്തു കുഴിച്ചിട്ടിരുന്ന ധാന്യച്ചാക്കുകൾ ചന്തയിൽ കൊണ്ടുപോകുന്നതിനായി പുറത്തെടുക്കുകയായിരുന്നു. ഞങ്ങളുടെ ഭാരമുള്ള ഉലക്കകൾ കൊല്ലന്മാരുടെ കൂടങ്ങൾ കണക്കെ പൊങ്ങുകയും താഴുകയും ചെയ്തുകൊണ്ടിരുന്നു. അതിനിടയിൽ ദുയ്ഷേൻ

വരുന്നുണ്ടോയെന്നു ഞാൻ ഇടയ്ക്കിടെ കടക്കണ്ണുകൊണ്ടു നോക്കിക്കൊണ്ടിരുന്നു. അയാൾ ഞങ്ങളുടെ വീട്ടിൽ കയറാതെ പോയേക്കുമെന്നു ഞാൻ ഭയപ്പെട്ടു. അമ്മായി എന്നെ സ്കൂളിൽ വിടുകയില്ലെന്ന് എനിക്ക് അറിയാമായിരുന്നെങ്കിലും ദുയ്ഷേൻ വന്ന് ഞാൻ താമസിക്കുന്നതെവിടെയെന്നു കാണണമെന്നു ഞാൻ ആഗ്രഹിച്ചു. ഞങ്ങളുടെ വീട്ടിൽവരെ വന്നിട്ടു പോകണേ എന്നു ഞാൻ മനസാ മാസ്റ്ററോടു യാചിച്ചു.

"സലാം അലൈക്കും, വീട്ടുകാരി, അള്ളാ നിങ്ങളെ സഹായിക്കട്ടെ! അള്ളാ സഹായിച്ചില്ലെങ്കിൽ ഞങ്ങളെല്ലാവരും ചേർന്നു സഹായിക്കാം. ഞങ്ങളെത്ര പേരുണ്ടെന്നു നോക്കൂ!" ദുയ്ഷേൻ തമാശയായി പറഞ്ഞു.

മറുപടിയായി അമ്മായി എന്തോ മുരണ്ടു. അമ്മാവനാകട്ടെ കുഴിയിൽനിന്നു തലയുയർത്തുകപോലും ചെയ്തില്ല.

ദുയ്ഷേൻ ഒട്ടും പരിഭ്രമിച്ചില്ല. മുറ്റത്തിനു നടുക്കു കിടന്നിരുന്ന ഉരുൾത്തടിയിൽ അയാൾ ഗൗരവഭാവത്തിൽ ഇരുന്നു. കടലാസും പെൻസിലും കൈയിലെടുത്തു കൊണ്ട് അയാൾ പറഞ്ഞു:

"ഇന്നു സ്കൂളിൽ പഠിത്തം തുടങ്ങുകയാണ്. നിങ്ങളുടെ മകൾക്ക് എത്ര വയസ്സായി?"

മറുപടിയൊന്നും പറയാതെ അമ്മായി ദേഷ്യത്തോടെ ഉലക്ക ഉരലിൽ കുത്തി. അയാളോടു സംസാരിക്കാൻ അവർ തയ്യാറില്ലെന്നു വ്യക്തമായിരുന്നു. എനിക്ക് ഭീതി തോന്നി-ഇനിയെന്താണു സംഭവിക്കുക? ദുയ്ഷേൻ എന്റെനേരെ നോക്കി പുഞ്ചിരിച്ചു. മുമ്പത്തേതു പോലെതന്നെ എനിക്ക് രോമാഞ്ചമുണ്ടായി.

"അൽത്തിനായ്, നിനക്കെത്ര വയസ്സുണ്ട്?" അയാൾ ചോദിച്ചു. മറുപടി പറയാൻ ഞാൻ ധൈര്യപ്പെട്ടില്ല.

"തനിക്ക് അതറിഞ്ഞിട്ടെന്തു കാര്യം?" ഒരു ഇൻസ്പോട്ടറു വന്നിരിക്കുന്നു!" അമ്മായി ദേഷ്യപ്പെട്ടു പറഞ്ഞു.

"അവൾക്കു സ്കൂളിൽ പോകാനൊന്നും നേരമില്ല. തന്തേം തള്ളേം ഉള്ള പിള്ളേരുപോലും പഠിക്കാൻ പോണില്ല, പിന്നെയാ അവള്! തന്റെ പിറകേ ഉണ്ടല്ലോ ഒരു പറ്റം, അതുങ്ങളെ സ്കൂളിലേക്കു തെളിച്ചോളൂ! ഇവിടെ തനിക്കു കാര്യമൊന്നുമില്ല."

ദുയ്ഷേൻ ചാടിയെണീറ്റു.

"പറയുന്നതെന്താണെന്ന് ഒന്നാലോചിച്ചുനോക്കൂ! അവൾ അനാഥയായത് അവളുടെ കുറ്റമാണോ? അനാഥരായിട്ടുള്ളവർ പഠിക്കരുതെന്നു പറയുന്ന വല്ല നിയമവുമുണ്ടോ?"

"തന്റെ നിയമമറിഞ്ഞിട്ട് എനിക്കെന്തു കാര്യം? ഞാൻ പറയുന്നതാണ് ഇവിടെ നിയമം. എന്റെ അടുത്തു കല്പിക്കാൻ വരണ്ട."

"ഒരേ നിയമമാണു നമുക്കെല്ലാവർക്കുമുള്ളത്. നിങ്ങൾക്ക് ഈ പെൺകുട്ടിയെ ആവശ്യമില്ലെങ്കിൽ ഞങ്ങൾക്കവളെ വേണം. സോവിയറ്റ് ഗവണ്മെന്റിന് അവളെ ആവശ്യമുണ്ട്. ഞങ്ങൾക്ക് എതിരുനിന്നാൽ കല്പിക്കുതന്നെ ചെയ്യും!"

"എവിടുന്നു വന്ന മേലാവിയാണു താൻ? കൈകൾ എളിയിൽ തിരുകിക്കൊണ്ട് അമ്മായി വെല്ലുവിളിയെന്നോണം പറഞ്ഞു: "ആർക്കാണ് അവളുടെമേൽ അധികാരമുള്ളതെന്നു താനൊന്നു പറ! അവൾക്ക് ഉണ്ണാനുമുടുക്കാനും കൊടുക്കുന്ന

എനിക്കോ അതോ തനിക്കോ, തെണ്ടീടെ മോൻ തെണ്ടിക്കോ?"

ആ നിമിഷത്തിൽ, അർദ്ധനഗ്നനായ അമ്മാവൻ കുഴിയിൽനിന്നു വെളിയിലേക്കു നോക്കിയില്ലായിരുന്നെങ്കിൽ എന്തു സംഭവിച്ചേനെയെന്ന് ആർക്കറിയാം? വീട്ടുകാരനും ഭർത്താവുമായ തന്റെ സാന്നിധ്യം മറന്നുകൊണ്ട് ഭാര്യ വേണ്ടാത്ത കാര്യങ്ങളിൽ തലയിടുന്നത് അമ്മാവനു സഹിക്കവയ്യായിരുന്നു. അക്കാരണത്താൽ അയാൾ പലപ്പോഴും അമ്മായിയെ നിർദ്ദയം തല്ലാറുണ്ടായിരുന്നു. ഇത്തവണയും അയാൾക്കു കലികയറി.

"മിണ്ടാതിരിയെടീ!" കുഴിയിൽ നിന്നു കയറിക്കൊണ്ട് അയാൾ ഗർജ്ജിച്ചു. "തലയിരിക്കുമ്പോഴാണോടീ വാലാട്ടുന്നത്? എന്നുതൊട്ടാണടീ നീ ഇവിടെ ഭരണം തുടങ്ങിയത്? നാക്കിട്ടടിയ്ക്കാതെ പണിയെടുക്ക് തഷ്ത്താൻ ബോക്കിന്റെ മോനെ. നീ ഈ പെൺകുട്ടിയെകൊണ്ടു പൊയ്ക്കോളൂ. പഠിപ്പിക്കുകയോ ചുട്ടുതിന്നുകയോ എന്തു വേണേലും ചെയ്തോളൂ വേഗം എന്റെ മുറ്റത്തുനിന്നിറങ്ങിപ്പോ!"

"ആങ്ഹാ ! കൊള്ളാം. അവൾ സ്കൂളിൽ പോയി രസിക്കും, വീട്ടുജോലിക്ക് ആരാ, ഞാൻ മാത്രം!" അമ്മായി മുറവിളിച്ചു. പക്ഷേ അമ്മാവൻ അവരുടെ വായടപ്പിച്ചു:

"മിണ്ടിപ്പോകരുത്! പറയാനുള്ളതു ഞാൻ പറഞ്ഞു കഴിഞ്ഞു."

തിന്മയിലും നന്മയുണ്ട്. അങ്ങനെയാണു ഞാൻ ആദ്യമായി സ്കൂളിൽ പോയത്.

അന്നുതൊട്ട് എല്ലാം ദിവസവും രാവിലെ ദുയ്ഷേൻ വീടുതോറും നടന്ന് ഞങ്ങളെ കൂട്ടിക്കൊണ്ടുപോകാൻ തുടങ്ങി.

പഠിത്തം തുടങ്ങിയ അന്ന് മാസ്റ്റർ ഞങ്ങളെ വയ്ക്കോൽ വിരിച്ച നിലത്തിരുത്തി ഞങ്ങൾക്കെല്ലാവർക്കും ഓരോ നോട്ടുബുക്കും പെൻസിലും പലകയും തന്നു.

"പലക മടിയിൽ വച്ചാൽ എഴുതാൻ എളുപ്പമായിരിക്കും." ദുയ്ഷേൻ ഞങ്ങൾക്കു പറഞ്ഞുതന്നു.

അതിനുശേഷം ഭിത്തിയിൽ ഒരു റഷ്യക്കാരന്റെ പടം ഒട്ടിച്ചിരിക്കുന്നതു ഞങ്ങളെ ചൂണ്ടിക്കാട്ടി.

"ഇതു ലെനിൻ ആണ്!" മാസ്റ്റർ പറഞ്ഞു.

ആ ചിത്രം എന്നെന്നേക്കുമായി എന്റെ മനസ്സിൽ പതിഞ്ഞു. പിൽക്കാലത്ത് ആ ചിത്രം മറ്റെങ്ങും കാണാൻ എനിക്കിടയായിട്ടില്ല. അതിനാൽ ആ ചിത്രത്തെ "ദുയ്ഷേന്റേത്" എന്നാണ് ഞാൻ ഇന്നും വിളിക്കുന്നത്. ആ ചിത്രത്തിൽ ലെനിൻ അണിഞ്ഞിരുന്നത് അയവുള്ള ഒരു പട്ടാളക്കോട്ടാണ്. അദ്ദേഹത്തിന്റെ താടിരോമങ്ങൾ നീണ്ട മുഖം മ്ലാനമായിരുന്നു. മുറിവേറ്റ കൈ കെട്ടിത്തൂക്കിയിരുന്നു. തൊപ്പി പിന്നോട്ടു തള്ളിവച്ചിരുന്നു. അദ്ദേഹം ആ ചിത്രത്തിൽനിന്നു ശാന്തമായി ഞങ്ങളെ നോക്കി. സ്നേഹമസൃണമായ ആ നോട്ടത്തിന്റെ അർത്ഥമിതായിരുന്നെന്നു തോന്നി: "കുട്ടികളേ, എത്ര മാത്രം ശോഭനമായ ഒരു ഭാവിയാണു നിങ്ങൾക്കുള്ളതെന്നറിയാമോ?" ആ നിശ്ചലനിമിഷത്തിൽ അദ്ദേഹം വാസ്തവത്തിൽ എന്റെ ഭാവിയെപ്പറ്റി ആലോചിക്കുകയാണെന്ന് എനിക്ക് തോന്നി.

ദുയ്ഷേൻ വളരെക്കാലമായി സൂക്ഷിച്ചിരുന്ന ഒരു ചിത്രമാണതെന്നു തോന്നി. വെറും പോസ്റ്റർകടലാസിൽ അച്ചടിച്ച ആ ചിത്രത്തിന്റെ മടക്കുകളും അരികുകളും കീറിപ്പറഞ്ഞുതുടങ്ങിയിരുന്നു. ആ ചിത്രമൊഴികെ സ്കൂളിന്റെ ഭിത്തികളിൽ മറ്റു യാതൊന്നുമുണ്ടായിരുന്നില്ല.

“കുട്ടികളേ, വായിക്കാനും എണ്ണാനും ഞാൻ നിങ്ങളെ പഠിപ്പിക്കാം. അക്ഷരങ്ങളും അക്കങ്ങളും എങ്ങനെയാണ് എഴുതുന്നതെന്നു കാണിച്ചുതരാം.” ദുയ്ഷേൻ പറഞ്ഞു. “എനിക്കറിയാവുന്നതെല്ലാം ഞാൻ നിങ്ങളെ പഠിപ്പിക്കാം.”

ശരിക്കുമയാൾ തനിക്കറിയാവുന്നതെല്ലാം ഞങ്ങളെ പഠിപ്പിച്ചു. അതിലയാൾ പ്രകടിപ്പിച്ച ക്ഷമ അതിശയകരമായിരുന്നു. ഓരോ കുട്ടിയുടേയും അടുത്തു ചെന്നു കുനിഞ്ഞുനിന്നുകൊണ്ട് പെൻസിൽ പിടിക്കേണ്ടതെങ്ങിനെയെന്ന്, വാക്കുകൾ ഉത്സാഹപൂർവ്വം വിവരിച്ചുതന്നു.

ഇപ്പോൾ അതെപ്പറ്റി ആലോചിക്കുമ്പോൾ എനിക്ക് അത്ഭുതം തോന്നുന്നു -അക്ഷരങ്ങൾ കൂട്ടിവായിക്കാൻ പ്രയാസപ്പെട്ടിരുന്ന അനഭ്യസ്തനായ ആ ചെറുപ്പക്കാരൻ ഒരു പാഠപുസ്തകവുമില്ലാതെ, ഏറ്റവും സാധാരണമായ ഒരു അക്ഷരമാലപ്പുസ്തകം പോലുമില്ലാതെ, അത്രയും മഹത്തായ ഒരു ജോലിക്കു തുനിഞ്ഞതെങ്ങനെ? തലമുറകളായി നിരക്ഷരകുക്ഷികളായിരുന്നവരുടെ മക്കളെ പഠിപ്പിക്കുകയെന്നത് എളുപ്പമുള്ള കാര്യമാണോ? ദുയ്ഷേനാകട്ടെ അധ്യാപനരീതികളെപ്പറ്റിയോ പാഠപദ്ധതിയെപ്പറ്റിയോ ലേശം പോലും വിവരമില്ലായിരുന്നു. അങ്ങനെയുള്ള കാര്യങ്ങൾ ഉണ്ടെന്നുപോലും അയാൾക്കറിഞ്ഞുകൂടായിരുന്നു എന്നു പറയുന്നതായിരിക്കും ശരി.

സ്വന്തം കഴിവനുസരിച്ച് ഉചിതമെന്നു തോന്നിയവണ്ണം ദുയ്ഷേൻ ഞങ്ങളെ പഠിപ്പിച്ചു. തന്റെ ജോലിയിൽ അയാൾ പ്രകടിപ്പിച്ച ആത്മാർത്ഥമായ ആവേശം പാഴായില്ലെന്ന് എനിക്ക് പൂർണ്ണബോധ്യമുണ്ട്.

താൻ നിർവ്വഹിക്കുന്നത് ഒരു വീരകൃത്യമാണെന്നതിനെപ്പറ്റി അയാൾ സ്വയം അജ്ഞനായിരുന്നു. അതേ, അതൊരു വീരകൃത്യമായിരുന്നു. എന്തെന്നാൽ, ഒരിക്കലും ഗ്രാമം വിട്ടു പുറത്തു പോയിട്ടില്ലായിരുന്ന ഞങ്ങൾ കിർഗിസ് കുട്ടികൾ ആ സ്കൂളിൽ വച്ച്-ഭിത്തിയിലെ വലിയ വിള്ളലുകളിലൂടെ മഞ്ഞുമൂടിയ ഗിരിശൃംഗങ്ങൾ കാണാമായിരുന്ന ആ മൺപുരയെ അങ്ങനെ വിളിക്കാമെങ്കിൽ-അതേവരെ അജ്ഞാതമായിരുന്ന ഒരു പുതിയ ലോകം ദർശിച്ചു.

ലെനിൻ ജീവിച്ചിരുന്ന മോസ്ക്കോ നഗരം ഔലിയേ-അത്തായേക്കാളും താഷ്ക്കെന്റിനേക്കാൾത്തന്നെയും പലമടങ്ങു വലുതാണെന്ന് അന്ന് ഞങ്ങളറിഞ്ഞു. തലാസ് താഴ്വരയോളം വിശാലമായ കടലുകളുണ്ടെന്നും മലയുടെ വലിപ്പമുള്ള കപ്പലുകൾ അവയിലൂടെ ഓടുന്നുണ്ടെന്നും ഞങ്ങളറിഞ്ഞു. ചന്തയിൽനിന്നു വാങ്ങിക്കൊണ്ടുവരുന്ന മണ്ണെണ്ണ ഭൂമിക്കടിയിൽനിന്നാണ് എടുക്കുന്നതെന്നു ഞങ്ങൾ മനസ്സിലാക്കി. ജനങ്ങളുടെ ജീവിതം കുറച്ചൊന്നു മെച്ചപ്പെടുമ്പോൾ ഞങ്ങളുടെ സ്കൂൾ വിശാലമായ ജനാലകളോടുകൂടിയ ഒരു വെള്ളിക്കെട്ടിടത്തിലായിരിക്കുമെന്നും അവിടെ കുട്ടികൾക്കു മേശകളും കസേരകളുമുണ്ടായിരിക്കുമെന്നും ഞങ്ങൾ ഉറച്ചുവിശ്വസിച്ചു.

അക്ഷരങ്ങൾ ഏറെക്കുറെ വശമായിക്കഴിഞ്ഞതോടെ “അച്ഛൻ”

“അമ്മ” എന്നീ വാക്കുകൾ എഴുതാൻ പഠിക്കുന്നതിനുമുമ്പുതന്നെ “ലെനിൻ” എന്നു ഞങ്ങൾ കടലാസിൽ കൂട്ടിയെഴുതി. “ജന്മി”, “കൂലിവേലക്കാരൻ”, “സോവിയറ്റുകൾ” തുടങ്ങിയ വാക്കുകളാണ് ഞങ്ങളുടെ രാഷ്ട്രീയപദസഞ്ചയത്തിൽ അടങ്ങിയിരുന്നത്. “വിപ്ലവം” എന്ന വാക്ക് എഴുതാൻ അടുത്തകൊല്ലം ഞങ്ങളെ പഠിപ്പിക്കാമെന്നു ദുയ്ഷേൻ വാഗ്ദാനം ചെയ്തു.

ദുയ്ഷേനെ ശ്രദ്ധിച്ചുകൊണ്ടിരിക്കെ ഞങ്ങളും അയാളോടൊപ്പം വൈറ്റ്

ഗാർഡുകൾക്കെതിരെ പോരാടുന്നതായി സങ്കല്പിച്ചു. ലെനിനെക്കുറിച്ചുള്ള അയാളുടെ ആവേശനിർഭരമായ വാക്കുകൾ കേട്ടാൽ അയാൾ ലെനിനെ നേരിട്ടു കണ്ടിട്ടുണ്ടെന്നു തോന്നുമായിരുന്നു. അയാൾ പറഞ്ഞതിൽ പലതും മഹാനായ ആ നേതാവിനെപ്പറ്റി ജനസങ്കല്പത്തിലുടലെടുത്ത കെട്ടുകഥകളായിരുന്നെന്ന് ഇന്നെനിക്കറിയാം. എന്നാൽ ദുയ്ഷേന്റെ വിദ്യാർത്ഥികളായിരുന്ന ഞങ്ങളെ സംബന്ധിച്ചിടത്തോളം അതെല്ലാം പാലു വെളുത്തതാണെന്നു പറയുന്നതുപോലെ സത്യമായിരുന്നു.

ഒരിക്കൽ ഞങ്ങൾ യാതൊരു ഗൂഢോദ്ദേശ്യവും കൂടാതെ ചോദിച്ചു:

"മാസ്റ്റർ ലെനിനു കൈകൊടുത്തിട്ടുണ്ടോ?"

അപ്പോൾ ദുയ്ഷേൻ ഖേദപൂർവ്വം തലയാട്ടി:

"ഇല്ല കുട്ടികളേ, ലെനിനെ ഞാൻ ഒരിക്കലും കണ്ടിട്ടില്ല."

ഒരപരാധിയെപ്പോലെ അയാൾ നെടുവീർപ്പിട്ടു-ഞങ്ങളുടെ മുമ്പാകെ അയാൾക്കു വിഷമം തോന്നി.

മാസാവസാനം ദുയ്ഷേൻ തന്റെ ഏതോ കാര്യങ്ങൾ സംബന്ധിച്ച് ജില്ലാകേന്ദ്രത്തിലേക്കു പോകാറുണ്ടായിരുന്നു. കാൽനടയായാണ് അയാൾ പോയിരുന്നത്. തിരിച്ചുവരുന്നത് രണ്ടുമൂന്നു ദിവസങ്ങൾ കഴിഞ്ഞായിരിക്കും.

ആ ദിവസങ്ങളിൽ ഞങ്ങൾ തികച്ചും വിഷണ്ണരായിരുന്നു. എനിക്കൊരു സഹോദരൻ ഉണ്ടായിരുന്നുവെങ്കിൽപ്പോലും ദുയ്ഷേന്റെ പ്രത്യാഗമനത്തിനുവേണ്ടി കാത്തിരുന്നതുപോലെ ഒരുപക്ഷേ ഞാൻ അവനുവേണ്ടി കാത്തിരിക്കുമായിരുന്നില്ല. അമ്മായി കാണാത്ത തക്കം നോക്കി ഞാൻ കുടിലിന്റെ വീട്ടിന്റെ പിൻവശത്തു ചെന്ന് സ്റ്റെപ്പിയിലൂടെയുള്ള വഴിയിലേക്കു കണ്ണുനട്ടുനില്ക്കുമായിരുന്നു-എപ്പോഴാണ് പുറത്തു സഞ്ചിയും തൂക്കിക്കൊണ്ടു മാസ്റ്റർ പ്രത്യക്ഷപ്പെടുക? എന്നെ പുളകിതഗാത്രയാക്കുന്ന ആ പുഞ്ചിരി എപ്പോഴാണെനിക്കു കാണാൻ സാധിക്കുക? ജ്ഞാനമേകുന്ന ആ വാക്കുകൾ എപ്പോഴാണു ഞാൻ കേൾക്കുക?

ദുയ്ഷേന്റെ വിദ്യാർത്ഥികളിൽ ഏറ്റവും പ്രായമുള്ളത് എനിക്കായിരുന്നു. ഒരുപക്ഷേ അതുകൊണ്ടായിരിക്കാം. ഞാൻ മറ്റുള്ളവരേക്കാളും നന്നായി പഠിച്ചത്. എന്നാൽ അക്കാരണത്താൽ മാത്രമല്ലെന്ന് എനിക്ക് തോന്നുന്നു. ദുയ്ഷേന്റെ ഓരോ വാക്കും അയാൾ കാണിച്ചുതന്ന ഓരോ അക്ഷരവും ഞാൻ പവിത്രമായി കരുതി. അയാൾ പഠിപ്പിച്ചതു മനസ്സിലാക്കുകയെന്നതായിരുന്നു എന്നെ സംബന്ധിച്ചിടത്തോളം ലോകത്തിലേക്കും വച്ച് ഏറ്റവും പ്രധാനപ്പെട്ട കാര്യം. മാസ്റ്റർ തന്ന നോട്ടുബുക്ക് ഞാൻ ഒരു നിധിപോലെ സൂക്ഷിച്ചു. അതിനാൽ മണ്ണിൽ അരിവാൾമുനകൊണ്ടും മൺഭിത്തികളിൽ കരിക്കട്ടകൊണ്ടും മഞ്ഞിലും പൊടിമണ്ണിലും ചുള്ളിക്കമ്പുകൊണ്ടും എഴുതിയാണ് ഞാൻ അക്ഷരങ്ങൾ പഠിച്ചത്. എന്നെ സംബന്ധിച്ചിടത്തോളം ദുയ്ഷേനെക്കാൾ പഠിപ്പും ബുദ്ധിയുമുള്ള ഒരാൾ ലോകത്തില്ലായിരുന്നു.

മഞ്ഞുകാലം അടുക്കാറായിരുന്നു.

കുന്നിനു താഴെ ഒച്ചയിട്ടൊഴുകുന്ന കല്ലുനിറഞ്ഞ ആറു മുറിച്ചുകടന്നാണ് മഞ്ഞു പെയ്തുതുടങ്ങുന്നതുവരെ ഞങ്ങൾ സ്കൂളിലേക്കു പോയിരുന്നത്. പക്ഷേ ഇപ്പോൾ വെള്ളത്തിലൂടെ നടക്കുക ദുസ്സാദ്ധ്യമായിത്തീർന്നു-ഐസുപോലെ തണുത്ത വെള്ളത്തിൽ ചവിട്ടുമ്പോൾ കാൽ പൊള്ളുന്നതു പോലെ തോന്നും. കൊച്ചു

കുട്ടികൾക്കായിരുന്നു കൂടുതൽ വിഷമം. അവരുടെ മിഴികളിൽ അശ്രുകണങ്ങൾ പൊടിയുമായിരുന്നു. പിന്നീട്, ദുയ്ഷേൻ അവരെ എടുത്തു ആറു കടത്തിത്തുടങ്ങി. ഒരു കുട്ടിയെ തോളിലും മറ്റൊരു കുട്ടിയെ കൈയിലുമെടുത്ത് പലതവണയായി അയാൾ എല്ലാവരേയും മറുകരയിലെത്തിക്കും.

ഇപ്പോൾ അതിനെപ്പറ്റി ഓർക്കുമ്പോൾ എല്ലാം അവിശ്വസനീയമായി തോന്നുന്നു. അന്ന് ആളുകൾക്കു വേണ്ടത്ര ബുദ്ധിയും വിവരവുമില്ലാതിരുന്നതിനാൽ അവർ ദുയ്ഷേനെ കളിയാക്കി ചിരിച്ചിരുന്നു. പ്രത്യേകിച്ചും മലകളിൽ മഞ്ഞുകാലം കഴിച്ചിരുന്നവരും ഇടയ്ക്കിടെ ഗ്രാമത്തിലേക്കു ധാന്യംപൊടിപ്പിക്കാൻ വന്നിരുന്നവരുമായ ധനികന്മാർ. ചെങ്കുറുക്കന്റെ രോമംകൊണ്ടുണ്ടാക്കിയ തൊപ്പിയും വിലപിടിച്ച ആട്ടിൻരോമക്കോട്ടുമണിഞ്ഞ അവർ തങ്ങളുടെ തടിച്ചുകൊഴുത്ത കാട്ടു കുതിരകളെ ഓടിച്ച് ആറ് കടന്നുകൊണ്ടിരിക്കുന്ന ഞങ്ങളുടെ ഒപ്പമെത്തി ദുയ്ഷേന്റെ നേരെ കണ്ണുമിഴിക്കുമായിരുന്നു. ആരെങ്കിലും ഒരാൾ പൊട്ടിച്ചിരിച്ചുകൊണ്ട് തന്റെ അടുത്തുള്ളവരോടു പറയും:

“നോക്കൂ, ഒന്നിനെ പുറത്തും മറ്റൊന്നിനെ കൈയിലും എടുത്തിരിക്കുന്നു.!”

മറ്റൊരുത്തൻ കിതയ്ക്കുന്ന കുതിരയെ ചാട്ടകൊണ്ടടിച്ചുകൊണ്ടു കൂട്ടിച്ചേർക്കും:

“ഹാ! നേരത്തെ കണ്ടിരുന്നെങ്കിൽ ഇവനെത്തന്നെ രണ്ടാം ഭാര്യയാക്കാമായിരുന്നു.”

എന്നിട്ടു പൊട്ടിച്ചിരിയോടെ, ഞങ്ങളുടെമേൽ ചെളിയും വെള്ളവും തെറിപ്പിച്ചുകൊണ്ട് അവർ കുതിരകളെ പായിച്ചു പോകും.

ആ ഇളിക്കുന്ന വിഡ്ഢികളുടെ ഒപ്പമെത്തി കുതിരകളെ കടിഞ്ഞാൺ പിടിച്ചു നിർത്തിയിട്ട് അവരുടെനേരെ ഇങ്ങനെ വിളിച്ചുപറയാൻ ഞാൻ എത്രമാത്രം ആശിച്ചു: “ഞങ്ങളുടെ മാസ്റ്ററെപ്പറ്റി അങ്ങനെ പറയാൻ പാടില്ല. നിങ്ങൾ മൂഢന്മാരും കൊള്ളരുതാത്തവരുമാണ്!”

പക്ഷേ വെറുമൊരു പെൺകുട്ടിയുടെ വാക്കുകൾ ആരെങ്കിലും ചെവിക്കൊള്ളുമോ? പരിഭവത്തിന്റെ കയ്പേറിയ കണ്ണുനീർ വിഴുങ്ങുകല്ലാതെ എനിക്ക് നിവൃത്തിയില്ലായിരുന്നു. ദുയ്ഷേനാകട്ടെ ഒന്നും കേട്ടില്ലെന്നു ഭാവിക്കും, അവരുടെ നിന്ദാവചനങ്ങളെ അവഗണിക്കും. മാത്രമല്ല രസകരമായ എന്തെങ്കിലും ഒരു കഥ പറഞ്ഞു ഞങ്ങളെ ചിരിപ്പിക്കുകയും ആ സംഭവത്തെ ഞങ്ങളുടെ മനസ്സിൽനിന്നു മായ്ച്ചുകളയുകയും ചെയ്യും.

ദുയ്ഷേൻ എത്ര ശ്രമിച്ചെങ്കിലും ആറ്റിൽ ചെറിയൊരു പാലമിടുന്നതിനുവേണ്ട തടി കണ്ടെത്താൻ കഴിഞ്ഞില്ല. ഒരിക്കൽ സ്കൂളിൽ നിന്നു മടങ്ങുന്ന വഴി കുട്ടികളെയെല്ലാം ആറു കടത്തിവിട്ടശേഷം ദുയ്ഷേനും ഞാനും ആറ്റിൻതീരത്തു തങ്ങി. ആറുകടക്കുമ്പോൾ കാലു നനയാതിരിക്കാനായി ആറ്റിൽ ചവിട്ടുകല്ലുകളിടാൻ ഞങ്ങൾ തീരുമാനിച്ചു.

നാട്ടുകാർ ഒന്നിച്ചുശ്രമിച്ചിരുന്നെങ്കിൽ ആറ്റിനുകുറുകെ രണ്ടുമൂന്നു തടിവെട്ടിയിട്ട് ഒരു പാലം തീർക്കാൻ എത്രനേരം വേണമായിരുന്നു! പക്ഷേ തങ്ങളുടെ അജ്ഞതനിമിത്തം ആളുകൾ അക്കാലത്തു വിദ്യാഭ്യാസത്തിനു യാതൊരു പ്രാധാന്യവും കല്പിച്ചിരുന്നില്ല. മറ്റു ജോലിയൊന്നുമില്ലാത്തതിനാൽ കുട്ടികളോടൊത്തു സമയം കളയുന്ന ഒരു വിചിത്ര മനുഷ്യൻ എന്നതിൽക്കവിഞ്ഞ് അവർ ദുയ്ഷേനെപ്പറ്റി ചിന്തിച്ചിരുന്നില്ല. വേണമെങ്കിൽ പഠിപ്പിക്ക്. വേണ്ടെങ്കിൽ വീട്ടിലേക്കു വിട്

ഇതായിരുന്ന അവരുടെ മനോഭാവം. കുതിരപ്പുറത്തു സഞ്ചരിച്ചിരുന്നതിനാൽ അവർക്കു പാലവും കടത്തുമൊന്നും ആവശ്യമില്ലായിരുന്നു. എന്നിരിക്കിലും, മറ്റുള്ളവരെക്കാൾ ഒട്ടുംതന്നെ മോശക്കാരനോ മടയനോ അല്ലാത്ത ആ യുവാവ് കഷ്ടപ്പാടുകളും ബുദ്ധിമുട്ടുകളും വകവയ്ക്കാതെ നിന്ദയും പരിഹാസവും സഹിച്ചുകൊണ്ട്, അത്രയും അസാധാരണമായ വാശിയോടും അമാനുഷമായ ദൃഢനിശ്ചയത്തോടും കൂടി തങ്ങളുടെ കുട്ടികളെ പഠിപ്പിക്കുന്നത് എന്തിനുവേണ്ടിയാണെന്നു നാട്ടുകാർ ഒന്നാലോചിക്കേണ്ടിയിരുന്നു.

ഞങ്ങൾ ആറ്റിൽ ചവിട്ടുകല്ലുകളിടാൻ നിശ്ചയിച്ച ആ ദിവസം മഞ്ഞു ഭൂമിയെ ആവരണം ചെയ്തുകഴിഞ്ഞിരുന്നു. വെള്ളത്തിനു മജ്ജ മരവിപ്പിക്കുന്ന തണുപ്പായിരുന്നു. നഗ്നപാദനായി പണിയെടുത്ത ദുയ്ഷേൻ അതെങ്ങനെ സഹിച്ചെന്ന് എനിക്കറിഞ്ഞുകൂടാ. വളരെ വിഷമിച്ചാണു ഞാൻ വെള്ളത്തിൽ ചവിട്ടിയത്. ആറ്റിനടിയിൽ തീക്കനലുകൾ നിരത്തിയിരിക്കുന്നതുപോലെ തോന്നി. ആറ്റിനു നടുക്കുവച്ച് പെട്ടെന്നെനിക്കും കാൽവണ്ണകളിൽ കോച്ചിപ്പിടുത്തം അനുഭവപ്പെട്ടു. നിലവിളിക്കാനോ നിവർന്നുനില്ക്കാനോ വയ്യാതെ ഞാൻ വെള്ളത്തിലേക്കു വീഴാൻ തുടങ്ങി. ദുയ്ഷേൻ കല്ലു താഴെയിട്ട് ഓടിവന്ന് എന്നെ വാരിയെടുത്തു. അയാൾ എന്നെ കരയ്ക്കു കൊണ്ടുപോയി തന്റെ കോട്ടു വിരിച്ച് അതിലിരുത്തി. എന്റെ മരവിച്ചു കരുവാളിച്ച കാലുകൾ അയാൾ തിരുമ്മുകയും ചലനമറ്റ കൈകൾ തന്റെ കൈത്തലങ്ങളാൽ അമർത്തുകയും തന്റെ നിശ്വാസത്താൽ അവയ്ക്കു ചൂടുപകരുകയും ചെയ്തു.

"അൽത്തിനായ്. നീ ഈ കോട്ടും പുതച്ച് ഇവിടെയിരുന്നോളൂ" ദുയ്ഷേൻ പറഞ്ഞു. "പണി ഞാൻ തന്നത്താൻ തീർക്കാം..."

അവസാനം, കല്ലുകളിട്ടുകഴിഞ്ഞപ്പോൾ ബൂട്ടു ധരിച്ചുകൊണ്ട് ദുയ്ഷേൻ തണുത്തു വിറങ്ങലിച്ചിരുന്ന എന്റെനേരെ നോക്കി പുഞ്ചിരിച്ചു

"എന്താ, എന്റെ സഹായക്കാരിക്ക് തണുപ്പു കുറഞ്ഞോ? കോട്ടുശരിക്കു പുതയ്ക്ക്, അങ്ങനെ!"

അല്പനേരത്തെ മൗനത്തിനുശേഷം അയാൾ ചോദിച്ചു:

"അൽത്തിനായ്. നീയാണോ അന്ന് സ്കൂളിൽ ചാണകവരളികൾ ഇട്ടേച്ചു പോയത്?"

"അതെ." ഞാൻ മറുപടി നല്കി.

ഒരു ചെറുപുഞ്ചിരി അയാളുടെ ചുണ്ടുകളുടെ കോണുകളിൽ മിന്നിമറഞ്ഞു. "ഞാൻ അങ്ങനെതന്നെയാണു വിചാരിച്ചത്!" എന്നു പറയും വണ്ണം.

ഞാൻ ഓർമ്മിക്കുന്നു, ആ നിമിഷത്തിൽ എന്റെ കവിൾത്തടങ്ങളിലേക്കു രക്തം ഇരച്ചുകയറി-അപ്പോൾ നിസ്സാരമായി തള്ളാവുന്ന ആ സംഭവത്തെപ്പറ്റി മാസ്റ്റർക്കറിയാം. അതു മാസ്റ്റർ മറന്നിട്ടില്ല! എനിക്ക് അതിയായ സന്തോഷം തോന്നി. ദുയ്ഷേന് എന്റെ സന്തോഷം മനസ്സിലാക്കാൻ കഴിഞ്ഞു.

"തെളിഞ്ഞൊഴുകുന്ന ഒരു കൊച്ചരുവിയാണു നീ." എന്നെ വാത്സല്യപൂർവ്വം തലോടിക്കൊണ്ട് അയാൾ പറഞ്ഞു. "പഠനത്തിൽ നീ സമർത്ഥയുമാണ്... ഹാ. എനിക്ക് നിന്നെ പട്ടണത്തിലെ സ്കൂളിലേക്ക് അയയ്ക്കാൻ കഴിഞ്ഞിരുന്നെങ്കിൽ! നീ ആരായിത്തീർന്നേനെ!"

ദുയ്ഷേൻ പെട്ടെന്ന് വെള്ളത്തിനടുത്തേക്കു മാറിനിന്നു.

ഇന്നും അയാൾ എന്റെ കൺമുമ്പിൽ നില്പുണ്ട്, കല്ലുകളിൽ തട്ടിത്തടഞ്ഞ്

ഒച്ചയിട്ടൊഴുകുന്ന ആ ആറ്റിന്റെ തീരത്ത് കൈകൾ തലയ്ക്കു പിന്നിൽ പിണച്ച് അന്ന് നിന്നതുപോലെതന്നെ. അയാളുടെ തിളങ്ങുന്ന കണ്ണുകൾ അങ്ങകലെ മലകൾക്കു മീതെ കാറ്റടിച്ചു പറക്കുന്ന വെള്ളമേഘങ്ങളിൽ നട്ടിരിക്കുന്നു.

എന്തിനെപ്പറ്റിയായിരുന്നു അയാളുടെ അപ്പോഴത്തെ വിചാരം? ഒരു പക്ഷേ അയാൾ തന്റെ സങ്കല്പങ്ങളിൽ എന്നെ വലിയ പട്ടണത്തിലുള്ള സ്കൂളിലേക്ക് അയയ്ക്കുകയായിരുന്നോ? ദുയ്ഷേന്റെ കോട്ടും പുതച്ചിരുന്ന ആ നിമിഷത്തിൽ ഞാൻ വിചാരിച്ചു: "മാസ്റ്റർ എന്റെ സ്വന്തം കൂടപ്പിറപ്പായിരുന്നെങ്കിൽ! ഞാൻ അയാളെ കെട്ടിപ്പിടിച്ചു മാറോടണയ്ക്കുമായിരുന്നു. കണ്ണുകൾ മുറുക്കെയടച്ച് അയാളുടെ ചെവിയിൽ ഞാൻ ഏറ്റവും സുന്ദരമായ സ്നേഹവചനങ്ങൾ ഓതുമായിരുന്നു. ദൈവമേ, അയാളെ എന്റെ സഹോദരനാക്കി മാറ്റൂ!"

ഒരുപക്ഷേ ഞങ്ങളെല്ലാവരും ഞങ്ങളുടെ അധ്യാപകനെ സ്നേഹിച്ചിരുന്നത് അയാളുടെ മനുഷ്യപ്പറ്റും സദുദ്ദേശ്യങ്ങളും ഞങ്ങളുടെ ഭാവിയെക്കുറിച്ചുള്ള അയാളുടെ സ്വപ്നങ്ങളും കാരണമായിരിക്കാം. കുട്ടികളായിരുന്നെങ്കിലും അന്നുതന്നെ ഞങ്ങളതു മനസ്സിലാക്കിയിരുന്നെന്ന് എനിക്ക് തോന്നുന്നു. അല്ലെങ്കിൽ പിന്നെയെന്താണു ഞങ്ങളെ ഓരോ ദിവസവും ആഴമുള്ള മഞ്ഞിലൂടെ അത്രയും ദൂരം കാറ്റു സഹിച്ചു നടന്ന് കുത്തനെയുള്ള കുന്നു കയറാൻ പ്രേരിപ്പിച്ചത്? ഞങ്ങൾ സ്കൂളിൽ പോയിരുന്നതു സ്വന്തം ഇഷ്ടപ്രകാരമാണ്. ആരും ഞങ്ങളെ അങ്ങോട്ട് ഉന്തിവിട്ടില്ല. ആ കൊട്ടിലിൽ പോയിരുന്നു തണുത്തു മരവിക്കാൻ ആരും ഞങ്ങളെ നിർബന്ധിച്ചില്ല. ശൈത്യാധിക്യത്താൽ മുഖത്തും കൈകളിലും വസ്ത്രത്തിലും ശ്വാസമുറഞ്ഞുപൊടിമഞ്ഞു പിടിച്ചിരുന്നു. ഞങ്ങൾ ഓരോരുത്തരായി ഊഴമനുസരിച്ച് അടുപ്പിനടുത്തു പോയിരുന്ന് കുളിരു മാറ്റും ആ സമയം മറ്റുള്ളവർ ദൂയ്ഷേനെ ശ്രവിച്ചുകൊണ്ട് അവരവരുടെ സ്ഥാനങ്ങളിലിരിക്കും.

അതുപോലുള്ള ഒരു തണുത്ത ദിവസം- അതു ജനുവരി അവസാനത്തിലായിരുന്നെന്ന് ഇന്നു ഞാൻ ഓർമ്മിക്കുന്നു- ദുയ്ഷേൻ പതിവുപോലെ വീടുതോറും വന്നു ഞങ്ങളെ സ്കൂളിലേക്കു കൂട്ടിക്കൊണ്ടുപോയി. നിശ്ശബ്ദനായിരുന്ന അയാളുടെ മുഖത്തു കാർക്കശ്യം നിഴലിച്ചു-കഴുകന്റെ ചിറകുകൾ പോലുള്ള പുരികങ്ങൾ ഒന്നിച്ചുകൂടിയിരുന്നു; മുഖം കാരിരുമ്പുകൊണ്ടു വാർത്തെടുത്തപോലിരുന്നു. ഞങ്ങളുടെ അദ്ധ്യാപകനെ അങ്ങനെ ഞങ്ങൾ അതിനുമുമ്പു കണ്ടിട്ടില്ലായിരുന്നു. എന്തോ അനിഷ്ടസംഭവമാണ് അതിനു കാരണമെന്നു മനസ്സിലാക്കി ഞങ്ങളും നിശ്ശബ്ദരായി.

മഞ്ഞു പൊങ്ങിക്കിടക്കുന്നിടങ്ങളിൽ ദുയ്ഷേനാണു സാധാരണയായി ഞങ്ങൾക്കു വഴിയുണ്ടാക്കിക്കൊണ്ടു മുമ്പിൽ നടന്നിരുന്നത്. പിറകെ ഞാനും എന്റെ പിന്നാലെ മറ്റുള്ളവരും. ഇത്തവണയും കുന്നിൻ ചെരിവിൽ ധാരാളം മഞ്ഞു വീണിരുന്നിടത്തു ദുയ്ഷേൻ മുമ്പിൽ നടന്നു. ഒരാളുടെ മാനസികാവസ്ഥ മനസ്സിലാക്കാൻ അയാളുടെ ഉള്ളിൽ നടക്കുന്നതെന്തെന്നറിയാൻ, ചിലപ്പോൾ പിന്നിൽനിന്നുള്ള ഒറ്റനോട്ടം മതിയാവും. മാസ്റ്ററുടെ ഹൃദയത്തെ എന്തോ മഥിച്ചുകൊണ്ടിരുന്നുവെന്നതു വ്യക്തമായിരുന്നു. തല കുനിച്ചുപിടിച്ച് കാലുകൾ വലിച്ചുവെച്ചാണ് അയാൾ നടന്നത്. എന്റെ കൺമുമ്പിൽ കറുപ്പും വെളുപ്പും ഭയാനകമായി മാറിമാറി വന്നുകൊണ്ടിരുന്നു-ഞങ്ങൾ ഒറ്റച്ചരടായി കുന്നുകയറിയപ്പോൾ കറുത്ത പട്ടാളക്കോട്ടു ധരിച്ച ദൂയ്ഷേന്റെ പുറം മുമ്പിൽ കുനിഞ്ഞു കാണപ്പെട്ടു. കാറ്റത്ത് അവയിൽനിന്നും പൊടിമഞ്ഞ് ചുഴന്നു പറന്നുകൊണ്ടിരുന്നു; അതിനും മുകളിലായി മങ്ങി വെളുത്ത

ആകാശത്തിൽ ഒറ്റയ്ക്കൊരു കാർമേഘം തങ്ങിനിന്നിരുന്നു.

ഞങ്ങൾ സ്കൂളിലെത്തി ഇരുന്നുകഴിഞ്ഞപ്പോൾ പതിവുപോലെ അടുപ്പു കത്തിക്കുന്നതിനുപകരം ദുയ്ഷേൻ ആജ്ഞാപിച്ചു:

"എണീറ്റു നില്ക്കുവിൻ!'

ഞങ്ങൾ എണീറ്റു.

"തൊപ്പി ഊരുവിൽ!"

ഞങ്ങൾ തൊപ്പിയൂരി. അയാളും തന്റെ പട്ടാളത്തൊപ്പി ഊരി. ഞങ്ങൾക്കു സംഗതി മനസ്സിലായില്ല. മാസ്റ്റർ ചിലമ്പിച്ച ശബ്ദത്തിൽ ഇടറിപ്പറഞ്ഞു:

"ലെനിൻ മരിച്ചു. ഈ നിമിഷത്തിൽ ലോകത്തെല്ലായിടത്തും ആളുകൾ ദുഃഖസൂചകമായി എണീറ്റു നില്ക്കുകയാണ്. നിങ്ങളും അവരവരുടെ സ്ഥാനങ്ങളിൽ നിശ്ശബ്ദരായി നിൽക്കുവിൻ. ഇങ്ങോട്ട് ഈ ചിത്രത്തിലേക്കു നോക്കിക്കൊള്ളു. ഇന്നത്തെ ദിവസം നിങ്ങൾ മറക്കാതിരിക്കട്ടെ!

സ്കൂളിൽ നിശ്ശബ്ദത വ്യാപിച്ചു. മഞ്ഞിടിഞ്ഞു വീണ് അതു മൂടപ്പെട്ടതുപോലെ തോന്നി. ഭിത്തിയുടെ വിള്ളലുകളിലൂടെ കാറ്റു തള്ളിക്കയറുന്നതു കേൾക്കാമായിരുന്നു. വയ്ക്കോൽക്കൂരയിൽ ഹിമതുലങ്ങൾ വീണുണ്ടാകുന്ന മർമ്മരശബ്ദവും കേൾക്കാമായിരുന്നു.

സദാ ശബ്ദായമാനമായ നഗരങ്ങൾ മൂകമാവുകയും ഭൂമിയെ വിറപ്പിച്ചുകൊണ്ടിരുന്ന ഫാക്ടറികൾ നിശ്ശബ്ദമാവുകയും അലറിപ്പാഞ്ഞുകൊണ്ടിരുന്ന തീവണ്ടികൾ റെയിൽപ്പാതകളിൽ നിശ്ചലമാവുകയും ലോകം മുഴുവൻ ദുഃഖത്തിലാഴുകയും ചെയ്ത ആ സമയത്ത്, ശോകപൂർണ്ണമായ ആ മണിക്കൂറിൽ, ഞങ്ങൾ—ജനങ്ങളുടെ ഒരു കണികമാത്രമായ ഞങ്ങൾ—ഞങ്ങളുടെ അദ്ധ്യാപകനോടൊപ്പം, സ്കൂളെന്നു വിളിക്കപ്പെട്ടിരുന്ന അജ്ഞാതമായ ആ തണുത്തുമരവിച്ച കൊട്ടിലിൽ യഥാവിധി മൗനം അനുഷ്ഠിച്ചുകൊണ്ട്, ലെനിന്റെ ഏറ്റവും ഉറ്റവരും എല്ലാവരേക്കാളുമേറെ അദ്ദേഹത്തിന്റെ മരണത്തിൽ ദുഃഖിക്കുന്നവരുമെന്നു സ്വയം കരുതിക്കൊണ്ട് ലെനിനോടു വിടവാങ്ങുകയായിരുന്നു, ഞങ്ങളുടെ ലെനിനാകട്ടെ ചുമരിൽനിന്നു മുമ്പത്തേതുപോലെതന്നെ ഞങ്ങളുടെനേരെ നോക്കി തന്റെ ഉജ്ജ്വലവും നിഷ്കളങ്കവുമായ ദൃഷ്ടികളാൽ അദ്ദേഹം ഞങ്ങളോടു പറയുകയായിരുന്നു. "എത്ര ശോഭനമായ ഒരു ഭാവിയാണു നിങ്ങൾക്കുള്ളതെന്നറിയാമോ. കുട്ടികളേ?" ആ നിശ്ശബ്ദ നിമിഷത്തിൽ അദ്ദേഹം വാസ്തവത്തിൽ എന്റെ ഭാവിയെക്കുറിച്ചു ചിന്തിക്കുകയാണെന്ന് എനിക്ക് തോന്നി.

ദുയ്ഷേൻ കോട്ടിന്റെ കൈകൊണ്ടു കണ്ണുനീർ തുടച്ചിട്ടു പറഞ്ഞു:

"ഞാനിന്നു ജില്ലാകേന്ദ്രത്തിലേക്കു പുറപ്പെടുകയാണ്, ഞാൻ പാർട്ടിയിൽ ചേരാൻ പോവുകയാണ്. മൂന്നു ദിവസത്തിനകം മടങ്ങിവരും."

ഞാൻ കണ്ടിട്ടുള്ളതിലുംവച്ച് ഏറ്റവും ഭയാനകമായ മൂന്നു മഞ്ഞുകാല ദിവസങ്ങളായിരുന്നു അത്. ലോകത്തുനിന്ന് ഒരു മഹാപുരുഷൻ പോയ്പ്പോയതിനാലുളവായ ശൂന്യതയെ നികത്തുന്നതിനായി ഏതോ മഹത്തായ ശക്തികൾ യത്നിക്കുകയാണെന്നു തോന്നി. കൊക്കകളിൽ കാറ്റ് നിറുത്താതെ ഓരിയിട്ടുകൊണ്ടിരുന്നു. ഹിമക്കൊടുങ്കാറ്റുകൾ ചുഴന്നു വീശി, ശൈത്യം ലോഹധ്വനിയോടെ മുഴങ്ങി... പ്രകൃതിശക്തികൾ അടങ്ങിയില്ല. എന്തു ചെയ്യണമെന്നറിയാതെ അവ ഭൂമിയിൽ തലതല്ലി വിലപിച്ചുകൊണ്ടിരുന്നു....

താഴ്ന്നുനീങ്ങുന്ന കാർമേഘങ്ങൾക്കിടയിലൂടെ അവ്യക്തമായി ഇരുണ്ടുകാണപ്പെട്ട മലകളുടെ അടിവാരത്തിൽ ഞങ്ങളുടെ ഗ്രാമം മൂകമായി കിടന്നു. ചിമ്മിനികളിൽനിന്നു പുകയുടെ നേരിയ നാടകൾ ഉയർന്നു കൊണ്ടിരുന്നു. ആളുകൾ വീടുകളിൽനിന്നു പുറത്തിറങ്ങിയില്ല. മാത്രമല്ല. ചെന്നായ്ക്കൾ പെട്ടെന്ന് വലിയൊരു ഭീഷണിയായിത്തീരുകയും ചെയ്തു. അവയുടെ ധിക്കാരത്തിന് അതിരില്ലായിരുന്നു. പകൽ സമയത്ത് അവ വഴികളിൽ പ്രത്യക്ഷപ്പെടുകയും രാത്രികാലങ്ങളിൽ ഗ്രാമത്തിനടുത്തു ചുറ്റിത്തിരിയുകയും ചെയ്തു. പുലർച്ചവരെ അവയുടെ ക്ഷുധാർത്തവും ദാരുണവുമായ ഓരിയിടൽ കേൾക്കാമായിരുന്നു.

മാസ്റ്ററെപ്പറ്റി ഓർത്തപ്പോൾ എനിക്ക് പേടിതോന്നി—അത്രയും കഠിനമായ തണുപ്പത്ത് രോമക്കോട്ടില്ലാതെ, വെറും പട്ടാളക്കോട്ടുധരിച്ച് അയാൾ എങ്ങനെ കഴിച്ചുകൂട്ടുന്നു? ദുയ്ഷേൻ മടങ്ങിയെത്തേണ്ട ദിവസം എനിക്ക് ഒട്ടും ഇരിപ്പുറച്ചില്ല—അശുഭമായ എന്തോ സംഭവിക്കാൻ പോകുന്നതായി എനിക്കു തോന്നി. കൂടെക്കൂടെ ഞാൻ വീട്ടിൽനിന്നിറങ്ങി മഞ്ഞുമൂടിക്കിടക്കുന്ന നിർജ്ജനമായ സ്റ്റെപ്പിയിലേക്കു കണ്ണുനട്ടു നിന്നു: മാസ്റ്റർ വഴിയിലൂടെ വരുന്നുണ്ടോ? പക്ഷേ അവിടെ ആരേയും കാണാനില്ലായിരുന്നു.

"മാസ്റ്റർ എവിടെയാണ്? ഇരുട്ടുന്നതിനുമുമ്പു മടങ്ങിയെത്തണമെന്നു ഞാൻ മാസ്റ്ററോടു യാചിക്കുന്നു. മാസ്റ്ററെ ഞങ്ങൾ കാത്തിരിക്കയാണ്, മാസ്റ്റർ കേൾക്കുന്നുണ്ടോ?"

പക്ഷേ എന്റെ നിശ്ശബ്ദമായ ആ വിളിക്ക് സ്റ്റെപ്പി മറുപടി നല്കിയില്ല. എന്തുകൊണ്ടോ എനിക്കു കരച്ചിൽ വന്നു.

എന്റെ കൂടെക്കൂടെയുള്ള പോക്കും വരവും അമ്മായിക്ക് ഇഷ്ടപ്പെട്ടില്ല.

"നീയിന്ന് ആ വാതില് പൊളിച്ചിട്ടേ അടങ്ങൂ, അല്ലേ? പോയിരുന്നു നൂലു നൂൽക്കെടീ! പിള്ളേർക്കാണെങ്കിൽ തണുത്തിട്ടു പാടില്ല. ഇനി നീ വാതിൽ തുറന്നാലുണ്ടല്ലോ!" അവർ എന്റെനേരെ മുഷ്ടിചുരുട്ടി കാണിച്ചു. അതിനുശേഷം എനിക്ക് പുറത്തു പോകാൻ സാധിച്ചില്ല.

നേരം സന്ധ്യമയങ്ങി. ദുയ്ഷേൻ തിരിച്ചെത്തിയോ എന്നറിഞ്ഞുകൂടാതിരുന്നതിനാൽ ഞാൻ സംഭ്രാന്തയായിത്തീർന്നു. മാസ്റ്റർ മടങ്ങിയെത്തിക്കാണുമെന്നും ഇതിനുമുമ്പൊരിക്കലും അയാൾ പറഞ്ഞ ദിവസം വരാതിരുന്നിട്ടില്ലെന്നും വിചാരിച്ച് ഞാൻ ഇടയ്ക്കിടെ സമാധാനപ്പെട്ടും. പക്ഷേ ഉടൻതന്നെ അയാൾക്കു സുഖമില്ലെന്നും അതിനാൽ മെല്ലയാണ് അയാൾ വരുന്നതെന്നും ഹിമക്കാറ്റു വീശുന്നപക്ഷം സ്റ്റെപ്പിയിൽ വഴിതെറ്റിപ്പോയേക്കാനിടയുണ്ടെന്നും ഞാൻ വിചാരിക്കും. ജോലിയിൽ ശ്രദ്ധചെലുത്താൻ എനിക്ക് കഴിഞ്ഞില്ല. എന്റെ കൈകൾ എനിക്കു വഴങ്ങിയില്ല. നൂൽ കൂടെക്കൂടെ പൊട്ടിക്കൊണ്ടിരുന്നു. അമ്മായിയെ അതു വെറിപിടിപ്പിച്ചു.

"നിനക്കിന്നെന്തു പറ്റി? മരക്കൈയാണോടീ നിനക്കുള്ളത്?" അവർ എന്നെ കടക്കണ്ണിട്ടു നോക്കിക്കൊണ്ടിരുന്നു. അവരുടെ അരിശം മേല്ക്കുമേൽ വർദ്ധിച്ചു. അവസാനം അവർക്കു ക്ഷമകെട്ടു: "എന്നാണെടീ നിന്നെ കാലെനെടുക്കുന്നത്? ഇന്നാ, സക്കാൽ അമ്മൂമ്മയുടെ ഈ ചാക്കു കൊണ്ടെക്കൊടുക്ക്!"

ഞാൻ സന്തോഷംകൊണ്ടു തുള്ളിച്ചാടിയില്ലെന്നുമാത്രം. ദുയ്ഷേൻ താമസിച്ചിരുന്നത് സയ്ക്കാൽ അമ്മൂമ്മയുടെ വീട്ടിലായിരുന്നു. എന്റെ അമ്മവഴിയിൽപ്പെട്ട

അകന്ന ബന്ധുക്കളായിരുന്നു സയ്ക്കാൽ അമ്മൂമ്മയും കർത്തൽബായ് അപ്പൂപ്പനും. മുമ്പ് ഞാൻ അവരുടെ വീട്ടിൽ പലപ്പോഴും പോകാറുണ്ടായിരുന്നു. ഇടയ്ക്കിടെ അന്തിയുറങ്ങുകയും ചെയ്തിരുന്നു. അതോർത്തിട്ടാണോ അതോ ദൈവം തോന്നിച്ചിട്ടാണോ എന്നറിഞ്ഞുകൂടാ എന്റെ കൈയിലേക്കു ചാക്കെടുത്തിട്ടുകൊണ്ട് അമ്മായി പറഞ്ഞു:

"ക്ഷാമകാലത്തെ ഓട്ടുമീലപ്പംപോലെ നീ ഇന്നെനിക്കു മട്ടുത്തു. കിഴവനും കിഴവിയും സമ്മതിക്കുന്നപക്ഷം അവിടെത്തന്നെ കിടന്നുറങ്ങിക്കോളൂ. പോ എന്റെ കണ്ണുംവെട്ടത്തുനിന്ന്!"

ഞാൻ മുറ്റത്തേക്ക് ഓടിയിറങ്ങി. കാറ്റ് ഒരു മന്ത്രിവാദിയെപ്പോലെ അട്ടഹസിച്ചു. തെല്ലുനേരത്തേക്ക് ഒന്നടങ്ങിയശേഷം കൊണ്ടുകയറുന്ന ഹിമശൂലങ്ങൾ ചുട്ടുമുഖത്തേക്കു വാരിയെറിഞ്ഞുകൊണ്ടു വീണ്ടുമത്ആഞ്ഞടിച്ചു. ചാക്കു കക്ഷത്തിൽ ഇറുക്കിപ്പിടിച്ചുകൊണ്ട് പുതിയ കുതിരക്കുളമ്പടികൾ പതിഞ്ഞിരുന്ന മഞ്ഞിലൂടെ ഞാൻ ഗ്രാമത്തിന്റെ മറ്റേ അറ്റത്തേക്കോടി. എന്റെ മനസ്സിൽ ഒരേയൊരു വിചാരമാണുണ്ടായിരുന്നത്: "മാസ്റ്റർ മടങ്ങിയെത്തിയോ?"

ഓടിയെത്തിയപ്പോൾ മാസ്റ്റർ വന്നിട്ടില്ലായിരുന്നു. കിതച്ചുകൊണ്ടു ഞാൻ വീട്ടിനുള്ളിലേക്കു കടന്നപ്പോൾ സയ്ക്കാൽ അമ്മൂമ്മ വല്ലാതെ പേടിച്ചുപോയി.

"നിനക്കെന്തുപറ്റി? ഇങ്ങനെ ഓടിയതെന്തിനാ, വല്ല ആപത്തു മാണോ?"

"ഒന്നുമില്ല. വെറുതെയങ്ങനെ ഓടിയെന്നേയുള്ളൂ. നിങ്ങളുടെ ചാക്കുംകൊണ്ടു വന്നതാണ്. ഞാനിന്നിവിടെ ഉറങ്ങിക്കോട്ടേ?"

"തീർച്ചയായും. കുഞ്ഞുമോളിവിടെ ഉറങ്ങിക്കോ, ഹൂ! നീയെന്നെ വല്ലാതെ പേടിപ്പിച്ചുകളഞ്ഞു. ചീത്തപ്പെണ്ണ്! ശരൽക്കാലംതൊട്ടു നിന്നെ ഇങ്ങോട്ടു കാണാനില്ലല്ലോ. തീയുടെ അടുത്തേക്കിരിക്ക്."

"കലത്തിൽ കുറച്ച് ഇറച്ചിയിട് തള്ളേ, കുഞ്ഞുമോൾക്കു വിശക്കുന്നുണ്ടായിരിക്കും. ദൂയ്ഷേനും താമസിയാതെ വന്നുചേരും. ജനലിനടുത്തിരുന്നു പഴയ ഫെൽട്ടുബൂട്ടുകൾ നന്നാക്കുകയായിരുന്ന കരത്തൻ ബായ് അപ്പൂപ്പൻ പറഞ്ഞു. അവൻ പണ്ടേ വരണ്ടതായിരുന്നു. പക്ഷേ പരിഭ്രമിക്കാനൊന്നുമില്ല. ഇരുട്ടുന്നതിനുമുമ്പ് എത്താതിരിക്കില്ല. നമ്മുടെ കുതിരയ്ക്കു വീട്ടിലേക്കു വരാൻ നേരത്തു നല്ല ചുറുചുറുക്കാണ്."

രാത്രി പാത്തുപതുങ്ങി ജനാലയ്ക്കലെത്തി ഞാൻ പുറത്തേക്കു ചെവികൊട്ടുത്തിരിക്കുകയായിരുന്നു. പട്ടികളുടെ കുരയോ ആളുകളുടെ സംസാരമോ കേൾക്കുമ്പോൾ എന്റെ ഹൃദയം വല്ലാതെ മിടിച്ചിരുന്നു. പക്ഷേ ദുയ്ഷേൻ വന്നില്ല. സയ്ക്കാൽ അമ്മൂമ്മ വർത്തമാനം പറഞ്ഞിരുന്നതിനാൽ സമയം എളുപ്പം കടന്നുപോയി.

ഞങ്ങളങ്ങനെ മണിക്കൂറുകളോളം കാത്തിരുന്നു. പാതിരാ ആയപ്പോൾ അപ്പൂപ്പൻ ക്ഷീണിച്ചു.

"തള്ളേ, കിടക്ക വിരിക്ക്. ഇന്നവൻ വരുന്ന ലക്ഷണമില്ല. നേരം വളരെ വൈകി. മേലധികാരികൾ ജോലിത്തിരക്കുള്ളവരല്ലേ. താമസിക്കേണ്ടി വന്നുകാണും. അല്ലായിരുന്നെങ്കിൽ പണ്ടേ വീടെത്തിയേനെ."

അപ്പൂപ്പൻ കിടക്കാൻ വട്ടംകൂട്ടി. അടുപ്പിന്റെ മറവിലുള്ള മൂലയിലാണ് എനിക്ക് കിടക്ക വിരിച്ചത്. പക്ഷേ എനിക്കുറങ്ങാൻ കഴിഞ്ഞില്ല. അപ്പൂപ്പൻ ചുമയ്ക്കുകയും തിരിഞ്ഞുകിടക്കുകയും പ്രാർത്ഥനചൊല്ലുകയുംമൊക്കെ ചെയ്തുകൊണ്ടിരുന്നു. പിന്നീട് അയാൾ അസ്വസ്ഥനായി പിറുപിറുത്തു:

"എന്റെ കുതിര അവിടെ എങ്ങനെയുണ്ടോ? ഒരു പിടി പുല്ലുപോലും വെറുതെ കിട്ടുമെന്നു വിചാരിക്കണ്ട. ഓട്സാണെങ്കിൽ കാശുകൊടുത്താൽപ്പോലും കിട്ടാനില്ല!"

അധികം താമസിയാതെ അപ്പൂപ്പൻ ഉറക്കം പിടിച്ചു. പക്ഷേ കാറ്റിന്റെ ഒച്ച കാരണം എനിക്കുറങ്ങാൻ കഴിഞ്ഞില്ല. അതു പുരപ്പുറത്തു പരതിനടക്കുകയും തന്റെ പരുപരുത്ത കൈകളാൽ ഇറമ്പത്തെ വയ്ക്കോൽ ഇളക്കിമറിക്കുകയും ജനാലച്ചില്ലുകളിൽ മാന്തുകയും ചെയ്തു. വീടിന്റെ പുറം ചുമരിൽ കാറ്റ് ആഞ്ഞടിക്കുന്നത് കേൾക്കാമായിരുന്നു.

അപ്പൂപ്പന്റെ വാക്കുകൾ എന്റെ മനസ്സിനു സമാധാനം നല്കിയില്ല. മാസ്റ്റർ ഇപ്പോൾ വരും. ഇപ്പോൾ വരും എന്നെനിക്കു തോന്നി. ഞാൻ അയാളെപ്പറ്റി വിചാരിച്ചു. മരുഭൂമിപോലെ കിടക്കുന്ന മഞ്ഞുപരപ്പിലൂടെ ഏകാന്തമായി നീങ്ങുന്ന അയാളുടെ രൂപത്തെ ഞാൻ മനസ്സിൽകണ്ടു. ഉറക്കം പിടിച്ചിട്ട് എത്രനേരമായെന്നറിയില്ല. പെട്ടെന്നു ഞാൻ ഞെട്ടിയെണീറ്റു. ബീഭത്സമായ, നീട്ടിവലിച്ചുള്ള ഓരിയിടൽ ഭൂമിയിൽ നിന്നുയർന്ന് വായുവിലെവിടെയോ കട്ടപിടിച്ചുനിന്നു. ചെന്നായ്ക്കൾ! ഒന്നുംരണ്ടുമല്ല. അനേകം. പരസ്പരം വിളിച്ചുകൊണ്ട് അവ പല ദിക്കുകളിൽനിന്നും ഒന്നിച്ചു കൂടുകയായിരുന്നു. അവയുടെ മോങ്ങലുകൾ ഭീകരമായ ഒരു നീണ്ട ഓരി ശബ്ദത്തിൽ ലയിച്ചു ചേർന്നു. കാറ്റിനോടൊത്ത് അടുക്കുകയും അകലുകയും ചെയ്തുകൊണ്ട് ആ ശബ്ദം സ്റ്റെപ്പിയിൽ ഉഴറി നടന്നു. ചെന്നായ്ക്കൾ തൊട്ടടുത്ത്, ഗ്രാമാതിർത്തിയിലെവിടെയോ ആണെന്നു ചിലപ്പോൾ തോന്നി.

"മഞ്ഞുകാറ്റിനുള്ള വിളിയാണ്." അമ്മൂമ്മ മെല്ലെ പറഞ്ഞു.

ഒന്നും മിണ്ടാതെ കുറച്ചുനേരം ചെവിയോർത്തിരുന്ന ശേഷം അപ്പൂപ്പൻ കിടക്കയിൽനിന്നു ചാടിയെണീറ്റു.

"സംഗതി കുഴപ്പമാണ്. ചെന്നായ്ക്കൾ ആരേയോ ഇട്ടോടിക്കയാണ്. കുതിരയെയാണോ ആളെയാണോന്നറിഞ്ഞുകൂടാ. കേട്ടില്ലേ? ദൈവമേ, ദൂയ്ഷേനായിരിക്കല്ലേ അത്! അവന് ഒന്നിനേയും ഒരു കൂസലില്ല. ഇതുപോലൊരു കിറുക്കൻ!" അപ്പൂപ്പൻ പരിഭ്രാന്തനായി ഇരുട്ടത്തു തന്റെ രോമക്കോട്ടു തിരഞ്ഞു. "വിളക്കു കത്തിക്കു തള്ളേ, ദൈവത്തെ ഓർത്തു വേഗമാട്ടെ!"

പേടിച്ചുവിറച്ചുകൊണ്ട് ഞങ്ങൾ എണീറ്റു അമ്മൂമ്മ വിളക്കു തേടിപ്പിടിച്ചു കത്തിച്ചപ്പോഴേക്കും ചെന്നായ്ക്കളുടെ ഭയങ്കരമായ ഓരിയിടൽ പെട്ടെന്ന് നിലച്ചു.

"പിടികൂടിക്കഴിഞ്ഞു, നാശങ്ങൾ!" അപ്പൂപ്പൻ വിളിച്ചുപറഞ്ഞു. വടിയുമെടുത്തുകൊണ്ട് അയാൾ വാതിൽക്കലേക്ക് ഓടാൻ ഭാവിച്ചപ്പെഴേയ്ക്കും പട്ടികളുടെ കുര കേട്ടു. ജനലിനു സമീപത്തൂടെ ആരോ ഓടിവന്ന് അക്ഷമയോടെ വാതിലിൽ ഉറക്കെ ഇടിച്ചു.

വാതിൽ തുറന്നപ്പോൾ ചൂടുള്ള മുറിയിലേക്കു ശൈത്യം നീരാവലിയായി തള്ളിക്കയറി. അതൊട്ടടങ്ങിയപ്പോൾ ദൂയ്ഷൻ ഞങ്ങളുടെ ദൃഷ്ടിയിൽ പെട്ടു. വിളറിവെളുത്തിരുന്ന അയാൾ വല്ലാതെ കിതയ്ക്കുന്നുണ്ടായിരുന്നു. വേച്ചു വേച്ച് ഉമ്മറപ്പടി കടന്ന് അയാൾ ചുമരിൽ ചാരി നിന്നു.

"തോക്കു തരൂ!" ദൂയ്ഷേൻ ഒന്നു നിശ്വസിച്ചു.

അയാൾ പറഞ്ഞതു മനസ്സിലായില്ലെന്നോണം ഞങ്ങൾ നിന്നു. എന്റെ കണ്ണിൽ ഇരുട്ടു കയറി. അപ്പൂപ്പനും അമ്മൂമ്മയും ഒറ്റസ്വരത്തിൽ പറയുന്നതു ഞാൻ കേട്ടു:

"ഒരു കറുത്തയാടിനെയും ഒരു വെളുത്തയാടിനെയും ബലികഴിച്ചേക്കാം! പരിശുദ്ധനായ ബൗബെദീൻ നിന്നെ കാത്തുരക്ഷിക്കട്ടെ. നീ തന്നെയോ ഇത്?"

"തോക്ക്, തോക്കു താ!" ദുയ്ഷേൻ വീണ്ടും പറഞ്ഞു.

"തോക്കില്ല, എന്താ, എങ്ങോട്ടാ നീ?"

അപ്പൂപ്പനും അമ്മൂമ്മയും ദുയ്ഷേന്റെ തോളിൽ പിടിച്ചു.

"വടി താ!"

പക്ഷേ ആ വൃദ്ധദമ്പതികൾ കെഞ്ചിപ്പറഞ്ഞു:

"ഞങ്ങൾക്കു ജീവനുള്ളിടത്തോളം കാലം നീ എങ്ങോട്ടും പോകില്ല. അതിലും ഭേദം ഞങ്ങളെ ഇവിടെ കൊന്നിടുകയാണ്."

പെട്ടന്നെനിക്കു സർവ്വാംഗം വല്ലാത്ത തളർച്ച അനുഭവപ്പെട്ടു. ഞാൻ നിശ്ശബ്ദയായി കിടക്കയിൽ പോയിക്കിടന്നു.

"വീടെത്തുന്നതിനു തൊട്ടുമുമ്പാണ് അവ പിടികൂടിയത്." ചാട്ടമുറിയുടെ കോണിലേക്കെറിഞ്ഞിട്ടു ദുയ്ഷേൻ ഉറക്കെ നെടുവീർപ്പിട്ടു.

"കുതിര വഴിക്കുവച്ചുതന്നെ വശംകെട്ടിരുന്നു. പിന്നീടാണു ചെന്നായ്ക്കൾ പിന്നാലെ കൂടിയത്. ഒരു കണക്കിനു ഗ്രാമത്തിലെത്തിയപ്പോഴേയ്ക്കും കുതിര വീണുപോയി. ചെന്നായ്ക്കൾ അതിന്റെ മേൽ ചാടിവീഴുകയും ചെയ്തു.!"

"കുതിരപോയതു പോട്ടെ. നീ രക്ഷപ്പെട്ടതാണു കാര്യം. കുതിര വീണില്ലായിരുന്നെങ്കിൽ ചെന്നായ്ക്കൾ നിന്നെ വെറുതെ വിടുമായിരുന്നോ? എല്ലാം ഇങ്ങനെ കലാശിച്ചതിൽ എല്ലാവരുടേയും രക്ഷകനായ ബൗബെദിനു സ്തുതി. ഇനി കോട്ടുരിയിട്ട് തീ കായൂ. ഞാൻ ഊരിത്തരാം," അപ്പൂപ്പൻ വെപ്രാളപ്പെട്ടു. "തള്ളേ, തിന്നാൻ എന്താണുള്ളതെന്നുവച്ചാൽ ചൂടാക്ക്!"

അവർ തീയ്ക്കടുത്തിരുന്നു. അപ്പൂപ്പൻ ആശ്വാസപൂർവ്വം നെടുവീർപ്പിട്ടു.

"പോയതു പോട്ടെ, വരാനുള്ളതു വഴിയിൽ തങ്ങുമോ? നീയെന്താ ഇത്ര വൈകി പുറപ്പെടാൻ കാരണം?"

"ജില്ലാകേന്ദ്രത്തിലെ പാർട്ടിക്കമ്മിറ്റിയുടെ യോഗം അല്പം നീണ്ടുപോയി, കുറാക്കെ. ഞാൻ പാർട്ടിയിൽ ചേർന്നു."

"അതു നല്ല കാര്യം. പക്ഷേ അടുത്ത ദിവസം വെളുപ്പിനു പുറപ്പെട്ടു കൂടായിരുന്നോ? നിന്നെ ആരെങ്കിലും ഇങ്ങോട്ടു തല്ലിയോടിച്ചോ?"

"ഞാൻ ഇന്നു വരുമെന്നു പിള്ളേർക്കു വാക്കുകൊടുത്തിരുന്നു," ദുയ്ഷേൻ മറുപടി നല്കി. "നാളെ രാവിലെ സ്കൂളു തുറന്നു പഠിത്തം തുടരണം."

എന്തൊരു കിറുക്കാണിത്!" കർത്തൻബായ് അപ്പൂപ്പൻ ഇരുന്നിടത്ത്നിന്നു പൊന്തിപ്പോയി. അരിശത്തോടെ തലയാട്ടിക്കൊണ്ട് അയാൾ തുടർന്നു.

"തള്ളേ ഇവൻ പറയുന്നതു കേട്ടില്ലേ, ആ പീറപ്പിള്ളേർക്കു വാക്കുകൊടുത്തു പോലും! ജീവനോടെ രക്ഷപെട്ടില്ലായിരുന്നെങ്കിലോ? പറയുന്നതെന്താണെന്നു നീ ആലോചിക്കുന്നുണ്ടോ?"

"അതെന്റെ കടമയാണ്. എന്റെ ജോലിയാണത്, പക്ഷേ അതിനെപ്പറ്റിയല്ല പറയേണ്ടത്. സാധാരണ നടന്നായിരുന്നു പോകാറ്. ഇത്തവണ നിങ്ങളുടെ കുതിരയെ ചോദിച്ചുവാങ്ങി കൊണ്ടുപോയി ചെന്നായ്ക്കൾക്കു തീറ്റിയാക്കി."

"അക്കാര്യം കള. ആ ചാവാലികുതിര പോയി തുലയട്ടെ! നിനക്കുവേണ്ടി ഞങ്ങളതിനെ ബലികഴിച്ചെന്നു വിചാരിച്ചോളൂ." അപ്പൂപ്പൻ ഉത്തേജിതനായി പറഞ്ഞു. "ജീവിത കാലം മുഴുവൻ കുതിരയില്ലാതെ കഴിഞ്ഞു. ഇനിയും അതില്ലാത്തതുകൊണ്ട് നശിക്കാൻ പോണില്ല. സോവിയറ്റ് ഭരണം നിലനില്ക്കുന്നപക്ഷം വേറൊരു കുതിര വാങ്ങാൻ സാധിക്കും."

"ശരിയാണ് ആ പറഞ്ഞത്." സക്കാൻ അമ്മൂമ്മ കണ്ണുനീരുകൊണ്ടു കനത്ത സ്വരത്തിൽ പറഞ്ഞു. കുതിരയെ വേറെ വാങ്ങിക്കാം. ഇന്നാമോനെ, ചൂടാറുന്നതിനു മുമ്പ് കഴിക്ക്."

അവർ മൗനം പൂണ്ടു. ഏതാനും നിമിഷങ്ങൾക്കുശേഷം അടുപ്പിൽ എരിഞ്ഞു കൊണ്ടിരുന്ന ചാണകവരളികൾ ഇളക്കിയിട്ടുകൊണ്ട് കർത്തൻബായ് അപ്പൂപ്പൻ വിചാരമഗ്നനായി പറഞ്ഞു. :

"നിന്നെ കണ്ടിട്ട് ഒരു മഠയനാണെന്നു തോന്നുന്നില്ല. നേരെമറിച്ച് ബുദ്ധിയും വിവരവുമുള്ള ഒരു ചെറുപ്പക്കാരനാണു നീ. എന്തിനാണു നീ ഈ സ്കൂളും എട്ടും പൊട്ടും തിരിയാത്ത കുറെ പിള്ളേരുമായി കിടന്നു ബുദ്ധിമുട്ടുന്നതെന്നു മനസ്സിലാകുന്നില്ല. നിനക്കു വേറെ ജോലിയൊന്നും കിട്ടില്ലെന്നുണ്ടോ? ആരുടെയെങ്കിലും ആട്ടിടയനായി ജോലി നോക്കി സുഖമായിട്ടു കഴിഞ്ഞുകൂടേ?"

"കറാക്കെ, നിങ്ങൾ എനിക്കു നന്മയാണാഗ്രഹിക്കുന്നതെന്ന് എനിക്കറിയാം. പക്ഷേ എട്ടും പൊട്ടും തിരിയാത്ത ഈ പിള്ളേർ പിന്നീട് നിങ്ങളെപ്പോലെതന്നെ സ്കൂളെന്തിനാ പഠിക്കുന്നതെന്തിനാ എന്നൊക്കെയാണു ചോദിക്കുന്നതെങ്കിൽ സോവിയറ്റ് ഗവണ്മെന്റിന്റെ കാര്യം അവതാളത്തിലാകും. സോവിയറ്റ് ഭരണം നിലനില്ക്കണമെന്ന് നിങ്ങൾക്ക് ആഗ്രഹമുണ്ടല്ലോ. അതുകൊണ്ടാണ് സ്കൂൾ എനിക്കൊരു ഭാരമല്ലാത്തത്. കുട്ടികളെ കുറെക്കൂടി നന്നായി പഠിപ്പിക്കാൻ കഴിഞ്ഞിരുന്നെങ്കിൽ എന്നു മാത്രമെ ഞാൻ ആശിക്കുന്നുള്ളൂ. ലെനിൻ പറഞ്ഞിട്ടുള്ളത്...."

"അതെ, ലെനിന്റെ കാര്യമാണ് ഞാൻ ഓർത്തത്." കർത്തൻ ബായ് അപ്പൂപ്പൻ ഇടയ്ക്കുകയറി പറഞ്ഞു. തെല്ലിട മൗനം ഭജിച്ചശേഷം അപ്പൂപ്പൻ തുടർന്നു: "നീ ഇത്രയേറെ ദുഃഖിക്കുന്നു. പക്ഷേ കണ്ണീരുകൊണ്ട് ലെനിനെ ജീവിപ്പിക്കാൻ കഴിയുമോ? അദ്ദേഹത്തെ ജീവിപ്പിക്കാൻ പറ്റിയ ഒരു ശക്തി ലോകത്തുണ്ടായിരുന്നെങ്കിൽ! മറ്റുള്ളവർക്കെന്താ ദുഃഖമില്ലെന്നാണോ നീ കരുതുന്നത്?... ഈ വാരിയെല്ലിൻകൂട്ടിനകത്ത് എന്റെ ഹൃദയം നീറിപ്പുകയുകയാണെന്ന കാര്യം നിനക്കറിയാമോ? ലെനിൻ നമ്മുടെ മതക്കാരനല്ലായിരുന്നുവെങ്കിലും ദിവസവും അഞ്ചുതവണ ഞാൻ അദ്ദേഹത്തിനുവേണ്ടി പ്രാർത്ഥിക്കാറുണ്ട്. നിന്റെ രാഷ്ട്രീയത്തിനുയോജിച്ച കാര്യമാണോ അതെന്ന് എനിക്ക് അറിഞ്ഞുകൂടാ. ചിലപ്പോൾ ഞാൻ വിചാരിക്കാറുണ്ട്. നമ്മൾ അദ്ദേഹത്തെ ഓർത്ത് എത്ര സങ്കടപ്പെട്ടാലും അതെല്ലാം വെറുതെയാണെന്ന്. വയസ്സന്മാരുടെ മട്ടിലായിരിക്കാം. പക്ഷേ ഞാൻ ചിന്തിക്കുന്നത് ഇങ്ങനെയാണ്. ലെനിൻ ജനങ്ങളിൽ അലിഞ്ഞു ചേർന്നിട്ടുണ്ട്. രക്തം വഴി അദ്ദേഹം പിതാക്കന്മാരിൽ നിന്നു പുത്രന്മാരിലേക്കു കടക്കും."

"നിങ്ങളുടെ വാക്കുകൾക്കു നന്ദി, കറാക്കെ, വളരെ നന്ദി, നിങ്ങൾവിചാരിക്കുന്നതു ശരിയാണ്. ലെനിൻ ജീവിച്ചിരിപ്പില്ലെങ്കിലും അദ്ദേഹം നമ്മുടെ ജീവിതത്തിനു മാതൃകയായിരിക്കും..."

അവരുടെ സംസാരം കേട്ടുകൊണ്ടു കിടന്നപ്പോൾ അകലെ നിന്നെങ്ങോ ഞാൻ തന്നിലേക്കുതന്നെ മടങ്ങിയെത്തുന്നതുപോലെ എനിക്കു തോന്നി. ആദ്യം എല്ലാം

ഒരു സ്വപ്നം പോലെയായിരുന്നു. ദുയ്ഷേൻ ജീവനോടെ തിരിച്ചെത്തിയെന്നതു വിശ്വസിക്കാൻ എനിക്കു വളരെ സമയം വേണ്ടിവന്നു. പിന്നീട് അദമ്യമായ ആനന്ദം കൊണ്ട് എനിക്ക് വീർപ്പുമുട്ടി. ഞാൻ തേങ്ങിത്തേങ്ങി കരഞ്ഞു. ആ നിമിഷത്തിൽ എന്നെ സംബന്ധിച്ചിടത്തോളം ഒന്നിനും അസ്തിത്വമില്ലായിരുന്നു. ആ മൺകുടിലോ, മഞ്ഞുകാറ്റ് ആഞ്ഞടിച്ചുകൊണ്ടിരുന്ന ആ രാത്രിയോ, കർത്തൻബായ് അപ്പൂപ്പന് ആകെപ്പാടെ ഉണ്ടായിരുന്ന ആ കുതിരയെ കടിച്ചുകീറിക്കൊന്ന ചെന്നായ് പറ്റമോ ഒന്നും ഉണ്ടായിരുന്നില്ല! എന്റെ ഹൃദയവും മനസ്സും ഞാൻ മുഴുവൻ തന്നെയും അസാധാരണമായ, പ്രകാശത്തെപ്പോലെ അനന്തവും അപരിമേയവുമായ ആനന്ദത്താൽ നിർഭരമായിരുന്നു. എന്റെ കരച്ചിൽ ആരും കേൾക്കാതിരിക്കാനായി ഞാൻ തല മൂടിപ്പുതച്ച്, ചുണ്ടുകൾ കടിച്ചുപിടിച്ചുകൊണ്ടു കിടന്നു. പക്ഷേ ദുയ്ഷേൻ എന്റെ കരച്ചിൽ കേട്ടു.

"ആരാണ് അടുപ്പിനപ്പുറത്തു കരയുന്നത്?" ദുയ്ഷേൻ ചോദിച്ചു.

"അൽത്തിനായ് ആണത്. അവൾ വല്ലാതെ പേടിച്ചുപോയി. അതുകൊണ്ടുള്ള കരച്ചിലാണ്." സയ്കാൽ അമ്മൂമ്മ പറഞ്ഞു.

"ആൽത്തിനായോ? അവൾ എങ്ങനെ ഇവിടെ വന്നു?" ദുയ്ഷേൻ ചാടിയെണീറ്റ് എന്റെ അടുത്തേക്കു വന്നു. മുട്ടുകുത്തിനിന്ന് എന്റെ തോളത്തു സ്പർശിച്ചുകൊണ്ട് അയാൾ ചോദിച്ചു. "നിനക്കെന്തുപറ്റി, അൽത്തിനായ്? നീ എന്താണു കരയുന്നത്?".

ഞാൻ ഭിത്തിയുടെ വശത്തേക്ക് തിരിഞ്ഞുകിടന്ന് കൂടുതൽ ശക്തിയായി കരയാൻ തുടങ്ങി.

"എന്താണിത് അൽത്തിനായ്? എന്താണ് നിന്നെ പേടിപ്പിച്ചത്? നീയൊരു വലിയ പെണ്ണല്ലേ? ഇങ്ങനെ കരഞ്ഞാൽ കൊള്ളാമോ? ഇങ്ങോട്ടു നോക്ക്. എന്റെ നേരെ ഒന്ന് നോക്ക്.!"

ഞാൻ ദുയ്ഷേനെ ഇറുകെ കെട്ടിപ്പിടിച്ചു. കണ്ണീർകൊണ്ടു നനഞ്ഞു പൊള്ളുന്ന മുഖം ദുയ്ഷേന്റെ കഴുത്തിൽ അമർത്തിക്കൊണ്ട് ഞാൻ ഏങ്ങിയേങ്ങിക്കരഞ്ഞു. ആനന്ദജ്വരം ബാധിച്ച എനിക്ക് സ്വയം നിയന്ത്രിക്കാൻ കഴിഞ്ഞില്ല.

"അവളുടെ ചങ്ക് ഇളകിപ്പോയെന്നാ തോന്നുന്നത്, "കർത്തൻ ബായ് അപ്പൂപ്പൻ പരിഭ്രമിച്ച് ചവുക്കാളത്തിൽ നിന്നെണീറ്റു. "തള്ളേ, മന്ത്രം ചൊല്ല്, വേഗമാകട്ടെ!"

പെട്ടെന്ന് അവിടെ ബഹളമായി. അമ്മൂമ്മ മന്ത്രങ്ങൾ ചൊല്ലുകയും എന്റെ മുഖത്തു ചൂടുവെള്ളവും പച്ചവെള്ളവും മാറിമാറി തളിക്കുകയും ചെയ്തു. എന്നോടൊത്ത് അവരും കരഞ്ഞു.

എന്റെ "ചങ്ക് ഇളകിപ്പോയത്." അതിരറ്റ സന്തോഷകൊണ്ടാണെന്ന് അവർ അറിഞ്ഞിരുന്നെങ്കിൽ അതെപ്പറ്റി അവരോടു പറയാനുള്ള ശക്തി എനിക്കില്ലായിരുന്നു.

ഞാൻ സമാധാനപ്പെട്ട് ഉറക്കംപിടിക്കുന്നതുവരെ തന്റെ തണുത്തകൈത്തലം കൊണ്ട് എന്റെ പൊള്ളുന്ന നെറ്റിയിൽ മെല്ലെ തലോടിക്കൊണ്ട് ദുയ്ഷേൻ എന്റെ അടുത്തിരുന്നു.

ഹേമന്തം ചുരത്തിനപ്പുറത്തേക്കു താവളം മാറ്റി. നീലപ്പറ്റങ്ങളെയും തെളിച്ചുകൊണ്ട് വസന്തം വന്നെത്തി, മഞ്ഞുരുകി കുതിർന്ന സമതലങ്ങളിൽ നിന്ന് ഊഷ്മളമായ വായു മലകളിലേക്ക് ഒഴുകി. ഭൂമിയുടെ വസന്തകാലസൗരഭ്യവും നറുമ്പാലിന്റെ

മണവും അതിൽ കലർന്നിരുന്നു. മഞ്ഞുകൂനകൾ ഇടിയുകയും മലകളിൽ ഹിമക്കട്ടകൾ ഇളകുകയും ചെയ്തു. കിലുങ്ങിക്കിലുങ്ങി ഒഴുകാൻ തുടങ്ങിയ കൊച്ചരുവികൾ വഴിക്കുവച്ച് ഒന്നു ചേർന്ന് കുലംകുത്തിയൊഴുകുന്ന നദികളായി കൊക്കകളിലൂടെ അലറിപ്പാഞ്ഞു.

എന്റെ യൗവനാരംഭത്തെ കുറിച്ച വസന്തമായിരുന്നിരിക്കാം അത്. ഏതായാലും മുമ്പത്തെ എല്ലാ വസന്തങ്ങളെക്കാളും സുന്ദരമാണതെന്ന് എനിക്ക് തോന്നി. ഞങ്ങളുടെ സ്കൂളിരിക്കുന്ന കുന്നിൽനിന്നു നോക്കിയാൽ വസന്തത്തിന്റെ ഒരു അത്ഭുതലോകം കാണാമായിരുന്നു. ഭൂമിദേവി കൈകൾ വിടർത്തിപ്പിടിച്ചുകൊണ്ട് മലകളിൽ നിന്ന് ഓടിയിറങ്ങി, നിൽക്കാനാവാതെ കൂടുതൽ വേഗത്തിൽ സ്റ്റെപ്പിയുടെ സൂര്യപ്രകാശത്തിൽ കുളിച്ച് ധൂമികാച്ഛന്നമായി കിടക്കുന്ന രജതവിദൂരതകളിലേക്കു പായുകയാണെന്നു തോന്നി. അങ്ങകലെ മഞ്ഞുരുകിയ തടാകങ്ങൾ നീലനിറമാർന്നു കാണപ്പെട്ടു. ദൂരെയെവിടെയോ കുതിരകൾ ചിനച്ചു. അങ്ങുദൂരെ, ചിറകുകളിൽ വെള്ളമേഘങ്ങളെയും വഹിച്ചുകൊണ്ട് കൊക്കുകളുടെ ഒരു പറ്റം പറക്കുന്നുണ്ടായിരുന്നു. എവിടെ നിന്നാണവ പറന്നത്? എങ്ങോട്ടാണവ ഞങ്ങളെ അത്ര ഹൃദയഭേദകമായി ഉറക്കെ വിളിച്ചത്?

വസന്തം വന്നതോടെ ജീവിതം ഉല്ലാസഭരിതമായി. ഞങ്ങൾപുതിയ പുതിയ കളികൾ കണ്ടുപിടിച്ചു. യാതൊരു കാരണവും വേണ്ടായിരുന്നു ഞങ്ങൾക്കു ചിരിക്കാൻ. സ്കൂൾ വിട്ടാൽ വീടെത്തുന്നതുവരെ ഞങ്ങൾ പരസ്പരം ഉറക്കെ വിളിച്ചുകൊണ്ട് ഓട്ടമായിരിക്കും. അമ്മായിക്ക് ഇതൊന്നും പിടിച്ചില്ല. എന്നെ ശകാരിക്കാൻ കിട്ടിയ ഒരവസരവും അവർ പാഴാക്കിയില്ല:

"എടീ മരത്തലച്ചീ, നിനക്കെന്താ ഇത്ര തുള്ളിച്ചാട്ടം? പുരനിറഞ്ഞുനിന്നിട്ടും പെണ്ണിന് ഒരു വേവലാതിയുമില്ല. കൊള്ളാവുന്ന വീടുകളിലൊക്കെ നിന്നെപ്പോലുള്ള പെണ്ണുങ്ങളുടെ കല്യാണം കഴിഞ്ഞു. അവർക്കെല്ലാം പുതിയ ബന്ധുക്കളുമായി. സ്കൂളിൽ പോയി കളിച്ചുനടക്കാനാണോ നിന്റെ ഭാവം? വരട്ടെ, നിന്നെ ഞാൻ മര്യാദ പഠിപ്പിക്കാം."

സത്യം പറഞ്ഞാൽ അമ്മായിയുടെ ഭീഷണി ഞാൻ അത്ര കാര്യമാക്കിയില്ല. അത് എനിക്ക് പുത്തരിയല്ലായിരുന്നു- ഇന്നു മിന്നലെയും തുടങ്ങിയതല്ലല്ലോ അവരുടെ ശകാരം. പക്ഷേ പുരനിറഞ്ഞുനിൽക്കുന്നെന്ന് എന്നെപ്പറ്റി പറഞ്ഞത് ഒട്ടും നീതിയായിരുന്നില്ല. ആ വസന്തത്തിൽ എനിക്ക് കുറച്ചു പൊക്കം വച്ചെന്നു മാത്രം.

"നീ ഇപ്പോഴും ചപ്രത്തലച്ചിയായ ഒരു പെൺകുട്ടിയാണ്." ദുയ്ഷേൻ പറഞ്ഞു. ചിരിക്കുമായിരുന്നു. "തന്നെയല്ല, നിന്റെ മുടി ചെമ്പനാണെന്നും തോന്നുന്നു."

ഈ വാക്കുകളിൽ എനിക്കൊട്ടും പരിഭവം തോന്നിയില്ല. "ഞാൻ ചപ്രത്തലച്ചിയാണെന്നതു ശരിതന്നെ," ഞാൻ വിചാരിച്ചു. "പക്ഷേ എന്റെ മുടി അത്ര ചെമ്പനൊന്നുമല്ല. വളർന്നു വലുതാകുമ്പോൾ, ശരിക്കുമൊരു മണവാട്ടിയാകുമ്പോൾ, ഞാൻ ഇപ്പൊഴത്തേതുപോലൊന്നുമായിരിക്കില്ല. അപ്പോൾ കാണാം. അമ്മായിക്ക് ഞാൻ എത്ര സുന്ദരിയാണെന്ന്! നക്ഷത്രങ്ങളെപ്പോലെ തിളങ്ങുന്ന കണ്ണുകളും നിഷ്കപടമായ മുഖവുമാണ് എനിക്കുള്ളതെന്ന് ദുയ്ഷേൻ പറയുന്നു."

ഒരു ദിവസം ഞാൻ സ്കൂളിൽനിന്നു മടങ്ങിയെത്തിയപ്പോൾ ഞങ്ങളുടെ മുറ്റത്ത് ആരുടെയോ രണ്ടു കുതിരകളെ കെട്ടിയിരിക്കുന്നതു കണ്ടു. ജീനിയും കോപ്പും കണ്ടപ്പോൾ മലകളിൽ നിന്നുള്ളവരാണ് വന്നിരിക്കുന്നതെന്നു മനസ്സിലായി. മുമ്പും

ചിലപ്പോഴൊക്കെ ധാന്യമില്ലിലേക്കു പോകുന്ന വഴിയ്ക്കോ ചന്തയിൽ നിന്നു മടങ്ങുന്ന വഴിയ്ക്കോ അവൻ ഞങ്ങളുടെ വീട്ടിൽ കയറുമായിരുന്നു.

വാതിൽക്കൽവച്ചുതന്നെ അമ്മായിയുടെ ചെവിതുളയ്ക്കുന്ന മട്ടിലുള്ള കൃത്രിമമായ ചിരി കേട്ടു. "നീ ഇത്ര വിഷമിക്കുകയൊന്നും വേണ്ട. മരുമോനേ. നിനക്കിതുകൊണ്ട് ഒരു നഷ്ടവും വരില്ല. മാടപ്രാവിനെ കൈയിൽ കിട്ടുമ്പോൾ നീ എനിക്ക് നന്ദി പറയും. ഖി–ഖി–ഖി!" അതു ശരിവച്ച കൊണ്ടുള്ള വിടലച്ചിരി മുഴങ്ങിക്കേട്ടു. വാതിൽക്കൽ എന്നെ കണ്ടപ്പോൾ എല്ലാവരും പെട്ടെന്ന് നിശ്ശബ്ദരായി. ചവുക്കാളത്തിൽ വിരിച്ചിരുന്ന വിരിപ്പിനു മുമ്പിൽ മുഖം ചുവന്ന ഒരു തടിമാടൻ മരക്കുറ്റിപോലെ ഇരിപ്പുണ്ടായിരുന്നു. ചെങ്കുറുക്കന്റെ രോമംകൊണ്ടുള്ള തൊപ്പി അയാൾ വിയർപ്പു പൊടിഞ്ഞ നെറ്റിയിലേക്ക് ഇറക്കിവെച്ചിരുന്നു. എന്നെ ഏറുകണ്ണിട്ടു നോക്കി ഒന്നു ചുമച്ചിട്ട് അയാൾ കണ്ണു താഴ്ത്തി.

"മോളു വന്നോ. വാ, അകത്തേയ്ക്കു വാ!" വാത്സല്യം നടിച്ചുകൊണ്ട് അമ്മായി പറഞ്ഞു.

അമ്മാവനും എനിക്ക് പരിചയമില്ലാത്ത മറ്റൊരാളുംകൂടി അല്പം മാറി ചവുക്കാളത്തിനരികിലിരുന്ന് ചീട്ടുകളിക്കുകയായിരുന്നു. ഇടയ്ക്ക് അവർ വോഡ്ക്ക കുടിക്കുകയും ബെഷ്ബർക്ക്[4] തിന്നുകയും ചെയ്തിരുന്നു. രണ്ടുപേരും പൂസായിക്കഴിഞ്ഞിരുന്നു. ചീട്ടിറക്കുമ്പോൾ അവരുടെ തല വിചിത്രമായി ആടിക്കൊണ്ടിരുന്നു.

ഞങ്ങളുടെ ചക്കിപ്പൂച്ച വിരിപ്പിനടുത്തേക്ക് പതുങ്ങി ചെന്നപ്പോൾ ചുവന്ന മുഖക്കാരൻ കൈവിരലുകൾ മടക്കി അതിന്റെ തലയ്ക്കിട്ട് ഒരു തട്ട് കൊടുത്തു. പൂച്ച ഉച്ചത്തിൽ കരഞ്ഞുകൊണ്ട് മുറിയുടെ മൂലയിലേക്ക് ഓടിപ്പോയി. പാവം പൂച്ച! അതിനു വല്ലാതെ നൊന്തുകാണും. എനിക്ക് അവിടെനിന്ന് ഇറങ്ങിപ്പോകാൻ തോന്നി. പക്ഷേ എങ്ങനെ പോകും? അപ്പോൾ അമ്മായിതന്നെ എന്റെ സഹായത്തിനെത്തി. അവർ പറഞ്ഞു:

"മോളേ, കലത്തിൽ ഭക്ഷണം വച്ചിട്ടുണ്ട്. ചൂടാറുന്നതിനുമുമ്പ്പോയി കഴിക്ക്."

ഞാൻ പുറത്തേയ്ക്കു പോയി. പക്ഷേ അമ്മായിയുടെ ആ പെരുമാറ്റം എനിക്ക് ഒട്ടും പിടിച്ചില്ല. എന്റെ മനസ്സ് അസ്വസ്ഥമായി. അറിയാതെ തന്നെ ഞാൻ ജാഗ്രതപൂണ്ടു.

രണ്ടുമൂന്നു മണിക്കൂറുകൾക്കുശേഷം അതിഥികൾ ഇരുവരും കുതിരപ്പുറത്തുകയറി മലകളിലേക്കു പുറപ്പെട്ടു. ഉടൻതന്നെ അമ്മായി എന്റെ മേൽ ശകാരവർഷം ചൊരിയാൻ തുടങ്ങി. അപ്പോൾ എനിക്കു സമാധാനമായി. "കുറച്ചുമുമ്പ് അവർ എന്നോട് അത്ര വാത്സല്യം കാണിച്ചത് മദ്യത്തിന്റെ ലഹരികൊണ്ടാണ്," ഞാൻ തീരുമാനിച്ചു.

ഏതാനും ദിവസങ്ങൾക്കുശേഷം സയ്ക്കാൽ അമ്മൂമ്മ ഞങ്ങളുടെ വീട്ടിൽ വന്നു. ഞാൻ അപ്പോൾ മുറ്റത്തായിരുന്നു. എങ്കിലും അവർ അമ്മായിയോടു പറയുന്നതു ഞാൻ കേട്ടു.

"നീ ഇതു ചെയ്തുകൂടാ നീ അവളെ തുലയ്ക്കും!"

അന്യോന്യം ഇടയ്ക്കുകയറി പറഞ്ഞുകൊണ്ട് അവർ എന്തിനെപ്പറ്റിയോ വാശിയോടെ തർക്കിക്കുകയായിരുന്നു. ഒടുവിൽ അമ്മൂമ്മ കുപിതയായി വീട്ടിൽ നിന്നിറങ്ങി. പോകുന്നതിനുമുമ്പ് അവർ എന്റെ നേരെ ഒന്നു നോക്കി. ദേഷ്യവും അതേസമയം തന്നെ അനുകമ്പയും ആ നോട്ടത്തിൽ ഉണ്ടായിരുന്നു. ഞാൻ

4 ഒരു തരം ആട്ടിറച്ചിക്കറി. – എ.ഡി.

അസ്വസ്ഥയായി. എന്തിനാണ് അവർ എന്റെനേരെ അങ്ങനെ നോക്കിയത്? അവരുടെ അപ്രീതിക്കു ഞാൻ പാത്രമായതെങ്ങനെ?

പിറ്റേദിവസം സ്കൂളിൽ ചെന്നപ്പോൾ ദ്ദ്യഷേൻ വിഷണ്ണനും ചിന്താകുലനുമായി കാണപ്പെട്ടു. പക്ഷേ ഞങ്ങളിൽനിന്ന് അതു മറച്ചുപിടിക്കാൻ അയാൾ ശ്രമിച്ചു. എന്തുകൊണ്ടോ അയാൾ എന്റെ വശത്തേക്കു നോക്കുന്നില്ലെന്നതും ഞാൻ ശ്രദ്ധിച്ചു. സ്കൂൾ വിട്ട് ഞങ്ങൾ പുറത്തിറങ്ങിയപ്പോൾ ദ്ദ്യഷേൻ എന്നെ വിളിച്ചു.

"അൽത്തിനായ്, നില്ക്ക്," ദ്ദ്യഷേൻ എന്റെ അടുത്തേയ്ക്കു വന്ന് എന്റെ കണ്ണുകളിലേക്കു ഉറ്റുനോക്കിക്കൊണ്ട് തോളത്തു കൈ വച്ചു.

"നീ വീട്ടിലേക്കു പോകണ്ടാ. നിനക്കു മനസ്സിലായോ. അൽത്തിനായ്?"

എന്റെ രക്തം മരവിച്ചതുപോലെ എനിക്കു തോന്നി. അമ്മായി എന്നെ എന്തു ചെയ്യാനാണ് ഉദ്ദേശിച്ചതെന്ന് അപ്പോഴാണ് എനിക്ക് മനസ്സിലായത്.

"നിനക്കുവേണ്ടി ഞാൻ മറുപടി പറഞ്ഞുകൊള്ളാം." ദ്ദ്യഷേൻ പറഞ്ഞു. "തല്ക്കാലം ഞങ്ങളുടെകൂടെ താമസിക്കാം. എന്റെ അടുത്തുനിന്നു മാറാതെ കഴിയണം."

എന്റെ മുഖം വിളറി വെളുത്തിരുന്നിരിക്കണം. ദ്ദ്യഷേൻ എന്റെ താടിക്കു പിടിച്ച് കണ്ണുകളിലേക്കു നോക്കിക്കൊണ്ട് എന്നത്തെയും പോലെ പുഞ്ചിരിച്ചു.

"നീ പേടിക്കണ്ട. അൽത്തിനായ്!" അയാൾ ചിരിച്ചുകൊണ്ടു പറഞ്ഞു. "ഞാൻ കൂടെയുള്ളപ്പോൾ ആരെയും പേടിക്കണ്ട. മുമ്പത്തെപ്പോലെതന്നെ പഠിക്കുകയും സ്കൂളിൽ പോകുകയും ചെയ്തോളൂ. ഒന്നിനെപ്പറ്റിയും വിഷമിക്കണ്ടാ... എനിക്കറിയാം നീ വലിയ പേടിക്കാരിയാണെന്ന്... ങ്ഹാ, ഞാൻ നിന്നോടു പറയണമെന്നു വിചാരിച്ചിരിക്കയായിരുന്നു" രസകരമായ എന്തോ ഓർത്തിട്ടെന്നോണം അയാൾ വീണ്ടും ചിരിച്ചു. "അന്നത്തെ കാര്യം നിനക്ക് ഓർമ്മയുണ്ടായിരിക്കും... കറാക്കെ അന്ന് അതിരാവിലെ എണീറ്റ് എങ്ങോട്ടോ പോയി. ആരെയും കൊണ്ടാണ് വന്നതെന്ന് നിനക്കറിയാമോ? കൂടോത്രക്കാരിയായ ജൈനാക്കോവക്കിഴവിയെ" എന്തിനാണ് ഇവരെ കൊണ്ടുവന്നത്? ഞാൻ ചോദിച്ചു. കാറക്കെ പറയുകയാണ്. 'അല്പം കൂടോത്രം ചെയ്യട്ടെ, പേടികൊണ്ട് അൽത്തിനായുടെ ചങ്കിളകിപ്പോയില്ലേ' അപ്പോൾ ഞാൻ പറഞ്ഞു.:' ഈ കിഴവിയെ മുറ്റത്തു കേറ്റിക്കൂടാ അല്ലാത്തപക്ഷം കുറഞ്ഞത് ഒരാടിനെയെങ്കിലും കൊടുക്കേണ്ടിവരും. നമുക്ക് അതിനുള്ള സ്വത്തില്ല. കുതിരയെ സമ്മാനിക്കാമെന്നുവച്ചാൽ അതും സാധ്യമല്ല. ഒന്നുണ്ടായിരുന്നതിനെ ചെന്നായ്ക്കൾക്കു കൊടുത്തുകഴിഞ്ഞു. "നീ അപ്പോൾ എണീറ്റില്ലായിരുന്നു. ഒരു തരത്തിൽ ഞാൻ ആ തള്ളയെ പറഞ്ഞുവിട്ടു. അതു കഴിഞ്ഞ് ഒരാഴ്ചത്തേയ്ക്ക് കറാക്കെ എന്നോടു മിണ്ടിയില്ല, പരിഭവമായിരുന്നു. വയസ്സുകാലത്ത് അങ്ങേർക്കു ഞാൻ മാനക്കേടുവരുത്തിയത്രെ. എന്തൊക്കെയായാലും കിഴവനും കിഴവിയും നല്ല മനുഷ്യരാണ്. ഇത്രയും ദയവുള്ളവർ വളരെ ചുരുക്കമാണ്. ശരി, നമുക്കിപ്പോൾ വീട്ടിലേക്കു പോകാം. വരൂ, അൽത്തിനായ്..."

ദ്ദ്യഷേനെ അനാവശ്യമായി വേദനിപ്പിക്കരുതെന്നു കരുതി ഞാൻ സ്വയം നിയന്ത്രിക്കാൻ വളരെ ശ്രമിച്ചെങ്കിലും ഉൽക്കണ്ഠ എന്നെ വിട്ടുമാറിയില്ല. അമ്മായിക്ക് എപ്പോൾ വേണമെങ്കിലും എന്നെ വന്നു പിടിച്ചുകൊണ്ടു പോകാമായിരുന്നു. പിന്നെ അവർക്ക് എന്നെ എന്തും ചെയ്യാം ഗ്രാമത്തിൽ ആർക്കും അവരെ തടയാൻ സാധ്യമല്ല. അമ്മായി വരുമെന്നു പേടിച്ച് അന്നു രാത്രി ഞാൻ ഉറങ്ങിയതേയില്ല.

ദുയ്ഷേന് എന്റെ മനോനില തീർച്ചയായും അറിയാമായിരുന്നു. വിഷാദചിന്തകളിൽനിന്ന് എന്നെ വ്യാവർത്തിപ്പിക്കാൻവേണ്ടിയായിരിക്കണം, പിറ്റേദിവസം രണ്ടു തൈമരങ്ങളും കൊണ്ടാണ് അയാൾ സ്കൂളിൽ വന്നത്. ക്ലാസു കഴിഞ്ഞപ്പോൾ അയാൾ എന്നെ കൈക്കുപിടിച്ച് സ്കൂളിന്റെ ഒരു വശത്തേക്കു കൊണ്ടുപോയി.

"അൽത്തിനായ്, നമുക്ക് ഒരു കാര്യം ചെയ്യണം." രഹസ്യഭാവത്തിൽ പുഞ്ചിരിച്ചുകൊണ്ട് ദുയ്ഷേൻ പറഞ്ഞു. "നിനക്കു വേണ്ടിയാണ് ഈ പോപ്ലാർത്തൈകൾ ഞാൻ കൊണ്ടുവന്നത്. നമുക്ക് ഇതു കുഴിച്ചുവയ്ക്കാം. ഈ തൈകൾ വളർന്ന് വലുതാകുമ്പോഴേക്കും നീയും വളർന്ന് നല്ല ഒരാളായിത്തീരും നിനക്ക് തങ്കംപോലുള്ള ഒരു ഹൃദയവും നല്ല ബുദ്ധിയുമുണ്ട്. നീ ഒരു വലിയ ശാസ്ത്രജ്ഞയായിത്തീരുമെന്ന് ഞാൻ എപ്പോഴും വിചാരിക്കാറുണ്ട്. എനിക്കതിൽ പൂർണ്ണമായ വിശ്വാസമുണ്ട്. നോക്കിക്കോളൂ. നിനക്കു വിധിച്ചിട്ടുള്ളത് അതുതന്നെയാണ്. നിനക്ക് ഇന്നു ചെറുപ്പമാണ്. ഈ പോപ്ലാർത്തൈകളെപ്പോലെയാണ് നീയിപ്പോൾ, അൽത്തിനായ്, നമുക്ക് സ്വന്തം കൈകൾ കൊണ്ട് ഈ തൈകൾ നടാം. എന്റെ കൊച്ചു വെള്ളിനക്ഷത്രമേ, നിന്റെ ഭാഗ്യം വിദ്യാഭ്യാസത്തിലായിരിക്കട്ടെ..."

ചാരനീലനിറത്തിലുള്ള തണ്ടുകളോടുകൂടിയ ആ കൊച്ചുപോപ്ലറുകൾക്കു എന്റെ ഒപ്പം പൊക്കമുണ്ടായിരുന്നു. സ്കൂളിനടുത്ത് ഞങ്ങൾ ആ തൈകൾരണ്ടും നട്ടു കഴിഞ്ഞപ്പോൾ മലയോരത്തിൽ നിന്നു വന്ന മന്ദാനിലൻ അവയുടെ ചെറിയ ഇലകളെ തലോടി. അതോടെ അവയ്ക്കു ജീവൻ വീണപോലെ തോന്നി. ഇലകൾ ഇളകാൻ തുടങ്ങി. തൈകൾ മെല്ലെ ആടി....

"നോക്കു, എത്ര നന്നായിരിക്കുന്നു.!" ഇനി ആ കാണുന്ന ഓലിയിൽ നിന്ന് ഇങ്ങോട്ട് ഒരു ചാലു കീറാം, പിന്നെക്കാണാം ഈ പോപ്ലാറുകളുടെ ഭംഗി! ഈ കുന്നിൻമുകളിൽ സഹോദരന്മാരെപ്പോലെ ഇവ അടുത്തടുത്തു വളരും. എപ്പോൾ നോക്കിയാലും ഈ മരങ്ങൾ കാണാമായിരിക്കും. നല്ല ആളുകൾ ഇവയെ കണ്ട് ആനന്ദിക്കും. അപ്പോൾ ജീവിതം ഇന്നത്തെപ്പോലൊന്നുമായിരിക്കില്ല, അൽത്തിനായ്. നല്ലകാലം വരാനിരിക്കുന്നതേയുള്ളു...

ദുയ്ഷേന്റെ മഹാമനസ്കത എന്നെ എത്രമാത്രം വികാരതരളിതയാക്കിയെന്ന് പറഞ്ഞറിയിക്കാൻ ഇന്നുമെനിക്കു വാക്കുകളില്ല. അന്ന് ഞാൻ അയാളെ ഉറ്റുനോക്കിക്കൊണ്ട് അവിടെ നില്ക്കുക മാത്രം ചെയ്തു. പ്രശാന്തസുന്ദരമായ ആ മുഖവും കനിവും വാത്സല്യവും നിറഞ്ഞു തുളുമ്പുന്ന ആ കണ്ണുകളും ആദ്യമായി കാണുന്നതുപോലെഎനിക്ക് തോന്നി. ജോലിയെടുക്കുമ്പോൾ അയാൾക്ക് എത്രമാത്രം കരുത്തും കൈച്ചുറുക്കുമുണ്ടെന്നും രോമാഞ്ച ജനകമായ ആ തെളിഞ്ഞ പുഞ്ചിരി എത്രമാത്രം നിർമ്മലമാണെന്നും മുമ്പ് എനിക്ക് അറിഞ്ഞുകൂടായിരുന്നുവെന്നു തോന്നി. ഏതോ അജ്ഞാതപ്രപഞ്ചത്തിൽനിന്നുള്ള, അതേവരെ എനിക്ക് അപരിചിതമായിരുന്ന, ഒരു പുതിയ വികാരം എന്റെ ഹൃദയത്തിൽ തിരതല്ലി. ദുയ്ഷേനോട് പറയാൻ എനിക്കു തോന്നി. "മാസ്റ്റർ, അങ്ങ് എത്ര നല്ലവനാണ്! അതിന് അങ്ങേയ്ക്കു നന്ദി. അങ്ങയെ കെട്ടിപ്പിടിച്ച് ഉമ്മവയ്ക്കാൻ ഞാൻ ആഗ്രഹിക്കുന്നു". പക്ഷേ ഞാൻ ധൈര്യപ്പെട്ടില്ല. ആ വാക്കുകൾ ഉച്ചരിക്കാൻ ഞാൻ ലജ്ജിച്ചു. ഒരുപക്ഷേ അതു പറയേണ്ടതായിരുന്നു...

എന്നാൽ അന്ന് ഞങ്ങൾ അവരവരുടേതായ സ്വപ്നങ്ങളിൽ ലയിച്ച് സ്വച്ഛമായ നീലാകാശത്തിനു കീഴെ, വസന്തത്തിന്റെ പച്ചവില്ലുസണിഞ്ഞ മലയടിവാരത്തിലുള്ള ആ കുന്നിന്റെ മുകളിൽ നിശ്ശബ്ദരായി നിന്നു. ആ നിമിഷത്തിൽ എന്റെ പേടി

എവിടെപ്പോയെന്നറിഞ്ഞില്ല. നാളെ എനിക്ക് എന്തു സംഭവിക്കുമെന്നോ, ഇന്നലെ വീട്ടിൽ ചെല്ലാതിരുന്നിട്ട് അമ്മായി എന്നെ അന്വേഷിക്കാത്തത് എന്തുകൊണ്ടെന്നോ അപ്പോൾ ഞാൻ ആലോചിച്ചില്ല. ഒന്നുകിൽ അവർ എന്റെ കാര്യം മറന്നു കാണും, അല്ലെങ്കിൽ പോയിത്തുലയട്ടെന്ന് കരുതിക്കാണും. പക്ഷേ, ദുയ്ഷേൻ ആലോചിച്ചത് അതിനെപ്പറ്റിയായിരുന്നു. ഗ്രാമത്തിലേക്കു മടങ്ങുന്ന വഴിക്ക് അയാൾ പറഞ്ഞു.

"നീ അധികം വിഷാദിക്കേണ്ട. അൽത്തിനായ്, എന്തെങ്കിലും ഒരു പോംവഴി കണ്ടുപിടിക്കാം. നാളത്തെ കഴിഞ്ഞ് ഞാൻ ജില്ലാകേന്ദ്രത്തിലേക്കു പോകുന്നുണ്ട്. അവിടെ നിന്റെ കാര്യം ഞാൻ പറയും. നിന്നെ പട്ടണത്തിലുള്ള സ്കൂളിൽ ചേർക്കാൻ ചിലപ്പോൾ സാധിച്ചേക്കും. പട്ടണത്തിൽ പോയി പഠിക്കാൻ നിനക്കു സമ്മതമാണോ?"

"മാസ്റ്റർ പറയുന്നതുപോലെ ഞാൻ ചെയ്യും" ഞാൻ മറുപടി നല്കി.

പട്ടണം എങ്ങനെയിരിക്കുമെന്ന് എനിക്ക് അറിഞ്ഞുകൂടായിരുന്നു വെങ്കിലും ദുയ്ഷേന്റെ ആ വാക്കുകൾ കേട്ടതോടെ പട്ടണജീവിതത്തെപ്പറ്റി ഞാൻ സ്വപ്നം കാണാൻ തുടങ്ങി. അജ്ഞാതമായ ആ അന്യനാട് ചിലപ്പോൾ എന്നിൽ ഭീതിയുളവാക്കും. പക്ഷേ പിന്നെയും അങ്ങോട്ടു പുറപ്പെടാൻ ഞാൻ ആഗ്രഹിക്കും. ചുരുക്കിപ്പറഞ്ഞാൻ പട്ടണത്തെപ്പറ്റിയായിരുന്നു എന്റെ ചിന്ത മുഴുവൻ.

പിറ്റേദിവസം സ്കൂളിൽവെച്ചും എന്റെ ചിന്ത അതേപ്പറ്റിയായിരുന്നു: പട്ടണത്തിൽ ആരുടെകൂടെയായിരിക്കും ഞാൻ താമസിക്കുന്നത്? ആരെങ്കിലും എനിക്ക് ആശ്രയം തന്നാൽ വിറകു കീറുകയോ വെള്ളം കോരുകയോ തുണിയലക്കുകയോ എന്തുവേണമെങ്കിലും ചെയ്യാൻ തയ്യാറാണ്.. ഇങ്ങനെ ഓരോന്നു വിചാരിച്ചുകൊണ്ട് ഞാൻ ക്ലാസ്സിൽ ഇരിക്കുകയായിരുന്നു. പെട്ടെന്ന് സ്കൂളിനു വെളിയിൽ കുതിരകളുടെ കുളമ്പടി ശബ്ദം കേട്ട് ഞാൻ ഞെട്ടിയുണർന്നു. അപ്രതീക്ഷിതമായി പാഞ്ഞെത്തിയ ആ കുതിരകളുടെ ചവിട്ടടിയിൽ ഞങ്ങളുടെ ജീർണ്ണിച്ച സ്കൂൾ ഇപ്പോൾ നിലംപതിക്കുമെന്നു തോന്നി. ഞങ്ങൾ ജാഗ്രതപൂണ്ടു.

"അതൊന്നും ശ്രദ്ധിക്കാതെ നിങ്ങൾ നിങ്ങളുടെ കാര്യം നോക്ക്"! ദുയ്ഷേൻ പെട്ടെന്ന് പറഞ്ഞു.

പക്ഷേ അപ്പോൾ കതക് ഒച്ചയോടെ തള്ളിത്തുറക്കപ്പെട്ടു. പരിഹാരസവും ധിക്കാരവും കലർന്ന ഒരു ചിരിയുമായി എന്റെ അമ്മായി അതാ വാതില്ക്കൽ നില്ക്കുന്നു.! ദുയ്ഷേൻ അവരുടെ അടുത്തേക്കു ചെന്നു.

"എന്താ കാര്യം?"

"നിന്നെ സംബന്ധിക്കാത്ത കാര്യത്തിനാണ് ഞാൻ വന്നത്. എന്റെ പെണ്ണിനെ കെട്ടിക്കാൻ പോകുകയാണ്. എടീ, വീടും കുടിയുമില്ലാത്തവളേ! അമ്മായി എന്റെ നേരെ കുതിച്ചു. പക്ഷേ ദുയ്ഷേൻ അവരെ തടഞ്ഞു.

"ഇവിടെ സ്കൂൾകുട്ടികളേയുള്ളൂ. കെട്ടിക്കാറായ പെണ്ണുങ്ങൾ ഇവിടെയില്ല," ദൃഢവും ശാന്തവുമായ സ്വരത്തിൽ ദുയ്ഷേൻ പറഞ്ഞു.

"അതു നമുക്കു കാണാം. ഏയ് ഇങ്ങോട്ടു കേറി ഈ കുത്തിച്ചിയെ പിടിച്ചിറക്ക്!"

കുതിരക്കാരിലൊരുത്തനെ അമ്മായി മാടിവിളിച്ചു. ചെങ്കുറുക്കന്റെ രോമം കൊണ്ടുള്ള തൊപ്പി ധരിച്ച ആ ചുവന്ന മുഖക്കാരനായിരുന്നു അത്. അയാളുടെ പിന്നാലെ വേറെ രണ്ടുപേർ കുറുവടികളുമായി വന്നു. മാസ്റ്റർ നിന്നിടത്തുനിന്ന്

അനങ്ങിയില്ല.

“എടാ തെണ്ടിനായേ, മറ്റുള്ളവരുടെ പെമ്പിള്ളേർ നിന്റെ ഭാര്യമാരാണെന്നാണോ നിന്റെ വിചാരം? മാറിനില്ലെടാ!”

ഒരു കരടിയെപ്പോലെ ചുവന്ന മുഖക്കാരൻ ദുയ്ഷേന്റെനേരെ നീങ്ങി.

“ഇങ്ങോട്ടു കടക്കാൻ നിങ്ങൾക്ക് അവകാശമില്ല. ഇതു സ്കൂളാണ്!” കട്ടിളക്കാലിൽ മുറുക്കെപ്പിടിച്ചുകൊണ്ട് ദുയ്ഷേൻ പറഞ്ഞു.

“ഞാൻ പറഞ്ഞില്ലായിരുന്നോ?” അമ്മായി ആക്രോശിച്ചു. “അവൻ അവളുമായി പണ്ടേ ചിറ്റത്തിലാണ്. കുത്തിച്ചിയെ ചക്കാത്തിൽ വച്ചുകൊണ്ടിരിക്കയാണ്.”

“നിന്റെ ഒരു സ്കൂള്!” ചാട്ട ഓങ്ങിക്കൊണ്ട് ചുവന്ന മുഖക്കാരൻ അലറി.

പെട്ടെന്ന് ദുയ്ഷേൻ അയാളുടെ വയറ്റിന് ഒരു തൊഴി വച്ചുകൊടുത്തു. ഞരങ്ങിക്കൊണ്ട് അയാൾ തെറിച്ചുപോയി വീണു. അപ്പോൾ മറ്റുള്ള രണ്ടുപേർ കുറുവടികളുമായി മാസ്റ്ററുടെ മേൽ ചാടി വീണു. ഉറക്കെ നിലവിളിച്ചുകൊണ്ട് കുട്ടികൾ എന്റെ അടുത്തേക്ക് ഓടിവന്നു. അടികൊണ്ടു കതകു പൊളിഞ്ഞു ചീളുകൾ നാലുപാടും തെറിച്ചു.എന്നെ പറ്റിപ്പിടിച്ചുനിന്നിരുന്ന കുട്ടികളെയും വലിച്ചുകൊണ്ട് ഞാൻ മാസ്റ്ററെ തല്ലുന്നവരുടെ അടുത്തേക്കു കുതിച്ചു.

“മാസ്റ്ററെ വിടൂ! തല്ലല്ലേ! ഇതാ, എന്നെ കൊണ്ടു പോയ്ക്കോളൂ! മാസ്റ്ററെ തല്ലരുത്!”

ദുയ്ഷേൻ തിരിഞ്ഞുനോക്കി. രക്തത്തിൽ കളിച്ച അയാളുടെ രൂപം രൗദ്രവും ഭയാനകവുമായിരുന്നു. നിലത്തു കിടന്ന ഒരു പലകയെടുത്തു വീശിക്കൊണ്ട് അയാൾ വിളിച്ചു പറഞ്ഞു:

“കുട്ടികളേ, ഗ്രാമത്തിലേക്ക് ഓടിക്കൊള്ളൂ! അൽത്തിനായ്, ഓടിപ്പോകൂ!”

പക്ഷേ ദുയ്ഷേന്റെ ശബ്ദം ഒരു നിലവിളിയായി ഉയർന്നു പ്രഹരമേറ്റ് അയാളുടെ കൈ ഒടിഞ്ഞു. ഒടിഞ്ഞ കൈ മാറോടു ചേർത്തു പിടിച്ചുകൊണ്ട് ദുയ്ഷേൻ പിന്നോക്കം മാറി. അവരാകട്ടെ, വെകിളി പിടിച്ച കുറ്റന്മാരെപ്പോലെ നിസ്സഹായനായ അയാളെ വീണ്ടും വീണ്ടും തല്ലി.

“അടിയ്ക്ക്, അടിയ്ക്കവനെ! തലയ്ക്കിട്ടു കൊട്! അടിച്ചുകൊല്ല് !”

അമ്മായിയും ചുവന്ന മുഖക്കാരനും കൂടി എന്നെ പിടുത്തമിട്ടു. എന്റെ പിന്നിയിട്ട തലമുടി കഴുത്തിനു ചുറ്റി അവർ എന്നെ മുറ്റത്തേക്കു വലിച്ചിറക്കി. ഞാൻ സകല ശക്തിയുമുപയോഗിച്ചു കുതറി. പേടിച്ചരണ്ട് നിലവിളിക്കാനായി വായും തുറന്നു നില്ക്കുന്ന കുട്ടികളെയും ഇരുണ്ട ചോരതെറിച്ച ഭിത്തിയ്ക്കടുത്തു നില്ക്കുന്ന ദുയ്ഷേനെയും ഒരു നിമിഷനേരത്തേക്കു ഞാൻ കണ്ടു.

“മാസ്റ്റർ !”

പക്ഷേ ദുയ്ഷേന് ഒരുതരത്തിലും എന്നെ സഹായിക്കാൻ കഴിയുമായിരുന്നില്ല. ഉറച്ചുനില്ക്കാൻ പാടുപെട്ടുകൊണ്ടിരുന്ന അയാളെ ആ ദുഷ്ടന്മാർ അപ്പോഴും തല്ലുന്നുണ്ടായിരുന്നു. അവരുടെ പ്രഹരമേറ്റ് അയാൾ ഉന്മത്തനെപ്പോലെ വേയ്ക്കുകയും വീണുകൊണ്ടിരുന്ന തല ഉയർത്തിപ്പിടിക്കാൻ ശ്രമിക്കുകയും ചെയ്തു. അമ്മായിയും ചുവന്ന മുഖക്കാരനും കൂടി എന്നെ നിലത്തുകിടത്തി എന്റെ കൈകൾ ബന്ധിച്ചു. അപ്പോൾ ദുയ്ഷേൻ വീഴുന്നതു ഞാൻ കണ്ടു.

“മാസ്റ്റർ!”

പക്ഷേ അവർ എന്റെ വാപൊത്തുകയും എന്നെ എടുത്ത് കുതിരപ്പുറത്തേയ്ക്കിടുകയും

ചെയ്തു.

ചുവന്ന മുഖക്കാരൻ കുതിരപ്പുറത്തു കയറിക്കഴിഞ്ഞിരുന്നു. അയാൾ എന്നെ കൈകൊണ്ടും നെഞ്ചുകൊണ്ടും അമർത്തിപ്പിടിച്ചു. ദുയ്ഷേനെ പ്രഹരിച്ചുകൊണ്ടിരുന്ന രണ്ടുപേരും കുതിരപ്പുറത്തു ചാടിക്കയറി. അമ്മായി കുതിരയ്ക്കൊപ്പം ഓടിക്കൊണ്ട് എന്നെ പിരാകുകയും എന്റെ തലയ്ക്കിട്ട് അടിക്കുകയും ചെയ്തുകൊണ്ടിരുന്നു.

"കണ്ടില്ലേ, നിന്നെ ഞാൻ പിടിച്ചുകൊടുത്തത്. നിന്റെ മാസ്റ്ററുടെയും കഥ കഴിഞ്ഞു..."

പക്ഷേ മാസ്റ്ററുടെ കഥ കഴിഞ്ഞില്ലായിരുന്നു. പിന്നിൽ നിന്ന് ദുയ്ഷേന്റെ ഹതാശമായ വിളി ഞാൻകേട്ടു:

"അൽത്തി-നാ—യ്!"

കുതിരപ്പുറത്തു തൂങ്ങിക്കിടന്നിരുന്ന തല ഒരു തരത്തിൽ ഉയർത്തി ഞാൻ നോക്കി. പ്രഹരമേറ്റ് മൃതപ്രായനായിക്കഴിഞ്ഞിരുന്ന ദുയ്ഷേൻ അതാ ഒരു കല്ലുമെടുത്തുകൊണ്ട് ഞങ്ങളുടെ പിന്നാലെ ഓടി വരുന്നു! ഞങ്ങളുടെ ക്ലാസ്സിലെ കുട്ടികളെല്ലാവരും അയാളുടെ പിന്നാലെ ഓടുന്നുണ്ടായിരുന്നു.

"നില്ക്ക് ജന്തുക്കളേ! നില്ക്ക്! അവളെ വിട്! അൽത്തിനായ്!" ഞങ്ങളുടെ ഒപ്പമെത്തിക്കൊണ്ട് ദുയ്ഷേൻ വിളിച്ചുപറഞ്ഞു.

ആക്രമികൾ കുതിരകളെ നിറുത്തി. മുമ്പ് ദുയ്ഷേനെ തല്ലിയ ആ രണ്ടുപേർ അയാളെ വട്ടമിട്ടു. കുപ്പായക്കൈയിൽ കടിച്ച് ഒടിഞ്ഞ കൈ മാറോടു ചേർത്തുപിടിച്ചുകൊണ്ട് ദുയ്ഷേൻ ഉന്നം നോക്കി കല്ല് എറിഞ്ഞു. പക്ഷേ അതു കൊണ്ടില്ല. അപ്പോൾ അവർ കുറുവടികൊണ്ട് ദുയ്ഷേനെ അടിച്ചുവീഴ്ത്തി. വെള്ളം കെട്ടിനിന്ന ഒരു കുഴിയിലേക്കാണ് അയാള ചെന്നു വീണത്. എന്റെ കണ്ണുകളിൽ ഇരുട്ടു വ്യാപിച്ചു. വീണു കിടക്കുന്ന മാസ്റ്ററുടെ അടുത്തേക്ക് ഓടിയെത്തിയ കുട്ടികൾ അവിടെ സ്തബ്ധരായി നില്ക്കുന്നതാണ് ഞാൻ അവസാനം കണ്ടത്.

അവർ എന്നെ എങ്ങനെ കൊണ്ടുപോയെന്നോ എവിടെ എത്തിച്ചെന്നോ എനിക്ക് ഓർമ്മയില്ല. കണ്ണുതുറന്നപ്പോൾ ഞാൻ ഒരു യൂർത്ത[5]യിൽ കിടക്കുകയായിരുന്നു. തുറന്നിട്ടിരുന്ന മേലാപ്പിലൂടെ ശാന്തവും നിരാകുലവുമായ നക്ഷത്രങ്ങൾ എത്തിനോക്കിക്കൊണ്ടിരുന്നു. അടുത്തെവിടെയോ നിന്ന് ഒരു ആറിന്റെ ഇരപ്പും ആട്ടിൻ പറ്റങ്ങൾക്കു കാവൽ നില്ക്കുന്ന ഇടയന്മാരുടെ ഒച്ചയും കേൾക്കാമായിരുന്നു. കെട്ടടങ്ങിയ അടുപ്പിനടുത്ത് വിറകുകൊള്ളിപോലെ ശുഷ്കിച്ച പ്രായം ചെന്ന ഒരു സ്ത്രീ ഇരുപ്പുണ്ടായിരുന്നു. അവരുടെ മ്ലാനമായ മുഖം മണ്ണുപോലെ കറുത്തതായിരുന്നു. ഞാൻ മറുവശത്തേക്കു തല തിരിച്ചു.... ഹാ, നോട്ടം കൊണ്ട് അയാളെ കൊല്ലാൻ എനിക്ക് കഴിഞ്ഞിരുന്നെങ്കിൽ!

"കറമ്പീ, അവളെ എണീപ്പിക്ക്!" ചുവന്ന മുഖക്കാരൻ കല്പിച്ചു. കറുത്ത സ്ത്രീ എന്റെ അടുത്തേക്കു വന്ന് ഉണക്കച്ചുള്ളിപോലുള്ള തന്റെ പരുപരുത്ത കൈകൊണ്ട് എന്റെ തോളത്തുപിടിച്ചു കുലുക്കി.

"അവളെ ഒന്നു പറഞ്ഞു സമാധാനിപ്പിക്ക്, അല്ലെങ്കിലും സാരമില്ല. അവളെ മെരുക്കിയെടുക്കാൻ എനിക്കറിയാം.

അയാൾ യൂർത്തയിൽ നിന്ന് പുറത്തിറങ്ങി. കറുത്ത സ്ത്രീ ഇരുന്നിടത്തുനിന്ന്

5 യൂർത്ത— കമ്പിളിശീലകൾകൊണ്ടുള്ള വട്ടക്കൂടാരം. — എ.ഡി.

അനങ്ങുകയോ ഒരക്ഷരം മിണ്ടുകയോ ചെയ്തില്ല. അവൾ ഊമയായിരിക്കുമോ? അടുപ്പിലെ ചാരംപോലെ കെട്ടടങ്ങിയ ആ കണ്ണുകളിൽ യാതൊരു ഭാവവും പ്രകടമായിരുന്നില്ല. ചെറുപ്പം മുതല്ക്കേ തല്ലുകൊണ്ട് ചുണകെട്ട നടക്കുന്ന പട്ടികളില്ലേ? കണ്ണിൽ ചോരയില്ലാത്തവർ അത്തരം പട്ടികളെ കണ്ടാൽ എന്തെങ്കിലും എടുത്ത് എറിയുകയോ ചെയ്യുന്നത് ക്രമേണ അതുങ്ങൾക്ക് അതൊരു ശീലമായിത്തീരും. പക്ഷേ ആ മിണ്ടാപ്രാണികളുടെ കണ്ണുകളിൽ നിഴലിക്കുന്ന നിരാശയും ശൂന്യതയും കണ്ടാൽ പേടി തോന്നും. ആ കറുത്ത സ്ത്രീയുടെ നിർജ്ജീവമായ കണ്ണുകളിലേക്കു നോക്കിയപ്പോൾ എനിക്കു ജീവനില്ലെന്നും ഞാൻ ശവക്കുഴിയിൽ കിടക്കുകയാണെന്നും എനിക്ക് തോന്നി. ആറിന്റെ ഇരപ്പില്ലായിരുന്നെങ്കിൽ ഞാനതിൽ വിശ്വസിച്ചേനെ. വെള്ളം പാറക്കെട്ടുകളിൽ നിന്നു ചാടി തല്ലിച്ചിതറി ഒച്ചയിട്ടൊഴുകിക്കൊണ്ടിരുന്നു. അത് സ്വതന്ത്രമായിരുന്നു....

അമ്മായി, നീ എന്തൊരു ദുഷ്ടയാണ്! നിന്നെ ഞാൻ നൂറായിരം തവണ ശപിക്കുന്നു. എന്റെ കണ്ണീരിലും ചോരയിലും നീ മുങ്ങിച്ചാകും! പതിനഞ്ചുവയസ്സുള്ള എന്നെ അന്നു രാത്രി അയാൾ ബലാൽസംഗം ചെയ്തു. അയാളുടെ മക്കളുടെ പ്രായമില്ലായിരുന്നു എനിക്ക്...

മൂന്നാമത്തെ രാത്രി ഞാൻ രക്ഷപെടാൻ തന്നെ തീരുമാനിച്ചു. വഴിയ്ക്കുവച്ച് ഞാൻ മരിച്ചേക്കാം. എന്നെ പിടികൂടിയേക്കാം. എന്തും വരട്ടെ. എന്റെ ജീവൻ പോകുന്നതുവരെ ഞാൻ പൊരുതും. എന്റെ അധ്യാപകനായ ദുയ്ഷേൻ ചെയ്തതുപോലെ.

ഇരുട്ടത്തു ഞാൻ ശബ്ദമുണ്ടാക്കാതെ യൂർത്തയുടെ വാതില്ക്കലേക്കു നിരങ്ങിച്ചെന്നു തപ്പിനോക്കിയപ്പോൾ കതക് രോമക്കയറുകൊണ്ട് ബലമായി കെട്ടിയടച്ചിരിക്കുന്നതു കണ്ടു. ഇരുട്ടത്ത് ആ സൂത്രക്കെട്ടുകൾ അഴിക്കുക സാധ്യമല്ലായിരുന്നു. അപ്പോൾ യൂർത്തയുടെ അടിയിൽ വച്ചിട്ടുള്ള തടി പൊക്കി പുറത്തു കടക്കാമെന്നു കരുതി. പക്ഷേ എത്ര ശ്രമിച്ചിട്ടും തടി അനങ്ങിയില്ല– വെളിയിൽ അടിച്ച കുറ്റികളിൽ അത് ഉറപ്പിച്ചുകെട്ടിയിരുന്നു.

മൂർച്ചയുള്ള എന്തെങ്കിലുമെടുത്ത് കതകിൽ കെട്ടിയിരുന്ന കയറ് കണ്ടിക്കുകയേ രക്ഷയുണ്ടായിരുന്നുള്ളു. ഞാൻ ചുറ്റും തപ്പിനോക്കി. ചെറിയ ഒരു കമ്പു മാത്രമേ കൈയിൽ കിട്ടിയുള്ളു. ഹതാശയായ ഞാൻ ആ കമ്പു കൊണ്ട് യൂർത്തയുടെ അടിയിലെ മണ്ണു മാന്താൻ തുടങ്ങി. അതു തീർച്ചയായും നിഷ്ഫലമായ ഒരു പണിയായിരുന്നു. പക്ഷേ അപ്പോൾ ഞാൻ അതെപ്പറ്റി ആലോചിച്ചതേയില്ല. ഒരൊറ്റ ചിന്തയേ മനസ്സിൽ ഉണ്ടായിരുന്നുള്ളു–ഒന്നുകിൽ ഇവിടുന്നു രക്ഷപ്പെടണം. അല്ലെങ്കിൽ മരിക്കണം. അയാളുടെ കിതപ്പും കൂർക്കം വലിയും കേൾക്കാനാവില്ല, ഇവിടെ ഇങ്ങനെ കഴിയാൻ സാധ്യമല്ല. മരിക്കുകയാണെങ്കിൽ സ്വതന്ത്രയായിത്തന്നെ മരിക്കണം, പൊരുതിമരിക്കണം, കീഴടങ്ങിക്കൂടാ!

തൊക്കോൾ എന്നാൽ കൂട്ടുഭാര്യയെന്നാണർത്ഥം. ഞാൻ എത്രമാത്രം വെറുക്കുന്ന ഒരു വാക്കാണത്! ഏത് നശിച്ച കാലത്ത് ആരാണ് ആ വാക്കു കണ്ടുപിടിച്ചത്? ശരീരം കൊണ്ടും ആത്മാവുകൊണ്ടും അടിമയായ ഒരു കൂട്ടുഭാര്യയായി കഴിയുന്നതിനെക്കാൾ നിന്ദ്യമായി എന്താണുള്ളത്? നിർഭാഗ്യകളായ സ്ത്രീകളേ, ശവക്കല്ലറകളിൽ നിന്ന് എണീക്കുവിൻ? ദൂഷിതരും അപമാനിതരും മനുഷ്യാന്തസ്സു നഷ്ടപ്പെട്ടവരുമായ സ്ത്രീകളുടെ പ്രേതങ്ങളേ, എണീക്കുവിൻ! അക്കാലത്തെ അന്ധകാരം കിടിലം കൊള്ളട്ടെ! നിങ്ങളുടെ അതേ ദൗർഭാഗ്യത്തിലൂടെ കടന്നുപോയ ഞാനാണ് ഇതു പറയുന്നത്!

ഒരിക്കൽ ഇങ്ങനെ പറയാനൊക്കുമെന്ന് അന്ന് രാത്രി എനിക്ക് അറിഞ്ഞുകൂടായിരുന്നു. സ്വയം നിയന്ത്രിക്കാനാവാതെ ഒരു ഭ്രാന്തിയെപ്പോലെ ഞാൻ യൂർത്തയ്ക്കടിയിലെ മണ്ണു മാന്തിനീക്കിക്കൊണ്ടിരുന്നു. കല്ലുനിറഞ്ഞ മണ്ണു കമ്പുകൊണ്ടു മാന്താൻ പ്രയാസമായപ്പോൾ ഞാൻ നഖങ്ങൾകൊണ്ട് കുഴിക്കാൻ തുടങ്ങി. എന്റെ കൈവിരലുകൾ പൊട്ടി ചോരയൊലിച്ചു. വെളിയിലേക്കു കൈ കടത്താൻ പാകത്തിനുള്ള ഒരു ദ്വാരമുണ്ടാക്കിയപ്പോഴേക്കും നേരം പുലർന്നു. പട്ടികൾ കുരയ്ക്കുകയും ചുറ്റുമുള്ള യൂർത്തകളിലെ ആളുകൾ ഉണരുകയും ചെയ്തു. ആറ്റിലേക്കു വെള്ളം കുടിക്കാൻ പോകുന്ന കുതിരകളുടെ കുളമ്പടിശബ്ദം മുഴങ്ങിക്കേട്ടു. ഉറക്കംതൂങ്ങുന്ന ആടുകളുടെ പറ്റങ്ങൾ ഹൂൽക്കാരം പുറപ്പെടുവിച്ചുകൊണ്ടു കടന്നുപോയി. പിന്നീട് ആരോ ഒരാൾ വന്ന് യൂർത്തയെ പുറത്തുനിന്നു ബന്ധിച്ചിരുന്ന കയറുകൾ അഴിച്ചു കമ്പിളിശീലകൾ മാറ്റാൻ തുടങ്ങി. മൂകയായ ആ കറുത്ത സ്ത്രീയായിരുന്നു അത്.

താവളം മാറ്റുന്നതിനുള്ള ഒരുക്കമാണെന്നർത്ഥം. തലേ ദിവസം കേട്ട സംഭാഷണശകലങ്ങൾ പെട്ടെന്ന് ഞാൻ ഓർമ്മിച്ചു. രാവിലെ തന്നെ പുറപ്പെടണമെന്നും ആദ്യം ചുരത്തിനടുത്ത് പുതിയ താവളമുറപ്പിക്കണമെന്നും പിന്നീട് വേനല്ക്കാലം കഴിക്കാനായി ചുരത്തിനപ്പുറത്തുള്ള മലകളിലേക്കു പോകണമെന്നുമാണ് ഒരാൾ പറഞ്ഞത്. എനിക്ക് വല്ലാത്ത നിരാശ തോന്നി- അവിടെ നിന്നു രക്ഷപ്പെടാൻ നൂറിരട്ടി പ്രയാസമായിരിക്കും.

ഞാൻ ഇരുന്നിടത്തുനിന്ന് അനങ്ങിയതേയില്ല. മണ്ണു കുഴിച്ചതു കാണുന്നെങ്കിൽ കാണട്ടെ, എന്തിനു ഞാനത് ഒളിക്കണം?... യൂർത്തയ്ക്കിടയിൽ മണ്ണിളകിക്കിടക്കുന്നത് ആ കറുത്ത സ്ത്രീ കണ്ടെങ്കിലും അവർ ഒന്നും മിണ്ടിയില്ല. നിശ്ശബ്ദയായി അവർ തന്റെ ജോലി തുടർന്നു. ഒന്നിലും താല്പര്യമില്ലാത്ത മട്ടിലായിരുന്നു അവരുടെ എപ്പോഴത്തേയും പെരുമാറ്റം. ജീവിതത്തിൽ യാതൊന്നിനും അവരിൽ പ്രതികരണമുളവാക്കാൻ സാധ്യമല്ലെന്നു തോന്നി. അവർ തന്റെ ഭർത്താവിനെ വിളിച്ചെണീപ്പിക്കുകയോ യാത്രയ്ക്കുള്ള ഒരുക്കങ്ങൾ കൂട്ടുന്നതിന് അയാളുടെ സഹായം ആവശ്യപ്പെടുകയോ ചെയ്തില്ല. പുതപ്പുകൾക്കും രോമക്കോട്ടുകൾക്കും അടിയിൽ കിടന്ന് അയാൾ ഒരു കരടിയെപ്പോലെ കൂർക്കം വലിച്ചുകൊണ്ടിരുന്നു.

യൂർത്തയുടെ കമ്പിളിശീലകളെല്ലാം ചുരുട്ടിവച്ചുകഴിഞ്ഞപ്പോൾ ഞാൻ ഒരു കട്ടിലിരിക്കുന്നതുപോലെ എനിക്കു തോന്നി. ആറ്റിനക്കരെ ആളുകൾ കാളകളുടേയും കുതിരകളുടേയും പുറത്ത് സാമാനങ്ങൾ കയറ്റി വയ്ക്കുന്നത് കാണാമായിരുന്നു. മൂന്നുപേർ കുതിരപ്പുറത്ത് അവരുടെ അടുത്തേക്കു ചെല്ലുന്നതും എന്തോ ചോദിച്ചതിനുശേഷം ഞങ്ങളുടെ യൂർത്തയെ ലക്ഷ്യമാക്കി വരുന്നതും ഞാൻ കണ്ടു. യാത്രയ്ക്ക് അളുകളെ വിളിച്ചു കൂട്ടാൻ വരുന്നവരായിരിക്കുമെന്ന് ഞാൻ ആദ്യം വിചാരിച്ചു. പക്ഷേ സൂക്ഷിച്ചുനോക്കിയപ്പോൾ എനിക്കുണ്ടായ ആശ്ചര്യത്തിന് ഒരു കണക്കുമില്ലായിരുന്നു. അവരിലൊരാൾ ദുയ്ഷേൻ ആയിരുന്നു! മറ്റു രണ്ടുപേർ മിലീഷ്യത്തൊപ്പിയും തോളത്ത് ചുവന്ന നാടകൾ പിടിപ്പിച്ച പട്ടാളക്കോട്ടും ധരിച്ചിരുന്നു. ഒരു ശബ്ദവും പുറപ്പെടുവിക്കാനാവാതെ ജീവച്ഛവം പോലെ ഞാൻ ഇരുന്നുപോയി. എന്റെ മാസ്റ്റർ ജീവിച്ചിരിക്കുന്നു! എന്റെ ഹൃദയം ആനന്ദം കൊണ്ടു തുടിച്ചു. പക്ഷേ അതേസമയം തന്നെ മനസ്സിൽ എന്തെന്നില്ലാത്ത ശൂന്യത അനുഭവപ്പെട്ടു.— ഞാൻ നശിച്ചുകഴിഞ്ഞവളാണ്. പതിതയാണ്...

ദുയ്ഷേന്റെ തല വച്ചുകെട്ടിയിരുന്നു. ഒടിഞ്ഞ കൈ കഴുത്തിലൂടെ കെട്ടിയ തുണിയിൽ തൂക്കിയിട്ടിരുന്നു. കുതിരപ്പുറത്തുനിന്ന് ചാടിയിറങ്ങി യൂർത്തയുടെ

വാതിൽ ചവിട്ടിപ്പൊളിച്ച് അയാൾ അകത്തേക്കു പാഞ്ഞുകയറി. ചുവന്ന മുഖക്കാരന്റെ മേൽനിന്നു പുതപ്പുകൾ വലിച്ചെറിഞ്ഞുകൊണ്ട് അയാൾ ഗർജ്ജിച്ചു:

"എണീക്കെടാ!"

ചുവന്ന മുഖക്കാരൻ തലയുയർത്തി കണ്ണു തിരുമ്മിയിട്ട് ദുയ്ഷേന്റെ മേൽ ചാടിവീഴാൻ ഭാവിച്ചു. പക്ഷേ മിലിഷ്യക്കാർ നീട്ടിയ കൈത്തോക്കുകൾ കണ്ടപ്പോൾ അയാൾ പെട്ടെന്ന് പിൻവാങ്ങി. ദുയ്ഷേൻ അയാളെ കുപ്പായക്കഴുത്തിനു പിടിച്ച് ഒന്നു കുലുക്കിയിട്ട് അയാളുടെ മുഖം വലിച്ചടുപ്പിച്ചു.

"കഴുവേറി!" പല്ലിറുമ്മിക്കൊണ്ട് ദുയ്ഷേൻ പറഞ്ഞു. അയാളുടെ ചുണ്ടുകൾ കോപാധിക്യത്താൽ വിളറിവെളുത്തിരുന്നു. "ഇനി നീ എത്തേണ്ടിടത്ത് എത്തിക്കൊള്ളും, ഉം, നടക്ക്!"

ചുവന്ന മുഖക്കാരൻ തലയും താഴ്ത്തി മുന്നോട്ടു നീങ്ങി. അപ്പോൾ ദുയ്ഷേൻ വീണ്ടും അയാളെ തോളത്തു പിടിച്ചു തിരിച്ചുനിർത്തിയിട്ട് അയാളുടെ കണ്ണുകളിലേക്കു തറപ്പിച്ചു നോക്കിക്കൊണ്ട് ഇടറുന്ന ശബ്ദത്തിൽ പറഞ്ഞു:

"അവളെ ഒരു പുൽക്കൊടിയെപ്പോലെ ചവിട്ടിമെതിച്ചെന്നാണോ നിന്റെ വിചാരം? അതൊന്നുമില്ല. നിന്റെയൊക്കെ കാലം കഴിഞ്ഞു. ഇനി ഇപ്പോൾ അവളെപ്പോലുള്ളവരുടെ കാലമാണ്. നിന്റെ കഥ ഇതോടെ കഴിഞ്ഞു..."

ചുവന്ന മുഖക്കാരനെ ബൂട്ടുകൾ ധരിക്കാൻ അനുവദിച്ചു. അതിനുശേഷം കൈരണ്ടും കൂട്ടിക്കെട്ടി അയാളെ ഒരു കുതിരപ്പുറത്തു കേറ്റി ഇരുത്തി മിലിഷ്യക്കാരിലൊരാൾ ആ കുതിരയുടെ കടിഞ്ഞാൺ പിടിച്ചു കൊണ്ട് മുമ്പിൽ നടന്നു. മറ്റെയാൾ കുതിരപ്പുറത്ത് അവരുടെ പിന്നാലെ പുറപ്പെട്ടു. എന്നെ തന്റെ കുതിരയുടെ പുറത്തു കേറ്റിയിരുത്തിയശേഷം ദുയ്ഷേൻ ഒപ്പം നടന്നു.

ഞങ്ങൾ പുറപ്പെട്ടുകഴിഞ്ഞപ്പോൾ പിന്നിൽ നിന്ന് വന്യമായ, മനുഷ്യസഹജമല്ലാത്ത ഒരു നിലവിളി ഉയർന്നു. ആ കറുത്ത സ്ത്രീയായിരുന്നു അത്. അവർ ഞങ്ങളുടെ പിന്നാലെ ഓടിവരികയായിരുന്നു. ഒരു ഉന്മാദിനിയെപ്പോലെ ഓടിച്ചെന്ന് അവർ തന്റെ ഭർത്താവിന്റെനേരെ ഒരു കല്ലെടുത്തെറിഞ്ഞു. ഏറുകൊണ്ട് അയാളുടെ രോമത്തൊപ്പി താഴെ വീണു.

"ശൈത്താനെ, എന്റെ ജീവരക്തം നീ ഊറ്റിക്കുടിച്ചു.! എന്നെ നീ തുലച്ചു! നിന്നെ ഞാൻ ജീവനോടെ വിടുകയില്ല!" തുളച്ചുകയറുന്ന ശബ്ദത്തിൽ അവർ ആക്രോശിച്ചു.

അയാളുമൊത്തു ജീവിക്കാൻ തുടങ്ങിയശേഷം അവർ ഒരിക്കൽ പോലും തലയുയർത്തിക്കാണുകയില്ല. പക്ഷേ ഇപ്പോൾ അവരുടെ ഉള്ളിൽ കെട്ടിനിന്നിരുന്ന രോഷം മുഴുവൻ അണമുറിച്ചൊഴുകാൻ തുടങ്ങി. അവരുടെ ചെവിതുളയ്ക്കുന്ന നിലവിളി ആ മലയിടുക്കിലെ പാറകളിൽ അടിച്ചു മാറ്റൊലിക്കൊണ്ടു. കുതിരയുടെ ഇരുവശത്തേക്കും മാറിമാറി ഓടിക്കൊണ്ട് അവർ ജീനിപ്പുറത്ത് പേടിച്ചു കുനിഞ്ഞിരുന്ന തന്റെ ഭർത്താവിന്റെ നേരെ ചാണകവും കല്ലും മണ്ണാങ്കട്ടയും, കൈയിൽ കിട്ടിയതെല്ലാം, എടുത്തെറിഞ്ഞു. അതോടൊപ്പം അവർ ശാപവചനങ്ങളും വർഷിച്ചുകൊണ്ടിരുന്നു.

"നീ കാലെടുത്തു കുത്തുന്നിടത്ത് ഒരു പുല്ലുപോലും മുളയ്ക്കാതെ പോകട്ടെ! നിന്റെ ശവം കഴിച്ചിടാതെ വയലിലെങ്ങാനും കിടന്നു ചീയട്ടെ! കാക്കകൾ നിന്റെ കണ്ണു കൊത്തിപ്പറിക്കട്ടെ! നിന്നെ ഇനി കാണാൻ എനിക്ക് ഇടയാകാതിരിക്കട്ടെ! രാക്ഷസാ, എന്റെ കണ്ണും വെട്ടത്തുനിന്നു പോ! പോയി ചാക്, ചാക്, ചാക്,!"

ഇത്രയും പുലമ്പിയിട്ട് അവർ നിമിഷനേരത്തേക്കു നിശ്ശബ്ദയായി. പിന്നീട് ഒരലർച്ചയോടെ അവർ അവിടെനിന്ന് ഓടിയകന്നു. അവരുടെ അഴിഞ്ഞു കിടന്നു മുടി കാറ്റത്തു പറന്നുകൊണ്ടിരുന്നു. ഓടിയെത്തിയെ അയൽക്കാർ അവരെ പിടിക്കുന്നതിനായി കുതിരപ്പുറത്തു പാഞ്ഞു.

ഒരു ദുഃസ്വപ്നത്തിനുശേഷമെന്നോണം എന്റെ തല വിങ്ങി. വിവശയും വിഷണ്ണയുമായി ഞാൻ ജീനയിലിരുന്നു. എന്റെ കുതിരയുടെ കടിഞ്ഞാൺ പിടിച്ചുകൊണ്ട് ദുയ്ഷേൻ അല്പം മുമ്പിൽ നടന്നു.

ഒടുവിൽ ഞങ്ങൾ ആ ഭാഗ്യംകെട്ട മലയിടുക്കു പിന്നിട്ടു. മിലിഷ്യക്കാർ ഞങ്ങളിൽനിന്ന് വളരെ ദൂരെയായിക്കഴിഞ്ഞിരുന്നു. ദുയ്ഷേൻ കുതിരയെ നിർത്തിയിട്ട് വേദന തളംകെട്ടിയ കണ്ണുകളോടെ എന്നെ നോക്കി.

"അൽത്തിനായ്, നിന്നെ കാത്തുരക്ഷിക്കാൻ എനിക്ക് കഴിഞ്ഞില്ല. എന്നോട് ക്ഷമിക്കൂ." അയാൾ പറഞ്ഞു. എന്റെ കൈ പിടിച്ച് തന്റെ കവിളത്തു വച്ചുകൊണ്ട് അയാൾ തുടർന്നു. "എന്നോട് നീ ക്ഷമിച്ചാൽ തന്നെയും എനിക്ക് ഒരിക്കലും ഇത് സ്വയം ക്ഷമിക്കാൻ സാധ്യമല്ല."

പൊട്ടിക്കരഞ്ഞുകൊണ്ട് ഞാൻ കുതിരയുടെ കുഞ്ചിരോമങ്ങളിൽ മുഖമമർത്തി. നിശ്ശബ്ദനായി, എന്റെ തലമുടി തഴുകിക്കൊണ്ട്, ഞാൻ കരച്ചിൽ നിർത്തുന്നതും കാത്ത് ദുയ്ഷേൻ നിന്നു.

"വരൂ, അൽത്തിനായ്, നമുക്കു പോകാം." ഒടുവിൽ ദുയ്ഷേൻ പറഞ്ഞു. "നിന്നോട് ഒരു കാര്യം പറയാനുണ്ട്. മിനിഞ്ഞാന്നു ഞാൻ ജില്ലാകേന്ദ്രത്തിൽ പോയിരുന്നു. പട്ടണത്തിലെ സ്കൂളിൽ നിനക്കു പ്രവേശനം ലഭിച്ചു."

ഒച്ചയിട്ടൊഴുകുന്ന ഒരു തെളിഞ്ഞ പുഴയുടെ തീരത്തെത്തിയപ്പോൾ ഞങ്ങൾ നിന്നു.

"ഇറങ്ങിച്ചെന്ന് കൈയും മുഖവും കഴുകിയിട്ടു വാ, അൽത്തിനായ്," പോക്കറ്റിൽ നിന്ന് ഒരു സോപ്പുകട്ട എടുത്തു നീട്ടിക്കൊണ്ട് ദുയ്ഷേൻ പറഞ്ഞു. "ഇതാ, നല്ലവണ്ണം കഴുക്, വേണമെങ്കിൽ ഒന്നുകുളിച്ചോളൂ. ഞാൻ മാറിനിന്ന് കുതിരയെ തീറ്റിക്കൊള്ളാം. കഴിഞ്ഞതെല്ലാം മറന്നുകളയൂ. അതിനെപ്പറ്റി ഓർക്കാതിരിക്കൂ. നന്നായിട്ടൊന്നു മുങ്ങിക്കുളിക്ക്, അപ്പോൾ കുറച്ച് ആശ്വാസം കിട്ടും. എന്താ?"

ഞാൻ തലയാട്ടി. ദുയ്ഷേൻ മാറിപ്പോയപ്പോൾ വസ്ത്രങ്ങൾ അഴിച്ചുവച്ചിട്ട് ഞാൻ വെള്ളത്തിലേക്കിറങ്ങി. വെളുപ്പും നീലയും പച്ചയും ചുവപ്പും നിറത്തിലുള്ള ചരൽക്കല്ലുകൾ വെള്ളത്തിനടയിൽ തിളങ്ങിക്കൊണ്ടിരുന്നു. നീലനിറമാർന്ന വെള്ളം എന്റെ കണങ്കാലിൽ ചുറ്റിത്തിരിഞ്ഞ് മർമ്മരമുണ്ടാക്കിക്കൊണ്ട് ഒഴുകി. കൈക്കുമ്പിളിൽ വെള്ളമെടുത്ത് ഞാൻ മാറത്തു തളിച്ചു. തണുത്ത വെള്ളം ദേഹത്തുടെ ചാലുകളായി ഒഴുകിയിറങ്ങിയപ്പോൾ ഞാൻ അറിയാതെ ചിരിച്ചുപോയി. ആ ദിവസങ്ങളിൽ ആദ്യമായിട്ടായിരുന്നു അത്. എന്തുരസമായിരുന്നു ചിരിക്കാൻ! വീണ്ടും വീണ്ടും ദേഹത്തു വെള്ളം കോരി തളിച്ചശേഷം ഞാൻ പുഴയുടെ നടുവിലേക്ക് എടുത്തുചാടി. നുരഞ്ഞു പതഞ്ഞു ശക്തിയായി ഒഴുകുന്ന വെള്ളം എന്നെ മണൽത്തിട്ടയിലേക്കു തള്ളുകയും ഞാൻ എഴുന്നേറ്റ് വീണ്ടും ആ ഒഴുക്കിലേക്കു ചാടുകയും ചെയ്തുകൊണ്ടിരുന്നു.

"ഈ ദിവസങ്ങളിലെ സകല അഴുക്കും വൃത്തികേടും ഒഴുക്കിക്കൊണ്ടു പോകൂ. നിന്നെപ്പോലെതന്നെ എന്നെ നിർമ്മലയാക്കൂ!" ഞാൻ വെള്ളത്തോടു മന്ത്രിക്കുകയും

എന്തുകൊണ്ടെന്നറിയാതെ ചിരിക്കുകയും ചെയ്തു.

നമുക്കു മറക്കാനാവാത്ത സ്ഥലങ്ങളിൽ നമ്മുടെ കാല്പാടുകൾ എന്നെന്നേക്കുമായി പതിയാത്തതെന്തുകൊണ്ടാണ്? ദുയ്ഷേനോടൊത്ത് അന്ന് മലയിൽ നിന്നു മടങ്ങിയ ആ ഒറ്റയടിപ്പാത ഇന്നെനിക്കു കണ്ടെത്താൻ കഴിഞ്ഞിരുന്നെങ്കിൽ ഞാൻ മണ്ണിൽ കമിഴ്ന്നു വീണ് എന്റെ മാസ്റ്ററുടെ കാല്പാടുകൾ ചുംബിക്കുമായിരുന്നു. ആ ഒറ്റയടിപ്പാതയിൽ നിന്നാണ് എന്റെ മറ്റെല്ലാ പാതകളും തുടങ്ങിയത്. എന്നെ ജീവിതത്തിലേക്കും പുതിയൊരു ആത്മവിശ്വസത്തിലേക്കും പുതിയ ആശകളിലേക്കും വെളിച്ചത്തിലേക്കും ആനയിച്ച ആ പാതയോട് ഞാൻ എന്നേന്നേയ്ക്കും കടപ്പെട്ടിരിക്കുന്നു... അന്നത്തെ സൂര്യപ്രകാശത്തിനും ആവസന്തകാലഭ്രമിക്കും നന്ദി....

രണ്ടു ദിവസം കഴിഞ്ഞ് ദുയ്ഷേൻ എന്ന റെയിൽവേസ്റ്റേഷനിലേക്കു കൊണ്ടുപോയി.

ആ സംഭവങ്ങൾക്കുശേഷം ഗ്രാമത്തിൽ കഴിയാൻ എനിക്ക് ആഗ്രഹമില്ലായിരുന്നു. പുതിയ ജീവിതം പുതിയൊരു സ്ഥലത്തുതന്നെ ആരംഭിക്കാൻ ഞാൻ തീരുമാനിച്ചു. ആളുകൾ എന്റെ തീരുമാനത്തെ ശരിവയ്ക്കുകയും ചെയ്തു. സായ്കാൽ അമ്മൂമ്മയും കറാക്കെയും എന്നെ യാത്ര അയക്കാൻ വന്നു. അവർ വെപ്രാളം കൂട്ടുകയും കൊച്ചുകുട്ടികളെപ്പോലെ കരയുകയും പൊതികളും കെട്ടുകളും എന്നെ നിർബന്ധിച്ച് ഏല്പിക്കുകയും ചെയ്തു. എനിക്ക് യാത്രാശിസ്സുകൾ നേരാൻ മറ്റ് അയല്ക്കാരും വന്നിരുന്നു. തർക്കക്കാരനായ സത്തിംകുൽപോലും ആക്കൂട്ടത്തിലുണ്ടായിരുന്നു.

“മോളേ, നിനക്കു നല്ലതു വരട്ടെ,” അയാൾ പറഞ്ഞു. “നീ പഠിച്ചു മിടുക്കിയാകണം. ഒട്ടും പേടിക്കണ്ടാ. ദുയ്ഷേൻ മാസ്റ്റർ പറഞ്ഞതനുസരിച്ച് ജീവിച്ചാൽ നിനക്കൊരു കുഴപ്പവും വരില്ല. എന്തൊക്കെയായാലും ഞങ്ങളും കുറച്ചൊക്കെ മനസ്സിലാക്കാൻ തുടങ്ങിയിട്ടുണ്ട്.”

എന്റെ കൂടെ പഠിച്ചിരുന്ന കുട്ടികൾ ഞങ്ങളുടെ കുതിരവണ്ടിയുടെ പിറകെ വളരെനേരം ഓടുകയും കൈയിളക്കി എനിക്ക് വിടനല്കുകയും ചെയ്തു.

എന്നോടൊപ്പം വേറെ ചില കുട്ടികളും താഷ്ക്കെന്റിലെ ബാലസദനത്തിലേക്കു പോവുന്നുണ്ടായിരുന്നു. ഞങ്ങളെയും കാത്ത് തോൽക്കോട്ടു ധരിച്ച ഒരു റഷ്യൻ സ്ത്രീ സ്റ്റേഷനിൽ നില്പുണ്ടായിരുന്നു.

മലയിടുക്കിലുള്ള പോപ്ലാർമരങ്ങൾ തണൽ വീശുന്ന ആ ചെറിയ സ്റ്റേഷനിലൂടെ പിന്നീട് ഞാൻ എത്ര പ്രാവശ്യം കടന്നുപോയിട്ടുണ്ട്! എന്റെ ഹൃദയത്തിന്റെ പാതി ഇപ്പോഴും അവിടെ കിടപ്പുണ്ടെന്ന് എനിക്ക് തോന്നിപ്പോവുന്നു.

ആ വസന്തകാലസായാഹ്നത്തിന്റെ ചഞ്ചലമായ ധൂമ്രവെളിച്ചത്തിൽ ശോകവും വേദനയും മുറ്റിനിന്നിരുന്നു. ഞങ്ങളുടെ വേർപാടിനെപ്പറ്റി ആ സന്ധ്യാപ്രകാശത്തിന് അറിയാമായിരുന്നുവെന്നു തോന്നി. തന്റെ മനസ്സിനെ ഞെരുക്കിക്കൊണ്ടിരുന്ന വേദന വെളിക്കു കാട്ടാതിരിക്കാൻ ദുയ്ഷേൻ ആവുന്നത്ര ശ്രമിച്ചു. പക്ഷേ എനിക്ക് അതു മനസ്സിലാക്കാൻ കഴിഞ്ഞു. എന്തെന്നാൽ അതേപോലുള്ള വേദനയാൽ ഞാൻ നിരുദ്ധകണ്ഠയായിരുന്നു. എന്റെ കണ്ണുകളിലേക്ക് ഉറ്റുനോക്കിക്കൊണ്ട് ദുയ്ഷേൻ എന്റെ തലമുടിയും മുഖവും, എന്റെ കോട്ടിന്റെ ബട്ടണുകൾപോലും, തലോടിക്കൊണ്ടിരുന്നു.

"ഞാൻ നിന്നെ എന്റെ അടുത്തുനിന്ന് എങ്ങോട്ടും വിടുകയില്ലായിരുന്നു, അൽത്തിനായ്." ദുയേഷേൻ പറഞ്ഞു. "പക്ഷേ നിനക്കു മാർഗ്ഗതടസ്സമായി നില്ക്കാൻ എനിക്ക് അവകാശമില്ല. നീ പഠിക്കണം. എനിക്ക് അക്ഷരങ്ങൾ കൂട്ടി വായിക്കാൻ അറിയാമെന്നേയുള്ളൂ. നീ പോകുന്നതാണു നല്ലത്... നീ ശരിക്കുമൊരു അദ്ധ്യാപികയായിത്തീർന്നേക്കാം. അപ്പോൾ നമ്മുടെ സ്കൂളിനെപ്പറ്റി ഓർത്ത് ചിരിക്കുമായിരിക്കാം. ചിരിച്ചോളൂ, അതിനെന്താ?"

ദൂരനിന്നുള്ള ഒരു തീവണ്ടിയുടെ ചൂളംവിളി സ്റ്റേഷൻ സ്ഥിതിചെയ്തിരുന്ന മലയിടുക്കിൽ മാറ്റൊലിക്കൊണ്ടു. താമസിയാതെ തീവണ്ടിയുടെ ലൈറ്റുകൾ ദൂരെ തെളിഞ്ഞുകാണപ്പെട്ടു. വണ്ടി കാത്തുനിന്നിരുന്നവരുടെയിടയിൽ ചലനമുണ്ടായി.

"ഇതാ, നീയിപ്പോൾ പോകും." എന്റെ കൈ അമർത്തിക്കൊണ്ട് ഇടറുന്ന ശബ്ദത്തിൽ ദുയ്ഷേൻ പറഞ്ഞു. "നിനക്കു ഭാഗ്യം കൈവരട്ടെ, അൽത്തിനായ്, നന്നായി പഠിക്കണം, അതാണു പ്രധാനം."

എനിക്ക് ഒന്നും പറയാൻ കഴിഞ്ഞില്ല, കണ്ണുനീർ എന്റെ തൊണ്ടയിൽ തടഞ്ഞു.

"കരയാതെ, അൽത്തിനായ്,"എന്റെ കണ്ണുനീർ തുടച്ചുകൊണ്ട് ദുയ്ഷേൻ പറഞ്ഞു. പെട്ടെന്ന് എന്തോ ഓർമ്മിച്ചിട്ടെന്നോണം അയാൾതുടർന്നു. "നമ്മൾ കുഴിച്ചുവച്ച ആ പോപ്ലർത്തൈകളില്ലേ, അവയുടെ കാര്യം ഞാൻ നോക്കിക്കൊള്ളാം. നീ വലിയൊരാളായി തിരിച്ചെത്തുമ്പോൾ ആ മരങ്ങളുടെ ഭംഗി നിനക്കു കാണാം."

അപ്പോൾ വണ്ടി സ്റ്റേഷനിലെത്തി. കിലുക്കത്തോടും മുഴക്കത്തോടുംകൂടി കമ്പാർട്ടുമെന്റുകൾ നിശ്ചലമായി.

"ശരി, നമുക്കിനി യാത്ര പറയാം." ദുയ്ഷേൻ എന്നെ മാറോടണച്ച് എന്റെ നെറ്റിയിൽ ഗാഢമായി ചുംബിച്ചു. "പ്രിയപ്പെട്ട ആൽത്തിനായ്, നിനക്കു ഞാൻ ഭാവുകങ്ങൾ നേരുന്നു. നീ പോയ്ക്കോളൂ. ഒന്നും പേടിക്കണ്ടാ. ധൈര്യമായിത്തന്നെ പോകൂ!"

വണ്ടിയുടെ ചവിട്ടുപടിയിലേക്കു ചാടിക്കയറിയിട്ട് ഞാൻ തിരിഞ്ഞുനോക്കി. ആ നിമിഷം ഞാൻ ഒരിക്കലും മറക്കുകയില്ല. കെട്ടിത്തൂക്കിയിരുന്ന കൈയുമായി നില്ക്കുന്ന ദുയ്ഷേൻ എന്നെ ഈറനണിഞ്ഞ കണ്ണുകളോടെ നോക്കുകയായിരുന്നു. പിന്നീട് എന്നെ ഒന്നുകൂടി സ്വപർശിക്കാനെന്നോണം അയാൾ മുന്നോട്ടാഞ്ഞു. പക്ഷേ ആ നിമിഷത്തിൽ വണ്ടി നീങ്ങാൻ തുടങ്ങി.

"അൽത്തിനായ്, എന്റെ ആശാദീപമേ, നീ പോയി വരൂ!" അയാൾ വിളിച്ചു പറഞ്ഞു.

"വിട തരൂ, മാസ്റ്റർ! എന്റെ പ്രിയപ്പെട്ട മാസ്റ്റർ!"

ദുയ്ഷേൻ വണ്ടിയ്ക്കൊപ്പം ഓടാൻ തുടങ്ങി. പക്ഷേ അയാൾ പിന്നിലായിപ്പോയി. വീണ്ടും മുന്നോട്ടാഞ്ഞുകൊണ്ട് അയാൾ ഉറക്കെ വിളിച്ചു.

"അൽത്തി-നാ-ാ-ാ-യ്!"

എന്താ പ്രധാനപ്പെട്ട കാര്യം പറയാൻ മറന്നത് ഓർമ്മിച്ചതുപോലെയായിരുന്നു ആ വിളി. പക്ഷേ അതിനി പറയാൻ സാധ്യമല്ലെന്ന് അയാൾക്ക് അറിയാമായിരുന്നതാനും. ഹൃദയത്തിൽനിന്നുയർന്ന, ആത്മാവിന്റെ ആഴങ്ങളിൽ നിന്നുള്ള ആ വിളി ഇന്നുമെന്റെ കർണ്ണപുടങ്ങളിൽ മുഴങ്ങുന്നുണ്ട്.

തീവണ്ടി ഒരു തുരങ്കം കടന്ന് നീണ്ടുനിവർന്നുകിടക്കുന്ന പാളങ്ങളിലൂടെ കുതിച്ചു

പാഞ്ഞു. കസാക്ക് സമതലങ്ങളിലൂടെ അത് എന്നെ ഒരു പുതിയ ജീവിതത്തിലേക്കു വഹിച്ചുകൊണ്ടുപോയി.

മാസ്റ്ററേ വിട! എന്റെ ആദ്യത്തെ സ്കൂളേ വിട! ബാല്യമേ വിട! ബാല്യമേ വിട! ആരുമറിയാത്ത എന്റെ ആദ്യപ്രേമമേ വിട!

ദുയ്ഷേൻ സ്വപ്നം കണ്ടതും ഞങ്ങളെ വർണ്ണിച്ചുകേൾപ്പിച്ചതുമായ ആ വലിയ പട്ടണത്തിൽ, വലിയ ജനലുകളോടുകൂടിയ വലിയ സ്കൂളുകളിൽ ഞാൻ പഠിച്ചു. റബ്ഫാക്ക്[6]പാസ്സായപ്പോൾ ഇൻസ്റ്റിറ്റ്യൂട്ടിൽ ചേർന്നു പഠിക്കുന്നതിനായി എന്നെ മോസ്കോയിലേക്ക് അയച്ചു.

വിദ്യാഭ്യാസത്തിന്റെ ആ നീണ്ട വർഷങ്ങളിൽ എന്തെല്ലാം പ്രയാസങ്ങൾ എനിക്ക് അനുഭവിക്കേണ്ടിവന്നിട്ടുണ്ട്! എത്ര തവണ എനിക്കു നിരാശ തോന്നിയിട്ടുണ്ട്! സങ്കീർണ്ണമായ ശാസ്ത്രതത്വങ്ങൾ എന്തു ചെയ്താലും എന്റെ തലയിൽ കയറുകയില്ലെന്ന് എനിക്ക് പലപ്പോഴും തോന്നിയിരുന്നു. വിഷമമേറിയ ആ നിമിഷങ്ങളിലെല്ലാം ഞാൻ എന്റെ ആദ്യത്തെ അധ്യാപകനു കൊടുത്ത വാക്കിനെപ്പറ്റി ഓർക്കും. അപ്പോൾ പിൻവാങ്ങാൻ ഞാൻ ധൈര്യപ്പെടുകയില്ല. മറ്റുള്ളവർ എളുപ്പം മനസ്സിലാക്കിയിരുന്ന കാര്യങ്ങൾ ഗ്രഹിക്കാൻ എനിക്കു വളരെ ബുദ്ധിമുട്ടേണ്ടിവന്നു. എന്തെന്നാൽ എനിക്ക് എല്ലാം ഹരിശ്രീതൊട്ടുതന്നെ തുടങ്ങേണ്ടിയിരുന്നു.

റബ്ഫാക്കിൽ പഠിച്ചുകൊണ്ടിരുന്നപ്പോൾ ഞാൻ ദുയ്ഷേന് ഒരു കത്ത് എഴുതി. ഒരു പ്രേമലേഖനമായിരുന്നു അത്. പക്ഷേ ദുയ്ഷേൻ അതിനു മറുപടി അയച്ചില്ല. പിന്നീട് ഞാൻ എഴുതുകയുണ്ടായില്ല. എന്റെ പഠനത്തിനു തടസ്സമാകുമെന്നു കരുതിയതുകൊണ്ടായിരിക്കാം അയാൾ ഞങ്ങളുടെ പ്രേമത്തെ ബലിയർപ്പിച്ചത്. ശരിയായിരിക്കാം... അതോ, മറ്റെന്തെങ്കിലും കാരണമുണ്ടായിരുന്നോ? അന്ന് ഞാൻ എത്രമാത്രം വേദനയനുഭവിച്ചു, എന്തെല്ലാം ആലോചിച്ചു!

മോസ്കോയിൽവച്ച് എനിക്കു പി എച്ച്. ഡി. ബിരുദം കിട്ടി. എന്നെ സംബന്ധിച്ചിടത്തോളം അതൊരു വമ്പിച്ച വിജയമായിരുന്നു. തിരക്കുപിടിച്ച ആ വർഷങ്ങളിൽ ഒരിക്കൽപോലും നാട്ടിൽ പോകാൻ എനിക്കു സാധിച്ചില്ല. പിന്നെ യുദ്ധം തുടങ്ങി. ശരൽക്കാലാന്ത്യത്തിൽ മോസ്കോയിൽ നിന്ന് ഫ്റൂൻസെയിലേക്ക് അയക്കപ്പെട്ടവരുടെ കൂട്ടത്തിൽ ഞാനുമുണ്ടായിരുന്നു. ദുയ്ഷേൻ എന്നെ യാത്രയാക്കിയ ആ ചെറിയ സ്റ്റേഷനിൽ തീവണ്ടി നിർത്തിയപ്പോൾ ഞാൻ അവിടെ ഇറങ്ങി. ഭാഗ്യത്തിന് എനിക്ക് ഉടൻതന്നെ ഒരു കുതിരവണ്ടി കിട്ടി. ഞങ്ങളുടെ ഗ്രാമത്തിലൂടെ സ്റ്റേറ്റ് കൃഷിക്കളത്തിലേക്കു പോകുന്ന ഒരു വണ്ടിയായിരുന്നു അത്.

എന്റെ ജന്മനാടേ, യുദ്ധത്തിന്റെ ഇരുണ്ട ദിനങ്ങളിലാണ് നിന്നെ കാണാൻ ഞാൻ എത്തിയത്. പുതിയ ഗ്രാമങ്ങളും ഉഴുതുമറിച്ച വയലുകളും പുതിയ റോഡുകളും പാലങ്ങളുമെല്ലാമായി രൂപാന്തരം പ്രാപിച്ച നാടു കണ്ടപ്പോൾ ഞാൻ ആഹ്ലാദഭരിതയായി. പക്ഷേ യുദ്ധത്തിന്റെ കരിനിഴൽ എന്റെ ആഹ്ലാദത്തിനു മങ്ങലേല്പിച്ചു.

ഗ്രാമം അടുത്തപ്പോൾ ഞാൻ ഉദ്വേഗഭരിതയായി. പുതിയ, അപരിചിതമായ തെരുവുകളും പുതിയ വീടുകളും തോട്ടങ്ങളും ഞാൻ നോക്കിക്കണ്ടു. പിന്നീട്, ഞങ്ങളുടെ സ്കൂൾ സ്ഥിതിചെയ്തിരുന്ന കുന്നിലേക്കു നോക്കിയപ്പോൾ സന്തോഷം കൊണ്ട് എനിക്കു വീർപ്പുമുട്ടി. രണ്ടു വലിയ പോപ്ലാർവൃക്ഷങ്ങൾ ആ കുന്നിൽ അടുത്തടുത്തു നില്പുണ്ടായിരുന്നു. കാറ്റത്ത് ആ മരങ്ങൾ മെല്ലെ ഇളകിക്കൊണ്ടിരുന്നു.

6 തൊഴിലാളി- കർഷകയുവജനങ്ങളെ ഉന്നതവിദ്യാഭ്യാസത്തിനുവേണ്ടി ഒരുക്കിയിരുന്ന കോഴ്സ്- എ.ഡി

അതേ വരെ "മാസ്റ്റർ" എന്നു മാത്രം സംബോധന ചെയ്തിരുന്ന ആ മനുഷ്യനെ അന്ന് ഞാൻ പേരെടുത്തു വിളിച്ചു.

"ദ്യൂയേഷേൻ !" ഞാൻ മന്ത്രിച്ചു. "എനിക്കുവേണ്ടി അങ്ങു ചെയ്തതിനെല്ലാം അങ്ങേയ്ക്കു നന്ദി. അങ്ങ് എന്നെ മറന്നില്ല. അങ്ങയുടെ മനസ്സിൽ ഞാൻ ഉണ്ടായിരുന്നു... എനിക്കത് അറിയാമായിരുന്നു."

എന്റെ കണ്ണുനീർ കണ്ടപ്പോൾ വണ്ടിക്കാരൻ പയ്യൻ പരിഭ്രമിച്ചു.

"നിങ്ങൾക്കെന്തു പറ്റി?"

"ഒന്നുമില്ല, വെറുതെ. ഈ കൂട്ടുകൃഷിക്കളത്തിൽനിന്നുള്ള ആരെയെങ്കിലും നിനക്കറിയാമോ?"

"തീർച്ചയായും. ഇവിടെ എല്ലാവരെയും എനിക്കറിയാം."

"ദ്യൂയ്ഷേനോ? അങ്ങേരു പട്ടാളത്തിൽ ചേർന്നല്ലോ. ഞാനാ അങ്ങേരെ ഇതേ വണ്ടിയിൽ കൂട്ടുകൃഷിക്കളത്തിൽ നിന്ന് മിലിട്ടറി ആപ്പീസിൽ കൊണ്ടാക്കിയത്. വണ്ടിയിൽ നിന്ന് ഇറങ്ങി. എന്തു ചെയ്യണം? ഞാൻ വഴിയിൽനിന്നുകൊണ്ട് ആലോചിച്ചു. എന്നെ ഓർമ്മയുള്ളവരെ അന്വേഷിച്ച് വീടുകൾ തോറും കേറിയിറങ്ങുകയോ? ഉൽക്കണ്ഠാജനകമായ ആ കാലത്തു അതിനു ഞാൻ ധൈര്യപ്പെട്ടില്ല. ദ്യൂയ്ഷേൻ പട്ടാളത്തിൽ ചേർന്നു കഴിഞ്ഞിരുന്നു. മാത്രമല്ല, എന്റെ അമ്മായിയും അമ്മാവനും താമസിക്കുന്നിടത്ത് ഒരിക്കലും കാലുകുത്തുകയില്ലെന്നു ഞാൻ ശപഥം ചെയ്തിരുന്നുതാനും. പല കാര്യങ്ങളും ക്ഷമിക്കാൻ കഴിയും. പക്ഷേ അവർ ചെയ്തതുപോലുള്ള കൊടുംപാതകം ആർക്കെങ്കിലും ക്ഷമിക്കാനാവുമെന്നു തോന്നുന്നില്ല. ഞാൻ ഗ്രാമത്തിൽ വന്ന കാര്യം അവർ അറിയുകപോലും ചെയ്യരുതെന്നു ഞാൻ ആഗ്രഹിച്ചു. വഴിയിൽ നിന്നു തിരിഞ്ഞു ആ പോപ്ലാറുകൾ നിന്നിരുന്ന കുന്നിലേക്കു ഞാൻ നടന്നു.

ഹാ പോപ്ലാറുകളേ! നിങ്ങൾ പണ്ടൊരിക്കൽ ഇളം നീലത്തണ്ടുകളോടു കൂടിയ കൊച്ചുതൈകളായിരുന്നു. അതിൽ പിന്നീട് എന്തെല്ലാം സംഭവങ്ങൾ നടന്നിരിക്കുന്നു! നിങ്ങളെ നട്ടുവളർത്തിയ ആ മനുഷ്യൻ എന്തിനെപ്പറ്റിയെല്ലാം സ്വപ്നം കണ്ടുവോ എന്തെല്ലാം പ്രവചിച്ചുവോ അതെല്ലാം ഇന്ന് യാഥാർത്ഥ്യമായി ത്തീർന്നിരിക്കുന്നു. എന്നിട്ടും നിങ്ങൾ ഇത്ര വിഷാദാത്മകമായി മർമ്മരം പൊഴിക്കുന്നതെന്തുകൊണ്ടാണ്? എന്തിനെപ്പറ്റിയാണ് നിങ്ങൾ വ്യാകുലപ്പെടുന്നത്? മഞ്ഞുകാലം അടുത്തതുകൊണ്ടാണോ, തണുത്ത കാറ്റടിച്ച് നിങ്ങളുടെ ഇലകൾ പൊഴിയുന്നതുകൊണ്ടാണോ? അതോ, ജനങ്ങളുടെ ദുഃഖത്തിലും വേദനയിലും നിങ്ങൾ പങ്കുകൊള്ളുകയാണോ?

അതേ, മഞ്ഞുകാലമാണ് വരാൻ പോകുന്നത്. കൊടും ശൈത്യവും ഹിമക്കാറ്റുകളും ഉണ്ടാകും, പക്ഷേ വീണ്ടും വസന്തം വന്നണയും...

മഞ്ഞനിറമാർന്ന ഇലപ്പടർപ്പിന്റെ മർമ്മരവും ശ്രവിച്ചുകൊണ്ട് ഞാൻ അവിടെ വളരെ നേരം നിന്നു. ആ വൃക്ഷങ്ങളുടെ ചുവട്ടിലേക്കുള്ള ചാല് ആയിടെ ആരോ വെട്ടിത്തെളിച്ചിരുന്നു. തൂമ്പയുടെ പുതിയ പാടുകൾ മണ്ണിൽ ആഴത്തിൽ പതിഞ്ഞിരുന്നു. ആ ചാലുനിറയെ കെട്ടിനിന്ന തെളിഞ്ഞ വെള്ളത്തിൽ കാറ്റ് ചിറ്റോളങ്ങളുണ്ടാക്കി. പോപ്ലാറുകളിൽ നിന്നും വീണ പഴുത്ത ഇലകൾ അതിൽ മെല്ലെ ഇളകിക്കൊണ്ടിരുന്നു.

പുതിയ സ്കൂൾ കെട്ടിടത്തിന്റെ ചായം പൂശിയ മേൽക്കൂര ആ കുന്നിൽ നിന്നു

കാണാമായിരുന്നു. ഞങ്ങളുടെ പഴയ സ്കൂളിന്റെ യാതൊരടയാളവും അവിടെ ഇല്ലാ യിരുന്നു.

ഞാൻ റോഡിലേക്കിറങ്ങി ആദ്യം കണ്ട കുതിരവണ്ടിയിൽ കയറി റെയിൽ വേസ്റ്റേഷനിലേക്കു തിരിച്ചു.

യുദ്ധം നടന്നു. ഒടുവിൽ വിജയത്തിന്റെ ആ സുദിനം വന്നുചേർന്നു. സന്തോഷവും ദുഃഖവും അതിൽ ഇടകലർന്നിരുന്നു. അച്ഛന്മാരുടെ പട്ടാളസഞ്ചികളിൽ പുസ്തകങ്ങളി ട്ടുകൊണ്ട് കുട്ടികൾ സ്കൂളിൽ പോയി. പുരുഷന്മാർ വീണ്ടും തങ്ങളുടെ ജോലികളിൽ ഏർപ്പെട്ടു. കരഞ്ഞുകരഞ്ഞു കണ്ണുനീരു വറ്റിയ വിധവകൾ തങ്ങളുടെ ഭാഗധേയ ത്തിനു കീഴടങ്ങി. ഉറ്റവരുടെ വരവുകാത്ത് വഴിക്കണ്ണുമായി കഴിഞ്ഞവരുമുണ്ടായി രുന്നു. പലരും താമസിച്ചാണല്ലോ മടങ്ങിയെത്തിയത്.

ദുയ്ഷേനെപ്പറ്റി എനിക്ക് യാതൊരു വിവരവുമില്ലായിരുന്നു. അയാൾ കാണാ തായവരുടെ ലിസ്റ്റിൽ പെടുന്നുവെന്നു കാണിച്ചുകൊണ്ടുള്ള ഒരു കടലാസ് ഗ്രാമ സോവിയറ്റിൽ കിട്ടിയതായി നാട്ടിൽ നിന്നു പട്ടണത്തിലേക്കു വന്നവർ എന്നോടു പറഞ്ഞു.

“ഒരു പക്ഷേ കൊല്ലപ്പെട്ടു കാണും.” അവർ അനുമാനിച്ചു. “ഇത്ര നാളായിട്ടും ഒരു വിവരവുമില്ലല്ലോ.”

“എന്റെ മാസ്റ്റർ ഇനി മടങ്ങിവരികയില്ല.” ചിലപ്പോൾ ഞാൻ വിചാരിക്കും .”അന്ന് സ്റ്റേഷനിൽ വച്ചു പിരിഞ്ഞശേഷം ഒരിക്കൽ പോലും തമ്മിൽ കാണാൻ ഞങ്ങൾക്കു കഴിഞ്ഞില്ലല്ലോ...?

കഴിഞ്ഞ കാലത്തെപ്പറ്റി പലപ്പോഴും ഞാൻ ഓർക്കാറുണ്ടായിരുന്നു. പക്ഷേ എന്റെ ഹൃദയത്തിൽ ഇത്രയേറെ വേദന കെട്ടിക്കിടപ്പുണ്ടെന്ന് ഒരിക്കൽ ഞാൻ വിചാരിച്ചിരുന്നില്ല.

1946-ലെ ശരൽക്കാലാന്ത്യത്തിൽ ഞാൻ തോംസ്റ്റ് സർവ്വകലാശാലയിലേക്ക് ഗവേഷണസംബന്ധമായ ഒരു കാര്യത്തിനുവേണ്ടി പോവുകയായിരുന്നു. സൈബീ രിയയിലൂടെയുള്ള എന്റെ ആദ്യത്തെ യാത്രയായിരുന്നു അത്. മഞ്ഞുകാലത്തിനു തൊട്ടുമുമ്പുള്ള പ്രകൃതി മ്ലാനവും ഉഗ്രവുമായിരുന്നു. നൂറ്റാണ്ടുകളുടെ പഴക്കമുള്ള വനങ്ങൾതീവണ്ടിയുടെ ജാലകത്തിനുവെളിയിൽ ഒരു ഇരുണ്ട മതിൽക്കെട്ടുപോലെ പിന്നോട്ടു പാഞ്ഞുകൊണ്ടിരുന്നു. വനങ്ങൾക്കിടയിലുള്ള തുറന്ന പ്രദേശങ്ങളിൽ ഗ്രാ മീണഭവനങ്ങളുടെ കറുത്ത മേൽക്കൂരകളും വെളുത്ത പുകയുയരുന്ന പുകക്കുഴലുകളും മിന്നിമറഞ്ഞുകൊണ്ടിരുന്നു. ആദ്യത്തെ ഹിമവർഷത്താൽ വെള്ളവിരിക്കപ്പെട്ട തണുത്ത വയലുകൾക്കു മുകളിൽ കാക്കകൾ പറന്നു കൊണ്ടിരുന്നു. ആകാശം എപ്പോഴും മൂടിക്കെട്ടിയിരുന്നു.

പക്ഷേ വണ്ടിക്കുള്ളിൽ നല്ല രസമായിരുന്നു. എന്റെ ഒരു സഹയാത്രക്കാരൻ- ഊന്നുവടികളുടെ സഹായത്തോടെ നടക്കുന്ന ഒരു മുൻപാട്ടാളക്കാരൻ-യുദ്ധകാല ജീവിതത്തിൽനിന്നുള്ള സരസമായ കഥകളും തമാശകളും പറഞ്ഞ് ഞങ്ങളെ ചിരി പ്പിച്ചുകൊണ്ടിരുന്നു. അയാളുടെ അക്ഷയമായ ഭാവന എന്നെ അതിശയപ്പെടുത്തി. സരളമായ ആ തമാശകളുടേയും നിർദ്ദോഷമായ ആ ചിരിയുടേയും പിന്നിലുള്ളത് യാഥാർത്ഥസംഭവങ്ങളാണെന്നതിൽ ഞങ്ങൾക്കു യാതൊരു സംശയവുമുണ്ടായി രുന്നില്ല. ഞങ്ങളുടെ കമ്പാർട്ട്മെന്റിൽ എല്ലാവർക്കും അയാളെ വളരെ ഇഷ്ടമായി. നൊബൊസിബീർസ്സ് പിന്നിട്ടശേഷം തീവണ്ടി ഏതോ ഒരു ചെറിയ ജംഗ്ഷനിൽ

ഒരു മിനിട്ടുനേരം നിന്നു. അപ്പോൾ ഞാൻ പുറത്തേക്കു നോക്കിക്കൊണ്ട് ജാലകത്തിനടുത്തുനിന്ന് എന്റെ സഹായാത്രക്കാരന്റെ ഒരു തമാശ കേട്ടു ചിരിക്കുകയായിരുന്നു.

വണ്ടി നീങ്ങി വേഗത്തിലാകാൻ തുടങ്ങി. ഒറ്റയ്ക്കു നിന്നിരുന്ന ചെറിയ സ്റ്റേഷൻ കെട്ടിടം കഴിഞ്ഞ് വണ്ടി ലൈൻമാന്റെ മാടം കടന്നു പോവുകയായിരുന്നു. പെട്ടെന്ന് ഞാൻ ജാലകത്തിനടുത്തുനിന്ന് ഞെട്ടി പിന്നോട്ടു മാറിയശേഷം ജാലകച്ചില്ലിൽ വീണ്ടും മുഖമമർത്തി. ദുയ്ഷേൻ തന്നെ! ലൈൻമാന്റെ മാടത്തിനടുത്ത് കൈയിൽ ഒരു ചെറിയ കൊടിയുമായി അയാൾ അതാ നില്ക്കുന്നു! ആ നിമിഷത്തിൽ എനിക്ക് എന്തു സംഭവിച്ചുവെന്ന് അറിഞ്ഞുകൂടാ.

"നിറുത്തൂ!" എന്ന് ഉച്ചത്തിൽ വിളിച്ചുപറഞ്ഞുകൊണ്ട് എന്തു ചെയ്യണമെന്നറിയാതെ ഞാൻ വാതില്ക്കലേക്ക് ഓടി. പെട്ടെന്ന് അപായ ബ്രേക്ക് എന്റെ കണ്ണിൽ പെട്ടു. ഞാൻ അതു പിടിച്ച് ശക്തിയായി വലിച്ചു.

വലിയ ഒരു കുടുക്കത്തോടുകൂടി തീവണ്ടി പെട്ടെന്ന് നിൽക്കുകയും അത്രതന്നെ പെട്ടെന്ന് പിന്നോട്ടടിക്കുകയും ചെയ്തു. തട്ടുകളിൽനിന്ന് സാമാനങ്ങൾ താഴെ വീണു. മേശകളിൽനിന്ന് പാത്രങ്ങൾ തെറിച്ചുപോയി. കുട്ടികളും സ്ത്രീകളും മുറവിളി കൂട്ടി. ആരോ ഒരാൾ ഹൃദയഭേദകമാംവണ്ണം വിളിച്ചു കൂവി:

"വണ്ടിക്കടിയിൽ ആള്!"

ഞാൻ ചവിട്ടുപടിയിൽ എത്തിക്കഴിഞ്ഞിരുന്നു. നിലത്തോട്ടു നോക്കാതെ ഒരു ആഗാധഗർത്തത്തിലേയ്ക്കെന്ന പോലെ ഞാൻ താഴേയ്ക്ക് എടുത്തുചാടി. മുമ്പിലുള്ള ഒന്നും കാണുകയോ മനസ്സിലാക്കുകയോ ചെയ്യാതെ ലൈൻമാന്റെ മാടത്തിനടുത്ത് കൊടിയും പിടിച്ചു നില്ക്കുന്ന ദുയ്ഷേന്റെ അടുത്തേയ്ക്ക് ഞാൻ ഓടി. പിന്നിൽ കണ്ടക്ടർമാരുടെ വിസിലടി കേട്ടു. തീവണ്ടിയിൽനിന്നു ആളുകൾ ചാടിയിറങ്ങി എന്റെ പിറകെ ഓടി.

ഒറ്റ ശ്വാസത്തിന് ഞാൻ വണ്ടിയുടെ മുഴുവൻ നീളവും പിന്നിട്ടു. ദുയ്ഷേന എന്റെ അടുത്തേയ്ക്ക് ഓടിവരുന്നുണ്ടായിരുന്നു.

"ദുയ്ഷേൻ, മാസ്റ്റർ!" ഞാൻ ഉറക്കെ വിളിച്ചു.

അയാൾ ഓട്ടം നിറുത്തി എന്റെ നേരെ ഇതികർത്തവ്യതാമൂഢനായി നോക്കി. ദുയ്ഷേൻ തന്നെയായിരുന്നു അത്. അതേ മുഖം, അതേ കണ്ണുകൾ. ഇപ്പോൾ മീശ വച്ചിട്ടുണ്ട്. പ്രായവും കൂടുതൽ തോന്നിക്കുന്നുണ്ട്. അത്രമാത്രം.

"സഹോദരീ, നിങ്ങൾക്കെന്തു പറ്റി?" അയാൾ കസാക്ക്ഭാഷയിൽ ചോദിച്ചു. "നിങ്ങൾക്ക് ആളു തെറ്റിപ്പോയെന്നു തോന്നുന്നു. എന്റെ പേര് ബെയ്യെവ്വ എന്നാണ്. ഞാൻ ഇവിടത്തെ ലൈൻമാനാണ്."

"ബെയ്യെവ്വ?"

നിരാശയും വേദനയും ലജ്ജയും കൊണ്ട് നിലവിളിക്കാതിരിക്കാനായി ഞാൻ പല്ലു കടിച്ചുപിടിച്ചു. എന്താണ് ഞാനീ ചെയ്തത്? കൈകൾകൊണ്ട് മുഖം പൊത്തിയിട്ട് ഞാൻ തല താഴ്ത്തി. എന്തുകൊണ്ടാണ് എന്റെ കാലിനടിയിലെ ഭൂമി അപ്പോൾ പിളരാതിരുന്നത്? ലൈൻമാനോടും ആളുകളോടും മാപ്പു ചോദിക്കണമെന്നായിരുന്നു. അതിനുപകരം ഒന്നും മിണ്ടാതെ ഒരു കൽപ്രതിമകണക്കെ ഞാൻ അവിടെ നിന്നു. ഓടിക്കൂടിയ ആളുകളും എന്തുകൊണ്ടോ നിശ്ശബ്ദത പാലിച്ചു. അവർ എന്നോടു ദേഷ്യപ്പെടുമെന്നും എന്റെമേൽ ശകാരവർഷം ചൊരിയുമെന്നും

ഞാൻ വിചാരിച്ചു. പക്ഷേ ആരും ഒന്നും മിണ്ടിയില്ല. ഭയാനകമായ ആ നിശ്ശബ്ദത ഭേദിച്ചുകൊണ്ട് ഒരു സ്ത്രീ വിങ്ങിക്കരഞ്ഞു:

"പാവം! ഭർത്താവോ സഹോദരനോ ആണെന്നു കരുതിക്കാണും. പക്ഷേ ആളു തെറ്റിപ്പോയി."

ആൾക്കൂട്ടത്തിൽ ഒരനക്കമുണ്ടായി.

"എന്തൊരു സംഭവം! കഷ്ടം തന്നെ!" ആരോ ഒരാൾ പതിഞ്ഞ സ്വരത്തിൽ പറഞ്ഞു.

"എന്താണ് സംഭവിക്കാൻ പാടില്ലാത്തത്? യുദ്ധത്തിനിടയിൽ എന്തെല്ലാം നമ്മൾ കണ്ടിരിക്കുന്നു!...." ഒരു സ്ത്രീ ഇടറുന്ന ശബ്ദത്തിൽ മറുപടി നല്കി.

എന്റെ കൈ മുഖത്തുനിന്നു പിടിച്ചു മാറ്റിക്കൊണ്ട് ലൈൻമാൻ പറഞ്ഞു.

"നടക്കു. ഞാൻ നിങ്ങളെ കമ്പാർട്ടുമെന്റിൽ കൊണ്ടാക്കാം. തണുപ്പു ജാസ്തിയാണ്."

അയാൾ എന്റെ കൈ താങ്ങിപ്പിടിച്ചു. ഏതോ ഒരു ഓഫീസർ എന്റെ മറ്റേ കൈയിലും പിടിച്ചു.

"വരൂ, ഞങ്ങൾക്കെല്ലാം മനസ്സിലാക്കാൻ കഴിയും." അയാൾ പറഞ്ഞു.

ആളുകൾ വഴി മാറിത്തന്നു. ഒരു ശവസംസ്കാരയാത്രയിലെന്നതുപോലെ അവർ എന്നെ കൈയ്ക്കു പിടിച്ചു നടത്തിക്കൊണ്ടുപോയി. ഞങ്ങൾ മെല്ലെ മുമ്പോട്ടു നീങ്ങി. ഞങ്ങളുടെ പിന്നാലെ മറ്റെല്ലാവരും നീങ്ങിക്കൊണ്ടിരുന്നു. വഴിക്കു നിന്നിരുന്ന മറ്റു യാത്രക്കാരും നിശ്ശബ്ദരായി ഞങ്ങളെ അനുഗമിച്ചു. ആരോ ഒരാൾ എന്നെ ഒരു കമ്പിളി ഷാൾ പുതപ്പിച്ചു. എന്റെ സഹയാത്രക്കാരനായ ആ മുൻപട്ടാളക്കാരൻ ഊന്നുവടികൾ കുത്തി എന്റെ ഒപ്പം നടന്നുകൊണ്ടിരുന്നു. ഇടയ്ക്കിടയ്ക്ക് അയാൾ അല്പം മുമ്പോട്ടു കയറി എന്റെ മുഖത്തേയ്ക്കു നോക്കും. രസികനും തമാശക്കാരനും ദയാലുവും ധീരനുമായ ആ മനുഷ്യൻ എന്തുകൊണ്ടോ തന്റെ തൊപ്പിയൂരി കൈയിൽ പിടിച്ചിരുന്നു. അയാൾ കരയുന്നുണ്ടെന്ന് എനിക്കു തോന്നി. ഞാനും കരയുകയായിരുന്നു. തീവണ്ടിക്കു നെടുനീളം അടിവച്ചടിവച്ചു നീങ്ങിയ ആ മൗനയാത്രയിലും ടെലിഗ്രാഫ് കമ്പികളിൽ തട്ടിയുള്ള കാറ്റിന്റെ ചൂളിമടിയിലും ഹുങ്കാത്തിലും ഒരു ശവസംസ്കാര സംഗീതത്തിന്റെ സ്വരങ്ങൾ ഞാൻ കേട്ടു. "ഇല്ല, ഇനി ദുയ്ഷേനെ കാണാൻ എനിക്ക് ഇടയാവുകയില്ല."

ഞങ്ങളുടെ കമ്പാർട്ടുമെന്റിനടുത്ത് ഗാർഡു നില്പുണ്ടായിരുന്നു. എന്റെനേരെ വിരലിളക്കിക്കൊണ്ട് അയാൾ എന്തോ ഉറക്കെ പറയുന്നതു കേട്ടു. നിയമപ്രകാരമുള്ള ശിക്ഷയെപ്പറ്റിയും പിഴയെപ്പറ്റിയും അയാൾ എന്തൊക്കെയോ പറഞ്ഞു. പക്ഷേ ഞാൻ ഒരക്ഷരം പോലും മിണ്ടിയില്ല. ഞാൻ തികച്ചും നിസ്സംഗയായിരുന്നു. ഏതോ ഒരു കടലാസ് എന്റെ നേരെ നീട്ടിയിട്ട് അതിൽ ഒപ്പിടാൻ അയാൾ ആവശ്യപ്പെട്ടു. അയാൾ തന്ന പെൻസിൽ കൈയിൽ പിടിക്കാൻ പോലും എനിക്ക് ശക്തിയില്ലായിരുന്നു.

അപ്പോൾ എന്റെ സഹയാത്രക്കാരൻ ഗാർഡിന്റെ കൈയിൽ നിന്ന് ആ കടലാസ് പിടിച്ചുപറിച്ചിട്ട് തന്റെ ഊന്നുവടികളിൽ മുന്നോട്ടാഞ്ഞുകൊണ്ട് അയാളുടെ നേരെ അലറി:

"ഇവരെ വെറുതെ വിടു. ഞാൻ ഒപ്പു വച്ചോളാം. ഞാനാണ് അപായബ്രേക്ക് വലിച്ചത്. ഞാൻ തന്നെ അതിനു സമാധാനം പറഞ്ഞുകൊള്ളാം..."

സൈബീരിയയിലൂടെ, റഷ്യയുടെ ആ പുരാതനപ്രദേശത്തിലൂടെ ഞങ്ങളുടെ സമയം തെറ്റിയ തീവണ്ടി കുതിച്ചുപാഞ്ഞു. രാത്രിയിൽ എന്റെ സഹയാത്രക്കാരൻ തന്റെ ഗിറ്റാർ വിഷാദാത്മകമായി മീട്ടിക്കൊണ്ടിരുന്നു. കെട്ടടങ്ങിയ യുദ്ധത്തിന്റെ ശോകനിർഭരമായ ആ മാറ്റൊലി റഷ്യൻ വിധവകളുടെ ഒരു വിലാപഗാനമെന്ന പോലെ ഞാൻ എന്റെ ഹൃദയത്തിൽ വഹിച്ചുകൊണ്ടു പോയി.

വർഷങ്ങൾ നീങ്ങിക്കൊണ്ടിരുന്നു. ഭൂതകാലം അകന്നുകന്നുപോവുകയും ഭാവി അതിന്റെ വലുതും ചെറുതുമായ കാര്യങ്ങളിലേക്ക് എന്നെ നിരന്തരം വിളിക്കുകയും ചെയ്തു. വൈകിയാണ് ഞാൻ വിവാഹം കഴിച്ചത്. പക്ഷേ നല്ലൊരാളെ കണ്ടെത്താൻ എനിക്ക് കഴിഞ്ഞു. ഞങ്ങൾക്ക് കുട്ടികളുണ്ട്. വളരെ സ്നേഹിച്ചു കഴിയുന്ന ഒരു കുടുംബമാണ് ഞങ്ങളുടേത്. എനിക്കിപ്പോൾ തത്വശാസ്ത്രത്തിൽ ഡി.എസ്. സി. ബിരുദമുണ്ട്. ഞാൻ ധാരാളം യാത്ര ചെയ്യാറുണ്ട്. പല രാജ്യങ്ങളിലും ഞാൻ പോയിട്ടുണ്ട്... പക്ഷേ സ്വന്തം ഗ്രാമത്തിൽ പിന്നീട് ഒരിക്കൽപോലും ഞാൻ പോയില്ല. അതിനു പല കാരണങ്ങളുമുണ്ട്. പക്ഷേ സ്വയം ന്യായീകരിക്കാൻ ഞാൻ ആഗ്രഹിക്കുന്നില്ല. നാട്ടുകാരുമായി ബന്ധപ്പെടാതെ കഴിഞ്ഞത് തീർച്ചയായും നല്ല കാര്യമല്ല, അത് അക്ഷന്തവ്യമാണ്. പക്ഷേ എന്തു ചെയ്യാം? എന്റെ വിധി അങ്ങനെയായിരുന്നു. കഴിഞ്ഞതെല്ലാം ഞാൻ മറന്നുവെന്നല്ല ഇതിനർത്ഥം. എനിക്കതു മറക്കാൻ സാധ്യമല്ല. ഞാൻ അതിൽനിന്നെല്ലാം അല്പം അകന്നുവെന്നേയുള്ളൂ.

മലകളിലെ നീരുറവകളുടെ കാര്യമാണ് എനിക്കിപ്പോൾ ഓർമ്മവരുന്നത്. പുതിയ ഒരു റോഡു വെട്ടുന്നതോടുകൂടി ആ നീരുറവകളിലേക്കു പോകുന്ന ഒറ്റയടിപ്പാത ആളുകൾ മറക്കുന്നു. പിന്നെ ദാഹം ശമിപ്പിക്കാനായി വഴിയാത്രക്കാർ അങ്ങോട്ടു ചുരുക്കമായി മാത്രമേ കയറിച്ചെല്ലുകയുള്ളൂ. ക്രമേണ കാട്ടുതുളസികളും മുൾച്ചെടികളും ആ നീരുറവകൾക്ക് ചുറ്റും പടർന്നു പിടിക്കുകയും അതോടെ അവ കണ്ടെത്താൻ പ്രയാസമാവുകയും ചെയ്യുന്നു. വല്ലപ്പോഴെങ്ങാനും നല്ല ചൂടുള്ള ഒരു ദിവസം ഒരു വഴിപോക്കൻ ആ നീരുറവയുടെ കാര്യം ഓർക്കുകയും ദാഹമടക്കാൻ വേണ്ടി റോഡുവിട്ട് അങ്ങോട്ടു കയറിച്ചെല്ലുകയും ചെയ്തേക്കാം. അവഗണിക്കപ്പെട്ടുകിടക്കുന്ന ആ സ്ഥലത്തു ചെന്ന് കാടും പള്ളയും വകഞ്ഞുമാറ്റി നോക്കുമ്പോൾ അയാൾ വീർപ്പടക്കി നിന്നുപോകും. വളരെക്കാലമായി കലങ്ങാത്ത ശീതളവും പരിശുദ്ധവുമായ ആ ജലത്തിന്റെ സ്വച്ഛതയും ആഴവും അയാളെ വിസ്മയസ്തബ്ധനാക്കും. ആ നീരുറവയിൽ അയാൾ തന്നെത്തന്നെയും സൂര്യനെയും ആകാശത്തെയും മലകളെയും കാണും... അത്തരം സ്ഥലങ്ങളെപ്പറ്റി അറിയാതിരിക്കുന്നത് മോശമാണെന്നും അതിനെപ്പറ്റി തന്റെ സുഹൃത്തുക്കളോട് പറയണമെന്നും അയാൾ വിചാരിക്കും. പക്ഷേ അടുത്ത തവണ കാണുമ്പോഴായിരിക്കും അയാൾ അതിനെപ്പറ്റി വീണ്ടും ഓർക്കുക.

ചിലപ്പോൾ ജീവിതത്തിലും ഇങ്ങനെ സംഭവിക്കാറുണ്ട്. ജീവിതത്തിന്റെ ഗതിയായിരിക്കാം അത്.

കർക്കുറേവുവിൽനിന്നു ഞാൻ അത്ര പെട്ടെന്ന് പോകാൻ കാരണമെന്തെന്ന് അന്ന് നിങ്ങൾ തീർച്ചയായും ആലോചിച്ചുകാണും. ഞാൻ ഇപ്പോൾ നിങ്ങളെ അറിയിച്ച ഈ കാര്യങ്ങളെല്ലാം അവിടെ വച്ചുതന്നെ ആളുകളോടു പറയാമായിരുന്നില്ലേ? ഇല്ല, എനിക്കതു സാധ്യമല്ലായിരുന്നു. എന്റെ മനസ്സു വല്ലാതെ ക്ഷോഭിച്ചിരുന്നു. എനിക്ക് സ്വയം അതിയായ ലജ്ജ തോന്നുകയും ചെയ്തു. അതുകൊണ്ടാണ് ഞാൻ ഉടനെ പോകാൻ തീരുമാനിച്ചത്. ദുയ്ഷേനെ കാണാനോ അയാളുടെ

നേരെ നോക്കാനോ എനിക്ക് ധൈര്യമില്ലായിരുന്നു. എനിക്ക് മനസ്സമാധാനം വീണ്ടെടുക്കണമായിരുന്നു; നമ്മുടെ നാട്ടുകാരോടു മാത്രമല്ല, മറ്റനേകം ആളുകളോടും എനിക്ക് എന്തെല്ലാം പറയാനുണ്ടെന്ന് സ്വസ്ഥമായിരുന്ന് ഒന്ന് ആലോചിക്കണമായിരുന്നു

മറ്റൊരു സംഗതിയും എന്നിൽ കുറ്റബോധമുളവാക്കി. പുതിയ സ്കൂൾ ഉൽഘാടനവേളയിൽ പ്രധാന പീഠം അലങ്കരിക്കേണ്ടതും എല്ലാവരുടെയും സ്നേഹാദരവുകൾക്ക് പാത്രമാകേണ്ടതും ഞാനല്ലായിരുന്നു. നമ്മുടെ ഗ്രാമത്തിലെ ആദ്യത്തെ അദ്ധ്യാപകനും ആദ്യത്തെ കമ്മ്യൂണിസ്റ്റുകാരനായ വയസ്സൻ ദുയ്ഷേനായിരുന്നു അതിന് ഏറ്റവും അർഹതയുള്ളയാൾ. പക്ഷേ സംഭവിച്ചതു നേരെമറിച്ചാണ്. നമ്മൾ ഉൽഘാടനത്തോടനുബന്ധിച്ചുള്ള വിരുന്നിൽ പങ്കെടുത്തുകൊണ്ടിരുന്നപ്പോൾ ആ തങ്കപ്പെട്ട മനുഷ്യൻ എഴുത്തുകളും കൊണ്ടു നടക്കുകയായിരുന്നു. പഴയ വിദ്യാർത്ഥികൾ അയച്ച ആശംസാസന്ദേശങ്ങൾ ഉൽഘാടനയോഗം സമാപിക്കുന്നതിനുമുമ്പ് എത്തിക്കാൻ കഴിയാത്തതിൽ സങ്കടപ്പെടുകയായിരുന്നു.

ഇത് ഒരു ഒറ്റപ്പെട്ട സംഭവമല്ല. ഇത്തരം സംഭവങ്ങൾ ഞാൻ പലപ്പോഴും കണ്ടിട്ടുണ്ട്. അതുകൊണ്ടാണ് ഞാൻ ഇങ്ങനെ സ്വയം ചോദിക്കുന്നത്: സാധാരണക്കാരായ മനുഷ്യരെ ലെനിൻ ബഹുമാനിച്ചിരുന്നതുപോലെ ബഹുമാനിക്കാനുള്ള കഴിവ് നമുക്ക് ഇല്ലാതായത് എന്നു തൊട്ടാണ്? ഇപ്പോൾ നമ്മൾ ഇങ്ങനെയുള്ള സംഗതികളെപ്പറ്റി കപടനാട്യം കൂടാതെ പറയുകയെങ്കിലും ചെയ്യുന്നുണ്ട്. ഇതിൽ നമ്മൾ ലെനിനോട് അടുത്തിട്ടുണ്ടെന്നത് വളരെ നല്ല കാര്യമാണ്.

ദുയ്ഷേൻ എത്തരത്തിലുള്ള അദ്ധ്യാപകനായിരുന്നുവെന്ന് കർക്കുറേവുവിലെ യുവജനങ്ങൾക്ക് അറിഞ്ഞുകൂടാ. പഴയ തലമുറക്കാരിൽ പലരും ഇന്നു ജീവിച്ചിരിപ്പില്ല. ദുയ്ഷേന്റെ സ്കൂളിൽ പഠിച്ച ഒട്ടേറെപ്പേർ യുദ്ധത്തിൽ കൊല്ലപ്പെട്ടു. അവർ സോവിയറ്റ് നാടിന്റെ യഥാർത്ഥയോദ്ധാക്കളായിരുന്നു. എന്റെ അദ്ധ്യാപകനായ ദുയ്ഷേനെപ്പറ്റി യുവജനങ്ങളോടു പറയേണ്ടത് എന്റെ കർത്തവ്യമായിരുന്നു. എന്റെ സ്ഥാനത്ത് വേറൊരാളായിരുന്നെങ്കിലും അതു ചെയ്യേണ്ടിയിരുന്നു. പക്ഷേ ഞാൻ എന്റെ ഗ്രാമത്തിൽ പോയില്ല. ദുയ്ഷേനെപ്പറ്റി യാതൊരു വിവരവും എനിക്കില്ലായിരുന്നു. കാലക്രമേണ എന്റെ മനസ്സിലുള്ള ദുയ്ഷേന്റെ പ്രതിരൂപം പ്രദർശനാലയത്തിന്റെ മൂകതയിൽ വച്ചിരിക്കുന്ന ഒരു വിലപ്പെട്ട ഭൗതികാവശിഷ്ടം പോലെയായിത്തീർന്നു.

എന്റെ മാസ്റ്ററെ കാണാൻ ഞാൻ തീർച്ചയായും പോകും. കുറ്റം സമ്മതിച്ച് ഞാൻ മാപ്പു ചോദിക്കാം.

മോസ്കോയിൽ നിന്നു മടങ്ങിയെത്തിയാലുടൻ കർക്കുറേവുവിലേക്കു പോകാൻ ഞാൻ ഉദ്ദേശിക്കുന്നു. പുതിയ ബാർഡിങ്ങ് സ്കൂളിനു ദുയ്ഷേന്റെ പേരിടണമെന്ന് ഞാൻ നാട്ടുകാരോടു പറയും. അതേ, കൂട്ടുകൃഷിക്കളത്തിൽ ഇപ്പോൾ വെറുമൊരു പോസ്റ്റ്മാനായി ജോലിചെയ്യുന്ന ആ സാധാരണക്കാരന്റെ പേരുതന്നെ. സ്വന്തം നാട്ടുകാരനെന്ന നിലയ്ക്ക് നിങ്ങളും എന്റെ ആശയത്തെ പിന്താങ്ങുമെന്ന് ഞാൻ പ്രതീക്ഷിക്കുന്നു, അങ്ങനെ ചെയ്യണമെന്ന് ഞാൻ നിങ്ങളോട് അഭ്യർത്ഥിക്കുകയാണ്.

മോസ്കോയിൽ ഇപ്പോൾ രാത്രി ഒരു മണി കഴിഞ്ഞിരിക്കുന്നു. ഞാൻ ഹോട്ടലിന്റെ ബാൽക്കണിയിൽ നില്ക്കുകയാണ്. ഞാൻ എന്റെ ഗ്രാമത്തിലെത്തുന്നതും എന്റെ ആദ്യത്തെ അധ്യാപകനെ പോയി കാണുന്നതും ആ നരച്ച താടിയിൽ

ച്ചുംബിക്കുന്നതും മനസ്സിൽ കണ്ടുകൊണ്ട് ഞാൻ നഗരത്തിന്റെ പ്രകാശപ്പരപ്പിലേക്കു നോക്കുകയാണ്.

ഞാൻ ജനാല മലർക്കെ തുറന്നിടുന്നു. കുളിർവായു മുറിയിലേക്ക് ഒഴുകിയെത്തുന്നു. തെളിമയാർന്നുകൊണ്ടിരിക്കുന്ന അരണ്ട നീലവെളിച്ചത്തിൽ പുതിയ ചിത്രത്തിനുവേണ്ടി വരച്ച സ്കെച്ചുകളിലേക്കു ഞാൻ ശ്രദ്ധിച്ചു നോക്കുന്നു. അവ ധാരാളമുണ്ട്: കാരണം, ഞാനതു പല തവണ തുടങ്ങുകയുണ്ടായി. എന്നാൽ ചിത്രത്തെപ്പറ്റി മൊത്തത്തിൽ എന്തെങ്കിലും പറയാൻ സമയമായിട്ടില്ല. പ്രധാനമായതു ഞാൻ ഇനിയും കണ്ടെത്തിയിട്ടില്ല... പുലർകാലനിശ്ശബ്ദതയിൽ മുറിയിലൂടെ മന്ദം മന്ദം നടന്നുകൊണ്ട് ഞാൻ ചിന്തയിൽ മുഴുകുന്നു. ഇങ്ങനെയാണ് ഓരോ തവണയും. ഓരോ തവണയും എന്റെ ചിത്രം ഇനിയുമൊരു സങ്കല്പം മാത്രമാണെന്ന് എനിക്ക് ബോദ്ധ്യമാവുന്നു.

എന്നിരിക്കിലും പൂർത്തിയാകാത്ത ആ ചിത്രത്തെപ്പറ്റി നിങ്ങളുമായി ചർച്ച ചെയ്യാൻ ഞാൻ ആഗ്രഹിക്കുന്നു. നിങ്ങളുടെ അഭിപ്രായം എനിക്ക് അറിയണം. ഞങ്ങളുടെ ഗ്രാമത്തിലെ ആദ്യത്തെ അധ്യാപകനും അദ്യത്തെ കമ്മ്യൂണിസ്റ്റുകാരനുമായ വയസ്സൻ ദുയ്ഷേനെ സംബന്ധിച്ചതാണ് ആ ചിത്രമെന്ന് നിങ്ങൾ ഇതിനകം ഊഹിച്ചുകാണും.

സമരങ്ങളും വൈവിധ്യമാർന്ന മനുഷ്യഭാഗധേയങ്ങളും വികാരങ്ങളും കൊണ്ട് സങ്കീർണ്ണമായ ആ ജീവിതം വർണ്ണങ്ങൾകൊണ്ട് ആവിഷ്കരിക്കാൻ എനിക്ക് കഴിയുമോ എന്ന് ഇനിയും അറിഞ്ഞുകൂടാ. നിറഞ്ഞ ഈ ചഷകം തുളുമ്പിപ്പോകാതെ എന്റെ സമകാലീനരായ നിങ്ങളുടെ അടുത്ത് എങ്ങനെ എത്തിക്കാൻ സാധിക്കും? എന്റെ സങ്കല്പം നിങ്ങൾക്ക് ആസ്വദിക്കാൻ കഴിഞ്ഞാൽ മാത്രം പോരാ, അതു നമ്മുടെ കൂട്ടായുള്ള സൃഷ്ടിയായിത്തീരണം. അതിന് എന്തു ചെയ്യണം?

ആ ചിത്രം എഴുതാതിരിക്കാൻ എനിക്കു വയ്യ. പക്ഷേ എന്തെല്ലാം ചിന്തകളും ആശങ്കകളുമാണ് എന്റെ മനസ്സിൽ കടന്നുകൂടുന്നത്! നന്നായിട്ട് ഒന്നും ചെയ്യാൻ സാധിക്കില്ലെന്ന് എനിക്ക് ചിലപ്പോൾ തോന്നും. അപ്പോൾ ഞാൻ വിചാരിക്കും, വിധി എന്തിന് എന്നെക്കൊണ്ടു തൂലികയെടുപ്പിച്ചുവെന്ന്. ഓ, എത്ര യാതന നിറഞ്ഞ ജീവിതം! ഒട്ടേറെ കാര്യങ്ങൾ ചെയ്യാനുള്ള ശക്തി മറ്റു ചിലപ്പോൾ എനിക്ക് അനുഭവപ്പെടും. അപ്പോൾ ഞാൻ സ്വയം പറയും: നിരീക്ഷിക്കു, പഠിക്കു, തിരഞ്ഞെടുക്കു. ദുയേഷേന്റേയും അൽത്തിനായുടേയും ആ പോപ്ലാറുകളുടെ ചിത്രമെഴുതു. ബാല്യത്തിൽ ആ പോപ്ലാറുകളുടെ കഥ അറിഞ്ഞുകൂടായിരുന്നുവെങ്കിലും എത്രയേറെ ആഹ്ലാദനിമിഷങ്ങളാണ് ആ മരങ്ങൾ അന്നു പ്രദാനം ചെയ്തിട്ടുള്ളത്! പോപ്ലാർ മരത്തിന്റെ അഗ്രമുകളിൽ ഇരുന്നുകൊണ്ട് രഹസ്യപൂർണ്ണമായ വിദൂരതകളിലേക്ക് അത്ഭുതസ്തബ്ധനായി നോക്കുന്ന, നഗ്നപാദനായ, വെയിലേറ്റു കറുത്ത ആ ബാലന്റെ ചിത്രം രചിക്കു.

അല്ലെങ്കിൽ "ആദ്യത്തെ അധ്യാപകൻ" എന്ന ഒരു ചിത്രം എഴുതു, ദുയ്ഷേൻ കുട്ടികളെ എടുത്ത് ആറു കടത്തുകയും ചെങ്കുറുക്കന്റെ രോമം കൊണ്ടുള്ള തൊപ്പിയണിഞ്ഞ തടിമാടന്മാർ തിന്നുകൊഴുത്ത കാട്ടുകുതിരകളുടെ പുറത്തിരുന്നുകൊണ്ട് അയാളെ കളിയാക്കിച്ചിരിക്കുകയും ചെയ്യുന്ന ആ രംഗം അതിൽ ചിത്രീകരിക്കു.

അല്ലെങ്കിൽ ദുയ്ഷേൻ അൽത്തിനായെ പട്ടണത്തിലേക്കു അയയ്ക്കുന്ന ആ രംഗമാകട്ടെ. തീവണ്ടി വിട്ടപ്പോഴുള്ള ദുയ്ഷേന്റെ ആ വിളി ഓർമ്മിക്കുന്നില്ലേ ?അൽത്തിനായ് ഇപ്പോഴും കേട്ടുകൊണ്ടിരിക്കുന്ന ആ വിളിപോലെ ഓരോ

മനുഷ്യന്റെയും ഹൃദയത്തിൽ മാറ്റൊലിയുളവാക്കുന്ന ഒരു ചിത്രം രചിക്കു.

ഞാൻ ഇതെല്ലാം സ്വയം പറയുന്നതാണ്. ഞാൻ പലതും സ്വയം പറയാറുണ്ട്. പക്ഷേ എല്ലാമൊന്നും സഫലമാക്കാൻ കഴിയുന്നില്ല. എത്തരത്തിലുള്ള ചിത്രമാണ് എഴുതാൻ പോകുന്നതെന്ന് ഇനിയുമെനിക്ക് അറിഞ്ഞുകൂടാ. പക്ഷേ ഒരു കാര്യം അറിയാം: ഞാൻ ശ്രമിച്ചുകൊണ്ടിരിക്കും.

ജമീല

സാധാരണചട്ടത്തിലുറപ്പിച്ച ഈ ചെറുചിത്രത്തിനുമുമ്പിൽ ഞാനിതാ വീണ്ടും നിൽക്കുകയാണ്. നാളെ രാവിലെ ഗ്രാമത്തിലേക്കു പുറപ്പെടണം. എനിക്ക് യാത്രാമംഗളങ്ങൾ നേരാൻ ഈ ചിത്രത്തിനു കഴിയുമെന്നോണം ഞാൻ ഇതിലേക്ക് ഏറെ നേരമായി ഉറ്റുനോക്കി നിൽക്കുകയാണ്.

ഈ ചിത്രം ഞാൻ ഇതുവരെ എങ്ങും പ്രദർശിപ്പിച്ചിട്ടില്ല. മാത്രമല്ല, ഗ്രാമത്തിൽ നിന്നു ബന്ധുക്കൾ വരുമ്പോൾ ഇത് അവരുടെ ദൃഷ്ടിയിൽ പെടാതിരിക്കാൻ ഞാൻ പ്രത്യേകം ശ്രദ്ധിക്കാറുമുണ്ട്. ഒരുത്തമകലാസൃഷ്ടിയെന്ന് ഇതിനെ വിളിച്ചുകൂടാ എങ്കിലും ഇതിനെപ്പറ്റി ലജ്ജിക്കാനൊന്നുമില്ല. ഇതിൽ ചിത്രീകരിക്കപ്പെട്ടിട്ടുള്ള ഭൂഭാഗത്തെപ്പോലെതന്നെ സരളമാണിത്.

ചിത്രത്തിന്റെ പശ്ചാത്തലത്തിൽ മങ്ങിയ ശരൽക്കാലാകാശം. അങ്ങകലെയുള്ള മലനിരകൾക്കു മുകളിലൂടെ വെള്ളകലർന്ന കാർമേഘങ്ങൾ കാറ്റടിച്ചു പായുന്നു. മുൻഭാഗത്തു കയ്പച്ചെടികൾ നിറഞ്ഞ, ചെന്തവിട്ടു നിറമാർന്ന സ്റ്റെപ്പി. മഴ കഴിഞ്ഞു നനഞ്ഞിരുണ്ടു കിടക്കുന്ന പാത. അതിനരികിൽ വരണ്ടൊടിഞ്ഞ സൂചിപ്പുല്ലുകൾ തിങ്ങിനില്ക്കുന്നു. നനഞ്ഞൊലിച്ചുപോയ വണ്ടിച്ചക്രച്ചാലുകളോടൊപ്പം രണ്ടു പഥികന്മാരുടെ കാല്പാടുകൾ നീങ്ങുന്നുണ്ട്. അകലുന്തോറും ആ കാല്പാടുകൾ കൂടുതൽ അവ്യക്തമായിത്തീരുന്നു. ആ പഥികന്മാർ ഒരടികൂടി മുമ്പോട്ടുവച്ചാൽ ചട്ടത്തിനു വെളിയിലേക്കു കടക്കുമെന്നു തോന്നിപ്പോകുന്നു. അവരിൽ ഒരാൾ... വേണ്ട, എല്ലാം മുറയ്ക്കുതന്നെ ആകട്ടെ.

അന്നു ഞാൻ കൗമാരത്തിലേക്കു കടന്നിട്ടേയുള്ളൂ. യുദ്ധം തുടങ്ങിയിട്ട് രണ്ടു വർഷം കഴിഞ്ഞു. അങ്ങകലെയുള്ള മുന്നണികളിൽ, കൂർസ്സിനും ഒര്യോളിനും

സമീപത്തെവിടെയോ. ഞങ്ങളുടെ പിതാക്കന്മാരും സഹോദരന്മാരും പൊരുതു കയാണ്. വെറും പതിനഞ്ചുകാരായ ഞങ്ങൾ കൂട്ടുകൃഷിക്കളത്തിൽ പണിയെടുത്തു. ദിനംതോറുമുള്ള കൃഷിപ്പണികളുടെ ഭാരം ഞങ്ങളുടെ ഇളംചുമലുകളിലേക്കു വീണു. വിളവെടുപ്പിന്റെ ദിനങ്ങളിൽ ഞങ്ങൾക്കു പ്രത്യേകിച്ചും കഷ്ടപ്പെടേണ്ടിവന്നു. ആഴ്ച കളോളം വീട്ടിൽ പോകാൻ സാധിക്കില്ല. വയലിലും മെതിക്കളത്തിലും സ്റ്റേഷനി ലേക്കു ധാന്യം കയറ്റിക്കൊണ്ടുപോകുന്ന വഴിയിലുമായി ഞങ്ങൾ ദിനരാത്രങ്ങൾ കഴിക്കും.

പൊരിയുന്ന വെയിലത്ത് അരിവാളുകൾ കൊയ്തുകൊണ്ടു ചുട്ടുപഴുക്കുന്ന അത്തരം ഒരു ദിവസം ഞാൻ സ്റ്റേഷനിൽനിന്നു കാലിവണ്ടിയിൽ തിരിച്ചുവരുകയായിരുന്നു. വീട്ടിലൊന്നു കയറിക്കളയാമെന്നു ഞാൻ തീരുമാനിച്ചു.

നദി ആഴം കുറഞ്ഞൊഴുകുന്നതിനുതൊട്ട് തെരുവുചെന്നവസാനിക്കുന്ന ചെറു കുന്നിൽ രണ്ടു വീടുകൾ കാണാം. അവയ്ക്കു ചുറ്റും പച്ച ഇഷ്ടികകൾ വച്ചുണ്ടാക്കിയ കട്ടിയുള്ള മതിലുണ്ട്. പുരയിടത്തിനു ചുറ്റും പോപ്ലാർ മരങ്ങൾ ഉയർന്നുനിൽക്കുന്നു. ഞങ്ങളുടെ വീടുകളാണത്. പണ്ടുതൊട്ടേ ഞങ്ങളുടെ രണ്ടു കുടുംബങ്ങൾ അടുത്ത ടുത്താണു കഴിയുന്നത്. ഞാൻ തന്നെ വലിയ വീട്ടിൽ താമസിക്കുന്നു. എനിക്ക് രണ്ടു ജ്യേഷ്ഠന്മാരുണ്ട്. രണ്ടുപേരും അവിവാഹിതരാണ്. യുദ്ധമുന്നണിയിലേക്കു പോയിരിക്കുന്ന അവരെപ്പറ്റി വളരെനാളുകളായി യാതൊരു വിവരവുമില്ല.

പ്രായം ചെന്ന ഒരു മരപ്പണിക്കാരനാണ് എന്റെ അച്ഛൻ. പുലർച്ചയ്ക്ക് നിസ്കാരം കഴിച്ചതിനുശേഷം അദ്ദേഹം പൊതുപണിപ്പുരയിലേക്കു പോകും. രാത്രി വൈകിയേ മടങ്ങിയെത്തൂ.

അമ്മയും അനുജത്തിയും വീട്ടിലുണ്ടായിരിക്കും.

അയൽവീട്ടിൽ താമസിക്കുന്നത് ഞങ്ങളുടെ അടുത്ത ബന്ധുക്കളാണ്. ചെറിയവീട് എന്നാണ് ഗ്രാമത്തിൽ അറിയപ്പെടുന്നത്. ഞങ്ങളുടെ മുതുമുത്തച്ഛ ന്മാരോ, അവരുടെ അച്ഛന്മാരോ മറ്റോ ജ്യേഷ്ഠാനുജന്മാരായിരുന്നത്രേ. എന്നാൽ അടുത്ത ബന്ധുക്കളെന്നു ഞാൻ പറയുന്നത് ഞങ്ങൾ ഒരു കുടുംബത്തെപ്പോലെ കഴിഞ്ഞിരുന്നു എന്നതിനാലാണ്. ഞങ്ങളുടെ മുത്തച്ഛന്മാർ കാലിമേച്ചുനടന്നിരുന്ന കാലംതൊട്ട് അങ്ങനെയായിരുന്നു. അവർ ഒന്നിച്ചു താവളമടിക്കുകയും ഒന്നിച്ചു കാലികളെ തെളിക്കുകയും ചെയ്തിരുന്നു. ആ പാരമ്പര്യം ഞങ്ങളും തുടർന്നു പോന്നു. ഗ്രാമത്തിൽ കൂട്ടുകൃഷി ആരംഭിച്ചതോടെ ഞങ്ങളുടെ അച്ഛന്മാർ അടുത്തടുത്തു വീടുവച്ചു. വാസ്തവത്തിൽ ഞങ്ങൾ മാത്രമല്ല ഗ്രാമത്തിന്റെ അരികുചേർന്ന് നദികൾ ഒന്നുചേർന്നൊഴുകുന്നിടം വരെ നീണ്ടുകിടക്കുന്ന അറാൽസ്കയ തെരുവിൽ പാർക്കു ന്നവരെല്ലാം ഒരേ ഗോത്രക്കാരാണ്. ഒറ്റ തറവാട്ടിൽനിന്നുള്ളവരാണ്.

കൂട്ടുകൃഷി ആരംഭിച്ച് അധികം കഴിയുന്നതിനുമുമ്പ് ചെറിയവീട്ടുകാരൻ മരണമ ടഞ്ഞു. അദ്ദേഹത്തിന്റെ ഭാര്യയും പ്രായമാകാത്ത രണ്ട് ആൺമക്കളും തനിച്ചായി. ഗ്രാമത്തിൽ അന്നു നിലവിലിരുന്ന പഴയ ആചാരമനുസരിച്ചു ആൺമക്കളുള്ള വിധവയെ ഗോത്രത്തിൽ നിന്നു പുറത്തുവിടാൻ പാടില്ലായിരുന്നു. അതിനാൽ ഞങ്ങളുടെ ഗോത്രക്കാർ അച്ഛനെക്കൊണ്ട് അവരെ വിവാഹം കഴിപ്പിച്ചു. പിതൃ ക്കളോടുള്ള കടമയും അച്ഛനെ അതിനു ബാദ്ധ്യസ്ഥനാക്കി- പരേതന്റെ ഏറ്റവും അടുത്തബന്ധുവായിരുന്നല്ലോ അദ്ദേഹം.

അങ്ങനെയാണ് ഞങ്ങൾക്കു രണ്ടാമതൊരു കുടുംബമുണ്ടായത്. പുരയിടവും കന്നുകാലികളും സ്വന്തമായി ഉണ്ടായിരുന്നതിനാൽ ചെറിയ വീട് സ്വതന്ത്രമെന്ന്

കരുതപ്പെട്ടിരുന്നെങ്കിലും വാസ്തവത്തിൽ ഞങ്ങൾ ഒരുമിച്ചാണ് കഴിഞ്ഞുപോന്നത്.

ചെറിയ വീട്ടുകാരും രണ്ട് ആൺമക്കളെ യുദ്ധരംഗത്തേക്കയച്ചിട്ടുണ്ട്. മൂത്തവനായ സാദീക്ക് കല്യാണം കഴിച്ച ഉടൻതന്നെയാണ് പട്ടാളത്തിൽ ചേർന്നത്. അവരുടെ എഴുത്തുകൾ ഞങ്ങൾക്കു കിട്ടാറുണ്ട്. വല്ലപ്പോഴുമൊക്കെയെന്നുമാത്രം.

ചെറിയവീട്ടിൽ "കിച്ചിയപ്പാ"യും (അങ്ങനെയാണു ഞാൻ ഇളയമ്മയെ വിളിച്ചിരുന്നത്) അവരുടെ പുത്രവധുവും (സാദീക്കിന്റെ ഭാര്യ) ആണുണ്ടായിരുന്നത്. ഇരുവരും രാവിലെതൊട്ടു വൈകുന്നേരം വരെ കൂട്ടുകൃഷിക്കളത്തിൽ പണിയെടുക്കും. എന്റെ ഇളയമ്മ ദയാലുവും മൃദുശീലയുമായ ഒരു സാധുസ്ത്രീയായിരുന്നു. ജോലിയിൽ, കൈത്തോട്ടുകീറുന്നതോ വയൽ നനയ്ക്കുന്നതോ എന്തുമായിക്കൊള്ളട്ടെ, അവർ ചെറുപ്പക്കാരികളുടെ ഒപ്പം നിന്നിരുന്നു. അതിനു പ്രതിഫലമെന്നോണം വിധി അവർക്കു അദ്ധ്വാനശീലയായ ഒരു പുത്രവധുവിനെ നൽകി. അക്ഷീണയും ചുറുചുറുക്കുള്ളവളുമായ ജമീല ഇളയമ്മയ്ക്കു തികച്ചും അനുയോജ്യയായിരുന്നു. സ്വഭാവംകൊണ്ടുമാത്രം അവൾ അല്പം വ്യത്യസ്തയായിരുന്നു.

എനിക്ക് ജമീലയെ വലിയ കാര്യമായിരുന്നു. അവൾക്കും എന്നോട് ഇഷ്ടമായിരുന്നു. ഞങ്ങൾ ഉറ്റ സുഹൃത്തുക്കളായിരുന്നെങ്കിലും അന്യോന്യം പേരുവിളിക്കാൻ ധൈര്യപ്പെട്ടിരുന്നില്ല. ഞങ്ങൾവ്യത്യസ്തകുടുംബങ്ങളിൽപ്പെട്ടവരായിരുന്നെങ്കിൽ ഞാൻ തീർച്ചയായും അവളെ ജമീല എന്നു വിളിച്ചേനെ. എന്നാൽ ജ്യേഷ്ഠഭാര്യ എന്ന നിലയ്ക്ക് ഞാൻ അവരെ "ജെന" എന്നാണു വിളിച്ചിരുന്നത്. പകരം "കിച്ചിനെ ബലാ", അതായത് "കൊച്ചുകുട്ടി" എന്നാണ് അവളെന്നെ വിളിക്കാറ്. ഞാൻ ഒട്ടും കൊച്ചായിരുന്നില്ല, ഞങ്ങൾ തമ്മിലുള്ള പ്രായവ്യത്യാസം നിസ്സാരവുമായിരുന്നു. പക്ഷേ വധുക്കൾ ഭർത്താവിന്റെ അനുജന്മാരെ "കിച്ചിനെ ബലാ" എന്നു വിളിക്കണം. അതായിരുന്നു നാട്ടുനടപ്പ്.

രണ്ടിടത്തേയും വീട്ടുജോലികൾ നോക്കിയിരുന്നത് എന്റെ അമ്മയായിരുന്നു. അവരെ സഹായിച്ചിരുന്നത് എന്റെ അനുജത്തിയാണ്. പിന്നിയിട്ട മുടി ചരടുകൊണ്ടു വലിച്ചുമുറുക്കികെട്ടിയ അവളെ കണ്ടാൽ ചിരി വരും. പ്രയാസമേറിയ ആ നാളുകളിൽ അവൾ എത്ര ഉത്സാഹിച്ചുപണിയെടുത്തിരുന്നു! എനിക്ക് അതൊരിക്കലും മറക്കാനാവില്ല. ഇരുവീടുകളിലേയും ആട്ടിൻ കുട്ടികളേയും കന്നുകാലികളേയും കാട്ടുറിത്തോട്ടങ്ങൾക്കപ്പുറത്ത് മേയാൻ കൊണ്ടുപോയിരുന്നത് അവളാണ്. വീട്ടിൽ വിറകിനു പഞ്ഞമില്ലാതിരിക്കാനായി ചാണകവരളികളും ചുള്ളിക്കമ്പുകളും സംഭരിച്ചുവച്ചിരുന്നതും അവൾ തന്നെ. യുദ്ധത്തിനിടയ്ക്ക് വിവരം കിട്ടാതായ പുത്രന്മാരെക്കുറിച്ചുള്ള ഇരുണ്ട ചിന്തകളിൽനിന്ന് അമ്മയുടെ ശ്രദ്ധ തിരിച്ച് അവരുടെ ഏകാന്തദിനങ്ങളിൽ പ്രകാശം ചൊരിഞ്ഞത് അവളാണ്, ആ കൊച്ചനുജത്തിയാണ്.

ഞങ്ങളുടെ വലിയ കുടുംബം സുഭിക്ഷമായും ഒത്തൊരുമയോടെയും കഴിഞ്ഞിരുന്നതിന് ഞങ്ങൾ അമ്മയോടാണു കടപ്പെട്ടിരിക്കുന്നത്. അവർ രണ്ടുവീടുകളുടേയും സർവ്വാധികാരിയായ ഗൃഹനാഥയായിരുന്നു. ഞങ്ങളുടെ കാലിമേച്ചിൽക്കാരായിരുന്ന മുത്തച്ഛന്മാരുടെ കുടുംബത്തിലേക്കു വളരെ ചെറുപ്പത്തിൽത്തന്നെ അമ്മ കടന്നുവന്നു. ഇരുകുടുംബങ്ങളുടെയും ഭരണം നീതിപൂർവ്വം നടത്തിക്കൊണ്ട് അവർ പിതൃക്കളോടുള്ള പാവനസ്മരണ പുലർത്തി. ഏറ്റവും ആദരണീയമായ മനസ്സാക്ഷിയനുസരിച്ചു പെരുമാറുന്നവളും അനുഭവസമ്പന്നയുമായ ഗൃഹനാഥയായി അവരെ ഗ്രാമത്തിൽ കണക്കാക്കിയിരുന്നു. വീട്ടിൽ എല്ലാത്തിന്റെയും മേൽനോട്ടം

അവർക്കായിരുന്നു. വാസ്തവം പറഞ്ഞാൽ, അച്ഛനെ ഗ്രാമവാസികൾ ഗൃഹനാഥനായി അംഗീകരിച്ചിരുന്നില്ല. എന്തെങ്കിലും കാര്യം സംബന്ധിച്ച് ആളുകൾ പലപ്പോഴും പറയുന്നതു കേൾക്കാം. "ഓ. ഉസ്താക്കയുടെ (അങ്ങനെയാണ ഞങ്ങളുടെയിടയിൽ മൂത്താശാരിമാരെ ആദരപൂർവ്വംവിളിക്കുക) അടുത്തു പോകാതിരിക്കയാണ ഭേദം. അയാൾക്കു തന്റെ മരപ്പണിയല്ലാതെ ഒന്നുമറിഞ്ഞുകൂടാ. അവിടെ വലിയമ്മയാണ് എല്ലാ കാര്യങ്ങളും നടത്തുന്നത്. അവരുടെ അടുത്തുചെന്നാൽ വല്ല തീർച്ചയും തീരുമാനവും ഉണ്ടാകും."

എനിക്ക് ചെറുപ്പമായിരുന്നെങ്കിലും വീട്ടുകാര്യങ്ങളിൽ ഞാൻ പലപ്പോഴും കൈകടത്താറുണ്ടായിരുന്നു. ജ്യേഷ്ഠന്മാർ യുദ്ധത്തിനു പോയിരുന്നതുകൊണ്ടുമാത്രമാണ് എനിക്കതിനു കഴിഞ്ഞിരുന്നത്. മിക്കപ്പോഴും കളിയാക്കിയും ചിലപ്പോഴൊക്കെ കാര്യമായും എന്നെ രണ്ടു കുടുംബങ്ങളുടെയും ജിഗീത് എന്നും സംരക്ഷകനും അന്നദാതാവുമെന്നും വിളിക്കുമായിരുന്നു. ഞാനതിൽ അഭിമാനം കൊണ്ടിരുന്നു. ചുമതലാബോധം ഒരിക്കലും എന്നെ വിട്ടുപിരിഞ്ഞിരുന്നില്ല. അതുതന്നെയല്ല. അമ്മ എന്റെ സ്വാശ്രയബോധത്തെ പ്രോത്സാഹിപ്പിക്കുകയും ചെയ്തിരുന്നു. ഞാൻ പഠിപ്പും സാമർത്ഥ്യവുമുള്ളവനായിത്തീരണമെന്നായിരുന്നു അമ്മയുടെ ആഗ്രഹം. ദിവസം മുഴുവനും യാതൊരു മിണ്ടാട്ടവുമില്ലാതെ മരം അറുത്തുമുറിക്കുകയും ചിന്തേരിടുകയും ചെയ്യുന്ന അച്ഛനെപ്പോലെയാവരുത് ഞാൻ എന്നായിരുന്നു അവരുടെ ആഗ്രഹം.

വീട്ടിനടുത്ത്, വില്ലോമരത്തിന്റെ തണലിൽ വണ്ടിനിർത്തി. ഞാൻ പടിവാതിൽക്കലേക്കു നടക്കുമ്പോൾ ഞങ്ങളുടെ ടീം നേതാവായ ഒറോസ്മത്തിനെ മുറ്റത്തു കണ്ടു. അയാൾ കുതിരപ്പുറത്തായിരുന്നു. പതിവുപോലെ ഊന്നുവടി ജീനിയോടു ചേർത്തു കെട്ടിവെച്ചിട്ടുണ്ട്. അമ്മ അടുത്തുതന്നെ നില്പുണ്ട്. അവർ എന്തിനെപ്പറ്റിയോ തർക്കിക്കുകയായിരുന്നു. കുറച്ചുകൂടി അടുത്തു ചെന്നപ്പോൾ അമ്മയുടെ ശബ്ദം കേട്ടു.

"അത് ഒരിക്കലും സാദ്ധ്യമല്ല. അള്ളായെപ്പോലും പേടിയില്ലെന്നായാലോ? പെണ്ണുങ്ങൾ കുതിരവണ്ടിയിൽ ധാന്യച്ചാക്കുകൾ കൊണ്ടു പോയതായി എവിടെയാണ കേട്ടിട്ടുള്ളത്? ഇല്ല പൊന്നേ, എന്റെ മരുമകളെത്തൊടണ്ട. അവൾ ഇപ്പോൾ ചെയ്യുന്ന പണിതന്നെ ചെയ്തോട്ടെ. എനിക്കാണേൽ ജോലി തീർന്നിട്ടു നേരമില്ല. രണ്ടുവീട്ടിലെ ഭരണമൊന്നു നടത്തിനോക്കൂ, അപ്പോൾ കാണാം! മകൾക്കു കുറച്ചൊക്കെ ശേഷിയായിട്ടുണ്ട്. അതേയുള്ളൊരാശ്വാസം... ഒരാഴ്ചയായി ഒന്നു നടുനിവർത്താൻപോലും നേരമില്ല. ഇടുപ്പിനു വല്ലാത്ത വേദന, ആട്ടിൻ രോമം കടയുകയായിരുന്നെന്നു തോന്നും. ചോളം അതാ വെള്ളം കിട്ടാതെ വാടിനിൽക്കുന്നു!" തട്ടത്തിന്റെ അറ്റം ഇടയ്ക്കിടെ കുപ്പായക്കഴുത്തിനുള്ളിലേക്കു തിരുകിക്കൊണ്ട് രോഷത്തോടെയാണ് അവർ ഇത്രയും പറഞ്ഞത്. കോപിക്കുമ്പോഴാണ് അവർ അങ്ങനെ ചെയ്യാറു പതിവ്.

"നിങ്ങൾ എന്തൊരു സ്ത്രീയാണ്!" ജീനിയിൽ ഒന്നിളകിയിരുന്നിട്ട് ഒറോസ്മത്ത് നിരാശനായി പറഞ്ഞു. "എനിക്കീ കുറ്റിയുടെ സ്ഥാനത്ത് കാലുണ്ടായിരുന്നെങ്കിൽ ഞാൻ നിങ്ങളോടു ചോദിക്കാൻ വരുമായിരുന്നോ? എങ്കിൽ ഞാൻ പണ്ടത്തെപ്പോലെ തന്നത്താൻ ധാന്യച്ചാക്കുകൾ കയറ്റി വണ്ടിയോടിച്ചേനെ. പെണ്ണുങ്ങളുടെ പണിയല്ലാതെന്ന് എനിക്കറിയാം. പക്ഷേ ആണുങ്ങളെ എവിടുന്ന് എടുക്കാനാണ്? അതുകൊണ്ടാണ പട്ടാളക്കാരുടെ ഭാര്യമാരുടെ സഹായം ചോദിക്കാൻ തീരുമാനിച്ചത്. മരുമകളെ അയയ്ക്കില്ലെന്നാണ് നിങ്ങൾ പറയുന്നത്. പക്ഷേ ചെയർമാൻ ഞങ്ങളെ ശകാരിക്കുന്നത് നിങ്ങൾ ഒന്നു കേട്ടിരുന്നെങ്കിൽ!... പട്ടാളക്കാർക്കു

ഭക്ഷണം വേണ്ട, പദ്ധതിപ്രകാരം ഏറ്റിട്ടുള്ള ധാന്യമെങ്കിലും നമ്മൾ എത്തിച്ചു കൊടുക്കാതിരുന്നാൽ കൊള്ളാമോ?"

ചാട്ട നിലത്തിട്ടിഴച്ചുകൊണ്ട് ഞാൻ അവരുടെ അടുത്തേക്കു ചെന്നു. എന്നെ കണ്ടപ്പോൾ ടീം നേതാവ് അതിയായി സന്തോഷിച്ചു. പെട്ടെന്ന് അയാൾക്കെന്തോ ഭ്രതോദയമുണ്ടായതുപോലെ തോന്നി.

"ശരി, നിങ്ങൾക്കു മരുമകളെ ഓർത്താണു പേടിയെങ്കിൽ ഇതാ അവളുടെ അനുജൻ," സന്തോഷപൂർവ്വം എന്റെ നേരെ കൈ ചൂണ്ടിക്കൊണ്ട് അയാൾ പറഞ്ഞു. "ഒരുത്തനെയും അവളുടെ അടുത്തുചെല്ലാൻ അനുവദിക്കില്ല. അതിൽ ഒട്ടും സംശയം വേണ്ട. സെയ്റ്റ് മിടുക്കനാണ്. അവനെപ്പോലുള്ള പയ്യന്മാരല്ലേ നമ്മുടെ അന്നദാതാക്കൾ? അവരല്ലേ വേണ്ടപ്പോൾ നമ്മുടെ സഹായത്തിനെത്തുന്നത്?"

പറഞ്ഞുവന്നത് മുഴുവനാക്കാൻ അമ്മ അയാളെ അനുവദിച്ചില്ല.

"ഓ! തെണ്ടിത്തിരിഞ്ഞുനടന്ന് നിന്റെ കോലം കണ്ടാൽ മതി!" അമ്മ പിറുപിറുത്തു. "തലമുടി വല്ലാതെ നീണ്ടിരിക്കുന്നു. നിന്റെ ബാപ്പയും ആളുതരക്കേടില്ല-മകന്റെ തല ഒന്നു വടിക്കാൻ പോലും നേരമില്ല!"

"ശരി, അങ്ങനെതന്നെയാകട്ടെ. ഇന്നു ഞാൻ കാർന്നോന്മാരുടെകൂടെ അല്പം സുഖിക്കട്ടെ." ഒറോസ്മത്ത് അമ്മ പറഞ്ഞത് ഏറ്റുപിടിച്ചുകൊണ്ടു പറഞ്ഞു. "സെയ്റ്റേ, നീ ഇന്നിവിടെ കഴിഞ്ഞോളൂ. കുതിരകളെ നന്നായി തീറ്റണം. നാളെ രാവിലെ ജമീലയ്ക്ക് ഒരു വണ്ടി കൊടുക്കാം. നിങ്ങൾ ഒന്നിച്ചായിരിക്കും ജോലി ചെയ്യുന്നത്. അവളുടെ ചുമതല മുഴുവൻ നിനക്കാണെന്ന് ഓർത്തോണം. വലിയമ്മ ഒട്ടും വിഷമിക്കേണ്ട. സെയ്റ്റ് അവളെ കാത്തുകൊള്ളും. പോരെങ്കിൽ ദനിയാറിനെയും അവരുടെ ഒപ്പം അയച്ചുകളയാം. നിങ്ങൾക്ക് അവനെ അറിയാമല്ലോ, ശുദ്ധപാവമാണ്... ഇന്നാള് യുദ്ധമുന്നണിയിൽനിന്നു തിരിച്ചുവന്നില്ലേ, അവൻതന്നെ. ഇവരു മൂന്നുപേരും കൂടി ധാന്യം സ്റ്റേഷനിലെത്തിക്കട്ടെ. നിങ്ങളുടെ മരുമകളെ തൊടാൻ ആരും ധൈര്യപ്പെടില്ല. ശരിയല്ലേ, സെയ്റ്റ്? നീ എന്തു പറയുന്നു? ജമീലയെ വണ്ടിക്കാരിയാക്കണമെന്നാണു ഞങ്ങളുടെ ആഗ്രഹം. അമ്മ അതിന് എതിരാണ്. നീ ഒന്നു പറഞ്ഞു സമ്മതിപ്പിക്ക്."

ടീം നേതാവ് എന്നെ പുകഴ്ത്തിയതിലും എന്നോടു പ്രായപൂർത്തിവന്ന ഒരാളോടെന്നപോലെ അഭിപ്രായം ചോദിച്ചതിലും എനിക്ക് അഭിമാനം തോന്നി. മാത്രമല്ല, ജമീലയുമൊത്ത് സ്റ്റേഷനിലേക്കു വണ്ടി ഓടിക്കാൻ എന്തു രസമായിരിക്കുമെന്ന് ഞാൻ ഓർത്തു. മുഖത്തു ഗൗരവം വരുത്തി ഞാൻ അമ്മയോടു പറഞ്ഞു.

"അവർക്ക് ഒരു കുഴപ്പവും പറ്റില്ല. ഒരു ചെന്നായും അവരെ തിന്നില്ല."

അതിനുശേഷം ഒരു പഴയ വണ്ടിക്കാരന്റെ മട്ടിൽ പല്ലിനിടയിലൂടെ ഒന്നു തുപ്പിയിട്ട് ചാട്ട പിറകെയിഴിച്ചുകൊണ്ട് തോളുമിളക്കി ഞാൻ ഗൗരവഭാവത്തിൽ നടന്നു.

"അമ്പടാ!" അമ്മ ആശ്ചര്യപ്പെട്ടു. എന്റെ വാക്കുകൾ അവരെ സന്തോഷിപ്പിച്ചതുപോലെ തോന്നി. എങ്കിലും ഉടൻ തന്നെ കോപം നിറഞ്ഞ സ്വരത്തിൽ അമ്മ തുടർന്നു: "ചെന്നായെ ഞാൻ നിനക്കു കാണിച്ചു തരാമെടാ! നിനക്കെന്തറിയാം? ഒരു ബുദ്ധിമാൻ വന്നിരിക്കുന്നു!"

"അവനല്ലെങ്കിൽ പിന്നെ ആർക്കാണറിയാവുന്നത്? രണ്ടു കുടുംബങ്ങളിലേയും ജിഗീത്തല്ലേ അവൻ? നിങ്ങൾക്ക് അവനെക്കുറിച്ച് അഭിമാനിക്കാം." അമ്മ വാശി പിടിച്ചേക്കുമോ എന്നു ഭയന്ന് അവരുടെ നേരെ കണ്ണയച്ചുകൊണ്ട് ഒറോസ്മത്ത്

എനിക്കുവേണ്ടി ഇടപെട്ടു.

എന്നാൽ അമ്മ എതിർക്കുകയുണ്ടായില്ല. അവർ പെട്ടെന്നു മ്ലാനയായി. ഒന്നു നെടുവീർപ്പിട്ടതിനുശേഷം അവർ പറഞ്ഞു:

"അവൻ ജിഗീത്തൊന്നുമായിട്ടില്ല. അവനിനിയും കുഞ്ഞാണ്. അതുമല്ല. രാവും പകലും പണിസ്ഥലത്തുനിന്ന്കേറാൻ നേരമില്ല. ഞങ്ങളുടെ ജിഗീത്തുകൾ എവിടെയാണെന്ന് അള്ളായ്ക്ക് മാത്രം അറിയാം. വിട്ടുപോയ താവളങ്ങൾ പോലെ ശൂന്യമായില്ലേ ഞങ്ങളുടെ വീടുകൾ....?"

ഞാൻ ദൂരെയായിക്കഴിഞ്ഞിരുന്നതിനാൽ അമ്മയുടെ പിന്നീടുള്ള വാക്കുകൾ എനിക്ക് കേൾക്കാൻ സാധിച്ചില്ല. ചാട്ടകൊണ്ടു വീടിന്റെ മൂലയ്ക്കടിച്ച് പൊടിപറത്തിയിട്ട് ഞാൻ മുമ്പോട്ടു നടന്നു. മുറ്റത്ത് ഇരുകൈകളും കൊണ്ട് ചാണകം പരത്തി വരളികളുണ്ടാക്കിക്കൊണ്ടിരുന്ന അനുജത്തി എന്റെ നേരെ നോക്കി പുഞ്ചിരിച്ചെങ്കിലും അതു കണ്ടതായി നടിക്കാതെ ഞാൻ ഗൗരവഭാവത്തിൽ ചായ്പിലേക്കു കയറി. അവിടെ കുത്തിയിരുന്ന് കുടത്തിൽനിന്നു വെള്ളമൊഴിച്ച് സാവധാനം കൈ കഴുകി. പിന്നീട് മുറിയിൽ കയറി ഒരു കോപ്പ തൈര് എടുത്തു കഴിച്ചു. രണ്ടാമതൊരു കോപ്പയെടുത്ത് ജനാലപ്പടിയിൽ കൊണ്ടുവച്ച് അതിലേക്കു റൊട്ടി നുറുക്കിയിടാൻ തുടങ്ങി.

അമ്മയും ഒറോസ്മത്തും മുറ്റത്തുതന്നെ ഉണ്ടായിരുന്നു. അവരുടെ തർക്കം നിലച്ചിരുന്നു. പതിഞ്ഞ ശബ്ദത്തിൽ ശാന്തമായി അവർ സംസാരിക്കുകയായിരുന്നു. എന്റെ ജ്യേഷ്ഠന്മാരെപ്പറ്റി ആയിരിക്കാം അവർ പറയുന്നത്. അമ്മ ഇടയ്ക്കിടെ കുപ്പായക്കൈ കൊണ്ട് തന്റെ വീങ്ങിയ കണ്ണുകൾ തുടയ്ക്കുകയും ചിന്താമഗ്നയായി ഒറോസ്മത്തിന്റെ സാന്ത്വന വാക്കുകൾക്കു മറുപടിയെന്നോണം തലയാട്ടുകയും ചെയ്തു. തന്റെ പുത്രന്മാരെ കണ്ടെത്താമെന്ന ആശയാലെന്നോണം മരത്തലപ്പുകൾക്കപ്പുറത്ത്, വിദൂരതയിലേക്ക് അവർ തന്റെ മങ്ങിയ ദൃഷ്ടികൾ പായിച്ചു.

വിഷാദത്തിനു കീഴടങ്ങിക്കൊണ്ട് അമ്മ ടീം നേതാവിനു സമ്മതം മൂളിയെന്നു തോന്നി. കാര്യം നേടിയതിലുള്ള സംതൃപ്തിയോടെ അയാൾ കുതിരയെ ചാട്ടകൊണ്ടടിച്ച് വേഗം മുറ്റത്തുനിന്നു മറഞ്ഞു.

ഇതെല്ലാം എവിടെ ചെന്നവസാനിക്കുമെന്ന് അമ്മയ്ക്കോ എനിക്കോ അന്ന് ഊഹിക്കാൻ പോലും കഴിഞ്ഞില്ല.

ഇരട്ടക്കുതിരവണ്ടി തെളിക്കാൻ ജമീലയ്ക്കു കഴിയുമെന്നതിൽ എനിക്ക് ഒട്ടും സംശയമില്ലായിരുന്നു. അവൾക്കു കുതിരകളെ നന്നായി അറിയാമായിരുന്നു. മലമ്പ്രദേശത്തുള്ള ബക്കയീർ ഗ്രാമത്തിലെ ഒരു കുതിരവളർത്തുകാരന്റെ മകളാണ് ജമീല. ഞങ്ങളുടെ സാദീക്കും ഒരു കുതിരവളർത്തുകാരനായിരുന്നു. ഒരിക്കൽ വസന്തകാലത്തെ കുതിരപ്പന്തയത്തിൽ അയാൾക്ക് ജമീലയുടെ ഒപ്പമെത്താൻ കഴിഞ്ഞില്ലത്രേ. നേരാണോ എന്നാർക്കറിയാം. അപമാനിതനായ സാദീക്ക് അതിനുശേഷം ജമീലയെ അപഹരിച്ചുകൊണ്ടുപോന്നതായി പറയപ്പെടുന്നു. മറ്റുചിലരുടെ അഭിപ്രായത്തിൽ അവർ പ്രേമ വിവാഹം കഴിക്കുയാണു ചെയ്തത്. എങ്ങനെയായാലും അവർ ഒന്നിച്ചു നാലുമാസമേ കഴിച്ചുള്ളൂ. പിന്നീട് യുദ്ധം തുടങ്ങുകയും സാദീക്കിനെ സൈന്യത്തിലെടുക്കുകയും ചെയ്തു.

എന്തുകൊണ്ടെന്നറിഞ്ഞുകൂടാ, ജമീലയുടെ സ്വഭാവത്തിൽ പുരുഷസഹജമായ ചില പ്രത്യേകതകൾ, എന്തോ ഒരു മയമില്ലായ്മ, ചിലപ്പോഴൊക്കെ കാർക്കശ്യം

പോലും, പ്രകടമായിരുന്നു. കുട്ടിക്കാലം തൊട്ട് പിതാവിന്റെകൂടെ-മകനും മകളുമായി അദ്ദേഹത്തിന്റെ ഏകസന്താനമായിരുന്ന അവൾ—കുതിരമേച്ച് നടന്നിരുന്നതു കൊണ്ടായിരിക്കാമത്. അവൾ പണിയെടുത്തിരുന്നതും പുരുഷന്മാരുടെ മട്ടിൽ, വാശിയോടെയാണ്. അയൽക്കാരുമായി ഇണങ്ങിക്കഴിയാൻ അവൾക്ക് അറിയാമായിരുന്നു. പക്ഷേ അകാരണമായി അവളെ ശുണ്ഠി പിടിപ്പിച്ചാൽ പിന്നെ ശകാരത്തിൽ ജയിക്കാൻ ആരും നോക്കണ്ട. ചിലരെയൊക്കെ മുടിക്ക്പിടിച്ച് വലിച്ചിഴച്ച സംഭവങ്ങളും ഉണ്ടായിട്ടുണ്ട്.

അയൽക്കാർ പലപ്പോഴും ആവലാതിയുമായി വരും:

“എന്തൊരു മരുമകളാണു നിങ്ങളുടേത്? വന്നുകേറിയിട്ട് നാളധികമായില്ല. പക്ഷേ നാക്കിന്റെ നീളമാണേൽ മതി! ഒരടക്കവും ഒതുക്കവുമില്ല!”

“അവൾ അങ്ങനത്തവളാണെങ്കിൽ ഒരു തരക്കേടുമില്ല!” അമ്മ മറുപടി നൽകും. “എന്റെ മരുമകൾ ഉള്ളതങ്ങു തുറന്നു പറയും. മനസ്സിൽ വച്ചോണ്ടിരുന്നിട്ട് പാത്തു വന്ന് ദ്രോഹിക്കുന്നതിലും ഭേദമാണത്. നിങ്ങളുടെ മരുമക്കൾ വലിയ സാധുക്കളാണെന്നു നടിക്കും. അത്തരം സാധുക്കളുണ്ടല്ലോ. ചീഞ്ഞ മുട്ടപോലെയാണ്. പുറത്ത് മിനുപ്പും വെളുപ്പും, അകത്തോ- മൂക്കുപൊത്തണം!”

അച്ഛനും ഇളയമ്മയും സാധാരണ ശ്വശ്ശുരന്മാരെയും ശ്വശ്രൂക്കളെയും പോലെ കർശനമായി ഒരിക്കലും ജമീലയോടു പെരുമാറിയില്ല. തൊട്ടതിനും പിടിച്ചതിനും അവളെ ശകാരിച്ചതുമില്ല. അവർ അവളോടു വാത്സല്യവും സ്നേഹവും പ്രകടിപ്പിച്ചു. ദൈവത്തിന്റേയും ഭർത്താവിന്റേയും മുമ്പാകെ അവൾ വിശ്വസ്തയായിരിക്കണമെന്ന ഒറ്റ ആഗ്രഹമേ അവർക്കുണ്ടായിരുന്നുള്ളു.

എനിക്കവരെ മനസ്സിലാക്കാൻ കഴിയും. നാല് ആൺമക്കളെ പട്ടാളത്തിലയച്ച അവർക്ക് ഒരേയൊരാശ്വാസം ഇരുകുടുംബങ്ങളിലേയും ഏക മരുമകളായ ജമീല മാത്രമായിരുന്നു. അതുകൊണ്ടാണ് അവർ അവളെ നിധിപോലെ കരുതിയിരുന്നത്. എന്നാൽ എനിക്കെന്റെ അമ്മയെ മനസ്സിലാക്കാൻ കഴിഞ്ഞില്ല. ആരെയും വെറുതെയങ്ങു സ്നേഹിക്കുന്ന തരക്കാരിയല്ല അമ്മ. ആജ്ഞാശീലയും പരുക്കൻ പ്രകൃതക്കാരിയുമാണവർ. തന്റേതായ ചിലനിഷ്ഠകളനുസരിച്ചാണ് അവർ ജീവിച്ചു പോന്നത്. അവയിൽ ഒരിയ്ക്കലും അവർ വീഴ്ചവരുത്തിയിരുന്നില്ല. ഓരോ വർഷവും വസന്താരംഭത്തോടെ അച്ഛൻ തന്റെ ചെറുപ്പകാലത്തുണ്ടാക്കിയ കൂടാരം മുറ്റത്തുറപ്പിക്കാനും അതിൽ ജൂനിപ്പർക്കമ്പുകൾ കത്തിച്ചുപുകയ്ക്കാനും അമ്മ മറക്കുകയില്ല. കഠിനമായി അദ്ധ്വാനിക്കാനും മൂത്തവരെ ആദരിക്കാനും അവർ ഞങ്ങളെ ശീലിപ്പിച്ചു. വീട്ടിലെ ഓരോ അംഗവും എതിർപ്പില്ലാത്ത അനുസരണ കാണിക്കണമെന്ന് അവർക്കു നിർബന്ധമായിരുന്നു.

ജമീല ഞങ്ങളുടെ വീട്ടിൽ വന്നനാൾതൊട്ട് സാധാരണ വധുക്കളെപ്പോലല്ല പെരുമാറിയിരുന്നത്. അവൾ മൂത്തവരെ ആദരിക്കുകയും അനുസരിക്കുകയും ചെയ്തിരുന്നു എന്നതു ശരിതന്നെ. എങ്കിലും അവരുടെ മുമ്പിൽ ഒരിക്കലും ചൂളുകയുണ്ടായിട്ടില്ല. മറ്റു പുതുപ്പെണ്ണുങ്ങളെപ്പോലെ മുഖംതിരിച്ചുനിന്നു പിറുപിറുക്കുകയും ചെയ്യുമായിരുന്നില്ല. അവൾ മനസ്സിലുള്ളതു നേരേയങ്ങു പറയും. സ്വന്തം അഭിപ്രായങ്ങൾ പ്രകടിപ്പിക്കാനും അവൾക്കു ഭയമില്ലായിരുന്നു. അമ്മ മിക്കപ്പോഴും അവൾ പറയുന്നതിനെ അനുകൂലിക്കുകയും അവളെ പിന്താങ്ങുകയും ചെയ്യുമായിരുന്നു. പക്ഷേ അവസാനവാക്ക് എപ്പോഴും അവരുടേതുതന്നെ ആയിരിക്കും.

ജമീലയിൽ അവളുടെ ആർജ്ജവത്തിലും നീതിബോധത്തിലും, അമ്മ തനിക്കു

ത്തുല്യയായി ഒരാളെ ദർശിക്കുകയും ഒരിക്കൽ അവളെ തന്റെ സ്ഥാനത്തു പ്രതിഷ്ഠിക്കാൻ, തന്നെപ്പോലെതന്നെ ആജ്ഞാശീലയായ ഒരു ഗൃഹനാഥയാക്കിത്തീർക്കാൻ, രഹസ്യമായി ആശിക്കുകയും ചെയ്തിരുന്നു എന്നാണ് എനിക്ക് തോന്നുന്നത്.

"മകളേ, നീ അള്ളായ്ക്കു നന്ദിപറയണം." അമ്മ ജമീലയെ ഉപദേശിക്കാറുണ്ട്. "നല്ല യോജിപ്പും ഐശ്വര്യവുമുള്ള ഒരു കുടുംബത്തിലേക്കാണ് നീ വന്നുകേറിയത്. അതു നിന്റെ ഭാഗ്യമാണ്. കുട്ടികളെ പെറ്റുവളർത്തുന്നതും വീട്ടിൽ ഒന്നിനുമൊരു കുറവില്ലാതെ നോക്കുന്നതും തന്നെയാണ് സ്ത്രീകളുടെ സൗഭാഗ്യം. ഞങ്ങളുടെ കാരണവന്മാർ സമ്പാദിച്ചതൊക്കെ ദൈവാനുഗ്രഹത്താൽ നിനക്കുതന്നെയായിരിക്കും. ഞങ്ങളതു കൂടെകൊണ്ടുപോകില്ല. സ്വന്തം മാനവും മനസ്സാക്ഷിയും കളയാതെ നോക്കുന്നവർക്കേ സൗഭാഗ്യമുണ്ടാകൂ. അതോർത്തുവേണം ജീവിക്കാൻ!"

എങ്കിലും ജമീലയിലെ എന്തോ ഒന്ന് ശ്വശ്രുക്കളെ അസ്വസ്ഥരാക്കാതിരുന്നില്ല. ഒരു കൊച്ചുകുട്ടിയെപ്പോലെ ആർത്തുല്ലസിക്കുന്ന പ്രകൃതമായിരുന്നു അവളുടേത്. ചിലപ്പോൾ യാതൊരു കാരണവുമില്ലാതെ അവൾ ചിരിക്കാൻ തുടങ്ങും. അതും വളരെ ഉറക്കെ, അഹ്ലാദപൂർവ്വം പണികഴിഞ്ഞു മടങ്ങുമ്പോൾ നടന്നല്ല, കൈത്തോടുകൾ ചാടിക്കടന്ന് ഓടിയാണ് മുറ്റത്തേക്കു കയറുക, പെട്ടെന്ന്, യാതൊരു കാരണവും കൂടാതെ ശ്വശ്രുക്കളെ മാറിമാറി കെട്ടിപ്പിടിക്കുകയും ചുംബിക്കുകയും ചെയ്യും.

പാട്ടുപാടാൻ ജമീലയ്ക്കു വലിയ ഇഷ്ടമായിരുന്നു. മൂത്തവരുടെ മുമ്പിൽപോലും സങ്കോചംകൂടാതെ അവൾ സദാ എന്തെങ്കിലും മൂളിക്കൊണ്ടിരിക്കും. വധുക്കളുടെ പെരുമാറ്റത്തെക്കുറിച്ചു ഗ്രാമത്തിൽ നിലനിന്നിരുന്ന സങ്കല്പങ്ങളോടു തീർച്ചയായും പൊരുത്തപ്പെടുന്നതായിരുന്നില്ല ഇതൊക്കെ. കാലക്രമേണ ജമീലയ്ക്ക് കുറച്ചൊക്കെ ഇരുത്തം വരുമെന്നു രണ്ടു ശ്വശ്രുക്കളും സമാധാനിച്ചു. ചെറുപ്പത്തിൽ എല്ലാവരും അങ്ങനെയൊക്കെയല്ലേ? എന്നെ സംബന്ധിച്ചിടത്തോളം ജമീലയെക്കാൾ നല്ലതായി ലോകത്താരുമില്ലായിരുന്നു. ഒരുമിച്ചായിരിക്കുമ്പോൾ ഞങ്ങൾക്കു വലിയ ഉല്ലാസമായിരുന്നു. ഞങ്ങൾ ഒരു കാരണവുമില്ലാതെ പൊട്ടിച്ചിരിക്കുകയും മുറ്റത്തു ഓടി നടന്നു രസിക്കുകയും ചെയ്തിരുന്നു.

ജമീല അഴകുള്ളവളായിരുന്നു. വടിവും മിഴിവുമൊത്ത ശരീരം. ചുരുളിച്ചയില്ലാത്ത ഇടതൂർന്ന മുടി രണ്ടായി പകുത്തു മുറുക്കെ മെടഞ്ഞിട്ടിരിക്കും. അവൾ തന്റെ വെള്ളത്തൂവാല നെറ്റിയിലേക്ക് അല്പം ചെരിച്ച് തലയിൽ കെട്ടിയിരിക്കുന്നതു കാണാൻ പ്രത്യേകചന്തമുണ്ട്. അതവൾക്കു നന്നായി ഇണങ്ങിയിരുന്നു. അവളുടെ മിനുത്തിരുണ്ട മുഖത്തിന് അതു ഭംഗികൂട്ടി. ജമീല ചിരിക്കുമ്പോൾ ബദാംകുരുവിന്റെ ആകൃതിയിലുള്ള കരിനീലക്കണ്ണുകളിൽ യൗവ്വനത്തിന്റെ ചൊടിപ്പ് ജ്വലിക്കുന്നുണ്ടാവും. അവൾ പെട്ടെന്ന്, രസകരമായ നാടൻ പാട്ടുകൾ പാടാൻ തുടങ്ങുമ്പോൾ ആ അഴകുള്ള മിഴികളിൽ ഒരു കുസൃതിത്തിളക്കം പ്രത്യക്ഷപ്പെടും.

യുവാക്കന്മാർ, പ്രത്യേകിച്ചും യുദ്ധമുന്നണിയിൽനിന്നു മടങ്ങിയെത്തിയവർ, ജമീലയെ ശ്രദ്ധിക്കുന്നതു ഞാൻ പലപ്പോഴും കാണാറുണ്ട്. തമാശപറഞ്ഞു ചിരിക്കാൻ ജമീലയ്ക്ക് ഇഷ്ടമായിരുന്നു. പക്ഷേ അതിരുമറക്കുന്നവരെ നിയന്ത്രിച്ചു നിർത്താൻ അവൾക്കറിയാമിയിരുന്നു. എന്നിരിക്കിലും എന്നെ അതു വേദനിപ്പിച്ചിരുന്നു. എനിക്കതിൽ ഈർഷ്യതോന്നിയിരുന്നു. സ്വന്തം സഹോദരിമാരുടെ കാര്യത്തിൽ അനുജന്മാർക്ക് അനുഭവപ്പെടാറുള്ളതാണല്ലോ അത്. ജമീലയുടെ അടുക്കൽ ചെറുപ്പക്കാരെ കണ്ടാൽ ഞാൻ എങ്ങനെയും അവരെ തടസ്സപ്പെടുത്താൻ

ശ്രമിക്കും. ഞാൻ അവരുടെനേരെ കഠിനമായ വെറുപ്പോടെ നോക്കി നിൽക്കും. "നിങ്ങൾ ഇവിടെ അധികം ചിരിക്കയൊന്നും വേണ്ട. അവളെന്റെ ജ്യേഷ്ഠന്റെ ഭാര്യയാണ്. അവളെ രക്ഷിക്കാൻ ആരുമില്ലെന്നു കരുതണ്ട" എന്നു പറയുന്ന മട്ടിൽ.

അത്തരം സന്ദർഭങ്ങളിൽ ആ കാമുകന്മാരെ പരിഹസിക്കാനുള്ള ശ്രമത്തിൽ ഞാൻ വലിയ പരിചയഭാവം നടിച്ചുകൊണ്ട് വേണ്ടിടത്തും വേണ്ടാത്തിടത്തു മൊക്കെ സംഭാഷണത്തിൽ ഇടപെടും. അതുകൊണ്ടു യാതൊരു ഫലവുമില്ലെന്നു കാണുമ്പോൾ ഞാൻ ആത്മനിയന്ത്രണം വിട്ട് മുഖം വീർപ്പിച്ചു മാറിനിൽക്കും.

ആ യുവാക്കന്മാർ പൊട്ടിച്ചിരിക്കും:

"അവന്റെ നില്പ് കണ്ടോ? അവൾ അവന്റെ ജെനെ ആണെന്നു തോന്നുന്നു. നോക്കണേ, നമുക്കതറിയാനേ പാടില്ലായിരുന്നു!"

ഞാൻ സ്വയം നിയന്ത്രിക്കാൻ ശ്രമിക്കും. പക്ഷേ എന്നെ ഒറ്റിക്കൊടുത്തുകൊണ്ട് എന്റെ ചെവികൾ തുടുക്കും. പരിഭവത്താൽ എന്റെ കണ്ണുകൾ നിറയും. ജമീലയ്ക്കു എന്നെ മനസ്സിലാക്കാൻ കഴിഞ്ഞിരുന്നു. പൊട്ടിവരുന്ന ചിരിയടക്കിക്കൊണ്ട് അവൾ മുഖത്തു ഗൗരവം വരുത്തും.

"എന്താ, ഒരു ജെനെയെ വെറുതെ കിട്ടുമെന്നാണോ നിങ്ങളുടെ വിചാരം?" നിവർന്നുനിന്നുകൊണ്ട് ജമീല ജിഗീത്തുകളോടു ചോദിക്കും.

"നിങ്ങളുടെ ഇടയിൽ അങ്ങനെയായിരിക്കും. പക്ഷേ, ഇവിടെ അങ്ങനെയല്ല. കിച്ചിനെ ബലാ, വരൂ, നമുക്കിവിടുന്നു പോകാം!"

തന്റെ മുഴുവൻ പ്രൗഢിയും അവരുടെ മുമ്പിൽ പ്രദർശിപ്പിച്ചുകൊണ്ട് അവൾ തലയുയർത്തിപ്പിടിച്ച് വെല്ലുവിളിക്കുന്ന മട്ടിൽ ചുമലിളക്കും. ഞങ്ങൾ ഒരുമിച്ചു നടന്നകലുമ്പോൾ അവൾ മൗനമായി മന്ദഹസിക്കുന്നുണ്ടാവും.

ആ മന്ദഹാസത്തിൽ സന്താപവും സന്തോഷവും എനിക്ക് കാണാൻ കഴിഞ്ഞു. ഒരുപക്ഷേ അവൾ അപ്പോൾ വിചാരിച്ചിരിക്കാം: "നീ എന്തൊരു മണ്ടനാണ്! സ്വാതന്ത്ര്യം വേണമെന്നു ഞാൻ വിചാരിച്ചാൽ ആർക്കെന്നെ പിടിച്ചുനിർത്താൻ കഴിയും? വീട്ടുകാർ എല്ലാവരും ഒന്നിച്ചു പിറകേ നടന്നാലും ഞാൻ എന്റെ ഇഷ്ടം പോലെ ചെയ്യും!" ആ അവസരങ്ങളിൽ ഞാൻ ഒരു കുറ്റവാളിയെപ്പോലെ മൗനം ഭജിക്കും. ജമീല മറ്റുള്ളവരുടെ സ്നേഹത്തിനു പാത്രമാവുന്നത് എനിക്ക് അസഹ്യമായിരുന്നു. ഞാൻ അവളെ ദൈവതുല്യമായി കരുതി. അവൾ എന്റെ ജെനെയാണെന്നതിൽ ഞാൻ അഭിമാനിച്ചു. അവളുടെ സൗന്ദര്യത്തിലും തന്റേടത്തിലും സ്വാതന്ത്ര്യവാഞ്ഛയിലും എനിക്ക് അഭിമാനം തോന്നി. ഞങ്ങൾ ആത്മാർത്ഥസുഹൃത്തുക്കളായിരുന്നു. അന്യോന്യം അറിയിക്കാത്ത ഒറ്റ രഹസ്യവും ഞങ്ങൾക്കില്ലായിരുന്നു.

അന്ന് ഗ്രാമത്തിൽ പുരുഷന്മാർ വളരെ കുറവായിരുന്നു. ആ സന്ദർഭം പാഴാക്കാതെ ചില യുവാക്കന്മാർ സ്ത്രീകളോടു ധിക്കാരപരമായി പെരുമാറുകയും അവരോടു പുച്ഛഭാവം കൈക്കൊള്ളുകയും ചെയ്തു. "അവരുടെ അടുത്ത് ഇത്ര പാടുപെടാൻ എന്തിരിക്കുന്നു? വിരലൊന്നനക്കിയാൽ ഏതവളും ഓടിയെത്തും!" എന്ന മട്ടായിരുന്നു അവർക്ക്.

ഒരിക്കൽ, പുല്ലുവെട്ടുകാലത്ത് ഞങ്ങളുടെ ഒരകന്ന ബന്ധുവായ ഒസ്മോൻ ജമീലയോടടുക്കാൻ ശ്രമിച്ചു. തന്റെ മുമ്പിൽ എല്ലാ പെണ്ണുങ്ങളും കീഴടങ്ങുമെന്നു വിചാരിച്ചിരുന്ന കൂട്ടരിൽ ഒരുവനായിരുന്നു അയാൾ. പുൽത്തുറുവിന്റെ തണലിൽ വിശ്രമിക്കുകയായിരുന്ന ജമീല വെറുപ്പോടെ അയാളുടെ കൈ തട്ടിയകറ്റിക്കൊണ്ട്

എണീറ്റു.

“എന്നെതൊട്ടുപോകരുത്”! വേദനനിറഞ്ഞ സ്വരത്തിൽ പറഞ്ഞുകൊണ്ട് അവൾ പുറം തിരിഞ്ഞു നിന്നു. “അല്ലെങ്കിലും നിങ്ങളെ പ്പോലുള്ള വിത്തുകുതിര കളിൽനിന്നു മറ്റെന്തു പ്രതീക്ഷിക്കാനാണ്!”

പുൽത്തുറുവിന്റെ ചുവട്ടിൽ തന്റെ നനഞ്ഞ ചുണ്ടുകൾ പുച്ഛഭാവത്തിൽ കോട്ടി ക്കൊണ്ട് ഒസ്മോൻ നീണ്ടുനിവർന്നു കിടന്നു. ഇറച്ചി പൂച്ചയ്ക്ക് നാറ്റം... എന്തിനാണീ നാട്യമൊക്കെ? നിനക്കു വല്ലാത്ത കൊതിയുണ്ടെന്നു തീർച്ച. പിന്നെന്തിനാണു മൂക്കു തിരിക്കുന്നത്?”

ജമീല പെട്ടെന്നു തിരിഞ്ഞുനിന്നു.

“കൊതിയുണ്ടായിരിക്കാം! ഞങ്ങളുടെ വിധി അങ്ങനെയായിപ്പോയതിനു നീ എന്തിനാണു വിഡ്ഢിയെപ്പോലെ ഇളിക്കുന്നത്? നൂറു കൊല്ലം ഭർത്താവിനെ കാത്തിരിക്കേണ്ടിവന്നാലും നിന്നെപ്പോലുള്ളവരുടെ മുഖത്തു തുപ്പാൻ ഞാൻ കൂട്ടാക്കില്ല! അതിനുപോലും അറയ്ക്കും. യുദ്ധമില്ലാതിരുന്നെങ്കിൽ ആരെങ്കിലും നിന്നെ തിരിഞ്ഞുനോക്കുമായിരുന്നോ?

“അതല്ലേ ഞാനും പറയുന്നത്! യുദ്ധമാണ്, ഭർത്താവിന്റെ ചാട്ട അരികെയില്ല. അതിനാൽ നിനക്കു വെകിളി കയറിയിരിക്കയാണ്.” ഒസ്മോൻ പല്ലിളിച്ചു. “നീ എന്റെ കെട്ടിയോളായിരുന്നെങ്കിൽ നിന്റെ മട്ടൊന്നു വേറെയായിരുന്നേനെ.”

ജമീല എന്തോ പറയാൻ ഭാവിച്ച് അയാളുടെ നേരെ കുതിച്ചെങ്കിലും ഒന്നും മിണ്ടിയില്ല. അയാളുമായി വഴക്കടിച്ചിട്ടു കാര്യമില്ലെന്ന് അവൾക്കു മനസ്സിലായി. വെറുപ്പുനിറഞ്ഞ കണ്ണുകളോടെ അവൾ അയാളെ തെല്ലുനേരം നോക്കിനിന്നു. പിന്നീട് അറപ്പോടെ ഒന്നു തുപ്പിയിട്ട് നിലത്തുനിന്ന് വാരുകോലുമെടുത്തുകൊണ്ടു നടന്നകന്നു.

പുൽത്തുറുവിനപ്പുറത്ത് ഞാൻ വണ്ടിയിൽ നിൽക്കുകയായിരുന്നു. എന്നെ കണ്ട പ്പോൾ ജമീല പെട്ടെന്നു വശത്തേക്കു തിരിഞ്ഞുകളഞ്ഞു. എന്റെ അപ്പോഴത്തെ സ്ഥിതി അവൾക്കു മനസ്സിലാക്കാൻ കഴിഞ്ഞു. അവളെയല്ല, എന്നെത്തന്നെയാണ് അപമാനിക്കുകയും നിന്ദിക്കുകയും ചെയ്തതെന്ന് എനിക്ക് തോന്നി. വേദനിക്കുന്ന ഹൃദയത്തോടെ ഞാൻ അവളെ പഴിച്ചു:

“എന്തിനാണ് അത്തരക്കാരുമായി ഇടപെടാൻ പോകുന്നത്? എന്തിന് അവറ്റ കളോടു സംസാരിക്കുന്നു?”

അന്നു വൈകുന്നേരംവരെ ജമീല അമർഷംപൂണ്ടു മ്ലാനയായി കാണപ്പെട്ടു. അവൾ എന്നോട് ഒരു വാക്കുപോലും ഉരിയാടിയില്ല. പതിവുപോലെ ചിരിച്ചതുമില്ല. ഞാൻ അവളുടെ അടുത്തേക്കു വണ്ടിയുമായി ചെല്ലുമ്പോൾ താൻ ഉള്ളിലടക്കിയിരു ന്ന ആ കൊടും വേദനയെക്കുറിച്ചു സംസാരിക്കാൻ എനിക്കിടനൽകാതെ അവൾ വാരുകോൽ പുൽക്കൂനയിലേക്ക് ആഞ്ഞിറക്കി, മുഴുവനും ഒന്നിച്ചുപൊക്കിയെടുത്ത് അതിനു പിമ്പിൽ മുഖം മറച്ചുകളയും. പുല്ലു വണ്ടിയിലിട്ടതിനുശേഷം അവൾ മറ്റൊരു പുൽക്കൂനയിലേക്കു മാറുകയായി. വണ്ടി വേഗം നിറയും. വണ്ടിയടിച്ചു കലുന്നതിനിടയ്ക്ക് തിരിഞ്ഞുനോക്കുമ്പോൾ അവൾ വാരുകോലൂന്നി തലകുനിച്ച്, എന്തോ ആലോചിച്ചുകൊണ്ട് ഒന്നുരണ്ടുനിമിഷം നിൽക്കുന്നതു കാണാം. പെട്ടെന്ന് ഓർമ്മിച്ചിട്ടെന്നപോലെ അവൾ വീണ്ടും ജോലി തുടരും.

അവസാനത്തെ വണ്ടിയും നിറച്ചുകഴിഞ്ഞപ്പോൾ ജമീല ഏറെ നേരം

അസ്തമയം നോക്കി നിന്നു. ലോകത്തുള്ള മറ്റെല്ലാം അവൾ മറന്നതുപോലെതോന്നി. കസാക്ക് സ്റ്റെപ്പിയുടെ അതിർത്തിയിലെങ്ങോ തളർന്നവശനായ സായാഹ്നസൂര്യൻ തന്ദൂരടുപ്പിന്റെ[1] മുഖം പോലെ ജ്വലിച്ചുകൊണ്ടിരുന്നു. ആകാശത്തിലെ പൊടിമേഘങ്ങളിൽ ചെഞ്ചായം പൂശിക്കൊണ്ട് അത് മെല്ലെ ചക്രവാളത്തിനപ്പുറത്തേക്കു താഴുകയായിരുന്നു. സ്റ്റെപ്പിയുടെ നിമ്നതലങ്ങളിൽ സന്ധ്യയുടെ നീലിമ പൂണ്ടിരുന്നു. ഏതോ മായാദർശനത്താലെന്ന പോലെ നിശ്ശബ്ദമായ ആനന്ദനിർവൃതിയിലാണ്ടു ജമീല അസ്തമയം നോക്കി നിന്നു. അവളുടെ മുഖത്ത് ഓമനത്തം കളിയാടി. പാതിവിടർന്ന അധരങ്ങളിൽ ശിശുസഹജമായ സുമന്ദഹാസം തങ്ങിനിന്നു. എന്റെ നാവിൽത്തുമ്പത്ത് പൊട്ടിപ്പുറപ്പെടാൻ വെമ്പൽകൊണ്ടു നിന്നിരുന്ന ആക്ഷേപങ്ങൾക്കു മറുപടിയെന്നോണം, തിരിഞ്ഞുനിന്ന്, സംഭാഷണം തുടരുന്ന മട്ടിൽ അവൾ പറഞ്ഞു.

"നീ അയാളെപ്പറ്റി വിചാരിക്കണ്ട. കിച്ചനെ ബലാ, ഒന്നും കാര്യമാക്കാനില്ല. അയാളൊരു മനുഷ്യനാണോ?" എരിഞ്ഞടങ്ങുന്ന സൂര്യനെ നോക്കിക്കൊണ്ട് ജമീല നിശ്ശബ്ദയായി. ഒന്നു നെടുവീർപ്പിട്ടതിനുശേഷം അവൾ ചിന്താമഗ്നയായി തുടരുന്നു: "ഒസ്മോനെപ്പോലുള്ളവന്മാർക്ക് മനുഷ്യന്റെ ഹൃദയത്തിലെന്താണെന്ന് എങ്ങനെ അറിയാൻ കഴിയും? ആർക്കും അതറിഞ്ഞുകൂടാ. ഒരു പക്ഷേ, അതറിയാവുന്ന ഒരാളുപോലും ലോകത്തില്ലായിരിക്കാം..."

ഞാൻ കുതിരകളെ തിരിച്ചുനിർത്തിയപ്പോഴേയ്ക്കും ജമീല ഞങ്ങളിൽ നിന്ന് അല്പം മാറി ജോലിചെയ്തിരുന്ന സ്ത്രീകളുടെ അടുത്ത് ഓടിയെത്തിക്കഴിഞ്ഞിരുന്നു. അവരുടെ ഉച്ചത്തിലുള്ള ആഹ്ലാദശബ്ദങ്ങൾ ഞാൻ കേട്ടു. അവൾക്ക് എന്തു സംഭവിച്ചു എന്നു പറയുക പ്രയാസമാണ്. ഒരുപക്ഷേ സൂര്യാസ്തമയം അവളുടെ മനസ്സിനെ പ്രശാന്തമാക്കിയിരിക്കാം. അല്ലെങ്കിൽ നന്നായിപണിയെടുത്തതിനാലുണ്ടായ ആഹ്ലാദവുമാവാം. വണ്ടിയിൽ, പുൽക്കൂമ്പാരത്തിനുമുകളിൽ ഇരുന്നുകൊണ്ട് ഞാൻ ജമീലയെ നോക്കി. തലയിൽനിന്നു വെള്ളത്തൂവാല വലിച്ചെടുത്ത് അവൾ തന്റെ കൂട്ടുകാരിയുടെ പിന്നാലെ പുല്ലുവെട്ടിക്കഴിഞ്ഞ, തണൽ വീശിയ വയലിലൂടെ കൈകൾ വിടർത്തിപ്പിടിച്ച് ഓടുകയായിരുന്നു. അവളുടെ ഉടുപ്പിന്റെ കീഴറ്റം കാറ്റത്തുലഞ്ഞുകൊണ്ടിരുന്നു. എന്റെ വിഷാദം പമ്പകടന്നു; "ഒസ്മോൻ വല്ലതും പറഞ്ഞതിൽ എന്തിത്ര വിചാരിക്കാനിരിക്കുന്നു!"

"ഹം, നടക്ക്!" കുതിരകളെ ചാട്ടകൊണ്ടടിച്ച് ഞാൻ വണ്ടിവിട്ടു.

അന്ന്, ടീം നേതാവു പറഞ്ഞതനുസരിച്ച്, തല വടിക്കാനായി അച്ഛനെ കാത്തിരിക്കാൻ ഞാൻ തീരുമാനിച്ചു. ഉള്ള സമയത്തിന് സാദീക്കിന്റെ എഴുത്തിനു മറുപടി എഴുതാൻ തുടങ്ങി. എഴുത്തുകളുടെ കാര്യത്തിൽ ഞങ്ങളുടെ ഇടയിൽ ചില വഴക്കങ്ങളുണ്ടായിരുന്നു. ജ്യേഷ്ഠന്മാർ അച്ഛന്റെ പേരിലാണ് എഴുത്തുകൾ അയക്കുക. ഗ്രാമത്തിലെ പോസ്റ്റ്മാൻ അവ അമ്മയെ ഏൽപ്പിക്കും. എഴുത്തുകൾ വായിക്കുകയും അവയ്ക്കു മറുപടി അയയ്ക്കുകയും ചെയ്യേണ്ട കടമ എന്റേതായിരുന്നു. സാദീക്ക് എഴുതിയിരിക്കുന്നതെന്താണെന്നു വായിക്കാതെതന്നെ എനിക്കു മുൻകൂട്ടി അറിയാം. പറ്റത്തിലെ ആട്ടിൻ കുട്ടികളെപ്പോലെ എല്ലാ കത്തുകളും ഒരുപോലിരിക്കും. "മംഗളാശംസകൾ" എന്ന വാക്കുകളോടെയാണ് സാദീക്ക് എല്ലായ്പ്പോഴും തുടങ്ങുക. പിന്നീടു തുടരുന്നതിങ്ങനെയായിരിക്കും; "ഞാൻ തപാൽമാർഗ്ഗം

1 തന്ദൂരടുപ്പ്—ചപ്പാത്തി ചുടുന്നതിനുവേണ്ടി വീട്ടിനടുത്തു മണ്ണുകുഴിച്ചുണ്ടാക്കുന്ന വട്ടമുഖമുള്ള അടുപ്പ്. –എ ഡി.

ഈ എഴുത്ത് സുന്ദരവും സുരഭിലവുമായ തലാസിൽ പാർക്കുന്ന എന്റെ ഉറ്റവരും ബന്ധുക്കളുമായ നിങ്ങൾക്കെല്ലാവർക്കും, എത്രയും പ്രിയപ്പെട്ട വന്ദ്യപിതാവായ ജോൽചുബായിക്കും..." പിന്നെ എന്റെ അമ്മയുടെയും അതിനുശേഷം സ്വന്തം അമ്മയുടെയും, ഒടുവിൽ മറുപ്രകാരം ഞങ്ങളോരോരുത്തരുടെയും പേരു കുറിച്ചിരിക്കും. അതിനുശേഷം ഗ്രാമത്തിലെ മാന്യന്മാരുടെയും അടുത്ത ബന്ധുക്കളുടെയും ആരോഗ്യത്തെയും ക്ഷേമത്തേയും കുറിച്ചുള്ള സ്ഥിരം ചോദ്യങ്ങളായിരിക്കും. ഏറ്റവും ഒടുവിൽ മാത്രം, തിടുക്കത്തിലെന്നോണം, സാദീക്ക് എഴുതിച്ചേർക്കും: "എന്റെ ഭാര്യ ജമീലയ്ക്കും അന്വേഷണങ്ങൾ."

മാതാപിതാക്കന്മാർ ജീവിച്ചിരിക്കുമ്പോൾ, ഗ്രാമത്തിൽ മാന്യന്മാരും ഉറ്റ ബന്ധുക്കളും ധാരാളമുള്ളപ്പോൾ, ഭാര്യയുടെ പേര് ആദ്യം കുറിക്കുകയോ അഥവാ ഭാര്യയുടെ പേരിൽത്തന്നെ എഴുത്തെഴുതുകയോ ചെയ്യുന്നത് തീർച്ചയായും, ഭംഗിയല്ലെന്നുമാത്രമല്ല, അനുചിതവുമാണ്. സാദീക്ക് മാത്രമല്ല, ഗ്രാമത്തിലെ ആത്മാഭിമാനമുള്ളവരെല്ലാം കരുതിയിരുന്നത് അങ്ങനെയാണ്. അതിനെപ്പറ്റി പറയാനൊന്നുമില്ല. നാട്ടുനടപ്പങ്ങനെയായിരുന്നു. അതൊരു ചർച്ചാവിഷയമായിരുന്നില്ല. മാത്രമല്ല, ഞങ്ങൾ അതിനെപ്പറ്റി ഒട്ടു ചിന്തിച്ചതുമില്ല. അതിന്റെ ആവശ്യവുമില്ലായിരുന്നു. ആറ്റുനോറ്റിരുന്നു കിട്ടുന്ന ഓരോ എഴുത്തും സന്തോഷകരമായ ഒരു സംഭവമായിരുന്നു.

അമ്മ എന്നെക്കൊണ്ട് എഴുത്തുപലപ്രാവശ്യം വായിപ്പിക്കും. എന്നിട്ട് ഭക്ത്യാദരവുകളോടെ, ജോലിചെയ്തു വിണ്ടുകീറിയ തന്റെ കരങ്ങളിൽ അതെടുത്ത് പറക്കാനോങ്ങുന്ന പക്ഷിയെ പിടിച്ചിരിക്കുന്നതുപോലെ മുറുക്കെപ്പിടിച്ചുകൊണ്ടു നിൽക്കും. തന്റെ മടക്കാനാവാത്ത വിരലുകൾക്കൊണ്ട് വളരെ പണിപ്പെട്ട് ഒടുവിൽ ആ കടലാസുകഷ്ണം ത്രികോണാകൃതിയിലുള്ള കൂട്ടിലിടും.

"ഹാ! എന്റെ പ്രിയപ്പെട്ട മക്കളേ, നിങ്ങളുടെ എഴുത്തുകൾ മന്ത്രത്തകിടുകൾ പോലെ ഞങ്ങൾ സൂക്ഷിച്ചുകൊള്ളാം," നിറഞ്ഞ കണ്ണുകളോടെ ഇടറിയ സ്വരത്തിൽ അവർ പറയും. "അച്ഛനും അമ്മയ്ക്കും ബന്ധുക്കൾക്കുമൊക്കെ സുഖമാണോ എന്നു ചോദിച്ചിട്ടുണ്ടല്ലോ... ഞങ്ങൾ ഗ്രാമത്തിൽത്തന്നെയല്ലേ? നിങ്ങളുടെ സ്ഥിതിയെന്താണ്? ജീവിച്ചിരിപ്പുണ്ടെന്ന് ഒറ്റവാക്കു കുറിച്ചാൽ മതി. അത്രമാത്രം. അതിൽക്കവിഞ്ഞൊന്നും വേണ്ട..."

അമ്മ പിന്നെയും വളരെനേരം ആ ത്രികോണത്തിലേക്കു നോക്കി നിൽക്കും. പിന്നീട് മറ്റു കത്തുകൾ സൂക്ഷിച്ചിരുന്ന തുകൽ സഞ്ചിയിൽ അതുമിട്ട് പെട്ടിയിൽ വച്ചുപൂട്ടും.

എഴുത്തു കിട്ടുന്ന സമയത്ത് ജമീല വീട്ടിലുണ്ടെങ്കിൽ അവൾക്കും അതുവായിക്കാൻ കൊടുക്കും. ത്രികോണാകൃതിയിലുള്ള ആ ലക്കോട്ടു കൈയിലെടുക്കുന്ന ഓരോ പ്രാവശ്യവും അവളുടെ മുഖം തുടുക്കുന്നതു ഞാൻ ശ്രദ്ധിക്കാറുണ്ട്. ആർത്തിയോടെ ഓരോ വരിയിലൂടെയും തിടുക്കത്തിൽ കണ്ണോടിച്ചുകൊണ്ട് നിശ്ശബ്ദമായാണ് അവൾ വായിക്കാറ്. എഴുത്തിന്റെ അവസാനമാകുന്നതോടെ അവളുടെ തോളുകൾ ഇടിയും. കവിൽത്തടങ്ങളുടെ തുടുപ്പു കുറയും. അവൾ തന്റെ കാർക്കശ്യം ദ്യോതിപ്പിക്കുന്ന പൂരികങ്ങൾ ചുളിക്കും. എന്നിട്ട് തികഞ്ഞ നിർവ്വികാരതയോടെ, കടം വാങ്ങി എന്തോ ഒന്നു മടക്കിക്കൊടുക്കുന്നതുപോലെ, അവൾ ആ എഴുത്ത് അമ്മയെ എല്പിക്കും.

അമ്മ തന്റേതായ രീതിയിൽ മരുമകളുടെ അന്തർഗ്ഗതം മനസ്സിലാക്കും. അവർ

അവളെ ഉത്സാഹിപ്പിക്കാൻ ശ്രമിക്കും.

"നിനക്കെന്തു പറ്റി?" പെട്ടി പൂട്ടിക്കൊണ്ട് അവർ പറയും.

"സന്തോഷിക്കേണ്ടതിനുപകരം നീ വല്ലാതെ വാടിയിരിക്കുന്നു! നിന്റെ ഒരുത്തിയുടെ ഭർത്താവുമാത്രമാണോ യുദ്ധത്തിനു പോയിട്ടുള്ളത്? ദുഃഖം നിനക്ക് മാത്രമല്ല, മുഴുവൻ ജനങ്ങളും ദുഃഖത്തിലാണ്. അവരൊടൊപ്പം നീയും സഹിക്ക്. നിന്നെപ്പോലെ ഏകാന്തത അനുഭവിക്കുന്നവർ വേറെയില്ലെന്നാണോ നിന്റെ വിചാരം? തങ്ങളുടെ ഭർത്താക്കന്മാരെച്ചൊല്ലി വ്യാകുലപ്പെടാത്തവരാരുണ്ട്? വ്യാകുലപ്പെട്ടുകൊള്ളൂ. പക്ഷേ, അതു പുറത്തുകാട്ടരുത്. ഉള്ളിലൊതുക്കി കഴിയണം."

ജമീല ഒന്നും മിണ്ടുകയില്ല. എന്നാൽ അവളുടെ കാർക്കശ്യവും വിഷാദവും കലർന്ന മുഖഭാവം പറയുന്നതായി തോന്നി: "ഈ അമ്മയ്ക്കു ഒരു ചുക്കും മനസ്സിലാകുന്നില്ല!"

ഇത്തവണയും സാദീക്കിന്റെ എഴുത്തു വന്നത് സാറാത്തൊവിൽ നിന്നാണ്. അവിടെ ആസ്പത്രിയിൽ കിടക്കുകയാണത്രെ. ദൈവാനുഗ്രഹമുള്ള പക്ഷം ശരൽക്കാലത്തു വീട്ടിൽ മടങ്ങിയെത്താൻ കഴിയുമെന്നാണ് എഴുതിയിരിക്കുന്നത്. മുമ്പും ഇതെഴുതിയിരുന്നു. താമസിയാതെ സാദീക്ക് തിരിച്ചെത്തുമല്ലോ എന്നോർത്തു ഞങ്ങളെല്ലാവരും സന്തോഷിച്ചു.

അന്ന് ഏതായാലും ഞാൻ വീട്ടിൽ തങ്ങാതെ മെതിക്കളത്തിലേക്കുതന്നെ പുറപ്പെട്ടു. അവിടെയായിരുന്നു ഞാൻ സാധാരണ രാത്രി കഴിച്ചിരുന്നത്. കുതിരകളെ ഞാൻ ത്രിപർണ്ണിപ്പുൽവയലിൽ കൊണ്ടുപോയി കാലുകെട്ടിവിട്ടു. കൂട്ടുകൃഷിക്കളത്തിന്റെ ചെയർമാൻ അവിടെ കന്നുകാലികളെ മേയ്ക്കുന്നതു നിരോധിച്ചിരുന്നു. എങ്കിലും കുതിരകളെ വയറുനിറയെ തീറ്റുന്നതിനുവേണ്ടി ഞാൻ ആ നിരോധനം ലംഘിച്ചിരുന്നു. താഴ്വരയിൽ ഒരു ഗൂഢസ്ഥലം എനിക്കറിയാമായിരുന്നു. മാത്രമല്ല, രാത്രിയിൽ ആരുമൊന്നും കാണാനുമിടയില്ല. പക്ഷേ ഇത്തവണ കുതിരകളെ നുകത്തിൽനിന്നഴിച്ച് മുന്നോട്ടുനടത്തിയപ്പോൾ വേറാരോ നാലു കുതിരകളെ അവിടെ വിട്ടിരിക്കുന്നതു ഞാൻ കണ്ടു. അതെന്നെ അരിശപ്പെടുത്തി. ഏതായാലും ഞാനൊരു ഇരട്ടക്കുതിരവണ്ടിക്കാരനല്ലേ, അതിനാൽ അരിശപ്പെടാൻ എനിക്കവകാശമുണ്ടായിരുന്നു. അധികമൊന്നും ആലോചിക്കാതെ, ആ അന്യകുതിരകളെ ദൂരെ വല്ലിടത്തേക്കും ഓടിച്ചുവിടാനും അങ്ങനെ എന്റെ സ്ഥലത്തേക്ക് അതിക്രമിച്ചു കടന്ന ധിക്കാരിയെ ഒരു പാഠം പഠിപ്പിക്കാനും ഞാൻ നിശ്ചയിച്ചു. പെട്ടെന്നാണ് ദനിയാറിന്റെ രണ്ടു കുതിരകളെ ഞാൻ തിരിച്ചറിഞ്ഞത്. അന്നു ടീം നേതാവു പറഞ്ഞത് അയാളെപ്പറ്റിയാണ്. പിറ്റേന്നു മുതൽ ഞങ്ങളൊന്നിച്ച് സ്റ്റേഷനിലേക്കു ധാന്യംകൊണ്ടുപോകാൻ തുടങ്ങുമല്ലോ എന്നോർത്തപ്പോൾ ഞാൻ ആ കുതിരകളെ ശല്യപ്പെടുത്താതെ മെതിക്കളത്തിലേക്കു തിരിച്ചു പോന്നു.

ദനിയാർ അവിടെയുണ്ടായിരുന്നു. വണ്ടിച്ചക്രങ്ങൾക്ക് എണ്ണയിട്ടതിനുശേഷം അയാൾ അച്ചാണിയിലെ പിരിക്കട്ടകൾ മുറുക്കുകയായിരുന്നു.

"ദനിയാർ, താഴ്വരയിൽ മേയുന്ന കുതിരകൾ നിങ്ങളുടേതാണോ?" ഞാൻ ചോദിച്ചു.

അയാൾ മെല്ലെ തലതിരിച്ചു;

"മറ്റേ ജോടിയോ?"

"അത്... അവളുടെ പേരെന്താ, ജമീലയോ? അവളുടേതാണത്. അവൾ നിന്റെ

ജെനെ അല്ലേ?"

"അതെ."

"ടീം നേതാവുതന്നെയാണ് കുതിരകളെ അവിടെകൊണ്ടുവിട്ടത്.

എന്നോട് അവയെ നോക്കാൻ പറയുകയും ചെയ്തു..."

ഞാൻ കുതിരകളെ ആട്ടിയോടിക്കാതിരുന്നത് എത്രനന്നായി!

രാത്രിയായി, മലകളിൽനിന്നു വീശിയിരുന്ന അന്തിക്കാറ്റു നിലച്ചു. മെതിക്കളം നിശ്ശബ്ദമായി. ദനിയാർ വയ്ക്കോൽത്തുറുവിന്റെ ചുവട്ടിൽ എന്റെ സമീപത്താണു കിടന്നത്. പക്ഷേ കുറച്ചുകഴിഞ്ഞപ്പോൾ അയാൾ എണീറ്റ് ആറ്റിൻതീരത്തേക്കു പോയി. വളരെയകലെയല്ലാതെ ചെങ്കുത്തായ പാറക്കെട്ടിലെത്തിയപ്പോൾ അയാൾ നിന്നു. കൈകൾ പിന്നിൽകെട്ടി, തലതോളിലേക്കു ചരിച്ച് അയാൾ ആ നില്പു തുടർന്നു. എന്റെനേരെ പുറംതിരിഞ്ഞാണ് അയാൾ നിന്നത്. നേർത്തനിലാവെളിച്ചത്തിൽ അയാളുടെ കിളരം കൂടിയ, ഒതുക്കമില്ലാത്ത രൂപംനിന്നു. രാത്രിയിൽ, ആഴം കുറഞ്ഞിടത്ത് കൂടുതൽ ശബ്ദമുണ്ടാക്കിക്കൊണ്ട് ഒഴുകുന്ന നദിയ്ക്ക് അയാൾ ചെവിയോർക്കുകയാണെന്നു തോന്നി. ഒരുപക്ഷേ എനിക്ക് ശ്രവിക്കാനാവാത്ത ഏതോ നിശാശബ്ദങ്ങളും മർമ്മരങ്ങളുമായിരിക്കാം അയാൾ ശ്രദ്ധിക്കുന്നത്. "വീണ്ടും ആറ്റിൻകരയിൽ രാത്രി കഴിക്കാനാണു ഭാവം. കിറുക്കുതന്നെ!" ഞാൻ ചുണ്ടുകോട്ടിച്ചിരിച്ചു.

ദനിയാർ ഞങ്ങളുടെ ഗ്രാമത്തിലെത്തിയിട്ട് നാളധികമായിട്ടില്ല. ഒരിക്കൽ ഒരു ചെറുപയ്യൻ, പുല്ലുവെട്ടുന്നിടത്തേക്കു പാഞ്ഞുവന്ന് ഗ്രാമത്തിൽ മുറിവേറ്റ ഒരു പട്ടാളക്കാരൻ എത്തിയിട്ടുണ്ടെന്നു പറഞ്ഞു. ആരാണെന്നോ ഏതു വീട്ടിലത്തെയാണെന്നോ അവന് അറിഞ്ഞുകൂടായിരുന്നു. ഓ! എന്തൊരു ബഹളമാണ് അവിടെ നടന്നത്! ഗ്രാമത്തിൽ അങ്ങനെയാണ്; യുദ്ധമുന്നണിയിൽനിന്ന് ആരെങ്കിലും മടങ്ങിയെത്തിയെന്നറിഞ്ഞാൽ അയാളെ കാണുന്നതിനായി എല്ലാവരും, ആബാലവൃദ്ധം, കൂട്ടംചേർന്ന് ഓടിയെത്തുകയായി. അവർ ആഗതനെ ഹസ്തദാനം ചെയ്തു വണങ്ങുകയും തങ്ങളുടെ ഉറ്റവരെ കണ്ടോ എന്നു ചോദിച്ചറിയുകയും അയാളിൽനിന്നു വാർത്തകൾ കേൾക്കുകയും ചെയ്യും. ഇത്തവണ ഉണ്ടായ കോലാഹലം സങ്കല്പിക്കാനാവില്ല. "ഒരുപക്ഷേ ജ്യേഷ്ഠനായിരിക്കാം വന്നിരിക്കുന്നത്, അളിയനാകാനും വഴിയുണ്ട്" ഓരോരുത്തരും വിചാരിച്ചു. വന്നതാരെന്ന് അറിയാനായി പുല്ലുവെട്ടുകാരെല്ലാം ഗ്രാമത്തിലേക്കു കുതിച്ചു.

ദനിയാർ ഞങ്ങളുടെ ഗ്രാമത്തിൽ ജനിച്ചുവളർന്നവനാണത്രേ. കുട്ടിക്കാലത്തുതന്നെ അവൻ അനാഥനായിത്തീർന്നു. മൂന്നുകൊല്ലക്കാലം വീടുകൾതോറും അലഞ്ഞുതിരിഞ്ഞതിനുശേഷം അവൻ കസാക്ക് സ്ഥാനിലെ ചക്ക്മാക്ക് സ്റ്റെപ്പിയിലേക്കു പുറപ്പെട്ടു. അവന്റെ അമ്മവീട്ടുകാർ കസാക്കുകളായിരുന്നു. അവനെ ഗ്രാമത്തിലേക്കു തിരിച്ചുകൊണ്ടുവരാൻ തക്ക ഉറ്റബന്ധുക്കളാരും ആ കുട്ടിക്കില്ലായിരുന്നു. അങ്ങനെ അവന്റെ കാര്യം വിസ്മരിക്കപ്പെട്ടു. ഗ്രാമം വിട്ടതിനുശേഷം എങ്ങനെ കഴിഞ്ഞുവെന്നു ദനിയാറിനോടു ചോദിച്ചാൽ അയാൾ ഉത്തരം പറയാതെ ഒഴിഞ്ഞുമാറും. എങ്കിലും ദുഃഖചഷകത്തിൽനിന്നും വേണ്ടതിലധികം അയാൾ മോന്തിയിട്ടുണ്ടെന്നും അനാഥബാലന്റേതായ തിക്തജീവിതം മതിയാവോളം അനുഭവിച്ചറിഞ്ഞിട്ടുണ്ടെന്നും മനസ്സിലാക്കാൻ പ്രയാസമില്ലായിരുന്നു. അയാൾ പല ദേശങ്ങളിലും അലഞ്ഞുതിരിഞ്ഞു. വളരെക്കാലം ചക്ക് മാക്കിലെ ഉപ്പുമയമുള്ള ചതുപ്പുകളിൽ ആട്ടുമേച്ചുനടന്നു. കുറച്ചുകൂടി പ്രായമായപ്പോൾ മരുഭൂമികളിൽ തോട്ടുകീറുകയും

പുതുതായി സ്റ്റേറ്റുടമയിൽ ആരംഭിച്ച പരുത്തിത്തോട്ടങ്ങളിൽ പണിയെടുക്കുകയും ചെയ്തു. പിന്നീട് താഷ്കെന്റിനടുത്തുള്ള അൻഗ്രെൻസ്ക് ഖനികളിൽ ജോലി ചെയ്തു. അവിടെവച്ചാണ് അയാൾ പട്ടാളത്തിൽ ചേർന്നത്.

ദനിയാർ സ്വഗ്രാമത്തിലേക്കു തിരിച്ചുവന്നതിൽ നാട്ടുകാർ സംതൃപ്തി പ്രകടിപ്പിച്ചു. "അന്യനാട്ടുകളിൽ എത്ര അലഞ്ഞുനടന്നെങ്കിലും അവൻ തിരിച്ചെത്തിയില്ലേ? സ്വന്തം നാട്ടിലെ വെള്ളം കുടിക്കാനാണവന്റെ വിധിയെന്നർഥം. അവൻ ഭാഷയും മറന്നിട്ടില്ല. ഇടയ്ക്കിടെ കസാക്കുവാക്കുകൾ ചേർത്താണെങ്കിലും നന്നായി സംസാരിക്കുന്നുണ്ട്?"

"തുൽപ്പാർ[2] ലോകത്തിന്റെ മറ്റേ അറ്റത്തുനിന്നു പോലും സ്വന്തം പറ്റത്തിൽ തിരിച്ചെത്തും. സ്വന്തം നാടിനേയും നാട്ടുകാരേയും മറക്കാൻ ആർക്കു കഴിയും? നീ മടങ്ങിവന്നതു വളരെ നന്നായി. ഞങ്ങൾ സന്തോഷിക്കുന്നു. നിന്റെ പിതൃക്കളും സംതൃപ്തിയടയും. അള്ളാ സഹായിച്ചാൽ നമ്മൾ ജർമ്മകാരെ തുരത്തിയതിനു ശേഷം വീണ്ടും സമാധാനത്തോടെ ജീവിക്കും. അന്നു നിനക്കും മറ്റുള്ളവരെപ്പോലെ വീടും കുടുംബവുമുണ്ടാകും. സ്വന്തം അടുപ്പിൽനിന്നും പുക പൊങ്ങുന്നതുകാണാൻ നിനക്കൊക്കും." വയസ്സുചെന്ന കാരണവന്മാർ പറഞ്ഞു.

ദനിയാറിന്റെ പൂർവ്വികന്മാർ ആരായിരുന്നെന്ന് ഓർമ്മിച്ചുനോക്കി അവൻ അയാളുടെ തറവാടു കൃത്യമായി നിർണ്ണയിച്ചു. അങ്ങനെ ഒരു "പുതിയ ബന്ധു"-ദനിയാർ-ഗ്രാമത്തിൽ പ്രത്യക്ഷപ്പെട്ടു.

ചെറിയൊരു കൂനും ഇടത്തുകാലിൽ അല്പം മുടന്തുമുള്ള, ദീർഘകായനായ ആ പട്ടാളക്കാരനെ ടീം നേതാവായ ഒറോസ്മത്ത് ഞങ്ങള പുല്ലുവെട്ടുന്നിടത്തേക്കു കൂട്ടിക്കൊണ്ടുവന്നു. പട്ടാളക്കോട്ടു ചുമലിൽ തൂക്കി. ഒറോസ്മത്തിന്റെ കുറുകിക്കൊഴുത്ത കുതിരയുടെ ഒപ്പം നടക്കാൻ ശ്രമിച്ചുകൊണ്ട്, അയാൾ കാൽവലിച്ചു നടന്നു. പൊക്കമുള്ള ദനിയാറിനോടൊപ്പം കുള്ളനും ചുറുചുറുക്കുള്ളവനുമായ ഒറോസ്മത്തിനെ കണ്ടപ്പോൾ ആറ്റിൽ കരയിൽ സദാ തത്തിനടക്കുന്ന ചെറുപക്ഷിയെ ഞങ്ങൾ ഓർമ്മിച്ചുപോയി. ഞങ്ങൾ കുട്ടികൾ പൊട്ടിച്ചിരിക്കുകപോലും ചെയ്തു.

ദനിയാറിന്റെ കാലിനേറ്റ പരുക്ക് ഇനിയും പൂർണ്ണമായി സുഖപ്പെട്ടിട്ടില്ലായിരുന്നു. കാൽമുട്ടു മടക്കാൻ വയ്യാതിരുന്നതിനാൽ പുല്ലുവെട്ടുകാരന്റെ പണി അയാൾക്കു പറ്റിയതായിരുന്നില്ല. അതിനാൽ കുട്ടികളായ ഞങ്ങളുടെ പുല്ലുവെട്ടുയന്ത്രങ്ങൾ നടത്തുന്ന ജോലിക്ക് അയാൾ നിയോഗിക്കപ്പെട്ടു. വാസ്തവം പറഞ്ഞാൽ, ഞങ്ങൾക്ക് അയാളെ അത്ര ഇഷ്ടപ്പെട്ടില്ല. ഒന്നാമതായി, അയാളുടെ അടച്ചുകെട്ടിയ പ്രകൃതം ഞങ്ങൾക്കു പിടിച്ചില്ല. ദനിയാർ അധികം സംസാരിക്കില്ല. എന്തെങ്കിലും പറയുകയാണെങ്കിൽത്തന്നെ അതുമായി യാതൊരു ബന്ധവുമില്ലാത്ത വേറെന്തിനെപ്പറ്റിയോ ആണ് അയാളപ്പോൾ ആലോചിക്കുന്നതെന്നു തോന്നും. സ്വന്തം വിചാരങ്ങളിൽ മുഴുകിയ ഒരു പ്രതീതി. അയാളുടെ ചിന്താമഗ്നവും സ്വപ്നമയവുമായ കണ്ണുകൾ മുഖത്തേക്കു തറച്ചുനോക്കുന്നുണ്ടെങ്കിലും മുമ്പിൽനിൽക്കുന്നയാളെ അയാൾ കാണുന്നുണ്ടോ ഇല്ലയോ എന്നു തീർച്ച പറയാനാവില്ല.

"പാവം ദനിയാർ! യുദ്ധമുന്നണിയിൽനിന്നു തിരിച്ചെത്തിയശേഷം അയാൾക്കു മനഃസാന്നിദ്ധ്യം വീണ്ടെടുക്കാൻ കഴിഞ്ഞിട്ടില്ല." ഗ്രാമത്തിലെ ആളുകൾ പറയാറുണ്ട്.

പക്ഷേ ഒരു കാര്യമുണ്ട്. എപ്പോഴും ചിന്തയിൽ മുഴുകിയിരിക്കുമെങ്കിലും

2 തുൽപ്പാർ — പുരാണത്തിലെ കുതിര — എ ഡി.

ജോലിയിൽ അയാൾക്കു നല്ല ചുറുചുറുക്കും സൂക്ഷ്മതയും ഉണ്ടായിരുന്നു. അപ്പോൾ അയാളെ കണ്ടാൽ സംസർഗ്ഗശീലനായ ഒരു തുറന്ന മനുഷ്യനല്ലെന്ന് ആരും പറയുകയില്ല. ഒരനാഥബാലന്റേതായ അല്ലൽ നിറഞ്ഞ ജീവിതം തന്റെ വികാര ങ്ങളെയും വിചാരങ്ങളെയും മറച്ചുവയ്ക്കാനും അടങ്ങിയെതുങ്ങിക്കഴിയാനും അയാളെ പഠിപ്പിച്ചതായിരിക്കാം. അങ്ങനെയാവാനാണു സാധ്യത.

ദനിയാറിന്റെ നേർത്ത ചുണ്ടുകൾ എപ്പോഴും മുറുക്കെ അടഞ്ഞിരിക്കും; വായ്കോണുകളിലെ ചുളിവുകൾ വലിഞ്ഞുകൂടിനിൽക്കും. കണ്ണുകൾ വിഷാദംപൂണ്ടു ശാന്തമായിരിക്കും. അയാളുടെ സദാ വിവശമായ, മെല്ലിച്ച മുഖത്തിനു ജീവൻ നൽകിയിരുന്നത് വഴക്കമുള്ള പുരികങ്ങളുടെ ചലനംമാത്രമാണ്. ചിലപ്പോൾ, മറ്റു ള്ളവർക്ക് അപ്രാപ്യമായ എന്തോ ശ്രവിച്ചതുപോലെ അയാൾ ജാഗരൂകനാവും. അപ്പോൾ അയാളുടെ പുരികങ്ങൾ ഉയരും. കണ്ണുകൾ ദുർഗ്രഹമായ ആവേശത്താൽ ജ്വലിക്കും. പിന്നീട് ഏറെനേരത്തേക്ക് അയാളുടെ മുഖത്ത് ആനന്ദത്തിന്റെ ഒരു ചെറുപുഞ്ചിരി തങ്ങിനിൽക്കും. ഞങ്ങൾക്കിതെല്ലാം വിചിത്രമായി തോന്നി. ഇതു മാത്രമല്ല, അയാൾക്കു വേറെയും ചില പ്രത്യേകതകളുണ്ടായിരുന്നു. വൈകുന്നേരം കുതിരകളെ അഴിച്ചു വിട്ടതിനുശേഷം, പാചകക്കാരി ഭക്ഷണം തയ്യാറാക്കുന്നതും പ്രതീക്ഷിച്ച് ഞങ്ങൾ കൂടാരത്തിനുചുറ്റും കൂടും. ദനിയാറാകട്ടെ, പാറാവുമല[3]യുടെ മുകളിൽ കയറി ഇരുട്ടുന്നതുവരെ അവിടെ ഇരിക്കും.

"അയാളവിടെ എന്തെടുക്കുകയാണ്? പാറാവുനിൽക്കുകയാണോ?" ഞങ്ങൾ ചിരിക്കും.

ജിജ്ഞാസ ശമിപ്പിക്കുന്നതിനുവേണ്ടി ഒരിക്കൽ ഞാനും ദനിയാറിന്റെ പിറകെ മലയിൽ കയറി. അവിടെ അസാധാരണമായി ഒന്നും ഉണ്ടായിരുന്നില്ല. വിശാലമായ സ്റ്റെപ്പി ശോണനീലമായ അന്തിപ്രഭയിലാണ്ട് ചുറ്റും പരന്നുകിടക്കുന്നു. ഇരുണ്ടുമങ്ങിയ വയലുകൾ നിശ്ശബ്ദതയിൽ മെല്ലെ അലിഞ്ഞുചേരുന്നതുപോലെ തോന്നി.

ഞാൻ ചെന്നത് ദിനയാർ ശ്രദ്ധിച്ചതുപോലുമില്ല. കാൽമുട്ടുകൾ ചേർത്തുപി ടിച്ചുകൊണ്ട് അയാൾ മുമ്പിൽ ദൂരെയെങ്ങോട്ടോ നോക്കിക്കൊണ്ടിരുന്നു. ഏതോ ശബ്ദങ്ങൾ അയാൾ ശ്രദ്ധിക്കുകയാണെന്ന് എനിക്ക് തോന്നി. ഇടയ്ക്കിടെ അയാൾ ഞെട്ടിയുണരും. കണ്ണുകൾ മിഴിച്ച് സ്തബ്ധനായിത്തീരും. എന്തോ ഒന്ന് അയാളെ അസ്വസ്ഥനാക്കിയിരുന്നു. ആ നിമിഷത്തിൽ അയാൾ എണീറ്റ് തന്റെ ഹൃദയം തുറന്നുകാണിക്കുമെന്ന് എനിക്കു തോന്നി. എന്റെ മുമ്പിലല്ല- എന്നെ അയാൾ കണ്ടതേയില്ല- എനിക്ക് അജ്ഞാതമായ, അനന്തവും വിശാലവുമായ എന്തോ ഒന്നിന്റെ മുമ്പിൽ. പിന്നീട് ഞാൻ നോക്കിയപ്പോൾ എനിക്കയാളെ തിരിച്ചറിയാൻ കഴിഞ്ഞില്ല. ജോലിക്കുശേഷം വെറുതെ വിശ്രമിക്കുന്ന മട്ടിൽ തലതാഴ്ത്തി നിരുന്മേ ഷനായിട്ടാണ് അയാൾ ഇരുന്നത്.

ഞങ്ങളുടെ കൂട്ടുകൃഷിക്കളത്തിന്റെ പുൽപ്പാടങ്ങൾ കർക്കറേവു നദിയുടെ തടങ്ങ ളിൽ പലയിടത്തായിട്ടാണു കിടക്കുന്നത്. നദി ഗ്രാമത്തിനടുത്തുവച്ച് മലയിടുക്കിൽ നിന്നു രക്ഷപ്രാപിച്ച് താഴ്വരയിലൂടെ കുലംകുത്തിപ്പായുന്നു. പുല്ലുവെട്ടുകാലത്താണ് പർവ്വതനദികളിൽ വെള്ളപ്പൊക്കമുണ്ടാവുക. വൈകുന്നേരമാവുമ്പോഴേക്കും നരയും

3 പാറാവുമല – ചുറ്റുമുള്ള പ്രദേശങ്ങൾ നിരീക്ഷിക്കാൻ വേണ്ടത്ര ഉയരമുള്ള മല. കാലിമേച്ചിൽ വർഗ്ഗങ്ങളുടെ ആക്രമണകാലംതൊട്ടു നിലവിലുള്ള പേര് – എ ഡി.

പതയും നിറഞ്ഞ കലക്കവെള്ളം ഉയരാൻ തുടങ്ങും. നദിയുടെ ഉഗ്രമായ അലർച്ച കേട്ട് പാതിരാനേരത്ത് ഞാൻ ഉണരാറുണ്ട്. നീലിമയാർന്ന പ്രശാന്തമായ രാത്രി നക്ഷത്രക്കണ്ണുകളാൽ കൂടാരത്തിലേക്ക് എത്തിനോക്കും. തണുത്ത കാറ്റ് ഇടയ്ക്കിടെ ആഞ്ഞടിച്ചുകൊണ്ടിരിക്കും. ഭൂമി നിദ്രയിലാണ്ടിരിക്കും. ഗർജ്ജിച്ചൊഴുകുന്ന നദി മാത്രം ഞങ്ങളെ ഭീഷണമായി സമീപിക്കുന്നതായി തോന്നും. ഞങ്ങൾ തൊട്ടുതീരത്തല്ലായിരുന്നെങ്കിലും രാത്രിയിൽ വെള്ളം വളരെ അടുത്തെത്തിയതായി എനിക്ക് അനുഭവപ്പെട്ടുമായിരുന്നു. കൂടാരം തകർത്തൊഴുക്കിക്കൊണ്ടുപോകുമോ എന്നൊരു പേടി അറിയാതെതന്നെ എനിക്കുണ്ടാകാറുണ്ട്. എന്റെ കൂട്ടുകാർ പുല്ലുവെട്ടുകാരുടേതായ ഗാഢനിദ്രയിലാണ്ടിരിക്കും. എനിക്ക് ഉറങ്ങാൻ കഴിഞ്ഞിരുന്നില്ല. ഞാൻ പുറത്തിറങ്ങും.

കർക്കുറേവു തടത്തിലെ രാത്രികൾ സുന്ദരവും ഭീകരവുമാണ്. കാലുകെട്ടിവിട്ട കുതിരകളുടെ ഇരുണ്ട രൂപങ്ങൾ അങ്ങിങ്ങായി കാണാം. പുല്ല് വയറുനിറയെ തിന്നതിനുശേഷം അവ ഇടയ്ക്കിടെ ഹൂൽക്കാരശബ്ദം പുറപ്പെടുവിച്ചുകൊണ്ട് മയങ്ങിനിൽക്കുകയാണ്. അടുത്തുതന്നെ, വെള്ളംതല്ലി നനഞ്ഞ വില്ലോച്ചെടികളെ വളച്ചുകൊണ്ട് കർക്കുറേവു നദി കരയിലേക്കു ആഞ്ഞുകയറി കല്ലുകളുരുട്ടി ശബ്ദമുണ്ടാക്കുന്നു. ഇളകിമറിയുന്ന ആ നദിയുടെ ഉഗ്രവും ഭീകരവുമായ ശബ്ദത്താൽ രാത്രി മുഖരിതമാകുന്നു. ഭയാനകമാണത്.

ഇത്തരം രാത്രികളിൽ ഞാൻ ദനിയാറിനെ ഓർമ്മിക്കും. നദിയുടെ തൊട്ടടുത്തുള്ള പുൽക്കൂമ്പാരങ്ങളിലാണ് അയാൾ സാധാരണ രാത്രി കഴിക്കുന്നത്. അയാൾക്കു പേടിയാകുന്നില്ലേ? നദിയുടെ അലർച്ചയാൽ അയാളുടെ ചെവിക്കല്ലു പൊട്ടുകയില്ലേ? അയാൾക്ക് അവിടെ ഉറങ്ങാൻ സാധിക്കുമോ? അയാളവിടെ ഒറ്റയ്ക്കു രാത്രികഴിക്കുന്നത് എന്തിനാണ്? എന്താണ് അയാളെ അതിന് പ്രേരിപ്പിക്കുന്നത്? മറ്റേതോ ലോകത്തിൽ നിന്നു വന്ന ഒരു വിചിത്ര മനുഷ്യൻ! അയാളിപ്പോൾ എവിടെയാണ്? ഞാൻ ചുറ്റും പാടും നോക്കി. പക്ഷേ ആരെയും കാണാനില്ല. ചെറുകുന്നുകളുടെ ചെരുവിലൂടെ നദീതീരങ്ങൾ വിദൂരതയിൽ മറയുന്നു. ഇരുട്ടത്ത് ഗിരിശൃംഗങ്ങൾ ഉയർന്നുകാണപ്പെടുന്നു. അവിടെ ആകാശം പ്രശാന്തവും താരോജ്ജ്വലവുമാണ്.

ഇതിനിടയ്ക്കു ദനിയാറിനു ഗ്രാമത്തിൽ സുഹൃത്തുക്കളുണ്ടായിക്കാണുമെന്ന് ആരും കരുതിപ്പോകും. എന്നാൽ അയാൾ മുമ്പത്തെപ്പോലെതന്നെ ഏകാകിയായിരുന്നു. സൗഹാർദ്ദം അല്ലെങ്കിൽ ശത്രുത. സഹാനുഭൂതി അല്ലെങ്കിൽ അസൂയ എന്നീവാക്കുകളുടെ അർത്ഥംപോലും അയാൾക്ക് അറിഞ്ഞുകൂടെന്നു തോന്നി. തനിക്കും തന്റെ സുഹൃത്തുക്കൾക്കും വേണ്ടി നിലക്കൊള്ളുന്ന, ഉപകാരംചെയ്യാനും, വേണ്ടിവന്നാൽ ഉപദ്രവിക്കാനും കഴിവുള്ള, ശ്രാദ്ധങ്ങളിലും മറ്റു സദ്യകളിലും കാരണവന്മാരുടെ ഒപ്പം നിന്നു മേൽനോട്ടം നടത്താൻ സാമർത്ഥ്യമുള്ള ജിഗീത്തുകളാണല്ലോ ഗ്രാമത്തിൽ കൂടുതൽ ശോഭിക്കാറ്. അത്തരക്കാർ സ്ത്രീകളുടെ കണ്ണിൽ പെടുകയും ചെയ്യും.

ആരെങ്കിലുമൊരാൾ ദനിയാറിനെപ്പോലെ ഗ്രാമത്തിന്റെ ദൈനം ദിന ജീവിതത്തിൽ ഭാഗഭാക്കാവാതെ ഒഴിഞ്ഞുമാറിനിന്നാൽ ആളുകൾ ഒന്നുകിൽ അയാളെ ഗൗനിക്കുകയില്ല, അല്ലെങ്കിൽ അനുകമ്പയോടെ പറയും:

"അവനെക്കൊണ്ട് ആർക്കും ഒരു ഗുണവുമില്ല. ദോഷവുമില്ല. പാവം, എങ്ങിനെയോ കഴിഞ്ഞുകൂടുന്നു! അങ്ങനെതന്നെ കഴിഞ്ഞോട്ടെ."

അത്തരക്കാർ പരിഹാസത്തിനോ അനുകമ്പയ്ക്കോ പാത്രമാവുക സാധാരണമാണ്. യഥാർത്ഥജിഗീത്തുകളിൽ നിന്ന് ഒരു ചുവടുപോലും പിന്നോക്കം

നില്ലാതിരിക്കാൻ വേണ്ടി ഉള്ളതിലധികം പ്രായമുണ്ടാക്കാൻ ശ്രമിച്ചിരുന്ന ഇളംപ്രായക്കാരായ ഞങ്ങൾ ദനിയാറിനെ, അയാൾ കേൾക്കാതെ, കളിയാക്കി ചിരിക്കുമായിരുന്നു. അയാൾ തന്റെ പട്ടാളക്കുപ്പായം തന്നത്താൻ ആറ്റിൽ അലക്കിയിരുന്നതുപോലും ഞങ്ങളുടെ പരിഹാസത്തിനു വിധേയമായി. അലക്കിയതിനു ശേഷം ഉണങ്ങുന്നതിനുമുമ്പുതന്നെ അയാൾ അതു ധരിക്കും, കാരണം അയാൾക്കു വേറൊന്നുണ്ടായിരുന്നില്ല.

ദനിയാർ ശാന്തനും സാധുവുമായിരുന്നെങ്കിലും അയാളോടു സാധാരണയിൽ കവിഞ്ഞ പരിചയഭാവം നടിക്കുവാൻ ഞങ്ങൾധൈര്യപ്പെട്ടില്ലെന്നത് അത്ഭുതം തന്നെ. അയാൾക്കു ഞങ്ങളെക്കാൾ പ്രായക്കൂടുതലുണ്ടായിരുന്നതു കൊണ്ടല്ലത്. മൂന്നുനാലു വർഷത്തിന്റെ വ്യത്യാസം അത്ര കാര്യമാക്കാനുണ്ടോ? ആ പ്രായത്തിലുള്ളവരെ "നീ" എന്നു സംബോധന ചെയ്യാൻ ഞങ്ങൾ ഒട്ടും മടിച്ചിരുന്നില്ല. അയാൾ കർക്കശമായി പെരുമാറുകയോ വലിപ്പം നടിക്കുകയോ(അങ്ങനെ ചെയ്താൽ ചിലപ്പോഴൊക്കെ ആദരവുപോലെന്തോ മറ്റുള്ളവരിൽ ഉണർത്താൻ കഴിയുമല്ലോ!) ചെയ്തതുകൊണ്ടുമല്ലത്. അയാളുടെ മൗനത്തിലും വിഷാദാത്മകമായ ചിന്താശീലത്തിലും ദുർഗ്രഹമായ എന്തോ ഒന്നുണ്ടായിരുന്നു. അതാണ് ആരെയും കളിയാക്കിച്ചിരിക്കാൻ മടിക്കാത്ത ഞങ്ങളെ പിടിച്ചുനിർത്തിയത്.

ഞങ്ങളുടെ സംയമനത്തിന് ഒരുപക്ഷേ കാരണമായി ഭവിച്ച ഒരു സംഭവമുണ്ടായി. വലിയൊരു ജിജ്ഞാസുവായിരുന്ന ഞാൻ ഒടുങ്ങാത്ത ചോദ്യങ്ങളാൽ പലപ്പോഴും ആളുകളെ മടുപ്പിക്കാറുണ്ടായിരുന്നു. എന്നാൽ എന്റെ ശരിക്കുള്ള കമ്പം മുന്നണിയിൽനിന്നു തിരിച്ചെത്തിയവരോടു യുദ്ധത്തെപ്പറ്റി ചോദിച്ചറിയുകയായിരുന്നു. ദനിയാർ ഞങ്ങളോടൊപ്പം ജോലി ചെയ്യാൻ തുടങ്ങിയതുമുതൽക്ക് ആ മുൻപട്ടാളക്കാരനിൽ നിന്നു പുതുതായി എന്തെങ്കിലും ചോദിച്ചുമനസ്സിലാക്കാൻ ഞാൻ അവസരം കാത്തിരിക്കയായിരുന്നു.

ഒരുദിവസം വൈകുന്നേരം ജോലി കഴിഞ്ഞ് അത്താഴത്തിനുശേഷം ഞങ്ങൾ തീക്കുണ്ഡത്തിനു ചുറ്റുമിരുന്നു ശാന്തമായി വിശ്രമിക്കുകയായിരുന്നു.

"ദിനിയാർ, ഉറങ്ങാൻ കിടക്കുന്നതിനുമുമ്പ് യുദ്ധത്തെക്കുറിച്ച് എന്തെങ്കിലും പറയൂ" ഞാൻ അപേക്ഷിച്ചു.

ആദ്യം അയാൾ ഒന്നും മിണ്ടിയില്ല. പരിഭവിച്ചതായിപ്പോലും തോന്നി. കുറെനേരം അയാൾ തീയിലേക്കു നോക്കിയിരുന്നു. പിന്നീടു തല ഉയർത്തി ഞങ്ങളെ നോക്കി.

"യുദ്ധത്തെക്കുറിച്ചോ?" അയാൾ ചോദിച്ചു. എന്നിട്ട് സ്വന്തം വിചാരങ്ങൾക്കു മറുപടിയെന്നോണം പതിഞ്ഞ ശബ്ദത്തിൽ തുടർന്നു: "വേണ്ട, യുദ്ധത്തെപ്പറ്റി നിങ്ങൾ അറിയാതിരിക്കയാണു നല്ലത്."

അയാൾ തിരിഞ്ഞ് ഒരു പിടി ഉണക്കച്ചുള്ളി വാരി തീയിലിട്ട്. ഞങ്ങളുടെ ആരുടെയും നേരെ നോക്കാതെ, ഊതിക്കത്തിക്കാൻ തുടങ്ങി.

ദനിയാർ പിന്നെയൊന്നും പറഞ്ഞില്ല. എങ്കിലും യുദ്ധത്തെപ്പറ്റി വെറുതെയങ്ങനെ സംസാരിക്കാൻ പാടില്ലെന്നും, ഉറക്കത്തിനുമുമ്പു കേൾക്കാനുള്ള കുട്ടിക്കഥയല്ല അതെന്നും അയാൾ പറഞ്ഞ ഏതാനും വാക്കുകളിൽ നിന്ന് ഞങ്ങൾക്കു മനസ്സിലാക്കാൻ കഴിഞ്ഞു. യുദ്ധം മനുഷ്യഹൃദയത്തിന്റെ ആഴങ്ങളിൽ രക്തത്തോടൊന്നിച്ചു കട്ടിപിടിച്ചിരിക്കയാണ്. അതിനെപ്പറ്റി പറയാൻ എളുപ്പമല്ല. എനിക്ക്

സ്വയം ലജ്ജ തോന്നി. അതിനുശേഷം ഒരിക്കലും ഞാൻ ദനിയാറിനോട് യുദ്ധത്തെപ്പറ്റി ചോദിച്ചിട്ടില്ല.

എന്നാൽ, ദനിയാറിനോടുള്ള താല്പര്യം ഗ്രാമത്തിൽ ഇല്ലാതായതു പോലെതന്നെ, ആ സായാഹ്നവും വേഗം വിസ്മരിക്കപ്പെട്ടു.

പിറ്റേദിവസം അതിരാവിലെ ദിനിയാറും ഞാനും കുതിരകളേയും കൊണ്ടു മെതിക്കളത്തിലേക്കു ചെന്നപ്പോൾ അവൾ വിളിച്ചുപറഞ്ഞു.

"കിച്ചിനെ ബലാ, എന്റെ കുതിരകളെ ഇങ്ങുകൊണ്ടുവാ, നുകമെവിടെ? എന്നിട്ട് ജീവിതകാലം മുഴുവൻ വണ്ടി തെളിച്ചിരുന്ന മട്ടിൽ കാര്യഗൗരവത്തോടെ വണ്ടി പരിശോധിക്കാൻ തുടങ്ങി. ചക്രങ്ങൾ നന്നായി ഉറപ്പിച്ചിട്ടുണ്ടോയെന്ന് അവൾ ചവിട്ടിനോക്കി.

ദനിയാറും ഞാനും അടുത്തെത്തിയപ്പോൾ ഞങ്ങളുടെ കോലം കണ്ട് അവൾക്കു ചിരിവന്നു. കണങ്കാൽ ഭാഗത്തു വീതികൂടിയ, ഏതു നിമിഷവും ഊരിപ്പോകുമെന്നു തോന്നിക്കുന്ന ടാർപ്പോളിൻ ബൂട്ടുകളിൽ ദനിയാറിന്റെ നീണ്ടു ശോഷിച്ച കാലുകൾ ഇളകിക്കൊണ്ടിരുന്നു. നഗ്നപാദനായ ഞാനാകട്ടെ. പരുപരുത്ത കറുപ്പുനിറം പൂണ്ട ഉപ്പൂറ്റികളാൽ കുതിരയെ നടത്തുകയായിരുന്നു.

"ജോടി തരക്കേടില്ല!" ആഹ്ലാദപൂർവ്വം തലയുയർത്തിക്കൊണ്ട് ജമീല പറഞ്ഞു. എന്നിട്ട് ധൃതിയിൽ ആജ്ഞാപിക്കാൻ തുടങ്ങി: "വേഗമാവട്ടെ. വെയിൽ ചൂടാവുന്നതിനുമുമ്പ് സ്റ്റെപ്പി കടക്കണം."

അവൾ കുതിരകളെ കടിഞ്ഞാണിൽ പിടിച്ച് ഒട്ടും കൂസാതെ വണ്ടിയുടെ അടുത്തേക്കു കൊണ്ടുപോയി നുകത്തിൽ പൂട്ടാൻ തുടങ്ങി. അവളതു തന്നത്താനാണു ചെയ്തത്. കടിഞ്ഞാൺ ശരിക്കിടേണ്ടതെങ്ങനെയെന്ന് ഒരിക്കൽ എന്നോടു ചോദിച്ചെന്നുമാത്രം. ദനിയാറിനെ അവൾ ശ്രദ്ധിച്ചതേയില്ല. അങ്ങനെയൊരാൾ അവിടെ ഉണ്ടെന്ന ഭാവമേ ഇല്ലായിരുന്നു.

ജമീലയുടെ നിശ്ചയദാർഢ്യവും അധൃഷ്യമായ ആത്മവിശ്വാസവും ദനിയാറിനെ വിസ്മയസ്തബ്ധനാക്കിയെന്നു തോന്നി. അകൽച്ചനടിച്ച് ചുണ്ടുകൾ അമർത്തിപ്പിടിച്ചുകൊണ്ട് അയാൾ അവളെ നോക്കി. സൗഹാർദ്ദപരമല്ലായിരുന്നെങ്കിലും ആ നോട്ടത്തിൽ മറച്ചുപിടിയ്ക്കപ്പെട്ട അഭിനന്ദനം സ്ഫുരിച്ചിരുന്നു. അയാൾ ഒന്നു മിണ്ടാതെ യന്ത്രത്തുലാസിൽ നിന്ന് ഒരു ധാന്യച്ചാക്ക് എടുത്തുചുമന്നുകൊണ്ട് വണ്ടിയെ സമീപിച്ചപ്പോൾ ജമീല അയാളുടെ നേരെ ചാടി വീണു.

"എന്താ, ഓരോത്തരും ഒറ്റയ്ക്കൊറ്റയ്ക്കു പണിയെടുത്തുകളയാമെന്നാണോ വിചാരം? ഇല്ല ചങ്ങാതീ, അല്ല നടപ്പില്ല, കിച്ചിനെ ബലാ, നീയെന്താണവിടെ മിഴിച്ചുനിൽക്കുന്നത്? വണ്ടിയിൽ കേറി ചാക്കുകൾ അടുക്കി ഇടൂ!"

ജമീല ദനിയാറിന്റെ കൈ കടന്നുപിടിച്ചു. അവരൊന്നിച്ച് കൂട്ടിപ്പിടിച്ച കൈകളിൽ ധാന്യച്ചാക്കു പൊക്കിയെടുത്തപ്പോൾ പാവം ദനിയാറിന്റെ മുഖം ലജ്ജകൊണ്ടു തുടുത്തു. പിന്നീട്, കൈകൾ പരസ്പരം മുറുക്കെപ്പിടിച്ച് തല തമ്മിൽ സ്പർശിക്കത്തക്കവണ്ണം, ചാക്കുകൾ കൊണ്ടുവന്ന ഓരോ തവണയും ദനിയാർ നാണിച്ചു വല്ലാതായിരുന്നു. അയാൾ ചുണ്ടുകൾ മുറുക്കെ കടിച്ചുപിടിക്കുകയും ജമീലയുടെ മുഖത്തു നോക്കാതിരിക്കാൻ ശ്രമിക്കുകയും ചെയ്തു. ജമീലയാകട്ടെ യാതൊരു പരിഭ്രമവുമില്ലാതായിരുന്നു. തന്റെകൂടെ ജോലിചെയ്യുന്ന ആളെ അവൾ ശ്രദ്ധിക്കുന്നേയില്ലെന്നു തോന്നി. യന്ത്രത്തുലാസിൽ ധാന്യം തൂക്കുന്ന പെണ്ണിനോടു

തമാശ പറയുകയായിരുന്നു അവൾ. വണ്ടികൾ നിറച്ചു കഴിഞ്ഞ് ഞങ്ങൾ കടിഞ്ഞാണുകൾ കൈയിലെടുത്തപ്പോൾ ജമീല കുസൃതിമട്ടിൽ ഒന്നു കണ്ണിറുക്കിയിട്ട് ചിരിച്ചുകൊണ്ട് പറഞ്ഞു.

“ഹേ, നിങ്ങൾ.. എന്താണു പേര്? ദനിയാറെന്നോ? കണ്ടിട്ട് ഒരാണിന്റെ മട്ടുണ്ടല്ലോ? അതുകൊണ്ടു വണ്ടി മുമ്പിൽ വിട്ടോളൂ!”

ദനിയാർ വീണ്ടും ഒന്നുമുരിയാടാതെ, കടിഞ്ഞാണിളക്കി വണ്ടി വിട്ടു. “ഗതികേടു തന്നെ! എല്ലാത്തിനും പുറമെ ആളൊരു നാണം കുണുങ്ങിയും കൂടിയാണ്.” ഞാൻ വിചാരിച്ചു.

നീണ്ടൊരു വഴിയാണു ഞങ്ങൾക്കു പോകേണ്ടിയിരുന്നത്. സ്റ്റെപ്പിയിലൂടെ ഇരുപത് കിലോമീറ്റർ. പിന്നെ മലയിടുക്കിലൂടെ സ്റ്റേഷനിലേക്ക് പുറപ്പെട്ടു കഴിഞ്ഞാൽ സ്ഥലത്തെത്തുന്നതുവരെ ഇറക്കമായതിനാൽ കുതിരകൾക്കു പ്രയാസമില്ലെന്നൊരു മെച്ചമുണ്ടായിരുന്നു.

വൻമലകളുടെ ചെരുവിൽ നദിയുടെ തീരം ചേർന്നാണ് ഞങ്ങളുടെ കർക്കുറേവു ഗ്രാമത്തിന്റെ കിടപ്പ്. മലയിടുക്കിലേക്കുപ്രവേശിക്കുന്നതുവരെ ഇരുണ്ട മരക്കൂട്ടങ്ങളോടുകൂടിയ ഗ്രാമം ദൃഷ്ടിയിലുണ്ടായിരിക്കും.

ദിവസത്തിൽ ഒരു യാത്രയ്ക്കുള്ള സമയമേ ഉണ്ടായിരുന്നുള്ളൂ. ഞങ്ങൾ പുലർച്ചയ്ക്കു പുറപ്പെടും. സ്റ്റേഷനിലെത്തുമ്പോൾ ഉച്ചതിരിഞ്ഞിരിക്കും.

തീ പോലുള്ള വെയിൽ. സ്റ്റേഷനിൽ തിക്കും തിരക്കും. താഴ്വരയുടെ നാനാഭാഗത്തുനിന്നും ധാന്യച്ചാക്കുകളുമായി വന്നുചേർന്ന കുതിരവണ്ടികളും. ദൂരെയുള്ള മലകളിലെ കൂട്ടുകൃഷിക്കളങ്ങളിൽ നിന്നു ചുമടുകളുമായി വന്ന കഴുതകളും കാളകളും എല്ലാമായി കടന്നുപോകാൻ നിവൃത്തിയില്ലായിരുന്നു. അവയെ തെളിച്ചുകൊണ്ടുവന്നത് വെയിലേറ്റിരുണ്ടവരും നിറം മങ്ങിയ വസ്ത്രങ്ങൾ ധരിച്ചവരുമായ കുട്ടികളും പടയാളികളുടെ ഭാര്യമാരുമാണ്. അവരുടെ നഗ്നപാദങ്ങൾ കല്ലിൽ തട്ടി പൊട്ടിയിരുന്നു; ചൂടും പൊടിയും കൊണ്ടു വിണ്ടു കീറിയ ചുണ്ടുകളിൽ ചോരപൊടിഞ്ഞിരുന്നു.

ധാന്യമെടുപ്പുകേന്ദ്രത്തിന്റെ ഗേറ്റിനുമുകളിൽ വലിയ അക്ഷരങ്ങളിൽ എഴുതിവച്ചിരുന്നു; “ഓരോ കതിരും മുന്നണിയിലേക്ക്!” മുറ്റത്തു തിക്കും തിരക്കും കാലി തെളിച്ചിൽകാരുടെ ഒച്ചയിടലും. അടുത്തുതന്നെ, ഉയരം കുറഞ്ഞ മതിലിനപ്പുറത്ത്, നീരാവി കട്ടകട്ടയായി തുപ്പിക്കൊണ്ടും എരിഞ്ഞ കരിയുടെ മണം പരത്തിക്കൊണ്ടും ഒരു തീവണ്ടി എഞ്ചിൻ പാളം മാറുന്നുണ്ട്. തീവണ്ടികൾ അലറിപ്പാഞ്ഞു കടന്നുപോകുന്നു. നിലത്തുനിന്ന് എഴുന്നേൽക്കാൻ മടിക്കുന്ന ഒട്ടകങ്ങൾ ഉമിനീരൊലിക്കുന്ന വാപൊളിച്ച് കോപത്തോടെ, അത്യുച്ചത്തിൽ കരയുന്നു.

ചുട്ടുപഴുത്ത ഇരുമ്പുമേൽക്കൂരയ്ക്കു കീഴെ ധാന്യം കുന്നു കൂട്ടിയിരിക്കുന്നു. ചെരിച്ചുവച്ച ഒരു പലകത്തട്ടിലൂടെ മേൽക്കൂരയുടെ തൊട്ടുതാഴെവരെ ധാന്യച്ചാക്കുകൾ ചുമന്നു കയറ്റണം. ധാന്യത്തിന്റെ മണം കട്ടപിടിച്ചു കെട്ടിനിൽക്കുന്നു. ശ്വാസം മുട്ടിക്കുന്ന പൊടി.

“ഹേയ് പയ്യൻ!” ഉറക്കമിളച്ചതിനാൽ ചുവന്നു കലങ്ങിയ കണ്ണുകളുള്ള ധാന്യമെടുപ്പുകാരൻ വിളിച്ചു കൂവി. “മുകളിലേക്കു കേറ്റ്, ഒത്ത മുകളിലേക്ക്!” കൈചുരുട്ടി ഭീക്ഷണിപ്പെടുത്തിക്കൊണ്ട് അയാൾ ശകാരവർഷം ചൊരിഞ്ഞു.

എന്തിനാണയാൾ ശകാരിക്കുന്നത്? എവിടെ കൊണ്ടിടണമെന്നു ഞങ്ങൾക്ക് അല്ലാതെതന്നെ അറിയാം. ഞങ്ങൾ അവിടെക്കൊണ്ടെത്തിക്കുകയും ചെയ്യും.

സ്ത്രീകളും വൃദ്ധന്മാരും കുട്ടികളും ഓരോ മണി വീതം വിതച്ചുകൊണ്ടിരിക്കുന്ന ഈ വേളയിൽ നല്ല നാളുകൾ പണ്ടേ അതി ജീവിച്ച പഴഞ്ചൻ കൊയ്ത്തുയന്ത്രവുമായി അതിന്റെ ഡ്രൈവർ മല്ലിടുകയും സ്ത്രീകൾ ചുട്ടുപഴുത്ത അരിവാളുകളുമായി കുനിഞ്ഞുനിന്ന് അദ്ധ്വാനിക്കുകയും കൊച്ചുകുട്ടികൾ വീണുപോയ ഓരോ കതിരും പെറുക്കിയെടുക്കുകയും ചെയ്യുന്ന ആ വയലുകളിൽ നിന്ന്—ഞങ്ങൾ ഈ ധാന്യം സ്വന്തം ചുമലിലേറ്റി കൊണ്ടുവന്നതല്ലേ?

ഞാൻ ചുമന്നിരുന്ന ആ ചാക്കുകൾക്ക് എത്രമാത്രം കനമുണ്ടായിരുന്നെന്ന് എനിക്ക് ഇന്നും ഓർമ്മയുണ്ട്. നല്ല കായശേഷിയുള്ള ഒരാൾ ചെയ്യേണ്ട ജോലിയാണത്. കിറുകിറുക്കയും വളയുകയും ചെയ്യുന്ന പലകത്തട്ടിലൂടെ അടിതെറ്റാതിരിക്കാൻ ശ്രമിച്ചുകൊണ്ട് ഞാൻ മുകളിലേക്കു കയറി. ചാക്ക് ഊർന്നുപോകാതിരിക്കാൻ വേണ്ടി അതിന്റെ ഒരറ്റം ഞാൻ മുറുകെ കടിച്ചുപിടിച്ചിരുന്നു. പൊടി തടഞ്ഞ് തൊണ്ടയിൽ ചൊറിച്ചിൽ അനുഭവപ്പെട്ടു. ഭാരംകൊണ്ട് വാരിയെല്ലുകൾ ഞെരുങ്ങി. കൺമുമ്പിൽ അഗ്നിവലയങ്ങൾ തത്തിക്കളിച്ചു. എത്രയോ പ്രാവശ്യം പാതിവഴിക്കുവച്ച് ഞാൻ ക്ഷീണിച്ചുപോയിട്ടുണ്ട്! ചാക്കു പുറത്തുനിന്നു ഊർന്നിറങ്ങിക്കൊണ്ടിരിക്കും. അപ്പോൾ അതിന്റെ പിടിവിട്ട് അതിനോടൊപ്പം താഴോട്ടുരുണ്ടുകളഞ്ഞാലോ എന്നു തോന്നും. പക്ഷേ പിന്നാലെ ആളുകൾ കയറിവരുന്നുണ്ട്. ചാക്കുകളുമായാണ് അവരും വരുന്നത്. എന്റെ സമപ്രായക്കാരായ കുട്ടികളും എന്നെപ്പോലെയുള്ള കുട്ടികളുള്ള അമ്മമാരുമാണവർ. യുദ്ധമല്ലായിരുന്നെങ്കിൽ ഇത്രയും വലിയ ഭാരം ചുമക്കാൻ അവരെ അനുവദിക്കുമായിരുന്നോ? ഇല്ല, ഞാൻ ചെയ്യുന്ന അതേ ജോലിതന്നെ സ്ത്രീകളും ചെയ്തുകൊണ്ടിരിക്കെ, പിന്മാറാനുള്ള അവകാശം എനിക്കില്ല.

ജമീല എന്റെ മുമ്പിൽ പോകുന്നു. ഉടുപ്പിന്റെ കീഴറ്റം മുട്ടിനുമുകളിലേക്ക് എടുത്തുകുത്തിയിരിക്കുന്നു. അവളുടെ ഇരുണ്ട മനോഹരമായ കാലുകളിലെ മാംസപേശികൾ മുറുകുന്നതും ചാക്കിന്റെ ഭാരത്താൻ കുനിഞ്ഞുകൊണ്ട് തന്റെ വഴക്കമുള്ള ശരീരം ആയാസം കൂടാതെ നിർത്താൻ അവൾ യത്നിക്കുന്നതും എനിക്ക് കാണാം. ഓരോ ചുവടും വയ്ക്കുന്തോറും ഞാൻ കൂടുതൽ കൂടുതൽ ക്ഷീണിക്കുന്നുണ്ടെന്നു മനസ്സിലാക്കിയിട്ടെന്നോണം അവൾ ഇടയ്ക്കിടെ നിൽക്കും.

"കിച്ചിനെ ബലാ, പിടിച്ചുനിൽക്കൂ! ഇനി അധികമില്ല!"

പക്ഷേ അവളുടെതന്നെ ശബ്ദം ഞെരുങ്ങിയതും പതിഞ്ഞതുമായിരുന്നു.

ഞങ്ങൾ ധാന്യം ചൊരിഞ്ഞു മടങ്ങുമ്പോൾ ദനിയാർ മുകളിലേക്കു കയറിവരുന്നുണ്ടായിരിക്കും. അല്പമൊന്നു മുടന്തി, ക്രമത്തിലുള്ള ഉറച്ച കാൽവയ്പുകളോടെ അയാൾ എപ്പോഴത്തെയുംപോലെ മൗനം പൂണ്ട് ഏകാകിയായി പലകത്തട്ടിലൂടെ നടന്നുവരും. ഞങ്ങളുടെ അടുത്തെത്തുമ്പോൾ ദനിയാറിന്റെ മ്ലാനമായ ദൃഷ്ടികൾ ജമീലയുടെമേൽ തീക്ഷ്ണമായി പതിക്കും. ജമീല തന്റെ തളർന്ന ദേഹം നിവർത്തി, ഉലഞ്ഞുപോയ വസ്ത്രം നേരെയാക്കുകയായിരിക്കും. ഓരോതവണയും, താൻ ആദ്യമായി കാണുന്ന മട്ടിൽ അയാൾ അവളെ നോക്കും. പക്ഷേ ജമീല അയാളെ ശ്രദ്ധിക്കുകയില്ല.

ഒന്നുകിൽ ജമീല അയാളെ പരിഹസിച്ചു ചിരിക്കും. അല്ലെങ്കിൽ പൂർണ്ണമായും അവഗണിക്കും. അങ്ങനെയായിരുന്നു പതിവ്. അപ്പൊഴപ്പോഴത്തെ അവളുടെ മട്ടനുസരിച്ചിരിക്കുമത്. ഉദാഹരണത്തിനു ഞങ്ങൾ വഴിയിലൂടെ വണ്ടിതെളിച്ചു പോവുകയായിരിക്കും. പെട്ടെന്ന് അവൾ എന്നോടു വിളിച്ചുപറയും: "വരൂ, ഓടിച്ചു

വിടാം!" എന്നിട്ട്, ഒച്ചയിട്ട്, ചാട്ട തലയ്ക്കു മുകളിലുയർത്തി കുതിരകളെ അടിച്ചപാ യിക്കും. പിറകെ ഞാനും. ആ പൊടിയടങ്ങാൻ വളരെ നേരമെടുക്കും. തമാശയ്ക്കു വേണ്ടി ചെയ്യുന്നതാണെങ്കിൽ എല്ലാവരും അതുക്ഷമിച്ചെന്നു വരില്ല. പക്ഷേ ദനിയാർ പരിഭവിച്ചതായിതോന്നിയില്ല. ഞങ്ങൾ പാഞ്ഞുകടന്നുപോകുമ്പോൾ, വണ്ടിയിൽ നിവർന്നുനിന്നു പൊട്ടിച്ചിരിക്കുന്ന ജമീലയെ മൂകമായ അഭിനന്ദന ത്തോടെ അയാൾ നോക്കിക്കൊണ്ടിരിക്കും. ഞാൻ തിരിഞ്ഞു നോക്കും. പൊടിയി ലൂടെപോലും ദനിയാർ ജമീലയെ നോക്കുന്നുണ്ടാവും. എല്ലാം ക്ഷമിക്കുന്ന എന്തോ ഒന്ന് അയാളുടെ നോട്ടത്തിലുണ്ടായിരുന്നു. പക്ഷേ മറച്ചുപിടിക്കപ്പെട്ടിരുന്ന ഒരു മാറാവേദനയും എനിക്കതിൽ കാണാൻ കഴിഞ്ഞു.

ജമീലയുടെ പരിഹാസങ്ങളോ പൂർണ്ണമായ അവഗണനയോ ദനിയാറിനെ ഒരിക്കൽപോലും കുപിതനാക്കിയില്ല. എല്ലാം സഹിക്കാൻ അയാൾ പ്രതിജ്ഞ യെടുത്തതുപോലെ തോന്നി. ആദ്യമൊക്കെ എനിക്കയാളോട് അനുകമ്പ തോന്നി യിരുന്നു. ഞാൻ ജമീലയോടു പലതവണ പറയുകയുണ്ടായി:

"ജെനെ, എന്തിനാണയാളെ കളിയാക്കുന്നത്? അയാളൊരു പാവത്താനല്ലേ?"

"ഓ," തോൾ കുലുക്കി ചിരിച്ചുകൊണ്ട് അവൾ പറയും. "ഞാനതു വെറുതെ തമാശയ്ക്കല്ലേ? ആ മിണ്ടാപ്പൂതത്തിന് അതുകൊണ്ട് എന്തു പറ്റാനാണ്?"

പിന്നീട് ജമീലയെക്കാളും ഒട്ടും മോശമല്ലാതെ ഞാനും അയാളെ കളിയാക്കി ചിരിക്കാൻ തുടങ്ങി. പക്ഷേ അയാളുടെ വിചിത്രമായ ഉറ്റുനോട്ടങ്ങൾ എന്നെ അസ്വസ്ഥനാക്കി. ജമീല ചുമലിൽ ചാക്കുകയറ്റുമ്പോൾ എന്തൊരു നോട്ടമാണ് അയാളുടേത്! സ്റ്റേഷനിലെ ഇരമ്പലിലും തിരക്കിലും, ചന്തയിലേതുപോലുള്ള ബഹളത്തിലും, അങ്ങോട്ടുമിങ്ങോട്ടും ഓടിക്കൊണ്ട് പതറിയ ശബ്ദത്തിൽ ഒച്ച യിടുന്ന ആളുകൾക്കിടയിലും, താൻ ഏതോ വിശാലതയിലാണെന്ന മട്ടിലുള്ള ജമീലയുടെ ആത്മവിശ്വാസം സ്ഫുരിക്കുന്ന സൂക്ഷ്മചലനങ്ങളും ലാഘവമേറിയ നടത്തവും ആരുടെയും ശ്രദ്ധ പിടിച്ചുപറ്റുമായിരുന്നുവെന്നത് വാസ്തവമാണ്.

അവളെ നോക്കിനിൽക്കാതിരിക്കാൻ സാധ്യമല്ലായിരുന്നു. വണ്ടിയുടെ അറ്റത്തുനിന്നു ചാക്കെടുക്കുന്നതിനായി ജമീല പുറംതിരിഞ്ഞുനിൽക്കും. തോൾ മുന്നോട്ടുന്നി തല ഉയർത്തുമ്പോൾ അവളുടെ മനോഹരമായ കഴുത്ത് നഗ്നമാവും. അവളുടെ രണ്ടായി പിന്നിയിട്ട, വെയിലേറ്റു തവിട്ടുനിറമാർന്ന മുടി നിലത്തു മുട്ടുമെ ന്നു തോന്നും. എന്തോ ചെയ്യുന്നതിനിടയ്ക്കെന്ന മട്ടിൽ ദനിയാർ തെല്ലിട നിൽക്കും. ജമീല വാതിൽ കടന്നു മറയുന്നതുവരെ അയാളുടെ ദൃഷ്ടികൾ അവളിലായിരിക്കും. മറ്റാരും അതു ശ്രദ്ധിക്കുന്നില്ലെന്നാകാം അയാൾ വിചാരിച്ചിരുന്നത്. എന്നാൽ ഞാൻ എല്ലാം കണ്ടിരുന്നു. എനിക്കത് ഇഷ്ടപ്പെടാതായി. ഞാൻ അപമാനിതനാ യതു പോലെ എനിക്ക് തോന്നി. കാരണം, ജമീലയ്ക്കൊത്ത ഒരാളാണു ദനിയാറെന്നു കരുതാൻ ഒരു തരത്തിലും എനിക്ക് സാധ്യമായിരുന്നില്ല.

"ഒന്നാലോചിക്കൂ! അയാൾപോലും അവളെ മിഴിച്ചുനോക്കുന്നു. പിന്നെ മറ്റു ള്ളവരുടെ കാര്യം എന്തു പറയാനാണ്!" ഞാനാകെ രോഷം കൊണ്ടു. പിന്നെ വിട്ടു പിരിയാതിരുന്ന ബാല്യസഹജമായ അഹന്ത ഈർഷ്യയായി ആളിക്കത്തി. തങ്ങളുടെ പ്രിയപ്പെട്ടവരിൽ മറ്റുള്ളവരുടെ ശ്രദ്ധപതിയുന്നത് കുട്ടികൾക്ക് എപ്പോഴും അസഹ്യമാണല്ലോ? അനുകമ്പയുടെ സ്ഥാനത്ത് എനിക്കിപ്പോൾ അയാളോടു തോന്നിയത് വല്ലാത്ത വിരോധമാണ്. പരിഹസിക്കുമ്പോഴൊക്കെ എനിക്ക് പ്രത്യേക സന്തോഷം തോന്നി.

എന്നാൽ ഞങ്ങളുടെ തമാശകൾ ഒരിക്കൽ വളരെ നിർഭാഗ്യകരമായി കലാശിച്ചു. ഞങ്ങൾ ധാന്യം കൊണ്ടുപോയിരുന്ന ചാക്കുകളുടെ കൂട്ടത്തിൽ പരുക്കൻ കമ്പിളികൊണ്ടുണ്ടാക്കിയ, നൂറിൽ അധികം കിലോകൊള്ളുന്ന വലിയൊരെണ്ണമുണ്ടായിരുന്നു. തനിച്ചെടുക്കാൻ സാധ്യമല്ലാതിരുന്നതിനാൽ ഞങ്ങൾ രണ്ടുപേരും കൂടിയായിരുന്നു അതു ചുമക്കാറു പതിവ്. ഒരിക്കൽ മെതിക്കളത്തിൽ വച്ച്, ദനിയാറിനെ ഒന്നു പറ്റിക്കാൻ ഞങ്ങൾ തീരുമാനിച്ചു. ഞങ്ങൾ ആ വലിയ ചാക്ക് അയാളുടെ വണ്ടിയിലിട്ട് അതിനു മുകളിൽ മറ്റു ചാക്കുകൾ നിരത്തി. വഴിക്കുവെച്ച് ജമീലയും ഞാനും ഒരു റഷ്യൻ ഗ്രാമത്തിൽ ആരുടേയോ തോട്ടത്തിൽ കയറി കുറെ ആപ്പിൾ പറിച്ചെടുത്തു. പിന്നീടുള്ള വഴി മുഴുവൻ ഞങ്ങൾ ചിരിയായിരുന്നു. ജമീല ദനിയാറിന്റെനേരെ ആപ്പിളുകൾ എറിഞ്ഞുകൊണ്ട് ഞങ്ങൾ അയാളെ കടന്നുപോയി. മലയിടുക്കിനപ്പുറത്തുള്ള റെയിൽവേ ക്രോസിങ്ങിനടുത്തുവച്ചാണ് അയാൾ ഞങ്ങളുടെ ഒപ്പമെത്തിയത്- വഴി തടയപ്പെട്ടിരിക്കുകയായിരുന്നു. അവിടെനിന്ന് ഞങ്ങൾ തീരെ മറന്നുപോയി. ചാക്കുകൾ ഇറക്കിക്കഴിയാറായപ്പോളാണ് ഞങ്ങൾ അതിനെപ്പറ്റി ഓർമ്മിച്ചത്. ജമീല ഒരു കുസൃതിച്ചിരിയോടെ എന്റെ വശത്തു തട്ടി ദനിയാറിന്റെ നേരെ തലകൊണ്ട് ആംഗ്യകാണിച്ചു. അയാൾ വണ്ടിയിൽ ആ ചാക്കും നോക്കി ശങ്കിച്ചു നിൽക്കുകയായിരുന്നു. അതെന്തു ചെയ്യണമെന്ന് ആലോചിക്കുകയായിരുന്നിരിക്കണം. പിന്നീട് അയാൾ തിരിഞ്ഞു ചുറ്റും നോക്കിയപ്പോൾ ചിരിയടക്കാൻ വിഷമിക്കുന്നതു ജമീല കണ്ടു. അയാളുടെ മുഖം ഇരുട്ടു. കാര്യം മുഴുവൻ അയാൾക്കു മനസ്സിലായി.

"ട്രൗസർ മുറുക്കിക്കെട്ടിക്കോളൂ. അല്ലെങ്കിൽ പാതിവഴിക്കുവച്ച് ഊരിപ്പോകും! ജമീല വിളിച്ചു പറഞ്ഞു.

ദനിയാർ ഞങ്ങളുടെനേരെ ദേഷ്യത്തോടെ ഒന്നു നോക്കി. എന്നിട്ട് ഞങ്ങൾക്ക് ആലോചിക്കാൻ സമയം കിട്ടുന്നതിനുമുമ്പ് അയാൾ ആ ചാക്കു വലിച്ചിഴച്ച് വണ്ടിയുടെ അറ്റത്താക്കി. ഒരു കൈകൊണ്ട് അതുതാങ്ങിക്കൊണ്ട് നിലത്തേക്കു ചാടി, പുറത്തേറ്റി നടന്നു കഴിഞ്ഞു. ആദ്യം അതിലത്ര വിശേഷമായിട്ടൊന്നുമില്ലെന്ന മട്ടിൽ ഞങ്ങൾ നിന്നു. മറ്റുള്ളവർ തീർച്ചയായും ഒന്നും ശ്രദ്ധിക്കുകയുണ്ടായില്ല; ആരോ ഒരു ചാക്കും ചുമന്നു പോകുന്നു-എല്ലാവരും അതുതന്നെയല്ലേ ചെയ്യുന്നത്? പക്ഷേ ദനിയാർ പലകത്തട്ടിന്റെ അടുത്തെത്തിയപ്പോൾ ജമീല ഓടിച്ചെന്നു തടഞ്ഞു.

"ചാക്കു നിലത്തിടൂ! ഞാൻ തമാശ കാണിച്ചതാണ്.!"

"മാറിനിൽക്കൂ!" അയാൾ തെളിച്ചു പറഞ്ഞു. എന്നിട്ട് പലകത്തട്ടിലേക്കു കയറി.

"അയാളതു ചുമക്കുന്നതു നോക്കൂ!" സ്വയം ന്യായീകരിക്കാനെന്നോണം ജമീല പറഞ്ഞു.

അവൾ അപ്പോഴും മെല്ലെ ചിരിക്കുന്നുണ്ടായിരുന്നു. പക്ഷേ ആ ചിരി വിഷമിച്ചുവരുത്തിയതുപോലെ കൃത്രിമമായി തോന്നി.

ദനിയാർ പതിവിലധികം മുടന്തുന്നത് ഞങ്ങൾ കണ്ടു. അതിനെപ്പറ്റി എന്തുകൊണ്ടു ഞങ്ങൾ മുമ്പേ ആലോചിച്ചില്ല? ഇന്നുവരേയ്ക്കും സ്വയം മാപ്പു നൽകാൻ എനിക്ക് കഴിയുന്നില്ല. തനിവിഡ്ഢിയായ ഞാനല്ലേ ഇത്രയും ബുദ്ധിശൂന്യമായ ഒരു തമാശ ആലോചിച്ചുണ്ടാക്കിയത്!

"ഇറങ്ങിവരൂ!" വിരസമായി ചിരിച്ചുകൊണ്ട് ജമീല വിളിച്ചു പറഞ്ഞു. പക്ഷേ

മടങ്ങാൻ ദനിയാറിനു നിവൃത്തിയില്ലായിരുന്നു. അയാളുടെ പിന്നിൽ ആളുകൾ കയറുന്നുണ്ടായിരുന്നു.

പിന്നെ നടന്നതൊന്നും എനിക്ക് നല്ല ഓർമ്മയില്ല. ആ വലിയ ചാക്കിനു കീഴെ കുനിഞ്ഞുനിന്ന്, തല വളരെ താഴ്ത്തിപ്പിടിച്ച് ചുണ്ടുകൾ മുറുക്കെക്കടിച്ചുകൊണ്ട് പോകുന്ന ദനിയാറിനെ ഞാൻ കണ്ടു. തന്റെ മുറിവേറ്റ കാൽ സൂക്ഷിച്ച് എടുത്തുവെച്ച് അയാൾ മെല്ലെ നടന്നുകൊണ്ടിരുന്നു. ഓരോ കാൽവയ്പിലും അയാൾക്കു വല്ലാത്ത വേദന അനുഭവപ്പെടുന്നതായി തോന്നി. തലയൊന്നു വെട്ടിച്ച് അയാൾ നിമിഷനേരത്തേക്കു നിശ്ചലനാകും. മുകളിലേക്കു കയറുന്തോറും അയാൾ ഇരുവശത്തേക്കും കൂടുതൽ കൂടുതൽ വേച്ചുകൊണ്ടിരുന്നു. എനിക്ക് എന്തെന്നില്ലാത്ത ഭയവും ലജ്ജയും തോന്നി. എന്റെ തൊണ്ട വരണ്ടു. ഭയം കൊണ്ടു മരവിച്ച എനിക്ക് അയാൾ ചുമക്കുന്ന ഭാരവും അയാളുടെ മുറിവേറ്റ കാലിന്റെ അസഹ്യമായ വേദനയും സർവ്വാംഗം അനുഭവപ്പെട്ടു. അതാ, അയാൾ വീണ്ടുമൊന്നു വേച്ചു. വീണ്ടും തല വെട്ടിച്ചു. എന്റെ കൺമുമ്പിൽ എല്ലാം ആടിയുലയുന്നതുപോലെ എനിക്കുതോന്നി. കണ്ണിൽ ഇരുട്ടു കയറി. കാൽക്കീഴിൽനിന്നു ഭൂമി വഴുതിപ്പോയി.

ആരോ ശക്തിയായി എന്റെ കൈ പിടിച്ചു ഞെരിച്ചപ്പോഴാണ് എനിക്ക് ബോധം വീണത്. ജമീലയെ എനിക്ക് ഉടനെ തിരിച്ചറിയാൻ കഴിഞ്ഞില്ല. അവൾ വിളറി വെളുത്തിരുന്നു. തുറിച്ചുപിടിച്ച കണ്ണുകളിലെ കൃഷ്ണമണികൾ വളരെ വലുതായി കാണപ്പെട്ടു. കുറച്ചുമുമ്പു ചിരിച്ചതിന്റെ ഫലമായി ചുണ്ടുകൾ കോടിയിരുന്നു. ഇതിനകം ധാന്യമെടുപ്പുകാരനുൾപ്പെടെ അവിടെ ഉണ്ടായിരുന്നവരെല്ലാം പലകത്തട്ടിന്റെ ചുവട്ടിൽ ഓടിയെത്തി. ദനിയാർ രണ്ടു ചുവടുകൂടി മുമ്പോട്ടുവച്ചു. ചാക്കു ശരിക്കു പിടിക്കാൻ ശ്രമിക്കുന്നതിനിടയിൽ അയാൾ മുട്ടുകുത്തിവീഴാൻ ഭാവിച്ചു. ജമീല കൈകൾകൊണ്ടു മുഖം പൊത്തിക്കളഞ്ഞു.

"താഴെയിടൂ, ചാക്കു താഴെയിടൂ!" അവൾ വിളിച്ചുപറഞ്ഞു.

പക്ഷേ എന്തുകൊണ്ടോ ദനിയാർ ചാക്കു താഴെയിട്ടില്ല. പിന്നാലെ വരുന്നവർക്ക് യാതൊരു കുഴപ്പവും വരാത്തവിധം അയാൾക്കതു പണ്ടേഒരു വശത്തേക്കു ചെരിച്ചു വീഴ്ത്താമായിരുന്നു. ജമീലയുടെ ശബ്ദം കേട്ടപാടെ അയാൾ മുന്നോട്ടാഞ്ഞ്, കാൽ നിവർത്തി, ഒരു ചുവടുകൂടി വച്ചു. വീണ്ടും അയാൾ ഒന്നുലഞ്ഞു.

"താഴെയിടെടാ നായിന്റെ മോനേ!" ധാന്യമെടുപ്പുകാരൻ അലറി.

"താഴെയിട്!" ആളുകൾ ശബ്ദമുയർത്തി.

"ഇല്ല, അയാളതു വിട്ടുകളയില്ല!" ആരോ ഉറപ്പിച്ചുപറഞ്ഞു.

ചാക്കുമൊന്നിച്ചു സ്വയം വീണാലല്ലാതെ അയാൾ അതു താഴെയിടുകയില്ലെന്ന് എല്ലാവർക്കും, അയാളുടെ പിന്നാലെ കയറിയിരുന്നവർക്കും താഴെ നിന്നിരുന്നവർക്കും ബോദ്ധ്യമായതുപോലെ തോന്നി. അവിടെ ശ്മശാനനിശ്ശബ്ദത വ്യാപിച്ചു. ഭിത്തിക്കപ്പുറത്ത് തീവണ്ടി എഞ്ചിൽ നിർത്തിനിർത്തി ചൂളം വിളിച്ചു.

ദനിയാർ ഒന്നും കേൾക്കാത്ത മട്ടിൽ ചുട്ടുപഴുത്ത ഇരുമ്പുമേൽക്കൂരയുടെ കീഴേയ്ക്ക് വളയുന്ന പലകത്തട്ടിലൂടെ വേച്ചുവേച്ച് കയറിക്കൊണ്ടിരുന്നു. രണ്ടു ചുവടുവച്ചശേഷം നിലതെറ്റാതിരിക്കാനായി അയാൾ ഒന്നു നിൽക്കും, വീണ്ടും ശക്തി സംഭരിച്ച് മുന്നോട്ടു നീങ്ങും. അയാൾക്കൊത്തു പോകാൻ ശ്രമിച്ചുകൊണ്ട് പിന്നാലെയുള്ളവരും നിൽക്കും. അതവരെ ക്ഷീണിതരാക്കി. അവരുടെ ശക്തികെടുത്തി. പക്ഷേ ആരും അയാളുടെനേരെ ശാപവാക്കുകൾ ചൊരിഞ്ഞില്ല. അദൃശ്യമായ ഒരു കയറിനാൽ

ബന്ധിക്കപ്പെട്ടവരെപ്പോലെ, ഒരാളുടെ ജീവൻ മറ്റൊരാളുടേതിനെ ആശ്രയിച്ചിരിക്കുന്ന അപകടകരവും വഴുവഴുക്കുന്നതുമായ ഒരു വഴിയിലൂടെയെന്നപോലെ, അവർ തങ്ങളുടെ ചുമടുമേന്തി നീങ്ങി. അവരുടെ കൂട്ടായ നിശ്ശബ്ദതയിലും ഒരേ മട്ടിലുള്ള ഉലച്ചിലിലും കനത്ത ഒരു താളക്രമം ഉണ്ടായിരുന്നു. ദനിയാറിന്റെയൊപ്പം ഒരു ചുവട്, ഒന്നുകൂടി, വീണ്ടുമൊന്ന്, ഒരു പടയാളിയുടെ ഭാര്യയാണ് ദനിയാറിന്റെ തൊട്ടുപിന്നിൽ നടന്നിരുന്നത്. പല്ലുകടിച്ചുപിടിച്ചുകൊണ്ട് എത്രമാത്രം അനുകമ്പാപൂർവ്വവും പ്രാർത്ഥനാനിർഭരവുമായാണ് അവർ അയാളുടെ നേരെ നോക്കിയത്! അവരുടെതന്നെ കാലുകൾ കുഴഞ്ഞിരുന്നു. എങ്കിലും അവർ അയാൾക്കുവേണ്ടി പ്രാർത്ഥിച്ചു.

ഇനി കുറച്ചേയുള്ളൂ. പലകത്തട്ടിന്റെ ചെരിഞ്ഞ ഭാഗം കഴിയാറായി. എന്നാൽ ദനിയാർ വീണ്ടും ഒന്നിളകി. മുറിവേറ്റ കാൽഅയാൾക്കു വഴങ്ങിയില്ല. ഇനിയെങ്കിലും ചാക്കു വിട്ടില്ലെങ്കിൽ അയാൾ വീണുപോകുമെന്നതിനു സംശയമില്ല.

"ഓടിച്ചെല്ലൂ! പിന്നിൽനിന്നു താങ്ങിക്കൊടുക്കൂ!" ജമീല എന്നോടു വിളിച്ചു പറഞ്ഞു. അയാളെ സഹായിക്കാൻ കഴിയുമെന്ന മട്ടിൽ അവൾ സംഭ്രമത്തോടെ കൈകൾ നീട്ടി.

ഞാൻ പലകത്തട്ടിലൂടെ ഓടിക്കയറി. ആളുകളുടെയും ചാക്കുകളുടേയും ഇടയിലൂടെ ഒഴിഞ്ഞും മാറിയും ഞാൻ ദനിയാറിന്റെ അടുത്തെത്തി. കൈമുട്ടിനടിയിലൂടെ അയാൾ എന്റെനേരെ നോക്കി. അയാളുടെ നനഞ്ഞിരുണ്ട നെറ്റിയിലെ ഞരമ്പുകൾ തടിച്ചെഴുന്നു നിന്നു. ചോരനിറഞ്ഞ കണ്ണുകൾ കോപംകൊണ്ടു ജ്വലിച്ചു. ഞാൻ പിന്നിൽനിന്നും ചാക്കു താങ്ങാൻ ഒരുമ്പെട്ടു.

"മാറിപ്പോ!" ഭീഷണമായി മുരണ്ടുകൊണ്ട് അയാൾ മുന്നോട്ടു നീങ്ങി.

ഒടുവിൽ വല്ലാതെ കിതച്ചുകൊണ്ട്, അയാൾ മുടന്തിമുടന്തി ഇറങ്ങിവന്നു. അയാളുടെ കൈകൾ ചാട്ടവാറുകൾപോലെ ഞാന്നുകിടന്നിരുന്നു. എല്ലാവരും നിശ്ശബ്ദമായി അയാൾക്കു വഴി മാറിക്കൊടുത്തു. ധാന്യമെടുപ്പുകാരൻ സ്വയം നിയന്ത്രിക്കാനാവാതെ ഉറക്കെ ചോദിച്ചു.

"തനിക്കെന്താ, കിറുക്കുണ്ടോ? ഞാനുമൊരു മനുഷ്യനല്ലേ? താഴെ അഴിച്ചിടാൻ ഞാൻ സമ്മതിക്കുമായിരുന്നില്ലേ? എന്തിനാണു നീ അത്തരം ചാക്കുകൾ ചുമക്കുന്നത്?

"അതെന്റെ കാര്യം." ദനിയാർ പതിഞ്ഞ ശബ്ദത്തിൽ മറുപടി നൽകി.

ഒരുവശത്തേക്ക് ഒന്നു തുപ്പിയിട്ട് അയാൾ വണ്ടിയുടെ അടുത്തേക്കു നടന്നു. ഞങ്ങൾ കണ്ണുയർത്താൻ ധൈര്യപ്പെട്ടില്ല. ഞങ്ങൾക്കു ലജ്ജതോന്നി. ബുദ്ധിശൂന്യമായ ആ തമാശ ഇത്ര കാര്യമായെടുത്തതിൽ ഞങ്ങൾക്ക് അയാളോടു പകയും തോന്നി.

മടക്കയാത്രയിൽ രാത്രിമുഴുവൻ ഞങ്ങൾ ഒന്നും മിണ്ടിയില്ല. ദനിയാറിനെ സംബന്ധിച്ചിടത്തോളം അതു സ്വാഭാവികമായിരുന്നു. അതിനാൽ അയാൾ ഞങ്ങളോടു ദേഷ്യപ്പെട്ടിരിക്കുകയാണോ, അതോ, എല്ലാം മറന്നുകളഞ്ഞോ എന്നു ഞങ്ങൾക്കു മനസ്സിലാക്കാൻ കഴിഞ്ഞില്ല. ഞങ്ങൾക്കത് അസഹ്യമായിരുന്നു. മനസ്സാക്ഷി ഞങ്ങളെ പീഡിപ്പിച്ചുകൊണ്ടിരുന്നു.

പിറ്റേന്നു രാവിലെ മെതിക്കളത്തിൽ ചാക്കുകൾ കയറ്റിക്കൊണ്ടിരുന്നപ്പോൾ ജമീല ആ ഭാഗ്യംകെട്ടചാക്കെടുത്തു ചവിട്ടിപ്പിടിച്ചു വലിച്ചുകീറി.

"ഇതാ പിടിച്ചോളൂ നിന്റെ കീറത്തുണി!" അത്ഭുതപ്പെട്ടുനിന്നിരുന്ന ധാന്യം ളുക്ക കാരിയുടെ കാൽക്കലേക്ക് അവളത് എറിഞ്ഞു. "മേലാൽ ഇതുപോലുള്ളതൊന്നു ഇങ്ങോട്ട് ഒളിച്ചുകടത്തരുതെന്നു ടീം നേതാവിനോടു പറഞ്ഞേക്കു!"

"എന്താണിത്? നിനക്കെന്തു പറ്റി?"

"ഒന്നും പറ്റിയില്ല."

പിറ്റേദിവസം മുഴുവൻ ദനിയാർ തന്റെ പരിഭവം ഒരുതരത്തിലും പുറത്തുകാണിച്ചില്ല. അയാൾ ശാന്തനും നിശ്ശബ്ദനുമായിരുന്നു. പതിവിലധികം മുടന്തുന്നുണ്ടായിരുന്നെന്നുമാത്രം. പ്രത്യേകിച്ചും ചാക്കുകൾ ചുമക്കുമ്പോൾ, പഴയ മുറിവിന് ഇന്നലെ നല്ല ഇളക്കം തട്ടിക്കാണും. അയാളുടെ മുമ്പാകെ ഞങ്ങൾ കുറ്റക്കാരാണെന്നതിനെപ്പറ്റി അതു ഞങ്ങളെ ഓരോ നിമിഷവും ഓർമ്മിപ്പിച്ചിരുന്നു. അയാളൊന്നു ചിരിക്കുകയോ തമാശപറയുകയോ ചെയ്തിരുന്നെങ്കിൽ ഞങ്ങൾക്ക് ആശ്വാസമായേനെ. ഞങ്ങളുടെ പിണക്കം അതോടെ തീർന്നേനെ.

പ്രത്യേകിച്ചൊന്നും സംഭവിച്ചില്ലെന്നു ജമീലയും നടിച്ചു. അഭിമാനമുള്ളവളായിരുന്ന അവൾ പതിവുപോലെ ചിരിച്ചെങ്കിലും അന്നു മുഴുവൻ അവൾക്കും യാതൊരു മനസ്സമാധാനവും ഇല്ലായിരുന്നെന്നു ഞാൻ കണ്ടു.

സ്റ്റേഷനിൽനിന്നു തിരിച്ചപ്പോൾ നേരം വൈകിയിരുന്നു. ദനിയാർ ഞങ്ങളുടെ മുമ്പിലായിരുന്നു. മനോഹരമായ ഒരു രാത്രിയായിരുന്നു അത്. വിദൂരസ്ഥലങ്ങളെങ്കിലും സമീപത്തെന്നു തോന്നത്തക്കവണ്ണം വെട്ടിത്തിളങ്ങുന്ന നക്ഷത്രങ്ങളോടുകൂടിയ ആഗസ്റ്റുരാത്രികളെ അറിയാത്തവരുണ്ടോ? ഓരോ നക്ഷത്രവും തെളിഞ്ഞുകാണപ്പെടുന്നു. അതാ, മിന്നിത്തെളിയുന്ന ഹിമകിരണങ്ങൾ ചൊരിഞ്ഞുകൊണ്ട് ഇരുളടഞ്ഞ ആകാശത്തുനിന്നു താഴെയുള്ള ഭൂമിയിലേക്ക് നിഷ്കളങ്കമായ അത്ഭുതത്തോടെ നോക്കുകയാണത്. മലയിടുക്കിലൂടെ പോകുമ്പോൾ ഞാൻ ഏറെനേരം ആ നക്ഷത്രത്തിലേക്കു കണ്ണുനട്ടിരുന്നു. വീടെത്താൻ വെമ്പുന്ന കുതിരകൾ ചുണയായി ഓടിക്കൊണ്ടിരുന്നു. ചരൽക്കല്ലുകൾ ചക്രങ്ങൾക്കിടയിൽപ്പെട്ടു ഞെരിഞ്ഞുപൊടിഞ്ഞു. സ്റ്റെപ്പിയിൽ നിന്നെത്തിയ കാറ്റിൽ പൂവിട്ടുനിൽക്കുന്ന കയ്പുച്ചെടികളുടെ തിക്തരേണുക്കളും ആറിത്തണുക്കുന്ന ഗോതമ്പുകതിരുകളിൽനിന്നുള്ള നേരിയ പരിമളവും കലർന്നിരുന്നു. അതൊടൊപ്പം ടാറിന്റെയും കുതിരകളുടെ വിയർപ്പിന്റേയും ഗന്ധം കൂടിക്കലർന്ന് തലയ്ക്കു മത്തു പിടിപ്പിച്ചു.

വഴിയുടെ ഒരുവശത്തു കാട്ടുറോസച്ചെടികൾ പടർന്നു പിടിച്ച പാറക്കെട്ടുകളാണ്. മറുവശത്ത്. അങ്ങുതാഴെ വില്ലോമരങ്ങളുടേയും കാട്ടുപോപ്ലറുകളുടേയും പടർപ്പിനിടയിലൂടെ നുരഞ്ഞുപതഞ്ഞ് ഇരച്ചൊഴുകുന്ന കൂർക്കുറേവു. ഇടയ്ക്കിടെ പിന്നിലെങ്ങോ ഉള്ള പാലത്തിലൂടെ ഒരു തീവണ്ടി അലറിപ്പാഞ്ഞു കടന്നുപോകും. അതിന്റെ ചക്രങ്ങളുടെ കടകടശബ്ദം വളരെ നേരത്തേക്കു മുഴങ്ങിക്കേൾക്കാം.

കുളിർമ്മയുള്ള ആഗസ്റ്റുമാസരാത്രിയിലൂടെ, അതിന്റെ ശബ്ദങ്ങൾശ്രവിച്ചും ഗന്ധങ്ങൾ നുകർന്നും, കുതിരകളുടെ പുറമിളകുന്നതുനോക്കിയിരുന്നുകൊണ്ടു യാത്രചെയ്യുക സുഖകരമായ ഒരനുഭൂതിയാണ്. ജമീല എന്റെ മുമ്പിലായിരുന്നു. കടിഞ്ഞാൺ അയച്ചുപിടിച്ച് ചുറ്റും കണ്ണോടിച്ചുകൊണ്ട് അവൾ എന്തോ മെല്ലെ മൂളിപ്പാടിക്കൊണ്ടിരുന്നു. ഞങ്ങളുടെ മൂകത അവളെ പീഡിപ്പിച്ചുവെന്ന് എനിക്ക് മനസ്സിലായി. അതുപോലൊരു രാത്രിയിൽ നിശ്ശബ്ദമായിരിക്കുക സാധ്യമല്ല. അത്തരം രാത്രിയിൽ പാട്ടുപാടാൻ തോന്നിപ്പോകും!

അവൾ ഉറക്കെ പാടാൻ തുടങ്ങി. ദനിയാറുമായുള്ള ഞങ്ങളുടെ ബന്ധത്തിൽ മുമ്പുണ്ടായിരുന്ന സ്വാഭാവികത എങ്ങനെയും വീണ്ടെടുക്കുന്നതിനും തന്റെ കുറ്റബോധം അകറ്റുന്നതിനും ആഗ്രഹിച്ചിരുന്നതിനാലായിരിക്കാം അവൾ പാടാൻ തുടങ്ങിയത്. മുഴങ്ങുന്ന, ഓജസ്സറ്റ ശബ്ദമായിരുന്നു അവളുടേത്. “നീ പോവുമ്പോൾ ഞാനെന്റെ പട്ടുതൂവാല വീശിടും”, “ദൂരെയാണെൻ പ്രിയതോഴൻ” തുടങ്ങിയ നാടൻ പാട്ടുകളാണ് അവൾ സാധാരണ പാടാറ്. അവൾക്കു ധാരാളം പാട്ടുകൾ അറിയാമായിരുന്നു. ലളിതമായ രീതിയിൽ, വികാരവായ്പോടെ അവൾ പാടുന്നതു കേൾക്കാൻ ഇമ്പമുണ്ട്. പെട്ടെന്നു പാട്ടു നിർത്തി അവൾ ദനിയാറിനോടു വിളിച്ചുപറഞ്ഞു:

“ഹായ്, ദനിയാർ, നിങ്ങൾക്കൊന്നു പാടിക്കൂടെ? നിങ്ങൾ ഒരു ജിഗീത്തല്ലേ?”

“നീ പാടിക്കൊള്ളൂ, ജമീല” കടിഞ്ഞാൺ പിടിച്ച് കുതിരകളെ നിർത്തി തെല്ലൊരു പരിഭ്രമത്തോടെ അയാൾ പറഞ്ഞു. “ഞാൻ കേൾക്കുന്നുണ്ട്. ചെവി രണ്ടും വട്ടം പിടിച്ചിരിക്കയാണ്?!”

“എന്താ. ഞങ്ങൾക്കു ചെവിയില്ലെന്നാണോ വിചാരം? ഇഷ്ടമില്ലെങ്കിൽ വേണ്ട. ആരുമൊട്ടു നിർബ്ബന്ധിക്കുന്നില്ല!” ജമീല വീണ്ടും പാടാൻ തുടങ്ങി.

അവൾ അയാളോട് പാടാൻ പറഞ്ഞത് എന്തിനാണെന്ന് ആർക്കറിയാം? ഒന്നുകിൽ വെറുതെയായിരിക്കാം. അല്ലെങ്കിൽ അയാളെ സംഭാഷണത്തിലേക്കു വലിച്ചിഴയ്ക്കുന്നതിനുവേണ്ടിയുമാവാം. ഒടുവിൽ പറഞ്ഞതിനാണു കൂടുതൽ സാദ്ധ്യത. എന്തെന്നാൽ അല്പസമയത്തിനുശേഷം അവൾ വീണ്ടും വിളിച്ചുചോദിച്ചു.

“പറയൂ, ദനിയാർ, നിങ്ങൾ എന്നെങ്കിലും പ്രേമിച്ചിട്ടുണ്ടോ?” എന്നിട്ട് അവൾ പൊട്ടിച്ചിരിച്ചു.

ദനിയാർ മറുപടി പറഞ്ഞില്ല. ജമീലയും നിശ്ശബ്ദമായി.

“പാട്ടുപാടാൻ പറയാൻ കണ്ട ആള്!” എനിക്ക് ചിരിവന്നു.

വഴിമുറിച്ചൊഴുകുന്ന ഒരരുവിയുടെ അടുത്തെത്തിയപ്പോൾ കുതിരകൾ മന്ദഗതിയിലായി. വെള്ളിപോലെ തിളങ്ങുന്ന നനഞ്ഞ കല്ലുകളിൽ അവയുടെലാടങ്ങൾ അടുത്തെത്തിയപ്പോൾ കുതിരകളിൽ അവയുടെ ലാടങ്ങൾ “ക്ലിക്”, ക്ലിക്” എന്നു ശബ്ദിച്ചു. അരുവി കടന്നുകഴിഞ്ഞപ്പോൾ ദനിയാർ കുതിരകളെ ചാട്ടകൊണ്ടടിച്ചിട്ട് അപ്രതീക്ഷിതമായി പാടാൻ തുടങ്ങി. ആയാസമേറിയ അയാളുടെ ശബ്ദം വണ്ടി കുടുങ്ങുമ്പോഴെല്ലാം മുറിഞ്ഞുകൊണ്ടിരുന്നു.

മലകളേയെൻ നീലവെണ്മലകളേ,
എൻപിതാക്കൾ ജന്മഭൂവേ!

പെട്ടെന്ന് അയാളുടെ ശബ്ദമിടറി. ഒന്നു ചുമച്ചിട്ട് ആഴമാർന്നതെങ്കിലും അല്പം പരുപരുപ്പുള്ള ശബ്ദത്തിൽ അയാൾ അടുത്ത രണ്ടു വരികൾ പാടി:

മലകളേയെൻ നീലവെണ്മകളേ,
എൻ കളിത്തൊട്ടിലേ....

എന്തിനെയോ പേടിച്ചിട്ടെന്നപ്പോലെ ഇടയ്ക്കുവച്ച് അയാളുടെ ശബ്ദം വീണ്ടുമിടറി. അയാൾ നിശ്ശബ്ദനായി.

അയാൾക്കുണ്ടായ പരിഭ്രമം എനിക്ക് വ്യക്തമായി സങ്കല്പിക്കാൻ കഴിഞ്ഞു. കാതരവും ഇടവിട്ടുള്ളതുമായിരുന്നെങ്കിലും ആ ഗാനാലാപം അസാധാരണമാം വിധം വികാരതീവ്രമായിരുന്നു. അയാളുടെ ശബ്ദവും നന്നായിരുന്നു. ദനിയാറാണതെന്നു വിശ്വസിക്കാൻ പ്രയാസം.

“അത്ഭുതം തന്നെ!” ഞാൻ പറഞ്ഞുപോയി.

“ഇതിനുമുമ്പ് നിങ്ങൾ എന്തുകൊണ്ടാണു പാടാതിരുന്നത്? പാടൂ, പാടൂ, ശരിക്കു പാടൂ!” ജമീല ആശ്ചര്യപ്പെട്ടു പറഞ്ഞു.

മുമ്പിൽ വെളിച്ചം കണ്ടു. മലയിടുക്കു കഴിയാറായി. താഴ്വരയിൽ നിന്ന് ഒരിളം കാറ്റു വീശി. ദനിയാർ വീണ്ടും പാടാൻ തുടങ്ങി. മുമ്പത്തേതുപോലെ ലജ്ജിച്ച പതുങ്ങിക്കൊണ്ടുതന്നെ. പക്ഷേ ക്രമേണ ആ ശബ്ദം ശക്തിയാർജ്ജിച്ച് മലയിടുക്കിൽ നിറഞ്ഞുമുഴങ്ങി. ദൂരെയുള്ള പാറക്കെട്ടുകളിൽനിന്ന് അതു മാറ്റൊലിക്കൊണ്ടു.

ആ ഗാനധാര എത്രമാത്രം വികാരസാന്ദ്രവും ആവേശോജ്ജ്വലവുമായിരുന്നു! അതാണു എന്നെ ഏറ്റവും കൂടുതൽ അത്ഭുതപ്പെടുത്തിയത്. അതിനു എന്തു പേരുവിളിക്കണമെന്ന് എനിക്ക് അറിഞ്ഞുകൂടായിരുന്നു. ഇന്നും അറിഞ്ഞുകൂടാ. അയാളുടെ സ്വരമാധുര്യം മാത്രമാണോ ഇതോ അതിലും പ്രധാനമായ, മനുഷ്യാത്മാവിൽനിന്ന് ഊറിയിറങ്ങുന്നതും മറ്റുള്ളവരിൽ അതേ വികാരങ്ങൾ ഉണർത്താൻ കഴിവുള്ളതും ഹൃദയാന്തരാളങ്ങളിൽ കുടികൊള്ളുന്ന വിചാരങ്ങളെ ഉജ്ജീവിപ്പിക്കാൻ കെല്പുള്ളതുമായ മറ്റെന്തോ ആണോ എന്നു തീർച്ച പറയാൻ എനിക്കാവുന്നില്ല.

ദനിയാറിന്റെ ആ ഗാനം ഒട്ടൊന്നും പുനരാവിഷ്കരിക്കാൻ എനിക്ക് കഴിഞ്ഞിരുന്നെങ്കിൽ! അതിൽ വാക്കുകൾ ഒട്ടും തന്നെയില്ലായിരുന്നു. മഹത്തായ മനുഷ്യാത്മാവിനെ തുറന്നുകാട്ടാൻ ആ ഗാനത്തിനു വാക്കുകൾ വേണ്ടിയിരുന്നില്ല. അതിനുമുമ്പോ പിമ്പോ അതുപോലൊരുഗാനം കേൾക്കാൻ എനിക്കിടയായിട്ടില്ല. അതിന്റെ ഈണം പൂർണ്ണമായും കിർഗീസോ കസാക്കോ ആയിരുന്നില്ല. എന്നാൽ അതിൽ രണ്ടുമുണ്ടായിരുന്നു. ആ രണ്ടു സഹോദരജനതകളുടേയും ഏറ്റവും മികച്ച ഈണങ്ങളെ ഒന്നുചേർത്തു നെയ്തുണ്ടാക്കിയ ഒരു നിസ്തുലഗാനമായിരുന്നു അത്. മലകളുടേയും സ്റ്റെപ്പികളുടേയും ഗീതമായിരുന്നു അത്. ചിലപ്പോൾ കിർഗീസ് പാർവ്വതങ്ങളെപ്പോലെ അതുയർന്നുമുഴങ്ങും, ചിലപ്പോൾ കസാക്ക് സ്റ്റെപ്പികളപ്പോലെ പരന്നുവിരിയും.

അതു കേട്ടുകൊണ്ടിരിക്കുമ്പോൾ ഞാൻ ആശ്ചര്യപ്പെടുകയായിരുന്നു: “അപ്പോളിതാണു ശരിക്കുള്ള ദനിയാർ! ആരെങ്കിലും ഇതു വിചാരിച്ചിരുന്നോ?”

വണ്ടികൾ പോയി ഉണ്ടായ ഉറപ്പുകുറഞ്ഞ വഴിയിലൂടെ ഞങ്ങൾ സ്റ്റെപ്പി കടന്നുപോവുകയായിരുന്നു. ദനിയാറിന്റെ ശബ്ദം ഇപ്പോൾ കൂടുതൽ പരന്നു കേൾക്കപ്പെട്ടു. പുതിയപുതിയ ഗാനങ്ങൾ ഒന്നിനുപിറകെ ഒന്നായി അത്ഭുതകരമായ ലാഘവത്തോടെ ഒഴുകിവന്നു. അയാൾ ഇത്രമാത്രം അനുഗ്രഹീതനാണോ? എന്താണയാൾക്കു സംഭവിച്ചത്? തന്റേതായ ഈ ദിവസത്തിനുവേണ്ടി, ഈ മണിക്കൂറിനുവേണ്ടി കാത്തിരിക്കുകയായിരുന്നോ അയാൾ?

ആളുകളെ സംഭ്രമിപ്പിക്കുകയും അവരുടെ പരിഹാസത്തെ വിളിച്ചുവരുത്തുകയും ചെയ്തിരുന്ന അയാളുടെ വിചിത്രരീതികൾ—ഒരു സ്വപ്നജീവിയെപ്പോലെ കഴിഞ്ഞിരുന്നതും ഏകാന്തത ഇഷ്ടപ്പെട്ടിരുന്നതും സദാ മൗനം പാലിച്ചിരുന്നതുമൊക്കെ—പെട്ടെന്ന് എനിക്ക് മനസ്സിലായി. അയാൾ പാറാവുമലയിൽ തന്റെ സായാഹ്നങ്ങൾ ചെലവഴിച്ചിരുന്നതും നദീതീരത്ത് ഏകനായി രാത്രികഴിച്ചിരുന്നതും മറ്റുള്ളവർക്കു കേൾക്കാനാവാത്ത ശബ്ദങ്ങൾക്കു സദാ ചെവിപാർത്തിരുന്നതും ഇടയ്ക്കിടെ അയാളുടെ കണ്ണുകൾ തിളങ്ങിയതും സാധാരണ ജാഗ്രതുകമായിരുന്ന പുരികങ്ങൾ ഉയർന്നതും എന്തുകൊണ്ടാണ് എനിക്കിപ്പോൾ മനസ്സിലായി. അഗാധമായി സ്നേഹിക്കുന്ന ഒരു മനുഷ്യനായിരുന്നു അയാൾ. മറ്റേതോ വ്യക്തിയോടുള്ള വെറും

സ്നേഹമായിരുന്നില്ലതെന്ന് എനിക്ക് തോന്നി. അതിൽനിന്നു വ്യത്യസ്തവും മഹത്തരവുമായ, ജീവിതത്തോടും പ്രപഞ്ചത്തോടുള്ള സ്നേഹമായിരുന്നു അത്. അതെ, തന്നിലും തന്റെ സംഗീതത്തിലും അയാൾ ആ സ്നേഹത്തെ കാത്തുസൂക്ഷിച്ചുപോന്നു. ആ സ്നേഹംകൊണ്ടുമാത്രമാണ് അയാൾ ജീവിച്ചത്. ഉദാസീനനായ ഒരാൾക്ക്, എത്ര നല്ല സ്വരമുണ്ടെന്നിരിക്കിലും അതുപോലെ പാടാൻ കഴിയുമായിരുന്നില്ല.

ഗാനത്തിന്റെ അവസാനധ്വനിയും അലിഞ്ഞില്ലാതായെന്നു തോന്നുമ്പോൾ അതിന്റെ പുതിയൊരല ഇളകിമറിഞ്ഞെത്തുകയായി. അതു മയങ്ങിക്കിടക്കുന്ന സ്റ്റെപ്പിയെ തട്ടിയുണർത്തുകയാണെന്നു തോന്നും. പ്രിയങ്കരമായ ആ ഗാനമാധുരിയാൽ താലോലിക്കപ്പെട്ട് സ്റ്റെപ്പി ആ ഗായകനെ നന്ദിപുരസ്സരം ശ്രവിച്ചുകൊണ്ടിരുന്നു. കൊയ്ത്തുപാകമായി ചാരനീലനിറത്തിൽ കിടക്കുന്ന ധാന്യവയലുകൾ വിശാലമായ ജലപ്പരപ്പുകണക്കെ ഇളകിയുലഞ്ഞു. അവയിലൂടെ പുലരിയുടെ ഒളിമിന്നലുകൾ ഓടിക്കളിച്ചു. മില്ലിനടുത്തു നിന്നിരുന്ന പഴക്കം ചെന്ന ഒരു കൂട്ടം വില്ലോമരങ്ങൾ ദലമർമ്മരം പൊഴിച്ചു. നദിയ്ക്കക്കരെ വയൽപ്പണിക്കാരുടെ താവളത്തിൽ കൂട്ടിയിരുന്ന തീയ് എരിഞ്ഞടങ്ങുകയായിരുന്നു. നദീതീരത്തു കൂടി, ഗ്രാമത്തെ ലക്ഷ്യമാക്കി, ഇടയ്ക്കിടെ തൊടികളിൽ മറഞ്ഞും വീണ്ടും പ്രത്യക്ഷപ്പെട്ടും ആരോ ഒരാൾ നിഴൽ പോലെ നിശ്ശബ്ദമായി കുതിരയോടിച്ചു പോയ്ക്കൊണ്ടിരുന്നു. അവിടെനിന്നെത്തിയ കാറ്റിൽ ആപ്പിൾപ്പഴങ്ങളുടെ മണവും പാൽമുറ്റിയ ചോളക്കതിർക്കുടങ്ങളുടെ മാധുര്യവും ഉണക്കമെത്താത്ത ചാണകവരിളികളുടെ ഊഷ്മളഗന്ധവും കലർന്നിരുന്നു.

സ്വയം മറന്ന് ദനിയാർ വളരെനേരം പാടി. വശീകരിക്കപ്പെട്ട ആഗസ്റ്റുരാത്രി അയാളുടെ ഗാനം കേട്ടുകൊണ്ടു ശബ്ദമുണ്ടാക്കി നിന്നു. കുതിരകൾ പോലും വളരെ മുമ്പുതന്നെ, ആ മായാരംഗത്തിനു ഭംഗം വരുത്തരുതെന്നു കരുതിയെന്നോണം, മന്ദഗതി പ്രാപിച്ചുകഴിഞ്ഞിരുന്നു.

പെട്ടെന്ന് ഉച്ചസ്ഥായിയിൽവെച്ചു ദനിയാർ പാട്ടുനിർത്തി. എന്നിട്ടു ശബ്ദമുണ്ടാക്കി കുതിരകളെ ഓടിച്ചു മുന്നോട്ടു പാഞ്ഞു.

ജമീല അയാളുടെ പിമ്പേ കുതിക്കുമെന്നു കരുതി ഞാനും തയ്യാറെടുത്തു. പക്ഷേ അവൾ അനങ്ങിയതില്ല. തോളിലേക്കു തലയും ചെരിച്ചുള്ള അതേ ഇരുപ്പിൽത്തന്നെ അവൾ ഇരുന്നു. അന്തരീക്ഷത്തിലെവിടെയോ തത്തിക്കളിച്ചു പാറി നടന്നിരുന്ന ഗാനശകലങ്ങൾക്കു ചെവിയോർത്തിരിക്കുകയായിരുന്നു അവളെന്നു തോന്നി. ദനിയാർ അകന്നുപോയിക്കഴിഞ്ഞിരുന്നു .ഗ്രാമത്തിലെത്തുന്നതുവരെ ഞങ്ങൾ ഒന്നും ഉരിയാടിയില്ല. അതിന്റെ ആവശ്യവുമില്ലായിരുന്നു. വാക്കുകൾകൊണ്ട് എപ്പോഴും എല്ലാമൊന്നും പറഞ്ഞറിയിക്കാനാവില്ലല്ലോ...

അന്നുമുതൽ ഞങ്ങളുടെ ജീവിതത്തിൽ എന്തോ മാറ്റം വന്നതുപോലെ തോന്നി. നല്ലതും സ്വാഗതാർഹവുമായ എന്തോ ഒന്നിന്റെ പ്രതീക്ഷയിലായിരുന്നു ഞാൻ. രാവിലെ മെതിക്കളത്തിലെത്തി വണ്ടികൾ നിറച്ച് പുറപ്പെടും. സ്റ്റേഷനിലെത്തിയാൽ എത്രയും വേഗം മടങ്ങാൻ ധൃതികൂട്ടുകയായി. മടക്കയാത്രയിൽ ദനിയാറിന്റെ പാട്ടുകൾ കേൾക്കാൻ ഞങ്ങൾ അക്ഷമരായിരുന്നു. അയാളുടെ ശബ്ദം എന്റെ ഒരംശമായിത്തീർന്നിരുന്നു. പുലർകാലങ്ങളിൽ തുഷാരമണിഞ്ഞു നനഞ്ഞ ത്രിപർണ്ണിപ്പുൽവയലിലൂടെ, കാലുകെട്ടി വിട്ടിരിക്കുന്ന കുതിരകളുടെ അടുത്തേക്ക് ഓടിപ്പോകുമ്പോൾ അത് എന്റെയൊപ്പമുണ്ടായിരിക്കും. സൂര്യബിംബം എന്റെ നേരെ പുഞ്ചിരിതൂകിക്കൊണ്ടു മലകൾക്കപ്പുറത്തുനിന്ന് എത്തിനോക്കും. ധാന്യം

പാറ്റുന്ന വയസ്സന്മാർ കാറ്റത്തെക്കെടുത്തറിയുന്ന ഗോതമ്പ് പൊന്മഴയായി വീഴു മ്പോളുണ്ടാവുന്ന മൃദുലമർമ്മരത്തിലും സ്റ്റെപ്പിക്കു മുകളിലെ ഏകാകിയായ പരുന്തി ന്റെ വട്ടമിട്ടുള്ള ഒഴുകിപ്പറക്കലിലും ഞാൻ ആ ശബ്ദം ശ്രവിച്ചു.— ഞാൻ കണ്ടതും കേട്ടതുമായ എല്ലാറ്റിലും ദനിയാറിന്റെ സംഗീതം എനിക്കനുഭവപ്പെട്ടു.

സന്ധ്യാസമയത്ത് ഞങ്ങൾ മലയിടുക്കിലൂടെ വണ്ടിയിൽ പോകുന്ന ഓരോ പ്രാവശ്യവും മറ്റൊരു ലോകത്തിലേക്കു കടന്നുചെല്ലുന്നതായി എനിക്ക് തോന്നും. പാതിയടഞ്ഞ കണ്ണുകളോടെ ദനിയാറിന്റെ പാട്ടു കേട്ടിരിക്കുമ്പോൾ എന്റെ മുമ്പിൽ അത്ഭുതകരമാംവിധം പരിചിതങ്ങളായ, കുട്ടിക്കാലംതൊട്ടു പ്രിയങ്കരങ്ങളായ രംഗങ്ങൾ ചുരുൾനിവർത്തും. ചിലപ്പോൾ ചാരനീലനിറമാർന്ന വസന്തകാല മേഘങ്ങളുടെ ഒരുകൂട്ടം കൂടാരങ്ങൾക്കുമുകളിലൂടെ ഒഴുകിനീങ്ങുകയായിരിക്കും. ചിലപ്പോൾ കുതിരപ്പറ്റങ്ങൾ ചിനച്ചുകൊണ്ട്, മുഴങ്ങുന്ന കുളമ്പടികളോടെ വേനൽ ക്കാലമേച്ചിലിടങ്ങളിലേക്കു പാഞ്ഞുപോകുകയായിരിക്കും. നീണ്ട കുറുനിരകളും കണ്ണുകളിൽ വന്യമായ തിളക്കവുമുള്ള കുതിരക്കുട്ടികൾ തങ്ങളുടെ തള്ളക്കുതിരക ളുടെ ചുറ്റും നിഗളിച്ചു തുള്ളിക്കളിച്ചോടുന്നുണ്ടാവും. ചില അവസരങ്ങളിൽ, കുന്നിൻ ചെരിവിലൂടെ ലാവപോലെ മന്ദംമന്ദം ഒഴുകിത്തിരിയുന്ന ആട്ടിൻപറ്റങ്ങളായിരിക്കും. പാറക്കെട്ടിൽ നിന്നു കുതിച്ചു വീണ് കണ്ണഞ്ചിക്കുന്ന വെളുപ്പോടെ നുരഞ്ഞുപതയുന്ന വെള്ളച്ചാട്ടമായിരിക്കും മറ്റു ചിലപ്പോൾ, അതുമല്ലെങ്കിൽ നദിക്കരെയുള്ള സ്റ്റെപ്പി യിലെ സൂചിപ്പുൽപ്പൊന്തയിലേക്കു മെല്ലെ താഴുന്ന സൂര്യബിംബവും അതിനെ പിടിക്കാനെന്നപോലെ അങ്ങകലെ ചക്രവാളവിളമ്പിലൂടെ പായുന്ന ഏകാകിയായ അശ്വാരൂഢമായിരിക്കും. അയാൾ കൈയൊന്നു നീട്ടുകയേ വേണ്ടൂ. എന്നാലതാ, സൂര്യബിംബത്തോടൊപ്പം അയാൾ പുൽപ്പൊന്തയിലും സന്ധ്യാദീപ്തിയിലും ആണ്ടു പോകുന്നു.

നദിയ്ക്കപ്പുറത്തുള്ള കസാക്ക് സ്റ്റെപ്പി വിശാലമാണ്. ഞങ്ങളുടെ മലനിരകളെ ഇരുവശത്തേക്കും തള്ളിയകറ്റിക്കൊണ്ട് നിഷ്ശബ്ദവും നിർജ്ജനവുമായി കിടക്കുക യാണത്.

അവിസ്മരണീയമായ ആ ഗ്രീഷ്മത്തിൽ യുദ്ധം പൊട്ടിപ്പുറപ്പെട്ടപ്പോൾ, സ്റ്റെപ്പി യിൽ അഗ്നികുണ്ഡങ്ങൾ ജ്വലിച്ചു. പടക്കുതിരകൾ ഉയർത്തിയ ചൂടുള്ള പൊടിപടലം അതിനെ ആവരണം ചെയ്തു. അശ്വാരൂഢന്മാർ നാലുദിക്കിലേക്കും പാഞ്ഞു. നദിയുടെ മറുകരയിലൂടെ കുതിരയോടിച്ചുപോയ കസാക്കുകാരൻ ഒരിടയന്റേതായ കനത്ത സ്വരത്തിൽ വിളിച്ചു പറഞ്ഞത് ഞാൻ ഓർമ്മിക്കുന്നു.

“കാർഗീസുകളേ, കുതിരകൾക്കു ജീനികെട്ടിക്കോളൂ, ശത്രു വന്നെത്തിക്കഴി ഞ്ഞു.!” ചുടുവായുവിന്റെ അലകളിലും പൊടിപടലത്തിലും അയാൾ അപ്രത്യക്ഷ നായി.

സ്റ്റെപ്പി സകലരേയും തട്ടിയുണർത്തി, ഗംഭീരമായ ജയാരാവങ്ങളോടെ മലഞ്ചെ രുവുകളിലൂടെയും താഴ്വരകളിലൂടെയും ഞങ്ങളുടെ ആദ്യത്തെ കുതിരപ്പട്ടാളറജിമെ ന്റുകൾ നീങ്ങി. ആയിരമായിരം ജീനിപ്പടികൾ ഒന്നിച്ചുകിലുങ്ങി. ആയിരക്കണ ക്കിനു ജിഗീത്തുകൾ സ്റ്റെപ്പിയിലേക്ക് ഒന്നിച്ചു നോക്കി. മുമ്പിൽ ചെങ്കൊടികൾ പാറിപ്പറന്നുകൊണ്ടിരുന്നു. കുതിരക്കുളമ്പുകളുയർത്തിയ പൊടിപടലത്തിനു പിമ്പിൽ അമ്മമാരുടേയും ഭാര്യമാരുടേയും ദുഃഖാർത്തമെങ്കിലും പ്രൗഢമായ വിലാപം ഉയർന്നുകൊണ്ടിരുന്നു: “സ്റ്റെപ്പി നിങ്ങളെ സഹായിക്കട്ടെ! നമ്മുടെ വീരപുരുഷനായ മനാസിന്റെ ആത്മാവു നിങ്ങൾക്കു തുണയായുണ്ടായിരിക്കട്ടെ!”

ഭൗമിക സൗന്ദര്യത്തിന്റേയും ഉൽക്കണ്ഠകളുടേതുമായ ഈ പ്രപഞ്ചം മുഴുവൻ ദനിയാറിന്റെ ഗീതങ്ങൾ എനിക്ക് തുറന്നുകാട്ടി. എവിടെനിന്ന് അയാൾ ഇതൊക്കെ പഠിച്ചു? ആരിൽനിന്ന് ഇതെല്ലാം കേട്ടു? ജന്മഭൂമിയുമായുള്ള വിരഹത്താൽ നീണ്ട വർഷങ്ങളായി ഹൃദയവേദന അനുഭവിക്കുകയും അതിനോടുള്ള സ്നേഹത്തെച്ചൊല്ലി യാതനകൾ സഹിക്കുകയും ചെയ്ത ഒരാൾക്കുമാത്രമേ അതിനെ ഇത്രമാത്രം സ്നേഹിക്കാൻ കഴിയൂ എന്ന് എനിക്കറിയാമായിരുന്നു. അയാൾ പാടുമ്പോൾ സ്റ്റെപ്പിയിലെവഴികളിലൂടെ അലഞ്ഞുതിരിയുന്ന ഒരു കുട്ടിയായി എനിക്കയാളെ കാണാൻ കഴിഞ്ഞു. ഒരുപക്ഷേ അയാളുടെ അന്തരാത്മാവിൽ മാതൃഭൂമിയെക്കുറിച്ചുള്ള ഗാനങ്ങൾ അങ്കുരിച്ചത് അന്നാണോ? അതോ, യുദ്ധത്തിന്റെ അഗ്നിപാതകളിലൂടെ നടന്നപ്പോഴോ?

ദനിയാറിന്റെ ഗാനങ്ങൾ കേൾക്കുമ്പോൾ നിലത്തേക്കു കമഴ്ന്നുവീണു ഭൂമിയെ ദൃഢമായി, ഒരു പുത്രനെപ്പോലെ, ആശ്ലേഷിക്കാൻ എനിക്ക് തോന്നിപ്പോവും- മനുഷ്യന് അതിനെ ഇത്രമാത്രം സ്നേഹിക്കാൻ കഴിയുമല്ലോ എന്ന ഒറ്റക്കാരണം കൊണ്ടു മാത്രം. പുതിയ എന്തോ അനുഭവപ്പെട്ടു. അതിനെ എന്തു പേരു വിളിക്കണമെന്ന് എനിക്കറിഞ്ഞുകൂടായിരുന്നു. ആത്മാവിഷ്ക്കാരത്തിനുള്ള അടക്കാനാവാത്ത ആഗ്രഹമായിരുന്നു അത്. അതേ, ലോകത്തെ കാണാനും ഗ്രഹിക്കാനും മാത്രമല്ല, തന്റെ ദർശനങ്ങളേയും വികാരങ്ങളേയും വിചാരങ്ങളേയും മറ്റുള്ളവരെ അറിയിക്കാനും, നമ്മുടെ ഭൂമിയുടെ സൗന്ദര്യത്തെപ്പറ്റി ദനിയാറിനെപ്പോലെതന്നെ പ്രചോദനം പൂണ്ട് ആളുകളോടു പറയാനും ഞാൻ വെമ്പുകയായിരുന്നു. അജ്ഞാതമായ ഏതോ ഒന്നിനെക്കുറിച്ചുള്ള അകാരണമായ ഭീതിയാലും ആനന്ദത്താലും ഞാൻ ശ്വാസമടക്കിനില്ക്കും. ഒരു ചിത്രകാരനാവുകയാണ് വേണ്ടതെന്ന് അന്നു ഞാൻ മനസ്സിലാക്കിയില്ല.

കുട്ടിക്കാലം തൊട്ടേ ചിത്രരചന എനിക്കിഷ്ടമായിരുന്നു. പാഠപുസ്തകങ്ങളിലെ ചിത്രങ്ങൾ ഞാൻ പകർത്തിവരയ്ക്കുക പതിവായിരുന്നു. അവ തനിപ്പകർപ്പുകളാണെന്നു ചങ്ങാതിമാർ പറയുമായിരുന്നു. ഭിത്തിപ്പത്രങ്ങൾക്കുവേണ്ടി ഞാൻ വരച്ചിരുന്ന ചിത്രങ്ങളെ അധ്യാപകന്മാർ പ്രശംസിക്കാറുണ്ടായിരുന്നു. പക്ഷേ പിന്നീടു യുദ്ധം തുടങ്ങി. ജ്യേഷ്ഠന്മാർ യുദ്ധരംഗത്തേക്കു പോയി. എന്റെ എല്ലാ സമപ്രായക്കാരേയും പോലെ ഞാനും പഠിത്തം നിർത്തി കൂട്ടുകൃഷിക്കളത്തിൽ ജോലി ചെയ്യാൻ തുടങ്ങി. ചായങ്ങളുടേയും ബ്രഷുകളുടേയും കാര്യം ഞാൻ മറന്നു. എന്നെങ്കിലും അവയെപ്പറ്റി വീണ്ടും ഓർമ്മിക്കുമെന്നു ഞാൻ വിചാരിച്ചില്ല. എന്നാൽ ദനിയാറിന്റെ ഗാനങ്ങൾ എന്റെ ആത്മാവിനെ ഇളക്കിമറിച്ചു. ഒരു സ്വപ്നത്തിലെന്നപോലെ നടന്നുകൊണ്ട് അത്ഭുതം മുറ്റിനില്ക്കുന്ന കണ്ണുകളാൽ ഞാൻ ലോകത്തെനോക്കിക്കണ്ടു. എല്ലാം ആദ്യമായി കാണുന്നതുപോലെ എനിക്കു തോന്നി.

ജമീലയ്ക്കു പെട്ടെന്ന് എന്തൊരു മാറ്റമാണ് സംഭവിച്ചത്! ചുറുചുറുക്കും നാക്കിനു മൂർച്ചയുമുള്ള ഒരു ചിരിക്കുടുക്കയായിരുന്നേയില്ല അവളെന്നു തോന്നി. പ്രശാന്തമായ വസന്തകാലവിഷാദം അവളുടെ മങ്ങിയ കണ്ണുകളിൽ പാട കെട്ടി. യാത്രാസമയത്ത് അവൾ തന്റേതായ വിചാരങ്ങളിൽ മുഴുകിയിരിക്കും. അവ്യക്തവും സ്വപ്നമയവുമായ ഒരു മന്ദഹാസം അവളുടെ അധരങ്ങളിൽ തങ്ങിനില്ക്കും. തനിക്കൊരാൾക്കുമാത്രം അറിയാവുന്ന നന്മയാർന്ന എന്തിനെക്കുറിച്ചോ അവൾ നിശ്ശബ്ദമായി സന്തോഷിക്കുകയായിരിക്കും. ചിലപ്പോൾ അവൾ ചാക്കും തോളിലേന്തി, ഏതോ അജ്ഞാതമായ ഭീതിയുടെ പിടിയിലമർന്നതുപോലെ നിന്നിടത്തുതന്നെ നിന്നുപോകും. അവളുടെ മുമ്പിൽ പ്രക്ഷുബ്ധമായ ജലപ്രവാഹമാണെന്നും മുന്നോട്ടു പോകണമോ

വേണ്ടയോ എന്നവൾക്കറിഞ്ഞുകൂടെന്ന തോന്നും ആ നില്പുകണ്ടാൽ, ദനിയാറിൽ നിന്ന് അവൾ ഒഴിഞ്ഞുമാറി, അയാളുടെ മുഖത്തു നോക്കാതിരിക്കാൻ ശ്രമിച്ചു.

ഒരിക്കൽ മെതിക്കളത്തിൽവച്ച് അടക്കാനാവാത്ത നീരസത്തോടെ അവൾ അയാളോടു പറഞ്ഞു:

"ആ കുപ്പായം ഒന്നൂരിത്തരൂ, അലക്കിക്കൊണ്ടുവരാം."

അവൾ അതു നദിയിൽ കൊണ്ടുപോയി അലക്കിയതിനുശേഷം ഉണങ്ങാൻ വിരിച്ചിട്ട് അതിനടുത്തുതന്നെ ഇരുന്നു. കൈപ്പത്തികൾ കൊണ്ടു അവൾ അതിന്റെ ചുളിവുകൾ സശ്രദ്ധം നേരെയാക്കി. പിഞ്ഞിത്തുടങ്ങിയ ചുമൽഭാഗം വെളിച്ചത്തിനുനേരെ പിടിച്ചുനോക്കി തലയാട്ടുകയും നിശ്ശബ്ദമായ വിഷാദത്തോടെ വീണ്ടും ചുളിവുകൾ നിവർത്തുകയും ചെയ്തു.

ഇക്കാലത്ത് ഒരിക്കൽമാത്രമേ സാംക്രമികമായ പൊട്ടിച്ചിരി ജമീലയിൽനിന്നും ഉയർന്നുള്ളൂ. അന്ന് അവളുടെ കണ്ണുകൾ മുമ്പത്തേതുപോലെ തിളങ്ങുകയും ചെയ്തു. ത്രീപർണ്ണിപ്പുല്ലു ഉറുവിടുന്നിടത്തുനിന്ന് മടങ്ങുന്നവഴി ഒരു കൂട്ടം സ്ത്രീകളും പെൺകുട്ടികളും യുദ്ധമുന്നണിയിൽ നിന്നും തിരിച്ചെത്തിയ കുറെ യുവാക്കന്മാരും ഒച്ചയിട്ടുകൊണ്ടു മെതിക്കളത്തിലേക്കു കയറിവന്നു.

"ഹേയ്, ജന്മികളേ, ഗോതമ്പപ്പം നിങ്ങൾ മാത്രം തിന്നാൽ പോരാ, ഞങ്ങൾക്കും തരൂ!" അല്ലെങ്കിൽ എല്ലാറ്റിനേയും പിടിച്ചുപുഴയിലേക്കെറിയും!" എന്നു പറഞ്ഞു കൊണ്ട് യുവാക്കന്മാർ തമാശഭാവത്തിൽ വാരുകാലുകൾ ഉയർത്തിക്കാണിച്ചു.

"ഞങ്ങളെ വാരുകോലു കാട്ടി പേടിപ്പിക്കാമെന്നു വിചാരിക്കേണ്ട! പെണ്ണുങ്ങൾക്കു തിന്നാൻകൊടുക്കാൻ ഞങ്ങളുടെ കയ്യിൽ എന്തെങ്കിലും കണ്ടേക്കും. പക്ഷേ നിങ്ങളുടെ കാര്യം നിങ്ങൾതന്നെ നോക്കിക്കൊള്ളണം," ജമീല ഉറക്കെ മറുപടി നല്കി.

"അങ്ങനെയെങ്കിൽ നിങ്ങളെയൊക്കെ പിടിച്ചു വെള്ളത്തിലിടുകതന്നെ!"

യുവാക്കന്മാരും യുവതികളും തമ്മിൽ പിടുത്തമിട്ടു. കൂവിവിളിച്ചും കാറിക്കരഞ്ഞും പൊട്ടിച്ചിരിച്ചും അവർ പരസ്പരം തള്ളി വെള്ളത്തിലിടാനുള്ള ശ്രമമായി.

"പിടിയ്ക്കുവരെ, വലിച്ചു വെള്ളത്തിലിട്!" ജമീല എല്ലാവരെക്കാളും ഉറക്കെ ചിരിച്ചു. തന്നെ പിടിക്കാൻ വരുന്നവരിൽനിന്ന് അവൾ സമർത്ഥമായി തെന്നിമാറി.

എന്നാൽ വിചിത്രംതന്നെ, ജമീലയുടെമേൽ മാത്രമായിരുന്നു ആ യുവാക്കന്മാരുടെ നോട്ടമെന്നു തോന്നി. ഓരോരുത്തരും അവളെ പിടികൂടി തന്നോടു ചേർത്തമർത്താൻ ശ്രമിച്ചു. അതാ, മൂന്നുപേർ ഒന്നിച്ച് അവളെ പിടുത്തമിട്ടു. അവർ അവളെ പുഴക്കരയിലേക്ക് എടുത്തുകൊണ്ടുപായി.

"ചുംബിക്കു, അല്ലെങ്കിൽ വലിച്ചെറിയും!"

"നന്നായി ആട്ടി എറിഞ്ഞുകളയാം!"

ജമീല പുളഞ്ഞുതിരിയുകയും തല പിന്നോട്ടെറിഞ്ഞു പൊട്ടിച്ചിരിക്കുകയും ചെയ്തു. ചിരിയ്ക്കിടയിൽ അവൾ തന്റെ കൂട്ടുകാരികളെ സഹായത്തിനു വിളിച്ചു. പക്ഷേ അവർ പുഴക്കരയിലൂടെ ഓടി നടന്ന് തങ്ങളുടെ ഉവാലകൾ പെറുക്കിയെടുക്കുന്ന വെപ്രാളത്തിലായിരുന്നു. യുവാക്കന്മാരുടെ പൊട്ടിച്ചിരിയോടൊന്നിച്ച് ജമീല പുഴയിലേക്കു വീണു. നനഞ്ഞുലഞ്ഞ മുടിയുമായി വെള്ളത്തിൽനിന്ന് കയറിവന്നപ്പോൾ അവൾക്കു മുമ്പില്ലാത്ത സൗന്ദര്യം തോന്നി. ചീട്ടിത്തുണികൊണ്ടുള്ള

ഉടുപ്പുദേഹത്തോടു നനഞ്ഞൊട്ടിക്കിടന്നിരുന്നതിനാൽ അവളുടെ മുഴുത്തുരുണ്ട നിതംബവും ഉറച്ച മാറിടവും തെളിഞ്ഞു കാണാമായിരുന്നു. എന്നാൽ അതൊന്നും ശ്രദ്ധിക്കാതെ അവൾ ആടിയുലഞ്ഞു ചിരിച്ചു. അവളുടെ തുടുത്ത ജ്വലിച്ച മുഖത്തുകൂടി വെള്ളച്ചാലുകൾ ഒലിച്ചിറങ്ങി.

"ചുംബിക്കു!" ആ യുവാക്കന്മാർ നിർബന്ധിച്ചു.

ജമീല അവരെ ചുംബിച്ചു. പക്ഷേ അവൾ വീണ്ടും വെള്ളത്തിലേക്കു എറിയപ്പെട്ടു. നനഞ്ഞു ഭാരം വച്ചമുടി തലവെട്ടിച്ചു പിന്നിലേക്കിട്ടുകൊണ്ട് അവൾ വീണ്ടും ചിരിച്ചു.

മെതിക്കളത്തിലുണ്ടായിരുന്നവരെല്ലാം ചെറുപ്പക്കാരുടെ തമാശകൾ കണ്ടു ചിരിക്കുകയായിരുന്നു. ധാന്യം പാറ്റിക്കൊണ്ടിരുന്ന വയസ്സന്മാർ കോരികകൾ താഴെയിട്ടു കണ്ണുനീർ തുടച്ചു. ആനന്ദത്താലും നിമിഷനേരത്തേയ്ക്ക് ഉണർത്തപ്പെട്ട യൗവനസ്മരണകളാലും അവരുടെ തവിട്ടുനിറമാർന്ന മുഖത്തെ ചുളിവുകൾ തിളങ്ങി. ഞാനും ഉള്ളഴിഞ്ഞു ചിരിച്ചു. ജമീലയെ യുവാക്കന്മാരിൽ നിന്നു സംരക്ഷിക്കുന്നതിൽ സദാ വ്യഗ്രനായിരുന്ന ഞാൻ ആ കർത്തവ്യം താനെ മറന്നുപോയി.

ദനിയാർ മാത്രം ചിരിച്ചില്ല. യാദൃച്ഛയാലാണ് അയാൾ എന്റെ കണ്ണിൽപ്പെട്ടത്. അതോടെ ഞാൻ നിശ്ശബ്ദനായി. കളത്തിന്റെ ഒരറ്റത്ത് കാൽ അകത്തിവച്ച് ഏകാകിയായി നില്ക്കുകയായിരുന്നു അയാൾ. ആ യുവാക്കന്മാരുടെ കൈയിൽനിന്നു ജമീലയെ പിടിച്ചുപറ്റാനായി അയാളിപ്പോൾ മുന്നോട്ടു കുതിക്കുമെന്ന് എനിക്ക് തോന്നി. അയാൾ അവളെ ഇമവെട്ടാതെ നോക്കിനിന്നു. വിസ്മയവും വിഷാദവും ആ നോട്ടത്തിൽ കലർന്നിരുന്നു, സന്തോഷവും വേദനയും അതിൽ ദൃശ്യമായിരുന്നു. അതേ, അയാളെ ആനന്ദിപ്പിക്കുകയും ദുഃഖിപ്പിക്കുകയും ചെയ്യുന്നത് ജമീലയുടെ സൗന്ദര്യമാണ്. യുവാക്കന്മാർ ഓരോരുത്തരും ജമീലയെ ചേർത്തുപിടിക്കുകയും ചുംബിക്കാൻ നിർബന്ധിക്കുകയും ചെയ്യുപ്പോൾ അയാൾ തലതാഴ്ത്തി പോകാൻ ഭാവിച്ചു. പക്ഷേ പോയില്ല.

ഇതിനിടയിൽ ജമീലയും അയാളെ കാണാനിടയായി. അവൾ പെട്ടെന്നു ചിരി നിർത്തി മുഖം കുനിച്ചു.

"കളിച്ചതു മതി, ഇനി നിർത്താം!" ഉല്ലാസഭരിതരായിരുന്ന യുവാക്കന്മാരെ അവൾ പെട്ടെന്നു തടഞ്ഞു.

ആരോ ഒരാൾ വീണ്ടും അവളെ കെട്ടിപ്പിടിക്കാൻ ശ്രമിച്ചു.

"മാറിനില്ക്കു!" ജമീല അയാളെ തള്ളിമാറ്റി. തലയുയർത്തി ദനിയാർ നിന്നിരുന്നിടത്തേക്ക് അപരാധബോധത്തോടെ ഒന്നു കണ്ണയച്ചിട്ട് അവൾ ഉടുപ്പു പിഴിഞ്ഞു ധരിക്കുന്നതിനായി പൊന്തകൾക്കുള്ളിലേക്ക് ഓടിപ്പോയി.

അവർ തമ്മിലുള്ള ബന്ധത്തിൽ എല്ലാമൊന്നും എനിക്ക് വ്യക്തമായിരുന്നില്ല. വാസ്തവം പറഞ്ഞാൽ അതിനെക്കുറിച്ചു ചിന്തിക്കാൻ തന്നെ എനിക്ക് ഭയമായിരുന്നു. സ്വയം ദനിയാറിൽനിന്ന് ഒഴിഞ്ഞുമാറിനില്ക്കാൻ ശ്രമിക്കുന്നതുകൊണ്ടുതന്നെ അവൾ മുമ്പത്തെപ്പോലെ ചിരിക്കുകയും അയാളെ കളിയാക്കുകയും ചെയ്തിരുന്നെങ്കിൽ എത്ര നന്നായിരുന്നു! പക്ഷേ രാത്രികാലങ്ങളിൽ ദനിയാറിന്റെ ഗാനങ്ങളും കേട്ടുകൊണ്ടു ഗ്രാമത്തിലേക്കു മടങ്ങുമ്പോൾ എനിക്ക് അവരെക്കുറിച്ച് എന്തെന്നില്ലാത്ത സന്തോഷം തോന്നും.

മലയിടുക്കിലൂടെ പോകുമ്പോൾ ജമീല വണ്ടിയിലിരിക്കും. സ്റ്റെപ്പിയിലേക്കു കടന്നാൽ അവൾ ഇറങ്ങിനടക്കും. ഞാനും നടക്കുകയായിരുന്നു പതിവ്.

നടന്നുകൊണ്ട് ആ പാട്ടു കേൾക്കുന്നതായിരുന്നു കൂടുതൽ സുഖം. ആദ്യമൊക്കെ ഞങ്ങൾ അവരവരുടെ വണ്ടിയുടെ അടുത്തായിരിക്കും. പക്ഷേ മെല്ലെമെല്ലെ ഞങ്ങളറിയാതെതന്നെ ഞങ്ങളുടെ കാലടികൾ ദനിയാറിന്റെ വണ്ടിയുടെ ഒപ്പമെത്തും. ഏതോ അജ്ഞാതശക്തി ഞങ്ങളെ അയാളുടെ അടുത്തേക്ക് ആകർഷിച്ചിരുന്നു. ഇരുട്ടത്ത് അയാളുടെ മുഖത്തും കണ്ണുകളിലും നിഴലിക്കുന്ന ഭാവങ്ങൾ കണ്ടറിയാൻ ഞങ്ങൾ ആശിച്ചു. സദാ മ്ലാനമായും തന്നിൽത്തന്നെ ഒതുങ്ങിക്കൂടിയും കഴിയുന്ന ദനിയാർതന്നെയാണോ ആ പാടുന്നത്?

അത്ഭുതസ്തബ്ധയും വികാരവിവശയുമായ ജമീല തന്റെ കൈ മെല്ലെ അയാളുടെ നേരെ നീട്ടുന്നതു ഞാൻ കാണാറുണ്ട്. എന്നാൽ അയാളതു കാണുകയില്ല. തലയ്ക്കു പിന്നിൽ കൈകോർത്തുപിടിച്ച്, മുകളിലേയ്ക്കെങ്ങോട്ടോ നോക്കിക്കൊണ്ട്, അയാൾ ഇരുവശത്തേക്കും, ഉലയുകയായിരിക്കും... ജമീലയുടെ കൈ വണ്ടിയുടെ വിളുമ്പത്തു കുഴഞ്ഞുവീഴും. അവൾ ഞെട്ടി കൈവലിക്കും. തലകുനിച്ച്, ഇടിവെട്ടേറ്റതുപോലെ അവൾ വഴിമദ്ധ്യത്തിൽ നിന്നുപോകും. ദനിയാർ അകന്നുപോകുന്നതും നോക്കി ഏറെനേരെ നിന്നതിനുശേഷം അവൾ വീണ്ടും നടക്കും.

ഇരുവർക്കും ഒരുപോലെ അപ്രമേയമായ ഒരേയൊരു വികാരത്താൽ വിക്ഷുബ്ധരായിരുന്നു ജമീലയും ഞാനുമെന്നു ചിലപ്പോൾ എനിക്ക് തോന്നാറുണ്ട്. ഒരുപക്ഷേ ആ വികാരം ഞങ്ങളുടെ അന്തരാത്മാവിൽ പണ്ടുതൊട്ടേ കുടികൊണ്ടിരുന്നിരിക്കാം. ഇന്നതിന് ഉണർവ്വു തട്ടിയതാവാം.

ജോലിയിൽ മുഴുകുമ്പോൾ ജമീല എല്ലാം മറക്കും. പക്ഷേ കളത്തിൽവെച്ചു ഞങ്ങൾക്കു വിശ്രമിക്കാൻ കിട്ടുന്ന അപൂർവ്വനിമിഷങ്ങളിൽ അവൾ വളരെ അസ്വസ്ഥയായിതീരും. അവൾ ധാന്യം പാറ്റുകാരുടെ അടുത്തു ചെന്നുനില്ക്കും. അവരെ സഹായിക്കാനൊരുമ്പെടും. കുറേ നേരം ഗോതമ്പു കോരി കാറ്റത്തേയ്ക്ക് ഉയർത്തിയെറിഞ്ഞശേഷം പെട്ടെന്നു കോരിക നിലത്തെറിഞ്ഞു വൈക്കോൽത്തുറുവിനടുത്തേക്കു പോകും. അവൾ അവിടെ തണലിൽ ഇരിക്കും. എന്നിട്ട് ഒറ്റയ്ക്കിരിക്കാൻ ഭയമായിട്ടെന്നപോലെ എന്നെ വിളിക്കും:

"കിച്ചിനെ ബലാ, ഇങ്ങോട്ടു വരൂ, കുറച്ചുനേരം ഇരിക്കാം."

പ്രധാനമായ എന്തോ അവൾ എന്നോടു പറയുമെന്നും തന്നെ വിഷമിപ്പിക്കുന്നതെന്തെന്നു വിശദീകരിക്കുമെന്നും ഞാൻ എപ്പോഴും പ്രതീക്ഷിച്ചിരുന്നു. പക്ഷേ അവൾ ഒന്നും പറയുകയില്ല. എന്റെ തല മടിയിൽവച്ചു നിശ്ശബ്ദയായി അവൾ ദൂരേയ്ക്കു നോക്കിയിരിക്കും. മുള്ളൻ പീലിപോലുള്ള എന്റെ മുടിയിലൂടെ അവൾ വിരലോടിക്കും. ചൂടുള്ള വിറയാർന്ന കൈകൊണ്ട് അവൾ എന്റെ മുഖം മെല്ലെ തലോടും ഞാൻ അവളുടെ നേരെ ദൃഷ്ടിയുയർത്തും. അവ്യക്തമായ ഉൽകണ്ഠയും വ്യാകുലകതയും നിറഞ്ഞ ആ മുഖത്ത് എന്നെത്തന്നെ കണ്ടെത്തുന്നതായി എനിക്ക് തോന്നും. അവളെ എന്തോ മഥിച്ചുകൊണ്ടിരുന്നു. അവളുടെ ഉള്ളിൽ കെട്ടിനിന്നിരുന്ന എന്തോ ഒന്നു ബഹിർഗ്ഗമനമാർഗ്ഗം തേടുകയായിരുന്നു. അതവളെ ഭയപ്പെടുത്തി. താൻ പ്രേമബദ്ധയാണെന്നു സ്വയം സമ്മതിക്കാനും അതേസമയം തന്നെ ദനിയാറിനെ സ്നേഹിക്കണമെന്നും അരുതെന്നും ഞാൻ ആഗ്രഹിച്ചിരുന്നതുപോലെതന്നെ. എന്തൊക്കെയായാലും അവൾ എന്റെ മാതാപിതാക്കന്മാരുടെ മരുമകളും ജ്യേഷ്ഠന്റെ ഭാര്യയുമല്ലേ?

എന്നാൽ അത്തരം ചിന്തകൾ നിമിഷനേരത്തേക്കു മാത്രമേ എന്നിൽ കടന്നുകൂടിയിരുന്നുള്ളു. ഞാൻ അവയെ ആട്ടിയകറ്റും. ശിശുക്കളുടേതുപോലെ പാതിവിടർന്ന

ത്രസിക്കുന്ന ആ അധരങ്ങളും അശ്രുപൂർണ്ണമായി മങ്ങിയ ആ നയനങ്ങളും കാണുന്നതിലായിരുന്നു അന്നെന്റെ ആനന്ദം മുഴുവൻ. എന്തൊരഴകും സൗന്ദര്യവുമായിരുന്നു അവൾക്ക്! എത്രമാത്രം ചൈതന്യവത്തും വികാരോൽക്കടവുമായിരുന്നു അവളുടെ മുഖം! അന്നു ഞാനിതെല്ലാം കാണുകമാത്രം ചെയ്തിരുന്നു. എല്ലാമൊന്നും എനിക്ക് മനസ്സിലായിരുന്നില്ല. ഇന്നു ഞാൻ പലപ്പോഴും സ്വയം ചോദിക്കാറുണ്ട്: കലാകാരന്റേയും കവിയുടേയും പോലെതന്നെയുള്ള ഒരു പ്രചോദനമാണോ പ്രേമമെന്ന്, ജമീലയെ നോക്കിയിരിക്കുമ്പോൾ സ്റ്റെപ്പിയിലേക്കോടിച്ചെന്ന് എന്റെ ഉള്ളിൽ കെട്ടിനില്ക്കുന്ന അപ്രമേയമായ ഉൽകണ്ഠയേയും ആനന്ദത്തേയും അടക്കി നിർത്താനുള്ള മാർഗ്ഗമെന്തെന്നു മണ്ണിനോടും വിണ്ണിനോടും ആവുന്നത്ര ഉച്ചത്തിൽ വിളിച്ചു ചോദിക്കാൻ ഞാൻ ആഗ്രഹിച്ചുപോകാറുണ്ട്. ഒരിക്കൽ അതിനുത്തരം ഞാൻ കണ്ടെത്തുകയും ചെയ്തു.

പതിവുപോലെ ഞങ്ങൾ സ്റ്റേഷനിൽനിന്നു മടങ്ങുകയായിരുന്നു. രാത്രി അണഞ്ഞുകഴിഞ്ഞു. അകാശത്തു നക്ഷത്രങ്ങൾ തേനീച്ചപ്പറ്റങ്ങളെപ്പോലെ കൂട്ടം കൂട്ടമായി കാണപ്പെട്ടു. സ്റ്റെപ്പി ഉറക്കം തൂങ്ങിനിന്നു. ദനിയാറിന്റെ ഗാനം മാത്രം നിശ്ശബ്ദതയെ ഭേദിച്ചുകൊണ്ടു മുഴങ്ങുകയും അങ്ങകലെയുള്ള നേരിയ ഇരുട്ടിൽ അലിഞ്ഞു ചേരുകയും ചെയ്തു. ഞങ്ങൾ അയാളുടെ പിന്നിൽ നടക്കുകയായിരുന്നു.

ഇത്തവണ ദനിയാറിന് എന്താണു സംഭവിച്ചത്? ഹൃദയത്തിലേക്ക് ആണ്ടിറങ്ങുന്ന, നേർത്ത വിഷാദവും ഏകാന്തതയും അയാളുടെ ഗാനത്തിൽ മുറ്റിനിന്നിരുന്നു. അതു ഞങ്ങളെ സഹതാപാർദ്രരാക്കി. തൊണ്ടയിൽ കണ്ണുനീർ തടയുന്നതുപോലെ തോന്നി.

ജമീല തലയും താഴ്ത്തി, വണ്ടിയുടെ അഴികളിൽ മുറുക്കെപ്പിടിച്ചു കൊണ്ടു നടക്കുകയായിരുന്നു. ദനിയാറിന്റെ ശബ്ദം വീണ്ടും ഉയർന്നു തുടങ്ങിയതോടെ അവൾ തലയുയർത്തി, വണ്ടിയിലേക്കു ചാടിക്കയറി, അയാളുടെ അരികത്ത് ഇരുപ്പുറപ്പിച്ചു. മാറത്തു കൈകൾകെട്ടി ഒരുകൽപ്രതിമകണക്കെ അവൾ അവിടെ ഇരുന്നു. ഞാൻ വണ്ടിയോട് ചേർന്ന്, അല്പം മുമ്പോട്ടുകയറി നടക്കുകയായിരുന്നു. വശത്തുനിന്നു ഞാൻ അവരെ നോക്കി. ജമീല തന്റെ അരികിൽ ഇരിക്കുന്നതു ശ്രദ്ധിക്കാതെയെന്നോണം ദനിയാർ പാടിക്കൊണ്ടിരുന്നു. ജമീലയുടെ കൈകൾ തളർന്നു താഴെ വീഴുന്നതും അവൾ ദനിയാറിനോടു പറ്റിച്ചേർന്നിരുന്ന് അയാളുടെ ചുമലിലേക്കു തല ചായ്ക്കുന്നതും ഞാൻ കണ്ടു. ചാട്ടയടിയേറ്റ കുതിര ചുവടുമാറുന്നതുപോലെ അയാളുടെ ശബ്ദം ഒന്നു പതറി. ഒരു നിമിഷത്തേക്കുമാത്രം. പിന്നീട് അതു കൂടുതൽ ശക്തിയോടെ മുഴങ്ങിത്തുടങ്ങി. ഒരു പ്രേമഗാനമാണ് അയാൾ പാടിയത്!

ഞാൻ അത്ഭുതാധീനനായിത്തീർന്നു. സ്റ്റെപ്പി പൂവണിയുന്നതായും ഇളകിയുലഞ്ഞ് ഇരുട്ടിനെ പകുത്തുനിർത്തുന്നതായും എനിക്ക് തോന്നി. ആ വിശാലമായ സ്റ്റെപ്പിയിൽ പ്രേമബദ്ധരായ രണ്ടുപേരെ ഞാൻ കണ്ടു. എന്നെ അവർ ശ്രദ്ധിച്ചതേയില്ല. അവരെ സംബന്ധിച്ചിടത്തോളം ഞാനെന്നൊരാൾ അവിടെ ഉണ്ടായിരുന്നില്ല. അവർ ലോകത്തുള്ള സർവ്വതും വിസ്മരിച്ച് പാട്ടിന്റെ താളത്തിനൊത്ത് ഒന്നിച്ചിളകുന്നതും കണ്ടുകൊണ്ടു ഞാൻ നടന്നു. എനിക്കവരെ തിരിച്ചറിയാൻ കഴിഞ്ഞില്ല. പഴകിത്തേഞ്ഞ പട്ടാളക്കുപ്പായം തുറന്നിട്ട് അവിടെ ഇരുന്നതു ദനിയാർതന്നെയായിരുന്നു. പക്ഷേ അയാളുടെ കണ്ണുകൾ ഇരുട്ടിൽ ജ്വലിക്കുന്നതായിതോന്നി. അയാളോടു പറ്റിച്ചേർന്നിരുന്നത് എന്റെ ജമീലതന്നെയായിരുന്നു. പക്ഷേ അവൾ ഇത്രമാത്രം ശാന്തയും സൗമ്യയുമായിരുന്നു! അവളുടെ ഇമകളിൽ അശ്രുകണങ്ങൾ

മിന്നിത്തിളങ്ങി. അപരിമേയമായ ആനന്ദനിർവൃതിയിലാണ്ടു പുതുജീവൻ നേടിയ രണ്ടുപേർ. ഇത് ആനന്ദം തന്നെയല്ലേ? പ്രചോദനമുൾക്കൊണ്ട തന്റെ ഗാനങ്ങളെല്ലാം അവൾക്കല്ലേ അയാൾ അർപ്പിച്ചത്? അവൾക്കു വേണ്ടിയല്ലേ, അവളെപ്പറ്റിയല്ലേ അയാൾ പാടിയത്?

ദനിയാറിന്റെ ഗാനങ്ങൾ എന്നിൽ ഉളവാക്കാറുണ്ടായിരുന്ന ആ അജ്ഞാതവികാരത്തിനു ഞാൻ വീണ്ടും അടിപ്പെട്ടു. ഞാൻ ആഗ്രഹിക്കുന്നതെന്തെന്നു പെട്ടെന്ന് എനിക്ക് മനസ്സിലായി. എനിക്കവരുടെ ചിത്രം വരയ്ക്കണം.

ആ ചിന്ത എന്നെ ഭയപ്പെടുത്തി. എന്നാൽ ഭയത്തെക്കാൾ ശക്തമായിരുന്നു എന്റെ ആഗ്രഹം. ആനന്ദത്തിലാണ്ടവരായി ഞാൻ അവരെ ചിത്രീകരിക്കും. ഇപ്പോൾ അവരെങ്ങനെയോ, അങ്ങനെതന്നെ! പക്ഷേ എനിക്കതു സാധ്യമാണോ? ഭീതിയാലും സന്തോഷത്താലും എനിക്ക് വീർപ്പുമുട്ടി. മധുരലഹരിയിൽ മയങ്ങി ഞാൻ നടന്നു. ഞാനും സന്തോഷവാനായിരുന്നു. എന്തെന്നാൽ ധൃഷ്ടമായ ആ ആഗ്രഹംനിമിത്തം ഭാവിയിൽ എന്തെല്ലാം കുഴപ്പങ്ങൾ ഉണ്ടാകുമെന്ന് അന്നു ഞാൻ അറിഞ്ഞിരുന്നില്ല. ദനിയാർ കാണുന്നതുപോലെതന്നെ ലോകത്തെ കാണണം. ഞാൻ സ്വയം പറഞ്ഞു. ചായങ്ങൾകൊണ്ടു ഞാൻ ദനിയാറിന്റെ ഗാനങ്ങൾക്കു രൂപം നല്കും. മലകളും സ്റ്റെപ്പിയും മനുഷ്യരും പുൽക്കൊടികളും മേഘങ്ങളും നദികളും എന്റെ ചിത്രത്തിലുണ്ടായിരിക്കും. "പക്ഷേ ചായങ്ങൾ എവിടെനിന്നെടുക്കും? സ്കൂളിൽ ചോദിച്ചാൽ തരില്ല, അവർക്കുതന്നെ അതിന്റെ ആവശ്യമുണ്ട്!" ഞാനപ്പോൾ വിചാരിക്കാതിരുന്നില്ല. അതായിരുന്നു ഏറ്റവും വലിയ പ്രശ്നമെന്നു തോന്നി.

ദനിയാറിന്റെ ഗാനം അപ്രതീക്ഷിതമായി നിലച്ചു. ജമീല അയാളെ ആവേശപൂർവ്വം കെട്ടിപ്പിടിച്ചതാണ് അതിനു കാരണം. എന്നാൽ തൽക്ഷണംതന്നെ അവൾ ഞെട്ടിമാറി കൈവലിച്ചു. തെല്ലിട സ്തബ്ധയായി ഇരുന്നതിനുശേഷം വശത്തേക്കു ചെരിഞ്ഞു വണ്ടിയിൽ നിന്നു ചാടിയിറങ്ങി. ദനിയാർ ശങ്കിച്ചു കടിഞ്ഞാൻ വലിച്ചു. കുതിരകൾനിന്നു. ജമീല അയാളുടെ നേരെ പുറം തിരിഞ്ഞു വഴിയിൽ നില്ക്കുകയായിരുന്നു. പിന്നീടു തല പെട്ടെന്നുയർത്തി. പാതിതിരിഞ്ഞ് അയാളെ ഒന്നു നോക്കിയതിനുശേഷം കണ്ണീരടക്കാൻ ബദ്ധപ്പെട്ടുകൊണ്ട് അവൾ പറഞ്ഞു.

"എന്താ നോക്കുന്നത്?" തെല്ലുനേരം നിശ്ശബ്ദയായതിനുശേഷം അവൾ പരുഷമായി തുടർന്നു: "എന്റെ നേരെ നോക്കണ്ടാ, വണ്ടി വിട്ടു പോകൂ!" അവൾ തന്റെ വണ്ടിയുടെ അടുത്തേക്കു നടന്നു. "എന്താ, നീയും മിഴിച്ചുനില്ക്കുകയാണോ?" അവൾ എന്റെനേരെ ചാടി വീണു. "വണ്ടിയിൽക്കേറി കടിഞ്ഞാൺ എടുക്കൂ! ഓ, നിങ്ങളെക്കൊണ്ടു മടുത്തല്ലോ!"

"പെട്ടെന്നവൾക്ക് എന്തു പിണഞ്ഞു?" കുതിരകളെ തെളിക്കുന്നതിനിടയിൽ ഞാൻ അത്ഭുതപ്പെട്ടു. അത് ഊഹിച്ചെടുക്കാൻ ഒട്ടും പ്രയാസമുണ്ടായിരുന്നില്ല: അവളുടെ മനസ്സിൽ വല്ലാത്ത ഭാരമാണുണ്ടായിരുന്നത്. കാരണം, അവൾ വിവാഹിതയാണ്, ഭർത്താവു ജീവിച്ചിരിക്കുന്നു. അയാൾ സറാത്തൊവിൽ ആസ്പത്രിയിലാണ്. പക്ഷേ ഒന്നിനെപ്പറ്റിയും ആലോചിക്കാൻ എനിക്ക് തോന്നിയില്ല. ജമീലയോടും എന്നോടുതന്നെയും എനിക്ക് ദേഷ്യം തോന്നി. ദനിയാർ ഇനിയൊരിക്കലും പാടുകയില്ലെന്ന്, അയാളുടെ ശബ്ദം കേൾക്കാൻ എനിക്കിനി ഇടയാവുകയില്ലെന്ന് അറിഞ്ഞിരുന്നെങ്കിൽ ഒരുപക്ഷേ ഞാൻ ജമീലയെ വെറുക്കുകതന്നെ ചെയ്തേനെ.

അതിയായ ക്ഷീണം കൊണ്ടു ദേഹമാകെ വേദനിച്ചു. എത്രയും വേഗം സ്ഥലത്തെത്തി വയ്ക്കോലിൽ ചെന്നു വീഴാൻ ഞാൻ ആഗ്രഹിച്ചു. കുതിച്ചുപായുന്ന കുതിരകളുടെ പുറങ്ങൾ ഇരുട്ടത്തു ഉയർന്നുതാഴുന്നതു കാണാമായിരുന്നു. വണ്ടി അസഹ്യമാം വിധം കുടുങ്ങുന്നുണ്ടായിരുന്നു. കൈയിൽനിന്നു കടിഞ്ഞാണുകൾ വഴുതിവീണുകൊണ്ടിരുന്നു.

മെതിക്കളത്തിലെത്തിയപ്പോൾ ഒരുവിധത്തിൽ നുകം അഴിച്ചെടുത്തു വണ്ടിക്കടിയിലേക്കെറിഞ്ഞിട്ട് ഞാൻ വയ്ക്കോലിൽ ചെന്നു വീണു. ദനിയാറാണ് ഇത്തവണ കുതിരകളെ മേയാൻ കൊണ്ടുവിട്ടത്.

എന്നാൽ രാവിലെ ഞാൻ ഉണർന്നെണീറ്റതു സന്തോഷവാനായാണ്. ജമീലയുടേയും ദനിയാറിന്റേയും ചിത്രങ്ങൾ ഞാൻ വരയ്ക്കും! കണ്ണുകളിറുക്കിയടച്ച്, വരയ്ക്കാനിരിക്കുന്ന ആ ചിത്രം ഞാൻ വ്യക്തമായി മനസ്സിൽ കണ്ടു. തൂലികയും ചായങ്ങളും എടുത്തു വരയ്ക്കേണ്ടതേയുള്ളു.

പുഴക്കരയിലേക്കോടിച്ചെന്നു കൈയും മുഖവും കഴുകിയിട്ട് മേയാൻ വിട്ടിരിക്കുന്ന കുതിരകളുടെ അടുത്തേക്കു ഞാൻ പാഞ്ഞു. നനഞ്ഞു തണുത്ത ത്രിപർണ്ണിപ്പുല്ല് എന്റെ നഗ്നപാദങ്ങളിൽ ചുറ്റിവരിഞ്ഞു. വിണ്ടുകീറിയ ഉള്ളം കാലുകൾ നൊന്തു. എങ്കിലും എനിക്ക് സന്തോഷം തോന്നി. ഒടുന്നതിനിടയ്ക്ക് ചുറ്റും നടക്കുന്ന സംഭവങ്ങൾ ഞാൻ ശ്രദ്ധിച്ചു. സൂര്യൻ മലകൾക്കപ്പുറത്തുനിന്ന് ഉയർന്നുവന്നു. തോട്ടിൻകരയിൽ തന്നത്താൻ മുളച്ചുവളർന്ന ഒരു സൂര്യകാന്തിച്ചെടി ആർത്തിപൂണ്ടു നിന്നിരുന്നെങ്കിലും അത് അവയ്ക്ക് കീഴ്പ്പെട്ടില്ല. അവയിൽ നിന്നു പ്രഭാതകിരണങ്ങളെ മഞ്ഞ നാക്കുകളാൽ നക്കിയെടുത്ത് അതു തന്റെ മുറുകിനിറഞ്ഞ വിത്തുകുടത്തെ പോഷിപ്പിച്ചു. അതാ, വണ്ടികൾ കൈത്തോടു കടന്നുപോകുന്നിടത്തു മണ്ണ് ഇളകിമറിഞ്ഞു കിടക്കുന്നു. ചക്രച്ചാലുകളിൽ വെള്ളം പനയ്ക്കുന്നുണ്ട്. അതാ അരയ്ക്കൊപ്പം ഉയർന്നുനില്ക്കുന്ന കർപ്പൂരത്തുളസികളുടെ അരുണനീലനിറമാർന്ന ഒരു ചെറുദ്വീപ്, പിറന്ന മണ്ണിലൂടെ ഞാൻ ഓടുകയാണ്. എന്റെ തലയ്ക്കുമുകളിലൂടെ മീവൽപ്പക്ഷികൾ മത്സരിച്ചുപറക്കുന്നു. ഹാ! ഈ പുലർകാല സൂര്യനേയും നീലവെൺമലകളേയും തുഷാരമണിഞ്ഞ പുൽവയലിനേയും തോട്ടിൽകരയിൽ മുളച്ചുവളർന്ന ഈ കാട്ടുസൂര്യകാന്തിയേയും വരച്ചെടുക്കാൻ എന്റെ കൈയിൽ ചായങ്ങളുണ്ടായിരുന്നെങ്കിൽ!

കളത്തിൽ തിരിച്ചെത്തിയതോടെ എന്റെ ആഹ്ലാദം മങ്ങിപ്പോയി. മ്ലാനയായ ജമീലയെയാണു ഞാൻ അവിടെ കണ്ടത്. അവളുടെ മുഖം മെലിഞ്ഞുനീണ്ടിരുന്നു. കണ്ണുകൾക്കു കീഴെ കറുത്ത നിഴലുകൾ കാണപ്പെട്ടു—കഴിഞ്ഞ രാത്രി അവൾ ഉറങ്ങിയിട്ടുണ്ടാവില്ല. അവൾ പുഞ്ചിരിതൂകുകയോ എന്നോടു സംസാരിക്കുകയോ ചെയ്തില്ല. ടീം നേതാവ് ഒറൊസ്മത്ത് വന്നപ്പോൾ അവൾ അടുത്തുചെന്ന്, അയാളെ വണങ്ങാതെതന്നെ പറഞ്ഞു:

"നിങ്ങളുടെ വണ്ടി തിരിച്ചെടുത്തോളൂ! എന്നെ എങ്ങോട്ടയച്ചാലും വേണ്ടില്ല. സ്റ്റേഷനിലേക്കു പോകാൻ ഞാനില്ല!"

"നിനക്കെന്തു പറ്റി, ജമീലേ? നിന്നെ വല്ല ഈച്ചയും കടിച്ചോ?" ഒറൊസ്മത്ത് അത്ഭുതം നിറഞ്ഞ സ്നേഹഭാവത്തിൽ ചോദിച്ചു.

"ഈച്ച കന്നുകുട്ടികളുടെ വാലിനു കീഴെയാണ്! എന്നോടു കാരണമൊന്നും ചോദിക്കണ്ടാ. പോകാൻ മനസ്സില്ലെന്നു പറഞ്ഞു കഴിഞ്ഞു. അത്രതന്നെ!"

ഒറൊസ്മത്തിന്റെ മുഖത്തെ പുഞ്ചിരി മാഞ്ഞുപോയി.

"മനസ്സുണ്ടെങ്കിലും ഇല്ലെങ്കിലും സ്റ്റേഷനിലേക്കു നീ ധാന്യം കൊണ്ടുപോകു കതന്നെ ചെയ്യും!" അയാൾ ഊന്നുവടി നിലത്ത് ഉറക്കെക്കുത്തി. "ആരെങ്കിലും നിന്നോടു മര്യാദകേടു കാണിച്ചെങ്കിൽ പറയൂ. ഈ വടികൊണ്ടു ഞാനവന്റെ കഴുത്തു തല്ലിയൊടിക്കും. അങ്ങനെയൊന്നുമില്ലെങ്കിൽ വിഡ്ഢിത്തമൊന്നും കാട്ടണ്ട. പട്ടാളക്കാർക്കുള്ള ഭക്ഷണമാണു നീ കൊണ്ടുപോകുന്നത്. നിന്റെ ഭർത്താവുതന്നെ അവിടെയാണ്!" പെട്ടെന്നു തിരിഞ്ഞ് , താങ്ങുവടിയിൽ ചാടിച്ചാടി അയാൾ നടന്നകന്നു.

ജമീല അമ്പരന്നുനിന്നു. അവളുടെ മുഖം തുടുത്തു. ദനിയാർ നിന്നിരുന്നിടത്തേക്കു നോക്കി അവൾ മെല്ലെ നെടുവീർപ്പിട്ടു. അല്പം അകലെമാറി, അവൾക്കു പുറം തിരിഞ്ഞുനിന്നു തോർപ്പട്ടകൾകൊണ്ടു നുകം മുറുക്കുകയായിരുന്നു അയാൾ. ആ സംഭാഷണം മുഴുവൻ അയാൾ കേട്ടിരുന്നു. ചാട്ട കയ്യിലിട്ടിളക്കിക്കൊണ്ടു ജമീല കുറേനേരം നിന്നനില്പിൽ നിന്നു. പിന്നീടു നിരാശാഭാവത്തിൽ ചുമലിളക്കിയിട്ട് അവൾ തന്റെ വണ്ടിയുടെ അടുത്തേക്കു നടന്നു.

അന്നു ഞങ്ങൾ പതിവിലും നേരത്തെ മടങ്ങിയെത്തി. ദനിയാരു മുഴുവൻ വഴിയും കുതിരകളെ പായിച്ചു. ജമീല മ്ലാനയും നിശ്ശബ്ദയുമായിരുന്നു. ചുട്ടുകരിഞ്ഞസ്റ്റെപ്പി മുമ്പിൽ കണ്ടപ്പോൾ എനിക്ക് വിശ്വസിക്കാൻ കഴിഞ്ഞില്ല. ഇന്നലെ അതു തികച്ചും വ്യത്യസ്തമായിരുന്നല്ലോ. ഏതോ യക്ഷിക്കഥയിലാണു ഞാനതിനെപ്പറ്റി കേട്ടതെന്നു തോന്നി. എന്റെ ബോധമണ്ഡലത്തെ കീഴമേൽമറിച്ച ആ സന്തോഷചിത്രം ഒരു നിമിഷംപോലും എന്നെ പിടിച്ചുപറ്റിയതായി എനിക്ക് തോന്നി. അതിന്റെ ഓരോ ചെറിയ അംശവും ഞാൻ ഭാവനയിൽ കണ്ടു. അതൊന്നുമാത്രമായിരുന്നു എന്റെ മനസ്സിൽ. ധാന്യം ളുക്കുകാരിയുടെ പക്കൽനിന്നു കട്ടിയുള്ള ഒരു വെള്ളക്കടലാസു ചൂണ്ടിയെടുത്തപ്പോഴാണ് അല്പം ആശ്വാസമായത്. ശക്തിയായി മിടിക്കുന്ന ഹൃദയത്തോടെ ഞാൻ വൈക്കോൽത്തുറുവിന്റെ മറവിലേക്കോടി. വഴിക്കുവച്ചു ധാന്യം പാറ്റുകാരുടെ അടുത്തുനിന്നെടുത്ത കോരിയുടെ ചിന്തേരിട്ടു മിനുക്കിയ പലകയിൽ ഞാൻ ആ കടലാസു ചേർത്തുവച്ചു.

"അള്ളാ, അനുഗ്രഹിക്കണമേ!" ഞാൻ മന്ത്രിച്ചു. എന്നെ ആദ്യമായി കുതിരപ്പുറത്തിരുത്തിക്കൊണ്ടു പണ്ടൊരിക്കൽ അച്ഛൻ ഇതേ വാക്കുകളാണുച്ചരിച്ചത്. എന്നിട്ടു ഞാൻ പെൻസിൽ കൊണ്ടു കടലാസിൽ തൊട്ടു. എന്റെ ആദ്യത്തെവര തെളിഞ്ഞുതുടങ്ങിയപ്പോൾ ഞാൻ എല്ലാം മറന്നു. ആ ആഗസ്റ്റുരാത്രിയിലെ സ്റ്റെപ്പി കടലാസിൽ പ്രത്യക്ഷപ്പെടുന്നതായി എനിക്ക് തോന്നി. ദനിയാറിന്റെ പാട്ടു കേൾക്കുന്നതായും. തല പിന്നോട്ടെറിഞ്ഞു മാറു തുറന്നിരിക്കുന്ന ദനിയാറിനേയും അയാളുടെ ചുമലിലേക്കു പറ്റിച്ചേർന്നിരിക്കുന്ന ജമീലയേയും കാണുന്നതായും എനിക്കനുഭവപ്പെട്ടു. ഞാൻ തന്നത്താൻ ആദ്യമായി വരയ്ക്കുന്ന ചിത്രമാണത്: വണ്ടിയും അതിൽ അവർ രണ്ടുപേരും. കടിഞ്ഞാണുകൾ വണ്ടിയുടെ മുൻഭാഗത്ത് ഇട്ടിരിക്കുന്നു. കുതിരകളുടെ പുറങ്ങൾ ഇരുട്ടിൽ ഉയർന്നുതാഴുന്നു. പിന്നെ സ്റ്റെപ്പിയും വിദൂരമായ നക്ഷത്രങ്ങളും.

ഞാൻ ചുറ്റുപാടും മറന്നു ചിത്രരചനയിൽ മുഴുകിയിരിക്കുകയായിരുന്നു. തലയ്ക്കു മുകളിൽ ആരുടേയോ ശബ്ദം കേട്ടപ്പോൾ ഞാൻ ഞെട്ടിയുണർന്നു.

"നിനക്കെന്താ, ചെവി കേൾക്കില്ലേ?"

ജമീലയായിരുന്നു അത്. ഞാൻ പരിഭ്രമിച്ചു. എന്റെ മുഖം തുടുത്തു. പടം മറച്ചുവയ്ക്കാൻ സാധിച്ചില്ല.

"വണ്ടികളെല്ലാം നിറഞ്ഞുകഴിഞ്ഞു. ഒരു മണിക്കൂറായി നിന്നെ വിളിക്കാൻ തുടങ്ങിയിട്ട്! നീ എന്തെടുക്കുകയാണിവിടെ? എന്താണിത്?" അവൾ ആ ചിത്രം കൈയിലെടുത്തു. "ഹും"കോപത്തോടെ അവൾ ചുമൽ കുലുക്കി.

ഭൂമി പിളർന്ന് എന്നെ വിഴുങ്ങിയിരുന്നെങ്കിൽ എന്നു ഞാൻ ആശിച്ചു. ജമീല വളരെനേരം ആ ചിത്രത്തിലേക്കു നോക്കി നിന്നു. പിന്നീടു തന്റെ ശോകം പൂണ്ട നനവാർന്ന കണ്ണുകൾ എന്റെ നേരെ ഉയർത്തി പതുക്കെ പറഞ്ഞു:

"കിച്ചിനെ ബലാ, ഇതെനിക്കു തരൂ. ഓർമ്മയ്ക്കായി ഞാൻ സൂക്ഷിച്ചോളാം." എന്നിട്ടു കടലാസു രണ്ടായിമടക്കി ഉടുപ്പിനുള്ളിലേക്കു തിരുകി.

ഞങ്ങൾ വഴിയിലെത്തിക്കഴിഞ്ഞിരുന്നു. എന്നിട്ടും എനിക്ക് അടങ്ങാൻ കഴിഞ്ഞില്ല. എല്ലാം ഒരു സ്വപ്നത്തിലെന്നോണമാണു സംഭവിച്ചത്. കണ്ടതിനോടു സാദൃശ്യമുള്ള എന്തെങ്കിലും ഞാൻ വരച്ചെന്നു വിശ്വസിക്കാൻ എനിക്ക് കഴിഞ്ഞില്ല. പക്ഷേ എന്റെ ഹൃദയത്തിന്റെ അഗാധതലങ്ങളിലെവിടെയോ നിഷ്കളങ്കമായ വിജയാഹ്ലാദം, അല്ല, അഭിമാനം തന്നെ, തലയുയർത്തി, ഒന്നൊന്നിനേക്കാൾ സാഹസികവും ആകർഷകവുമായ സ്വപ്നങ്ങൾ എന്നെ ലഹരിപിടിപ്പിച്ചു. അനേകമനേകം ചിത്രങ്ങൾ വരയ്ക്കാൻ ഞാൻ ആഗ്രഹിച്ചു. പെൻസിൽകൊണ്ടല്ല, ചായങ്ങൾകൊണ്ട്. ഞങ്ങൾ വളരെവേഗമാണ് വണ്ടി വിട്ടിരുന്നതെന്ന കാര്യം ഞാൻ ശ്രദ്ധിച്ചതേയില്ല. ദനിയാർ കുതിരകളെ പറപ്പിച്ചു വിടുകയായിരുന്നു. ജമീലയും പിന്നോക്കമായിരുന്നില്ല. അവൾ ചുറ്റും നോക്കുകയും ഇടയ്ക്കിടെ എന്തോ ഓർത്ത് ഹൃദയസ്പൃക്കായി, കുറ്റം ചെയ്തവളെപ്പോലെ പുഞ്ചിരിക്കുകയും ചെയ്തു. ഞാനും പുഞ്ചിരിച്ചു. അവൾ ദനിയാറിനോടും എന്നോടും കോപിച്ചിരിക്കയല്ലെന്നർത്ഥം. അവൾ ആവശ്യപ്പെടുന്നപക്ഷം ദനിയാർ ഇന്നു പാടുകയും ചെയ്യും...

ഇത്തവണ പതിവിലും വളരെനേരത്തെ ഞങ്ങൾ സ്റ്റേഷനിലെത്തി. പക്ഷേ കുതിരകൾ വിയർത്തു നരഞ്ഞിരുന്നെന്നുമാത്രം. വണ്ടി നിർത്തി എന്താണിത്ര തിടുക്കം? എന്തു പറ്റി അയാൾക്ക്? സമീപത്തുകൂടി തീവണ്ടികൾ കടന്നുപോകുമ്പോൾ അയാൾ പണി നിർത്തി. ചിന്താഭരിതനായി ഏറെനേരം നോക്കിനില്ക്കും. അയാൾനോക്കുന്നിടത്തേക്കു ജമീലയും നോക്കും. അയാളുടെ അന്തർഗ്ഗതം മനസ്സിലാക്കാൻ ശ്രമിക്കുകയായിരുന്നു അവളെന്നു തോന്നി.

"ഇങ്ങോട്ടൊന്നു വരൂ, ഈ ലാടമിളകിയിരിക്കുന്നു. ഒന്നു വലിച്ചെടുക്കാൻ സഹായിക്കൂ!" അവൾ ദനിയാറിനോടു വിളിച്ചു പറഞ്ഞു.

കാൽമുട്ടുകൾക്കിടയിൽ ചേർത്തുപിടിച്ച കുതിരക്കുളമ്പിൽനിന്നു ലാടം വലിച്ചെടുത്തു ദനിയാർ നിവർന്നപ്പോൾ അയാളുടെ കണ്ണുകളിലേക്കു നോക്കിക്കൊണ്ടു ജമീല പറഞ്ഞു:

"ഒന്നും മനസ്സിലാകുന്നില്ലെന്നോ? അതോ, ലോകത്തിൽ ഞാനൊരു പെണ്ണു മാത്രമേയുള്ളോ?"

ദനിയാർ ഒന്നും മിണ്ടാതെ മുഖം തിരിച്ചുകളഞ്ഞു.

"എനിക്ക് ഒരു വിഷമവുമില്ലെന്നാണോ വിചാരം?" അവൾ നെടുവീർപ്പിട്ടു.

ദനിയാറിന്റെ പുരികങ്ങൾ ഉയർന്നു. സ്നേഹവും വിഷാദവും കലർന്ന കണ്ണുകളാൽ അവളെ നോക്കി അയാൾ എന്തോ പറഞ്ഞു. പതിഞ്ഞ ശബ്ദത്തിലായിരുന്നതിനാൽ എനിക്കതു കേൾക്കാൻ കഴിഞ്ഞില്ല, പിന്നീടു തന്റെ വണ്ടിയുടെ അടുത്തേക്ക് അയാൾ വേഗം നടന്നു. അയാൾ എന്തുകൊണ്ടോ സന്തുഷ്ടനായതുപോലെതോന്നി.

ലാടവും തലോടിക്കൊണ്ടാണ് അയാൾ നടന്നത്. ഞാൻ അയാളെ നോക്കി അത്ഭുതപ്പെട്ടു. ജമീലയുടെ വാക്കുകൾക്ക് അയാളെ സന്തുഷ്ടനാക്കാൻ കഴിഞ്ഞതെങ്ങനെ? ഒരാൾ നെടുവീർപ്പോടെ "എനിക്ക് ഒരു വിഷമവുമില്ലെന്നാണോ വിചാരം? എന്നു ചോദിച്ചാൽ അതിൽനിന്ന് എന്ത് ആശ്വാസമാണു ലഭിക്കുക?

ചാക്കുകൾ ഇറക്കി മടങ്ങാനൊരുങ്ങിയപ്പോഴാണു മുറിവേറ്റ ഒരു മെല്ലിച്ച പട്ടാളക്കാരൻ മുറ്റത്തേക്കു കടന്നുവന്നത്. ചുളിഞ്ഞ കോട്ടുധരിച്ച അയാൾ സാധനങ്ങൾ നിറച്ച ഒരു സഞ്ചി പുറത്തു തൂക്കിയിരുന്നു. കുറെ നിമിഷങ്ങൾക്കുമുമ്പ് ഒരു തീവണ്ടി സ്റ്റേഷനിൽ നില്ക്കുകയുണ്ടായി. ആ പട്ടാളക്കാരൻ ചുറ്റുമൊന്നു നോക്കിയിട്ടു വിളിച്ചു ചോദിച്ചു:

"കർക്കുറേവുഗ്രാമത്തിൽ നിന്ന് ആരെങ്കിലുമുണ്ടോ ഇവിടെ?"

"ഞാൻ കർക്കുറേവുവിൽനിന്നാണ്!" ആരായിരിക്കാമതെന്ന് ആലോചിച്ചുകൊണ്ട് ഞാൻ മറുപടി നല്കി.

"നീ ഏതു വീട്ടിലെയാണ്?" എന്റെ നേരെ നടന്നുകൊണ്ട് അയാൾ ചോദിച്ചു. പെട്ടെന്ന് അയാൾ ജമീലയെ കണ്ടു. അത്ഭുതവും സന്തോഷവും കലർന്ന ചിരി അയാളുടെ മുഖത്തു പരന്നു.

"കരീം, നിങ്ങളാണോ ഇത്?" ജമീല ആശ്ചര്യപ്പെട്ടു.

"ഓ, ജമീല, പ്രിയ സോദരീ!" പട്ടാളക്കാരൻ ഓടിച്ചെന്ന് അവളുടെ കരം ഗ്രഹിച്ചു ബലമായി അമർത്തി.

അയാൾ അവളുടെ ഗ്രാമക്കാരനായിരുന്നു.

"വളരെ നന്നായി! ഇവിടെയിറങ്ങി അന്വേഷിക്കാമെന്നുവച്ചതു ഭാഗ്യം തന്നെ!" വികാരവായ്പോടെ അയാൾ പറഞ്ഞു. "ഞാൻ സാദീക്കിന്റെ അടുക്കൽനിന്നാണു വരുന്നത്. ആസ്പത്രിയിൽ ഞങ്ങൾ ഒരുമിച്ചായിരുന്നു. അള്ളായുടെ കൃപയുള്ളപക്ഷം ഒന്നുരണ്ടു മാസത്തിനകം അയാൾ തിരിച്ചെത്തും. പോരാൻനേരത്തു ഞാൻ അയാളോടു പറഞ്ഞു. ഭാര്യയ്ക്ക് എഴുത്തെഴുത്. എത്തിച്ചുകൊടുക്കാമെന്ന്... ഇതാ, യാതൊരു കേടുപാടുംകൂടാതെ കൈപ്പറ്റിക്കോളൂ!" ത്രികോണാകൃതിയിലുള്ള ഒരു ലക്കോട്ട് അയാൾ ജമീലയുടെനേരെ നീട്ടി.

ജമീല അതു പെട്ടെന്നു വാങ്ങി. അവളുടെ മുഖം തുടുത്തു. പിന്നീടവൾ വിളറിവെളുക്കുകയും കരുതലോടെ ദനിയാറിനെ കടക്കണ്ണിട്ടു നോക്കുകയും ചെയ്തു. അയാൾ വണ്ടിയുടെ അടുത്ത് ഒറ്റയ്ക്ക്, മുമ്പു മെതിക്കളത്തിലേതുപോലെ, കാൽ അകത്തിവച്ചു നില്ക്കുകയായിരുന്നു. ജമീലയുടെമേൽ പതിഞ്ഞിരുന്ന ആ കണ്ണുകളിൽ നൈരാശ്യം മുറ്റിനിന്നിരുന്നു.

ഇതിനിടയിൽ ആളുകൾ പട്ടാളക്കാരനെ പൊതിഞ്ഞുകഴിഞ്ഞു. അവരുടെയിടയിൽ തന്റെ പരിചയക്കാരേയും ബന്ധുക്കളേയും അയാൾ കണ്ടെത്തി. അവർ അയാളുടെനേരെ ചോദ്യങ്ങൾ വർഷിച്ചു. എഴുത്തു കൊണ്ടുവന്നതിന് അയാളോടു നന്ദി പറയാൻപോലും ജമീലയ്ക്ക് അവസരം കിട്ടിയില്ല. അതിനുമുമ്പുതന്നെ ദനിയാറിന്റെ വണ്ടി അവളുടെ മുമ്പിലൂടെ ഒച്ചയുണ്ടാക്കി കടന്നുപോയി. മുറ്റത്തുനിന്നു പാഞ്ഞിറങ്ങി, കുഴികളിൽച്ചാടി കുടുങ്ങിയും പൊടിപറത്തിയും അതു വഴിയിലൂടെ മുന്നോട്ടു നീങ്ങി.

"അയാൾക്കെന്താ, ഭ്രാന്താണോ?" ആളുകൾ വിളിച്ചു പറഞ്ഞു.

പട്ടാളക്കാരനെ എങ്ങോട്ടോ കൂട്ടിക്കൊണ്ടുപോയി. അകന്നകന്നുയരുന്ന

പൊടിപടലത്തെ നോക്കിക്കൊണ്ടു ജമീലയും ഞാനും മുറ്റത്തിനു നടുവിൽ നിന്നു.

"വരൂ ജെനെ, നമുക്കു പോകാം!" ഞാൻ പറഞ്ഞു.

"നീ പോയ്ക്കോ. ഞാൻ തനിയെ വന്നുകൊള്ളാം." വേദനനിറഞ്ഞ സ്വരത്തിൽ അവൾ പറഞ്ഞു.

അങ്ങനെ ആദ്യമായി ഞങ്ങൾ ഒറ്റയ്ക്ക് യാത്രചെയ്തു. അസഹ്യമായ ഉഷ്ണം നിമിത്തം എന്റെ വരണ്ട ചുണ്ടുകൾ എരിഞ്ഞു. വിണ്ടുകീറിയതും ഉണങ്ങിക്കരിഞ്ഞതുമായ ഭൂമി പകൽസമയത്തു ചുട്ടുപഴുത്തതിനുശേഷം ഇപ്പോൾ ആറിത്തണുക്കുകയാണെന്നു തോന്നി. ഉപ്പുനര അതിനെ ആവരണം ചെയ്തുതുടങ്ങിയിരുന്നു. അത്രയുംതന്നെ വെളുത്ത മൂടലിലൂടെ അസ്തമയസൂര്യന്റെ അവ്യക്തരൂപം ഇളകിക്കൊണ്ടിരുന്നു. മങ്ങിയ ചക്രവാളത്തിനു മുകളിലായി കൊടുങ്കാറ്റിനു മുമ്പുള്ള ഇളംചുവപ്പുനിറമാർന്ന മേഘങ്ങൾ പറ്റം കൂടി. ഇടയ്ക്കിടെ ആഞ്ഞടിച്ചെത്തിയ വരണ്ട കാറ്റേറ്റു കുതിരകളുടെ മുഞ്ഞിയിൽ വെളുത്ത പൊടി ഉറഞ്ഞുകൂടി. കുഞ്ചിരോമങ്ങളെ മറിച്ചിട്ടുകയും കുന്നിൻ ചെരിവിലെ കയ്പുച്ചെടികളുടെ പൂക്കുലകളെ ഉലയ്ക്കുകയും ചെയ്തുകൊണ്ട് ആ കാറ്റ് അകന്നു പോയി.

"മഴയ്ക്കായിരിക്കാം." ഞാൻ വിചാരിച്ചു.

എന്തൊരശരണതയാണ് എനിക്കനുഭവപ്പെട്ടത്. എന്തൊരുൽക്കണ്ഠയാണ് എന്നെ ഗ്രസിച്ചത്!

കൂടെക്കൂടെ മെല്ലെയായിക്കൊണ്ടിരുന്ന കുതിരകളെ ഞാൻ ചാട്ടകൊണ്ട് അടിച്ചുപായിച്ചു. നീണ്ട കാലുള്ള ചടച്ച കൊക്കുകൾ താഴ്വരയിലേക്കെങ്ങോട്ടോ വിരണ്ടോടി. മരുഭൂമിയിൽ വളരുന്ന ബർദോക്കിന്റെ കരിയിലകൾ വഴിയിലേക്കു കാറ്റടിച്ചെത്തിയിരുന്നു. ഞങ്ങളുടെ പ്രദേശത്ത് അത്തരം ചെടികൾ ഉണ്ടായിരുന്നില്ല. കസാക്കുഭാഗത്തുനിന്ന് എത്തിയതാവണം. സൂര്യൻ അസ്തമിച്ചു. ചുറ്റുമാരെയും കാണാനില്ല. പകൽ സമയത്തെ ചൂടേറ്റ് അവശയായ സ്റ്റെപ്പിമാത്രം.

ഞാൻ കളത്തിലെത്തിയപ്പോൾ നേരമിരുട്ടിയിരുന്നു. തികഞ്ഞ നിശ്ശബ്ദത, നിശ്ചലമായ അന്തരീക്ഷം. ഞാൻ ദനിയാറിനെ വിളിച്ചു.

"അയാൾ പുഴക്കരയിലേക്കു പോയി." കാവൽക്കാരൻ മറുപടി നല്കി. "എന്തൊരുഷ്ണമാണിന്ന്! എല്ലാവരും വീടുപറ്റിക്കഴിഞ്ഞു. കാറ്റില്ലെങ്കിൽ പിന്നെ കളത്തിൽ എന്തു ചെയ്യാനാണ്?"

കുതിരകളെ മേയാൻ കൊണ്ടു വിട്ടതിനുശേഷം പുഴവക്കത്തേക്കു പോകാൻ ഞാൻ തീരുമാനിച്ചു- ചെങ്കുത്തിനുമുകളിലുള്ള ദനിയാറിന്റെ ഇഷ്ടസങ്കേതം എനിക്കറിയാമായിരുന്നു.

അയാൾ കുനിഞ്ഞുകൂടി. തല മുട്ടിന്മേൽവച്ച്, താഴെ അലറിയൊഴുകുന്ന നദിക്കു ചെവിയോർത്തിരിക്കുകയായിരുന്നു. അടുത്തു ചെന്ന് അയാളെ കെട്ടിപ്പിടിച്ചു സാന്ത്വനിപ്പിക്കാൻ ഞാൻ ആഗ്രഹിച്ചുപോയി. പക്ഷേ എനിക്കയാളോടു എന്തു പറയാൻ കഴിയും? അല്പം ദൂരെമാറി തെല്ലിട നിന്നതിനുശേഷം ഞാൻ തിരിച്ചുപോന്നു. ഇരുണ്ടു തുടങ്ങിയ, മേഘാവൃതമായ ആകാശത്തേക്കു നോക്കിക്കൊണ്ടു പിന്നീട് ഞാൻ ഏറെനേരം വയ്ക്കോലിൽ കിടന്നു. ജീവിതം ഇത്രമാത്രം ദുർഗ്രഹവും സങ്കീർണ്ണവുമായിരിക്കുന്നത് എന്തുകൊണ്ടെന്നു ഞാൻ ആലോചിക്കുകയായിരുന്നു.

ജമീല ഇനിയും തിരിച്ചെത്തിയിട്ടില്ല. അവൾക്കെന്തു പിണഞ്ഞു? വല്ലാതെ ക്ഷീണിച്ചിരുന്നെങ്കിലും എനിക്കുറക്കം വന്നില്ല. അങ്ങകലെ മലമുകളിലെ

കാർമേഘങ്ങൾക്കിടയിലൂടെ മിന്നലുകൾ പാഞ്ഞു കൊണ്ടിരുന്നു.

ദനിയാർ വന്നപ്പോൾ ഞാൻ ഉറക്കമായിട്ടില്ലായിരുന്നു. ഇടയ്ക്കിടെ വഴിയിലേക്കു നോക്കിക്കൊണ്ട് അയാൾ കളത്തിലൂടെ അലക്ഷ്യമായി കുറേനേരം നടന്നു. പിന്നീട് ത്തുറുവിന്റെ മറവിൽ എന്റെ സമീപത്തു വയ്ക്കോലിൽ വന്നുവീണു. അയാൾ എങ്ങോട്ടെങ്കിലും പോകുമെന്ന്, ഗ്രാമത്തിൽ ഇനി തങ്ങുകയില്ലെന്നും ഞാൻ തീർച്ചപ്പെടുത്തി. പക്ഷേ അയാൾ എങ്ങോട്ടു പോകാനാണ്? വീടും കുടിയുമില്ലാത്ത അയാളെ ആർക്കുവേണം? ഒരു കുതിരവണ്ടി അടുത്തുവരുന്നതിന്റെ ശബ്ദം ഞാൻ ഉറക്കത്തിലൂടെ കേട്ടു. ജമീല വന്നതാവാം....

എത്രനേരം ഉറങ്ങിയെന്ന് എനിക്കോർമ്മയില്ല. പെട്ടെന്ന് ചെവിക്കു തൊട്ടടുത്തു വയ്ക്കോലിൽ ആരുടേയോ കാൽപ്പെരുമാറ്റം കേട്ടു. നനഞ്ഞ വസ്ത്രത്തിന്റെ വിളുമ്പ് എന്റെ തോളത്തു തൊട്ടുരുമ്മിയതായി എനിക്ക് തോന്നി. ഞാൻ കണ്ണു തുറന്നു. ജമീലയായിരുന്നു അത്. പുഴക്കരയിൽനിന്നാണ് അവൾ വന്നത്. അവളുടെ ഉടുപ്പു നനഞ്ഞുതണുത്തിരുന്നു. പരിഭ്രമത്തോടെ ചുറ്റുപാടും നോക്കി തെല്ലുനേരം നിന്നതിനുശേഷം അവൾ ദനിയാറിന്റെ അടുത്തു ചെന്നിരുന്നു.

“ദനിയാർ, ഞാൻ വന്നിരിക്കുന്നു, തന്നത്താൻ വന്നിരിക്കുന്നു,” അവൾ പതിഞ്ഞ സ്വരത്തിൽ പറഞ്ഞു.

ചുറ്റുപാടും നിശ്ശബ്ദമായിരുന്നു. ഒരു മിന്നൽപ്പിണർ ഒച്ചകേൾപ്പിക്കാതെ ആകാശച്ചെരുവിലൂടെ തെന്നിയിറങ്ങി.

“ദേഷ്യപ്പെട്ടിരിക്കയാണോ? വളരെ ദേഷ്യപ്പെട്ടിരിക്കയാണ്, അല്ലേ?”

വീണ്ടും നിശ്ശബ്ദത. ഒരു കുതിർന്ന മൺകട്ട വെള്ളത്തിലേക്ക് അടർന്നുവീണപ്പോളുണ്ടായ “പ്ലും” എന്ന ശബ്ദം മാത്രം.

“ഞാനെന്തു കുറ്റം ചെയ്തു? അങ്ങയുടെ കുറ്റവുമല്ല...”

അങ്ങകലെ മലമുകളിൽ ഇടിനാദം മുഴങ്ങി. മിന്നൽ വെളിച്ചത്തിൽ ജമീലയുടെ രൂപം വ്യക്തമായി കാണാൻ കഴിഞ്ഞു. ചുറ്റുമൊന്നു നോക്കിയിട്ട് അവൾ ദനിയാറിനോടു പറ്റിച്ചേർന്നിരുന്നു. ദനിയാറിന്റെ കരങ്ങളിലമർന്നിരുന്ന അവളുടെ തോളുകൾ ശക്തിയായി തുടിച്ചു. പിന്നീട് അവൾ വയ്ക്കോലിൽ അയാളുടെ അടുത്തു കിടന്നു.

സ്റ്റെപ്പിയിൽ നിന്ന് ഒരു ചുടുകാറ്റ് പാഞ്ഞെത്തി വയ്ക്കോലിൽ ചുഴലിയിട്ടു. കളത്തിനരികിൽ ആടിയിളകിനിന്നിരുന്ന കൂടാരത്തിൽ ആഞ്ഞടിച്ചശേഷം അതു വഴിയിലൂടെ ഒരു പമ്പരംകണക്കെ ചെരിഞ്ഞു കറങ്ങിപ്പോയി. മേഘങ്ങളിലൂടെ വീണ്ടും നീലമിന്നൽപ്പിണരുകൾ പാഞ്ഞു. തലയ്ക്കു തൊട്ടുമുകളിൽ ഇടി മുഴങ്ങി. എനിക്കു ഭയവും സന്തോഷവും തോന്നുന്നു. പേമാരി വന്നടുക്കുകയാണ്. വേനൽക്കാലാവസാനത്തെ പേമാരി.

“അങ്ങയെ വിട്ടു ഞാൻ അദ്ദേഹത്തെ സ്വീകരിക്കുമെന്നു കരുതിയോ?” ജമീല വികാരാവേശത്തോടെ ഒച്ചതാഴ്ത്തി ചോദിച്ചു. “ഇല്ല. തീർച്ചയായും ഇല്ല! അദ്ദേഹം ഒരിക്കലും എന്നെ സ്നേഹിച്ചിട്ടില്ല. അന്വേഷണംപോലും കത്തിന്റെ ഏറ്റവും ഒടുവിൽ എഴുതിച്ചേർക്കുകയാണു പതിവ്. എനിക്ക് അദ്ദേഹത്തെ ആവശ്യമില്ല. വൈകിയെത്തിയ ആ സ്നേഹവും എനിക്ക് വേണ്ട. ആളുകൾ എന്തുവേണമെങ്കിലും പറഞ്ഞുകൊള്ളട്ടെ! എന്റെ ഹൃദയേശ്വരാ, ഏകാകിയായ അങ്ങയെ ഞാൻ ആർക്കും വിട്ടുകൊടുക്കില്ല! ഞാൻ അങ്ങയെ സ്നേഹിക്കാൻ തുടങ്ങിയിട്ട് ഏറെനാളുകളായി.

അങ്ങയെപ്പററി അറിയുന്നതിനു മുമ്പുതന്നെ ഞാൻ അങ്ങയെ സ്നേഹിച്ചു. അങ്ങേയ്ക്കുവേണ്ടി കാത്തിരുന്നു. ഞാൻ കാത്തിരിപ്പുണ്ടെന്നറിഞ്ഞിട്ടെന്നോണം അങ്ങു വന്നെത്തി!"

ചെങ്കുത്തിനുതാഴെ നദിയിലേക്കു നീലമിന്നൽപ്പിണരുകൾ ഒന്നിനു പിറകെ ഒന്നായി ഒടിഞ്ഞുകുത്തിവീണു. ചെരിഞ്ഞുവീഴുന്ന തണുത്ത മഴത്തുള്ളികൾ വയ്ക്കോലിൽ മർമ്മരമുണ്ടാക്കി.

'ജമീലം ജമാൻത്തായ്!' കസാക്കും കിർഗീസും ഭാഷകളിലുള്ള ഓമനപ്പേരുകൾ വിളിച്ചുകൊണ്ടു ദനിയാർ മന്ത്രിച്ചു. "ഇങ്ങോട്ടൊന്നു തിരിയൂ. ഞാൻ ആ കണ്ണുകളിലേക്ക് ഒന്നു നോക്കട്ടെ!"

ഇടിയും മഴയും തകർത്തു തുടങ്ങി.

കൂടാരത്തിൽനിന്നു പറിഞ്ഞുവീണ ഒരു കമ്പിളിത്തുണ്ട് വെടിയേറ്റുവീണ ഒരു പക്ഷിയെപ്പോലെ ചിറകടിച്ചു പിടച്ചു. അടിഭാഗത്തു കാറ്റിന്റെ പ്രഹരമേറ്റ മഴ ആഞ്ഞടിച്ചുപെയ്തുകൊണ്ടിരുന്നു. അതു ഭൂമിയെ ചുംബിക്കുകയാണെന്നു തോന്നി. പാറക്കെട്ടുകൾ ഉരുണ്ടുവീഴുന്നതു പോലെ ഇടിമുഴക്കം ആകാശത്തുടനീളം പരന്നു. മലനിരകളിൽ വെളിച്ചം വിതറിക്കൊണ്ടു മിന്നൽപ്പിണരുകൾ ആളിക്കത്തി. കുത്തനെയുള്ള മലഞ്ചെരുവിൽ കാറ്റ് ഊളിയിട്ടു ചീറിനിന്നു.

മഴ ശക്തിയായി പെയ്തുകൊണ്ടിരുന്നു. ഞാൻ വയ്ക്കോലിനുള്ളിലേക്കു ആണ്ടിറങ്ങി കിടന്നു. എന്റെ ഹൃദയം വല്ലാതെ മിടിച്ചു. ഏറെ നാൾ അസുഖമായി കിടന്നശേഷം ആദ്യമായി സൂര്യപ്രകാശത്തിലേക്ക് ഇറങ്ങിവന്ന അനുഭൂതിയാണ് എനിക്കുണ്ടായത്. മഴയും മിന്നൽ വെളിച്ചവും വയ്ക്കോലിനിടയിലൂടെ എന്റെ അടുക്കലെത്തിയിരുന്നു. എങ്കിലും ഞാൻ സന്തുഷ്ടനായിരുന്നു. പുഞ്ചിരിതൂകിക്കൊണ്ടു ഞാൻ മെല്ലെ നിദ്രയിലാണ്ടു. ജമീലയുടേയും ദനിയാറിന്റേയും പതിഞ്ഞ ശബ്ദത്തിലുള്ള സംസാരമാണോ അതോ ശാന്തമായിക്കൊണ്ടിരുന്ന മഴ വയ്ക്കോലിലുണ്ടാക്കിയ മർമ്മരമാണോ ഞാൻ കേട്ടിരുന്നതെന്ന് എനിക്ക് നിശ്ചയമില്ല.

ഇനി മഴതന്നെയായിരിക്കും, ശരൽക്കാലം അടുത്തിരിക്കുന്നു. കയ്പ്പച്ചെടികളുടേയും കതിർന്ന വയ്ക്കോലിന്റേയും ശരൽക്കാലത്തേതുപോലുള്ള ഈർപ്പഗന്ധം വായുവിൽ തങ്ങിനിന്നിരുന്നു. ശരൽക്കാലത്ത് എന്താണു സംഭവിക്കാൻ പോകുന്നത്? ഞാൻ അതിനെപ്പറ്റി എന്തുകൊണ്ടോ ആലോചിച്ചില്ല.

രണ്ടുകൊല്ലത്തെ മുടക്കത്തിനുശേഷം ആ ശരൽക്കാലത്തു ഞാൻ വീണ്ടും സ്കൂളിൽചേർന്നു. പാഠങ്ങൾക്കുശേഷം ഞാൻ പലപ്പോഴും ചെങ്കുത്തായ പുഴക്കരയിലേക്കു പോവുകയും കാടുപിടിച്ച് ഉപേക്ഷിക്കപ്പെട്ടുകിടന്നിരുന്ന പഴയ മെതിക്കളത്തിനുസമീപം ഇരിക്കുകയും ചെയ്യുമായിരുന്നു. അവിടെവച്ചാണു ഞാൻ എന്റെ ആദ്യത്തെ ചിത്രങ്ങൾ വരച്ചത്. എന്റെ അന്നത്തെ സങ്കല്പമനുസരിച്ചുപോലും ആ ചിത്രങ്ങൾ അത്രനന്നായിരുന്നില്ല.

" ഈ ചായങ്ങൾ ഒരു വകയ്ക്കും കൊള്ളില്ല. ശരിക്കുള്ള ചായങ്ങൾ ഉണ്ടായിരുന്നെങ്കിൽ!" ഞാൻ സ്വയം പറയുമായിരുന്നു. പക്ഷേ അവ എങ്ങനെയിരിക്കണമെന്ന് എനിക്ക് അറിഞ്ഞുകൂടായിരുന്നു.

വളരെക്കാലത്തിനുശേഷമാണു ട്യൂബുകളിൽ നിറച്ച നല്ല എണ്ണച്ചായങ്ങൾ കാണാൻ എനിക്കിടയായത്.

ചായങ്ങളുടെ കാര്യം എന്തായാലും അധ്യാപകന്മാർ പറഞ്ഞതു ശരിയാണെന്നു

തോന്നി. ഈ പണി പഠിക്കേണ്ടതുണ്ട്. പക്ഷേ പഠനത്തെപ്പറ്റി സങ്കല്പിക്കുകപോലും വയ്യായിരുന്നു. ജ്യേഷ്ഠന്മാരുടെ യാതൊരു വിവരവും ഇല്ലാതിരിക്കെ "ഇരുഗൃഹങ്ങളുടേയും ജിഗീത്തും അന്നദാതാവു" മായ തന്റെ ഏകപുത്രനെ അമ്മ ഒരിക്കലും വിട്ടയയ്ക്കുമായിരുന്നില്ല. അതിനെപ്പറ്റി പറയാനുള്ള ധൈര്യം പോലും എനിക്കില്ലായിരുന്നു. കുരുതിക്കുട്ടിയെന്നോണം ആ ശരൽക്കാലം അതിമനോഹരമായിരുന്നു. ചിത്രീകരിക്കാൻ വേണ്ടി മാത്രമുള്ള താണതെന്നു തോന്നി.

തണുപ്പേറിയ കരക്കുറേവുവിൽ വെള്ളം കുറഞ്ഞു. നദി പരന്നൊഴുകുന്നിടത്തെ ഉരുളൻകല്ലുകളിൽ കരിമ്പച്ചയും ഇളം ചുവപ്പും നിറത്തിലുള്ള പായലുകൾ പറ്റിപ്പിടിച്ചു. ഇലപൊഴിഞ്ഞുനില്ക്കുന്ന ഇളം വില്ലോച്ചെടികൾ തണുപ്പടിച്ചു തുടുത്തു. പോപ്ലാർത്തൈകൾമാത്രം അവയുടെ കട്ടിയുള്ള മഞ്ഞയിലകൾ പൊഴിക്കാൻ കൂട്ടാക്കിയില്ല.

കുതിരവളർത്തുകാരുടെ പുകപിടിച്ച, മഴയിൽ കുളിച്ച കൂടാരങ്ങൾ നദീതടത്തിലെ ചെന്നിറമാർന്ന ഇളം പുൽപ്പരപ്പിൽ കറുത്തപാടുകൾ പോലെ കാണപ്പെട്ടു. അവയുടെ പുകദ്വാരങ്ങളിലൂടെ ചാരനീലനിറത്തിലുള്ള പുകച്ചുരുളുകൾ ഉയർന്നുകൊണ്ടിരുന്നു. മെല്ലിച്ചുകുറുകിയ കുതിരക്കുട്ടികൾ ഉറക്കെ ചിനച്ചു. പെൺകുതിരകൾ പറ്റത്തിൽനിന്ന് അകന്നുപോയ്ക്കൊണ്ടിരുന്നു. ഇനി വസന്താരംഭംവരെ അവയെ പറ്റത്തിൽ നിർത്താൻ പ്രയാസമാണ്. മുകളിൽനിന്നു തിരിച്ചെത്തിയ കന്നുകാലികൾ കൊയ്ത്തുകഴിഞ്ഞ വയലിലൂടെ കൂട്ടംകൂട്ടമായി നടന്നു. ഇരുണ്ട തവിട്ടുനിറത്തിൽ വരണ്ടുകിടക്കുന്ന സ്റ്റെപ്പിയിൽ തലങ്ങും വിലങ്ങുമായി കുളമ്പടിപ്പാതകൾ തെളിഞ്ഞുവന്നു.

താമസിയാതെ സ്റ്റെപ്പിയിൽനിന്നുള്ള കാറ്റു വീശിത്തുടങ്ങി. ആകാശം മങ്ങി. ഹിമവർഷത്തിനു മുന്നോടിയായ തണുത്ത മഴ കൂടെക്കൂടെ പെയ്തുതുടങ്ങി. സാമാന്യം തെളിമയുള്ള ഒരു ദിവസം ഞാൻ പുഴക്കരയിലേക്കു ചെന്നു. അവിടെ വെള്ളത്തോടു തൊട്ടുനിന്നിരുന്ന തീപോലെ ജ്വലിക്കുന്ന ഒരു ചെറിയ ആഷ്മരം എന്നെ വല്ലാതെ ആകർഷിച്ചു. നദി പരന്നൊഴുകുന്നതിനോടടുത്തുള്ള വില്ലോപ്പൊന്തയിൽ ഞാൻ ഇരുന്നു. സന്ധ്യയായിത്തുടങ്ങി. പെട്ടെന്ന്. നദി കടന്നുപോകുന്ന രണ്ടുപേർ എന്റെ ദൃഷ്ടിയിൽപെട്ടു. ജമീലയും ദനിയാറുമായിരുന്നു അത്. ഉൽകണ്ഠയും ദൃഢതയും കലർന്ന അവരുടെ മുഖങ്ങളിൽനിന്നു കണ്ണെടുക്കാൻ എനിക്ക് കഴിഞ്ഞില്ല. ദനിയാർ ഒരു സാമാനസഞ്ചി തോളിലൂടെ പുറത്തു തൂക്കിയിട്ടുണ്ട്. വേഗത്തിലാണയാളുടെ കാൽവയ്പുകൾ. ഉറന്നിട്ട പട്ടാളക്കോട്ടിന്റെ പാളികൾ നടന്നു തേഞ്ഞ ടാർപ്പോളിൻബൂട്ടുകളുടെ കണങ്കാൽഭാഗത്ത് അടിച്ചുകൊണ്ടിരുന്നു. ജമീല തലയിൽ ഒരു വെള്ളത്തൂവാല കെട്ടിയിട്ടുണ്ട്. അതു പിന്നിലേക്കു തള്ളിപ്പോയിരിക്കുന്നു. തന്റെ ഏറ്റവും നല്ല, പൂക്കളുള്ള ഉടുപ്പാണ് അവൾ ധരിച്ചിരിക്കുന്നത്. അതുമണിഞ്ഞു ചന്തയിലൂടെ നടക്കാൻ അവൾ ഇഷ്ടപ്പെട്ടിരുന്നു. അതിനു മുകളിൽ കുളമിട്ടു തുന്നിയ ഒരു വെൽവെറ്റ് ജാക്കറ്റും അവൾ ധരിച്ചിട്ടുണ്ട്. അവളുടെ ഒരു കൈയിൽ ചെറിയൊരു ഭാണ്ഡമുണ്ടായിരുന്നു. മറ്റേ കൈകൊണ്ടു ദനിയാറിന്റെ സഞ്ചിയുടെ വാറിൽ പിടിച്ചിരുന്നു. നടക്കുന്നതിനിടയിൽ അവർ സംസാരിച്ചുകൊണ്ടിരുന്നു.

അതാ അവർ കിടങ്ങുകടന്നു സൂചിപ്പുൽപ്പൊന്തയിലൂടെയുള്ള ഒറ്റയടിപ്പാത വഴി പോവുകയാണ്. എന്തു ചെയ്യണമെന്നറിയാതെ ഞാൻ അവരെ നോക്കി നിന്നുപോയി. അവരെ വിളിച്ചാലോ? എന്നാൽ എന്റെ നാവനങ്ങിയില്ല.

മലനിരകൾക്കു മുകളിലൂടെ ഒന്നിനുപിറകെ ഒന്നായി അതിവേഗം നീങ്ങിക്കൊണ്ടിരുന്ന വെള്ളകലർന്ന കാർമേഘങ്ങളിൽ അവസാനത്തെ ചെങ്കതിരുകൾ

തെന്നിവീണു. പെട്ടെന്ന് ഇരുട്ടു വ്യാപിക്കാൻ തുടങ്ങി. ജമീലയും ദനിയാറും ഒന്നു തിരിഞ്ഞുനോക്കുകപോലും ചെയ്യാതെ റെയിൽവേ ജങ്ക്ഷനെ ലക്ഷ്യമാക്കി നടന്നു. സൂചിപ്പുൽപ്പൊന്തയിൽ ഒന്നുരണ്ടുതവണ അവരുടെ തല ഉയർന്നുതാണു. പിന്നീടു പൂർണ്ണമായും മറഞ്ഞു.

"ജമീലാ—ാ—ാ—ാ!" ഞാൻ മുഴുവൻ ശക്തിയുമെടുത്തു വിളിച്ചു.

"ആ—ാ—ാ—ാ" ഞാൻ ഒരിക്കൽക്കൂടി വിളിച്ചു. എന്നിട്ടു ഭ്രാന്ത്പിടിച്ചവനെപ്പോലെ ഞാൻ നദിയിലിറങ്ങി അവരുടെ പിന്നാലെ പാഞ്ഞു.

മഞ്ഞിന്റെ തണുപ്പുള്ള വെള്ളത്തുള്ളികൾ എന്റെ മുഖത്ത് ആഞ്ഞുതെറിച്ചു. എന്റെ വസ്ത്രങ്ങൾ മുഴുവൻ നനഞ്ഞു. വഴി ഒട്ടും ശ്രദ്ധിക്കാതെ ഞാൻ മുന്നോട്ടോടി. പെട്ടെന്ന് എന്തിലോ കാലുടക്കി ഞാൻ നിലത്തേക്കു കമഴ്ന്നടിച്ചു വീണു. തല ഉയർത്താതെ വീണ കിടപ്പിൽത്തന്നെ ഞാൻ കിടന്നു. കണ്ണുനീർ കവിളുകളിലൂടെ ധാരധാരയായി ഒഴുകി. ഇരുട്ട് എന്റെ ചുമലിൽ അമർത്തിപ്പിടിക്കുന്നതുപോലെ തോന്നി. വഴക്കമുള്ള സൂചിപ്പുൽത്തണ്ടുകളുടെ വേദനാജനകമായ, നേരിയ ചൂളമടികേൾക്കാമായിരുന്നു.

"ജമീലാ! ജമീലാ" ഞാൻ ഏങ്ങലടിച്ചുകരഞ്ഞു.

എന്റെ എത്രയും പ്രിയപ്പെട്ടവരുമായി, എനിക്കേറ്റവും അടുപ്പമുള്ളവരുമായി ഞാൻ വേർപിരിയുകയായിരുന്നു. ഇപ്പോൾമാത്രമാണ്, നിലത്തു വീണുകിടന്നിരുന്ന ഈ സമയത്തുമാത്രമാണ് ജമീലയെ ഞാൻ പ്രേമിച്ചിരുന്നുവെന്ന് എനിക്ക് മനസ്സിലായത്. അതേ, എന്റെ ആദ്യത്തെ, ബാല്യകാലപ്രേമമായിരുന്നു അത്.

കണ്ണുനീർകൊണ്ടു നനഞ്ഞ കൈമുട്ടിൽ തല ചേർത്തുവച്ച് ഞാൻ ഏറെനേരം കിടന്നു. ജമീലയോടും ദനിയാറിനോടും മാത്രമുള്ള വേർപാടായിരുന്നില്ലത്. ഞാൻ എന്റെ ബാല്യത്തോടും യാത്രപറയുകയായിരുന്നു.

ഇരുട്ടത്ത് തപ്പിത്തടഞ്ഞു ഞാൻ വീട്ടിലെത്തിയപ്പോൾ മുറ്റത്തു വലിയ ബഹളമായിരുന്നു. ജീനികൾ കിലുങ്ങി. ആരോ കുതിരകളെ കോപ്പിട്ടു തയ്യാറാക്കുകയാണ്. കടിച്ചു മത്തുപിടിച്ച ഒസ്മോൻ കുതിരപ്പുറത്തു ഞെളിഞ്ഞിരുന്നുകൊണ്ടു തൊണ്ട പൊളിച്ചു.

"ആ തെണ്ടിനായയെ പണ്ടേ ഇവിടന്നു തല്ലിയോടിക്കേണ്ടതായിരുന്നു! തറവാട്ടിനു മുഴുവൻ ചീത്തപ്പേരുവരുത്തിയില്ലേ? അവനെ എന്റെ കൈയിൽ കിട്ടിയാൽ ഞാൻ ശരിപ്പെടുത്തും. അതിന് എന്തു ശിക്ഷ കിട്ടിയാലും വേണ്ടില്ല. കണ്ട തെണ്ടികളൊക്കെ നമ്മുടെ പെണ്ണുങ്ങളെ കൂട്ടിക്കൊണ്ടുപോകുന്നതു കണ്ടുകൊണ്ടിരിക്കാൻ പറ്റില്ല. നമുക്കു പുറപ്പെടാം. ജിഗീത്തുകളേ! അവനൊരു രക്ഷയില്ല. നമുക്കവനെ സ്റ്റേഷനിൽ വച്ചു പിടിക്കാം!"

എന്റെ രക്തം തണുത്തുറഞ്ഞു. അവർ എങ്ങോട്ടാണു പുറപ്പെടുക? സ്റ്റേഷനിലേക്കുള്ള പ്രധാനവഴിയിലൂടെയാണ്. ജങ്ക്ഷനിലേക്കല്ല എന്നു ബോദ്ധ്യമായതിനുശേഷം ഞാൻ ആരും കാണാതെ വീട്ടിനുള്ളിൽ കയറിപ്പറ്റി. ആരും എന്റെ കണ്ണുനീർ കാണാതിരിക്കാനായി ഞാൻ അച്ഛന്റെ ആട്ടിൽതോൽകോട്ടുകൊണ്ടു തലമൂടിപ്പുതച്ചു കിടന്നു.

ഗ്രാമത്തിലുണ്ടായ ആക്ഷേപങ്ങൾക്കും അപവാദങ്ങൾക്കും കൈയും കണക്കുമില്ല. ജമീലയെ പഴിക്കുന്നതിൽ സ്ത്രീകൾ തമ്മിൽ മത്സരമായിരുന്നു.

"ബുദ്ധികെട്ട പെണ്ണ്! എങ്ങനെയുള്ള കുടുംബത്തിൽ നിന്നാണ് ഇറങ്ങിപ്പോയത്!

സ്വന്തം സൗഭാഗ്യത്തെയല്ലേ അവൾ ചവിട്ടിമെതിച്ചത്?"

"എന്തു കണ്ടിട്ടാണവൾ പോയതെന്നാണ് ഞാൻ വിചാരിക്കുന്നത്. അയാൾക്കു തന്റെ പഴയ കോട്ടും ഓട്ടപിടിച്ച ബൂട്ടുമല്ലാതെ വല്ല സമ്പാദ്യവുമുണ്ടോ?"

"ഒന്നുമില്ല. അയാൾക്കൊരു വകയുമില്ല! വീടും കുടിയുമില്ലാതെ അലഞ്ഞുതിരിഞ്ഞു നടക്കുന്ന വെറും നാടുതെണ്ടി! ഉടുതുണിമാത്രമേ അയാൾക്കൊരു സ്വത്തായിട്ടുള്ളൂ. സാരമില്ല. നമ്മുടെ കൊച്ചുസുന്ദരിക്ക് ബുദ്ധിതെളിയാതിരിക്കില്ല. പക്ഷേ വൈകിയായിരിക്കുമെന്നു മാത്രം?"

"അതാണ് ഞാനും പറയുന്നത്. സാദീക്കിന് എന്താണൊരു കുറവ്? അയാൾ നല്ലൊരു ഭർത്താവല്ലേ? നല്ലൊരു ഗൃഹനാഥനല്ലേ? നമ്മുടെ ഗ്രാമത്തിലെ ഏറ്റവും നല്ല ജിഗീത്തല്ലേ അയാൾ?"

"ശ്വശ്രുവോ? ഇത്തരമൊരു ശ്വശ്രുവിനെ കിട്ടാൻ ഭാഗ്യം വേണം. ഇതുപോലൊരു വലിയമ്മയെ എവിടെ തിരഞ്ഞാൻ കിട്ടും? ആ ബുദ്ധിയില്ലാത്ത പെണ്ണ് ഒരു കാര്യവും കൂടാതെ തന്റെ ജീവിതം നശിപ്പിച്ചു!"

കുറച്ചു ദിവസങ്ങൾക്കു മുമ്പുവരെ എന്റെ ജ്യേഷ്ഠത്തിയായിരുന്ന ജമീലയെ, ഒരു പക്ഷേ, ഞാൻ മാത്രമേ പഴിക്കുമായിരുന്നുള്ളൂ. ദനിയാർ ധരിച്ചിരുന്നതു പഴയകോട്ടും ഓട്ടപിടിച്ച ബൂട്ടുമായിക്കൊള്ളട്ടെ. എന്നാൽ ആത്മാവിനെ സംബന്ധിച്ചിടത്തോളം അയാൾ ഞങ്ങളേക്കാളൊക്കെ സമ്പന്നനാണെന്ന് എനിക്കറിയാമായിരുന്നു. ദനിയാറിന്റെ കൂടെ ജമീല ദുഃഖിതയായിരിക്കുമെന്നു വിശ്വസിക്കാൻ എനിക്ക് കഴിഞ്ഞില്ല. എങ്കിലും എനിക്ക് അമ്മയോടു സഹതാപം തോന്നി. അവർ വിഷാദമഗ്നയും ക്ഷീണിതയുമായി കാണപ്പെട്ടു. ഇന്നെനിക്കതു മനസ്സിലാക്കാൻ കഴിയും— വിധിയുടെ പ്രഹരമേറ്റു പഴയ സമ്പ്രദായങ്ങൾ തകർന്നു നിലംപതിക്കുന്നത് അംഗീകരിക്കാൻ അവർക്കു കഴിഞ്ഞിരുന്നില്ല. കൊടുങ്കാറ്റിൽ വീണ വൻമരം പിന്നെ എഴുന്നേൽക്കുകയില്ല. മുമ്പു സൂചിയിൽ നൂലുകോർത്തുകൊടുക്കാൻ അമ്മ ആരോടും ആവശ്യപ്പെടുകയില്ലായിരുന്നു: അഭിമാനം അതിനവരെ അനുവദിച്ചിരുന്നില്ല. എന്നാൽ ഒരിക്കൽ ഞാൻ സ്കൂളിൽനിന്നു തിരിച്ചുവന്നപ്പോൾ കാണാം. അമ്മയുടെ കൈകൾ വിറയ്ക്കുന്നു. സൂചിക്കുഴ കാണാൻ കഴിയാതെ അവർ കരയുകയാണ്.

"ഇതാ, ഈ നൂലൊന്നു കോർത്തുതാ!" അമ്മ പറഞ്ഞു. ഒരു നെടുവീർപ്പ് അവരിൽനിന്നുയർന്നു. "ജമീലയ്ക്കു നല്ലതൊന്നും വരില്ല... അവൾ എത്ര നല്ലൊരു വീട്ടുകാരിയാവുമായിരുന്നു! അവൾ പോയി...! നമ്മളെ വിട്ടുപോയ്ക്കളഞ്ഞു! എന്തിനാണവൾ പോയത്? ഇവിടെ മോശമായാണോ അവൾ കഴിഞ്ഞിരുന്നത്?"

അമ്മയെ കെട്ടിപ്പിടിച്ചാശ്വസിപ്പിക്കാൻ എനിക്ക് തോന്നി. ദനിയാർ എന്ന മനുഷ്യനെപ്പറ്റി അവരെ പറഞ്ഞു കേൾപ്പിക്കാൻ ഞാൻ ആഗ്രഹിച്ചു. പക്ഷേ എനിക്ക് ധൈര്യം വന്നില്ല. കാരണം, അമ്മയെ എന്നെന്നേക്കുമായി അപമാനിക്കുന്നതിനു തുല്യമായിരുന്നു അത്.

എന്തായാലും ആ സംഭവത്തിൽ എനിക്കുണ്ടായിരുന്ന ചെറിയ പങ്ക് രഹസ്യമല്ലാതായി...

താമസിയാതെ സാദീക്ക് തിരിച്ചെത്തി. അയാൾ തീർച്ചയായും ദുഃഖിച്ചു. പക്ഷേ ഒരിക്കൽ കുടിച്ചു മഞ്ഞ്പിടിച്ചപ്പോൾ അയാൾ ഒസ്സ്തോനോടു പറഞ്ഞു:

"അവൾ പോയെങ്കിൽ പോകട്ടെ. എവിടെയെങ്കിലും കിടന്നു ചാകും,

നമുക്കിവിടെ പെണ്ണുങ്ങൾ ധാരാളമുണ്ട്. ഏതു പൊൻമുടിക്കാരിയും ആണുങ്ങളിൽ വച്ച് ഏറ്റവും മോശക്കാരനെപ്പോലും അർഹിക്കുന്നില്ല."

"അതു ശരിയാണ്!" ഒസ്മോൻ മറുപടി നല്കി. "അന്നവനെ എന്റെ കൈയിൽ കിട്ടാഞ്ഞതിൽ സങ്കടമുണ്ട്. ഞാനവനെ ശരിയാക്കിയേനെ. അത്രതന്നെ. അവളെ മുടിക്കുപിടിച്ചു കുതിരവാലിൽ കൂട്ടിക്കെട്ടുകയും ചെയ്യേനെ! ഒരുപക്ഷേ തെക്കുള്ള പരുത്തിത്തോട്ടങ്ങളിലേക്കായിരിക്കാം അവർ പോയത്. അല്ലെങ്കിൽ കസാക്കുകളുടെ അടുത്തേയ്ക്കുമാവാം. അവൻ ഇങ്ങനെ തെണ്ടിത്തിരിയുന്നത് ആദ്യമായിട്ടൊന്നുമല്ല. പക്ഷേ എനിക്ക് ഒന്നും മനസ്സിലാക്കാൻ കഴിയുന്നില്ല— ഇതെല്ലാം എങ്ങനെ സംഭവിച്ചുവെന്ന്, ആർക്കുമൊന്നും അറിഞ്ഞുകൂടായിരുന്നു. ആരുമൊട്ടു സംശയിച്ചതുമില്ല. അവളെ എന്റെ കൈയിൽ കിട്ടിയിരുന്നെങ്കിൽ!..."

ഇത്തരം വർത്തമാനം കേട്ടപ്പോൾ എനിക്ക് ഒസ്മോനോടു പറയാൻ തോന്നി. "പുല്ലുവെട്ടുകാലത്ത് അവൾ നിന്നെ ആട്ടിയോടിച്ചതു മറക്കാൻ കഴിയുന്നില്ല. അല്ലേ? എത്ര നീചനാണു നീ!"

ഒരിക്കൽ ഞാൻ വീട്ടിലിരുന്നു സ്കൂളിലെ ഭിത്തിപ്പത്രത്തിനുവേണ്ടി ഒരു ചിത്രം വരയ്ക്കുകയായിരുന്നു. അമ്മ അടുപ്പിനരികിൽ എന്തോ എടുത്തുകൊണ്ടുനിന്നിരുന്നു. പെട്ടെന്നു സാദീക്ക് മുറിയിലേക്കു പാഞ്ഞുകയറിവന്നു. അയാൾ വിളറിവെളുത്തിരുന്നു. ദേഷ്യപ്പെട്ടു കണ്ണുരുട്ടിക്കൊണ്ട് അയാൾ എന്നെ സമീപിച്ച് ഒരു കടലാസ് എന്റെ മൂക്കിനുനേരെ നീട്ടിപ്പിടിച്ചു.

"നീയാണോ ഇതു വരച്ചത്?"

ഞാൻ അമ്പരന്നുപോയി. എന്റെ ആദ്യത്തെ ചിത്രമായിരുന്നു അത്. ജീവനുള്ള ദനിയാറും ജമീലയും ആ നിമിഷത്തിൽ എന്റെ നേരെ നോക്കി.

"അതേ,"

"ഇതാരാണ്?" അയാൾ കടലാസിലേക്കു വിരൽ ചൂണ്ടി.

"ദനിയാർ."

"വഞ്ചകൻ!" സീദീക്ക് എന്റെനേരെ അലറി.

ഈ ചിത്രം തുണ്ടുതുണ്ടായി ചീന്തിയെറിഞ്ഞതിനുശേഷം അയാൾ വാതിൽ ഉറക്കെ വലിച്ചടച്ച് ഇറങ്ങിപ്പോയി.

ദുസ്സഹമായ നീണ്ട നിശ്ശബ്ദതയ്ക്കുശേഷം അമ്മ ചോദിച്ചു.

"നിനക്ക് അറിയാമായിരുന്നോ?"

"ഉവ്വ്, അറിയാമായിരുന്നു."

അടുപ്പിനടുത്തു ഭിത്തിചാരിനിന്നുകൊണ്ട് അമ്മ എന്റെനേരെ അമ്പരപ്പോടെ നോക്കി. ആ നോട്ടം എന്നെ വല്ലാതെ കുറ്റപ്പെടുത്തുന്നതായി തോന്നി. "അവരുടെ ചിത്രം ഞാൻ വീണ്ടും വരയ്ക്കും" എന്നു ഞാൻ പറഞ്ഞപ്പോൾ അമ്മ ദുഃഖത്തോടെ തലയാട്ടുകമാത്രം ചെയ്തു.

ഞാൻ നിലത്തു ചിതറിക്കിടന്നിരുന്ന കടലാസുതുണ്ടുകളിലേക്കു നോക്കി. അസഹ്യമായ വേദന എന്നെ വീർപ്പുമുട്ടിച്ചു. ഞാൻ വഞ്ചകനാണെന്ന് എല്ലാവരും കരുതിക്കൊള്ളട്ടെ. ആരെയാണു ഞാൻ വഞ്ചിച്ചത്? എന്റെ കുടുംബത്തേയോ? എന്റെ തറവാടിനേയോ? പക്ഷേ ഞാൻ സത്യത്തെ, ജീവിതയാഥാർത്ഥ്യത്തെ, ആ രണ്ടുപേരുടെ യാഥാർത്ഥ്യത്തെ വഞ്ചിച്ചിട്ടില്ല. എന്നാൽ എനിക്കത് ആരോടും

പറയാൻ വയ്യായിരുന്നു. അമ്മപോലും അതു മനസ്സിലാക്കുമായിരുന്നില്ല.

എന്റെ കൺമുമ്പിൽ എല്ലാം മൂടലിലെന്നപോലെ കാണപ്പെട്ടു. നിലത്തു കിടന്ന കടലാസുതുണ്ടുകൾ ജീവൻ വച്ച് ചുഴന്നു കറങ്ങുന്നതായി തോന്നി. ചിത്രത്തിൽ നിന്നു ദനിയാറും ജമീലയും എന്റെ നേരെ നോക്കിയ ആ നിമിഷം ഓർമ്മയിൽ തെളിഞ്ഞുനിന്നിരുന്നു. പെട്ടെന്ന്, അവിസ്മരണീയമായ ആ ആഗസ്റ്റരാത്രിയിൽ ദനിയാർ പാടിയ പാട്ടു കേൾക്കുന്നതായി എനിക്ക് തോന്നി. ഗ്രാമത്തിൽനിന്ന് അവർ നടന്നകന്നതു ഞാൻ ഓർമ്മിച്ചു. ജീവിതപാതയിലേക്ക് ഇറങ്ങിപ്പുറപ്പെടാനുള്ള അടക്കാനാവാത്ത ആഗ്രഹം എനിക്കപ്പോൾ ഉണ്ടായി. അതേ, ഞാനും അവരെപ്പോലെതന്നെ ധീരമായി, ദൃഢനിശ്ചയത്തോടെ സ്വന്തം ലക്ഷ്യത്തിലേക്കു നീങ്ങും. ദുർഘടമായ പാതകൾ താണ്ടി ഞാൻ ആനന്ദം കണ്ടെത്തും.

"ഞാൻ പഠിക്കാൻ പോകാൻ ഉദ്ദേശിക്കുന്നു... അച്ഛനോടു പറയണം. എനിക്കൊരു ചിത്രകാരനായിത്തീരണം!" അമ്മയോടു ഞാൻ ഉറപ്പിച്ചു പറഞ്ഞു.

അവർ എന്നെ പഴിക്കാനും യുദ്ധത്തിൽ മരിച്ച ജ്യേഷ്ഠന്മാരെച്ചൊല്ലി കരയാനും തുടങ്ങുമെന്നായിരുന്നു എന്റെ വിശ്വാസം. എന്നാൽ, അത്ഭുതമെന്നു പറയട്ടെ, അവർ കരയുകയുണ്ടായില്ല. വേദനകലർന്ന പതിഞ്ഞ സ്വരത്തിൽ അവർ ഇത്രയും പറഞ്ഞു:

"പോയ്ക്കോളൂ... നിങ്ങൾക്കു പപ്പും ചിറകും വച്ചുകഴിഞ്ഞു. ഓരോരുത്തരും അവരവരുടെ വഴിക്കു പറക്കുകയാണ്... എത്രത്തോളം ഉയർന്നുപറക്കുമെന്നു ഞങ്ങൾക്കെങ്ങനെ അറിയാം? ഒരുപക്ഷേ, നിങ്ങൾ പറയുന്നതായിരിക്കാം ശരി. പോയ്ക്കോളൂ... പിന്നീടു മനസ്സുമാറിയെന്നും വരാം. പടംവരയും ചായംപുരട്ടലും വല്ലതൊഴിലുമാണോ?... പഠിച്ചു നോക്ക്, അപ്പോഴറിയാം... സ്വന്തം വീടുമാത്രം മറക്കരുത്..."

അന്നുതൊട്ടു ചെറിയ വീടു ഞങ്ങളിൽനിന്നു വേറിട്ടുപോയി. താമസിയാതെ ഞാൻ പഠനത്തിനായി പോവുകയും ചെയ്തു.

ഇത്രയുമാണു കഥ.

ആർട്ട് സ്കൂളിലെ വിദ്യാഭ്യാസത്തിനുശേഷം എന്റെ പേർ അക്കാഡമിയിലേക്കു ശുപാർശചെയ്യപ്പെട്ടു. ബിരുദത്തിനുവേണ്ടി ഞാൻ വരച്ചത് വളരെക്കാലമായി സ്വപ്നം കണ്ടുകൊണ്ടിരുന്ന ഒരു ചിത്രമാണ്.

ദനിയാറിന്റെയും ജമീലയുടേയും ചിത്രമാണതെന്ന് ഊഹിക്കാൻ പ്രയാസമില്ലല്ലോ? ശരൽക്കാലസ്റ്റെപ്പിയിലെ വിഴിയിലൂടെ അവർ നടന്നുപോവുകയാണ്. പ്രഭാപൂരമായ വിദൂരവിശാലതയാണ് അവരുടെ മുമ്പിൽ.

എന്റെ ചിത്രം കുറ്റമറ്റതല്ലായിരിക്കാം— പെട്ടെന്നുണ്ടാകുന്ന ഒന്നല്ലല്ലോ കലാപാടവം. എങ്കിലും എനിക്കേറ്റവും പ്രിയപ്പെട്ട ചിത്രമാണിത്.. ഇതെന്റെ ആദ്യത്തെ ബോധപൂർവ്വമായ സർഗ്ഗാനുഭൂതിയാണ്.

ഇന്നും ഞാൻ എന്റെ ജോലിയിൽ അസംതൃപ്തനാകാറുണ്ട്. എനിക്ക് ആത്മവിശ്വാസം നഷ്ടപ്പെട്ടുപോകുന്ന വിഷമമേറിയ നിമിഷങ്ങൾ ഉണ്ടാകാറുണ്ട്. അപ്പോഴെല്ലാം ഞാൻ ഈ ചിത്രത്തെ, ദനിയാറിന്റെയും ജമീലയേയും, ശരണം പ്രാപിക്കുന്നു. ഏറെ നേരം ഞാൻ അവരെ നോക്കിനില്ക്കും. ഓരോ തവണയും അവരുമായി സംസാരിക്കും.

നിങ്ങൾ ഇപ്പോൾ എവിടെയാണ്? ഏതു പാതകളിലൂടെയാണു നിങ്ങൾ

ചരിക്കുന്നത്? സ്റ്റെപ്പിയിൽ ഇന്നു ധാരാളം പാതകളുണ്ട്— കസാക്ക്സ്താൻകുറുകെ, അൽത്തായും സൈബീരിയയും വരെ നീണ്ടു കിടക്കുന്ന പാതകൾ! ധീരോദാത്തരായ അനേകം പേർ അവിടെ അദ്ധ്വാനിക്കുന്നുണ്ട്. ഒരുപക്ഷേ നിങ്ങളും അവിടെയായിരിക്കാം. ജമീലേ, വിശാലമായ സ്റ്റെപ്പിയിലൂടെ ഒന്നു തിരിഞ്ഞുനോക്കുകപോലും ചെയ്യാതെ നീ നടന്നുപോയി. ഒരുപക്ഷേ നീ ക്ഷീണിച്ചിരിക്കാം, നിനക്ക് ആത്മവിശ്വാസം നഷ്ടപ്പെട്ടിരിക്കാം. എങ്കിൽ ദനിയാറിന്റെ മേലേയ്ക്കു ചാഞ്ഞുകൊള്ളൂ. സ്നേഹത്തേയും, ഭൂമിയേയും, ജീവിതത്തേയും കുറിച്ചുള്ള തന്റെ പാട്ടുകൾ അയാൾ നിന്നെ പാടിക്കേൾപ്പിക്കട്ടെ! സ്റ്റെപ്പി അതുകേട്ട് ഇളകിമറിഞ്ഞാടട്ടെ! എല്ലാ വർണ്ണത്തിലുമുള്ള പൂക്കൾ അതിൽ വിരിയട്ടെ! ആ ആഗസ്റ്റുരാത്രി നിന്റെ ഓർമ്മയിൽ വരട്ടെ! ജമീലേ, നടക്കൂ, നീ ഒരിക്കലും പശ്ചാത്തപിക്കേണ്ട. ദുർഘടമായ പാതിയിലൂടെ നീ നിന്റെ ആനന്ദം കണ്ടെത്തിയിരിക്കുന്നു!

അവരുടെനേരെ നോക്കുമ്പോൾ ദനിയാറിന്റെ ശബ്ദം ഞാൻ കേൾക്കുന്നു. അയാൾ എന്നെ യാത്രയ്ക്കു ക്ഷണിക്കുകയാണ്. പുറപ്പെടാനുള്ള ഒരുക്കങ്ങൾ ചെയ്യേണ്ട സമയമായി. സ്റ്റെപ്പിയിലൂടെ ഞാൻ എന്റെ ഗ്രാമത്തിലെത്തും. അവിടെ പുതിയ വർണ്ണങ്ങൾ ഞാൻ കണ്ടെത്തും.

എന്റെ തൂലികയുടെ ഓരോ ചലനത്തിലും ദിനിയാറിന്റെ സംഗീതം മുഴങ്ങട്ടെ! എന്റെ തൂലികയുടെ ഓരോ ചലനത്തിലും ജമീലയുടെ ഹൃദയം മിടിക്കട്ടെ!

ഒട്ടകക്കണ്ണ്

1

തൊട്ടി ഉറവയിൽ മുക്കിയപ്പോഴേക്കും അത്യുച്ചത്തിലുള്ള ഒരു വിളി സ്റ്റേപ്പിയിൽ മുഴങ്ങി:

"ഏയ്, പണ്ഡിതാ! വേഗമാകട്ടെ! അല്ലെങ്കിൽ അടിച്ച് നിന്റെ പല്ല് ഞാൻ തെറിപ്പിക്കും."

ഞാൻ അനങ്ങാതെ നിന്ന് ശ്രദ്ധിച്ചു. യഥാർത്ഥത്തിൽ എന്റെ പേർ കെമേൻ എന്നാണ്. പക്ഷേ പണ്ഡിതൻ എന്നാണ് ഇവിടെ എല്ലാവരും വിളിക്കുന്നത്. ഞാൻ ഭയന്നതു പോലെതന്നെ സംഭവിച്ചിരിക്കുന്നു. ആ ഭാഗത്തുള്ള ട്രാക്ടർ ശബ്ദിക്കുന്നില്ല. അതൊരു ദുഃസ്സൂചനയാണ്. എന്റെ പല്ല് ഇടിച്ചു താഴെയിട്ടുമെന്ന് ഭീഷണിപ്പെടുത്തിയത് അബക്കീർ ആണ്. അയാൾ ഇനിയും എന്റെ നേരെ തട്ടിക്കയറും, എന്നെ പ്രാകും ഒരുപക്ഷേ അടിക്കാൻ മുതിർന്നെന്നും വരും. ട്രാക്ടറുകൾ രണ്ടുണ്ട്, ഞാൻ ഒരാളും. ഒരു കുതിര മാത്രം വലിക്കുന്ന ഈ വണ്ടിയും വച്ചുകൊണ്ട് ഞാൻ അവർക്ക് വെള്ളവും ഇന്ധനവും ഓയിലും കണ്ണിൽക്കണ്ട സർവ്വതും എത്തിച്ചുകൊടുക്കണം. ഈ പ്രദേശത്തുള്ള ഒരേയൊരു ജലാശയത്തിനടുത്തുനിന്ന് ദിവസംതോറും അവ അകന്നകന്നു പൊയ്ക്കൊണ്ടിരിക്കയാണ്. ഈ വിശാലമായ ഭൂമിയിൽ ആകെക്കൂടിയുള്ള ഒരേയൊരു താവളത്തിൽനിന്ന്- അവിടെയാണ് എണ്ണടാങ്ക് സൂക്ഷിച്ചിരിക്കുന്നത്- അവ ദിവസംതോറും കൂടുതൽ കൂടുതൽ അകന്നു കൊണ്ടിരിക്കയാണ്. താവളം അവിടെനിന്ന് മാറ്റാൻ ഞങ്ങൾ ഉദ്ദേശിച്ചിരുന്നു. പക്ഷേ

താവളത്തിനും വെള്ളത്തിന്റെ സാമീപ്യം ആവശ്യമായതിനാൽ ഞങ്ങൾ അതു വേണ്ടെന്നുവച്ചു. അബക്കീറിനെപ്പോലുള്ള ഒരു മനുഷ്യന് അതൊന്നും അറിയേണ്ട. "ഞാൻ പല്ലു തെറിപ്പിക്കും." എന്നയാൾ പറയും. "ഞാൻ ഇവിടെ കഴുതയെപ്പോലെ പണിയെടുക്കുന്നു. ഏതോ ഒരു കോളേജുകുമാരൻ എന്റെ സമയം പാഴാക്കാൻ ഞാൻ അനുവദിക്കയില്ല.."

ഞാൻ കോളേജുകുമാരനല്ല. കോളേജിൽ ചേരാനുള്ള പ്രവേശന പരീക്ഷയെഴുതാൻ പോലും ഞാൻ ശ്രമിച്ചിട്ടില്ല. സ്കൂളിലെ പഠിത്തം കഴിഞ്ഞ ഉടൻ ഞാൻ അനർഹായ് സ്റ്റേപ്പിയിലേക്കു പോന്നതാണ്. സ്കൂൾവിദ്യാഭ്യാസം പൂർത്തിയാക്കിയതു സംബന്ധിച്ച് ഞങ്ങൾക്കു നൽകപ്പെട്ട യാത്രയയപ്പിൽവച്ച് അവർ പറഞ്ഞു. "നിങ്ങൾ കന്നിമണ്ണിനെ കീഴടക്കുന്ന അജയ്യരായ പോരാളികളാണ്." ഇവിടെയെത്തുമ്പോൾ ഞാൻ അങ്ങിനെയൊരാളാകാൻ ശ്രമിച്ചിരുന്നു. ഇപ്പോഴോ? എനിക്കതു പറയാൻ ലജ്ജ തോന്നുന്നു: ഒരു പണ്ഡിതൻ. അബക്കീറാണ് എന്നെ അങ്ങിനെ വിളിച്ചുതുടങ്ങിയത്. എന്റെ കുറ്റവും കുറെയുണ്ട്. എനിക്ക് എന്റെ ചിന്തകൾ മനസ്സിൽ പിടിച്ചുനിർത്താൻ കഴിയാറില്ല. ആവേശം കേറി ഞാൻ എന്റെ പകൽക്കിനാവുകളെപ്പറ്റി ഉറക്കെ വിളിച്ചുപറയും. ആൾക്കാർക്കു പരിഹസിച്ചു ചിരിക്കാൻ മറ്റൊന്നും വേണ്ട. വാസ്തവത്തിൽ ഞാനല്ല ഞങ്ങളുടെ ചരിത്രാദ്ധ്യാപകനാണ് അതിൽകുറ്റക്കാരനെന്ന് അവർക്കറിഞ്ഞുകൂടാ. അൽഡിയാറൊവ് എന്നാണ് അദ്ദേഹത്തിന്റെ പേര്. നാടോടിവിജ്ഞാനത്തിൽ ബിരുദമെടുത്തിട്ടുള്ള അദ്ദേഹം പറഞ്ഞതൊക്കെ ഞാൻ അതേപടി വിശ്വസിച്ചതാണു കുഴപ്പം...

വീപ്പമുഴുവൻ നിറയുന്നതിനു മുമ്പുതന്നെ ഞാൻ ഉറവയുടെ കരയിൽ നിന്ന് റോഡിലേക്കു കയറി. നേരു പറഞ്ഞാൽ അവിടെ ഒരു റോഡുണ്ടായിരുന്നില്ല. ഞാൻ കുതിരവണ്ടി ഉറവയിലേയ്ക്കും തിരിച്ചും ഓടിച്ച് ഉണ്ടായ വഴിയാണത്. ട്രാക്റ്റർ വലിയ കറുത്തവയലിന്റെ അങ്ങേയറ്റത്തു നിൽക്കുകയായിരുന്നു. ക്യാബിന്റെ മുകളിലിരുന്ന് കൈ ചുരുട്ടിക്കാണിച്ചുകൊണ്ട് അബക്കീർ എന്നെ ഉറക്കെ ചീത്തപറഞ്ഞു.

ഞാൻ കുതിരയെ അടിച്ചു. വീപ്പയിൽനിന്നും വെള്ളം എന്റെ ഷർട്ടിലേക്കു തുളുമ്പി വീണു. എങ്കിലും ഞാൻ ആകാവുന്നത്രവേഗം കുതിരവണ്ടി ഓടിച്ചുകൊണ്ടിരുന്നു.

സ്വാഭീഷ്ടപ്രകാരം ഞാൻ ഇവിടെ വന്നതാണ്. ആരും എന്നെ നിർബന്ധിച്ചയച്ചതല്ല. മറ്റുള്ളവരൊക്കെ കസാക്കിസ്ഥാനിലേക്കാണു പോയത്. അവിടെ കന്നിമണ്ണു കൃഷിയോഗ്യമാക്കുന്ന വികസന പദ്ധതി തകൃതിയായി നടന്നുകൊണ്ടിരിക്കയാണ്. പത്രങ്ങളിൽ ദിവസവും അതേപ്പറ്റിയും റിപ്പോർട്ടുകളും ലേഖനങ്ങളും വന്നുകൊണ്ടിരുന്നു. അനർഹായിലേക്കു പോന്നത് ഞാൻ മാത്രമാണ്. ഇവിടുത്തെ പണിതുടങ്ങിയത് ഈ വസന്തത്തിലാണ്. രണ്ടേ രണ്ടു ട്രാക്റ്ററുകളേ ഇവിടെ പ്രവർത്തിക്കുന്നുള്ളു. കഴിഞ്ഞവർഷം ഞങ്ങളുടെ കൃഷിവിദഗ്ധനായ സ്റോക്കിൻ-അയാൾ ഇവിടുത്തെ മേലധികാരിയാണ്- പരീക്ഷണമെന്ന നിലയ്ക്ക് ഒരു ചെറിയ വയലിൽ കുറച്ചു ബാർലി വിതച്ചുനോക്കി. വിളവുമോശമില്ലായിരുന്നത്രെ. ഇങ്ങനെ കാര്യങ്ങൾ തുടർന്നാൽ അനർഹായ് സ്റ്റെപ്പിയിൽ കാലിത്തീറ്റയ്ക്കു ക്ഷാമമുണ്ടാകുകയില്ല.

എന്നാൽ വളരെ കരുതലോടെ വേണം മുന്നേറാൻ. വേനൽക്കാലത്ത് അനർഹായ് സ്റ്റെപ്പിയിൽ അസഹ്യമായ ചൂടും വരൾച്ചയും അനുഭവപ്പെടും. താഷ്-തീക്കൻ എന്ന പേരിലറിയപ്പെടുന്ന മുൾച്ചെടിപോലും നിന്നനില്പിൽ

കരിഞ്ഞുപോകും. ശൈത്യകാലം ഇവിടെ കഴിക്കാൻവേണ്ടി ശരൽക്കാലത്ത് കന്നുകാലിപ്പറ്റങ്ങളെ ഇങ്ങോട്ടു കൊണ്ടുവരുന്ന കൂട്ടുകൃഷിക്കാർ ഇവിടെ കൃഷിചെയ്യാൻ ധൈര്യപ്പെട്ടിട്ടില്ല. മറ്റുള്ളവർ ചെയ്യുന്നതിന്റെ ഫലം കാത്തിരിക്കയാണവർ. അതിനാലാണ് ഇവിടെ വേണ്ടത്ര ആൾക്കാർ ഇല്ലാത്തത്. രണ്ടു ട്രാക്ടർ ഡ്രൈവർമാർ, ട്രെയിലർ ഓടിക്കുന്ന രണ്ടുപേർ, ഒരു പാചകക്കാരി, കൃഷിവിദഗ്ധനായ സറോക്കിൻ. വെള്ളംകോരുകാരനായ ഞാൻ-ഇത്രയും പേരെ ഇവിടെയുള്ളു. ഞങ്ങൾ ഇവിടെ പണിയെടുക്കുന്നതിനെപ്പറ്റി ആരും കേട്ടിരിക്കാനിടയില്ല. ലോകത്തിൽ നടക്കുന്നതെന്താണെന്ന് ഞങ്ങളും അറിയാറില്ല. അടുത്തുള്ള ഒരു പ്രദേശത്തെ ആട്ടിടയന്മാരെ സന്ദർശിച്ചിട്ട് സറോക്കിൻ മടങ്ങിവരുമ്പോഴാണ് എന്തെങ്കിലും വാർത്ത ഞങ്ങൾക്കു കിട്ടുന്നത്. റേഡിയോ വഴി മേലധികാരികളുമായി തർക്കിക്കാനും റിപ്പോർട്ടുകൊടുക്കാനുമാണ് സറോക്കിൻ കുതിരപ്പുറത്ത് അങ്ങോട്ടു പോകുന്നത്.

ഞാൻ ബൃഹത്തായ ഒരു വികസനപദ്ധതിയാണ് ഭാവനയിൽ കണ്ടിരുന്നത്! എല്ലാം ചരിത്രാദ്ധ്യാപകന്റെ കുറ്റമാണ്. അനർഹായ് സ്റ്റെപ്പിയെ ഇത്ര വർണ്ണശബളമായി വരച്ചുകാട്ടിയത് അദ്ദേഹമാണ്."യുഗങ്ങളായി മനുഷ്യന്റെ പാദസ്പർശമേൽക്കാത്ത അതിരമണീയമായ അനർഹായ് സ്റ്റെപ്പി കർഡായ് പീഠഭൂമി മുതൽ ബൽഹാഷ് തടാകം വരെ നീണ്ടുകിടക്കുന്നു. പഴയകാലത്ത് വലിയ കുതിരപ്പറ്റങ്ങൾ അനർഹായ് കുന്നുകളിൽവച്ച് വഴിതെറ്റി എവിടെയോ മറഞ്ഞിരുന്നെന്നും വളരെക്കാലം കഴിഞ്ഞ് കാട്ടുകുതിരകളായി അവ സ്റ്റെപ്പിയിൽ അലഞ്ഞു നടന്നിരുന്നെന്നും ഐതിഹ്യങ്ങൾ പറയുന്നു. അനേകം പോരാട്ടങ്ങളുടെ മൂകസാക്ഷിയായ അനർഹായ് നാടോടി വംശങ്ങളുടെ കളിത്തൊട്ടിലായിരുന്നു. നമ്മുടെ കാലത്ത് അനർഹായ് ഒരു വൻപിച്ച കാലിവളർത്തൽ കേന്ദ്രമായി മാറും. മഹത്തായ ഭാവി അതിനെ കാത്തിരിക്കുന്നു....." ഇങ്ങനെ എന്തെല്ലാം അദ്ദേഹം പറഞ്ഞിരിക്കുന്നു.

ഭൂപടത്തിൽ ഒരു തീപ്പെട്ടിയുടെ വലിപ്പത്തിൽ അടയാളപ്പെടുത്തിയിരുന്ന അനർഹായ് സ്റ്റെപ്പിയെപ്പറ്റി പഠിക്കാൻ രസമായിരുന്നു. ഇപ്പഴോ? വെള്ളം കൊണ്ടുവരാനുള്ള വണ്ടി പ്രഭാതം മുതൽ പ്രദോഷം വരെ അങ്ങോട്ടുമിങ്ങോട്ടും ഓടിച്ചുകൊണ്ടിരിക്കുന്ന എനിക്ക് ഇപ്പോൾ എന്താണ് തോന്നുന്നത്? വൈകുന്നേരം ജോലി കഴിയുമ്പോൾ കുതിരയെ അഴിച്ചു വിടാനും അതിനു തീറ്റകൊടുക്കാനുമുള്ള ശക്തിപോലും എനിക്ക് കഷ്ടിയായിരിക്കും. ഒരു ലോറിയിൽ അവിടെ കൊണ്ടുവരുന്ന കച്ചിയാണ് കുതിരയ്ക്ക് കൊടുക്കുന്നത്. അത് കഴിഞ്ഞാലുടൻ ഞാൻ ഞങ്ങളുടെ അൽഡേയ് തരുന്നതെന്താണോ അതു തിന്നിട്ട് യൂർത്തയിൽ ചെന്ന് കട്ടിലിലേക്കു വീഴും. കണ്ണടയ്ക്കുന്നതിനു മുമ്പ് ഉറങ്ങിപ്പോവുകയും ചെയ്യും.

എങ്കിലും അനർഹായ് മനോഹരമായ ഒരു ശാദ്വലഭൂമിയാണ്. പ്രകൃതിസൗന്ദര്യം ആസ്വദിച്ചുകൊണ്ട് എത്ര മണിക്കൂർ ഇവിടെ അലഞ്ഞു തിരിഞ്ഞാലും മതിവരില്ല. പക്ഷേ എനിക്കതിനു സമയം കിട്ടാറില്ല.

എന്നാൽ എന്നെ അലട്ടിയത് മറ്റൊരു കാര്യമാണ്. അബക്കീറിന് എന്നോട് എന്താണിത്ര ദേഷ്യം? അയാൾ എന്നെ വെറുക്കുന്നതെന്തുകൊണ്ടാണ്? എന്നെ കാത്തിരിക്കുന്നത് എന്താണെന്ന് അറിഞ്ഞുകൊണ്ടുതന്നെയാണ് ഞാൻ ഇവിടെ വന്നത്.... ഏതു ബുദ്ധിമുട്ടും സഹിക്കാൻ ഞാൻ തയ്യാറായിരുന്നു. ഞാൻ ഒരു വിരുന്നു സൽക്കാരത്തിൽ പങ്കെടുക്കാൻ വന്നതല്ലല്ലോ! എന്നാൽ എന്നോടൊപ്പം

പണിയെടുക്കുകയും താമസിക്കുകയും ചെയ്യുന്ന ആളുകൾ എത്തരക്കാരായിരിക്കു മെന്ന് ഞാൻ ആലോചിച്ചിരുന്നില്ല. ആളുകൾ എല്ലായിടത്തും ഒരു പോലെയായി രിക്കുമെന്നു ഞാൻ വിചാരിച്ചു....

നാല്പത്തെട്ടു മണിക്കൂർ ഒരു ലോറിയിൽ യാത്രചെയ്ത് ഞാൻ ഇവിടെയെത്തി. അതേലോറിയിൽ വെള്ളം കൊണ്ടുവരാനുള്ള ഈ വണ്ടിയും കയറ്റിയിരുന്നു. ഈ വണ്ടി എനിക്ക് വിനയായിത്തീരുമെന്ന് അന്ന് ഞാനറിഞ്ഞിരുന്നില്ല.

ട്രെയിലറിൽ ജോലിചെയ്യാനാണ് ഞാൻ ഇവിടെ വന്നത്. വസന്തത്തിൽ ട്രെയിലർ നിയന്ത്രിക്കാൻ പഠിച്ചിട്ട് പിന്നീട് ഒരു ട്രാക്ടർ ഡ്രൈവറാകണമെന്നായി രുന്നു എന്റെ മോഹം. ജില്ലാകേന്ദ്രത്തിൽ വച്ച് അവർ പറഞ്ഞതും അതായിരുന്നു. ആ സ്വപ്നവുമായി ഞാൻ അനർഹായിൽ എത്തി. എന്നാൽ ട്രെയിലറിൽ ജോലി ചെയ്യാൻ നേരത്തെ തന്നെ ഇവിടെ രണ്ടുപേരുണ്ടായിരുന്നു. വെള്ളം കൊണ്ടുവരുന്ന ജോലിയാണ് എനിക്ക് നീക്കിവച്ചിരുന്നത്. ഇക്കാര്യം ഇവിടെയെത്തിയശേഷ മാണ് ഞാൻ അറിഞ്ഞത്. അപ്പോൾത്തന്നെ ഞാൻ തിരിച്ചുപോകേണ്ടതായിരു ന്നു. കുതിരയെക്കെട്ടിയ വണ്ടിയോടിച്ച് എനിക്ക് ശീലമുണ്ടായിരുന്നില്ല. സത്യം പറഞ്ഞാൽ ഞാൻ അതിനു മുമ്പ് എങ്ങും ജോലിചെയ്തിട്ടില്ല- അമ്മ ജോലിചെയ്യുന്ന പഞ്ചസാരമില്ലിൽ ചിലപ്പോൾ ശ്രമദാനത്തിനു പോയതൊഴിച്ചാൽ. എന്റെ അച്ഛൻ യുദ്ധത്തിൽ കൊല്ലപ്പെട്ടു. എനിക്ക് അച്ഛനെ ഓർമ്മയില്ല. അമ്മയ്ക്ക് ഒരു ഭാരമായിരി ക്കാൻ ഇഷ്ടമില്ലാത്തതുകൊണ്ട് ഞാൻ സ്വന്തം കാലിൽ നിൽക്കാൻ തീരുമാനിച്ച താണ്. എങ്കിലും ഞാൻ വീട്ടിലേക്കു തിരിച്ചുപോകുന്നതായിരുന്നു നല്ലത്. പക്ഷേ തിരിച്ചു പോകാൻ എനിക്ക് ലജ്ജതോന്നി. യാത്രയയപ്പു ദിനത്തിലെ പ്രസംഗങ്ങൾ എനിക്കോർമ്മ വന്നു. എന്തൊരു ആവേശമായിരുന്നു എല്ലാവർക്കും! ഇങ്ങോട്ടു പോരാൻ ആദ്യം അമ്മ സമ്മതിച്ചില്ല. ഞാൻ ഒരു ഡോക്ടറാകണമെന്നായിരുന്നു അമ്മയുടെ മോഹം. പക്ഷേ ഒടുവിൽ ഞാൻ അമ്മയെ പറഞ്ഞു സമ്മതിപ്പിച്ചു. എന്റെ പിടിവാശി ഒന്നുകൊണ്ടു മാത്രമാണ് ഞാൻ ഇവിടെ എത്തിയത്. എന്നിട്ട് എങ്ങിനെ തിരിച്ചുചെന്ന് ആളുകളുടെ മുഖത്തു നോക്കും? ആ ജോലി സ്വീക രിക്കാൻ തന്നെ ഞാൻ തീരുമാനിച്ച്. എന്നാൽ എന്റെ കഷ്ടപ്പാടുകളുടെ തുടക്കം അവിടെനിന്നായിരുന്നില്ല, അതായത് വെള്ളം വലിക്കുന്ന ഈ വണ്ടിയിൽനി ന്നായിരുന്നില്ല.

ഇങ്ങോട്ടു വരുന്ന വഴിക്ക് ലോറിയിൽ എണീറ്റു നിന്ന് ഞാൻ ചുറ്റും നോക്കി. അത്ഭുതംകൊണ്ട് എന്റെ കണ്ണുകൾ വിടർന്നു. ചിരപുരാതവും ഐതിഹാസികവു മായ അനർഹായ് സ്റ്റെപ്പിയാണിത്! ലോറി റോഡിലൂടെ അതിവേഗം പാഞ്ഞുകൊ ണ്ടിരുന്നു. മരതകനിറമാർന്ന ഒരു കല്ലോലിയെപ്പോലെ മെല്ലെ ഉയർന്നും താണും പോകുന്ന ഈ സ്റ്റെപ്പിയിൽ റോഡു കാണാൻ പ്രയാസമായിരുന്നു. അങ്ങകലെ നീലനിറമാർന്ന മൂടൽമഞ്ഞിന്റെ നേരിയ ആവരണം സ്റ്റെപ്പിയെ പുതപ്പിച്ചിരിക്കു ന്നു. ഉരുകിയ മഞ്ഞിന്റെ മണം മണ്ണിൽനിന്നും ഇപ്പോഴും ഉതിരുന്നുണ്ട്. എന്നാൽ ഈർപ്പമുള്ള വായുവിൽ, കഴിഞ്ഞവർഷം നശിച്ചുപോയ ചെടികളുടെ വേരിൽനിന്ന് പൊട്ടിമുളച്ചുതുടങ്ങിയ കാഞ്ഞിരച്ചെടികളുടെ കയ്പുള്ള നവസൗന്ദര്യവും കലർന്നി ട്ടുണ്ട്. അനന്തവിശാലമായ സ്റ്റെപ്പിയുടെ മുഴക്കവും വസന്തത്തിന്റെ നവോന്മേഷ വും കൊണ്ട് ഇളം തെന്നൽ ഓടിയെത്തി. ഞങ്ങൾ ചക്രവാളത്തെ ലക്ഷ്യമാക്കി പാഞ്ഞുകൊണ്ടിരുന്നെങ്കിലും അത് അകന്നകന്നു പോയി. തിരമാലകൾ പോലെ

അങ്ങകലെ പ്രത്യക്ഷപ്പെടുന്ന ചെറുകുന്നുകളുടെ മുകളിലേക്ക് അതു പിൻവാങ്ങുകയും അനന്തമായ സ്റ്റെപ്പിയുടെ പുതിയ ഒരു ദൃശ്യം ചുരുൾനിവർത്തുകയും ചെയ്തുകൊണ്ടിരുന്നു.

ചരിത്രാതീതകാലത്തെ ശബ്ദങ്ങൾ കേൾക്കുന്നതായി എനിക്കുതോന്നി. ആയിരക്കണക്കിന് അശ്വങ്ങളുടെ കുളമ്പടിയേറ്റ് ഭൂമി വിറച്ചു. ആർത്തട്ടഹസിച്ചുകൊണ്ട് നാടോടി ഗോത്രക്കാർ പറക്കുന്ന കൊടിക്കൂറകളും നീട്ടിപ്പിടിച്ച കുന്തങ്ങളുമായി കുതിരപ്പുറത്തു കയറി ഒരു വേലിയേറ്റം പോലെ സ്റ്റേപ്പിയിലൂടെ പാഞ്ഞുപോയി, എന്റെ കൺമുമ്പിൽ ഭയങ്കരമായ അനേകം പോരാട്ടങ്ങൾ നടന്നു. ലോഹങ്ങൾ കൂട്ടിമുട്ടി, ആളുകൾ നിലവിളിച്ചു, കുതിരകൾ ചിനച്ചു. ഞാൻ ആ ബഹളത്തിന്റെ ഒത്ത നടുക്കു നിൽക്കുകയായിരുന്നു... ബഹളം കുറഞ്ഞു തുടങ്ങി. യുദ്ധം അവസാനിച്ചു. അനർഹായ് സ്റ്റെപ്പിയിൽ വെളുത്ത അനേകം യൂർത്തുകൾ മുളച്ചുവന്നു.. കൂടാരങ്ങളിൽനിന്ന് ചാണകവരളി കത്തിച്ച പുക ഉയർന്നു. ആട്ടിൻ പറ്റങ്ങളും കുതിരപ്പറ്റങ്ങളും മേഞ്ഞു നടന്നു. ഒട്ടകസംഘങ്ങൾ മണികൾ കിലുക്കിക്കൊണ്ട് അന്തസ്സോടെ തലയെടുത്തു പിടിച്ച് നീങ്ങിക്കൊണ്ടിരുന്നു. അവ എവിടെനിന്നു വന്നു? എങ്ങോട്ടു പോകുന്നു? ആർക്കറിയാം..!

തീവണ്ടിയുടെ വിറയാർന്ന ചൂളം വിളി എന്നെ ഭൂമിയിലേക്കു തിരിച്ചുകൊണ്ടുവന്നു. കട്ടിയുള്ള പുക തുപ്പിക്കൊണ്ട് വണ്ടികളെ അതിവേഗം വലിച്ചു കൊണ്ടുപോകുന്ന എഞ്ചിൻ കുഞ്ചിരോമങ്ങൾ കാറ്റിൽപ്പറത്തിക്കൊണ്ട് കുതിച്ചോടുന്ന നീണ്ട വാലുള്ള ഒരു കുതിരയാണെന്നു തോന്നി. ദൂരെ നിന്നു നോക്കിയപ്പോൾ എനിക്ക് അങ്ങിനെയാണു തോന്നിയത്. തീവണ്ടി ചെറുതായി ചെറുതായി നേരിയ ഒരു കറുത്തവരയായിത്തീർന്നു. ഒടുവിൽ അതും അപ്രത്യക്ഷമായി.

സ്റ്റെപ്പിയുടെ നടുവിൽ ഒറ്റപ്പെട്ടു നിന്ന ഒരു കൊച്ചു സ്റ്റേഷന്റെയടുത്തു വച്ച് ലോറി റെയിൽപ്പാളം മുറിച്ചുകടന്ന് പ്രയാണം തുടരുന്നു...

ആദ്യ ദിവസം തന്നെ എന്റെ കള്ളി പുറത്തായി. യാത്രയ്ക്കിടയിൽ ഞാൻ സങ്കല്പത്തിൽ കണ്ട കാഴ്ച അപ്പോഴും എന്റെ മനസ്സിലുണ്ടായിരുന്നു. ഞങ്ങളുടെ താവളത്തിനടുത്തുള്ള ഒരു ചെറുകുന്നിൽ പുരാതനമായ ഒരു കൽ പ്രതിമ നിൽക്കുന്നതു ഞാൻ കണ്ടു. ചാരനിറമുള്ള കരിങ്കല്ലിൽ പരുക്കനായി കൊത്തിവച്ച ഒരു ആൾരൂപം നൂറ്റാണ്ടുകളായി അവിടെ കാവൽ നിൽക്കുന്നു. മണ്ണിൽ വളരെ ആഴത്തിൽ ഉറപ്പിച്ചുവച്ചിരുന്ന ഈ പ്രതിമ ചൈതന്യമില്ലാത്ത മങ്ങിയ കണ്ണുകൾകൊണ്ട് ദൂരത്തേക്കു തുറിച്ചു നോക്കിക്കൊണ്ടിരുന്നു. വലത്തെ കണ്ണ് അല്പം ചരിഞ്ഞതായിരുന്നു. കാറ്റും മഴയും വികൃതമാക്കിയ ആ കണ്ണ് കാഴ്ചയില്ലാത്തതും ശൂന്യവുമാണെന്നു തോന്നി. കട്ടികൂടിയ പോളയ്ക്കടിയിൽനിന്ന് പകയോടെ ഉറ്റുനോക്കിക്കൊണ്ടിരുന്ന ആ കണ്ണു കണ്ടാൽ ഭയം തോന്നും. ഞാൻ ആ രൂപം വളരെ നേരെ പരിശോധിച്ചു. യൂർത്തയിൽവച്ച് ഞാൻ സറോക്കിനോടു ചോദിച്ചു:

"ഈ രൂപം ഇവിടെ കൊത്തിവച്ചത് ആരാണെന്നറിയാമോ?"

എവിടെയോ പോകാനുള്ള തിരക്കിലായിരുന്ന സറോക്കിൻ കുതിരപ്പുറത്തു കയറുന്നതിനിടയിൽ മറുപടി പറഞ്ഞു. "കൽമിക്കുകളായിരിക്കണം."

ഞാൻ അക്കാര്യം അവിടെ അവസാനിപ്പിക്കേണ്ടതായിരുന്നു. പക്ഷേ കഷ്ടകാലത്തിന് അങ്ങിനെ ചെയ്തില്ല. അതുവരെ പരിചയപ്പെടാതിരുന്ന ട്രാക്ടർ

ഡ്രൈവർമാരുടേയും ട്രെയിലർ ജോലിക്കാരുടേയും നേരെ തിരിഞ്ഞ് ഞാൻ പറഞ്ഞു.

"അല്ല. അതു ശരിയല്ല. കൽമിക്കുകൾ പതിനേഴാം നൂറ്റാണ്ടിലാണ് ഇവിടെ എത്തിയത്. ഈ സ്മാരകശില പന്ത്രണ്ടാം നൂറ്റാണ്ടിൽ സ്ഥാപിച്ചതാണ്. മംഗോളിയക്കാർ പടിഞ്ഞാട്ടു ആക്രമണം നടത്തിയ കാലത്ത് ഉയർത്തിയതാവണം. കിർഗീസുകാരായ നമ്മൾ യെനിസേയുടെ കരയിൽനിന്ന് അവരോടൊപ്പം വന്ന് ത്യാൻ-ഷാൻ പ്രദേശത്തു താമസമാക്കി. അവർക്കും മുമ്പ് കിപ്ചാക്ക് ഗോത്രക്കാർ ഇവിടെ താമസിച്ചിരുന്നു അവർക്കും മുമ്പ് ഇവിടെ വസിച്ചിരുന്ന ആളുകൾ ചുവന്ന മുടിയും ഇളം നിറമുള്ള കണ്ണുകളുമുള്ളവരായിരുന്നു."

ഓവറാൾ ധരിച്ചുകൊണ്ട് ട്രാക്ടറിനടുത്തു നിന്നിരുന്ന ഒരാൾ എന്നെ തടഞ്ഞില്ലായിരുന്നെങ്കിൽ ഞാൻ ചരിത്രത്തിന്റെ അഗാധതയിലേക്ക് കൂടുതൽ ആണ്ടിറങ്ങുമായിരുന്നു. അബക്കീറായിരുന്നു അത്.

"എടാ, ചെറുക്കാ, നിനക്ക് പഠിപ്പ് കുറച്ചു കൂടിപ്പോയെന്ന് തോന്നുന്നു. എനിക്കിതത്ര പിടിക്കുന്നില്ല," എന്നെ തുറിച്ചുനോക്കിക്കൊണ്ട് അയാൾ പറഞ്ഞു. "യൂർത്തയിൽ ചെന്ന് എണ്ണ ട്യൂബ് എടുത്തുകൊണ്ടുവാ."

ഞാൻ തെറ്റായ സാധനമാണു എടുത്തുകൊണ്ടുചെന്നതെന്നു തോന്നുന്നു.

"എടോ പണ്ഡിതാ," പല്ലുകടിച്ചുകൊണ്ട് അയാൾ എന്നെ പരിഹസിച്ചു. പകനിറഞ്ഞ ചോരക്കണ്ണുകൾകൊണ്ട് എന്നെ ചെരിഞ്ഞു നോക്കിയിട്ട് അയാൾ തുടർന്നു:

"പാമരന്മാരായ ഞങ്ങളെ പഠിപ്പിക്കാൻ വന്നിരിക്കുന്ന നിനക്ക് കുതിരയേയും ഒട്ടകത്തേയും തിരിച്ചറിയാൻ പാടില്ല."

അന്നു മുതൽ ആ വട്ടപ്പേര് എനിക്കു പതിഞ്ഞു-പണ്ഡിതൻ.

ഞാൻ വെള്ളവും കൊണ്ട് അടുത്തെത്തിയിട്ടും അയാൾ ചീത്തപറഞ്ഞുകൊണ്ടിരുന്നു. അയാൾ എന്റെയടുത്തേക്ക് ഓടി വന്നപ്പോൾ പുതുതായി ഉഴുതുമറിച്ച മണ്ണിൽ കാലുകൾ പൂതഞ്ഞു.

"നീ ഒരു ചതഞ്ഞ പേനിനെപ്പോലെ ഇഴയുകയാണോ. ഞാനിവിടെ എത്രനേരം കാത്തിരിക്കണം? ഞാൻ നിന്റെ കഴുത്തു ഞെരിക്കും. ഒരു പണ്ഡിതൻ കുറയുമല്ലോ!"

ഒരക്ഷരം പറയാതെ ഞാൻ ട്രാക്ടറിനടുത്തേക്ക് വണ്ടി ഓടിച്ചു. പറയാൻ എന്തിരിക്കുന്നു? ട്രാക്ടർ നിശ്ചലമായി നിൽക്കുന്നത് എന്റെ കുറ്റംകൊണ്ടാണ്. ട്രെയിലറിലെ ജോലിക്കാരിയായ കലീപ എനിക്കുവേണ്ടി വാദിച്ചത് എനിക്ക് ആശ്വാസമായി.

"നിർത്തു, അബക്കീർ," അവൾ പറഞ്ഞു. "പ്രാകുന്നതുകൊണ്ട് കാര്യമില്ല. അവനെ ഒന്നു നോക്കു. ആ പാവം കുട്ടി തളർന്നു കഴിഞ്ഞു!" എന്റെ വിറയ്ക്കുന്ന കൈകളിൽനിന്ന് വെള്ളം നിറച്ച തൊട്ടി വാങ്ങി അവർ തന്നെ റേഡിയേറ്ററിലൊഴിച്ചു. "അവൻ തന്നാലാവുന്നതിൽ കൂടുതൽ ജോലി ചെയ്യുന്നുണ്ട്. പാവം, അവന്റെ ദേഹം മുഴുവൻ നനഞ്ഞതു കണ്ടില്ലേ?"

"അതിനു ഞാനെന്തു വേണം?" അബക്കീർ കയർത്തു. "അവൻ വല്ല പുസ്തകവും വായിച്ചുകൊണ്ട് വീട്ടിലിരുന്നാൽ മതിയായിരുന്നു."

"നിർത്തു!" കലീപ വീണ്ടും പറഞ്ഞു. "നിങ്ങൾ കണ്ണിൽച്ചോരയില്ലാത്തവനാണ്.

അതു നല്ലതല്ല, അബക്കീർ."

"ഇതൊക്കെ വകവച്ചുകൊടുത്താൽ ഞാൻ പട്ടിണിയാകും. പ്ലാൻ അനുസരിച്ചുള്ള ജോലി പൂർത്തിയാക്കേണ്ടത് എന്റെ ചുമതലയാണ്. ഈ പണ്ഡിതനായ വിസ്ലി എന്റെ ജോലി തടസ്സപ്പെടുത്തുകയാണെന്ന് ആരെങ്കിലും അറിയുന്നുണ്ടോ?"

എന്റെ പഠിപ്പിനെപ്പറ്റിയായിരുന്നു അയാൾക്ക് പരാതി! ഞാൻ എന്തിനു പഠിച്ചു? ആ ചരിത്രാദ്ധ്യാപകൻ എന്തിന് ഞങ്ങളെ പഠിപ്പിച്ചു?

അയാളുടെയടുത്തുനിന്ന് കഴിയുന്നതും വേഗം പോകാൻ ഞാൻ തിടുക്കംകൂട്ടി. വയലിന്റെ മറ്റെയറ്റത്തുള്ള ട്രാക്ടറിനും വെള്ളമെത്തിക്കണം. സദബേക്ക് എന്നു പേരുള്ള ഗൗരവക്കാരനായ ഒരു വൃദ്ധനായിരുന്നു അതിന്റെ ഡ്രൈവർ. അയാൾക്കും ശുണ്ഠിവരാറുണ്ടായിരുന്നെങ്കിലും എന്റെ നേരെ അയാൾ തട്ടിക്കയറുകയില്ല.

അബക്കീർ ട്രാക്ടർ സ്റ്റാർട്ടാക്കി ജോലി തുടങ്ങി. ഞാൻ ആശ്വാസത്തോടെ നിശ്വസിച്ചു. നനഞ്ഞ ഉടുപ്പുകൾക്കുള്ളിൽ എന്റെ ദേഹം തണുത്തു വിറച്ചു. അബക്കീർ ഇത്ര നീചമായും പകയോടെയും എന്നോടു പെരുമാറുന്നതെന്തിനാണ്? അയാൾ ഒരു വൃദ്ധനായിരുന്നില്ല. മുപ്പതു വയസ്സിൽക്കൂടുതലില്ല അയാൾക്ക്. അയാളുടെ മുഖം തടിച്ചതാണ്. ഉന്തിയ കവിളെല്ലുകളുള്ള ആ മനുഷ്യന്റെ കൈകൾക്കു നല്ല കരുത്തുണ്ടായിരുന്നു. മിണ്ടുന്നതിനു മുമ്പ് ദേഷ്യം വരുന്ന പ്രകൃതം. ദേഷ്യം വന്നാൽപ്പിന്നെ അയാൾ ചീത്തപറഞ്ഞു തുടങ്ങും. ഒരു ദിവസം സംഭവിച്ചത് ഇതാണ്. വൈകുന്നേരം തുടങ്ങിയ മഴ രാത്രിയായിട്ടും നിലച്ചിരുന്നില്ല. വിഷാദപൂർവ്വം എന്തോ പിറുപിറുക്കുന്നതു പോലെ രാത്രി മുഴുവൻ മഴ ചാറിക്കൊണ്ടിരുന്നു. യൂർത്തയുടെ നനഞ്ഞ തുകലിനിടയിലൂടെ ഉള്ളിലേക്ക് വെള്ളം ഇറ്റിറ്റു വീണു.

നേരം വെളുത്തിട്ടും മഴ തോർന്നില്ല. പുറത്തിറങ്ങാൻ നിവൃത്തിയില്ലാതെ ഞങ്ങൾ യൂർത്തയ്ക്കുള്ളിൽ ഇരുന്നു. വെറുതെയിരുന്ന ഞങ്ങൾക്കു മുഷിവുതോന്നി. സറോക്കിൻ അവിടെയില്ലായിരുന്നു. മഴയായാലും വെയിലായാലും അയാൾക്കു പിടിപ്പതു ജോലിയുണ്ട്. കന്നുകാലികളെ വളർത്തുന്നതിന്റെ ചുമതലയും അയാൾക്കായിരുന്നതിനാൽ അധികസമയവും അയാൾ കുതിരപ്പുറത്തായിരുന്നു. ഒരു നിമിഷം പോലും വിശ്രമിക്കാതെ അയാൾ പണിയെടുത്തു.

മഴ അല്പമൊന്നു തോർന്നപ്പോൾ യെസിർകേപ് എന്ന ടെയിലർ ജോലിക്കാരൻ എന്റെ കുതിരയേയും കൊണ്ട് ആട്ടിടയന്മാരുടെയടുത്തേക്കു പോയി. സദബേക്കിന്റെ അനിയനായിരുന്നു യെസിർകേപ്. പാചകക്കാരി അൽഡേയോടൊപ്പം കലീപ ഉറവയിൽനിന്ന് വെള്ളമെടുക്കാൻ പോയി. അബക്കീറും സദബേക്കും ഞാനും യൂർത്തയിൽ അവശേഷിച്ചു.

ഞങ്ങൾ മുഖം വീർപ്പിച്ച് മൗനമായിരുന്നു. അബക്കീർ കാലു പുറത്തേക്കു നീട്ടിവച്ച് അയാളുടെ കട്ടിലിൽ കിടന്നു പുക വലിച്ചു. സദബേക്ക് അടുപ്പിനടുത്തിരുന്ന് ചെരുപ്പുതുന്നുന്ന സൂചിയും മെഴുക്കുചരടും ഉപയോഗിച്ച് ഒരു ബൂട്ട് നന്നാക്കുകയായിരുന്നു. ഞാൻ ഒരു മൂലയിൽ കൂനിക്കൂടിയിരുന്ന് വായിച്ചു.

യൂർത്തയിൽ ഈർപ്പം തങ്ങിനിന്നു. നനഞ്ഞ തോലിന് ആടിന്റെ നാറ്റം ഉണ്ടായിരുന്നു. കട്ടൻചായയുടെ നിറമുള്ള വെള്ളത്തുള്ളികൾ ഇടയ്ക്കിടെ തറയിൽ വീഴുന്നുണ്ട്. മഴ പിന്നെയും എന്തോ പിറുപിറുത്തുകൊണ്ടിരുന്നു.

അബക്കീർ മടുപ്പോടെ കോട്ടുവായിട്ടു. മൂരിനിവർന്നുകൊണ്ട് അയാൾ

സിഗററ്റുകുറ്റി നിലത്തേക്കെറിഞ്ഞു. അത് തോലിന്റെ അറ്റത്തുചെന്ന് വീണു. തൽക്ഷണം തന്നെ കമ്പിളി കരിഞ്ഞുതുടങ്ങി. സദബേക്ക് സിഗററ്റുകുറ്റി എടുത്ത് അടുപ്പിലേക്കിട്ടു.

"കുറച്ചുകൂടി സൂക്ഷിക്കണം." അയാൾ പറഞ്ഞു. മെഴുകുചരട് ബൂട്ടിലൂടെ കയറ്റി മുകളിലേക്കു വലിച്ചെടുക്കുകയായിരുന്നു അയാൾ. "എണീക്കാൻ ഇത്ര പ്രയാസമാണോ?"

"എന്താ കാര്യം?" അബക്കീർ വെല്ലുവിളിക്കും പോലെ ചോദിച്ചു.

"തോലിനു തീ പിടിച്ചു."

"ഓ, ആ വിലയില്ലാത്ത സാധനമോ?" അബക്കീർ പറഞ്ഞു.

"തന്റെ പഴഞ്ചൻ ബൂട്ടു നന്നാക്കിക്കൊണ്ട് താൻ അടങ്ങിയിരുന്നാൽ മതി."

"അതിന്റെ വിലയല്ല പ്രധാനം. താൻ ഇവിടെ ഒറ്റയ്ക്കല്ല. ഇതു തന്റെ സ്വന്തം വീടുമല്ല."

"എന്റെ വീട്ടിലല്ലെന്ന് എനിക്കറിയാം. ആയിരുന്നെങ്കിൽ തന്നോടു സംസാരിച്ചു ഞാൻ സമയം കളയുകയില്ലായിരുന്നു. കേട്ടോ, കൊള്ളരുതാത്ത വിഡ്ഢി, തന്നേയും തന്റെ ഭാര്യയേയും പോലുള്ള വിഡ്ഢികളോടൊപ്പം കുറ്റവാളികൾക്കുവേണ്ടിയുണ്ടാക്കിയ ഈ പാളയത്തിൽ താമസിക്കാനിടയായത്. എന്റെ പാപങ്ങൾക്കുള്ള ശിക്ഷയായിരിക്കാം."

സദബേക്ക് മെഴുകുചരട് ദേഷ്യത്തോടെ വലിച്ചു. സൂചി അയാളുടെ കയ്യിൽ നിന്ന് വഴുതി വീണു. അയാൾ അബക്കീറിനെ വെറുപ്പോടെ ഒന്നു നോക്കി. ഒരു കൈയിൽ ബൂട്ടും മറ്റെ കയ്യിൽ കമ്പിപോലെ വലിഞ്ഞു മുറുകിയ മെഴുകു ചരടും പിടിച്ചുകൊണ്ട് അയാൾ മുമ്പോട്ടാഞ്ഞു. എന്നിട്ട് ഭീഷണമായ ശബ്ദത്തിൽ പറഞ്ഞു:

"ശരി, ഞാനൊരു വിഡ്ഢിയാണ്. നിങ്ങൾക്കെല്ലാം വെച്ചുവിളമ്പിത്തരാൻ എന്നോടൊപ്പം ഇറങ്ങിപ്പുറപ്പെട്ട എന്റെ ഭാര്യയും വിഡ്ഢിയാണ്. സമ്മതിച്ചു. പക്ഷേ ഈ അനർഹായ് സ്റ്റെപ്പിൽ പണിയെടുക്കുന്ന എല്ലാവരും കുറ്റവാളികളാണെന്നാണോ താൻ പറയുന്നത്.? താനാണോ അവരെ ഇങ്ങോട്ടയച്ചത്? പറയെടാ, നായിന്റെ മോനേ!" സദബേക്ക് ചാടിയെണീറ്റ് മുള്ളാണി തറച്ച തന്റെ ബൂട്ട് വലതു കൈയിലേക്കു മാറ്റിപ്പിടിച്ചു.

അബക്കീർ അടുത്തു കിടന്ന ഒരു സ്പാനർ കൈയിലെടുത്ത് അടിക്കാൻ ഓങ്ങി നിന്നു.

ഞാൻ ഭയന്നുപോയി. അവർ പരസ്പരം കൊല്ലുമെന്നു തോന്നി.

"അരുത്, അബക്കീർ!" എന്നു പറഞ്ഞുകൊണ്ട് ഞാൻ ഓടിച്ചെന്നു. "അടിക്കരുത്! സദബേക്ക്, വഴക്കുണ്ടാക്കാതെ മാറി നിൽക്കു!"

സദബേക്ക് എന്നെ തള്ളിമാറ്റി, രണ്ടുപുലികളെപ്പോലെ പരസ്പരം നോക്കിക്കൊണ്ട് അവർ ഇരുവരും യൂർത്തയിൽ വട്ടമിട്ടു നടന്നു. രണ്ടുപേരും ഒരേസമയം മുമ്പോട്ടു ചാടി. അബക്കീറിന്റെ സ്പാനർ സദ ബേക്കിന്റെ തലയിൽ കൊണ്ടേനെ. എന്നാൽ സദബേക്ക് തല കുനിച്ച് ഒഴിഞ്ഞുമാറുകയും രണ്ടു കൈകൊണ്ടും അതിൽ പിടികൂടുകയും ചെയ്തു. അബക്കീർ ഭയങ്കരശക്തനായിരുന്നു. അയാൾ സദബേക്കിനെ തള്ളിത്താഴെയിട്ടു. അവർ ഇരുവരും നിലത്തുകിടന്ന് ഉരുണ്ടു തുടങ്ങി. അബക്കീറിന്റെ

കൈയിൽ നിന്നു താഴെ വീണ സ്പാനറിന്റെ മീതെ ചാടിവീണ് അതെടുത്തുകൊണ്ട് ഞാൻ പുറത്തേയ്ക്കോടി.

"അൽഡേയ്!" കലീപ! വേഗം വരൂ!" വെള്ളവുമായി നടന്നുവന്ന സ്ത്രീകളോട് ഞാൻ വിളിച്ചു പറഞ്ഞു. "അവർ പരസ്പരം കൊല്ലും."

അവർ വെള്ളത്തൊട്ടികൾ താഴെയിട്ടിട്ട് ഓടി എന്നോടൊപ്പം യുർത്തയിലെത്തി. രണ്ടുപേരും അപ്പോഴും നിലത്തു കിടന്നുരുളുകയായിരുന്നു. ഞങ്ങൾ അവരെ പിടിച്ചുമാറ്റി. അവരുടെ വസ്ത്രങ്ങൾ കീറിപ്പോയിരുന്നു. ദേഹത്തുനിന്ന് രക്തം ഒലിക്കുന്നുണ്ട്. അൽഡേയ് ഭർത്താവിനെ വാതിൽക്കലേക്കു പിടിച്ചുവലിച്ച് കൊണ്ടുപോയി. ആ സമയത്ത് കലീപയുടെ പിടിവിടുവിച്ച് അബക്കീർ അലറി:

"എടാ പട്ടീ, നീ നോക്കിക്കോ? നീ എന്റെ കാലുപിടിക്കും! വൃത്തികെട്ട ശവമേ, അബക്കീർ കാണിച്ചു തരാം."

അസ്ഥിമാത്രശരീരയായ അൽഡേയ് അബക്കീറിന്റെ നേരെ തിരിഞ്ഞുനിന്ന് അയാളുടെ മുഖത്തു നോക്കികൊണ്ട് പറഞ്ഞു.:

"എന്റെ ഭർത്താവിനെ താൻ തൊട്ടാൽ ഞാൻ തന്റെ കണ്ണുതുറന്നെടുക്കും. പിന്നീട് തനിക്ക് തന്നത്താൻ തിരിച്ചറിയാൻ കഴിയുകയില്ല."

സദബേക്ക് ഭാര്യയുടെ കൈയിൽ പിടിച്ചു.

"വേണ്ട, അൽഡേയ്. അയാൾ അതുപോലും അർഹിക്കുന്നില്ല...."

ഞാൻ പുറത്തു പോയി നേരത്തെ വലിച്ചെറിഞ്ഞ സ്പാനർ കണ്ടുപിടിച്ച് ശിലാരൂപത്തിനടുത്ത് ഒളിച്ചുവച്ചു. പൊടുന്നനെ അതിന്റെ മുമ്പിൽ ചടഞ്ഞിരുന്ന് ഞാൻ തേങ്ങിക്കരഞ്ഞു. എന്റെ ദേഹം വിറച്ചുകൊണ്ടിരുന്നു. ആരും അതു കണ്ടില്ല. എനിക്ക് എന്തുപറ്റിയെന്ന് എനിക്കുതന്നെ മനസ്സിലായില്ല. ശിലാവിഗ്രഹം മാത്രം എന്റെ നിരാശ രഹസ്യമായി മനസ്സിലാക്കിയിട്ടെന്ന പോലെ കാഴ്ചയില്ലാത്ത കണ്ണു കൊണ്ട് പകയോടെ എന്നെനോക്കിക്കൊണ്ടിരുന്നു. ചുറ്റും മൂടൽ മഞ്ഞിൽ കുളിച്ച് നനവാർന്ന സ്റ്റെപ്പിയാണ്. അതിന്റെ ഗംഭീരമായ നിശ്ശബ്ദതയെ ഭഞ്ജിക്കാൻ എന്റെ തേങ്ങലുകളല്ലാതെ മറ്റൊരു ശബ്ദവും ഉണ്ടായിരുന്നില്ല. ഞാൻ വളരെ നേരം അവിടെയിരുന്നു. നേരം ഇരുട്ടുന്നതു വരെ...

രമണീയമായ സ്റ്റെപ്പിയിലെ എന്റെ ജീവിതം അതായിരുന്നു. ഞാൻ എത്ര ശ്രമിച്ചാലും ഫലമില്ല. അബക്കീർ എന്നെ വല്ലാതെ കഷ്ടപ്പെടുത്തിയിരുന്നു. എന്തു ചെയ്യണമെന്ന് എനിക്കറിയില്ല. എന്നാൽ ഞാൻ ഒരിക്കലും കീഴടങ്ങുകയില്ലെന്ന് തീരുമാനിച്ചു. ഒരു മനുഷ്യൻ എവിടെ നിന്നാലും കാലുറപ്പിച്ചു നിൽക്കണം, വീണു പോകുന്നതുവരെ.

"ശരി, നമുക്കു പോകാം," ഞാൻ കുതിരയോടു പറഞ്ഞു. "നമുക്ക് ജോലി ചെയ്യാനുണ്ട്. ആലോചിച്ചു നിൽക്കാൻ സമയമില്ല."

2

പിറ്റേ ദിവസം വെളുപ്പിന് പതിവിലും നേരത്തെ ഞാൻ ഉണർന്നു. ആരും എന്നെ ശകാരിക്കാനും ചീത്തപറയാനും ഇടകൊടുക്കാതെ സർവ്വശേഷിയും ഉപയോഗിച്ച് അന്നു പണിയെടുക്കണമെന്ന് തലേരാത്രി ഞാൻ തീരുമാനിച്ചിരുന്നു.

ഞാൻ മറ്റുള്ളവരെക്കാൾ ഒട്ടും മോശക്കാരനല്ലെന്ന് തെളിയിക്കണം.

ട്രാക്ടറുകൾക്ക് ഇന്ധനം എത്തിച്ചുകൊടുക്കുകയാണ് ഞാൻ ആദ്യം ചെയ്തത്. ഞാൻതന്നെ അത് ടാങ്കുകളിൽ നിറച്ചു. പിന്നീട് ഞാൻ വീപ്പയുമായി ഉറവയിൽ ച്ചെന്നു വെള്ളം കൊണ്ടുവന്ന് റേഡിയേറ്ററുകളിലൊഴിച്ചു. ജോലി സമയം തുടങ്ങുന്ന തിനു മുമ്പുതന്നെ ഞാനതൊക്കെ ചെയ്തു കഴിഞ്ഞു. യൂർത്തയിൽച്ചെന്ന് ധൃതിയിൽ പ്രഭാതഭക്ഷണം കഴിച്ചിട്ട് ഞാൻ പിന്നേയും വെള്ളമെടുക്കാൻ ഉറവയുടെയടുത്തേ ക്കു തിരിച്ചു. ഒരു നിമിഷം പോലും ഞാൻ വെറുതെ കളഞ്ഞില്ല. കാര്യങ്ങളെല്ലാം ഇതേവരെ ഞാനുദ്ദേശിച്ചതുപോലെ തന്നെ നടന്നു.

ഇതിനിടെ വെളുപ്പുനിറമാർന്ന ചക്രവാളരേഖയ്ക്കു പിന്നിൽ സൂര്യൻ ഉണർന്നു. അനർഹായ് സ്റ്റെപ്പിയുടെ വിശാലതയിലേക്കു നോക്കാൻ ധൈര്യമില്ലാഞ്ഞിട്ടെന്ന വണ്ണം അതു പുറത്തു വരാൻ മടിച്ചുനിന്നു. ഒടുവിൽ അത് പുറത്തേക്ക് എത്തിനോക്കി. സൂര്യോദയത്തിലെ സ്റ്റേപ്പിയെപ്പോലെ മനോഹരമായി ഭൂമിയിൽ മറ്റൊന്നുമില്ല! പരന്നുകിടക്കുന്ന ഒരു മഹാസമുദ്രംപോലെയാണത്. അതിലെ നീലത്തിരമാലകൾ അവിടവിടെ കടുംപച്ചയും മഞ്ഞയും നിറമാർന്ന് നിശ്ചലമായി നിൽക്കുന്നു.

ഹാ, അനർഹായ്! നീ ഇത്ര നിശ്ശബ്ദയായിരിക്കുന്നതെന്താണ്? എന്തിനെപ്പ റ്റിയാണ് നീ ആലോചിക്കുന്നത്? യുഗങ്ങളായി നീ കാത്തുസൂക്ഷിക്കുന്ന രഹസ്യം എന്താണ്? ഭാവി നിനക്ക് ഒരുക്കിവച്ചിരിക്കുന്നതെന്താണ്?

ഞാൻ ഒരു വെറും വെള്ളംകോരുകാരനാണ്, പക്ഷേ അതു സാരമില്ല. ഈ മണ്ണിന്റെ യജമാനനാകാൻ ഇനിയും എനിക്കു കഴിയും. ഈ യന്ത്രങ്ങളേയും ഞാൻ വരുതിയിൽ നിർത്തും. ഇവിടെയുള്ള രണ്ടുട്രാക്ടറുകളും ഇവിടെ നടക്കുന്ന ജോലിയും വെറും തുടക്കം മാത്രമാണല്ലോ. അനർഹായ് സ്റ്റെപ്പിയുടെ അടിയിലൂടെ വൻനദികൾ ഒഴുകുന്നുണ്ടെന്ന് ഭൂഗർഭശാസ്ത്രജ്ഞന്മാർ കണ്ടുപിടിച്ചതായി ഞാൻ എവിടെയോ വായിച്ചിട്ടുണ്ട്. ഒരു പക്ഷേ അത് ഇപ്പോൾ വെറുമൊരു ആശയം മാത്രമായിരിക്കാം. എങ്കിലും ഒരിക്കൽ മനുഷ്യൻ അനർഹായ് സ്റ്റെപ്പിയുടെ ദാഹം മാറ്റുമെന്ന് ഞാൻ ഉറച്ചു വിശ്വസിക്കുന്നു. സ്റ്റെപ്പിയിൽ പച്ചനിറമുള്ള ഫലത്തോ ട്ടങ്ങൾ പ്രത്യക്ഷപ്പെടും. തോടുകളിലൂടെ ശീതളജലം ഒഴുകും. സ്വർണ്ണനിറമുള്ള ഗോതമ്പുവയലേലകൾ കാറ്റിൽ നൃത്തം ചെയ്യും. പട്ടണങ്ങളും ഗ്രാമങ്ങളും ഇവിടെ പ്രത്യക്ഷപ്പെടും. നമ്മുടെ പിൻതലമുറക്കാർ ഈ സ്റ്റെപ്പിയെ ഒരു അനുഗ്രഹീത ഭൂമിയായി കാണും. അനേകം വർഷങ്ങൾ കഴിഞ്ഞ് എന്നെപ്പോലെ ഇവിടെ യെത്തുന്ന ഒരു കൊച്ചു പയ്യന് പകൽമുഴുവൻ വെള്ളവുമായി അങ്ങോട്ടുമിങ്ങോട്ടും ഓടേണ്ടിവരികയില്ല. അബക്കീറിനെപ്പോലുള്ള ഒരു മുഠാളന്റെ ശകാരം കേൾക്കേ ണ്ടിവരികയുമില്ല. എങ്കിലും അവനോട് എനിക്ക് അസൂയയില്ല. കാരണം ഇവിടെ ആദ്യം എത്തിയത് ഞാനാണ്!

ഞാൻ വണ്ടിനിർത്തി പ്രകൃതിദൃശ്യം നോക്കിനിന്നു. ആ നിമിഷത്തിൽ ലോകത്തിലെ ഏറ്റവും സന്തുഷ്ടനും ശക്തനും സുന്ദരനുമായ പുരുഷൻ ഞാനായി രുന്നു. മഹത്തായ അനർഹായ് അനുഗ്രഹീതമാവട്ടെ!

ഒടുവിൽ ചക്രവാളത്തിനു പിന്നിൽനിന്ന് ഉജ്ജ്വലപ്രഭയുള്ള വലിയ സൂര്യബിംബം പുറത്തുകടന്നു.

എന്നെ സംബന്ധിച്ചിടത്തോളം ആ ദിവസത്തിന്റെ തുടക്കം നല്ലതായിരുന്നു.

എഞ്ചിൻ നിശ്ചലമായില്ല-ഞാൻ സമയത്ത് വെള്ളം എത്തിച്ചുകൊടുത്തു. എന്നാൽ വൈകുന്നേരമാകാൻ ഇനി എത്രയോ സമയം ബാക്കിയുണ്ട്....

ഒരു തവണ ഉറവയ്ക്കടുത്തെത്തിയപ്പോൾ അവിടെ കുറെ ആടുകളും ആട്ടിൻകുട്ടികളും നിൽക്കുന്നതു കണ്ടു. ഒരു പെൺകുട്ടിയാണ് അവയെ അങ്ങോട്ടു തെളിച്ചുകൊണ്ടു വന്നത്. അവയെ ഉറവയിലേക്കിറക്കാതെ ഒഴുകിവന്ന വെള്ളം കുടിക്കാൻ അവൾ അനുവദിച്ചു: ഇവൾ എവിടുന്നുവന്നു? ആട്ടിടയന്മാർ താമസിക്കുന്നിടത്തുനിന്നു വന്നതാവാം. ഇരട്ടത്തലയുള്ള കുന്നിന്റെ പിന്നിലാണ് അവർ താവളമടിച്ചിരിക്കുന്നത്. അവളുടെ മുഖം എനിക്ക് പരിചയമുണ്ടെന്നു തോന്നി. ഇവളെപ്പോലെ മുൻവശത്തെ മുടി ചെറുതായി വെട്ടിയ ഒരു വിയറ്റ്നാംകാരി പെൺകുട്ടിയുടെ പടം ഞാൻ ഏതോ ഒരു മാസികയിൽ കണ്ടിട്ടുണ്ട്. അതു കൊണ്ടാവാം ഇവളെ മുമ്പു കണ്ടിട്ടുണ്ടെന്നു തോന്നിയത്.

ഞങ്ങൾ നിശ്ശബ്ദരായി പരസ്പരം നോക്കിക്കൊണ്ടു നിന്നു. എന്നെ അവിടെ കണ്ടത് അവളെയും അവളെ അവിടെ കണ്ടത് എന്നെയും ഒരു പോലെ അത്ഭുതപ്പെടുത്തിയിരുന്നു. എന്നാൽ ഞാൻ വണ്ടിയിൽ നിന്നും ചാടിയിറങ്ങി ഉറവയിലെ വെള്ളം വീപ്പയിൽ നിറച്ചു തുടങ്ങി.

ആടുകൾ വെള്ളം കുടിച്ചു കഴിഞ്ഞപ്പോൾ പെൺകുട്ടി അവയെ തെളിച്ചുകൊണ്ടുപോയി. എന്റെയടുത്തെത്തിയപ്പോൾ അവൾ ചോദിച്ചു:

"ഈ ഉറവയുടെ പേരെന്താണ്?"

എന്റെ തൊട്ടി ഇളക്കിമറിച്ച വൃത്താകൃതിയിലുള്ള ആ തിളങ്ങുന്ന ജലനിരപ്പിലേക്കു നോക്കി ഞാൻ ആലോചിച്ചുനിന്നു. തീർച്ചയായും ഇതിന് ഒരു പേരുവേണം. ഞങ്ങളുടെ ഒരേയൊരു ഉറവയാണിത്. ഞാൻ നോക്കിനിൽക്കെ വെള്ളം നിശ്ചലമായിത്തീർന്നു. അതിന്റെ ഉപരിതലത്തിന് ഇളം നിറവും അടിയിൽ ഇരുണ്ട നിറവുമായിരുന്നു.

"ഇതിന്റെ പേര് ഒട്ടകക്കണ്ണെന്നാണ്." തല തിരിച്ച് പെൺകുട്ടിയെ നോക്കിക്കൊണ്ട് ഞാൻ പറഞ്ഞു.

"ഒട്ടകക്കണ്ണ്?" അവൾ തന്റെ മുടി മെല്ലെ കുടഞ്ഞു പിറകോട്ടാക്കിക്കൊണ്ട് പുഞ്ചിരിച്ചു. "നല്ലപേര്! വാസ്തവത്തിൽ ഇതൊരു ഒട്ടകക്കണ്ണുപോലാണിരിക്കുന്നത്. അതുപോലെ തന്നെ ചിന്താകുലമാണ്..."

ഞങ്ങൾ സംസാരിച്ചുതുടങ്ങി, ഞാനും അവളും ഒരേ സ്ഥലത്തുനിന്ന് വന്നവരാണെന്നു മനസ്സിലായി. അവൾക്ക് എന്റെ ചരിത്രാദ്ധ്യാപകനായിരുന്ന അൽഡിയാറൊവിനെ പരിചയമുണ്ടായിരുന്നു. ഇവിടെ ഈ സ്റ്റെപ്പിയിൽവച്ച് എന്റെ പ്രിയങ്കരനായ അധ്യാപകന്റെ പേര് അപരിചിതയായ ഒരു പെൺകുട്ടിയിൽ നിന്ന് കേൾക്കാൻ കഴിയുന്നത് എത്ര അത്ഭുതകരമാണ്! അനർഗായ് സ്റ്റെപ്പിയിലേക്കു വരാൻ അവൾ തീരുമാനിച്ചതും ഒരു പക്ഷേ അദ്ദേഹത്തിന്റെ സ്വാധീനം കൊണ്ടാവാം. അവൾ എന്നെക്കാൾ ഒരു വർഷം മുമ്പ് സ്കൂൾ വിട്ടതാണ്. എന്റെ സ്കൂളിലല്ല മറ്റൊരു സ്കൂളിലാണ് അവൾ പഠിച്ചിരുന്നത്. ഇപ്പോൾ ഒരു ഇടയന്റെ സഹായിയായി ജോലി ചെയ്യുന്നു.

"ഞങ്ങൾ താമസിക്കുന്നിടത്തെ കിണറ്റുവെള്ളത്തിന് ഉപ്പുരസമുണ്ട്," ഈ ഭാഗത്തെവിടെയോ ഒരു ഉറവയുണ്ടെന്ന് ആളുകൾ പറയുന്നതു കേട്ടിട്ടുണ്ട്.

എനിക്കുതന്നെ ഒഴുകുന്ന വെള്ളം കാണാൻ കൊതി തോന്നി. ആട്ടിൻകുട്ടികളെ ഒഴുക്കുവെള്ളത്തിന്റെ സ്വാദറിയിക്കണമെന്നും എനിക്ക് ആഗ്രഹമുണ്ടായിരുന്നു. ഇവ കുറച്ചുകൂടി വളർന്നു കഴിഞ്ഞാൽ ഞാൻ ഇവയെ പറ്റത്തിൽ ഏല്പിക്കും. ശരൽക്കാലത്ത് എനിക്ക് കോളേജിൽ ചേരണം."

"കുറെനാൾ കഴിഞ്ഞ് എനിക്കും പഠിത്തം തുടരണമെന്നുണ്ട്," ഞാൻ പറഞ്ഞു. "ബലതന്ത്രത്തിലാണ് എനിക്ക് താല്പര്യം. എന്നെ ട്രാക്ടറിന്റെ ജോലിയിൽ സഹായിക്കാൻ ഇങ്ങോട്ടു വിട്ടതാണ്." വണ്ടിയും വീപ്പയും ചൂണ്ടിക്കാട്ടിക്കൊണ്ടു ഞാൻ തുടർന്നു: "ഇതു ഞാൻ അവരെ സഹായിക്കാൻ തല്ക്കാലം ചെയ്യുന്നെന്നേയുള്ളു. മറ്റൊരാളെ ഈ ജോലിക്ക് അയച്ചുതരാമെന്ന് അവർ പറഞ്ഞിട്ടുണ്ട്..."

ഞാൻ യാതൊരു ക്ലേശവുമില്ലാതെ നുണ പറഞ്ഞു. സത്യത്തിൽ അറിയാതെ തന്നെ ആ വാക്കുകൾ എന്റെ നാവിൽനിന്നുതിർന്നു വീഴുകയാണുണ്ടായത്. ലജ്ജകൊണ്ട് എന്റെ ദേഹം ചുട്ടുപൊള്ളി. അടുത്തക്ഷണത്തിൽ ഞാൻ തണുത്തുവിറച്ചു.

"ഏയ്, പണ്ഡിതാ! ഞാൻ നിന്റെ പല്ലു തെറിപ്പിക്കും!" അ ബക്കീറിന്റെ വെറുക്കപ്പെട്ട ശബ്ദം ദൂരെനിന്ന് വിളിച്ചുപറഞ്ഞു.

"എനിക്ക് ഇനി വർത്തമാനം പറഞ്ഞു നിൽക്കാൻ നേരമില്ല."

"അയാൾക്കെന്തു വേണം?" പെൺകുട്ടി ചോദിച്ചു. അവൾ അബക്കീറിന്റെ വാക്കുകൾ ശരിക്കു കേട്ടില്ലെന്ന് എനിക്ക് മനസ്സിലായി.

"ഓ, ഒന്നുമില്ല" എന്റെ മുഖം ചുവന്നു. "വെള്ളം വേണം. അത്രയേയുള്ളു."

അവൾ ആട്ടുകളെ തെളിച്ചുകൊണ്ടുപോയി. അബക്കീർ ട്രാക്ടറിന്റെ മുകളിൽ കയറിനിന്ന് മുഷ്ടി ചുരട്ടി വായുവിൽ ഇടിച്ചുകൊണ്ട് നാട്ടുമുഴുവൻ കേൾക്കുമാറ് ഉറക്കെ അലറിക്കൊണ്ടിരുന്നു.

"ഞാൻ ഇതാ വന്നുകഴിഞ്ഞു. ഒന്നു മിണ്ടാതിരിക്കു! പരിചയമില്ലാത്തവരുടെ മുമ്പിൽ വച്ച് ഇങ്ങനെ അലറുന്നതു ശരിയാണോ?" കടുത്ത നിരാശയോടെ ഞാൻ പിറുപിറുത്തുകൊണ്ട് കുതിരയെ കുതിച്ചോടിച്ചു.

വീപ്പയിലെ വെള്ളം തുളുമ്പി എന്റെ ദേഹത്തു വീണുകൊണ്ടിരുന്നു. ഞാൻ അതൊന്നും വകവച്ചില്ല. വെള്ളം മുഴുവൻ തുളുമ്പിപ്പോകുന്നെങ്കിൽ പോകട്ടെ! അയാളുടെ ശകാരം കേട്ടു കേട്ട് എന്റെ ക്ഷമ നശിച്ചിരുന്നു.

തലേ ദിവസത്തെപ്പോലെ തന്നെ അബക്കീർ ചാടിയിറങ്ങി എന്റെയടുത്തേക്കു നടന്നുവന്നു.. ഞാൻ കുതിരയെ നിർത്തി.

"നിങ്ങൾ ഇങ്ങനെ എന്റെ നേരെ അലറിയാൽ ഞാൻ ഈ ജോലി ഉപേക്ഷിച്ച് എന്റെ പാട്ടിനു പോകും." ഞാൻ പറഞ്ഞു. അതു കേട്ട് ഒരു നിമിഷം അയാൾ അമ്പരന്നു നിന്നു. പിന്നീട് ഒന്നു ചൂളം വിളിച്ചിട്ട് കുറെ അശ്ലീലപദങ്ങൾ ഛർദ്ദിച്ചു.

"അനർഹായ് നിന്നെപ്പോലുള്ള പണ്ഡിതന്മാരില്ലെങ്കിൽ നശിച്ചു പോവുകയില്ല. നീ പോയി തുലയ്! വേഗം പോയ്ക്കോ! നരകത്തിലേക്കു നിന്നെ കെട്ടിയെടുക്കട്ടെ! ഒരു ചെറ്റ വിദ്യാർത്ഥി എന്നോടു തർക്കുത്തരം പറയുന്നത് ഞാൻ സഹിക്കയില്ല."

ഞാൻ വണ്ടിയിൽനിന്ന് ചാടിയിറങ്ങി ചാട്ട ട്രാക്ടറിന്റെ മുകളിലേക്കെറിഞ്ഞിട്ട് ധൃതിയിൽ നടന്നു.

"കൈമേൽ, നിൽക്കു! പോകരുത്! നിൽക്കാനാണു പറഞ്ഞത്, കെമേൽ!"

കലീപ വിളിച്ചുപറഞ്ഞു.

അതു കേട്ടപ്പോൾ നടപ്പിന്റെ വേഗത കൂട്ടുകയാണ് ഞാൻ ചെയ്തത്.

"അവൻ പോട്ടെ! പോയി തുലയട്ടെ!" അബക്കീറിന്റെ ശബ്ദം ഞാൻ കേട്ടു. "അവനില്ലെങ്കിലും ഇവിടെ കാര്യങ്ങൾ നടക്കും."

"നിങ്ങളൊരു കാട്ടുമൃഗമാണ്! എന്താണു ചെയ്തതെന്നു കണ്ടില്ലേ!" കലീപ അയാളെ ശകാരിച്ചു.

അവർ തർക്കിക്കുന്നതും അലറുന്നതും വളരെ നേരം ഞാൻ കേട്ടു.

നടപ്പിന്റെ വേഗത കുറയ്ക്കാതെ ഞാൻ അവരിൽനിന്ന് അകന്നകന്നു പോയി. എങ്ങോട്ടാണു പോകുന്നതെന്ന് ഞാൻ ശ്രദ്ധിച്ചില്ല. ആ പ്രദേശത്തെങ്ങും ഒരു ജീവിയുമുണ്ടായിരുന്നില്ല. എല്ലാവഴികളും എന്റെ മുമ്പിൽ തുറന്നു കിടന്നു. ഞാൻ ഉറവ കടന്നുപോയി. ഞങ്ങളുടെ താവളവും സ്മാരകശിലയും പിന്നിട്ടു. നൂറ്റാണ്ടുകളായി മണ്ണിൽ ഉറച്ചുനിന്നിരുന്ന ആ വൃദ്ധ നിന്നിടത്തുനിന്ന് അനങ്ങാതെതന്നെ തന്റെ പകനിറഞ്ഞ നിർജ്ജീവമായ കണ്ണുകൊണ്ട് എന്നെ പിൻതുടർന്നു.

ഒന്നും ശ്രദ്ധിക്കാതെ ഞാൻ നടന്നു. അവിടന്ന് കഴിയുന്നതും വേഗം എങ്ങോട്ടെങ്കിലും പോകണമെന്ന് ഒരൊറ്റ ആഗ്രഹമേ എനിക്കുണ്ടായിരുന്നുള്ളൂ. ഈ നശിച്ച അനർഹായ് എന്റെ ശിരസ്സിന്റെ പിൻവശം കണ്ടു രസിക്കട്ടെ.

ശൂന്യയും നിസ്സംഗയുമായി സ്റ്റെപ്പി എന്റെ മുമ്പിൽ പരന്നു കിടന്നു. എല്ലാകുന്നുകളും കുഴികളും കയറ്റങ്ങളും അറപ്പുളവാക്കുംവിധം ഒരേ മാതിരി ഇരുന്നു. ഈ നിർജ്ജീവവും നിരുന്മേഷവുമായ ഏകപ്രകാരത സൃഷ്ടിച്ചതാരാണ്? ഞാൻ അപമാനിതനും നിന്ദിതനുമായി ചാരനിറമുള്ള കയ്പുന്ന കാഞ്ഞിരച്ചെടികൾ മാത്രമുള്ള ഈ അവസാനമില്ലാത്ത സ്റ്റെപ്പിയിലൂടെ നാഴികകൾ അളക്കുന്നതെന്തിനാണ്? എങ്ങോട്ടു നോക്കിയാലും മരിച്ചുകിടക്കുന്ന മരുഭൂമിമാത്രം. മനുഷ്യർക്ക് ഇവിടെ എന്താണു വേണ്ടത്? ഭൂമിയിൽ വേണ്ടത്ര ഇടമില്ലേ? അന്നു പ്രഭാതത്തിൽ ഞാൻ സ്വപ്നം കണ്ടതെല്ലാം പരിഹാസ്യമായി എനിക്കു തോന്നി.

"ഇതാണ് രമണീയമായ സ്റ്റെപ്പി! ഇതാണ് അനുഗൃഹീതമായ അനർഹായ്!" ഞാൻ എന്നെത്തന്നെ പരിഹസിച്ചു. ചവിട്ടിമെതിക്കപ്പെട്ട അശരണനും ബലഹീനനുമായ ഒരു നിസ്സഹായ ജീവിയാണ് ഞാനെന്ന് എനിക്ക് തോന്നി.

മുകളിൽ അനന്തമായ ആകാശം, താഴെ വിശാലമായ സ്റ്റെപ്പി. അവയുടെ മുമ്പിൽ ഞാൻ ഒരു മൺതരിയാണ്. അകത്തു പഞ്ഞിവച്ചടിച്ച ജാക്കറ്റും ടർപാളിൽ ബൂട്ടുകളും നിറംമങ്ങിയ തൊപ്പിയും ധരിച്ച നിസ്സഹായനായ ഒരു കൊച്ചു മനുഷ്യജീവി! ഈ വിചിത്രമായ നാട്ടിലേക്ക് എവിടെനിന്നോ അറിയാതെ കടന്നു വന്ന ഒരുവൻ.

ഞാൻ നടന്നുകൊണ്ടേയിരുന്നു. റോഡില്ല. നടന്നു തെളിഞ്ഞ വഴിയില്ല. ഞാൻവെറുതെ നടന്നു. "എവിടെയെങ്കിലും വച്ച് റെയിൽ പാളത്തിൽ എത്തിച്ചേരാം." ഞാൻ ചിന്തിച്ചു. "പാളത്തിലൂടെ നടന്ന് ഏതെങ്കിലുമൊരു സ്റ്റേഷനിലെത്താം. അവിടെനിന്ന് ഗുഡ്സ് ട്രെയിനിൽ കയറി യാത്രചെയ്ത് മനുഷ്യവാസമുള്ള എവിടെയെങ്കിലും എത്തിച്ചേരണം..."

കുളമ്പടികളും കുതിര മുക്രിയിടുന്ന ശബ്ദവും കേട്ടിട്ടും ഞാൻ തിരിഞ്ഞുനോക്കിയില്ല. സറോക്കിനായിരിക്കണം. മറ്റാരുമാകാൻ സാദ്ധ്യതയില്ല. അയാൾ എന്നെ ശാസിക്കുകയും തിരിച്ചുചെല്ലാൻ നിർബ്ബന്ധിക്കുകയും ചെയ്യും. പക്ഷേ ഞാൻ തിരിച്ചുപോവുകയില്ല. അയാൾ അയാളുടെ പാട്ടുനോക്കട്ടെ.

"കൈമേൽ, നിൽക്കു!" സറോക്കിൻ ശാന്തമായി വിളിച്ചു. അയാൾ അലറുകയായിരുന്നില്ല.

ഞാൻ നിന്നു. വിയർത്തൊലിക്കുന്ന കുതിരപ്പുറത്ത് അയാൾ എന്റെ മുമ്പിൽ വന്നു നിന്നു. വെയിലേറ്റു നിറം മങ്ങിയ തടിച്ച പുരികങ്ങൾക്കടിയിലെ നീലനിറമുള്ള തീക്ഷ്ണമായ കണ്ണുകൾകൊണ്ട് അയാൾ എന്നെ നോക്കി. തന്റെ സഞ്ചിയിൽ കൈയിട്ട് ഒരു ചുവന്ന കടലാസ് വലിച്ചെടുത്ത് അയാൾ എന്റെ നേരെ നീട്ടി. കംസമോൾ സാക്ഷിപത്രമായിരുന്നു അത്. ആദ്യം അവിടെയെത്തിയ ദിവസം സാഭിമാനം ഞാനത് അയാളെ ഏല്പിച്ചതാണ്.

"ഇതാ, ഇത് കൊണ്ടുപോകാൻ മറക്കേണ്ട," അയാൾ ശാന്തമായി പറഞ്ഞു.

അയാളുടെ കണ്ണുകളിൽ ശാസനയോ അവജ്ഞയോ കാണാൻ കഴിഞ്ഞില്ല. അയാളെന്നെ കുറ്റപ്പെടുത്തുകയോ എന്നോട് സഹതാപം കാണിക്കുകയോ ചെയ്തില്ല. വളരെ ജോലിത്തിരക്കുള്ള ഒരു മനുഷ്യന്റെ നോട്ടമായിരുന്നു അത്. അപ്രതീക്ഷിതമായ പലതും കണ്ടുശീലിച്ച കണ്ണുകൾ. ചുവന്ന കുറ്റിരോമങ്ങൾ വളർന്നുനിന്ന ക്ഷീണിച്ച മുഖത്തുനിന്ന് കൈപ്പടം കൊണ്ട് വിയർപ്പു തുടച്ചു കളഞ്ഞിട്ട് അയാൾ പറഞ്ഞു:

"സ്റ്റേഷനിലേക്കാണു പോകുന്നതെങ്കിൽ വലത്തു വശത്തേക്കു നടക്കു. അതാ, ആ കാണുന്ന കുഴിക്കപ്പുറത്താണത്." അങ്ങോട്ട് കൈ ചൂണ്ടിക്കാണിച്ചിട്ട് അയാൾ കുതിരയെ തിരിച്ച് മെല്ലെ ഓടിച്ചു പോയി.

ഞാൻ സ്തബ്ധനായി നിന്നു. അയാൾ എന്നെ ശകാരിക്കാതിരുന്നതെന്തുകൊണ്ടാണ്? എന്റെ മനസ്സുമാറ്റാൻ ശ്രമിക്കാതിരുന്നതെന്തുകൊണ്ടാണ്? അയാൾ തന്റെ തളർന്ന കുതിരയുടെ പുറത്ത് ഇത്ര നിരുന്മേഷനായി ഇരുന്നതെന്തുകൊണ്ടാണ്? അയാളുടെ ഭാര്യയും കുട്ടികളും ദൂരെ എവിടെയോ ആണ്. എത്രയോ വർഷങ്ങളായി ഒറ്റയ്ക്ക് ഈ സ്റ്റെപ്പിയിൽ അയാൾ താമസിക്കുന്നു! ഈ സ്റ്റെപ്പിയിൽ എത്രയാണ് അയാൾ സവാരിചെയ്യുന്നത്! ഈ മരുഭൂമിയിൽ അയാളെപിടിച്ചുനിർത്തുന്നത് ഏതു ശക്തിയാണ്? അയാളുടെ മനസ്സ് എങ്ങിനെയുള്ളതാണ്?

മെല്ലെ ഞാൻ അയാളുടെ പിന്നാലെ നടന്നു. അതെന്തുകൊണ്ടാണെന്ന് എനിക്കുതന്നെ അറിയില്ല.

അന്നു വൈകിട്ട് ഞങ്ങളെല്ലാവരും യൂർത്തയിൽ ഒരുമിച്ചുകൂടി. ആരും ഒന്നും സംസാരിച്ചില്ല. അടുപ്പിൽ വിറക് പൊട്ടിത്തെറിക്കുന്ന ശബ്ദമല്ലാതെ മറ്റൊന്നും കേൾക്കാനുണ്ടായിരുന്നില്ല. അതിനു കാരണം ഞാനായിരുന്നു. ആരും അതേപ്പറ്റി ഇതേവരെ ഒന്നും പറഞ്ഞില്ല. എങ്കിലും സറോക്കിന്റെ മുഖഭാവം കണ്ടപ്പോൾ അയാൾ എന്തോ പറയാൻ പോവുകയാണെന്നു തോന്നി.

"ശരി, ഇനി നമ്മൾ എന്താണു ചെയ്യേണ്ടത്?" ഒടുവിൽ അയാൾ ആരോടെന്നില്ലാതെ ചോദിച്ചു.

"എന്താ, അനർഹായിൽ വല്ല വെള്ളപ്പൊക്കമോ മറ്റോ ഉണ്ടാകാൻ പോകുന്നുണ്ടോ?" പരിഹാസത്തോടെ അബക്കീർ ചോദിച്ചു.

സദബേക്ക് എണീറ്റ് യൂർത്തയിൽനിന്നു പുറത്തുപോയി. അയാൾ അന്നൊരു ദിവസം ഉണ്ടായ സംഭവത്തിനുശേഷം അബക്കീറിനോടു സംസാരിക്കാറില്ല. ഇപ്പോൾ ഇതിൽ ഇടപെടേണ്ടെന്നു കരുതി അയാൾ പോയതാണ്. യെസിർ കേപും പോകാനെണീറ്റു. എന്നാൽ ഒരു നിമിഷം സംശയിച്ചു നിന്നിട്ട് വീണ്ടും ഇരുന്നു.

യെസിർ കോപിനും അബക്കീറിനോടും ദേഷ്യമാണ്. ഒരു ദിവസത്തേക്ക് ജോലി വച്ചുമാറാമെന്ന് ഒരിക്കൽ ഞാൻ യെസിർകേപിനോട് പറഞ്ഞു. അയാൾ അതു സമ്മതിക്കുകയും ചെയ്തു. അന്നു ഞാൻ സദബേക്കിന്റെ ട്രാക്ടറിന്റെ ട്രെയിലറിൽ ജോലിചെയ്തു. യെസിർകേപ് എന്റെ വണ്ടിയിൽ വെള്ളം കൊണ്ടുവരുന്ന പണിയിലും ഏർപ്പെട്ടു, സ്വാഭാവികമായും അബക്കീറിന് കൃത്യസമയത്ത് വെള്ളമെത്തിച്ചുകൊടുത്ത് തൃപ്തിപ്പെടുത്താൻ അയാൾക്ക് കഴിഞ്ഞില്ല. അബക്കീർ അയാളെയും ചീത്തപറഞ്ഞു തുടങ്ങി. എന്നാൽ യെസിർകേപ് ആരുടെയും ശകാരം കേട്ട് മിണ്ടാതെനിൽക്കുന്ന കൂട്ടത്തിലല്ല. അയാൾക്ക് എന്നെക്കാൾ മൂന്നുവയസ്സേ കൂടുതലുണ്ടായിരുന്നുള്ളു. എങ്കിലും അയാൾക്ക് വഴക്കുണ്ടാക്കാൻ അറിയാമായിരുന്നു.

അബക്കീറിന്റെ പരിഹാസം നിറഞ്ഞ ചോദ്യത്തിന് ആരും മറുപടി പറഞ്ഞില്ല. അയാൾ തുടർന്നുപറഞ്ഞു. "ആലോചിക്കാൻ എന്തിരിക്കുന്നു? ജോലി മുടങ്ങാൻ കാരണക്കാരനായ ആൾ അതിന് ഉത്തരം പറയണം. അത്രതന്നെ."

"ആരാണു കുറ്റക്കാരൻ എന്നതല്ല ഇവിടെ പ്രശ്നം!" അയാളുടെ നേരെ നോക്കാതെ സറോക്കിൻ പറഞ്ഞു. "ഒരു ചെറുപ്പക്കാരന്റെ ഭാവി നിർണ്ണയിക്കപ്പെടുകയാണ്. അവൻ ഇനി എന്തു ചെയ്യും?"

"എന്തു ഭാവി?" അബക്കീർ പറഞ്ഞു. "ഇവരെപ്പോലുള്ള പണ്ഡിതന്മാരുടെ ഭാവി പണ്ടേ നിർണ്ണയിച്ചുകഴിഞ്ഞു. അവരെ ആർക്കും ആവശ്യമില്ല!" തുലഞ്ഞുപോട്ടെ എന്ന അർത്ഥത്തിൽ കൈ വീശിക്കൊണ്ട് അയാൾ തുടർന്നു. 'സറോക്കിൻ, നിങ്ങൾതന്നെ പറയൂ. ഇത്തരക്കാരെക്കൊണ്ട് എന്താണു പ്രയോജനം? നമ്മൾ വിയർത്തു പണിയെടുത്ത് ഇവന്മാർക്ക് തിന്നാനുള്ളത് ഉണ്ടാക്കുന്നു. ഇവന്മാർ പത്തുവർഷവും അതിൽ കൂടുതലും പള്ളിക്കൂടത്തിൽ പോവുകയല്ലാതെ വല്ലതും ചെയ്യുന്നുണ്ടോ? നമ്മൾ ഇവർക്ക് തിന്നാനും ഉടുക്കാനും കൊടുക്കുന്നു. പഠിപ്പിക്കുന്നു. പക്ഷേ ഫലമെന്താണ്? അവർക്ക് മോട്ടോറുകളെപ്പറ്റി വല്ലതും അറിയാമോ? ഒരു കുതിരയുടെ കഴുത്തിൽ പട്ടകെട്ടിക്കാനറിയാമോ? ഏറുകാലന്റെ ചരടു മുറുകെക്കൊട്ടാൻ പോലും ഇവരെക്കൊണ്ടു കൊള്ളുകയില്ല.... പിന്നെ ഞാനെന്തിനാണ് ഇവനു വേണ്ടി ചോരവെള്ളമാക്കുന്നത്? അവന്റെ പഠിപ്പുകൊണ്ട് എനിക്കെന്താണ് ഗുണം? കൽപ്രതിമകളെപ്പറ്റി അവനു വലിയ അറിവാണ്! പക്ഷേ ജോലിചെയ്യാൻ അറിയില്ല. അവൻ പോകുന്നെങ്കിൽ പോകട്ടെ. അത്രയും നല്ലത്. മറ്റുള്ളവരുടെ ജോലിയെങ്കിലും മുടങ്ങാതിരിക്കും. സറോക്കിൻ, നിങ്ങൾ എന്നെ തെറ്റിദ്ധരിക്കണ്ട. ഞാൻ രണ്ടുപേരുടെ പണിയെടുക്കുന്നുണ്ട്, സഹായത്തിന് ആരുമില്ലാതെ. എന്റെ ജോലി തടസ്സപ്പെടുത്താൻ ഞാൻ ആരെയും സമ്മതിക്കയില്ല. എന്നെ നിങ്ങൾക്കു പിടിക്കുന്നില്ലെങ്കിൽ ഈ നിമിഷം ഞാൻ പോയ്ക്കോളാം. പക്ഷേ ഇപ്പോൾ

ഞാൻ പറഞ്ഞത് ഞാൻ എന്നും പറയും. ഈ പണ്ഡിതന്മാരെയെല്ലാം ഞാൻ...."

"മതി, മതി!" സറോക്കിൻ അയാളുടെ നേരെ നോക്കാതെ പരുഷമായി പറഞ്ഞു. "ഇതൊക്കെ ഞങ്ങൾക്കറിയാം. നമ്മൾ മറ്റൊരു കാര്യമാണ് ചർച്ചചെയ്യുന്നത്. കെമേൽ, നിന്റെ അഭിപ്രായം എന്താണ്?"

ആ ചോദ്യത്തിന് ഉടൻ മറുപടി പറയാൻ എനിക്കു കഴിഞ്ഞില്ല. അബക്കീർ പറഞ്ഞതിലും കുറച്ചു സത്യമുണ്ട്. പക്ഷേ എന്നെപ്പറ്റി ഇത്ര പുച്ഛത്തോടും വിദ്വേഷത്തോടും കൂടി അയാൾ സംസാരിക്കുന്നതെന്തിനാണ്? അബക്കീർ ചെയ്യുന്ന ജോലി എനിക്ക് ഒരിക്കലും പഠിക്കാൻ കഴിയുകയില്ലെന്നാണോ അയാളുടെ വിചാരം? ഞാനത്രയ്ക്കു മണ്ടനാണോ? അതോ എന്റെ "പാണ്ഡിത്യം" അതിന് ഒരു തടസ്സമാണെന്നാണോ? എനിക്കതു തീരെ മനസ്സിലാക്കാൻ കഴിഞ്ഞില്ല. എങ്കിലും സറോക്കിന്റെ ചോദ്യത്തിന് ശാന്തമായി മറുപടി പറയാൻ ഞാൻ ശ്രമിച്ചു.

"ട്രെയിലറിൽ ജോലിചെയ്യാനാണ് ഞാനിവിടെ വന്നത്. അതു വളരെ പ്രധാനമായി ഞാൻ കരുതുന്നു. പിന്നെ കുതിരയുടെ കഴുത്തിൽ പട്ടയിടീക്കാനും ഏറുകാലിന്റെ ചരടു മുറുക്കാനും ഞാൻ വശമാക്കിക്കഴിഞ്ഞു. അക്കാര്യം എല്ലാവർക്കുമറിയാം. അബക്കീറിനും അറിയാം. ഇവിടെ തുടർന്നും ജോലിചെയ്യാൻ എനിക്കിഷ്ടമാണ്. പക്ഷേ ഇനി വെള്ളം കോരുകാരനായി ഞാൻ ജോലിചെയ്യുകയില്ല. തത്വത്തിന്റെ പേരിലാണ് ഞാനിങ്ങനെ തീരുമാനിച്ചത്."

"നിനക്കു തരാൻ മറ്റൊരു ജോലിയും ഇവിടെയില്ല." സറോക്കിൻ പറഞ്ഞു.

"അതിനാൽ ഞാൻ പോയേ തീരൂ."

"കെമേൽ, നിന്റെ ജോലി ഏറ്റെടുത്തിട്ട് നിനക്ക് എന്റെ ജോലി തരാൻ ഞാൻ തയ്യാറാണ്. പക്ഷേ നീ അതിനു സമ്മതിക്കയില്ലല്ലോ." കലീപ പറഞ്ഞു.

അതു തികച്ചും അപ്രതീക്ഷിതമായിരുന്നു. എന്നോടുള്ള സഹതാപം കൊണ്ട് അവർ പറഞ്ഞതാവാം. അബക്കീർ എന്റെ നേരെ അലറുന്നതും എന്നെ ചീത്തപറയുന്നതും കേൾക്കുമ്പോൾ അവർക്കു അയാളെച്ചൊല്ലി ലജ്ജതോന്നിയിരുന്നു. ഒരു പക്ഷേ അതാകാം കാരണം. അതെന്തായാലും അവർ അങ്ങിനെ പറഞ്ഞു. ആ നിമിഷത്തിൽ ഒന്നുമാലോചിക്കാതെ ഞാൻ അതിനു മറുപടികൊടുത്തു:

"എനിക്ക് സമ്മതമാണ്."

അവിടെ നിശ്ശബ്ദത പരന്നു. തീ കത്തുന്ന ശബ്ദമല്ലാതെ മറ്റൊന്നും കേൾക്കാനുണ്ടായിരുന്നില്ല.

എല്ലാവരും അമ്പരപ്പോടെ എന്നെ ഉറ്റു നോക്കിക്കൊണ്ടിരുന്നു. ഞാൻ വിവേകം വീണ്ടെടുക്കുകയും ആ ജോലി വേണ്ടെന്നു പറയുകയും ചെയ്യുമെന്ന് അവർ പ്രതീക്ഷിച്ചു. എന്നെ വെറുക്കുകയും എന്നെ പീഡിപ്പിക്കുന്നതിൽ മാത്രം രസം കൊള്ളുകയും ചെയ്യുന്ന ഒരു മനുഷ്യന്റെ മുമ്പിൽ ഞാൻ സ്വമനസ്സാലെ എന്നെത്തന്നെ കാഴ്ചവയ്ക്കുകയാണെന്ന് അവർക്കു തോന്നിയിരിക്കും. എന്നാൽ ഞാൻ ഒന്നും മിണ്ടിയില്ല. പിൻതിരിയാൻ ഞാൻ തയ്യാറായില്ല. സറോക്കിൻ എന്നെ ഒന്നു സൂക്ഷിച്ചു നോക്കിയിട്ട് പരുഷമായി ചോദിച്ചു. "തീർച്ചപ്പെടുത്തിയോ?"

"ഉവ്വ്"

"എനിക്കൊരു വ്യത്യാസവുമില്ല." അബക്കീർ തീയിലേക്കു കാർക്കിച്ചു

ളുപ്പിക്കൊണ്ടു പറഞ്ഞു. "പക്ഷേ ഒരു കാര്യം ഇപ്പോഴേ പറഞ്ഞേക്കാം. ആദ്യത്തെ തവണ തെറ്റ് കാണിക്കുമ്പോൾ തന്നെ ഞാൻ നിന്നെ ശരിയാക്കും." അയാളുടെ കണ്ണുകൾ ഭീഷണമായി തിളങ്ങുന്നത് ആ അർദ്ധാന്ധകാരത്തിൽ ഞാൻ കണ്ടു. അവയിൽ പരിഹാസവും വെല്ലുവിളിയും മുറ്റി നിന്നു.

"ആദ്യത്തെ തവണ തെറ്റ് വരുമ്പോൾത്തന്നെയോ?" അതേവരെ മിണ്ടാതിരുന്നിരുന്ന യെസിർകേപ് പൊട്ടിത്തെറിച്ചു. "നിങ്ങൾ അവനെ ഇപ്പോഴെ വിരട്ടുകയാണ്. അല്ലേ? അവന് അതു ചെയ്യാൻ കഴിയും. ഒരു പ്രയാസവും ഉണ്ടാവുകയില്ല. ഇതിനുമുമ്പ് അവൻ എന്റെ ജോലി ചെയ്തിട്ടുണ്ട്."

"നിന്നോടു ആരും ചോദിച്ചില്ല. നീ നിന്റെ പാടു നോക്ക്! എന്റെ ട്രാക്ടറിന്റേയും ജോലിയുടേയും ഉത്തരവാദിത്വം എനിക്കാണ്...'

"നിർത്തു!" സറോക്കിൻ കുപിതനായി വീണ്ടും അബക്കീറിനെ തടഞ്ഞു. "കെമേൽ, നീ നാളെ രാവിലെ തന്നെ പുതിയ ജോലി തുടങ്ങിക്കോ. ഇനി നമുക്ക് പോയി ഉറങ്ങാം." അയാൾ എണീറ്റ് വാതിൽക്കലേക്കു നടന്നു.

അന്നു രാത്രി എനിക്ക് ഒരു പോള കണ്ണടയ്ക്കാൻ കഴിഞ്ഞില്ല. അബക്കീറിന്റെകൂടെ എങ്ങിനെ യോജിച്ചു പോകും എന്നതായിരുന്നു എന്റെ ആലോചന. ഇതേവരെ എനിക്ക് അയാളുമായി വല്ലപ്പോഴും ഇടപെട്ടാൽ മതിയായിരുന്നു. നാളെമുതൽ രാപകൽ ഞാൻ അയാളുടെ കീഴിലായിരിക്കും. ട്രെയിലർ ജോലിക്കാരന്റെ പണി ധാരാളം ക്ഷമയും സഹനശക്തിയും ആവശ്യമുള്ളതാണെങ്കിലും അതെന്നെ ഭയപ്പെടുത്തിയില്ല. വേണ്ടസമയത്ത് നല്ലവേഗതയോടും സൂക്ഷ്മതയോടും കൂടി കലപ്പയുടെ കൊഴു പൊക്കാനും താഴ്ത്താനും പഠിക്കണം. കൂടാതെ ട്രാക്ടർ വൃത്തിയാക്കുക, അതു റിപ്പയർ ചെയ്യുക മുതലായ എല്ലാ പണികളിലും ഞാൻ അബക്കീറിനെ സഹായിക്കണം. തെറ്റായ സ്പാനറോ തെറ്റായ ആണിയോ ഞാൻ അയാൾക്കെടുത്തു കൊടുക്കുന്ന രംഗം മനസ്സിൽ സങ്കല്പിച്ചപ്പോൾ എന്റെ ഉള്ളു കിടുകിടുത്തു...

ആൻഡേയും അന്നു രാത്രി ഉറങ്ങിയില്ല. അവർ ഇരുട്ടിൽ തപ്പിത്തടഞ്ഞു വന്ന് എന്റെ കട്ടിലിന്റെ വക്കിൽ ഇരുന്നു. എന്റെ മുടിയിൽ വാത്സല്യത്തോടെ തഴുകിക്കൊണ്ട് ആ നല്ല സ്ത്രീ പറഞ്ഞു.

"കെമേൽ, നീ ശരിക്ക് ഒന്നുകൂടി ആലോചിക്ക്. നിനക്ക് അയാളോടൊപ്പം നിൽക്കാൻ പറ്റില്ല. നീ ശാന്തനും മനസ്സലിവുള്ളവനുമാണ്. ആ മുറാളൻ നിന്നെ സദാ അലട്ടിക്കൊണ്ടിരിക്കും. അയാളെ തൃപ്തിപ്പെടുത്താൻ നിനക്കു കഴിയുകയില്ല...."

"അയാളെ തൃപ്തിപ്പെടുത്തണമെന്ന് എനിക്ക് ഉദ്ദേശ്യമില്ല... അയാൾ ഇതിനു മുമ്പും എന്നെ അലട്ടിക്കൊണ്ടിരുന്നല്ലോ. എനിക്കതു ശീലവുമായി."

"ശരി. നിനക്ക് എല്ലാം അറിയാമല്ലോ." എന്നു മെല്ലെ പറഞ്ഞിട്ട് അവർ നെടുവീർപ്പിട്ടുകൊണ്ട് സ്വന്തം കട്ടിലിൽ ചെന്നു കിടന്നു.

3

ആദ്യദിവസം തന്നെ ഞാനും അബക്കീറും തമ്മിലുള്ള ദ്വന്ദ്വയുദ്ധം ആരംഭിച്ചു.

"നീ ഉറങ്ങിപ്പോയാൽ ബ്ലെയ്ഡുകൾക്കിടയിലേക്കു വീഴരുത്. എനിക്ക് ഉത്തരം പറയാൻ പറ്റില്ല." അന്ന് ഉഴവുതുടങ്ങുന്നതിനു മുമ്പ് ഇത്ര മാത്രമാണ് അബക്കീർ പറഞ്ഞത്. എന്നാൽ ഉറങ്ങിപ്പോയാൽ എന്തു സംഭവിക്കുമെന്ന് ചിന്ത എന്റെ മനസ്സിലുണ്ടായിരുന്നില്ല. വീഴ്ചവരുത്താതെ ജോലി ചെയ്യണമെന്നുള്ള വ്യഗ്രതയോടെ എന്റെ പഞ്ചേന്ദ്രിയങ്ങളും ജാഗ്രതയായി പ്രവർത്തിച്ചു. ബ്ലെയ്ഡുകൾക്കടിയിലേക്കു വീണുപോയെങ്കിലോ എന്ന് ഓർത്തു വിഷമിക്കുന്ന ഒരാൾ ജോലി ചെയ്യാതിരിക്കുകയാണു ഭേദം.

കാലുകൾ കവച്ചുവച്ച് ഞാൻ കലപ്പക്കൊഴുക്കൾ ഘടിപ്പിച്ചിരുന്ന ചട്ടത്തിൽ ചവിട്ടി നിന്നു. ഒന്നിനു പിറകെ ഒന്നായി അല്പം ചെരിഞ്ഞ നിലയിൽ ചലിച്ചുകൊണ്ട് ബ്ലെയ്ഡുകൾ ആ കന്നിമണ്ണ് വെട്ടി മുറിക്കുകയും ആവി പറക്കുന്ന വലിയ മൺകട്ടകൾ മറിച്ചിടുകയും ചെയ്തു. ട്രാക്കുകൾ കിലുങ്ങി. എഞ്ചിൻ മൂളിക്കൊണ്ടിരുന്നു. കാഞ്ഞിരച്ചെടികളെ ചതച്ചരച്ചുകൊണ്ട് ട്രാക്ടർ മുമ്പോട്ടു നീങ്ങി. അത് ഒരിക്കൽപ്പോലും വേഗത കുറച്ചില്ല.

ഞാൻ എന്തു ചെയ്യുന്നുവെന്നു നോക്കാൻ അബക്കീർ ഒരിക്കൽപ്പോലും തല തിരിച്ചില്ല. അയാളുടെ തലയുടെ പിൻഭാഗം മാത്രമേ എനിക്ക് കാണാമായിരുന്നുള്ളൂ. അയാൾ എന്നെ ആകാവുന്നത്ര പരീക്ഷിക്കുമെന്ന് തീർച്ചയായിരുന്നു. ഒന്നുകിൽ ഞാൻ തളർന്ന് പിന്മാറണം അല്ലെങ്കിൽ എനിക്കിതു ചെയ്യാൻ കഴിയുമെന്ന് അയാൾക്ക് ബോദ്ധ്യമാകണം. അതുകൊണ്ടായിരിക്കണം അയാൾ ഇടയ്ക്കു വിശ്രമിക്കാതെ ട്രാക്ടറോടിച്ചത്. കട്ടപ്പമുള്ള, സ്പ്രിംഗില്ലാത്ത, ലോഹനിർമ്മിതമായ ഈ സീറ്റിൽ, ട്രാക്ടറിൽ നിന്നും പുറം തള്ളുന്ന പുക ശ്വസിച്ച് ശ്വാസംമുട്ടി മണിക്കൂറുകളട്ടപ്പിച്ച് ഇരിക്കുന്നത് എത്ര ഭയങ്കരമാണെന്ന് അയാൾക്കു നന്നായിട്ടറിയാം. എന്നാൽ ഞാൻ വിട്ടുകൊടുക്കാൻ ഉദ്ദേശിക്കുന്നില്ല. എന്റെ നാഡികളും കണ്ണുകളും ചെവികളും കൺട്രോൾ ലീവറിൽ പിടിച്ചിരിക്കുന്ന കൈകളും അങ്ങേയറ്റം ജാഗരൂകമായിരുന്നു. ഞാൻ ഒരക്ഷരം മിണ്ടിയില്ല. അബക്കീർ പകയോടുകൂടിയ ഒരുതരം ആനന്ദത്തോടെ കല്ലുനിറഞ്ഞ ഒരു ഭാഗത്തുകൂടി ട്രാക്ടറോടിച്ചപ്പോൾപ്പോലും ഞാൻ ശബ്ദിച്ചില്ല. കല്ലിൽത്തട്ടി കലപ്പ ചാലിൽനിന്ന് തെന്നിമാറിക്കൊണ്ടിരുന്നു. ബ്ലെയ്ഡുകൾ കല്ലിൽത്തട്ടി തീപ്പൊരി ചിതറി. കരിയുന്ന മണം ഉയർന്നു. വല്ലാത്ത കടുക്കം എനിക്കനുഭവപ്പെട്ടു. തെറിച്ചു പോകാതിരിക്കാൻ ഞാൻ നന്നേ പാടുപെട്ടു. വൈകുന്നേരം അയാൾ ട്രാക്ടർ നിർത്തിയപ്പോൾ ഞാൻ അമ്പേ തളർന്നിരുന്നു. ജീവിതത്തിൽ അതിനുമുമ്പ് അത്രയേറെ ക്ഷീണം എനിക്ക് ഒരിക്കലും തോന്നിയിട്ടില്ല. എന്റെ മൂക്കും വായും കണ്ണും ചെവിയും നിറയെ പൊടിയും മണ്ണുമായിരുന്നു. നിലത്തുവീണ് ചത്തതുപോലെ കിടന്നുറങ്ങാൻ ഞാനാഗ്രഹിച്ചു. എങ്കിലും സീറ്റിൽ നിന്ന് എണീക്കാൻ ശ്രമിക്കാതെ അബക്കീറിന്റെ കല്പനയും കാത്തു ഞാനിരുന്നു.

"ബ്ലെയ്ഡുകൾ പൊക്ക്," തല പുറത്തേക്കു നീട്ടിക്കൊണ്ട് അയാൾ വിളിച്ചു പറഞ്ഞു. അയാൾ ഉഴുതിട്ട പാടത്തു നിന്ന് ട്രാക്ടർ ഓടിച്ചു കൊണ്ടുപോയി. എഞ്ചിൻ നിർത്തിവച്ചിട്ട് കലപ്പ പരിശോധിക്കാൻ അയാൾ ഇറങ്ങിവന്നു. കുനിഞ്ഞുനിന്ന് അയാൾ ബ്ലെയ്ഡുകളുടെ വായ്ത്തല തൊട്ടു നോക്കി. "ഇതു മാറ്റണം. മൂർച്ച പോയി.

രാവിലെയാകുമ്പോഴേക്കും അതു ചെയ്തിരിക്കണം."

"ശരി," ഞാൻ പറഞ്ഞു. "മാറ്റിയിടാനുള്ള ബ്ലെയ്ഡുകൾ എന്നെ ഏല്പിച്ചിട്ട് കലപ്പയ്ക്കടുത്തുനിന്ന് ട്രാക്ടർ മാറ്റിയിടൂ."

അയാൾ അപ്രകാരം ചെയ്തിട്ട്, എന്നോട് ഒരു വാക്കു പറയാതെ താവളത്തിലേക്കു പോയി. അയാൾ നടന്നു പോകുന്നത് ഞാൻ നോക്കി നിന്നു. എനിക്ക് ആ മനുഷ്യനോടു കഠിനമായ ദേഷ്യവും അതോടൊപ്പം തെല്ലൊരു അസൂയയും തോന്നി. അല്പം പോലും ക്ഷീണം പുറത്തുകാട്ടാതെ ആ മനുഷ്യൻ ചുറുചുറുക്കോടെ നടന്നുപോകുന്നു! അയാൾ എന്നെക്കൊണ്ട് കഠിനമായി ജോലി ചെയ്യിച്ചുവെന്നതു ശരിയാണ്. പക്ഷേ ഒരു നിമിഷത്തെ വിശ്രമം പോലും അയാൾക്കും കിട്ടിയിട്ടില്ല. ഈ മനുഷ്യനു ഒരു രാക്ഷസനെപ്പോലെ ജോലിചെയ്യാൻ കഴിയും.

രാത്രിയിൽ ബ്ലെയ്ഡുകൾ മാറ്റണമെങ്കിൽ വെളിച്ചംവേണം. തീ കൂട്ടി വെളിച്ചമുണ്ടാക്കണം. ഒരു നെടുവീർപ്പോടെ ഞാൻ അതിനുള്ള ഉണങ്ങിയ കമ്പുകൾ ശേഖരിച്ചു കലപ്പയ്ക്കു ചുറ്റും കൂട്ടിയിട്ടു. വേണ്ടത്ര വിറകു ശേഖരിച്ചു കഴിഞ്ഞ് ഞാൻ അത്താഴം കഴിക്കാൻ താവളത്തിലേക്കു പോയി.

കരുണ്യവതിയായ പ്രിയപ്പെട്ട അൽഡേയ്, ചൂടാറാതെ എനിക്കു വേണ്ടി അവർ സൂക്ഷിച്ചിരുന്ന ബെഷ്ബർമാക് നിശ്ശബ്ദനായി ധൃതിയിൽ തിന്നുകൊണ്ടിരുന്ന എന്നെ എത്ര വേദനയോടെയാണ് അവർ നോക്കി നിന്നത്. സാവാധനം ഇരുന്ന് ഭക്ഷണം കഴിക്കാൻ എനിക്ക് സമയമില്ലായിരുന്നു. അത്താഴം കഴിഞ്ഞപ്പോൾ ഞങ്ങൾ അത്യാവശ്യത്തിനു സൂക്ഷിച്ചു വച്ചിരുന്ന ഒരു റാന്തൽ എടുത്തുതരാൻ ഞാനവരോടു പറഞ്ഞു.

"എന്തിനാണിത്?" റാന്തൽ ഏല്പിച്ചുകൊണ്ട് അവർ ചോദിച്ചു.

"ഞാൻ കലപ്പയുടെ ബ്ലെയ്ഡുകൾ മാറ്റാൻ പോവുകയാണ്."

"അയ്യോ, ഇതു വലിയ അക്രമണല്ലോ!" അവർ ഉറക്കെപ്പറഞ്ഞു. അവർ അബക്കീറിന്റെ നേരെ തട്ടിക്കയറി. "ഒരു കൊച്ചു പയ്യനോട് താൻ ഇങ്ങനെ പകപോക്കുന്നതു ഞാൻ സമ്മതിക്കയില്ല! മനസ്സിലായോ? ഇതു സമ്മതിക്കയില്ല!"

"സമ്മതിക്കയില്ലെങ്കിൽ വേണ്ട. എനിക്കെന്താ?" കട്ടിലിൽ കയറി കിടന്നുകൊണ്ട് അബക്കീർ പറഞ്ഞു.

"ഇതിൽ ഇടപെടേണ്ട," സദബേക്ക് ഭാര്യയോടു പറഞ്ഞു. 'കെമേലിന് അവന്റെ കാര്യം നോക്കാനറിയാം."

"സാരമില്ല, കെമേൽ. ഞങ്ങൾ നിന്നെ സഹായിക്കാം. യെസിർ കേപ്, വരൂ" കലീപ എന്നോടൊപ്പം വരാൻ എണീറ്റു.

"വേണ്ട. എനിക്കിതു തന്നെ ചെയ്യാൻ കഴിയും." ഞാൻ അവരോടു പറഞ്ഞു. ഞാൻ കത്തിച്ച റാന്തലുമായി യൂർത്തയിൽ നിന്നിറങ്ങി.

ചുറ്റും അപരിമേയവും മൂകവുമായ അന്ധകാരമായിരുന്നു. ഞാൻ ഉറവയ്ക്കടുത്തുചെന്ന് കുറച്ചുവെള്ളം കുടിച്ചു. മെല്ലെ കളകളാരവമുയർത്തുകയും തിളങ്ങുകയും ചെയ്തുകൊണ്ടിരുന്ന ആ അഗാധമായ ഇരുണ്ട ജലാശയത്തിലെ ശീതള ജലം എനിക്ക് ആശ്വാസം പകർന്നു തന്നു. വാസ്തവത്തിൽ ആ ഉറവയ്ക്ക് ഒരു ഒട്ടകക്കണ്ണിനോട് സാദൃശ്യമുണ്ടായിരുന്നു. പെട്ടെന്ന് ആ പെൺകുട്ടിയെപ്പറ്റി ഞാൻ ഓർത്തു. ഞാൻ

അവളുടെ പേരു പോലും ചോദിച്ചില്ല. തലമുടി മുറിച്ചിട്ട ആ ഭംഗിയുള്ള പെൺകുട്ടി ഇപ്പോൾ എന്തുചെയ്യുകയായിരിക്കും?

കലപ്പയുടെയടുത്തെത്തിയ ഉടൻതന്നെ ഞാൻ ജോലി തുടങ്ങി. ബ്ലെയ്ഡുകൾ ഉയർത്താവുന്നത്ര ഉയർത്തിവച്ചു. തീ കത്തിച്ചു. റാന്തലും എന്നെ വളരെ സഹായിച്ചു. ഞാൻ അഴിച്ചെടുത്ത നട്ടുകൾ നഷ്ടപ്പെടാതിരിക്കാൻ ബോൾട്ടിൽ തിരുക്കിക്കയറ്റി എന്റെ തൊപ്പിയ്ക്കുള്ളിൽവച്ചു. രാത്രി മുഴുവൻ കലപ്പയുടെ അടിയിൽ കിടന്ന് പണിയെടുത്തു. ബോൾട്ടുകൾ സ്ഥാനത്തു കയറ്റാനും നട്ടുകൾ മുറുക്കാനും വളരെ പ്രയാസമായിരുന്നു. തീ ഇടയ്ക്കിടയ്ക്ക് കെട്ടുപോകും. അപ്പോൾ കലപ്പയുടെ അടിയിൽ നിന്ന് ഇഴഞ്ഞു പുറത്തുവന്ന് നിലത്തു കിടന്ന് അത് വീണ്ടും ഊതിക്കത്തിക്കണം. സമയമെത്രയായെന്നോ ബ്ലെയ്ഡുകളെല്ലാം മാറ്റാൻ ഞാൻ എത്രനേരമെടുത്തെന്നോ അറിയില്ല. ഒടുവിൽ ജോലി പൂർത്തിയാക്കി ഞാൻ ഒരു വിധത്തിൽ ട്രാക്ടറിന്റെയടുത്തെത്തി. എന്റെ മനസ്സിൽ ആകെ ഒരു മൂടലായിരുന്നു. ഞാൻ ട്രാക്ടറിന്റെ ക്യാമ്പിനിൽ കയറിക്കിടന്ന് ഉറങ്ങി. ഉരഞ്ഞു തൊലിപോയ കൈകളുടെ നീറ്റൽ ഉറക്കത്തിൽപോലും ഞാനറിഞ്ഞു.

അതിരാവിലെ കലീപയാണ് എന്നെ ഉണർത്തിയത്. അവർ വെള്ളവുംകൊണ്ട് വന്നതാണ്.

"ഞാൻ റേഡിയേറ്ററിൽ വെള്ളമൊഴിച്ചു കഴിഞ്ഞു. നീ വന്ന് മുഖം കഴുക്, ഞാൻ വെള്ളമൊഴിച്ചു തരാം." അവർ പറഞ്ഞു.

ജോലി എങ്ങിനെയായിരുന്നെന്ന് അവർ ചോദിച്ചില്ല. എനിക്ക് അതിന് അവരോടു കൃതജ്ഞത തോന്നി. എന്നോട് അനുകമ്പ പ്രകടിപ്പിക്കുന്നത് എനിക്കിഷ്ടമല്ല. അവർ എനിക്ക് കുറെ ആഹാരസാധനങ്ങളും ഒരു കുപ്പി. "ജർമ"യും കൊണ്ടുവന്നിരുന്നു. ഗോതമ്പ് വറുത്ത് ഉണ്ടാക്കുന്ന ഇളം കയ്പുള്ള ആ പാനീയം ഉന്മേഷദായകമാണ്. അത് അൽഡേയ് കൊടുത്തയച്ചതായിരുന്നെന്ന് പറയേണ്ടതില്ലല്ലോ.

അബക്കീർ വന്നു. അയാൾ ഒരക്ഷരം പറഞ്ഞില്ല. വാസ്തവത്തിൽ അയാൾക്കു കുറ്റം കണ്ടുപിടിക്കാൻ ഒന്നുമില്ലായിരുന്നു. നിശ്ശബ്ദനായി അയാൾ ട്രാക്ടർ പിറകോട്ടെടുത്ത് കലപ്പയ്ക്കടുത്തു കൊണ്ടുവന്നു. ഞാൻ ട്രെയിലർ അതിൽ ഘടിപ്പിച്ചു. വീണ്ടും ഞങ്ങൾ ഉഴവു തുടങ്ങി.

ഇപ്പോൾ എനിക്ക് സംഭ്രമം അശേഷമില്ല. ആദ്യത്തെ പരീക്ഷയാണ് ഏറ്റവും പ്രയാസം. അതു കടന്നു കിട്ടിയ സ്ഥിതിക്ക് ഇനി അവസാനം വരെ പിടിച്ചുനിൽക്കാമെന്ന് ധൈര്യം എനിക്കുണ്ടായിരുന്നു.

ക്യാബിന്റെ ജനലിലൂടെ ഉള്ളിലേക്കു നോക്കുമ്പോഴൊക്കെ അബക്കിറിന്റെ തലയുടെ പിൻവശം എനിക്ക് കാണാം. തലേദിവസത്തെപ്പോലെ തന്നെ ട്രാക്ടർ അന്നും നിലയ്ക്കാതെ ശബ്ദിച്ചുകൊണ്ടിരുന്നു. കൺട്രോൾ ലീവറിൽ മുറുകെ പിടിച്ചുകൊണ്ട് ഞാൻ കടുപ്പമുള്ള ലോഹസീറ്റിലിരുന്ന് കുടുങ്ങി.

ഉച്ചയായപ്പോൾ അബക്കീർ എഞ്ചിൻ നിറുത്തി.

"ഇറങ്ങിവാ." അയാൾ പറഞ്ഞു. "നമുക്ക് അല്പം വിശ്രമിക്കാം.

ട്രാക്ടറിന്റെ തണലിൽ ഞങ്ങൾ ഇരുന്നു. ഞങ്ങൾ യാതൊന്നും സംസാരിച്ചില്ല.

അബക്കീർ ഒരു സിഗററ്റു കത്തിച്ചു വലിച്ചു, അയാൾ അതിന്റെ അറ്റം കടിച്ചു കൊണ്ടിരുന്നു. തന്റെ ഓവറോളും ഷർട്ടും ഊരിനിലത്തു വിരിച്ച് അതിൽ കമഴ്ന്ന് അയാൾ വെയിൽ കാഞ്ഞു. ദൃഢമായ മാംസപേശികളുള്ള അയാളുടെ പുറത്തിന് നല്ല വിസ്താരമുണ്ടായിരുന്നു. അവിടെ വിയർപ്പു പറ്റിയിരിക്കുന്നതു ഞാൻ കണ്ടു. ഞാനും ഷർട്ടൂരി. കിടന്ന് വെയിൽ കായാനായി ഞാൻ അതു നിലത്തു വിരിക്കുകയായിരുന്നു. പെട്ടെന്ന് ഉറക്കം തൂങ്ങുന്ന മ്ലാനമായ മുഖം ഉയർത്തി. അബക്കീർ എനിക്ക് കല്പനതന്നു:

"എന്റെ പുറം ഒന്നു ചൊറിഞ്ഞു താ." ഞാൻ അതു ചെയ്യാൻ വിസമ്മതിക്കുമെന്ന് സംശയംപോലുമില്ലാതിരുന്നതിനാൽ അയാൾ വീണ്ടും തല കൈത്തണ്ടയിൽ വച്ച് പ്രതീക്ഷയോടെ കിടന്നു.

ഞാൻ അനങ്ങുകയോ ശബ്ദിക്കുകയോ ചെയ്തില്ല.

"ഞാൻ പറഞ്ഞതുകേട്ടില്ലേ?" ദേഷ്യത്തോടെ ചുമലുകൾ ചലിപ്പിച്ചുകൊണ്ട് തലയുയർത്താതെ അയാൾ ചോദിച്ചു.

"ഞാൻ നിങ്ങളുടെ പുറം ചൊറിയാൻ ഉദ്ദേശിക്കുന്നില്ല."

"ചൊറിയും, ചൊറിയും!" അയാൾ എന്റെ നേർക്ക് തിരിഞ്ഞു കിടന്നു. "എത്രനേരം ഞാൻ കാത്തിരിക്കണം?"

ഞാൻ അല്പം അകന്നു മാറി ഇരുന്നു.

"നിങ്ങൾ ലോകത്തെ മുഴുവൻ തീറ്റിപ്പോറ്റുന്ന ഒരു പണിയാളനാണെന്ന് നെഞ്ചിൽ തട്ടിക്കൊണ്ട് എപ്പോഴും വീമ്പടിക്കാറുണ്ടല്ലോ," ഞാൻ പറഞ്ഞു. "പക്ഷേ പണിയെടുക്കുന്നു എന്ന അർത്ഥത്തിൽ മാത്രമേ നിങ്ങൾ ഒരു പണിക്കാരനാകുന്നുള്ളൂ. നിങ്ങളുടെ ഹൃദയം ഒരു പണിയാളന്റേതല്ല. നിങ്ങൾ ഒരു ഒന്നാന്തരം "ബായ്" ആയിരിക്കും.

"ശരി, ഞാനങ്ങിനെയാകും! നീ വലിയ കുറുമ്പനാണ്." എന്നു പറഞ്ഞുകൊണ്ട് തികച്ചും അപ്രതീക്ഷിതമായി അയാൾ എന്റെ മൂക്കിൽ ഇടിച്ചു.

ഞാൻ ചാടിയെണീറ്റ് അയാളുടെ നേർക്കടുത്തു. അയാൾ അതു കാത്തിരിക്കുകയായിരുന്നെന്നു തോന്നി. അയാൾ എന്നെ അടിച്ചു താഴെയിട്ടു. കഴിഞ്ഞ ഏതാനും ദിവസങ്ങളിലായി അയാളുടെ ഉള്ളിൽ ഉറഞ്ഞുകൂടിയ പകയുടേയും വിദ്വേഷത്തിന്റേയും മുഴുവൻ ശക്തിയും ആ അടിയിൽ അടങ്ങിയിരുന്നു. വളരെ പ്രയാസപ്പെട്ടു ഞാൻ മുട്ടുകുത്തി എണീറ്റു. രോഷാകുലനായി ഞാൻ വീണ്ടും അയാളുടെ നേർക്കടുത്തു.

"എന്റെ കൈയുടെ സ്വാദ് ശരിക്കറിയിക്കും." എന്നു പറഞ്ഞു കൊണ്ട് അയാൾ തന്റെ ഉരുക്കു മുഷ്ടികൾ ഉയർത്തി എന്നെ വീണ്ടും ഇടിച്ചു താഴെയിട്ടു. പിന്നെയും പിന്നെയും അതുതന്നെ സംഭവിച്ചു.

പക്ഷേ ഞാൻ ഓരോ തവണയും എണീറ്റ് അയാളെ അടിക്കാനോങ്ങി. അയാളുടെ മുഖത്ത് അടിക്കാനാണ് ഞാൻ ശ്രമിച്ചുകൊണ്ടിരുന്നത്. ആ കാടന്റെ മോന്ത ഇടിച്ചു ചമ്മന്തിയാക്കാൻ ഞാൻ വിഫലശ്രമം നടത്തുന്നതിനിടയിൽ അയാളുടെ പ്രഹരങ്ങൾ ലക്ഷ്യം തെറ്റാതെ എന്റെ വയറ്റത്തും വാരിയെല്ലുകളിലും നെഞ്ചിലും പതിച്ചുകൊണ്ടിരുന്നു.

ഒരിക്കൽക്കൂടി ഞാൻ പിടഞ്ഞെണീറ്റ് മെല്ലെ അയാളോടടുത്തു. അയാൾ

കൈയുയർത്തിനിന്ന് ഒരു കശാപ്പുകാരനെപ്പോലെ മുറുമുറുത്തുകൊണ്ട് എന്റെ പിടലിക്കിട്ട് ഒരടി തന്നു. ഞാൻ നിലം പതിച്ചു. ചുണ്ടു കടിച്ച്പിടിച്ച് കരച്ചിലമർത്തിക്കൊണ്ട് ഞാൻ മണ്ണിൽ കമഴ്ന്നു കിടന്നു.

"പണ്ഡിതാ, നീ കമഴ്ന്നു കിടന്ന് മണ്ണു തിന്ന്." ശക്തിയായി കിതയ്ക്കുകയും മുറിഞ്ഞ ചുണ്ടിലെ രക്തം തുപ്പിക്കളയുകയും ചെയ്തുകൊണ്ട് അബക്കീർ പറഞ്ഞു. "ശിലാപ്രതിമകളെപ്പറ്റി? പ്രസംഗിക്കുന്നതുപോലെയല്ല ഇതെന്ന് ഇപ്പോൾ മനസ്സിലായോ?"

മൽപ്പിടുത്തത്തിനിടയിൽ ഞങ്ങൾ ചവിട്ടിമെതിച്ച വസ്ത്രങ്ങൾ അയാൾ കയ്യിലെടുത്തു. അവ കുടഞ്ഞ് സാവധാനം അയാൾ ധരിക്കാൻ തുടങ്ങി. തന്റെ കടമ ഭംഗിയായി നിറവേറ്റിയ ഒരുവന്റെ ഭാവമായിരുന്നു അയാൾക്ക്. എന്നാൽ ആ പോരാട്ടത്തിൽ ജയിച്ചതു ഞാനായിരുന്നെന്ന് അയാൾ സംശയിച്ചതുപോലുമില്ല. ഞാൻ നിലത്തു വീണുകിടക്കുകയാണ്. പക്ഷേ ഞാൻ പരാജയപ്പെട്ടിട്ടില്ല.

നീതിക്കുവേണ്ടിയുള്ള യുദ്ധത്തിൽ മുഷ്ടികളും ഉപയോഗപ്പെടുത്താമെന്ന് ഇന്ന് ഞാൻ പഠിച്ചു. എന്നെ സംബന്ധിച്ചിടത്തോളം അതൊരു വിജയമാണ്...

അബക്കീർ വസ്ത്രം ധരിച്ചുകൊണ്ടിരുന്ന സമയം കൊണ്ട് ഞാൻ ശക്തി വീണ്ടെടുത്തു. അയാൾ എഞ്ചിൻ സ്റ്റാർട്ടുചെയ്തപ്പോൾ ഞാൻ ധൃതിയിൽ ഷർട്ടിട്ട് കലപ്പയ്ക്കു മീതെയുള്ള എന്റെ സീറ്റിൽ സ്ഥാനം പിടിച്ചു.

ട്രാക്ടർ അലറിക്കൊണ്ട് വയലിലൂടെ നീങ്ങി. പിന്നെയും അബക്കീറിന്റെ തലയുടെ പിൻവശം ഞാൻ കണ്ടുകൊണ്ടിരുന്നു. കൺട്രോൾ ലീവർ പിടിച്ചുകൊണ്ട് വീണ്ടും ഞാൻ ഒരു ട്രെയിലർ ജോലിക്കാരന്റെ കടമ നിർവ്വഹിച്ചുകൊണ്ടിരുന്നു.

4

ഞങ്ങളുടെ ജീവിതത്തിൽ ചില വ്യതിയാനങ്ങളൊക്കെ ഉണ്ടായി. ഞങ്ങൾക്കിപ്പോൾ രണ്ടു കുതിരകൾ വലിക്കുന്ന ഒരു വണ്ടിയും പാടത്തേക്കു വിത്തുകൊണ്ടുപോകാൻ രണ്ടു കുതിരകളുമുണ്ട്. വണ്ടിയോടിക്കാൻ ഒരു പുതിയ ആളും വന്നു ചേർന്നു. അതോടെ വെള്ളം കോരുകാരന്റെ ജോലി വളരെ ലഘൂകരിക്കപ്പെട്ടു. സദബേക്കും യെസിർകേപ്പും ജോലി ചെയ്തിരുന്ന ട്രാക്ടർ വിതയ്ക്കുന്നതിൽ ഏർപ്പെട്ടു. ഞാനും അബക്കീറും ഉഴവു ജോലിതന്നെ തുടർന്നു.

മറ്റൊരു പ്രധാന സംഭവം എന്റെ ജീവിതത്തിലുണ്ടായി.

ഒരു ദിവസം ഉച്ചഭക്ഷണം കഴിഞ്ഞ് ഇരട്ടക്കുതിരകൾ വലിക്കുന്ന വണ്ടിയിൽ ഞങ്ങൾ പാടത്തേക്കു മടങ്ങുകയായിരുന്നു. ആടുകളെ മേയ്ക്കുന്ന പെൺകുട്ടി ഉറവയ്ക്കടുത്തു നിൽക്കുന്നതു ഞാൻ കണ്ടു. ഞാൻ വണ്ടിയിൽ നിന്നു ചാടിയിറങ്ങി. വണ്ടിയോടിച്ചുകൊണ്ടിരുന്നയാൾ കുതിരകളെ നിർത്താൻ തുടങ്ങി. എന്നാൽ അബക്കീർ അയാളെ തടഞ്ഞു.

"പോകാം," അയാൾ കല്പിച്ചു.

ഞാൻ പെൺകുട്ടിയുടെയടുത്തേക്ക് ഓടി. ആടുകളുടെ കാര്യം മറന്ന് അവളും ഓടി വന്നു. എന്നാൽ ഞാൻ അവളുടെയടുത്തെത്തിയില്ല. കാരണം ഞാൻ ഇനി മുമ്പോട്ടു പോയാൽ തിരിച്ച് കുതിരവണ്ടിയോടൊപ്പം എത്താൻ എനിക്ക് സാധിക്കാതെവരും. ജോലിക്കു താമസിക്കുകയും ചെയ്യും. ഞാൻ പാതിവഴി ചെന്നു

നിന്നിട്ട് വിളിച്ചു പറഞ്ഞു:

"നമസ്ക്കാരം"

"നമസ്ക്കാരം" അവളും പറഞ്ഞു. അവളും ഓട്ടം നിർത്തി.

അവളെ കണ്ടത് എനിക്ക് അനല്പമായ സന്തോഷം നൽകി. എന്നാൽ എന്തു പറയണമെന്ന് എനിക്കറിയില്ലായിരുന്നു.

"ഇപ്പോൾ വെള്ളമെടുക്കാൻ വരാത്തതെന്താ? എവിടെയാണ് ജോലി ചെയ്യുന്നത്?" അവൾ വിളിച്ചു ചോദിച്ചു.

"ട്രാക്ടർ ടീമിൽ." അഭിമാനപൂർവ്വം ഞാൻ വിളിച്ചുപറഞ്ഞു. "ദൂരെക്കാണുന്ന പാടത്താണ് ഞങ്ങൾ ജോലിചെയ്യുന്നത്. സമയമില്ല. ഞാൻ പോകട്ടെ."

"പിന്നെ കാണാം." അവൾ കൈവീശി.

ഞാൻ വണ്ടിയുടെ പിന്നാലെ ഓടി. ഒരിക്കൽ മാത്രം ഞാൻ തിരിഞ്ഞുനോക്കി. ഞാൻ ഓടുന്നതും നോക്കിക്കൊണ്ട് അവൾ അവിടെത്തന്നെ നിന്നിരുന്നു. വണ്ടി എന്നെ കാത്തു നിന്നില്ല. പക്ഷേ എനിക്കതിൽ ഖേദമില്ല. ഞാൻ അനായാസമായി ഓടി. അവൾ എന്റെ നേരെ കൈ വീശിയത് എന്നെ സന്തുഷ്ടനാക്കി. സുന്ദരവും വിശാലവുമായ സ്റ്റെപ്പിയിലൂടെയാണു ഞാൻ ഓടിയത്...

പിറ്റേ ദിവസം അവൾ ഞങ്ങളുടെ പാടത്തിനടുത്തു വന്നു. ആട്ടിൻ കുട്ടികളെ മേച്ചുകൊണ്ട് അവൾ ഒരു കുന്നിന്റെ മീതെ നിൽക്കുകയായിരുന്നു. അവിടെ ചെന്ന് അവളോടു സംസാരിക്കാൻ ഞാൻ അതിയായി ആഗ്രഹിച്ചു. എന്നാൽ ഒരു നിമിഷനേരത്തേക്കു പോലും അബക്കീർ എനിക്ക് ഒഴിവു തന്നില്ല. അയാളിൽനിന്ന് അങ്ങിനെയൊരു സൗജന്യം പ്രതീക്ഷിക്കുന്നതെങ്ങിനെ? ചോദിച്ചാൽ അയാൾ സമ്മതിക്കയില്ലെന്നറിയാം. അതുകൊണ്ട് ചോദിച്ചില്ല.

അബക്കീർ എഞ്ചിനിൽ എന്തോ പരിശോധിച്ചുകൊണ്ടുനിൽക്കുകയായിരുന്നു. ഞാനും അടുത്തുണ്ട്. അപ്പോഴാണ് പെൺകുട്ടി വീണ്ടും കുന്നിന്റെ മുകളിൽ പ്രത്യക്ഷപ്പെട്ടത്.

"അവൾ എപ്പോഴും ഇവിടെ വന്നു നിൽക്കുന്നതെന്തിനാണ്?" ബക്കീർ എന്നോടു ചോദിച്ചു.

"എനിക്കറിയില്ല."

"അവളുടെ പേരെന്താ?"

"അറിയില്ല."

"ഓ, ഒരു പണ്ഡിതൻ!" അയാൾ അവജ്ഞയോടെ നിലത്തേക്കു തുപ്പിയിട്ട് പെൺകുട്ടിയെ നോക്കി. "നല്ല ചരക്കാണെന്നു തോന്നുന്നു."

എന്റെ തുറിച്ചുനോട്ടം അവഗണിച്ചുകൊണ്ട് അയാൾ കുരച്ചു. "സ്ഥാനത്തു പോയി ഇരിക്ക്."

ഞങ്ങൾ പിന്നെയും ജോലി തുടർന്നു.

പെൺകുട്ടി ആടുകളെ താഴത്തേക്കു നയിച്ചു. ഞങ്ങളുടെ പാടത്തിന്റെ നൂറുവാര അകലെ അവൾ വന്നുനിന്നു. അങ്ങോട്ട് ഓടിച്ചെല്ലാനും അവളോടു സംസാരിച്ചുകൊണ്ട് ഒരു നിമിഷം അവളുടെയടുത്തിരിക്കാനും ഞാനെത്ര കൊതിച്ചു!..

പെട്ടെന്ന് ട്രാക്ടർ നിന്നു. അബക്കീർ തല പുറത്തേക്കു നീട്ടി വിലച്ചു പറഞ്ഞു:

"ലീവർ ഉറപ്പിച്ചു നിർത്തിയിട്ടു വരൂ."

അയാൾ തന്റെ ക്യാബിന്റെയടുത്തെങ്ങും ചെല്ലാൻ എന്നെ അനുവദിക്കുക പതിവില്ല. അതുകൊണ്ട് അമ്പരപ്പോടെ ഞാൻ ട്രെയിലറിൽനിന്നിറങ്ങി.

"കയറിയിരിക്ക്," മാറിയിരുന്നുകൊണ്ട് അയാൾ പറഞ്ഞു. "കയറിയിരുന്ന് ഓടിക്ക്."

ഞാൻ മിഴിച്ചു നിന്നു. അയാളിൽ നിന്ന് ഞാനൊരിക്കലും അതു പ്രതീക്ഷിച്ചിരുന്നില്ല. പെട്ടെന്നുള്ള ഈ മനസ്സുമാറ്റത്തിനു കാരണമെന്താണ്? അബക്കീറിന് എന്തുപറ്റി? ഞാൻ അകത്തുകയറി അയാൾ പറയുന്നതുപോലെ ചെയ്യാൻ തയ്യാറായി ഇരുന്നു

"പൈഡൻ താഴ്ത്തണം. ക്ലച്ചു ചവിട്ടണം. ശരി. ഇനി മെല്ലെ പെഡൽ വിടുക. ഫ്രിക്ഷൻ ലീവേഴ്സിൽ പിടിക്കു..."

ട്രാക്ടർ ഒന്ന് ഇരച്ചിട്ട് നീങ്ങിത്തുടങ്ങി. ഞങ്ങൾ പാടത്തുകൂടെ മുമ്പോട്ടു പോയി. ഉദ്വേഗം നിമിത്തം എനിക്ക് ശ്വാസംമുട്ടി. ഞാൻ ലോകത്തെത്തന്നെ മറന്നു. ട്രാക്ടർ ഓടിക്കാൻ പഠിക്കുക എന്ന ഒരേ ഒരു കാര്യത്തിൽ മാത്രം എന്റെ ശ്രദ്ധ കേന്ദ്രീകരിച്ചു. എത്ര കാലമായി ഞാൻ ഈ ശുഭമുഹൂർത്തം കാത്തിരിക്കുന്നു! ഈ ശക്തിയുള്ള യന്ത്രം എന്നെ അനുസരിക്കുകയും ഞാൻ നയിക്കുന്നിടത്തേക്കു പോവുകയും ചെയ്യുന്നു. ഞാൻ തന്നെ ഒരു യന്ത്രമായിത്തീർന്നു-ശരിയായ ചലനങ്ങൾ സൂക്ഷ്മതയോടെ ചെയ്യുന്നതിൽ മാത്രം ശ്രദ്ധിക്കുന്ന ഒരു യന്ത്രം.

പാടത്തിന്റെ അറ്റത്തെത്തിയപ്പോൾ ഞാൻ വലിയ തെറ്റില്ലാതെ ട്രാക്ടർ തിരിച്ചു. ട്രെയിലർ നിയന്ത്രിക്കാൻ ആരുമില്ലാതിരുന്നതിനാൽ തിരിവിൽ വിടവുകൾ വളരെ വലുതായിരുന്നു. എന്നാൽ അതു സാരമില്ല. അനർഹായ് സ്റ്റെപ്പിയിൽ സ്ഥലത്തിനു ക്ഷാമമില്ലല്ലോ. ഞാൻ ഒരു ട്രാക്ടർ ഓടിക്കാൻ പഠിക്കുന്നു എന്നതാണ്. പ്രധാനം.

ഞങ്ങൾ പലതവണ ഓടിച്ചു. എനിക്ക് കൂടുതൽ ആത്മവിശ്വാസം കൈവന്നു. എന്റെ ഹൃദയമിടിപ്പ് സാധാരണഗതിയിലായി.

"പണ്ഡിതാ, നീ ഒറ്റയ്ക്ക് കുറച്ച് ഓടിച്ചു നോക്ക്. ഞാൻ അഞ്ചു മിനിട്ടു കഴിഞ്ഞ് വരാം." അബക്കീർ ഉറക്കെ എന്റെ ചെവിയിൽ പറഞ്ഞു. "എന്തെങ്കിലും കുഴപ്പമുണ്ടായാൽ എഞ്ചിൻ നിർത്തിയാൽ മതി."

അയാൾ വേഗത്തിൽ ഓടുന്ന ട്രാക്ടറിൽനിന്ന് ചാടിയിറങ്ങി. വസ്ത്രങ്ങളിൽ നിന്ന് പൊടി തട്ടിക്കളഞ്ഞ് അല്പമൊന്ന് വൃത്തിയാക്കിയിട്ട് ആടുമേയ്ക്കുന്ന പെൺകുട്ടിയുടെയടുത്തേക്കു നടന്നു. അവൾ ഇപ്പോൾ ഞങ്ങളുടെ വളരെ അടുത്തായിരുന്നു. അയാളുടെ മനസ്സിലിരിപ്പ് എന്താണെന്ന് അപ്പോഴാണ്. എനിക്കു പിടികിട്ടിയത്. ഇതിനാണ് അയാൾ എന്നെ ക്യാമ്പിന്റെയകത്തേക്കു കയറ്റിയത്!

യാതൊരു മനക്ലേശവുമില്ലാതെ അബക്കീർ ആ പെൺകുട്ടിയോട് സംസാരിച്ചുകൊണ്ടുനിന്നു. അയാളെ ഒരു പ്രശ്നവും അലട്ടിയിരുന്നില്ലല്ലോ. അയാളുടെ ജോലി മറ്റൊരാൾ ചെയ്യുന്നുണ്ട്. എന്തെങ്കിലും കുഴപ്പം പറ്റിയാൽ ഓടിയെത്താവുന്ന അകലത്തിലാണ് ട്രാക്ടർ.

അയാൾ എന്നോടു കാണിച്ച ആ ചതി എനിക്കിഷ്ടപ്പെട്ടില്ല. എന്നാൽ ട്രാക്ടർ

ഓടിക്കാൻ എനിക്കവസരം കിട്ടിയതിൽ ഞാൻ സന്തോഷിച്ചു. ക്യാമ്പിനിൽനിന്ന് പെൺകുട്ടിയെ നോക്കി കൈ വീശാനും അവളോട് സ്നേഹപൂർവ്വം എന്തെങ്കിലും വിളിച്ചു പറയാനും ഞാനാഗ്രഹിച്ചു. അബക്കീർ അവളുടെയടുത്തില്ലായിരുന്നെങ്കിൽ! അയാൾ അവളോട് എന്താണ് പറയുന്നത്? അവൾ അയാളോട് എന്തായിരിക്കും പറയുക? അയാളോടു സൂക്ഷിച്ചുവേണം പെരുമാറാൻ. അയാളെ അവൾ അകറ്റി നിർത്തുകയാണു വേണ്ടത്....

ഏകദേശം ഒന്നൊന്നര മണിക്കൂർ നേരം അതു തുടർന്നു. ഒടുവിൽ അവൾക്ക് പറ്റത്തെ തിരിച്ചുകൊണ്ടുപോകാൻ സമയമായി. ആ സമയമെല്ലാം ഞാനാണ് ട്രാക്ടർ ഓടിച്ചത്. അബക്കീർ തിരിച്ചുവന്നപ്പോൾ ഞാൻ പരിശോധിക്കുന്ന മട്ടിൽ അയാളുടെ മുഖത്തേക്ക് നോക്കി. എന്നാൽ അവിടെ അയാളുടെ പതിവുള്ള ധിക്കാര ആത്മസംതൃപ്തിയല്ലാതെ മറ്റൊന്നും കാണാൻ കഴിഞ്ഞില്ല.

"പണ്ഡിതാ, നീ നിന്റെ സ്ഥാനത്തേക്കു പോകൂ." എന്റെ തോളിൽ തട്ടിക്കൊണ്ട് കുടിലമായ ഒരു പുഞ്ചിരിയോടെ അയാൾ പറഞ്ഞു.

ഒരക്ഷരം പറയാതെ ഞാൻ ചാടിയിറങ്ങി.

പിറ്റേ ദിവസവും പെൺകുട്ടി വന്നു. അന്നും അബക്കീർ എന്നെ ട്രാക്ടറോടിക്കാൻ അനുവദിച്ചിട്ട് അവളുടെയടുത്തുചെന്ന് സംസാരിച്ചു. അവൾ ഇനി വരരുതേയെന്നായിരുന്നു എന്റെ പ്രാർത്ഥന. എനിക്ക് ട്രാക്ടർ വിട്ടിട്ട് പോകാൻ കഴിയുകയില്ല. അതേസമയം അലക്ഷ്യമായിരിക്കാനും സാദ്ധ്യമല്ല. ഞാൻ ക്യാബിനുള്ളിലിരുന്നുകൊണ്ട് അവരെ ഉൽകണ്ഠയോടെ നോക്കി. അബക്കീറിനെപ്പറ്റി അവൾക്കു മുന്നറിയിപ്പുകൊടുക്കേണ്ടതെങ്ങിനെയെന്നറിയാതെ ഞാൻ കുഴങ്ങി. പക്ഷേ ഒരാൾ മറ്റൊരാളോടു സംസാരിക്കരുതെന്ന് വിലക്കുന്നതെങ്ങിനെ? താൻ ചെയ്യുന്നത് എന്താണെന്ന് അവൾക്ക് അറിയാമല്ലോ....

ഇത്തവണ അവൾ അധികസമയം നിന്നില്ല. എനിക്ക് വലിയ ആശ്വാസം തോന്നി. അവൾ സ്റ്റെപ്പിയിലൂടെ ഓടുകയായിരുന്നു. ഒരിക്കൽ പോലും തിരിഞ്ഞു നോക്കാതെ അവൾ പറ്റത്തെ അതിവേഗം തെളിച്ചു കൊണ്ടുപോയി. "പ്രിയപ്പെട്ട കുട്ടീ, എനിക്കു മാപ്പുതരൂ," ഞാൻ മനസ്സിൽ പറഞ്ഞു. "നീ പോയത് എനിക്ക് സന്തോഷമായി. നാം ഇനിയും എന്നെങ്കിലും കണ്ടുമുട്ടും. ഇപ്പോൾ നീ കഴിയുന്നതും വേഗം ഇവിടെനിന്നു പോകൂ. ഭംഗിയുള്ള മുടിയുള്ള, പെൺകുട്ടി, നീ തിരിഞ്ഞുനിൽക്കാതെ പോയ്ക്കൊള്ളൂ... എനിക്കു നിന്റെ പേരുപോലും അറിയില്ല!.

എന്നാൽ അവളെ താമസിയാതെ വീണ്ടും കാണുമെന്ന് ഞാൻ വിചാരിച്ചതു തെറ്റായിരുന്നു. അവൾ പിന്നീട് വന്നില്ല. മൂന്നു ദിവസം ഞാനും അബക്കീറും അവളെ പ്രതീക്ഷിച്ചിരുന്നു. എന്നാൽ അവളെപ്പറ്റി ഒരക്ഷരം ഞങ്ങൾ പരസ്പരം പറഞ്ഞില്ല. അയാൾ മുമ്പെന്നത്തെക്കാളും നീചമായി എന്നോടു പെരുമാറിത്തുടങ്ങി. ആ കണ്ണുകളിലെ വെറുപ്പിനും നിന്ദയ്ക്കും ആഴം കൂടി അയാളോടുള്ള അവജ്ഞ മറച്ചുവെയ്ക്കാൻ ഞാനും മിനക്കെട്ടില്ല. അയാൾ ആ പെൺകുട്ടിയെ അപമാനിച്ചു കാണും. ഇരുണ്ടതും നികൃഷ്ടവുമായ ഒന്നിൽനിന്ന് അവളെ രക്ഷിക്കാൻ എനിക്ക് കഴിഞ്ഞില്ല. അതെന്റെ കുറ്റമാണ്. സമയം കിട്ടിയാലുടൻ അവളെ കണ്ടുപിടിച്ച് സംഗതികളെല്ലാം തുറന്നു പറയണമെന്ന് ഞാൻ തീരുമാനിച്ചു. ഞാൻ അതേപ്പറ്റി സ്വപ്നം കണ്ടുതുടങ്ങി. ആ അവസരം പ്രതീക്ഷിച്ച് ഞാൻ കഴിഞ്ഞു.

ദൂരെയുള്ള പാടത്തിന്റെ മദ്ധ്യത്തിൽവച്ച് ഞങ്ങൾ ഒരു ദിവസം മഴയിൽ അകപ്പെട്ടു. ഓർക്കാപ്പുറത്താണ് മഴ പെയ്തത്. ആലിപ്പഴം വിതറിക്കൊണ്ട് മഴ ശക്തിയായി പെയ്തു. ഇളകിമറിയുന്ന വെള്ളക്കുഴികൾ എല്ലായിടത്തും പ്രത്യക്ഷപ്പെട്ടു. എന്നാൽ അബക്കീർ ട്രാക്ടർ നിർത്തിയില്ല. നേരെമറിച്ച് കൂടുതൽ വേഗത്തിൽ അയാൾ ട്രാക്ടറോടിക്കയാണു ചെയ്തത്. തുറന്ന സീറ്റിലിരുന്നു ജോലിചെയ്യുന്ന എന്റെ ദേഹത്തും തലയിലും ശക്തിയായി പൊഴിയുന്ന ആലിപ്പഴം വന്നു തട്ടിക്കൊണ്ടിരുന്നു. ക്യാബിനകത്തിരുന്ന് ട്രാക്ടറോടിക്കുന്ന ആ മനുഷ്യൻ ഒരിക്കൽപ്പോലും എന്നെ ഒന്നു തിരിഞ്ഞുനോക്കിയില്ല.

നനഞ്ഞുകുതിർന്ന മണ്ണ് ബ്ലെയ്ഡുകളിൽനിന്ന് കഷ്ണങ്ങളായി അടർന്നുവീഴാതെ കലപ്പയിൽ കുഴഞ്ഞു പിടിച്ചു. അത് ഞാൻ കാലുവച്ചിരുന്ന ചട്ടത്തിന്റെ മുകളറ്റം വരെ എത്തി. കുഴഞ്ഞ വലിയ മൺകട്ടകൾ ട്രാക്ടറിന്റെ ബെൽട്ടിന്റെ ചലനത്തെ തടസ്സപ്പെടുത്തിയില്ലായിരുന്നെങ്കിൽ അബക്കീർ ഒരിക്കലും അതു നിർത്തുകയില്ലായിരുന്നു. അയാൾ എഞ്ചിൻ നിർത്തിവച്ചിട്ട് തന്റെ ക്യാബിന്റെയുള്ളിൽ സൗകര്യമായി ഇരുന്ന് പുകവലിച്ചുതുടങ്ങി. അതിനുള്ളിൽ അഭയംതരാൻ ഞാൻ അയാളോടു യാചിക്കുമെന്നാണ് അയാൾ വിചാരിച്ചത്. എന്നാൽ അടിമുടി ഞാൻ നനഞ്ഞു കഴിഞ്ഞു. ഇനി എവിടെയിരുന്നാൽ എന്താണ്? ഞാൻ എന്റെ ലോഹസീറ്റിൽ തന്നെ ഇരുന്നു. ശക്തിയായി പെയ്യുന്ന മഴ എന്റെ ദേഹത്തു കുഴഞ്ഞുപിടിച്ചിരുന്ന ചെളി കഴുകിക്കളഞ്ഞുകൊണ്ടിരുന്നു. വായിക്കുന്ന പുസ്തകങ്ങളിൽ നിന്നുള്ള വാചകങ്ങളും എന്റെ സ്വന്തം ചിന്തകളും കുറിച്ചുവച്ചിട്ടുള്ള നോട്ടുബുക്കു മാത്രം ഞാൻ നനയാതെ സൂക്ഷിച്ചു. ഞാനത് എന്റെ ബൂട്ടിന്റെയുള്ളിലേക്കു തിരുകിവച്ചു.

പെട്ടെന്ന് മഴ നിലച്ചു. ആകാശം തെളിഞ്ഞു. അഗാധവും സുതാര്യവും ഉജ്ജ്വലവുമായ നീലവർണ്ണം അതിനു കൈവന്നു. നിർലോഭമായ വസന്തകാലവൃഷ്ടി കഴുകിവെടിപ്പാക്കിയ വിശാലമായ സ്റ്റെപ്പിയുടെ ചാരുതയുടേയും നൈർമ്മല്യത്തിന്റേയും തുടർച്ചയാണ് അതെന്നു തോന്നി. അനന്തമായ അനർഹായ് സ്റ്റെപ്പിയുടെ കൂടുതൽ വ്യക്തവും കൂടുതൽ വിസ്തൃതവുമായ ഒരു ദൃശ്യം കൺമുമ്പിൽ ചുരുളഴിഞ്ഞു. ലോകത്തിലുള്ള എല്ലാ സുന്ദരവർണ്ണങ്ങളും ആഗികരണം ചെയ്തുകൊണ്ട് ഒരു വലിയ മഴവില്ല് ആകാശത്തിൽ പ്രത്യക്ഷപ്പെട്ടു. അത് ഭൂമിയുടെ ഒരറ്റം മുതൽ മറ്റേയറ്റം വരെ നീണ്ടു കിടന്നു. ആനന്ദാതിരേകത്താൽ മതിമറന്ന് ഞാൻ ചുറ്റും നോക്കി. അപരിമേയവും ഭാരരഹിതവുമായ നീലാകാശത്തിനും വർണ്ണശബളമായ മാരിവില്ലിനും ഇളം നിറമുള്ള സ്റ്റെപ്പിക്കും എന്തൊരു ഭംഗി! നിലം ഉണങ്ങിത്തുടങ്ങി. അങ്ങു മുകളിൽ വിടർത്തിപ്പിടിച്ച ചിറകുകൾ ചലിപ്പിക്കാതെ ഒരു കഴുകൻ വട്ടമിട്ടു പറന്നു. ആ കഴുകനെ ഇത്ര ഉയരത്തിൽ എത്തിച്ചത് അതിന്റെ ചിറകുകളല്ല, മണ്ണിന്റെ ശക്തമായ നിശ്വാസമാണ്-മണ്ണിൽ നിന്നുയർന്ന ഊഷ്മളമായ വായുപ്രവാഹമാണ്-എന്നെനിക്കുതോന്നി.

എന്റെയുള്ളിലേക്കും ശക്തിയുടെ ഒരു പ്രവാഹം തള്ളിക്കയറി. എനിക്ക് ഉന്മേഷം തോന്നി. മഹത്തായ അനർഹായ് സ്റ്റെപ്പിയെപ്പറ്റിയുള്ള സ്വപ്നം എനിക്ക് തിരിച്ചുകിട്ടി. ഞാൻ ഇപ്പോൾ മണ്ണിൽ ഉറച്ചു നിൽക്കുകയാണ്. എന്റെ സ്വപ്നത്തെ ശിഥിലമാക്കാനോ സ്റ്റെപ്പിയുടെ മഹത്തായ ഭാവിയെപ്പറ്റിയുള്ള വിശ്വാസം തകർക്കാനോ ആർക്കും ഇപ്പോൾ കഴിയുകയില്ല.

ഞാനൊരു കവിയല്ല. എന്നാൽ ഒന്നുരണ്ടു തവണ ഞാനെഴുതിയ പദ്യങ്ങൾ

സ്കൂളിലെ ചുമർപത്രത്തിൽ സ്ഥാനം പിടിച്ചിട്ടുണ്ട്. കവിതയെഴുതാനുള്ള ഒരുതരം പ്രചോദനം പെട്ടെന്ന് എനിക്കുണ്ടായി. ഞാൻ എന്റെ നോട്ടുബുക്കെടുത്ത് അപ്പോൾ മനസ്സിൽ തോന്നിയ വരികൾ കുത്തിക്കുറിച്ചു:

കർഡായ് പീഠഭൂമിക്കപ്പുറം,
യുഗങ്ങളായി മനുഷ്യസ്പർശമേൽക്കാത്ത
അനർഹായ് സ്റ്റെപ്പി നിദ്രയിലാണ്ടു കിടക്കുന്നു
കാറ്റും മഞ്ഞുമേറ്റ്,
കൊട്ടും വെയിലിൽ പൊരിഞ്ഞ്
നിരുന്മേഷയായി കിടക്കുന്ന ഈ അനർഹായ്
ഭൂമിയിലെ സ്വർഗ്ഗമായി മാറുന്ന സുദിനം
എനിക്ക് മുമ്പിൽ കാണാൻ കഴിയുന്നു.

ഞാൻ എഴുതിയ കവിതയിൽ രചനാഭംഗിയും ഭാവനാവിലാസവുമൊന്നുമില്ലായിരിക്കാം. പക്ഷേ അതുകൊണ്ടെന്താ? എന്നെ അലട്ടിയത് മറ്റൊന്നാണ്. നിർഗ്ഗമനമാർഗ്ഗം തേടി എന്റെ ആത്മാവിൽ തിങ്ങിനിറഞ്ഞിരിക്കുന്ന വികാരങ്ങളുടെ നൂറിലൊരംശംപോലും അതിൽ പ്രകടമാകുന്നില്ല. അതാണ് എന്നെ വേദനിപ്പിച്ചത്. എന്റെ സ്വപ്നത്തെപ്പറ്റി എന്റെ മനസ്സിൽ തോന്നുന്നത് അതേപടി പകർത്താൻ കഴിവുള്ള വാക്കുകൾ കിട്ടാൻ ഞാൻ തലപുകഞ്ഞാലോചിച്ചു. ആ നിമിഷത്തിൽ ആരോ എന്റെ നോട്ടുബുക്ക് തട്ടിപ്പറിച്ചു. ഞാൻ ഞെട്ടിയുണർന്നു.

"പ്രേമലേഖനമെഴുതുകയാണോ?" എന്നു പകയോടെ ചോദിച്ചുകൊണ്ട് അയാൾ നടന്നു. "കവിതയെഴുതി ആ പെണ്ണിനെ പാട്ടിലാക്കാൻ പോവുകയാണോ?"

"അതിവിടെ തരൂ!" കോപംകൊണ്ട് ഞാൻ ജ്വലിച്ചു. "മറ്റുള്ളവരുടെ കത്തു വായിക്കാൻ പാടില്ല.!"

"ചെയ്യാവുന്നതും ചെയ്യരുതാത്തതും എന്തെന്ന് നീയെന്നെ പഠിപ്പിക്കേണ്ട. എനിക്ക് എന്റെ സ്വന്തമായ ചില നിയമങ്ങളുണ്ട്. നീ പോയി വെള്ളത്തിൽ ചാടിക്കോ."

ഞാൻ ട്രാക്ടറിനടുത്തേക്ക് ഓടിച്ചെന്ന് സ്പാനർ കൈയിലെടുത്തു.

"അതു താഴെയിട്!" എന്നു പറഞ്ഞുകൊണ്ട് അബക്കീർ നോട്ടുബുക്ക് എന്റെ നേരെ നീട്ടി. "ഇതാ, നിന്റെ ബുക്ക്!" പെട്ടെന്ന് അയാൾ ഉറക്കെ ചിരിച്ചുതുടങ്ങി. സ്റ്റെപ്പിൽ മുഴുവൻ കേൾക്കുമാറ് അത്യുച്ചത്തിൽ അയാൾ വിളിച്ചു പറഞ്ഞു: "സ്വർഗ്ഗരാജ്യം അനർഹായ്! ഹ! ഹ! ഹ! എടാ പണ്ഡിതാ, നീ എന്തൊരു മണ്ടനാണ്! നിന്നെപ്പോലുള്ള വിഡ്ഢികളെയാണ് ഇങ്ങോട്ടു വിടേണ്ടത്. ഇവിടെ വരുമ്പോൾ ശരിക്കും പഠിക്കും! സുന്ദരമായ അനർഹായ് പോലും! ദൈവമേ എന്തൊരു വിഡ്ഢിത്തം! ഈ സുന്ദരമായ അനർഹായ നിന്നെ ഒരു പാഠം പഠിപ്പിക്കും, നോക്കിക്കോ. ശീതകാലത്ത് നീ ഇവിടെ താമസിക്കുന്നുണ്ടെങ്കിൽ അപ്പോൾ നീ പാട്ടു മാറ്റും..."

"എനിക്ക് താമസിക്കാൻ നിങ്ങളുടെ അനുവാദം വേണ്ട. നിങ്ങൾ സ്വന്തം കാര്യം ശരിയാക്കിയാൽമതി."

“എന്റെ കാര്യം ശരിയാക്കാനെന്തിരിക്കുന്നു?” ദുഷ്ടമായ ഒരു പുഞ്ചിരിയോടെ അബക്കീർ എന്റെയടുത്തേക്കു നീങ്ങിനിന്നു. “ഞാൻ ഒരിക്കലും സ്വയം മറക്കാറില്ല. എന്റേതെന്തോ അതു ഞാനെടുക്കും.” അയാൾ തിരിഞ്ഞുനടന്നു. പെട്ടെന്ന് എന്തോ ഓർമ്മ വന്നിട്ടെന്ന പോലെ ഒരു നിമിഷം നിന്നിട്ട് തിരിച്ചുവന്ന് എന്റെ ചെവിയിൽ പറഞ്ഞു.

“അവളെപ്പറ്റിയുള്ള ചിന്ത മനസ്സിൽനിന്നും കളയുന്നതാണ് നിനക്കു നല്ലത്, അല്ലെങ്കിൽ ഞാൻ നിന്റെ...”

“അതു നമുക്കു നോക്കാം!”

“അവളെപ്പറ്റി വിചാരിക്കാൻ പോലും നീ ധൈര്യപ്പെടരുത്?” ഞാനാണു പറയുന്നത്!”

പെട്ടെന്ന് എനിക്ക് ആ മുഠാളനോട് സഹതാപം തോന്നി. കഷ്ടം! വെറുപ്പും വിദ്വേഷവും കൊണ്ട് ഈ മനുഷ്യന്റെ തലയിലെ ആണികളെല്ലാം ഇളകിയിരിക്കുകയാണോ? ഞാൻ ശാന്തമായ സ്വരത്തിൽ പറഞ്ഞു.

“നോക്കൂ, നിങ്ങൾ ഒരു മുതിർന്ന മനുഷ്യനാണ്. വല്ലപ്പോഴുമൊക്കെ നിങ്ങൾ വിവേകത്തോടെ സംസാരിക്കും. പക്ഷേ അത് വെറും യാദൃച്ഛികമായിട്ടാണ്. ഒരു കാര്യം നിങ്ങൾ ഓർക്കണം. ഒരാൾ ചിന്തിക്കുന്നതും ആഗ്രഹിക്കുന്നതും സ്വപ്നം കാണുന്നതും തടയാൻ മാറ്റാർക്കും കഴിയുകയില്ല. ചിന്തിക്കാനുള്ള കഴിവാണ് മനുഷ്യനെ മൃഗങ്ങളിൽ നിന്നും വ്യത്യസ്തനാക്കുന്നത്.”

എന്റെ വാക്കുകൾ അയാളെ സ്പർശിച്ചോ എന്നറിയില്ല. ഏതായാലും അയാൾ തിരിച്ചൊന്നും പറഞ്ഞില്ല. മുഖം വീർപ്പിച്ച് ട്രാക്ടറിൽ കയറിയിരുന്ന് ദേഷ്യത്തോടെ അതു സ്റ്റാർട്ടു ചെയ്തു. എഞ്ചിൻ പ്രവർത്തിച്ചു തുടങ്ങി. വീണ്ടും ജോലി തുടങ്ങാൻ സമയമായി.

അതിനുശേഷം എന്റെ സ്വപ്നം ഒരിക്കലും എന്നെ വിട്ടുപിരിഞ്ഞില്ല. സ്വപ്നം കാണാനുള്ള അവകാശം ഞാൻ നേടിയെടുത്തു. എന്റെ ജന്മാവകാശം ഞാൻ വീണ്ടെടുത്തു. ഞാൻ എന്റെ സ്വപ്നം ഒരു നിധിപോലെ കാത്തുസൂക്ഷിച്ചു.

അന്നു രാത്രി എല്ലാവരും ഉറക്കമായപ്പോൾ ഞാൻ യൂർത്തക്കു പുറത്തു കടന്നു. ഉറവയുടെയടുത്തേക്കാണ് ഞാൻ പോയത്. എനിക്കു ഒറ്റയ്ക്കിരിക്കാൻ ആഗ്രഹം തോന്നി, അപ്രതിഹതമായ ഒരു ശക്തി എന്നെ ഉറവയിലേക്ക് നയിച്ചു.

ആകാശത്തിനു വലിപ്പം പോരാഞ്ഞ് നക്ഷത്രങ്ങൾ ചക്രവാളസീമയിലുള്ള ഭൂമിയുടെ വക്കിലേക്ക് ഊർന്നു വീണു. എന്നാൽ അത്ഭുതമെന്നു പറയട്ടെ. വൃത്താകാരത്തിലുള്ള ഒരു ചെറിയ കുളത്തിൽ അവയെ മുഴുവൻ പ്രതിഫലിപ്പിക്കാൻ ഇടമുണ്ടായിരുന്നു. ഈ ജലാശയത്തിന് ഇപ്പോൾ ഭയാനകമാംവണ്ണം ആഴമുണ്ടെന്നു തോന്നി. വെള്ളത്തിൽ മിന്നിത്തിളങ്ങിക്കൊണ്ടിരുന്ന ആ തേജഃപുഞ്ജങ്ങളെ ഒരു കോരികകൊണ്ട് കോരിയെടുത്ത് ചുറ്റുമുള്ള മണ്ണിൽ വിതറാൻ കഴിയുമെന്നു തോന്നി. ഉറവയിൽനിന്ന് പുറത്തേക്ക് പ്രവഹിക്കുന്ന അരുവിയിൽ പ്രതിഫലിച്ച നക്ഷത്രങ്ങൾ ഒഴുക്കിനൊത്തു നീന്തിക്കൊണ്ടിരുന്നു. അടിത്തട്ടിലെ വെള്ളാരങ്കല്ലുകളിൽത്തട്ടി അവ ചിന്നിച്ചിതറി. എന്നാൽ വെള്ളം നിശ്ചലമായി മയങ്ങിക്കിടന്നിടത്തെല്ലാം അവ ആകാശത്തിലെന്നപോലെ ഉജ്ജ്വലമായി പ്രകാശിച്ചുകൊണ്ടിരുന്നു. വർണ്ണശബളമായ സ്വപ്നങ്ങൾ പേറിക്കൊണ്ടു നടക്കുന്ന, ഒരു

ആത്മാവിനെപ്പോലെയാണ് ഈ ഉറവയെന്ന് എനിക്ക് തോന്നി. ചുറ്റുമുള്ള സർവ്വതിനേയും ഉൾക്കൊള്ളാൻ തക്ക ആഴമുള്ള ഒരു ആത്മാവിനെപ്പോലെയാണിത്.

അന്ധകാരമയവും നിഗൂഢവുമായ നിശാകാലസ്റ്റെപ്പിയെ കണ്ണും കാതും ആത്മാവും വഴി ആവാഹിച്ചെടുക്കുകയും എന്റെ സ്വപ്നങ്ങളിൽ, ഇച്ഛാനുസരണം അതിനെ രൂപാന്തരപ്പെടുത്തുകയും ചെയ്തുകൊണ്ട് ഞാൻ അവിടെയിരുന്നു. എന്റെ സ്വപ്നത്തെപ്പറ്റി എനിക്ക് ആരോടെങ്കിലും സംസാരിക്കണം. പക്ഷേ ആരോടാണ്? എനിക്ക് പേരുപോലുമറിയാത്ത ആ പെൺകുട്ടിയാണ് അതിന് പറ്റിയ ആൾ എന്ന് എന്തുകൊണ്ടോ എനിക്കു തോന്നി. അവൾക്കെന്നെ മനസ്സിലാക്കാൻ കഴിയും. അവൾ എന്റെ വികാരങ്ങളിൽ പങ്കുകൊള്ളും. ഒരുപക്ഷേ ഞാനവളെ ഇവിടെവച്ച് ആദ്യമായി കണ്ടുമുട്ടിയതുകൊണ്ടായിരിക്കാം. എനിക്കങ്ങിനെ തോന്നിയത്. അന്നാണല്ലോ ഞാൻ ഈ ഉറവയ്ക്ക് ഒട്ടകക്കണ്ണെന്നു പേരിട്ടത്.

ഞാൻ അവളെക്കുറിച്ചോർക്കുകയാണെന്ന് അവൾ അറിയുന്നുണ്ടോ? ഞങ്ങളുടെ ഉഴവു പണി തീരാറായിരുന്നു. അതു കഴിഞ്ഞാലുടൻ ഞാൻ ചെന്ന് അവളെ കണ്ടുപിടിച്ച് ഇവിടെ കൊണ്ടുവരും. ഈ ഉറവയുടെ കരയിൽവെച്ച് മഹത്തായ അനർഹായ് സ്റ്റെപ്പിയെക്കുറിച്ച് ഞാനവളോടു പറയും. തീർച്ചയായും ഞാൻ എന്റെ കവിത അവളെ വായിച്ചു കേൾപ്പിക്കയില്ല. അവൾ ചിരിച്ചെങ്കിലോ? ലളിതമായ സാധാരണ വാക്കുകളിൽ അനർഹായ് സ്റ്റെപ്പിയുടെ ഭാവിയെക്കുറിച്ചുള്ള എന്റെ സ്വപ്നം ഞാനവൾക്കു വിവരിച്ചുകൊടുക്കും.

യൂർത്തയിലേക്കു മടങ്ങുന്നതിനുമുമ്പ് നക്ഷത്രനിബിഡമായ ആകാശത്തിലേക്കു ഞാൻ ഒരിക്കൽക്കൂടി നോക്കി. നോക്കെത്തുന്ന ദൂരത്തിലുള്ള സകലതും കണ്ണുകൾക്ക് ആനന്ദം പകർന്നു. കുന്നിൻ പുറത്തു നിന്നിരുന്ന ശിലാപ്രതിമ മാത്രം അതിനൊരപവാദമായിരുന്നു. അത് എന്നത്തേയും പോലെ നിർജ്ജീവമായ ഒറ്റക്കണ്ണു തുറന്ന് നിർവ്വികാരമായി വിദൂരതയിലേക്കു നോക്കിക്കൊണ്ട് നിസ്സംഗതയോടെ നിന്നു.

നിലാവുദിച്ചു. ഉഴുതിട്ട പാടത്തിന്റെ മറുവശത്തുകൂടി രണ്ടു നിഴലുകൾ കരുതലോടെ നീങ്ങുന്നതു ഞാൻ കണ്ടു. അവ സ്റ്റെപ്പി പ്രദേശത്തെ മാനുകളായിരുന്നു. അവ എവിടെ പോകുന്നു? വെള്ളം കുടിക്കാൻ പോവുകയായിരിക്കും. ഉഴുതിട്ട പാടത്തിന്റെ വക്കിലെത്തിയപ്പോൾ അവനിന്നു. എണ്ണയുടേയും ഇരുമ്പിന്റെയും ഗന്ധമുള്ള ആ ഇളകിയമണ്ണ് അവയ്ക്ക് അപരിചിതമായിരുന്നു. അവിടെ കാലുകുത്താൻ ധൈര്യമില്ലാതെ ഏറെനേരം അവ നിശ്ചലമായി നിന്നു. ചന്ദ്രിക അവയുടെമേൽ വെള്ളിപൂശി. ഒന്ന് ശിഖരമുള്ള നീളം കുറഞ്ഞ കൊമ്പുള്ള ഒരു കലമാൻ, മറ്റേത് തിളങ്ങുന്ന വലിയ കണ്ണുകളുള്ള വലിപ്പം കുറഞ്ഞ പേടമാൻ. അവൾ ഇണയോടു പറ്റിച്ചേർന്നു നിന്നു. കലമാൻ തലയുയർത്തിപ്പിടിച്ച് ജാഗ്രതയായി നിന്നു. ഭയചകിതരായി അവ നോക്കി. സ്റ്റെപ്പിക്ക് എന്തു പറ്റി? ഇക്കാലമത്രയും അവ സഞ്ചരിച്ചിരുന്ന വഴി എവിടെ? ഏതു പ്രകൃതിശക്തിയാണ് ആ ഉറപ്പുള്ള മണ്ണ് ഇങ്ങനെ മാറ്റിമറിച്ചത്?

ഉഴുതിട്ട മണ്ണിൽ ചവിട്ടാൻ അവ ധൈര്യപ്പെട്ടില്ല. മങ്ങിയ നിലാ വെളിച്ചം മർദ്ദവമുള്ള മുതുകിൽ വഹിച്ചുകൊണ്ട് അവ നിശ്ശബ്ദം മടങ്ങിപ്പോയി...

മാനുകളെ കൂടുതൽ ഭയപ്പെടുത്തേണ്ടെന്നു കരുതി ഞാൻ കുറെ നേരം കൂടി അവിടെ അനങ്ങാതെ നിന്നു. പിന്നീടു ഞാൻ യൂർത്തയിലേക്കു ചെന്ന്

കട്ടിലിൽക്കയറി കിടന്നു. ഞാൻ കണ്ണു തുറന്നു പിടിച്ചിരിക്കയായിരുന്നു..

പെട്ടെന്ന് ആരോ സ്വകാര്യം പറയുന്ന ശബ്ദം ഞാൻ കേട്ടു. അബക്കീറും കലീപയും ഒരുമിച്ചു കിടക്കുകയായിരുന്നു. ഇതിനുമുമ്പും അവൾ അങ്ങിനെ ചെയ്തിട്ടുണ്ടായിരിക്കണം. പക്ഷേ ഞാൻ അറിഞ്ഞിട്ടില്ല. കലീപ ചിണുങ്ങിക്കൊണ്ട് എന്തോ പറഞ്ഞു. എന്നാൽ വാക്കുകൾ എനിക്ക് തിരിഞ്ഞില്ല.

"നിർത്തത്," ഉറക്കച്ചടവോടെ അബക്കീർ പറഞ്ഞു. "നമുക്ക് പട്ടണത്തിൽ പോയി എല്ലാം ശരിയാക്കാം. മുന്നാലു ദിവസം ആശുപത്രിയിൽ താമസിച്ചാൽ മതി. നീ ഇത്ര വിഷമിക്കേണ്ട കാര്യമൊന്നുമില്ല..."

"അതോർത്തല്ല ഞാൻ വിഷമിക്കുന്നത്." കലീപ പറഞ്ഞു.

"എനിക്ക് എന്നോടുതന്നെ വെറുപ്പാണ്. അവജ്ഞയാണ്.. നിങ്ങളെപ്പോലുള്ള ഒരു മനുഷ്യനെ സ്നേഹിച്ചുപോയതോർത്താണ് ഞാൻ ദുഃഖിക്കുന്നത്. ഞാൻ എന്തു കണ്ടിട്ടാണു നിങ്ങളെ സ്നേഹിച്ചത്? എനിക്കറിയില്ല... നിങ്ങൾ ആർക്ക് വേണ്ടിയെങ്കിലും എന്തെങ്കിലും ചെയ്തിട്ടുണ്ടോ? ഒരിക്കലുമില്ല. എന്നിട്ടും ഞാൻ ഒരു പട്ടിയെപ്പോലെ നിങ്ങളുടെ പിന്നാലെ കൂടി..."

"നിനക്കതുകൊണ്ടു ദോഷമൊന്നും വരില്ല. ഈ ജോലി പൂർത്തിയായാലുടൻ ഞാൻ നിന്നെ ഇവിടന്ന് കൊണ്ടുപോകും."

"ഞാൻ ജീവിതകാലം മുഴുവൻ ദുഃഖിക്കുമെന്ന് എനിക്കറിയാം. എങ്കിലും ഞാൻ നിങ്ങളോടൊപ്പം വരാൻ തയ്യാറാണ്. എനിക്ക് ഒറ്റയ്ക്കു താമസിക്കാൻ ഇഷ്ടമില്ല.""

'പതുക്കെ പറയൂ! അട്ടത്തേക്കു നീങ്ങിക്കിടക്കൂ. തലയിണയിൽ മുഖം അമർത്തി കരയുന്നതിൽ ഭേദം ഇതാണ്."

ഞാൻ പുതപ്പ് തലവഴി വലിച്ചിട്ടു. ഞാൻ കേട്ട സംസാരം എന്നെ വിഷാദഭരിതനാക്കി. കൂടുതലൊന്നും കേൾക്കാതെ ഉറങ്ങാൻ ഞാൻ ആഗ്രഹിച്ചു.

5

ദിവസം ചെല്ലുന്തോറും വെയിലിന്റെ ചൂടു വർദ്ധിച്ചുകൊണ്ടിരുന്നു. സറോക്കിൻ ഇപ്പോൾ കൂടെക്കൂടെ വന്ന് ഞങ്ങളുടെ കാര്യം അന്വേഷിക്കാറുണ്ട്. മണ്ണ് ഉണങ്ങി വരളുന്നതിനു മുമ്പ് പണി പൂർത്തിയാക്കണം. ഇനിയും അഞ്ചു ദിവസത്തെ ഉഴവു ബാക്കിയുണ്ട്. വിതയ്ക്കാനും അത്രയും ദിവസം തന്നെ വേണം.

ആദ്യമായി ശരല്ക്കാലത്തെ ഉഴവും നടത്തണമെന്നു സറോക്കിൻ പറഞ്ഞു. അടുത്ത വർഷം കൂടുതൽ ട്രാക്ടറുകൾ വന്നുചേരും. ഇവിടെ ഒരു ട്രാക്ടർ റിപ്പയർ കേന്ദ്രവും തുടങ്ങുമത്രെ. സറോക്കിൻ എല്ലാം കണക്കുകൂട്ടി വച്ചിട്ടുണ്ട്. ഓരോ കുണ്ടും കുഴിയും കയറ്റവും ഇറക്കവും പരിശോധിച്ചുകൊണ്ട് അയാൾ സ്റ്റെപ്പിയിൽ ചുറ്റിക്കറങ്ങും. ഈ സ്റ്റെപ്പിയെ സംബന്ധിച്ച സകല കാര്യങ്ങളും അയാൾക്കറിയാം. ഇവിടുത്തെ ചെറിയ മൺതരിപോലും അയാൾക്കു സുപരിചിതമാണ്.

ശീതകാലത്ത് ഇവിടെ ട്രക്കുവഴിയും വിമാനം വഴിയും കന്നുകാലിത്തീറ്റ എത്തിച്ചു തരേണ്ട ഗതികേട് അവസാനിപ്പിക്കാൻ സമയമായിരുന്നു. അതെങ്ങിനെ വേണമെന്നും സറോക്കിനറിയാം.

രാത്രി അതിക്രമിക്കുന്നതുവരെ ഞാനും അബക്കീറും പണിയെടുത്തുകൊണ്ടിരുന്നു. പാടത്തുതന്നെയാണ് ഞങ്ങൾ ഉറങ്ങുന്നത്. സൂര്യനുദിച്ചാലുടൻ വീണ്ടും

ജോലിയാരംഭിക്കും. ജോലിയുടെ കാഠിന്യം കൊണ്ട് അബക്കീറിന് ഇപ്പോൾ എന്നെ അലട്ടാൻ സമയം കിട്ടാറില്ല. അയാൾ എന്നെപ്പറ്റി മറന്നെന്ന തോന്നി. ഇങ്ങനെയൊരാൾ അവിടെയുണ്ടെന്ന് അയാൾ ഭാവിക്കാറില്ല. എന്നാൽ എന്നെപ്പറ്റി അയാളുടെയുള്ളിൽ ആഴത്തിൽ വേരൂന്നിയിരുന്ന അപ്രീതി ആ അപ്രസന്നമായ കണ്ണുകളിൽ ഇപ്പോഴും പതിയിരിക്കുന്നുണ്ടായിരുന്നു. പക്ഷേ ഞാനതൊന്നും വകവച്ചില്ല. ഞാൻ എന്റെ ജോലി ചെയ്തു. സ്വപ്നങ്ങൾ കണ്ടു. കുന്നിന്റെ മറുവശത്തു താമസിക്കുന്ന ഇടയന്മാരുടെയടുത്തേക്കു പോകാനും ഭംഗിയായി മുടിമുറിച്ചിട്ട പെൺകുട്ടിയെ കാണാൻ സമയം കിട്ടുന്ന ദിവസവും കാത്ത് ഞാൻ ജീവിച്ചു.

പുതിയ ഒരു പാടത്ത് ഞങ്ങൾ ഉഴവു തുടങ്ങി. വലിയ ഒരു പാടമായിരുന്നു അത്. മനസ്സിനിണങ്ങിയതും സംതൃപ്തിതരുന്നതുമായ ഒരു ജോലി പുതുതായി ചെയ്തുതുടങ്ങുന്നത് സന്തോഷപ്രദമായ ഒരു കാര്യമാണ്. സ്കൂളിൽവച്ച് ഒരു പുതിയ വരിയോ ഒരു പുതിയ പേജോ തുടങ്ങാൻ എനിക്കെന്തൊരു ആവേശമായിരുന്നെന്ന് ഞാനോർക്കുന്നു. അതിരാവിലെ ഓടിച്ചെന്ന് രാത്രിയിൽ പെയ്ത മഞ്ഞിൽ ആദ്യമായി എന്റെ കാല്പാടുകൾ പതിപ്പിക്കാൻ എനിക്ക് വളരെ ഇഷ്ടമായിരുന്നു. വസന്തത്തിൽ കുന്നിന്റെ അടിവാരത്തിൽച്ചെന്ന് മറ്റൊരു മനുഷ്യരുടേയും കണ്ണിൽപ്പെടാതെ പുതുതായി വിടർന്നു നിൽക്കുന്ന ട്യൂലിപ് പൂക്കൾ പറിച്ചെടുക്കാൻ എനിക്കെന്തുത്സാഹമായിരുന്നു. എനിക്ക് പുതുമയോട് അസാമാന്യമായ ഒരു തരം ആവേശമുണ്ട്. ഇവിടെ ഈ അനർഹായ് സ്റ്റെപ്പിയിലെ കന്നിമണ്ണിൽ പുതിയ ഒരു ചാൽ ഉഴുതുമറിക്കുന്നത് പുതിയ വരി തുടങ്ങുന്നതുപോലെ, പുത്തൻ മഞ്ഞിൽ ചവിട്ടുന്നതുപോലെ, ആദ്യത്തെ ട്യൂലിപ് പൂക്കൾ പറിച്ചെടുക്കുന്നതുപോലെ ആവേശകരമായിരുന്നു.

ബ്ലെയ്ഡുകൾ കന്നിമണ്ണിൽ വെട്ടിമുറിക്കുന്നതു കണ്ടു ഞാൻ ആഹ്ലാദിച്ചു. മിനുസമാർന്നു തിളങ്ങുന്ന ആ ബ്ലെയ്ഡുകൾ മണ്ണിനടിയിലേക്ക് ആണ്ടിറങ്ങി അനായാസമായ വലിയ മൺകട്ടകൾ ഇളക്കി മാറ്റിക്കൊണ്ടിരുന്നു.

പെട്ടെന്ന് അറ്റത്തെ ബ്ലെയ്ഡിനിടയിൽ എന്തോ ഒന്നു മിന്നിത്തിളങ്ങി-തിരയുടെ മുകളിൽ ഒരു സ്വർണ്ണമത്സ്യം പ്രത്യക്ഷപ്പെട്ടതു പോലെ. അതു ബ്ലെയ്ഡിന്റെ മിനുസമുള്ള ഉപരിതലത്തിൽ ഒരുനിമിഷം പ്രതിഫലിച്ചു. തൽക്ഷണം തന്നെ അതു അടിയിലേക്കു താണു. ഞാൻ കലപ്പയുടെ മുകളിൽനിന്ന് ചാടിയിറങ്ങി. നിലത്തുനിന്ന് നല്ല ഭാരമുള്ള ഒരു ലോഹകഷ്ണം വലിച്ചെടുത്തു. അതിന്റെ ഭംഗി കണ്ട് മതിമറന്ന് കൈവീശിക്കൊണ്ട് ഞാൻ വിളിച്ചുകൂവി:

"സ്വർണ്ണം! സ്വർണ്ണം!"

എന്റെ വിളികേട്ട് അബക്കീർ ട്രാക്ടർ നിർത്തി ചാടി താഴെയിറങ്ങി.

"എന്താണു കിട്ടിയത്?"

"സ്വർണ്ണം! നോക്കു അബക്കീർ, സ്വർണ്ണം!"

അയാൾ ആദ്യം മെല്ലെ എന്റെയടുത്തേക്കു നടന്നുവന്നു. പെട്ടെന്ന് അയാളുടെ നടപ്പിന്റെ വേഗത കൂടി. ഞാൻ ആ ഭംഗിയുള്ള ലോഹക്കഷ്ണം എന്റെ കൈപ്പടത്തിൽ വച്ച് അയാളുടെ നേരെ നീട്ടി.

"നോക്കട്ടെ." അയാൾ അത് എന്റെ കൈയിൽനിന്നു വാങ്ങി തന്റെ ഷർട്ടിന്റെ കൈയിൽ ഉരച്ചു. "ഇവിടെ സ്വർണ്ണം എങ്ങിനെവരാനാണ്?" അടഞ്ഞ ശബ്ദത്തിൽ

അയാൾ പറഞ്ഞു. ഭയവിഹ്വലനായതുപോലെ അയാളുടെ മുഖം വിളറി. "സ്വർണ്ണ മായിരിക്കയില്ല." ചിരിക്കാൻ ശ്രമിച്ചുകൊണ്ട് അയാൾ ആ ലോഹക്കഷ്ണത്തിലെ വെട്ടുകളിൽ പുരണ്ടിരുന്ന ചെളി നഖംകൊണ്ട് ചുരണ്ടി മാറ്റി. മനസ്സില്ലാ മനസ്സോടെ അയാൾ അതെന്നെ തിരിച്ചേൽപ്പിച്ചു.

"ഇവിടെ സ്വർണ്ണം എന്തുകൊണ്ട് വന്നുകൂടാ?" ഞാൻ ചോദിച്ചു. "നോക്കൂ, എന്തൊരു ഭാരമാണിതിന്! എണ്ണൂറ് ഗ്രാമിൽ കുറയുകയില്ല. പന്ത്രണ്ടാം നൂറ്റാണ്ടിൽ മംഗോളിയാക്കാർ ഇവിടെ പാർത്തിരുന്നു. അനർഹായ് സ്റ്റെപ്പിയിൽ എത്തുന്ന തിനു മുമ്പ് അവർ ചൈന അക്രമിച്ചിട്ട് കുറെ അധികം സ്വർണ്ണം തട്ടിയെടുത്തിരുന്നു. അങ്ങിനെ ഇത് ഇവിടെ എത്തിയതാവാം!" ഞാൻ കണ്ടുപിടിച്ചത് തനിസ്വർണ്ണ മാണെന്ന് സ്ഥാപിക്കാനുള്ള വ്യഗ്രതകൊണ്ടാണ് ഞാനതു പറഞ്ഞത്. ആവേശ ത്തോടെ ഞാൻ പിന്നെയും സംസാരിച്ചു. എന്നെത്തന്നെയും അത്ഭുതസ്തബ്ധനായി നിന്നിരുന്ന അബക്കീറിനെയും ഞാനക്കാര്യം ബോദ്ധ്യപ്പെടുത്താൻ ശ്രമിച്ചു. "എത്ര നൂറ്റാണ്ടുകളായി ഇതിവിടെ കിടക്കുന്നു. മറ്റേതു ലോഹമായിരുന്നെങ്കിലും ഇതിനകം തുരുമ്പെടുത്തു പോകുമായിരുന്നു. ഇതു തനിസ്വർണ്ണമായതുകൊണ്ടാണ് തുരുമ്പിക്കാത്തത്. നാടോടി ഗോത്രങ്ങൾ പരസ്പരം ഇവിടെ, ഈ അനർഹായ് സ്റ്റെപ്പിയിൽ വച്ച് യുദ്ധം ചെയ്തിട്ടുണ്ട്. രക്തരൂക്ഷിതമായ ആ പോരാട്ടങ്ങൾ എത്ര ഭയങ്കരങ്ങളായിരുന്നെന്ന് നിങ്ങൾക്കറിയാമോ? അക്കാലത്തെ ഖാൻമാരുടെ വാളുകൾ സ്വർണ്ണപ്പിടിയുള്ളവയായിരുന്നു. വാസ്തവത്തിൽ അത്തരം ഒരു വാളിന്റെ പിടിയല്ലാതെ മറ്റൊന്നുമല്ല സ്വർണ്ണക്കഷ്ണം. ഇതാ കൈപിടിക്കാൻ എത്ര സൗക ര്യമായിട്ടാണ് ഇതുണ്ടാക്കിയിരിക്കുന്നതെന്ന് നോക്കൂ."

അബക്കീർ അതു പിടിച്ചുവാങ്ങി കൈവെള്ളയിൽവച്ച് തൂക്കി നോക്കി.

"ഇതു സ്വർണ്ണമായിരിക്കില്ല. എങ്കിലും അറിയാവുന്ന ആരെയെങ്കിലും നമുക്കിതു കാണിക്കണം, വെറുതെ ഒന്നറിയാൻ വേണ്ടി മാത്രം." ഞാൻ കണ്ടുപിടിച്ച ലോഹക്കട്ടി അയാൾ പോക്കറ്റിലിട്ടു. "എന്റെ പോക്കറ്റിലിടുന്നതാണ് കൂടുതൽ ഭദ്രം. കലപ്പയ്ക്കു മുകളിലിരുന്നു കുടുങ്ങുമ്പോൾ അതു നിന്റെ കൈയിൽനിന്ന് വീണു പോകാനിടയുണ്ട്."

"ശരി," ഞാൻ സമ്മതിച്ചു.

തന്റെ വീർത്ത പോക്കറ്റു തടവിക്കൊണ്ട് അബക്കീർ ക്യാബിനിലേക്കു കയറി.

ഞാൻ കണ്ടുപിടിച്ച വസ്തു എന്റെ അദ്ധ്യാപകനായ അർഡിയാറൊവിനെ കാണിക്കണമെന്നും അത് അദ്ദേഹത്തിനു സമ്മാനിക്കണമെന്നും ഉഴുതുകൊണ്ടി രിക്കുന്നതിനിടയിൽ ഞാൻ തീരുമാനിച്ചു. അദ്ദേഹം ഇത്തരം പല സാധനങ്ങളും ശേഖരിച്ചുവച്ചിട്ടുണ്ട്. എന്റെ കണ്ടുപിടുത്തത്തെ സംബന്ധിച്ച് അദ്ദേഹത്തിന് കൗതു കകരമായ എന്തെങ്കിലും പറയാനുണ്ടായിരിക്കും. തീർച്ച, അന്നത്തെ ജോലി വളരെ ബുദ്ധിമുട്ടുള്ളതായിരുന്നു. ഞാൻ സ്വർണ്ണത്തിന്റെ കാര്യം പാടേ മറന്നു. എന്നെ ശുണ്ഠിപിടിപ്പിച്ചത് ട്രാക്ടറിന്റെ താളം തെറ്റിയ പ്രവർത്തനമാണ്. അബക്കീർ അന്നു ട്രാക്ടർ ഓടിച്ചത് വളരെ വിചിത്രമായിട്ടായിരുന്നു. ചിലപ്പോൾ അയാൾ അറച്ചു നിൽക്കും. പെട്ടെന്ന് ഒരു ഇരമ്പലോടെ അതിവേഗം മുമ്പോട്ടു പായും. ആ ശബ്ദം കൊണ്ട് എന്റെ ചെവി അടയും. എക്സ്ഹോസ്റ്റ് പൈപ്പിൽ നിന്നുള്ള കറുത്തപുക എന്നെ ശ്വാസം മുട്ടിക്കും. ഇളക്കി മാറ്റുന്ന മൺകട്ടകളും കലപ്പയും ബ്ലെയ്ഡുകളും

ദുർഗ്ഗന്ധമുള്ള ഒരു തരം പുകകൊണ്ട് മൂട്ടം.

അന്നു പകൽ മുഴുവൻ അതാവർത്തിക്കപ്പെട്ടു. സൂര്യൻ അസ്തമിച്ചുകഴിഞ്ഞെങ്കിലും. നല്ല വെളിച്ചമുണ്ടായിരുന്നു. എന്തോ എന്നോടു പറയണോ വേണ്ടയോ എന്നു തീർച്ചയില്ലാത്ത മട്ടിൽ പലതവണ അബക്കീർ തലതിരിച്ച് എന്റെ നേരെ നോക്കി. ഒടുവിൽ അയാൾ ട്രാക്ടർ നിർത്തി.

അയാൾ എന്നെ കൈകാട്ടി വിളിച്ചു.

ഞാൻ ക്യാബിന്റെ അടുത്തേക്കു ചെന്നു. അബക്കീറിന്റെ മുഖം വിളറിയിരുന്നു. അയാളുടെ കണ്ണുകൾ ഒന്നിലും ഉറച്ചുനിന്നില്ല. മുഖത്തെ വിയർപ്പു തുടച്ചുകളഞ്ഞുകൊണ്ട് എഞ്ചിന്റെ ഇരമ്പലിനു മീതെ കഷ്ടിച്ചു മാത്രം കേൾക്കാവുന്ന ശബ്ദത്തിൽ അയാൾ പറഞ്ഞു:

"എനിക്ക് ഉറക്കെ വിളിച്ചു പറയാൻ ശക്തിയില്ലായിരുന്നു. നീ പോയി ലീവർ ഉറപ്പിച്ചിട്ടു വരൂ. എനിക്കു പകരം കുറച്ചു നേരം നീ ഇതോടിക്കണം. എനിക്ക് നല്ല സുഖം തോന്നുന്നില്ല. വല്ലാതിരിക്കുന്നു... ഞാൻ കുറച്ചുനേരം നടന്നിട്ടു വരാം. അപ്പോൾ മാറുമായിരിക്കും..."

"അതിനെന്താ, ഞാൻ ഓടിച്ചോളാം," ഞാൻ സമ്മതിച്ചു.

ഞാൻ ലീവറുകൾ ഉറപ്പിക്കുന്ന സമയത്ത് അബക്കീർ താഴെയിറങ്ങി. അയാൾക്കു നല്ല ക്ഷീണമുണ്ടെന്നു തോന്നി. അയാൾ ആകെ വാടിപ്പോയതുപോലിരുന്നു. ഒന്നും പറയാതെ, ചുമലുകൾ കുനിച്ചുപിടിച്ച് അയാൾ നടന്നുപോയി.

"അയാൾക്കു തീരെ സുഖമില്ല. വയറിന് വല്ല അസുഖമായിരിക്കും." ഞാൻ വിചാരിച്ചു. ഞാൻ ട്രാക്ടർ ഓടിച്ചു തുടങ്ങി.

ഞാൻ ഒരേ വേഗത്തിൽ ഓടിച്ചുകൊണ്ടിരുന്നു. ആ യന്ത്രം ഒരിക്കൽക്കൂടി എന്റെ വരുതിയിൽ നിന്നു. അതോടിക്കാൻ കിട്ടുന്ന ഓരോ അവസരത്തിലും ഏറ്റവും നന്നായി ആ ജോലിചെയ്യാൻ ഞാൻ ശ്രമിച്ചിരുന്നു. പാടത്തിന്റെ അറ്റത്തെത്തിയിട്ട് ഞാൻ ട്രാക്ടർ തിരിച്ചു. വെളിച്ചം കുറഞ്ഞു തുടങ്ങി. തണുത്ത കാറ്റടിക്കുന്നുണ്ട്, രണ്ടു വട്ടംകൂടി വച്ചിട്ട് ഹെഡ്‌ലൈറ്റുകൾ തെളിക്കാമെന്നു ഞാൻ തീരുമാനിച്ചു. എന്റെ മുമ്പിലുള്ള പാടത്തിനപ്പുറത്തേക്ക് ഞാൻ ഉറ്റുനോക്കി. കയറ്റത്തിലൂടെ ഒരാൾ ധൃതിയിൽ നടന്നു പോകുന്നതു ഞാൻ കണ്ടു. മുകളിലെത്തിയ ഉടൻ അയാൾ മറുവശത്തേക്ക് ഓടിയിറങ്ങി അപ്രത്യക്ഷനായി. ഞാൻ അയാളുടെ പിൻവശം മാത്രമേ കണ്ടുള്ളൂ. അബക്കീറായിരുന്നു അത്. അയാൾക്കെന്തു പറ്റി? അയാൾ എവിടെപ്പോവുകയാണ്? അവിടെ അയാൾ എന്തെങ്കിലും കണ്ടുകാണും. പാടത്തിന്റെ നടുക്കെത്തിയപ്പോൾ ഞാൻ സീറ്റിൽ എണീറ്റു നിന്നുകൊണ്ട് പുറത്തേക്കു തല നീട്ടി നോക്കി. അബക്കീറിനെ കാണാനില്ല. അയാൾ എങ്ങോട്ടുപോയി? അയാൾക്കു സുഖമില്ലല്ലോ. വളരെ വിചിത്രമായിരിക്കുന്നു. ഞാൻ ട്രാക്ടർ നിർത്തി.

"അബക്കീർ! അബക്കീർ!" ഞാൻ ഉറക്കെ വിളിച്ചു.

ആരും വിളികേട്ടില്ല. ഞാൻ എഞ്ചിൻ നിർത്തിവച്ചിട്ട് വീണ്ടും വിളിച്ചു. "അബക്കീർ! നിങ്ങൾ എവിടെയാണ്? അബക്കീർ, വിളികേൾക്കൂ!"

ഇരുൾ വ്യാപിച്ചുതുടങ്ങിയ സ്റ്റെപ്പിയിൽനിന്ന് യാതൊരു ശബ്ദവും കേട്ടില്ല.

അയാൾക്കു സുഖക്കേടു കൂടുതലായോ? വേദന സഹിക്കാൻ വയ്യാതെ അയാൾ

നിലത്തു കിടന്നുരുളുന്ന രംഗം ഞാൻ ഭാവനയിൽ കണ്ടു. പെട്ടെന്ന് ഞാൻ ചാടിയിറങ്ങി അതിവേഗം ഓടിത്തുടങ്ങി. കയറ്റത്തിന്റെ പകുതിദൂരം കയറിയിട്ട് ഞാൻ ചുറ്റും കണ്ണോടിച്ചു. ആരുമില്ല. ഞാൻ മുകളിലേയ്ക്കോടി. അവിടെനിന്നു നോക്കിയപ്പോൾ അബക്കീർ സമതലത്തിലൂടെ നടന്നുപോകുന്നതു കണ്ടു. അയാൾ വളരെ ദൂരെ എത്തിയിരുന്നു.

"അബക്കീർ, എവിടെപ്പോകുന്നു?" ഞാൻ പലതവണ വിളിച്ചു ചോദിച്ചു. എന്നാൽ അയാൾ തിരിഞ്ഞു നോക്കിയില്ല. താമസിയാതെ അയാൾ ദൃഷ്ടിയിൽ നിന്നു മറഞ്ഞു.

എന്തു ചെയ്യണമെന്നറിയാതെ ഏതാനും മിനുട്ടുകൾ സംശയിച്ചു നിന്നിട്ട് ഞാൻ തിരിച്ചു പോന്നു. അസ്തമനത്തിന്റെ അവസാനത്തെ തുടുപ്പ് ആകാശത്തിൽ അവിടവിടെ തങ്ങിനിന്നിരുന്നു. കുന്നുകളിലും താഴ് വരകളിലും ശോകനിർഭരമായ ഇരുട്ടു വ്യാപിച്ചു.

എനിക്കു അസ്വസ്ഥതയും അമ്പരപ്പും തോന്നി. വിഷാദഭരിതവും നിഗൂഢവുമായ ആ നിശ്ശബ്ദത അപരിചിതവും ഭയാനകവുമായി അനുഭവപ്പെട്ടു. എന്റെ കാൽപ്പെരുമാറ്റം കേൾക്കാൻ, എന്റെ ചിന്തകളെന്തെന്ന് അറിയാൻ, സ്റ്റെപ്പി ശ്വാസമടക്കിപ്പിടിച്ച് കാത്തിരിക്കയാണെന്നു തോന്നി. അബക്കീറിനെപ്പറ്റിയാണ് ഞാൻ ചിന്തിച്ചുകൊണ്ടിരുന്നത്. അനർഹായ് സ്റ്റെപ്പിയിൽ മറഞ്ഞുകിടക്കുന്ന സമ്പത്തിനെപ്പറ്റി ഞാൻ അയാളോടു പറഞ്ഞപ്പോൾ അതു വെറും അസംബന്ധമാണെന്നു പറഞ്ഞ് അയാൾ പരിഹസിച്ചു. പക്ഷേ സ്വർണ്ണത്തെപ്പറ്റി ഞാൻ പറഞ്ഞ കഥകൾ അയാളുടെ തല തിരിച്ചു. ഇല്ലയില്ല. അബക്കീറിനെപ്പോലുള്ള ഒരു മനുഷ്യന്റെ തലതിരിക്കാൻ ഒന്നിനും കഴിയുകയില്ല. അയാൾ സ്ഥലം വിടാൻ മുൻകൂട്ടി തീരുമാനിച്ചതാവണം. അയാൾ പല തവണ അതു സൂചിപ്പിച്ചിട്ടുണ്ട്. അതെല്ലാം സറോക്കിനെ ഭീഷണിപ്പെടുത്താൻ പറഞ്ഞതാണെന്നാണ് എല്ലാവരും വിചാരിച്ചത്. അബക്കീർ ഇവിടെയുള്ള എല്ലാവരേയും വെറുത്തിരുന്നു. എല്ലാവരോടും അയാൾ വഴക്കുണ്ടാക്കിയിട്ടുണ്ട്. പക്ഷേ കലീപയോ? അതെ, കലീപതന്നെയായിരിക്കണം അയാൾ സ്ഥലംവിടാനുള്ള പ്രധാനകാരണം, ഗർഭിണിയായ അവരെ അയാൾക്കാവശ്യമില്ല. എങ്കിലും ശമ്പള ദിവസത്തിന് ഒരാഴ്ച മുമ്പ് അയാൾ പോകുമായിരുന്നില്ല. എന്നാൽ ഇന്നലെ അയാൾക്കു ശമ്പളം കിട്ടി, അതും ഒരുപാടു പണം. അയാൾ പണം ഒരിക്കലും യൂർത്തയിൽ വയ്ക്കാറില്ല. എപ്പോഴും കയ്യിൽ കൊണ്ടു നടക്കും. അതിനാൽ അയാൾക്കു പോകാൻ തടസ്സമൊന്നുമുണ്ടായിരുന്നില്ല. അയാൾ ഒരു ദിവസം മാത്രമേ-അതായത് ഇന്ന് ശമ്പളമില്ലാതെ ജോലിചെയ്തിട്ടുള്ളൂ."

കലീപയുടെ ശബ്ദം എന്റെ ചിന്താധാരയെ മുറിച്ചു.

"അബക്കീർ, കെമേൽ, നിങ്ങളെവിടെയാണ്?"

അവർ ഞങ്ങൾക്കു രാത്രിയിലേക്കു വേണ്ട വെള്ളവും കൊണ്ട് വന്നതാണ്.

"നിങ്ങൾക്കു രണ്ടുപേർക്കും എന്തുപറ്റി?" അവർ ഉൽകണ്ഠയോടെ എന്നോടു ചോദിച്ചു. "ഞാൻ വല്ലാതെ പേടിച്ചുപോയി. വെള്ളവുമായി ഞാൻ എത്രനേരമായി കാത്തുനിൽക്കുന്നു. ട്രാക്ടർ ഇവിടെ കിടപ്പുണ്ട്. പക്ഷേ നിങ്ങളെ രണ്ടാളേയും കാണാനില്ല!"

അവരോട് എന്തു പറയും? സത്യം പറയുന്നതാണ് ഏറ്റവും നല്ലതെന്നു ഞാൻ

തീരുമാനിച്ചു.

"അബക്കീർ പോയി. അയാൾ ജോലിയുപേക്ഷിച്ചു. പോയി."

"പോയോ? എങ്ങനെ? എന്തിന്..." അവർ ഇടയ്ക്കുവച്ചു നിർത്തി.

"എനിക്കറിയില്ല."

എനിക്ക് അബക്കീറിനെയോർത്തു ലജ്ജതോന്നി. അതുകൊണ്ട് സ്വർണ്ണത്തിന്റെ കാര്യം പറഞ്ഞില്ല.

"അപ്പോൾ... അയാൾ പോയി. അല്ലേ." അവർ വീണ്ടും ചോദിച്ചു. ഒരു തൊട്ടി വെള്ളമെടുത്ത് അവർ കമഴ്ത്തിക്കളഞ്ഞു. "ഞാൻ ഈ വെള്ളം കൊണ്ടുവരുന്നതെന്തിനാണ്?" തന്നത്താൻ പറയുന്നതു പോലെ നിസ്സഹായഭാവത്തിൽ അവർ പറഞ്ഞു.

ഞാൻ വെള്ളം റേഡിയേറ്ററിന്റെയടുത്തേക്കു കൊണ്ടുപോയി. കലീപ മുഖം ക്യാബിനിൽ അമർത്തി തേങ്ങിക്കരഞ്ഞു.

അവരെ സമാധാനിപ്പിക്കേണ്ടതെങ്ങിനെയെന്ന് എനിക്കറിയില്ലായിരുന്നു.

"ഒരുപക്ഷേ അയാൾ തിരിച്ചു വരുമായിരിക്കും?" ഞാൻ പിറുപിറുത്തു.

"ഞാൻ അയാളെ ഓർത്തല്ല കരയുന്നത്." അവർ ദേഷ്യത്തോടെ തന്റെ കണ്ണീരൊലിക്കുന്ന മുഖം എന്റെ നേരെ തിരിച്ചു. "ഞാൻ വിശ്വസിച്ചു. ഞാൻ സ്വപ്നം കണ്ടു. എന്താണു ഞാൻ വിശ്വസിച്ചത്? എന്താണ് ഞാൻ സ്വപ്നം കണ്ടത്?" കടുത്ത നിരാശയോടെ സർവ്വശക്തിയുമെടുത്ത് അവർ ഉറക്കെ വിളിച്ചു പറഞ്ഞു. ശൂന്യമായ സ്റ്റെപ്പിയിൽപ്പോലും ശബ്ദം കരയുന്നതുപോലുള്ള ഒരു മറ്റൊലി ഉയർത്തി. "അയാൾ കഠിനദ്ധ്വാനം ചെയ്യുന്ന ഒരു മനുഷ്യനാണെന്ന് ഞാൻ വിചാരിച്ചു. അയാളുടെ പക കാലക്രമത്തിൽ മാറിക്കൊള്ളുമെന്ന് ഞാൻ വിശ്വസിച്ചു. സ്നേഹവും ദയയും അയാളുടെ ഹൃദയം അലിയിക്കാൻ കഴിയുമെന്നു ഞാൻ പ്രതീക്ഷിച്ചു. എന്നിട്ട് അയാൾ? എന്താണു പ്രയോജനം?.. ഒരു മനുഷ്യന്റെ ആത്മാവാണ് പ്രധാനം. അതാണു മനുഷ്യനെ മനുഷ്യനാക്കുന്നത്... അപ്പോൾ പണിയെടുക്കുന്നതിൽ സന്തോഷം തോന്നും എല്ലാറ്റിനും ഒരർത്ഥമുണ്ടാകും. അയാൾക്ക് ഇതൊന്നും മനസ്സിലാവുകയില്ല. അയാളിൽ ഒരു മാറ്റവും വന്നില്ല. പകയും വിദ്വേഷവുമായി ത്തന്നെ അയാൾ തിരിച്ചുപോയി. എത്രയാണിത് എന്നെ വേദനിപ്പിക്കുന്നത്!"

ഞാൻ ഒന്നും സംസാരിച്ചില്ല. എനിക്ക് കലീപയോട് അളവറ്റ അനുകമ്പ തോന്നി. പക്ഷേ അവർ അബക്കീറിനെ സ്നേഹിച്ചതെങ്ങനെയെന്ന് എനിക്കു മനസ്സിലാക്കാൻ കഴിഞ്ഞില്ല. കലീപയുടെ പ്രേമം നിരസിച്ചിട്ട് ഓടിപ്പോയതിലൂടെ തനിക്ക് ഇന്നു നഷ്ടപ്പെട്ടത് എത്ര വലിയ സൗഭാഗ്യമാണെന്ന് അബക്കീറിനു മനസ്സിലാകുമായിരുന്നെങ്കിൽ അയാൾ ഹിമക്കാറ്റിലകപ്പെട്ട ഒരു ചെന്നായയെപ്പോലെ മോങ്ങുമായിരുന്നു. കരയേണ്ടത് അയാളാണ്, കലീപയല്ല.

കലീപ വണ്ടിയിൽ കയറി കുതിരയെ തിരിച്ചോടിച്ചു.

അനർഹായ് സ്റ്റെപ്പി ശാന്തമായി ഉറങ്ങുകയായിരുന്നു. ദൂരെയെവിടെയോനിന്ന് ഒരു ട്രെയിനിന്റെ കഷ്ടിച്ചു മാത്രം കേൾക്കാവുന്ന ചൂളംവിളി ഉയർന്നു. ആ ശബ്ദം കാഞ്ഞിരക്കാടുകളിലൂടെ ഉരുണ്ടുരുണ്ടുപോയി. അബക്കീർ ഒരു ഗുഡ്സ് ട്രെയിനിൽ കയറി യാത്ര ചെയ്യുകയായിരിക്കും. ആ തെമ്മാടി പോയത് നന്നായി. അയാളില്ലാത്തതുകൊണ്ട് അനർഹായ് നശിച്ചുപോവുകയില്ല. ഞങ്ങളും അയാളെക്കൂടാതെ കാര്യങ്ങൾ നടത്തിക്കൊള്ളാം...

അയാളെപ്പറ്റി കൂടുതൽ ആലോചിക്കാൻ ഞാൻ ആഗ്രഹിച്ചില്ല. എനിക്ക് ജോലി ചെയ്തു തീർക്കണം ട്രാക്ടർ സ്റ്റാർട്ടു ചെയ്യാൻ എനിക്ക് വളരെനേരം വേണ്ടിവന്നു. എങ്കിലും ഒടുവിൽ അതു സ്റ്റാർട്ടായി. അതിന്റെ ഇരമ്പൽ കേട്ട് ഇരുട്ട് പേടിച്ചു വിറച്ചു. ഞാൻ ക്യാബിനിൽ കയറി ഹെഡ്ലൈറ്റുകൾ തെളിച്ചു.

ഇപ്പോൾ മുഴുവൻ ഉത്തരവാദിത്തവും എനിക്കാണ്. ആ പ്രിയപ്പെട്ട പെൺകുട്ടി എന്നോടൊപ്പം ഉണ്ടായിരുന്നെങ്കിൽ എന്ന് ഞാൻ ആശിച്ചു. കാഞ്ഞിരം മാത്രം വളരുന്ന ഈ വിജനമായ സ്റ്റെപ്പി ഒരു കാലത്ത് അനർഹായ് എന്ന പേരുള്ള മനോഹരമായ ഒരു രാജ്യമായിത്തീരുമെന്നു ഞാൻ പറയുമ്പോൾ അവൾ അതു വിശ്വസിക്കുമെന്നു ഞാൻ പ്രതീക്ഷിച്ചു.

1956

ചുവന്ന തുവാലയണിഞ്ഞ പോപ്ലർ തൈ

മുഖവുരയ്ക്ക് പകരം

ഒരു പത്രപ്രവർത്തകനായ എനിക്ക് പലപ്പോഴും ജോലിസംബന്ധമായി ത്യാൻ-ഷാൻ പ്രദേശത്തേക്ക് പോകേണ്ടി വന്നിട്ടുണ്ട്. ഒരു വസന്തത്തിൽ ജില്ലാ തലസ്ഥാനമായ നറീനിൽ ഞാൻ ജോലിചെയ്യുമ്പോൾ അടിയന്തിരമായി ഹെഡ് ഓഫീസിൽ ഹാജരാകാൻ എനിക്ക് നിർദേശം കിട്ടി. ഞാൻ ബസ്സ്സ്റ്റേഷനിലെത്തുന്നതിന് ഏതാനും മിനിട്ടുകൾക്കു മുമ്പ് ബസ്സ് പൊയ്ക്കഴിഞ്ഞിരുന്നു. ഇനി അഞ്ചുമണിക്കൂർ കഴിഞ്ഞേ അങ്ങോട്ടു ബസ്സുള്ളൂ. അവിടെ എത്തണമെങ്കിൽ അങ്ങോട്ടു പോകുന്ന മറ്റു പല വാഹനങ്ങളിലും കടന്നുകൂടണം. അതിനാൽ ഞാൻ പട്ടണത്തിന്റെ അതിർത്തിയിലുള്ള പെരുവഴിയെ ലക്ഷ്യമാക്കി നടന്നു.

തിരിവിനപ്പുറത്തെത്തിയപ്പോൾ പെട്രോൾ പമ്പിന്റെ മുമ്പിൽ ഒരു ലോറി കിടക്കുന്നതു കണ്ടു. ഡ്രൈവർ ലോറിയിൽ പെട്രോൾ നിറച്ചുകഴിഞ്ഞെന്നു ഞാൻ ഊഹിച്ചു. കാരണം അയാൾ ടാങ്കിന്റെ അടപ്പ് മുറുക്കുകയായിരുന്നു.. എനിക്ക് സന്തോഷമായി. ലോറിയുടെ വിൻഡ് സ്ക്രീനിൽ SU—സോവിയറ്റ് യൂണിയൻ— എന്ന് എഴുതിയിരുന്നു. അന്താരാഷ്ട്ര റൂട്ടിൽ ഓടുന്ന വാഹനങ്ങളിൽ കാണുന്ന അടയാളമാണത്. ആ ലോറി ചൈനയിൽ നിന്ന് റിബോച്ചെയ്യിലുള്ള അന്താരാഷ്ട്ര ട്രാൻസ്പോർട്ട് ഡിപ്പോയിലേക്കു പോവുകയായിരിക്കണം. റിബാച്ചെയ്യിലെത്തിയാൽ പിന്നെ ഫ്രൻസെയിലെത്താൻ പ്രയാസമില്ല.

“ഉടൻ പുറപ്പെടുകയാണോ?” ഞാൻ ഡ്രൈവറോടു ചോദിച്ചു. “ എന്നെ റിബാച്ചെവരെ കൊണ്ടുപോകാമോ?”

അയാൾ തലതിരിച്ച് എന്നെ ഒന്നു തുറിച്ചു നോക്കിയിട്ട് നിവർന്നുനിന്നു.

"പറ്റില്ല, അഗായ്, എനിക്ക് പറ്റില്ല," അയാൾ ശാന്തമായി മറുപടി പറഞ്ഞു.

"ദയവുചെയ്ത് എന്നെക്കൂടെ കൊണ്ടുപോകൂ. എനിക്ക് അടിയന്തിരമായി ഫ്രൂൻസെയിലെത്തണം-അങ്ങോട്ടെന്നെ വിളിച്ചിരിക്കുകയാണ്."

ഡ്രൈവർ നിരുന്മേഷനായി വീണ്ടും എന്നെ ഒന്നു നോക്കിയിട്ടു പറഞ്ഞു:

"എനിക്ക് മനസ്സിലായി, അഗായ്, പക്ഷേ പരിഭവം തോന്നരുത്. ആരെയും കയറ്റാൻ നിവൃത്തിയില്ല."

എനിക്ക് അത്ഭുതം തോന്നി. ക്യാബിനിൽ സ്ഥലമുണ്ട്. പിന്നെ ഇയാൾക്ക് എന്നെക്കൂടി കയറ്റിയാലെന്താ?

"ഞാൻ ഒരു പത്രപ്രവർത്തകനാണ്. വളരെ അടിയന്തിരമായ ഒരു കാര്യത്തിനാണ് പോകുന്നത്. പണം എത്രവേണമെങ്കിലും തരാം..."

"പണം ഒരു പ്രശ്നമേ അല്ല, അഗായ്," അയാൾ എന്നെ തടഞ്ഞുകൊണ്ട് പറഞ്ഞു: മുൻവശത്തെ ടയറിൽ ദേഷ്യത്തോടെ അയാൾ തൊഴിച്ചു. "മറ്റൊരവസരത്തിലായിരുന്നെങ്കിൽ ഞാൻ നിങ്ങളെ വെറുതെ കൊണ്ടുപോകുമായിരുന്നു. പക്ഷേ ഇപ്പോൾ... കൊണ്ടുപോകാൻ നിവൃത്തിയില്ല. എന്നോട് ദേഷ്യം തോന്നരുത്. വേറെ ലോറികൾ ഉടൻതന്നെ വരും. അവരിലാരെങ്കിലും നിങ്ങളെ കയറ്റും. പക്ഷേ എനിക്ക് കയറ്റാൻ സാദ്ധ്യമല്ല."

വഴിക്ക് മറ്റാരെയോ കയറ്റാൻ വേണ്ടി അയാൾ സ്ഥലം ഒഴിച്ചിടുകയാണെന്ന് എനിക്ക് തോന്നി.

ഡ്രൈവർ തന്റെ സീറ്റിൽ കയറിയിരുന്ന് ഒരു സിഗരട്ടെടുത്ത് ചുണ്ടിൽവച്ചു. അതു കത്തിക്കാതെതന്നെ അയാൾ ലോറി സ്റ്റാർട്ടാക്കി. ഏകദേശം മുപ്പതു വയസ്സു പ്രായം വരുന്ന നല്ല ഉയരമുള്ള ഒരു മനുഷ്യനായിരുന്നു അയാൾ. ചെറിയ ഒരു കൂനുണ്ടെന്ന് വേണമെങ്കിൽ പറയാം. സ്റ്റിയറിംഗ് വീലിൽ പിടിച്ചിരുന്ന അയാളുടെ കരുത്തുറ്റ വലിയ കൈപ്പത്തികളും ക്ഷീണിച്ച് അടിയിലേക്കു തൂങ്ങിയ പോളകളോടുകൂടിയ കണ്ണുകളും എന്റെ പ്രത്യേകശ്രദ്ധയാകർഷിക്കുകയുണ്ടായി. ക്ലച്ച് അമർത്തുന്നതിനുമുമ്പ് അയാൾ കൈപ്പടം കൊണ്ട് മുഖം തുടയ്ക്കുകയും ശക്തിയായ ഒരു നെടുവീർപ്പോടെ ഉദ്വേഗഭരിതനായി മുമ്പിലുള്ള മലമ്പാതയിലേക്ക് ഉറ്റുനോക്കുകയും ചെയ്തു.

അയാൾ ലോറി ഓടിച്ചുപോയി.

"വിഷമിക്കണ്ട. വേറെ ലോറികൾ ഉടനെ വരും." പെട്രോൾ പമ്പു സൂക്ഷിപ്പുകാരി ഇറങ്ങി വന്ന് എന്നോടു പറഞ്ഞു.

ഞാൻ ഉത്തരമൊന്നും പറഞ്ഞില്ല.

"അയാളുടെ കാര്യം വലിയ കഷ്ടമാണ്... ഒരു നീണ്ട കഥയാണത്... മുമ്പ് അയാൾ ഇവിടുത്തെ ചരക്കു കയറ്റിറക്കു കേന്ദ്രത്തിൽ താമസിച്ചിട്ടുണ്ട്..."

എനിക്ക് ആ കഥ കേൾക്കാൻ അവസാരം കിട്ടിയില്ല, കാരണം അപ്പോൾ അവിടെ ഒരു "പൊമ്പേദ" കാർ വന്നുനിന്നു.

1 അഗായ് - ജ്യേഷ്ഠൻ എന്നർത്ഥമുള്ള ബഹുമാനസൂചകമായ അഭിസംബോധന -എഡി.

ദൊളോൻ മലമ്പാതയ്ക്കടുത്തുവച്ചാണ് ഞങ്ങൾക്ക് ആ ലോറിയുടെ ഒപ്പമെത്താൻ കഴിഞ്ഞത്. അയാൾ അതിവേഗത്തിലാണ് ലോറി ഓടിച്ചിരുന്നത്. സ്പീഡിന് പേരുകേട്ട ത്യാൻ-ഷാൻ ഡ്രൈവറന്മാരുടെ മാനദണ്ഡം വച്ചുനോക്കിയാൽപ്പോലും അത് അസാമാന്യമായ സ്പീഡായിരുന്നു. കയറ്റങ്ങളുടെ മുകളിലേക്കു കുതിച്ചു കയറുകയും ഇറക്കങ്ങളിലേക്ക് ഊളിയിട്ടിറങ്ങുകയും അടുത്ത ക്ഷണംതന്നെ ടാർപ്പാളിൻ കവർ വശങ്ങളിൽ ചിറകുകൾപോലെ ഇട്ടടിച്ചുകൊണ്ട് വീണ്ടും ഞങ്ങളുടെ മുമ്പിൽ പ്രത്യക്ഷപ്പെടുകയും ചെയ്തുകൊണ്ട് ആ ലോറി വളവുകളിൽ വച്ചുപോലും സ്പീഡു കുറയ്ക്കാതെ തലയ്ക്കുമീതെ ഉന്തിനിന്നിരുന്ന പാറക്കെട്ടുകൾക്കടിയിലൂടെ ചീറിപ്പാഞ്ഞുപൊയ്ക്കൊണ്ടിരുന്നു.

ഒടുവിൽ "പൊമ്പേദ" അയാളുടെ മുമ്പിൽക്കയറി. അപകടകരമായ വേഗത്തിൽ ലോറിയോടിക്കാൻ അയാളെ പ്രേരിപ്പിക്കുന്നതെന്തായിരിക്കുമെന്ന് അത്ഭുതപ്പെട്ടുകൊണ്ട് ഞാൻ തിരിഞ്ഞു നോക്കി. ഓർക്കാപ്പുറത്ത് ആലിപ്പഴം പെയ്തുതുടങ്ങി. മലമ്പാതകളിൽ അതു സാധാരണയാണ്. മഴത്തുള്ളികളുടേയും ആലിപ്പഴത്തിന്റേയും ചെരിഞ്ഞു പതിക്കുന്ന ധാരകൾക്കിടയിലൂടെ ഞാൻ ഡ്രൈവറുടെ പിരിമുറുക്കമാർന്ന വിളർത്ത മുഖവും പല്ലുകൾക്കിടയിൽ കടിച്ചുപിടിച്ച സിഗരട്ടും കണ്ടു. അയാളുടെ കൈപ്പത്തികൾ തികഞ്ഞ ആത്മവിശ്വാസത്തോടെ അതിവേഗം സ്റ്റിയറിംഗ് വീൽ തിരിക്കുന്നതും ഞാൻ കണ്ടു. ലോറിയിൽ മറ്റാരും ഉണ്ടായിരുന്നില്ല.

അധികകാലം കഴിയുന്നതിനു മുമ്പ് കിർഗീസിയയുടെ തെക്കുഭാഗത്തുള്ള ഓഷ് പ്രദേശത്തേക്ക് എനിക്ക് പോകേണ്ടതായിരുന്നു. തീവണ്ടി പുറപ്പെടുന്നതിന് മിനിട്ടുകൾ മാത്രം ബാക്കിയുള്ളപ്പോഴാണ് അക്കാര്യം തീരുമാനിക്കപ്പെട്ടത്- പത്രപ്രവർത്തകരെ സംബന്ധിച്ചിടത്തോളം അതു സാധാരണയാണെല്ലൊ. തീവണ്ടി പുറപ്പെടുന്നതിനു മുമ്പ് അതിൽ ചാടിക്കയറാൻ എനിക്ക് കഴിഞ്ഞു. എന്റെ കംപാർട്ട്മെന്റ് കണ്ടുപിടിച്ച് അല്പനേരം കഴിഞ്ഞാണ് സഹയാത്രികനെ ഞാൻ ശ്രദ്ധിച്ചത്. അയാൾ ജനലിനു പുറത്തേക്കു നോക്കിക്കൊണ്ടിരിക്കയായിരുന്നു. ട്രെയിനിന്റെ സ്പീഡു കൂടിയിട്ടും അയാൾ മുഖം തിരിച്ചില്ല.

റേഡിയോയിലൂടെ കൊമൂസിന്റെ[2] ശ്രുതിമധുരമായ നാദം ഒഴുകിവന്നു. എനിക്ക് സുപരിചിതമായ ഒരു ഗാനമായിരുന്നു അത്. ആ കർഗീസ് ഗാനം കേൾക്കുമ്പോഴെല്ലാം പോക്കുവെയിലിൽ കുളിച്ചു കിടക്കുന്ന സ്റ്റെപ്പിയിലൂടെ സവാരിചെയ്യുന്ന ഏകാകിയായ ഒരു അശ്വാരൂഢനെപ്പററി ഞാൻ ചിന്തിച്ചു പോകും. അയാൾക്ക് ഇനിയും വളരെ ദൂരം പോകാനുണ്ട്. ചുറ്റും വിശാലമായ സ്റ്റെപ്പി പരന്നു കിടക്കുന്നു. അയാൾക്ക് ചിന്തിക്കാനും മൂളിപ്പാട്ടു പാടാനും ധാരാളം സമയമുണ്ട്. തന്റെ ഹൃദയാഭിലാഷങ്ങളെക്കുറിച്ച് അയാൾക്ക് പാടാം. ഒരു മനുഷ്യൻ ഒറ്റയ്ക്കിരിക്കുമ്പോൾ, ചുറ്റുമുള്ള നിശ്ശബ്ദതയെ ഭഞ്ജിക്കാൻ തന്റെ കുതിരയുടെ കുളമ്പടിയല്ലാതെ മറ്റൊന്നുമില്ലാതിരിക്കുമ്പോൾ, പലതിനെപ്പറ്റിയും ചിന്തിക്കാനുണ്ടായിരിക്കും. മിനുസമുള്ള വെള്ളാരമ്പാറകളെ തഴുകിയൊഴുകുന്ന വെള്ളത്തിന്റെ കളകളാരവം പോലെ കൊമൂസിന്റെ നാദം മെല്ലെ മുഴങ്ങിക്കൊണ്ടിരുന്നു. പിന്നിൽ അസ്തമിക്കുന്ന സൂര്യനെക്കുറിച്ചും ഭൂമിയെ നിശ്ശബ്ദം ആവരണം ചെയ്യുന്ന കുളിരുള്ള നീലിമയെക്കുറിച്ചും. വെയിലേറ്റ് ഉണങ്ങി വരണ്ടുകിടക്കുന്ന വഴിയിലേക്ക് പൂമ്പൊടി വിതറിക്കൊണ്ട് മെല്ലെ ചാഞ്ചാടിക്കൊണ്ടിരിക്കുന്ന മഞ്ഞപ്പുല്ലുകളെക്കുറിച്ചും അതു പാടി. സ്റ്റെപ്പി,

2 * കൊമൂസ് - കിർഗീസിയക്കാരുടെ ഒരു വാദ്യം- എഡി.

സവാരിക്കാരന്റെ പാട്ടു കേൾക്കുകയും അവനോടൊപ്പം ചിന്തിക്കുകയും പാട്ടുപാടുകയും ചെയ്യുന്നു...

ഒരു പക്ഷേ ഒരു കാലത്ത് ആ സവാരിക്കാരൻ ഇതേ വഴിയിലൂടെയാവാം കടന്നുപോയത്. അസ്തമനസൂര്യന്റെ പ്രഭ അങ്ങകലെ സ്റ്റെപ്പിയുടെ സീമയിൽ ചെന്ന് മങ്ങിമങ്ങി ക്രമേണ ഇളം മഞ്ഞനിറമാകുന്നതും മലമുകളിലുള്ള മഞ്ഞ് പോക്കുവെയിലേറ്റ് നിമിഷനേരത്തേക്ക് ഇളംചുവപ്പുനിറം ആർജ്ജിക്കുന്നതും പെട്ടെന്ന് വിളറുന്നതും ഞങ്ങളെപ്പോലെ അയാളും കണ്ടിരിക്കാം.

പഴത്തോട്ടങ്ങളും മുന്തിരിത്തോപ്പുകളും കടുംപച്ചനിറമുള്ള പോളപ്പാടങ്ങളും പിന്നിട്ടുകൊണ്ട് ഞങ്ങളുടെ തീവണ്ടി അതിവേഗം പാഞ്ഞു. പുതുതായി വെട്ടിയെടുത്ത കുതിരപ്പുല്ല് നിറച്ച ഒരു ഇരട്ടക്കുതിരവണ്ടി ലെവൽ ക്രോസിംഗിനടുത്തേക്ക് ഉരുണ്ടുപൊയ്ക്കൊണ്ടിരുന്നു. അത് അഴികൾക്കപ്പുറത്തു വന്നു നിന്നു. കീറിയ ബനിയനും മുട്ടുവരെ ചുരുട്ടി വച്ച ട്രൗസറും ധരിച്ച, വെയിലേറ്റു കറുത്ത ഒരു ബാലനായിരുന്നു വണ്ടി ഓടിച്ചിരുന്നത്. അവൻ വണ്ടിയിൽ എണീറ്റ് നിന്ന് പുഞ്ചിരിതൂകിക്കൊണ്ട് കടന്നുപോകുന്ന തീവണ്ടിയുടെ നേരെ കൈ വീശി.

ഓടിക്കൊണ്ടിരിക്കുന്ന തീവണ്ടിയുടെ താളക്രമവുമായി ഇഴുകിച്ചേർന്ന് റേഡിയോ സംഗീതം ഒഴുകിക്കൊണ്ടിരുന്നു. കുതിരയുടെ കുളമ്പടിനാദത്തിനു പകരം തീവണ്ടിച്ചക്രങ്ങളുടെ കടകടശബ്ദം എന്റെ കാതുകളിൽ മുഴങ്ങി. കൈപ്പടംകൊണ്ട് മുഖം മറച്ച് ചെറിയമേശപ്പുറത്തേക്ക് ചാഞ്ഞിരിക്കുകയായിരുന്നു എന്റെ സഹയാത്രികൻ. ആ ഏകാന്ത സവാരിക്കാരന്റെ ഗാനം ശബ്ദമില്ലാതെ അയാളും പാടിക്കൊണ്ടിരിക്കുകയാണെന്ന് എനിക്ക് തോന്നി. അയാൾ ഒന്നുകിൽ ചിന്തയിൽ മുഴുകിയിരിക്കുകയോ അല്ലെങ്കിൽ പകൽക്കിനാവു കാണുകയോ ആയിരുന്നു. ഏതാണെന്ന് എനിക്ക് മനസ്സിലായില്ല. അതെന്തായാലും അയാൾ വിഷാദഗ്രസ്തനായിരുന്നു. ഏതോ തീരാദുഃഖം അയാളെ അലട്ടുന്നുണ്ട്. സ്വന്തം ചിന്തകളിൽ തികച്ചും ആമഗ്നനായിരുന്നു. ആ മനുഷ്യൻ എന്റെ സാന്നിദ്ധ്യം അറിഞ്ഞതേയില്ല. അയാളുടെ മുഖം കുറേക്കൂടി നന്നായി ഒന്നു കാണാൻ ഞാൻ ശ്രമിച്ചു. ഈ മുഖം ഞാൻ മുമ്പെങ്ങോ കണ്ടിട്ടുണ്ട്. എവിടെവച്ചാണ്? ഈ കൈപ്പടങ്ങൾ പോലും എനിക്ക് ഓർമ്മയുണ്ട്. നീണ്ടുമെലിഞ്ഞ വിരലുകളോടുകൂടിയ വെയിലേറ്റ് കറുത്ത കരുത്തുറ്റ കൈപ്പത്തികൾ.

പെട്ടെന്ന് എനിക്ക് ഓർമ്മ വന്നു- അന്ന് എന്നെ ലോറിയിൽ കയറ്റാൻ വിസമ്മതിച്ച ഡ്രൈവറാണിത്. ഞാൻ അതെപ്പറ്റി കൂടുതൽ ആലോചിക്കാൻ നിൽക്കാതെ ഒരു പുസ്തകം തുറന്ന് വായന തുടങ്ങി. അക്കാര്യം ഇപ്പോൾ എന്തിന് ഓർമ്മിപ്പിക്കണം? അയാൾ അതു പണ്ടേ മറന്നുകാണും- വഴിയിൽ കണ്ടുമുട്ടുന്ന സകലരേയും ഓർക്കാൻ ഒരു ലോറി ഡ്രൈവർക്ക് കഴിയുകയില്ലല്ലോ.

പരസ്പരം ശ്രദ്ധിക്കാതെ വളരെ നേരം ഞങ്ങൾ യാത്രചെയ്തു. പുറത്ത് ഇരുട്ടു വ്യാപിച്ചു തുടങ്ങി. എന്റെ സഹയാത്രികൻ ഒരു പാക്കറ്റ് സിഗരറ്റ് പുറത്തെടുത്തു. നെടുതായി ഒന്നു നിശ്വസിച്ചശേഷമാണ് അയാൾ തീപ്പെട്ടി ഉരച്ചത്. പിന്നീട് അയാൾ തലയുയർത്തി അത്ഭുതത്തോടെ എന്റെ മുഖത്തേക്കു നോക്കി. തൽക്ഷണം തന്നെ അയാളുടെ മുഖം ചുവന്നു. അയാൾ എന്നെ തിരിച്ചറിഞ്ഞെന്നർത്ഥം.

"നമസ്ക്കാരം, അഗായ്." ക്ഷമാപണപൂർവ്വം പുഞ്ചിരിച്ചുകൊണ്ട് അയാൾ

പറഞ്ഞു.

ഞാൻ അയാൾക്കു ഹസ്തദാനം ചെയ്തു.

"ദൂരെ എങ്ങോട്ടെങ്കിലും പോവുകയാണോ?" ഞാൻ ചോദിച്ചു.

"അതെ, വളരെ ദൂരെ ഒരിടത്തേക്ക്," അയാൾ മെല്ലെ പുക പുറത്തേക്കു വിട്ടുകൊണ്ട് തെല്ലിട മൗനമായിരുന്നിട്ട് കൂട്ടിച്ചേർത്തു: "പാമീർ പർവ്വതപ്രദേശത്തേക്ക്."

"പാമീറിലേക്കാണോ? ഞാനും ആ വഴിക്കുതന്നെയാണ്. എനിക്ക് ഓഷിലെത്തണം. അവധിയെടുത്തു പോവുകയാണോ? അതോ സ്ഥലം മാറ്റമാണോ?"

"അങ്ങനെ പറയാം... ഒരു സിഗററ്റു വലിക്കുന്നോ?"

ഞങ്ങൾ പുകവലിച്ചുകൊണ്ടു നിശ്ശബ്ദരായി ഇരുന്നു. കൂടുതലൊന്നും സംസാരിക്കാനില്ലെന്നു തോന്നി. എന്റെ സഹയാത്രികൻ വീണ്ടും ചിന്താമഗ്നനായിത്തീർന്നു. ട്രെയിനിന്റെ ചലനത്തിനൊപ്പിച്ച് ഇളക്കിക്കൊണ്ട് അയാൾ തല കുമ്പിട്ടിരുന്നു. അന്നു കണ്ടതിനുശേഷം ആ മനുഷ്യൻ വളരെയേറെ മാറിപ്പോയിട്ടുണ്ടെന്ന് എനിക്കു തോന്നി. അയാൾ മെലിഞ്ഞിട്ടുണ്ട്. അയാളുടെ മുഖം വാടിയിരിക്കുന്നു. നെറ്റിയിൽ ആഴമുള്ള മൂന്ന് ചുളിവുകൾ സ്ഥാനംപിടിച്ചിട്ടുണ്ട്. സദാ മുഖം വീർപ്പിച്ചാണ് അയാളിരിക്കുന്നത്. ഉന്മേഷരഹിതമായ ഒരു പുഞ്ചിരിയോടെ ഓർക്കാപ്പുറത്ത് അയാൾ ചോദിച്ചു:

"അന്ന് എന്നോട് വല്ലാതെ ദേഷ്യം തോന്നിയോ, അഗായ്?"

"എന്ന്? ഞാൻ ഓർക്കുന്നില്ലല്ലോ." അയാൾക്ക് ജാള്യത തോന്നെണ്ടെന്നു കരുതി ഞാൻ പറഞ്ഞു. എന്നാൽ അയാളുടെ മുഖത്തെ ആത്മാർത്ഥത കണ്ടപ്പോൾ ആ സംഭവം, ഓർമ്മയുണ്ടെന്നു സമ്മതിക്കാൻ ഞാൻ നിർബന്ധിതനായി. "ഓ, അന്നത്തെ കാര്യമാണോ? അതു സാരമില്ല. ഞാനക്കാര്യമേ മറന്നു. വഴിയിൽ എന്തെല്ലാം സംഭവിക്കുന്നു. പക്ഷേ നിങ്ങൾ അതോർത്തിരിക്കാൻ കാര്യമെന്താണ്?"

"സാധാരണഗതിയിൽ ഞാനതു മറക്കുമായിരുന്നു. എന്നാൽ ആ പ്രത്യേക ദിവസം"

"എന്തുപറ്റി? അപകടമൊന്നും ഉണ്ടായില്ലല്ലോ?"

"ഇല്ല, അതൊരപകടമാണെന്ന് പറയാൻ നിവൃത്തിയില്ല." അയാൾ സാവധാനം പറഞ്ഞു. അതിനുശേഷം അയാൾ ഒന്നു ചിരിച്ചു. ചിരി ക്ഷണിച്ചു വരുത്തി എന്നു പറയുന്നതായിരിക്കും കൂടുതൽ ശരി. "ഇന്നായിരുന്നെങ്കിൽ ഞാൻ അഗായെ എവിടെ വേണമെങ്കിലും കൊണ്ടുപോകാൻ തയ്യാറാകുമായിരുന്നു. പക്ഷേ ഇന്നു ഞാൻ തന്നെ ഒരു യാത്രക്കാരനാണ്."

"സാരമില്ല ഒരു കുതിര ഒരേ കുളമ്പടയാളത്തിൽ ആയിരം തവണ ചവിട്ടുമെന്നു കേട്ടിട്ടില്ലേ? നമ്മൾ ഇനിയും കണ്ടുമുട്ടിയെന്നു വരാം."

"എങ്കിൽ ഞാൻ തന്നെ തീർച്ചയായും അഗായെ ക്യാബിനിലേക്കു പിടിച്ചു കയറ്റും." തല കുടഞ്ഞുകൊണ്ട് അയാൾ പറഞ്ഞു.

"ഇതൊരു കരാറാണല്ലോ. അല്ലേ? ഞാൻ തമാശമട്ടിൽ ചോദിച്ചു.

"അതെ അഗായ്, ഞാൻ വാക്കു തരുന്നു." അയാൾ അല്പം കൂടി ഉന്മേഷത്തോടെ

ഉത്തരം പറഞ്ഞു.

“അതിരിക്കട്ടെ, അന്ന് എന്നെ കൊണ്ടുപോകാൻ വിസമ്മതിച്ചത് എന്തുകൊണ്ടാണെന്ന് പറയാൻ വിരോധമുണ്ടോ?”

“എന്തു കൊണ്ടാണെന്നോ?” അയാൾ ആവർത്തിച്ചു. തൽക്ഷണം അയാളുടെ മുഖം മ്ലാനമായി. അയാൾ നിശ്ശബ്ദനായി സിഗററ്റിലേക്ക് ഉറ്റുനോക്കിയിട്ട് അതു ശക്തിയായി വലിച്ചു. ആ ചോദ്യം ചോദിച്ചത് അബദ്ധമായിപ്പോയെന്ന് എനിക്ക് മനസ്സിലായി. പക്ഷേ, ഇനി അതെങ്ങിനെ തിരുത്തും? സിഗരറ്റു കെടുത്തിയിട്ട് വളരെ വിഷമിച്ച് അയാൾ പറഞ്ഞു.

“എനിക്ക് കൊണ്ടുപോകാൻ കഴിയുമായിരുന്നില്ല. എന്റെ മകനെ കയറ്റേണ്ടിയിരുന്നു. അവൻ എന്നെ കാത്തു നിൽക്കുമെന്ന പറഞ്ഞിരുന്നു.”

“മകനോ?” ഞാൻ അത്ഭുതത്തോടെ ചോദിച്ചു.

“കാര്യം ഇതാണ്... അതെങ്ങിനെ പറയണമെന്ന് എനിക്കറിയില്ല.” അയാൾ മറ്റൊരു സിഗററ്റെടുത്ത് കത്തിച്ചു. മനഃക്ഷോഭം നിയന്ത്രിച്ചുകൊണ്ട് അയാൾ ദൃഢനിശ്ചയത്തോടെ സഗൗരവം എന്റെ മുഖത്തേക്ക് നോക്കി.

അയാൾ തന്റെ കഥ എന്നോടു പറഞ്ഞു.

സമയം ധാരാളമുണ്ടായിരുന്നു. ഓഷിലെത്താൻ രണ്ടുദിവസം മുഴുവൻ ട്രെയിനിലിരിക്കണം. ഞാൻ തിടുക്കം കൂട്ടുകയോ ചോദ്യങ്ങൾ കൊണ്ട് അയവിറക്കിയും ചിന്താമഗ്നനായി അർദ്ധോശക്തിയിൽ വിരമിച്ചും ഒരാൾ തന്റെ കഥ സ്വന്തം ശൈലിയിൽ പറയുന്നതാണ് നല്ലത്. ഒരു പത്രപ്രവർത്തകനെന്ന നിലയ്ക്കുള്ള നിരന്തരസഞ്ചാരവും ചില യാദൃഛിക സംഭവങ്ങളും നിമിത്തം അയാളേയും അയാൾ പറഞ്ഞ കഥയിലെ മറ്റു കഥാപാത്രങ്ങളേയും പറ്റിയുള്ള ചില വിവരങ്ങൾ എനിക്ക് മുമ്പുതന്നെ കിട്ടിയിരുന്നതിനാൽ അയാൾ സംസാരിച്ചുകൊണ്ടിരുന്നപ്പോൾ ഇടയ്ക്കുകയറി എന്തെങ്കിലും പറയാതിരിക്കാൻ എനിക്ക് കടുത്ത ആത്മസംയമനം പാലിക്കേണ്ടിവന്നു. അയാളുടെ കഥയിലെ വിടവുകൾ നികത്താനും പല സംഗതികളും വിശദീകരിക്കാനും എനിക്ക് കഴിയുമായിരുന്നു. എന്നാൽ അയാൾ തന്റെ കഥ പറഞ്ഞവസാനിപ്പിക്കുന്നതുവരെ കാത്തിരിക്കാൻ ഞാൻ തീരുമാനിച്ചു. പിന്നീടാകട്ടെ ആ ആശയംതന്നെ ഞാൻ ഉപേക്ഷിച്ചു. അതു നന്നായി എന്നാണ് എന്റെ ദൃഢമായ വിശ്വാസം, കഥാപാത്രങ്ങൾതന്നെ അവരവരുടെ കഥ പറയട്ടെ.

ഡ്രൈവറുടെ കഥ

... നിനച്ചിരിക്കാതെയാണ് എല്ലാം തുടങ്ങിയത്... ഞാൻ പട്ടാളസേവനം കഴിഞ്ഞ് മടങ്ങിയെത്തിയ സമയത്താണ് അതു സംഭവിച്ചത്. ഞാൻ സേവനമനുഷ്ഠിച്ചത് വാഹനവിഭാഗത്തിലായിരുന്നു. അതിനുമുമ്പ് പത്താംക്ലാസ് പാസായശേഷം കുറച്ചുനാൾ ഞാൻ ഒരു ഡ്രൈവറായി ജോലി നോക്കിയിട്ടുണ്ട്. ഒരനാഥമന്ദിരത്തിലാണ് ഞാൻ വളർന്നത്. എന്റെ സ്നേഹിതനായ അലിബേക് ജന്തുറിൻ എന്നെക്കാൾ ഒരു വർഷം മുമ്പ് സൈനികസേവനത്തിൽനിന്നു വിമുക്തനായി റിബാചെ്യ മോട്ടോർ ഡിപ്പോയിൽ ജോലിചെയ്യുകയായിരുന്നു. ഞാൻ നേരെ അയാളുടെയടുത്തേക്കു പോയി. ത്യാൻ-ഷാനിലോ പാമീറിലോ ചെന്നു ജോലിചെയ്യുകയെന്നുള്ളത് അലിബേക്കിന്റേയും എന്റേയും ചിരകാല സ്വപ്നമായിരുന്നു. മോട്ടോർ ഡിപ്പോക്കാർ സസന്തോഷം എന്നെ ജോലിക്കെടുത്തു.

ഹോസ്റ്റലിൽ താമസസൗകര്യവും കിട്ടി. പോറലുപോലുമില്ലാത്ത ഒരു പുത്തൻ 'സിൽ' ലോറിയാണ് എനിക്ക് തന്നത്. ഒരു മനുഷ്യനെ സ്നേഹിക്കുന്നതുപോലെ ഞാൻ ലോറിയെ സ്നേഹിച്ചു. ഏറ്റവും നല്ല മോഡലുകളിലൊന്നാണ് അത്. നല്ല ശക്തിയുള്ള എഞ്ചിനാണ് അതിനുള്ളത്. അതിൽ നിറയെ ചരക്കു കയറ്റാൻ എനിക്ക് എപ്പോഴും സന്ദർഭം ലഭിക്കാറില്ലായിരുന്നു. ത്യാൻ-ഷാൻ റോഡിൽ അത് അസാദ്ധ്യമാണ്. ലോകത്തിലെ ഏറ്റവും ഉയർന്ന റോഡുകളിലൊന്നാണ് അത്. കൊക്കകളും കുത്തനെയുള്ള കയറ്റങ്ങളും മലയിടുക്കുകളും നിറഞ്ഞ പാത. മലമ്പ്രദേശത്ത് വെള്ളം വേണ്ടുവോളമുണ്ട്. എങ്കിലും ഞങ്ങൾ എപ്പോഴും കുറെ വെള്ളം കരുതിയിരിക്കും. മുൻവശത്തെ മൂലയിൽ തടിക്കഷ്ണങ്ങൾ നെടുകെയും കുറുകെയും വച്ചിരിക്കുന്നതും അതിന്റെ മദ്ധ്യത്തിൽ ഒരു ടൃമ്പ് തൂങ്ങിക്കിടക്കുന്നതും നിങ്ങൾ ശ്രദ്ധിച്ചിട്ടില്ലേ? അതിനുള്ളിൽ വെള്ളമാണ്. വളവുകളിലും തിരിവുകളിലും വച്ച് എഞ്ചിൻ ഭയങ്കരമായി ചൂടാകുന്നതുകൊണ്ടാണ് ഞങ്ങൾ ഇങ്ങനെ വെള്ളം കരുതുന്നത്. ഞങ്ങൾ അധികം ചരക്കുകയറ്റാറുമില്ല. ഞാനും അങ്ങിനെ തന്നെയാണ്. കൂടുതൽ ഭാരം കയറ്റാൻ എന്താണു വഴിയെന്ന് ആദ്യമൊക്കെ ഞാൻ തലപുകഞ്ഞ് ആലോചിച്ചിരുന്നു. എന്നാൽ അക്കാര്യത്തിൽ ഒന്നും ചെയ്യാൻ കഴിയുമായിരുന്നില്ല. മലമ്പ്രദേശം മലമ്പ്രദേശമായിത്തന്നെ തുടരും.

എനിക്ക് എന്റെ ജോലി ഇഷ്ടമായിരുന്നു. ആ പ്രദേശവും എനിക്ക് വളരെ ഇഷ്ടപ്പെട്ടു. ഇസിക്-കുൾ തടാകത്തിന്റെ തീരത്തായിരുന്നു ഞങ്ങളുടെ ഡിപ്പോ. വിദേശസഞ്ചാരികൾ അവിടെ വന്ന് മണിക്കൂറുകളോളം തടാകത്തിലേക്ക് ഉറ്റുനോക്കിക്കൊണ്ടു നിൽക്കുന്നതു കാണുമ്പോൾ ഞാൻ അഭിമാനത്തോടെ വിചാരിക്കും: "ഇതു ഞങ്ങളുടെ ഇസിക്-കുളാണ്. ഇതിനേക്കാൾ ഭംഗിയുള്ള മറ്റെന്തെങ്കിലും ഭൂമുഖത്തുണ്ടോ!"

ആദ്യമായി ഡിപ്പോയിൽ ജോലിക്കു ചേർന്നപ്പോൾ ഒരു കാര്യം മാത്രം എനിക്കിഷ്ടപ്പെട്ടില്ല. വളരെ തിരക്കുള്ള വസന്തകാലത്തായിരുന്നു ഞാൻ ജോലിക്കു ചേർന്നത്. സെപ്റ്റംബർ പ്ലീനത്തിനുശേഷം നിരന്തരം വികസിക്കുകയും നിർമ്മാണ പ്രവർത്തനങ്ങൾ നടത്തുകയും ചെയ്തുകൊണ്ടിരുന്ന കൂട്ടുകൃഷിക്കളങ്ങളിൽ നല്ല തിരക്കുള്ള സമയമായിരുന്നു അത്. അവർ നന്നായി ജോലിചെയ്തുകൊണ്ടിരുന്നു. എന്നാൽ അവർക്കു ലോറികൾ അയച്ചുകൊടുക്കാറുണ്ട്. പുതുതായി ചേർന്ന ഡ്രൈവറന്മാരെയാണ് അധികവും അങ്ങോട്ടയയ്ക്കുന്നത്. എനിക്കും പല തവണ അങ്ങോട്ടു പോകേണ്ടിവന്നിരുന്നു. ദീർഘദൂരയാത്രയുമായി ഞാൻ ഒന്നു പഴകിവരുമ്പോഴേക്കും അവർ എന്നെ അതിൽനിന്നു മാറ്റി ഗ്രാമങ്ങളിലേക്കയയ്ക്കും. ആ ജോലിയും ആവശ്യമാണെന്ന് എനിക്കറിയാം. പക്ഷേ ഞാൻ ഒരു ഡ്രൈവറാണ്. മുട്ടറ്റം വെള്ളത്തിലൂടെയും കുണ്ടും കുഴിയും നിറഞ്ഞ് ചെളികെട്ടിക്കിടക്കുന്ന റോഡിലൂടെയും സഞ്ചരിക്കേണ്ടിവരുമ്പോൾ എന്റെ ലോറിയെച്ചൊല്ലി ഉൽക്കണ്ഠപ്പെടാതിരിക്കാൻ എനിക്കു കഴിയുമായിരുന്നില്ല. കൂട്ടുകൃഷിക്കളത്തിലേക്കുള്ള റോഡുകളുടെ സ്ഥിതി ദയനീയമായിരുന്നു.....

ഒരിക്കൽ ഞാൻ ഏതോ ഒരു കൂട്ടുകൃഷിക്കളത്തിലേക്കു പോവുകയായിരുന്നു. അവർ ഉണ്ടാക്കുന്ന പുതിയ പശുത്തൊഴുത്തിന്റെ മേൽക്കൂരയ്ക്കു വേണ്ട സ്ലേറ്റു പലകകളായിരുന്നു എന്റെ ലോറിയിൽ. ആ ഗ്രാമം ഒരു മലയുടെ അടിവാരത്തിലായിരുന്നു. സ്റ്റെപ്പിയിലൂടെയാണ് അങ്ങോട്ടുള്ള റോഡ്. വലിയ മോശമില്ലാത്ത വഴി. ചെളി

ഉണങ്ങിത്തുടങ്ങിയിരുന്നു. ഞാൻ ഗ്രാമത്തിനു വിളിപ്പാടകലെ എത്തി. പെട്ടെന്ന് ലോറി ഒരു ചെളിക്കുഴിയിൽ പുതഞ്ഞുപോയി. ഒരു ഒട്ടകം അത്തരമൊരു കുഴിയിൽ ചാടിയാൽ അതിനെ കണ്ടുപിടിക്കാൻ കഴിയുകയില്ല. ഞങ്ങളുടെ ലോറികളുടെ ചക്രങ്ങൾ ആ വസന്തത്തിൽ വഴി മുഴുവൻ ഉഴുത് മറിച്ചതുപോലെയാക്കിയിട്ടിരുന്നു. ഞാൻ പഠിച്ചപണി മുഴുവൻ നോക്കിയിട്ടും വണ്ടി അനങ്ങിയില്ല. ചെളിയിൽ ചക്രങ്ങൾ അത്ര ആഴത്തിൽ ആണ്ടുപോയിരുന്നു. പോരാത്തതിന് ഞാൻ സ്റ്റിയറിംഗ് വീൽ ശക്തിയായി വെട്ടിത്തിരിച്ചതിന്റെ ഫലമായി എന്തോ ഒരു തകരാറു പറ്റുകയും ചെയ്തു. അതെന്താണെന്നു നോക്കാൻ എനിക്ക് ലോറിയുടെ ചെളിയിൽ മുങ്ങിക്കിടന്ന് ജോലി ചെയ്യുകയായിരുന്നു. പെട്ടെന്ന് ആരുടേയോ കാൽപ്പെരുമാറ്റം കേട്ടുതുടങ്ങി. ഞാൻ കിടന്നിടത്തുനിന്ന് നോക്കിയപ്പോൾ രണ്ടു റബ്ബർബൂട്ടുകൾ മാത്രമേ കാണാൻ കഴിഞ്ഞുള്ളൂ. അവ അടുത്തടുത്തു വന്നുകൊണ്ടിരുന്നു. വളരെ അടുത്തു വന്ന് അവ നിന്നു. എനിക്ക് ശുണ്ഠി-നോക്കിനിൽക്കാൻ ഇവിടെയെന്താ സർക്കസ്സോ മറ്റോ നടക്കുകയാണോ?

"കടന്നു പോകൂ, ഇവിടെ നിൽക്കണ്ട." ഞാൻ വിളിച്ചുപറഞ്ഞു. അപ്പോൾ റബ്ബർ ബൂട്ടിനു മീതെ ഒരു പാവാടത്തുമ്പ് തൂങ്ങിക്കിടക്കുന്നത് എന്റെ കണ്ണിൽപ്പെട്ടു. ഒരു പഴഞ്ചൻ പാവാടയുടെ ചെളിപുരണ്ട വക്കായിരുന്നു അത്. ലോറിയിൽ കയറി ഗ്രാമത്തിലെത്താൻ ആഗ്രഹിക്കുന്നവല്ല കിഴവിത്തള്ളമാരുമായിരിക്കും അതെന്ന് ഞാൻ ഊഹിച്ചു.

"അമ്മൂമ്മേ, നടന്നു പോകേണ്ടി വരും. ഇത് ഇപ്പോഴെങ്ങും ശരിയാവുകയില്ല. കാത്തു നിൽക്കുന്നതു വെറുതെയാണ്."

"ഞാൻ അമ്മൂമ്മയല്ല." വിക്കുകയോ അടക്കിച്ചിരിക്കുകയോ എന്തോ ഒന്നു ചെയ്തുകൊണ്ട് പാവാടയുടെ ഉടമസ്ഥ പറഞ്ഞു.

"പിന്നെ ആരാണ്? ഞാൻ കോപത്തോടെ ചോദിച്ചു.

"ഒരു പെൺകുട്ടി."

"ഒരു പെൺകുട്ടിയോ? ഞാൻ അവളുടെ ബൂട്ടുകളിലേക്കു നോക്കിയിട്ട് തമാശയായി ചോദിച്ചു. "സുന്ദരിയാണോ?"

ബൂട്ടുകൾ ഒന്നനങ്ങിയിട്ട് തിരിഞ്ഞു നടക്കാൻ ഭാവിച്ചു. ഞാൻ ധൃതിയിൽ ലോറിയുടെ അടിയിൽനിന്ന് ഇഴഞ്ഞു പുറത്തു വന്നു. വാസ്തവത്തിൽ അവൾ ഒരു സുന്ദരിതന്നെയായിരുന്നു. വടിവൊത്ത പുരികങ്ങളുള്ള കൃശാംഗയായ ഒരു പെൺകിടാവ്, അവൾ തലയിൽ ഒരു ചുവന്ന തൂവാല കെട്ടിയിരുന്നു. അവളുടെ അച്ഛന്റേയോ മറ്റോ ആണെന്നു തോന്നിച്ച ഒരു വലിയ ജാക്കറ്റാണ് അവൾ ധരിച്ചിരുന്നത്. ഒന്നും മിണ്ടാതെ അവൾ എന്നെ നോക്കിനിന്നു. ചെളിയിലും എണ്ണയിലും കുളിച്ച് നിലത്തു ചടഞ്ഞിരിക്കുന്ന എന്റെ രൂപം വല്ലാത്ത ഒരു കാഴ്ചയായിരുന്നിരിക്കണം.

"മോശമില്ല! സുന്ദരിയാണ്." ഞാൻ പറഞ്ഞു. "നല്ല ഷൂസുധരിച്ചാൽ തരക്കേടില്ല." ഞാൻ എണീറ്റുനിന്നുകൊണ്ട് അവളെ കളിയാക്കി.

അവൾ പെട്ടെന്ന് തിരിഞ്ഞു നടന്നു. അവൾ ഒരിക്കൽപ്പോലും തിരിഞ്ഞുനോക്കിയില്ല.

എന്തുപറ്റി? ഞാൻ അവളെ വേദനിപ്പിച്ചോ? എനിക്ക് ഖേദം തോന്നി. അവളുടെ പിന്നാലെ ചെല്ലാൻ ഞാൻ ഒരുങ്ങിയതാണ്. എന്നാൽ ഉടൻതന്നെ അതു വേണ്ടെന്നു വച്ചു. ഞാൻ പണിയായുധങ്ങളെല്ലാം എടുത്തു വച്ചിട്ട് ലോറിയിൽ കയറിയിരുന്ന് ഗിയറുകൾ മാറ്റിത്തുടങ്ങി. എങ്ങിനെയെങ്കിലും ആ ചെളിക്കുണ്ടിൽനിന്നും പുറത്തു കടന്ന് അവളുടെ ഒപ്പമെത്തണമെന്ന് ഞാൻ അതിയായി ആഗ്രഹിച്ചു. എഞ്ചിൻ ഇരമ്പി. ലോറി കുലുങ്ങുകയും ആടുകയും ചെയ്തു. പക്ഷേ മുമ്പോട്ടു പോയില്ല. അവൾ അകന്നകന്ന് പോയി. ചെളിയിൽ ടയറുകൾ വഴുതിപ്പോയ്ക്കൊണ്ടിരുന്നു. ഞാൻ ആരോടെന്നില്ലാതെ അലറി: "വിടു വിടൂ! വിടാനല്ലേ പറഞ്ഞത്!"

ഞാൻ സർവ്വശക്തിയുമെടുത്ത് ആക്സിലേറ്ററിൽ കാലമർത്തി. ലോറി ഞരങ്ങിക്കൊണ്ട് മുമ്പോട്ടാഞ്ഞു. ഭാഗ്യത്തിന് അതു ചെളിക്കുണ്ടിൽനിന്നു പുറത്തു കടന്നു. ഞാൻ അതിവേഗം ലോറി ഓടിച്ചുകൊണ്ടുതന്നെ എന്റെ മുഖത്തെ ചെളി തുടച്ചുകളയുകയും മുടി ഒതുക്കിവയ്ക്കുകയും ചെയ്തു. ആ പെൺകുട്ടിയുടെ ഒപ്പമെത്തിയപ്പോൾ ഞാൻ സ്പീഡു കുറച്ചു. സീറ്റിൽ കമഴ്ന്നു കിടന്ന് ഞാൻ വാതിൽ തുറന്നു. എന്റെ ഈ മേനികാട്ടൽ എന്നെത്തന്നെ അത്ഭുതപ്പെടുത്തി.

"കയറിക്കോളൂ" ക്യാബിനിലേക്കു ചൂണ്ടിക്കാട്ടിക്കൊണ്ട് ഞാൻ പറഞ്ഞു.

പെൺകുട്ടി അതു കേട്ടതായി ഭാവിക്കയോ നടപ്പിന്റെ വേഗത കുറയ്ക്കുകയോ ചെയ്തില്ല. അതെന്നെ അസ്വസ്ഥനാക്കി. ഞാൻ വീണ്ടും അവളുടെ ഒപ്പമെത്തിയിട്ട് ക്ഷമാപണപൂർവ്വം പറഞ്ഞു:

"ക്ഷമിക്കണം. ഞാൻ വെറുതെ പറഞ്ഞതാണ്... കയറിയിരിക്കു."

എന്നാൽ അവൾ കൂട്ടാക്കിയില്ല.

ഞാൻ ലോറി കുറെ മുമ്പിൽ ഒരിടത്തു കൊണ്ടുചെന്ന് റോഡിനു വിലങ്ങനെ നിർത്തി. ഞാൻ ചാടിയിറങ്ങി വലത്തുവശത്തെ വാതിൽ തുറന്നു പിടിച്ചുകൊണ്ട് നിന്നു. അവൾ അടുത്തെത്തി. എന്താണു തന്റെ ഭാവം എന്നു ചോദിക്കുന്ന മട്ടിൽ അവൾ എന്റെ മുഖത്തേക്കു നോക്കി. ഞാൻ ഒന്നും പറയാതെ കാത്തു നിന്നു. എന്നോട് സഹതാപം തോന്നിയതുകൊണ്ടോ അതോ കൂടുതൽ ആലോചിക്കാത്തതുകൊണ്ടോ, അവൾ തല ഒന്നു കുലുക്കിയിട്ട് ഒരക്ഷരം മിണ്ടാതെ ലോറിയിലേക്കു കയറി.

ഞങ്ങൾ മുമ്പോട്ടു പോയി.

അവളോട് എന്തു പറയണമെന്ന് എനിക്കറിയില്ലായിരുന്നു. ഞാൻ പെൺകുട്ടികളെ പരിചയപ്പെടുന്നതും അവരോടു സംസാരിക്കുന്നതും അതാദ്യമായിരുന്നില്ല. എങ്കിലും ഇപ്പോൾ എന്റെ നാവിറങ്ങിപ്പോയെന്നു തോന്നി. എന്താണതിന്നു കാരണം? ഞാൻ അത്ഭുതപ്പെട്ടു. ഞാൻ റോഡിലേക്ക് ഉറ്റു നോക്കിക്കൊണ്ട് ലോറിയോടിച്ചു. വല്ലപ്പോഴുമൊരിക്കൽ അവളെ ഒന്ന് ഒളിഞ്ഞു നോക്കാതിരിക്കാൻ എനിക്കു കഴിഞ്ഞില്ല. കറുത്തു ചുരുണ്ട മുടി അവളുടെ കഴുത്തിൽ വീണുകിടന്നു. അവളുടെ ജാക്കറ്റ് ഊർന്നുവീണുകൊണ്ടിരുന്നു. അതു വീണു പോകാതിരിക്കാൻ അവൾ കൈ മുട്ടുകൾകൊണ്ട് താങ്ങിപ്പിടിച്ചു. എന്റെ ദേഹത്ത് തൊടാതെ എന്നിൽ നിന്ന് കഴിയുന്നതും അകന്നാണ് അവൾ ഇരുന്നത്. അവളുടെ കണ്ണുകളിൽ കർക്കശഭാവമായിരുന്നു. എങ്കിലും സൗമ്യശീലമായ ഒരു പെൺകുട്ടിയാണ് അവളെന്ന് ആ മുഖം വിളിച്ചറിയിച്ചു. മുഖം കനപ്പിച്ചിരിക്കാൻ അവൾ ശ്രമിച്ചിരുന്നെങ്കിലും അതിൽ

വിജയിച്ചില്ല. അവളും രഹസ്യമായി എന്നെ നോക്കുന്നുണ്ടായിരുന്നു. ഞങ്ങളുടെ കണ്ണുകൾ ഇടഞ്ഞു. അവൾ പുഞ്ചിരി തൂകി. അത് എനിക്ക് സംസാരിക്കാനുള്ള ധൈര്യം തന്നു.

"എന്തിനാണ് ലോറിയുടെയടുത്തു വന്ന് നിന്നത്?

"സഹായിക്കാമെന്നു വിചാരിച്ചു." അവൾ പറഞ്ഞു.

"സഹായിക്കുകയോ!" ഞാൻ പൊട്ടിച്ചിരിച്ചു. "സത്യം പറഞ്ഞാൽ നീ എന്നെ സഹായിച്ചു. നീ വന്നില്ലായിരുന്നെങ്കിൽ ഞാൻ ഇന്നു മുഴുവൻ ആ ചെളിക്കുണ്ടിൽ കഴിഞ്ഞേനെ.... നീ എന്നും ഈ വഴി പോകാറുണ്ടോ?"

"ഉണ്ട്. ഞാൻ കൃഷിക്കളത്തിൽ ജോലിചെയ്യുകയാണ്."

"വളരെ നല്ലത്." ഞാൻ ആഹ്ലാദഭരിതനായി പറഞ്ഞു. പെട്ടെന്നു തന്നെ ഞാൻ അതു തിരുത്തി. "ഇതു നല്ല റോഡാണ്." ആ നമിഷം ലോറി അതിശക്തിയായി കുലുങ്ങി. ഞങ്ങളുടെ തോളുകൾ കൂട്ടിമുട്ടി. ഞാൻ ഒന്നു മൂളി. എന്റെ മുഖം ചുവന്നതു കണ്ട് അവൾ ചിരിച്ചു. ഞാനും ചിരിച്ചുപോയി.

"എനിക്ക് ഇവിടെ വരാൻ ഇഷ്ടമില്ലായിരുന്നു." ചിരിച്ചുകൊണ്ടു തന്നെ ഞാൻ പറഞ്ഞു. "നിന്നെപ്പോലുള്ള ഒരാൾ എന്നെ സഹായിക്കാനുണ്ടെന്നറിഞ്ഞിരുന്നെങ്കിൽ എന്നെ ഇങ്ങോട്ടു വിട്ടതിന് ഞാൻ ഡെസ്പാച്ചറോട് വഴക്കുണ്ടാക്കുകയില്ലായിരുന്നു ഏയ്, ഇലിയാസ്, ഇലിയാസ്!" ഞാൻ സ്വയം വിളിച്ചു.

"ഇലിയാല് എന്നാണ് എന്റെ പേര്." ഞാൻ അവളോടു പറഞ്ഞു.

"എന്റെ പേര് അസേൽ എന്നാണ്..."

ഞങ്ങൾ ഗ്രാമത്തിനടുത്തെത്തി, റോഡു കുറച്ചുകൂടി മെച്ചപ്പെട്ടു. ശക്തിയായ കാറ്റ് ഉള്ളിലേക്കു കടന്ന് അസേലിന്റെ തൂവാലയും മുടിയും ഉലച്ചുകൊണ്ടിരുന്നു. ഞങ്ങൾ ഇരുവരും മൗനം പൂണ്ട് എന്നാൽ സന്തുഷ്ടരായി ഇരുന്നു. ഒരാൾ ഇപ്പോൾ എന്റെ തൊട്ടടുത്തിരിക്കുന്നുണ്ടെന്ന വസ്തുത ഒന്നു മാത്രം എന്നെ സന്തുഷ്ടനാക്കി. ഒരു മണിക്കൂർ മുമ്പ് തികച്ചും അപരിചിതയായിരുന്ന ആ പെൺകുട്ടിയെപ്പറ്റിയല്ലാതെ ഇപ്പോൾ എനിക്ക് മറ്റൊന്നും ചിന്തിക്കാനില്ലായിരുന്നു... അസേൽ എന്താണ് ആലോചിച്ചിരുന്നതെന്ന് എനിക്കറിയില്ല. പക്ഷേ അവളുടെ കണ്ണുകൾ പുഞ്ചിരി തൂകിക്കൊണ്ടിരുന്നു. ആ യാത്ര അവസാനിക്കാതിരുന്നെങ്കിൽ എന്ന് ഞാൻ ആഗ്രഹിച്ചു. ഞങ്ങൾ ഒരിക്കലും പിരിയാതിരുന്നെങ്കിൽ! ആ സമയത്ത് ഞാൻ സ്വപ്നം കണ്ടത് അതാണ്. പക്ഷേ ഞങ്ങൾ ഗ്രാമത്തിലെ തെരുവിലെത്തിക്കഴിഞ്ഞു.

"നിർത്തൂ. ഞാൻ ഇവിടെ ഇറങ്ങാം.." അസേൽ പറഞ്ഞു.

"ഇവിടെയാണോ നീ താമസിക്കുന്നത്!" ബ്രേക്കു ചവിട്ടിക്കൊണ്ട് ഞാൻ ചോദിച്ചു.

"അല്ല. പക്ഷേ ഇവിടെ ഇറങ്ങുന്നതാണു നല്ലത്." തെല്ലൊരു പരിഭ്രമത്തോടെ അവൾ പറഞ്ഞു.

"അതെന്തിനാണ്? ഞാൻ നിന്നെ നിന്റെ വീട്ടിന്റെ നടയിൽ കൊണ്ടുചെന്നിറക്കാം." അവൾക്കു തടയാൻ അവസരം കിട്ടുന്നതിനുമുമ്പ് ഞാൻ ലോറി വിട്ടു.

"ദയവായി ഇവിടെ നിർത്തൂ." അസേൽ യാചിച്ചു. "നന്ദി"

"ശരി!" എന്നു പിറുപിറുത്തശേഷം ഞാൻ കളിയായിട്ടല്ലാതെ അവളോടു ചോദിച്ചു:

"നാളെ അതേ സ്ഥാനത്ത് എന്റെ ലോറി ചെളിയിൽ പുതഞ്ഞാൽ നീ സഹായിക്കാൻ വരുമോ?"

അവൾക്കു മറുപടി പറയാൻ സമയം കിട്ടുന്നതിനു മുമ്പ് ഗെയിറ്റു തുറന്ന് പ്രായം ചെന്ന ഒരു സ്ത്രീ ഇറങ്ങി വന്നു. അവർ ഉദ്വേഗഭരിതയായിരുന്നു.

"അസേൽ!" അവർ ഉറക്കെ വിളിച്ചു. പെട്ടെന്നുതന്നെ അവർ കൈപ്പടം കൊണ്ട് വായ് പൊത്തി. "നീ എവിടെയായിരുന്നു? ദൈവം നിന്നെ ശിക്ഷിക്കാം. വേഗം ചെന്ന് വേഷം മാറ്റു. കല്യാണാലോചനക്കാർ എത്തിക്കഴിഞ്ഞു."

അസേൽ പരിഭ്രാന്തയായിത്തീർന്നു. അവളുടെ ജാക്കറ്റ് നിലത്തുവീണു. അതെടുത്തുകൊണ്ട് അവൾ അനുസരണയോടെ അമ്മയുടെ പിന്നാലെ നടന്നു. ഗെയിറ്റിനുള്ളിൽ കടന്നപ്പോൾ അവൾ തിരിഞ്ഞ് എന്നെ ഒന്നു നോക്കി. എന്നാൽ തൽക്ഷണം തന്നെ ഗെയിറ്റ് ശബ്ദത്തോടെ അടഞ്ഞു. കോപ്പണിയിച്ച ഒരു കുതിരയെ ഒരു കുറ്റിയിൽ കെട്ടിയിരിക്കുന്നത് അപ്പോഴാണ് ഞാൻ കണ്ടത്. അതിന്റെ പുറത്തുനിന്ന് ആവി ഉയരുന്നുണ്ടായിരുന്നു. മണ്ണുകൊണ്ടു കെട്ടിയ മതിലിനപ്പുറത്തേക്ക് ഞാൻ എത്തിനോക്കി. മുറ്റത്തുള്ള അടുപ്പിനടുത്ത് കുറെ സ്ത്രീകൾ ധൃതിയിൽ എന്തോ പാചകം ചെയ്തുകൊണ്ട് നിൽക്കുന്നു. ഒരു വലിയ ചെമ്പുസമോവറിൽ നിന്ന് പുകയുയരുന്നുണ്ട്. ഒരു കൊട്ടിലിനിടിയിൽ രണ്ടു പുരുഷന്മാർ ഒരു ആടിന്റെ തോലുരിച്ചുകൊണ്ടു നിൽക്കുന്നു. ഈ ഭാഗത്തെ നാട്ടുനടപ്പനുസരിച്ച് അവർ കല്യാണാലോചനക്കാരെ സ്വീകരിക്കാൻ തയ്യാറെടുക്കുകയാണ്. ഇവിടെ നിന്നിട്ടു കാര്യമില്ല. എനിക്ക് ചരക്കിറക്കാനുണ്ട്.

ഞാൻ ഡിപ്പോയിൽ തിരിച്ചെത്തിയത് വൈകുന്നേരമാണ്. ലോറി കഴുകി വെടിപ്പാക്കി ഗാരേജിൽ കയറ്റിയിട്ട് അത്യാവശ്യമുള്ള ഓരോ ജോലികൾ ചെയ്തുകൊണ്ട് ഞാൻ വളരെനേരം അവിടെ ചുറ്റിപ്പറ്റി നിന്നു. അന്നത്തെ സംഭവം എന്തുകൊണ്ടാണ് മനസ്സിൽ പതിഞ്ഞു കിടക്കുന്നതെന്ന് ഞാൻ അത്ഭുതപ്പെട്ടു. അതിനൊരു വിശദീകരണം കണ്ടെത്താൻ എനിക്ക് കഴിഞ്ഞില്ല. ഞാൻ എന്നോടു തന്നെ യുക്തിപൂർവ്വം വാദിച്ചുതുടങ്ങി. "എന്നെ അലട്ടുന്നത്. എന്താണ്? എന്തൊരു വിഡ്ഢിത്തമാണിത്? അവൾ എന്റെ ആരാണ്? കാമുകിയാണോ? അതോ സഹോദരിയോ? യാദൃച്ഛികമായി അവളെ വഴിക്കു കണ്ടുമുട്ടുകയും ലോറിയിൽ കയറ്റി ഗ്രാമത്തിലെത്തിക്കുകയും ചെയ്തെന്നുള്ളത് ശരിതന്നെ. പക്ഷേ അതുകൊണ്ടെന്താ? ഞങ്ങൾ അനുരാഗ ബദ്ധരായിരുന്നുവെന്നവണ്ണം ഞാൻ ഇങ്ങനെ വേദനിക്കുന്നതെന്തിനാണ്? അവൾ എന്നെപ്പറ്റി അപ്പോഴേ മറന്നു കാണും. ഞാൻ അവളെ സംബന്ധിച്ചിടത്തോളം ആരുമല്ല. അവളുടെ ഭാവി വരൻ ആരാണെന്ന് നിയമാനുസൃതമായി തീരുമാനിക്കപ്പെട്ടു കഴിഞ്ഞു. കണ്ണിൽകണ്ട ഡ്രൈവറന്മാരെയെല്ലാം ആർക്കെങ്കിലും ഓർത്തിരിക്കാൻ കഴിയുമോ? പ്രതീക്ഷ വച്ചു പുലർത്താൻ എനിക്ക് യാതൊരവകാശവുമില്ല. ഇന്ന് അവളുടെ വിവാഹനിശ്ചയമാണ്. താമസിയാതെ കല്യാണം നടക്കും. ഇതിൽ എനിക്കെന്താണു കാര്യം? അക്കാര്യം മനസ്സിൽനിന്നു കളയുന്നതാണു നല്ലത്. സ്റ്റിയറിംഗ് വീൽ തിരിച്ചുകൊണ്ട് സ്വന്തം കാര്യം നോക്കി നടന്നാൽ മതി."

എന്നാൽ യുക്തി എന്നെ എത്ര ഉപദേശിച്ചിട്ടും അസേലിനെപ്പറ്റിയുള്ള ചിന്ത മനസ്സിൽനിന്ന് കളയാൻ എനിക്കു കഴിഞ്ഞില്ല.

ഗാരേജിൽ കൂടുതൽ ഒന്നും ചെയ്യാനില്ല. എനിക്ക് വേണമെങ്കിൽ ഹോസ്റ്റലിലേക്കു പോകാം. അവിടെ എപ്പോഴും ആഹ്ലാദത്തിമിർപ്പും ബഹളവുമാണ്. ഒരു ക്ലബ്ബുമുറിയും ഞങ്ങൾക്കുണ്ട്, പക്ഷേ ഞാൻ അങ്ങോട്ടു പോയില്ല. എനിക്ക് ഏകാന്തതയാണാവശ്യം. ഞാൻ കൈകൾ തലയ്ക്കടിയിൽ വച്ച് മഡ്ഗാർഡിന്റെ മുകളിൽ മലർന്നു കിടന്നു. അടുത്ത് ജന്തോയ് എന്നുപേരുള്ള മറ്റൊരു ഡ്രൈവർ തന്റെ ലോറിയിൽ എന്തോ ചെയ്തുകൊണ്ട് നിന്നിരുന്നു. അയാൾ തല പുറത്തേക്കു നീട്ടി കല്ലുങ്ങിച്ചിരിച്ചു.

"താൻ എന്താണ് സ്വപ്നം കാണുന്നത്? അയാൾ ചോദിച്ചു.

"പണം." ഞാൻ തിരിച്ചടിച്ചു.

എനിക്ക് അയാളെ ഇഷ്ടമായിരുന്നില്ല. അയാൾ ഒരു പണക്കൊതിയനായിരുന്നു. അസൂയാലുവും സൂത്രക്കാരനുമായ ഒരു മനുഷ്യൻ. അയാൾ ഞങ്ങളോടൊപ്പം ഹോസ്റ്റലിൽ താമസിക്കാതെ വെളിയിൽ ഒരു മുറി വാടകയ്ക്കെടുത്തു താമസിക്കയാണ്. ഒരു സ്ത്രീയുടേതാണ് ആ മുറി. അവളെ കല്യാണം കഴിക്കാമെന്ന് അയാൾ വാക്കുകൊടുത്തിട്ടുണ്ടെന്നാണ് പൊതുജനസംസാരം. ചുരുങ്ങിയ പക്ഷം അയാൾ ഒരു വീടിന്റെ ഉടമയാകുമല്ലോ.

ഞാൻ അയാൾക്കു പുറം തിരിഞ്ഞു കിടന്നു. മുറ്റത്തുള്ള ടാപ്പിനടുത്ത് ഞങ്ങളുടെ ആൾക്കാരിൽ ചിലർ വഴക്കു കൂട്ടിക്കൊണ്ടു നിന്നിരുന്നു. ഒരാൾ തന്റെ ലോറിയുടെ ക്യാബിന്റെ മുകളിൽ കയറി നിന്ന് ഒരു ഹോസിലൂടെ താഴെ നിന്നിരുന്ന ഡ്രൈവർമാരുടെ നേർക്കു വെള്ളം തെറിപ്പിച്ചുകൊണ്ടിരുന്നു. എല്ലാവരും ആർത്തുചിരിച്ചു. നല്ല ശക്തിയിൽ ജലം ചീറ്റിവന്നുകൊണ്ടിരുന്നു. ഒരാളെ നിലംപതിപ്പിക്കാൻ അതു ധാരാളം മതി. അയാളെ താഴെയിറക്കാൻ മറ്റുള്ളവർ ശ്രമിച്ചെങ്കിലും അയാൾ ലോറിയുടെ മേൽക്കൂരയിൽ നിന്നു തുള്ളിക്കൊണ്ടിരുന്നതേയുള്ളൂ. ഹോസ് ഒരു കൈത്തോക്കുപോലെ പിടിച്ചുകൊണ്ട് ആൾക്കാരുടെ തൊപ്പി തട്ടിത്തെറിപ്പിക്കുകയായിരുന്നു അയാൾ. പെട്ടെന്ന് വെള്ളം ഒരു മഴവില്ലു പോലെ മോലോട്ടുയർന്നു. എന്താണു അയാളുടെ ഭാവം? ഞാൻ സൂക്ഷിച്ചു നോക്കി. ഞങ്ങളുടെ ഡെസ്പാച്ചറായ കദീച അവിടെ നിൽക്കുന്നതു ഞാൻ കണ്ടു.

അവൾ നിലവിളിച്ചുകൊണ്ടു തിരിഞ്ഞോടുന്ന കൂട്ടത്തിലല്ല. പുരുഷന്മാരെല്ലാം തന്നെ ആരാധാനഭാവത്തിലാണ് നോക്കുന്നതെന്ന് അവൾക്കറിയാം. അന്തസ്സും ആത്മധൈര്യവുമുള്ള അവളെ പാട്ടിലാക്കാൻ അത്ര എളുപ്പമല്ല. ഇപ്പോൾ അവൾ അക്ഷോഭ്യയായി അവിടെ നിൽക്കുകയായിരുന്നു. നിങ്ങൾക്ക് എന്നോടു കളിക്കാൻ ധൈര്യമില്ലെന്ന് ആ മുഖഭാവം വിളിച്ചു പറഞ്ഞു. വാ നിറയെ ഹെയർപിന്നും വച്ചുകൊണ്ട് കുസലെന്യ മുടി കെട്ടിക്കൊണ്ടിരിക്കുന്നതിനിടയിൽ അവൾ മെല്ലെ ചിരിച്ചു. വെള്ളിനിറമുള്ള ജലകണികകൾ അവളുടെ ദേഹത്തു വീണു. അവിടെ കൂടി നിന്നവർ ചിരിച്ചുകൊണ്ട് ഹോസ് കയ്യിലുള്ളയാളെ പ്രോത്സാഹിപ്പിച്ചു:

"അവളുടെ പിൻവശത്ത് ഒന്നു കൊടുക്ക്!"

"അവളെ തള്ളിയിട്ടു!"

"കദീച, സൂക്ഷിച്ചോളൂ!"

അയാൾക്ക് അതിനു ധൈര്യമുണ്ടായിരുന്നില്ല. അയാൾ അവൾ നിന്നിരുന്നതിനു ചുറ്റും വെള്ളമൊഴിച്ചുകൊണ്ടിരുന്നു. അയാളുടെ സ്ഥാനത്ത് ഞാനായിരുന്നെങ്കിൽ അവളുടെ അടിമുടി വെള്ളം തെറിപ്പിക്കുമായിരുന്നു. അവൾ കോപിക്കയില്ല; അതു ചിരിച്ചു തള്ളുകയേയുള്ളൂ എന്നാണ് എന്റെ വിശ്വാസം, മറ്റുള്ളവരോടു പെരുമാറുന്നതുപോലെയല്ല അവൾ എന്നോടു പെരുമാറുന്നത്. അല്പംകൂടി മയത്തിലും തെല്ലൊരു കുസൃതിയോടെയുമാണ് അവൾ എന്നെ നോക്കുന്നതെന്ന് എനിക്ക് പലപ്പോഴും തോന്നിയിട്ടുണ്ട്, ഞാൻ അവളോട് സൊള്ളുന്നതും അവളുടെ മുടിയിൽ തലോടുന്നതും അവൾക്കിഷ്ടമായിരുന്നു. അവൾ എന്നോട് എപ്പോഴും വഴക്കുണ്ടാക്കുകയും തർക്കിക്കുകയും ചെയ്യുമായിരുന്നെങ്കിലും എനിക്കുവേണ്ടി വിട്ടുവീഴ്ച ചെയ്യാൻ തയ്യാറായിരുന്നു-ശരി അവളുടെ ഭാഗത്താണെന്ന് ബോദ്ധ്യമുള്ളപ്പോൾപ്പോലും അക്കാരണത്താൽ എനിക്കവളെ ഇഷ്ടമാണ്. വല്ലപ്പോഴുമൊരിക്കൽ ഞാൻ അവളെ ഒരു സിനിമകാണാൻ കൂട്ടിക്കൊണ്ടുപോവുകയും തിരിച്ചു വീട്ടിൽ കൊണ്ടുചെന്നു വിടുകയും ചെയ്യാറുണ്ട് എന്റെ ഹോസ്റ്റലിലേക്കു പോകുന്ന വഴിക്കാണ് അവളുടെ വീട്, ഞാൻ അവളുടെ ഓഫീസുമുറിയിലേക്കു കയറിച്ചെല്ലും. എന്നാൽ മറ്റാർക്കും അവിടെ പ്രവേശനമില്ല. ചെറിയ കിളിവാതിലിലൂടെ കാര്യം പറയണമെന്നാണ് നിയമം.

എന്നാൽ അന്ന് എനിക്ക് അവളിൽ യാതൊരു താല്പര്യവും ഉണ്ടായിരുന്നില്ല. അവർ വേണ്ടുവോളം രസിക്കട്ടെ.

കദീച അവസാനത്തെ ഹെയർപിന്നും മുടിയിൽ തിരുകി.

"കളി മതിയാക്കൂ!" അവൾ ആജ്ഞാപിച്ചു.

ഹോസു കൈയിൽ പിടിച്ചിരുന്ന വിദ്വാൻ തമാശയായി അവളെ സല്യൂട്ടുചെയ്തു. ചിരിയുടേയും അട്ടഹാസങ്ങളുടേയും അകമ്പടിയോടെ മറ്റുള്ളവർ അയാളെ വലിച്ചു താഴെയിട്ടു.

കദീച ഗരേജിലേക്കു വന്നു. ജന്തായുടെ ലോറിക്കടുത്തുചെന്നു നിന്ന് ആരെയോ തിരയുന്നതുപോലെ അവൾ ചുറ്റും നോക്കി. ഗാരേജിനെ വിഭജിച്ചിരിക്കുന്ന സ്ക്രീനുകൾ കാരണം ആദ്യം അവൾ എന്നെ കണ്ടില്ല. ജന്തായ് വീണ്ടും കുഴിയിൽനിന്ന് തല പുറത്തേക്കു നീട്ടി വലിയ അടുപ്പം ഭാവിച്ചുകൊണ്ട് വിളിച്ചു പറഞ്ഞു:

"സമസ്ക്കാരം, സുന്ദരീ!"

"ഓ. ജന്തായ് ആണോ?"

അയാൾ ആർത്തിപൂണ്ട് അവളുടെ കാലുകളിലേക്കു നോക്കി. അപ്രീതിയോടെ അവൾ ചുമലുകൾ ചലിപ്പിച്ചു.

"തുറിച്ചു നോക്കുന്നതെന്തിനാണ്?" എന്നു ചോദിച്ചുകൊണ്ട് അവൾ അയാളുടെ താടിയിൽ ബൂട്ടുധരിച്ച കാലുകൊണ്ട് മെല്ലെ ഒന്നു തോണ്ടി.

മറ്റാർക്കായിരുന്നെങ്കിലും ശുണ്ഠിവരുമായിരുന്നു. എന്നാൽ ജന്തായ് തന്നെ അവൾ ഒന്നു ചുംബിക്കുകയായിരുന്നെന്നമട്ടിൽ പുഞ്ചിരി തൂകിക്കൊണ്ട് തല പിൻവലിക്കുകയാണു ചെയ്തത്.

അപ്പോഴാണ് അവൾ എന്നെ കണ്ടത്.

"വിശ്രമിക്കയാണോ. ഇലിയാസ്?"

"കിടക്കയിൽ കിടക്കുന്നതുപോലെ."

അവൾ സ്ക്രീനിൽ മുഖമമർത്തി നിന്ന് എന്നെ ഉറ്റുനോക്കി.

"ഓഫീസിലേക്കു വരൂ." അവൾ പതുക്കെ പറഞ്ഞു.

"ശരി".

അവൾ പോയി. ഞാനെണീറ്റു. അപ്പോൾ ജന്തായ് വീണ്ടും തലനീട്ടി.

"നല്ല പെണ്ണ്," അയാൾ അർത്ഥഗർഭമായി കണ്ണിറുക്കിക്കൊണ്ട് പറഞ്ഞു.

"പക്ഷേ തനിക്ക് കിട്ടാൻ പോകുന്നില്ല."

അയാൾക്കു ദേഷ്യം വരുമെന്നും എന്നോടു വഴക്കുണ്ടാക്കുമെന്നുമാണ് ഞാൻ വിചാരിച്ചത്. മൽപ്പിടുത്തം ഒരു വിനോദമാണെന്നു ഞാൻ കരുതുന്നില്ല. എന്നാൽ അപ്പോഴത്തെ എന്റെ മ്ലാനത അകറ്റാൻ അതു പോലും നല്ലതായിരുന്നു.

പക്ഷേ ജന്തായ് കോപിച്ചില്ല.

"നമുക്കു നോക്കാം" അയാൾ പിറുപിറുത്തു.

ഓഫീസിൽ ആരും ഉണ്ടായിരുന്നില്ല. എന്താണിതിന്റെ അർത്ഥം?

അവൾ എവിടെപ്പോയി? തിരിച്ചുപോരാനായി ഞാൻ തിരിഞ്ഞപ്പോൾ തൊട്ടുമുമ്പിലുണ്ട് കദീച നിൽക്കുന്നു. തല പിന്നിലേക്കു ചെരിച്ചു പിടിച്ചുകൊണ്ട് അവൾ വാതിലിൽ ചാരി നിൽക്കുകയായിരുന്നു. അവളുടെ പാതിയടഞ്ഞ മിഴികൾ തിളങ്ങി. അവളുടെ ചൂടുനിശ്വാസം എന്റെ മുഖത്തു തട്ടി. എനിക്ക് താങ്ങാവുന്നതിൽ കൂടുതലായിരുന്നു അത്. ഞാൻ അവളുടെ നേർക്ക് ചാഞ്ഞു. എന്നാൽ തൽക്ഷണം തന്നെ പിൻവാങ്ങി. വിചിത്രമെന്നു പറയട്ടെ. അസേലിനോട് വഞ്ചനകാട്ടുകയാണ് ഞാനെന്ന തോന്നൽ എനിക്കുണ്ടായി.

"എന്തിനാണ് എന്നെ വിളിച്ചത്?" ഞാൻ നെറ്റി ചുളിച്ചുകൊണ്ട് ചോദിച്ചു.

കദീച നിശ്ശബ്ദം എന്നെ നോക്കിക്കൊണ്ടു നിന്നതേയുള്ളു.

"കാര്യമെന്താണ്?" അക്ഷമയോടെ ഞാൻ വീണ്ടും ചോദിച്ചു..

"നിങ്ങൾ ഇന്ന് തീരെ മയമില്ലാതെയാണ് എന്നോടു പെരുമാറുന്നത്." അവൾ പരിഭവിച്ചു.

"എന്താ മറ്റു വല്ലവരേയും കണ്ടുമുട്ടിയോ?"

എനിക്ക് പരിഭ്രമമായി. ഇവൾ എന്തിനാണ്. എന്നെ ശകാരിക്കുന്നത്? ഇവൾ ഇക്കാര്യം എങ്ങിനെയറിഞ്ഞു?

കിളിവാതിലിന്റെ വിജാഗരി ഞരങ്ങി. ജന്തായുടെ മുഖം അവിടെ പ്രത്യക്ഷപ്പെട്ടു. അയാളുടെ മുഖത്ത് ഒരു പരിഹാസച്ചിരിയുണ്ടായിരുന്നു.

"സഖാവു ഡെസ്പാച്ചർ, ദയവുചെയ്തു ഇത് ഒന്ന് ഒപ്പിട്ടു തരൂ." ഒരു കടലാസു നീട്ടിക്കൊണ്ട് അയാൾ പറഞ്ഞു.

അയാളെ ദേഷ്യത്തോടെ ഒന്നു നോക്കിയിട്ട് അവൾ അതു വാങ്ങി,

"നിങ്ങൾക്കുള്ള ഓർഡർ വാങ്ങുന്നില്ലേ?" അവൾ ദേഷ്യത്തോടെ എന്നോടു ചോദിച്ചു. "എന്താ, പ്രത്യേകം ക്ഷണിക്കണോ?"

എന്നെ തള്ളിമാറ്റിക്കൊണ്ട് അവൾ ധൃതിയിൽ തന്റെ മേശയ്ക്കടുത്തേക്കു പോയി.

എന്റെ റൂട്ട് അടയാളപ്പെടുത്തിയ കടലാസ് നീട്ടിക്കൊണ്ട് അവൾ പറഞ്ഞു. “ഇതാ”

ഞാനതു വാങ്ങി. വീണ്ടും അതേ കൂട്ടുകൃഷിക്കളം തന്നെ. എന്റെ മനസ്സിടിഞ്ഞു. എങ്ങിനെ ഞാൻ അങ്ങോട്ടു പോകും കൂട്ടുകൃഷിക്കളത്തിലേക്ക് അയക്കാൻ ഇവർക്ക് അവകാശവുമില്ല.

“പിന്നെയും ചാണകവും ഇഷ്ടികയും കയറ്റിയിറക്കാൻ കൃഷിക്കളത്തിലേ ക്കാണോ? ഞാൻ പോവുകയില്ല.” ഞാൻ കടലാസ് മേശപ്പുറത്തേക്കിട്ടു. “ചെളി ക്കുണ്ടിലൂടെ ഞാൻ വേണ്ടതിലേറെ നീന്തിക്കഴിഞ്ഞു. ഇനി മറ്റുള്ളവരും ആ റോഡുകളുടെ സുഖം ഒന്നറിയട്ടെ.”

“ഒച്ചവയ്ക്കുന്നതുകൊണ്ട് കാര്യമില്ല. നിങ്ങൾക്ക് ഒരാഴ്ചത്തേക്കുള്ള ഓർഡറാണത്. വേണമെന്ന് തോന്നിയാൽ ഇനിയും നീട്ടും.” കദീച ദേഷ്യത്തോടെ പറഞ്ഞു.

“ഞാൻ പോവുകയില്ല.” ശാന്തമായ ശബ്ദത്തിൽ ഞാൻ പറഞ്ഞു. പെട്ടെന്ന് കദീച അയഞ്ഞു- അതാണ് അവളുടെ പ്രകൃതം.

“ശരി, ഞാൻ മേലധികാരിയോടു സംസാരിച്ചു നോക്കാം.” കടലാസ് കൈയി ലെടുത്തുകൊണ്ട് അവൾ പറഞ്ഞു.

“ഞാൻ അവിടെ പോകുകയില്ല.” ഞാൻ വിചാരിച്ചു. “അസേലിനെ ഞാൻ ഇനി ഒരിക്കലും കാണുകയില്ലെന്നാണോ അതിന്റെയർത്ഥം?” എനിക്ക് കൂടുതൽ മനപ്രയാസം അനുഭവപ്പെട്ടു. ജീവിതകാലം മുഴുവൻ ഞാനതിൽ കുണ്ഠിതപ്പെടുമെന്ന് എനിക്കു തോന്നി. ശരി, എന്തായാലും പോവുകതന്നെ.

“ഇങ്ങോട്ടു തരൂ,” എന്നു പറഞ്ഞുകൊണ്ട് ഞാൻ ഓർഡർ കദീചയുടെ കൈയിൽനിന്നു തട്ടിപ്പറിച്ചു.

ജന്തായ് ചരിച്ചു.

“എന്റെ അമ്മൂമ്മയെ അന്വേഷണം അറിയിക്കണം.” അയാൾ പറഞ്ഞു.

ഞാൻ മറുപടി പറഞ്ഞില്ല. അയാൾക്കിട്ടൊന്നു കൊടുക്കാൻ എന്റെ കൈ തരിച്ചു! ഞാൻ ഓഫീസിൽനിന്ന് പുറത്തു കടന്ന് ഹോസ്റ്റലിലേക്കു നടന്നു.

പിറ്റേ ദിവസം ഞാൻ അവളെ റോഡിൽ മുഴുവൻ തിരഞ്ഞു. ചുവന്ന തുവാലയ ണിഞ്ഞ എന്റെ പോപ്ലാർ തൈ എവിടെ? റബ്ബർബൂട്ടുകളും അച്ഛന്റെ കോട്ടും ധരിച്ച ആ പെൺകുട്ടിയെ എങ്ങിനെ മനോഹരമായ ഒരു പോപ്ലാർ തൈയോട് ഉപമിക്കു മെന്ന് നിങ്ങൾ അത്ഭുതപ്പെടുന്നുണ്ടാവാം. പക്ഷേ അവൾ എത്ര സുന്ദരിയാണെന്ന് എനിക്ക് മനസ്സിലായിരുന്നു.

എന്താണ് അവളിലേക്ക് എന്നെ ഇത്രയേറെ ആകർഷിച്ചത്?

ലോറിയോടിക്കുന്നതിനിടയിൽ ഞാൻ റോഡിൽ ഉടനീളം അവളെ തെര ഞ്ഞുകൊണ്ടിരുന്നു. പക്ഷേ കണ്ടില്ല. ഗ്രാമത്തിൽ അവളുടെ വീടിനു മുമ്പിൽ എത്തിയപ്പോൾ ഞാൻ സ്പീഡു കുറച്ചു. അവൾ വീട്ടിലുണ്ടായിരിക്കുമോ? പക്ഷേ ഞാനെങ്ങിനെ അവളെ വിളിക്കും? അവളോട് എന്തു പറയും? അവളെ ഞാനിനി കാണേണ്ടെന്നായിരിക്കും വിധിയുടെ തീരുമാനം. ഞാൻ അതിവേഗം ലോറി യോടിച്ച് സാമാനം ഇറക്കാൻ പോയി. തിരിച്ചുവരുന്ന വഴി അവളെ കാണാൻ കഴിയുമെന്ന ആശ എനിക്കുണ്ടായിരുന്നു. പക്ഷേ കണ്ടില്ല. ഞാൻ ക്ഷീരോൽപ്പാദന

കേന്ദ്രത്തിലേക്കുള്ള വഴിയിലേക്കു തിരിഞ്ഞു. അത് പ്രധാന റോഡിൽ നിന്നും ഗ്രാമത്തിൽനിന്നും കുറെ അകലെയായിരുന്നു. അവിടെ ആദ്യം കണ്ട പെൺകുട്ടിയോട് ഞാൻ അന്വേഷിച്ചു. അസേൽ അന്നു ജോലിക്കു വന്നില്ലെന്നു അവൾ പറഞ്ഞു. "എന്നെ വഴിക്കു കണ്ടുമുട്ടാൻ ഇഷ്ടമില്ലാത്തതുകൊണ്ടായിരിക്കണം അവൾ ഇന്നു ജോലിക്കു വരാതിരുന്നത്," ഞാൻ വിചാരിച്ചു. അതെന്നെ വല്ലാതെ നോവിച്ചു. തികച്ചും നിരുന്മേഷനായിട്ടാണ് ഞാൻ ഡിപ്പോയിൽ തിരിച്ചെത്തിയത്.

പിറ്റേ ദിവസവും ഞാൻ അതേ വഴി പോയി. അവളെ കാണാൻ കഴിയുമെന്ന പ്രതീക്ഷ എനിക്കില്ലായിരുന്നു. സത്യത്തിൽ അവൾക്ക് എന്നെ കണ്ടതു കൊണ്ട് എന്താണു പ്രയോജനം? വിവാഹനിശ്ചയം കഴിഞ്ഞ ഒരു പെൺകുട്ടിയെ വെറുതെ അലട്ടുന്നതെന്തിനാണ്? ഇതൊക്കെയാണെങ്കിലും സംഗതികൾ അവിടെ അവസാനിക്കുകയാണെന്ന് എന്തുകൊണ്ടോ എനിക്ക് വിശ്വസിക്കാൻ കഴിഞ്ഞില്ല. ഇക്കാലത്തുപോലും നമ്മുടെ ഗ്രാമങ്ങളിൽ പെൺകുട്ടികളുടെ സമ്മതമില്ലാതെ രക്ഷാകർത്താക്കൾ അവരുടെ വിവാഹം നിശ്ചയിക്കാറുണ്ടല്ലോ. പത്രങ്ങളിൽ എത്രയോ തവണ ഞാൻ അതേപ്പറ്റി വായിച്ചിരിക്കുന്നു. പക്ഷേ പറഞ്ഞിട്ടെന്തു കാര്യം? അവർ അവളെ കല്യാണം കഴിക്കും. അക്കാര്യത്തിൽ ഇനി ഒന്നും ചെയ്യാൻ കഴിയുമെന്നു തോന്നുന്നില്ല. അതിനു ശ്രമിച്ചാൽ അവളുടെ ജീവിതം നശിപ്പിക്കുകയായിരിക്കും ഫലം... ഇങ്ങിനെയുള്ള ചിന്തകളായിരുന്നു എന്റെ തലയ്ക്കുള്ളിൽ...

വസന്തം അതിന്റെ മൂർദ്ധന്യത്തിലെത്തിയിരുന്നു. കുന്നിൻ ചെരിവുകളിൽ തീയുടെ നിറമുള്ള ട്യൂലിപ് പൂക്കൾ ചുവന്ന പരവതാനി വിരിച്ചു. കൊച്ചിലേ മുതൽ ട്യൂലിപ് പൂക്കൾ എനിക്ക് ഇഷ്ടമാണ്. അവ കുറെ പറിച്ചെടുത്ത് അവൾക്കു കൊടുക്കണമെന്ന് ഞാൻ ആഗ്രഹിച്ചു. പക്ഷേ എവിടെ ചെന്നാലാണ് അവളെ കാണാൻ കഴിയുക...

പെട്ടെന്ന് റോഡരികിലുള്ള ഒരു കല്ലിന്റെ പുറത്ത് അവളിരിക്കുന്നതു ഞാൻ കണ്ടു. എനിക്ക് എന്റെ കണ്ണുകളെ വിശ്വസിക്കാൻ കഴിഞ്ഞില്ല. ആദ്യദിവസം എന്റെ ലോറി ചെളിയിൽ ഉറച്ചു പോയ അതേ സ്ഥലത്താണ് അവൾ ഇരിക്കുന്നത്. അവൾ ആരെയോ കാത്തിരിക്കുകയാണെന്നു തോന്നി. ഞാൻ അവിടെയെത്തി. അവൾ ഞെട്ടിയെണീറ്റ് പരിഭ്രാന്തയായി തുവാലയുടെ അറ്റം തെരുപ്പിടിച്ചുകൊണ്ടു നിന്നു. ഇപ്പോൾ അവൾ ഭംഗിയുള്ള ഉടുപ്പും ഷൂസുമാണ് ധരിച്ചിരുന്നത്. ഉയർന്ന ഉപ്പൂറ്റിയുള്ള ഷൂസ്-അതുമിട്ടുകൊണ്ട് ആ വഴി മുഴുവൻ അവൾ നടക്കണം. ഞാൻ ലോറി നിർത്തി. എന്റെ ഹൃദയം ശക്തിയായി മിടിച്ചുകൊണ്ടിരുന്നു.

"നമസ്കാരം." അസേൽ!" ഞാൻ വിളിച്ചു പറഞ്ഞു.

"നമസ്കാരം," അവൾ പതുക്കെ പറഞ്ഞു.

അവളെ ലോറിയിലേക്കു പിടിച്ചു കയറ്റാൻ ഞാൻ ആഗ്രഹിച്ചു. എന്നാൽ അവൾ അകന്നു മാറി മെല്ലെ റോഡിലൂടെ നടന്നു തുടങ്ങി. എന്റെ ലോറിയിൽ കയറാൻ അവൾക്ക് ഇഷ്ടമില്ലെന്നർത്ഥം. വാതിൽ തുറന്നിട്ടുകൊണ്ട് മെല്ലെ ലോറി ഓടിച്ച് ഞാനും അവളുടെ പിന്നാലെ ചെന്നു. അവൾ റോഡിന്റെ അരികു ചേർന്നു നടന്നു. ഞാൻ ലോറിയിലുമായി മൗനം പൂണ്ട് ഞങ്ങൾ കുറേ ദൂരം മുമ്പോട്ടു പോയി. സംസാരിക്കാൻ ഒന്നുമുണ്ടായിരുന്നില്ല.

"ഇന്നലെ ക്ഷീരോല്പാദനകേന്ദ്രത്തിൽ പോയിരുന്നോ?" അവൾ ചോദിച്ചു.

“പോയിരുന്നു. എന്താ?”

“ഒന്നുമില്ല. അവിടെ പോകണ്ട.”

“എനിക്ക് നിന്നെ കാണണമെന്നു തോന്നി.”

അവൾ മറുപടിയൊന്നും പറഞ്ഞില്ല.

ആ നശിച്ച വിവാഹാലോചനക്കാരെപ്പറ്റിയുള്ള ചിന്ത എന്നെ അലട്ടിക്കൊണ്ടിരുന്നു. കാര്യങ്ങൾ എത്രുടമായെന്നറിയാൻ എനിക്ക് വലിയ ആഗ്രഹമുണ്ടായിരുന്നു. എന്നാൽ ആക്സിലറേറ്ററിൽ അമർത്തുന്നതിനു പകരം ക്ലച്ചിലാണ് ഞാൻ അമർത്തി ചവിട്ടിയത്. മോട്ടോർ ഇരമ്പിക്കൊണ്ട് അനങ്ങാതെ നിന്നു. അസേൽ ചാടി മാറി. ഞാൻ അവളോട് മാപ്പുചോദിച്ചതുപോലുമില്ല. അതൊന്നും ചിന്തിക്കാൻ എനിക്ക് കഴിഞ്ഞില്ല.

“അപ്പോൾ നമ്മൾ ഇനി പരസ്പരം കാണുകയില്ല, അല്ലേ?” ഞാൻ ചോദിച്ചു.

“അറിയില്ല. കാണാതിരിക്കുന്നതാണു നല്ലത്.”

“പക്ഷേ ഞാൻ..... എന്തായാലും നിന്നെ കാണാൻ ശ്രമിച്ചുകൊണ്ടിരിക്കും.”

ഞങ്ങൾ വീണ്ടും മൗനമവലംബിച്ചു. ലോറിയിൽ നിന്നിറങ്ങി അവളുടെയടുത്തെത്തുന്നതിൽനിന്ന് എന്നേയും ലോറിയിൽ കയറുന്നതിൽനിന്ന് അവളേയും തടയുന്ന ഒരു അദൃശ്യഭിത്തി ഉണ്ടെന്ന മട്ടിൽ അകന്നു നിൽക്കുകയായിരുന്നു ഞങ്ങൾ. എങ്കിലും ഞങ്ങളുടെ ചിന്തകൾ ഒന്നായിരുന്നിരിക്കണം.

“അസേൽ, എന്നിൽനിന്ന് ഒഴിഞ്ഞുമാറാൻ ശ്രമിക്കരുതേ, ഞാൻ നിന്നെ ഒരു തരത്തിലും ശല്യപ്പെടുത്തുകയില്ല. ഞാൻ അകന്നുനിന്ന് നിന്നെ വെറുതെ കണ്ടുകൊള്ളാം. എന്താ, സമ്മതിച്ചോ?”

“എനിക്കറിയില്ല. ഒരുപക്ഷേ... സമ്മതിച്ചെന്നുവരാം.”

“അസേൽ, കയറി ഇരിക്കൂ.”

“വേണ്ട, പൊയ്ക്കോളൂ. നമ്മൾ ഗ്രാമത്തിനടുത്തെത്തിക്കഴിഞ്ഞു. അതിനുശേഷം ഏതാനും തവണ ഞങ്ങൾയാദൃച്ഛികമായിട്ടെന്ന വണ്ണം വഴിയിൽവച്ച് കണ്ടുമുട്ടിയിട്ടുണ്ട്. ഞാൻ ലോറിയിലും അവൾ നടന്നുമാണ് ഓരോ തവണയും പോയത്. എനിക്കതിൽ കടുത്ത പ്രതിഷേധമുണ്ടായിരുന്നു. പക്ഷേ എന്തു ചെയ്യാം?

അവളുടെ വരനെപ്പറ്റി ഞാൻ ഒരിക്കൽപ്പോലും അവളോടു ചോദിച്ചില്ല. അതു ചോദിക്കുന്നതു ശരിയല്ല. അതറിയാൻ ഞാൻ ആഗ്രഹിച്ചുമില്ല. അവൾക്ക് അയാളെ വലിയ പരിചയമില്ലെന്നാണ് അവളുടെ സംസാരത്തിൽനിന്ന് ഞാൻ മനസ്സിലാക്കിയത്. അയാൾ അവളുടെ അമ്മയുടെ ഒരകന്ന ബന്ധുവാണ്. മലമുകളിലുള്ള ഏകാന്തമായ ഒരു തടിവെട്ടുകേന്ദ്രത്തിലാണ് അയാൾ താമസിക്കുന്നത്. കുടുംബക്കാർ തമ്മിൽ അങ്ങോട്ടും ഇങ്ങോട്ടുമുള്ള കല്യാണം പരമ്പരാഗതമായി നിലനിൽക്കുന്നു. അവരുടെ ബന്ധുത്വം തലമുറകളായി തുടർന്നു പോരുന്നു. അസേൽ പുറമെനിന്നുള്ള ഒരാളെ കല്യാണംകഴിക്കാൻ അവളുടെ അച്ഛനമ്മമാർ ഒരിക്കലും സമ്മതിക്കയില്ല. എന്നെ അവൾ കല്യാണം കഴിക്കുന്ന പ്രശ്നമേ ഉദിക്കുന്നില്ല. ഞാൻ ആരാണ്? എവിടുന്നോ വന്ന, ആരോരുമില്ലാത്ത ഒരു ലോറി ഡ്രൈവർ. കല്യാണം ആലോചിക്കാൻ പോലും എനിക്ക് ധൈര്യമുണ്ടാവുകയില്ല.

അസേൽ ആയിടെ വളരെ കുറച്ചേ സംസാരിച്ചിരുന്നുള്ളൂ. അവൾ എപ്പോഴും

ചിന്താമഗ്നയായിരിക്കും. പക്ഷേ എനിക്കു യാതൊരു പ്രതീക്ഷയും ഉണ്ടായിരുന്നില്ല. അവളുടെ ഭാവി തീരുമാനിക്കപ്പെട്ടുകഴിഞ്ഞു. ഞങ്ങളുടെ ഈ കൂടിക്കാഴ്ചകൾകൊണ്ട് അതിനു മാറ്റമൊന്നും ഉണ്ടാകാൻ പോകുന്നില്ല. എന്നാൽ അതങ്ങിനെയല്ലെന്ന് കൊച്ചുകുട്ടികളെപ്പോലെ ഞങ്ങൾ വെറുതെ വിശ്വസിച്ചു. പരസ്പരം കാണാതിരിക്കാൻ ഞങ്ങൾ അശക്തരായിരുന്നതിനാൽ ഞങ്ങൾ തമ്മിൽ കണ്ടുകൊണ്ടിരുന്നു. പരസ്പരം കാണാതെ ജീവിക്കാൻ സാദ്ധ്യമല്ലെന്ന് ഞങ്ങൾക്കു തോന്നി.

അങ്ങിനെ അഞ്ചു ദിവസം കഴിഞ്ഞു.

ഒരു ദിവസം ഞാൻ ഗാരേജിൽനിന്നു തിരിച്ചുപോകാൻ തുടങ്ങുമ്പോൾ അടിയന്തിരമായി കദീച എന്നെ ഓഫീസിലേക്കു വിളിച്ചു.

“നിങ്ങളെ ഒരു നല്ല വാർത്ത കാത്തിരിക്കുന്നു!” പുഞ്ചിരി തൂകിക്കൊണ്ട് അവൾ പറഞ്ഞു. “സിൻഡ്സ്യാൻ റൂട്ടിലേക്ക് നിങ്ങൾക്കു മാറ്റം കിട്ടി.”

ആ വാർത്ത എന്നെ ഉലച്ചു. കഴിഞ്ഞ കുറെ ദിവസങ്ങളായി മറ്റൊരിടത്തു ജോലിക്കു പോകുന്നതിനെപ്പറ്റി ഞാൻ ആലോചിച്ചിരുന്നതേയില്ല. ചൈനയിലേക്കുള്ള ഓട്ടം ഏതാനും ദിവസങ്ങൾ എടുക്കും. അപ്പോൾ അസേലിനെ കാണുന്നതെങ്ങിനെ. അവളോട് പറയാതെ എനിക്ക് അങ്ങിനെയങ്ങു അപ്രത്യക്ഷനാകാൻ കഴിയുമോ?

‘നിങ്ങൾക്കു സന്തോഷമായില്ലെന്ന് തോന്നുന്നു.” കദീച പറഞ്ഞു.

“കൂട്ടുകൃഷിക്കളത്തിലെ ജോലിയോ?”ഞാൻ ചോദിച്ചു. അവിടെ ഇനിയും ധാരാളം ജോലി ബാക്കിയുണ്ട്.”

കദീച അത്ഭുതത്തോടെ ചുമൽ കുലുക്കി.

“നിങ്ങൾക്ക് അവിടെ പോകാൻ ഇഷ്ടമില്ലെന്നാണല്ലോ മുമ്പ് പറഞ്ഞത്!”

“അതു മുമ്പല്ലേ?” ഞാൻ നിർമ്മര്യാദം തിരിച്ചടിച്ചു.

ഞാൻ ഒരു കസേര വലിച്ചിട്ട് അതിലിരുന്നു. എന്തു ചെയ്യണമെന്ന് എനിക്ക് നിശ്ചയമില്ലായിരുന്നു.

ജന്തായ് ധൃതിയിൽ കയറി വന്നു. എനിക്കു പകരം കൂട്ടുകൃഷിക്കളത്തിലേക്ക് പോകേണ്ടത് അയാളാണ്. അയാൾ അതു നിരസിക്കുന്നതു കേൾക്കാൻ ഞാൻ ചെവി കൂർപ്പിച്ചിരുന്നു. ഗ്രാമത്തിലേക്കുള്ള റോഡിൽ പണമുണ്ടാക്കാനുള്ള സാദ്ധ്യത ഇല്ലല്ലോ. എന്നാൽ എന്നെ അത്ഭുതപ്പെടുത്തിക്കൊണ്ട് അയാൾ അതു സമ്മതിക്കുകയാണുണ്ടായത്. അയാൾ പറഞ്ഞു.

“കദീച, വേണമെങ്കിൽ എന്നെ ഭൂമിയുടെ വശത്തേക്ക് അയച്ചോളൂ. ഗ്രാമങ്ങളിൽ ആട്ടിൽകുട്ടികൾ കാശാപ്പു ചെയ്യാൻ പ്രായമെത്തി നിൽക്കുന്ന സമയമാണിത്. ഞാൻ നിനക്ക് ഒന്നിനെ കൊണ്ടു വന്നു തരട്ടേ?”

അപ്പോഴാണ് അയാൾ എന്നെ കണ്ടത്.

“ഓ, ഞാൻ ശല്യപ്പെടുത്തിയത് ക്ഷമിക്കണം.” അയാൾ പറഞ്ഞു.

“വേഗം സ്ഥലം വിടൂ.” തല ഉയർത്താതെ ഞാൻ പറഞ്ഞു.

“ഇസിയാസസ്, നിങ്ങൾ പോകാത്തതെന്താണ്?” എന്റെ തോളിൽ തട്ടിക്കൊണ്ട് കദീച ചോദിച്ചു.

“എനിക്ക് കൃഷിക്കളത്തിൽ പോയിട്ട് ആവശ്യമുണ്ട്. ദയവുചെയ്ത് എന്നെ അങ്ങോട്ടയയ്ക്കു.”

“നിങ്ങൾക്കു കിറുക്കുണ്ടോ? ഞാൻ എന്തു ചെയ്യാനാണ്? നിങ്ങൾക്കുള്ള ഓർഡർ എന്റെ കൈവശമില്ല.” അവൾ ഉൽകണ്ഠാകുലയായി എന്നെ നോക്കിക്കൊണ്ടു ചോദിച്ചു. “എന്താണ് അങ്ങോട്ടു നിങ്ങളെ ആകർഷിക്കുന്നത്?”

ഒരക്ഷരം പറയാതെ ഞാൻ ഓഫീസിൽ നിന്നിറങ്ങി ഗരേജിലേക്കു നടന്നു. ജന്തായുടെ ലോറി എന്നെകടന്നുപോയി. അയാൾ എന്റെ നേരെ നോക്കി കണ്ണിറുക്കി.

പുറപ്പെടാനുള്ള സമയം കഴിയുന്നതും നീട്ടിക്കൊണ്ടുപോകാൻ ഞാൻ ശ്രമിച്ചു. എങ്കിലും ഒടുവിൽ ഞാൻ ചരക്കു കയറ്റുന്ന സ്ഥലത്തേക്കു പോയി. അവിടെ വലിയ ക്യൂ ഉണ്ടായിരുന്നില്ല.

മറ്റു ഡ്രൈവർമാർ എന്നെ പുകവലിക്കാൻ ക്ഷണിച്ചു. എന്നാൽ ഞാൻ പുറത്തിറങ്ങിയില്ല. കണ്ണടച്ചപ്പോൾ റോഡരകിൽ കാത്തുനിൽക്കുന്ന അസേലിന്റെ രൂപം മനസ്സിൽ തെളിഞ്ഞുവന്നു. അവൾ അവിടെ കാത്തുനിൽക്കും. ഇന്നും, നാളെയും മറ്റന്നാളും... അവൾക്ക് എന്നെപ്പറ്റി എന്തു തോന്നും?

എന്റെ ഊഴമാണ് അടുത്തത്. തൊട്ടു മുമ്പിലുള്ള ലോറിയിൽ ചരക്കു കയറ്റിത്തുടങ്ങി. നിമിഷങ്ങൾക്കകം എനിക്ക് പോകണം. ‘അസേൽ, സുന്ദരിയായ എന്റെ പോപ്ലർ തൈ, നീ എനിക്കു മാപ്പു തരൂ.” ഞാൻ മനസ്സിൽ പറഞ്ഞു.. പെട്ടെന്ന് എനിക്ക് ഒരു ഭൂതോദയം ഉണ്ടായി: “അവിടെ ചെന്ന് അവളോടു പറഞ്ഞിട്ടു പോകാൻ സമയമുണ്ട്. ഞാൻ രണ്ടുമൂന്നു മണിക്കൂർ താമസിച്ച് പുറപ്പെടുന്നതുകൊണ്ട് എന്താണു കുഴപ്പം? പിന്നീട് മേലധികാരിയെ കാര്യങ്ങൾ പറഞ്ഞുമനസ്സിലാക്കാം. ഒരുപക്ഷേ അദ്ദേഹത്തിന് സഹതാപം തോന്നുമായിരിക്കും. അല്ലെങ്കിലോ? കുഴപ്പമാകും... പക്ഷേ എനിക്ക് അസേലിനെ കാണാൻ പോയേ തീരൂ.”

ക്യൂവിൽ നിന്നു പുറത്തു കടക്കാൻ ഞാൻ ലോറി സ്റ്റാർട്ടു ചെയ്തു. എന്നാൽ രണ്ടു ലോറികളുടെ ഇടയ്ക്കായിരുന്നതിനാൽ എനിക്ക് അതു കഴിഞ്ഞില്ല. അതിനിടെ എന്റെ മുമ്പിൽ നിന്നിരുന്ന ലോറിക്കാരൻ ചരക്കു കയറ്റിക്കഴിഞ്ഞു. അടുത്തത് ഞാനാണ്.

“ഇലിയാസ്, ക്രെയിനിന്റെ അടിയിൽ വന്നു നിൽക്കു.” ഓപ്പറേറ്റർ വിളിച്ചുപറഞ്ഞു. ക്രെയിൻ സാമാനമിറക്കാൻ തയ്യാറായി ലോറിക്കു മുകളിൽ നിന്നു. കഷ്ടം, ഇനി ഒന്നും ചെയ്യാനാവില്ല. വിദേശത്തേക്കുള്ള കയറ്റുമതിച്ചരക്കുമായി മറ്റെങ്ങും പേകാൻ പാടില്ല. ഞാൻ ഇക്കാര്യം നേരത്തെ ആലോചിക്കാതിരുന്നതെന്താണ്? ഗുമസ്തൻ കടലാസുകൾ എന്നെ ഏല്പിച്ചു. ഞാൻ പിന്നാലെ ജനലിലൂടെ നോക്കി. എന്റെ ലോറിയുടെ പിൻവശത്തേക്ക് സാമാനം നിറച്ച കണ്ടെയിനർ ഇറക്കിവയ്ക്കുകയാണ്. അതു താണുതാണുവന്നുകൊണ്ടിരുന്നു.

“സൂക്ഷിച്ചോളൂ,” എന്ന് ഉറക്കെ വിളിച്ചുപറഞ്ഞിട്ട് ഞാൻ ലോറി മുമ്പോട്ടോടിച്ച് താണു വരുന്ന കണ്ടെയ്നറിന്റെയടിയിൽനിന്ന് വഴുതി മാറി. (എന്റെ എഞ്ചിൻ പ്രവർത്തിച്ചുകൊണ്ടിരിക്കയായിരുന്നു) പിന്നിൽ ആക്രോശങ്ങളും ചൂളം വിളികളും ഉയർന്നു.

ഗുദാമുകളും തടികളുടെ അട്ടികളും കൽക്കരിക്കൂനകളും കടന്ന് ലോറി

ചീറിപ്പാഞ്ഞു. എന്റെ കൈ സ്റ്റിയറിംഗുമായി ഒട്ടിച്ചേർന്നെന്നു തോന്നി. റോഡ് തള്ളുകയും ചാടുകയും ചെയ്യുകയാണ്. ഞാനും ലോറിയും റോഡിന്റെ ഒരു വശത്തു നിന്നും മറുവശത്തേക്കു തെറിച്ചുകൊണ്ടിരുന്നു. പക്ഷേ അത് എനിക്ക് പുത്തരിയായിരുന്നില്ല.

വളരെ വേഗം ഞാൻ ജാന്തായുടെ ഒപ്പമെത്തി. ആരാണ് വരുന്നതെന്നറിയാൻ അയാൾ തല നീട്ടി നോക്കി. എന്നെക്കണ്ടപ്പോൾ അത്ഭുതം കൊണ്ട് അയാൾ കണ്ണുമിഴിച്ചു. ഞാൻ വലിയ ധൃതിയിലാണെന്ന് അയാൾക്കു മനസ്സിലായെങ്കിലും മുമ്പിൽ കയറാൻ അയാൾ എന്നെ അനുവദിച്ചില്ല. ഞാൻ മുമ്പിൽ കയറാനായി റോഡിൽനിന്ന് പുറമ്പോക്കിലേക്കു കയറി. എന്നാൽ അയാൾ സ്പീഡു കൂട്ടി. ഞാൻ വീണ്ടും റോഡിൽ കയറുന്നതു തടഞ്ഞുകൊണ്ടിരുന്നു. ഞങ്ങൾ ഒപ്പത്തിനൊപ്പം കുറേ ദൂരം ഓടിച്ചു പോയി-അയാൾ റോഡിലും ഞാൻ പുറമ്പോക്കിലും. സ്റ്റിയറിംഗ്‌വീലിലേക്ക് കുനിഞ്ഞിരുന്നുകൊണ്ട് രണ്ട് കാട്ടുജന്തുക്കളെപ്പോലെ ഞങ്ങൾ പരസ്പരം തുറിച്ചുനോക്കി പ്രാകി.

“താൻ എങ്ങോട്ടാണ്? എന്താണു കാര്യം?” അയാൾ വിളിച്ചു ചോദിച്ചു.

ഞാൻ അയാളുടെ നേരെ മുഷ്ടി ചുരുട്ടിക്കാണിച്ചു. എന്റെ ലോറിയിൽ ഭാരമൊന്നും ഉണ്ടായിരുന്നില്ല. അതിനാൽ അയാളുടെ മുമ്പിൽ കയറാൻ എനിക്കുകഴിഞ്ഞു. താമസിയാതെ ഞാൻ അയാളെ വളരെ പിന്നിലാക്കി.

അസേലിനെ കണ്ടില്ല. ഗ്രാമത്തിലെത്തിയപ്പോഴേക്കും വഴി മുഴുവൻ ഓടിയിട്ടെന്നപോലെ ഞാൻ കിതച്ചുകൊണ്ടിരുന്നു. അവളുടെ മുറ്റത്തോ തെരുവിലോ ഒരു ജീവിയെപ്പോലും കാണാനുണ്ടായിരുന്നില്ല. ജീനികെട്ടിയ ഒരു കുതിരയെ കുറ്റിയിൽ കെട്ടിയിരുന്നു. ഇനിയെന്തു ചെയ്യും? അവിടെത്തന്നെ കുറെ നേരം കാത്തിരിക്കാൻ ഞാൻ തീരുമാനിച്ചു. എന്റെ ലോറി കണ്ടാൽ അവൾ പുറത്തു വരാതിരിക്കില്ല. ഞാൻ ബോണറ്റ് ഉയർത്തി വച്ച് എഞ്ചിൻ നന്നാക്കുന്ന ഭാവത്തിൽ അവിടെ നിന്നു. പക്ഷേ എന്റെ കണ്ണ് ഗെയിറ്റിൽത്തന്നെയായിരുന്നു. എനിക്ക് വളരെ നേരം കാത്തിരിക്കേണ്ടിവന്നില്ല. അവളുടെ അമ്മ കറുത്തതാടിയുള്ള ദൃഢകായനായ ഒരു വൃദ്ധനോടൊപ്പം പുറത്തുവന്നു. അകത്തു പഞ്ഞിവച്ചടിച്ച രണ്ട് അങ്കികൾ അയാൾ ധരിച്ചിരുന്നു- ആദ്യം പരുക്കൻ തുണികൊണ്ടുള്ളതും അതിനു മീതെ വെൽവെറ്റു കൊണ്ടുള്ളതും. അയാളുടെ കൈയിൽ ഒന്നാന്തരം ഒരു ചാട്ടയുണ്ട്. അയാളുടെ മുഖം ചുവന്നിരുന്നിരുന്നു. ചൂടു ചായ കുടിച്ചതിനാലാവാം. അവർ കുതിരയുടെയടുത്തേക്കു നടന്നു. അസേലിന്റെ അമ്മ ആദരവോടെ അങ്കപടിയിൽ പിടിച്ച് വൃദ്ധനെ കുതിരപ്പുറത്തു കയറാൻ സഹായിച്ചു.

“നിങ്ങൾ കൊണ്ടുവന്ന ആലോചന ഞങ്ങൾക്കു ബോധിച്ചു.”

അസേലിന്റെ അമ്മ പറഞ്ഞു. “ഞങ്ങൾ ചെയ്യേണ്ടതൊക്കെ ചെയ്യുമെന്ന് നിങ്ങൾക്ക് ഉറപ്പിക്കാം. മകളുടെ കാര്യത്തിൽ ഞങ്ങൾ യാതൊരു പിശുക്കും കാണിക്കയില്ല. ദൈവാനുഗ്രഹംകൊണ്ട് ഞങ്ങൾക്കു വേണ്ടതെല്ലാമുണ്ട്.”

“നിങ്ങൾ എന്തു തരുന്നോ അതു ഞങ്ങൾ സ്വീകരിക്കും. ബായ് ബിച്ചേ[3] ജീനിപ്പുറത്ത് സൗകര്യമായി ഇരുന്നുകൊണ്ട് വൃദ്ധൻ പറഞ്ഞു. “ദൈവം അവരെ അനുഗ്രഹിക്കട്ടെ. സ്ത്രീധനത്തിന്റ കാര്യമാണെങ്കിൽ... അവർ നമ്മുടെ

3 ബായ് ബിച്ചേ -കിർഗീസിയാക്കാർ ബഹുമാനപൂർവ്വം സ്ത്രീകളെ വിളിക്കുന്നത് എം.ഡി.

കൂട്ടത്തിൽപ്പെട്ടവർതന്നെയാണല്ലോ. നമ്മൾ തമ്മിൽ ബന്ധുത്വം ഉണ്ടാകുന്നത് ഇതാദ്യമല്ലതാനും... ഇപ്പോൾ ഞാൻ പോകട്ടെ ബയ്ബിച്ചേ. അടുത്ത വെള്ളിയാഴ്ച എന്നു തീരുമാനിക്കാം."

"അതെ വെള്ളിയാഴ്ച തന്നെ ആകട്ടെ. നല്ല ദിവസമാണ്. ഭാര്യയോട് അന്വേഷണം പറയണം."

"വെള്ളിയാഴ്ച എന്താണ് സംഭവിക്കാൻ പോകുന്നത്?" ഞാൻ അത്ഭുതപ്പെട്ടു. "ഇന്ന് എന്താഴ്ചയാണ്? ബുധൻ... അവർ വെള്ളിയാഴ്ച അവളെ തട്ടിക്കൊണ്ടുപോകാൻ പദ്ധതിയിടുകയാണോ? നശിച്ച ആചാരങ്ങൾ! അവ എത്ര ചെറുപ്പക്കാരുടെ ജീവിതമാണ് നശിപ്പിക്കുന്നത്! ഇതെത്രനാൾ തുടരും?

വൃദ്ധൻ മലകളുടെ ഭാഗത്തേക്ക് കുതിരയെ മെല്ലെ ഓടിച്ചു. അയാൾ കണ്ണിൽനിന്നും മറയുന്നതുവരെ നോക്കിനിന്നിട്ട് അസേലിന്റെ അമ്മ എന്റെ നേരെ തിരിഞ്ഞു. എന്നെ അവർ തുറിച്ചു നോക്കി.

"പിന്നെയും നിങ്ങൾ വന്നോ? ഇതു വണ്ടിപ്പേട്ടയും മറ്റുമല്ല. ഇവിടെ ലോറി നിർത്താൻ പാടില്ല. വേഗം പോയ്ക്കോ!"

അവർക്ക് എന്നെ സംശയമുണ്ടെന്നർത്ഥം.

"ലോറി കേടായി." എന്നു പിറുപുറുത്തുകൊണ്ട് ഞാൻ ബോണോറ്റിനടിയിലേക്കു കുനിഞ്ഞു. അവളെ കാണാതെ ഞാൻ ഇവിടുന്ന് പോവുകയില്ല. അതു തീർച്ച!

ആ സ്ത്രീ എന്തോ പിറുപിറുത്തുകൊണ്ട് അല്പം നിന്നിട്ട് അകത്തേക്കു പോയി.

ഞാൻ ഒരു സിഗററ്റു വലിച്ചുകൊണ്ട് ലോറിയുടെ ചവിട്ടുപടിയിലിരുന്നു. ഒരു കൊച്ചുപെൺകുട്ടി എവിടെനിന്നോ ഓടിവന്നു. അവൾ ലോറിയുടെ ചുറ്റും ഓടിക്കളിച്ചുകൊണ്ടിരുന്നു. ഇവൾ അസേലിന്റെ അനിയത്തിയാണോ? അവളുടെ എന്തോ ഛായയുണ്ട്.

"അസേൽ പോയി." എന്നു പറഞ്ഞിട്ട് ആ കുട്ടി ഓടിപ്പോകാൻ തുടങ്ങി.

"എങ്ങോട്ട്?" അവളെ പിടിച്ചുനിർത്തിക്കൊണ്ട് ഞാൻ ചോദിച്ചു. "എങ്ങോട്ടു പോയി?"

"എനിക്കറിയാമോ? എന്നെ വിടൂ." അവൾ പിടിയിൽനിന്നു കുതറിമാറിക്കൊണ്ട് എന്നെ നാക്കു നീട്ടി കാണിച്ചു.

ഞാൻ ബോണറ്റ് അടച്ചിട്ട് ലോറിയിലേക്കു കയറി. ഇനി എവിടെ അന്വേഷിക്കും? എനിക്ക് തിരിച്ചുപോകാൻ സമയവുമായി. ഞാൻ മെല്ലെ റോഡിലൂടെ ലോറിയോടിച്ച് സ്റ്റെപ്പിയിലേക്കു കടന്നു. ഒരു കുഴിയുടെ വക്കത്തെത്തിയപ്പോൾ ഇനി എങ്ങോട്ടു തിരിയണമെന്നു നിശ്ചയമില്ലാതെ ഞാൻ ലോറി നിർത്തി. ഞാൻ താഴെയിറങ്ങി മണ്ണിൽ കിടന്നു. എന്തൊരു ദുർദ്ദിനം! അസേലിനെ കണ്ടില്ല. എന്റെ ആദ്യത്തെ ദീർഘദൂരം ഓട്ടം അവതാളത്തിലുമായി. അതെല്ലാം ആലോചിച്ച് സ്ഥലകാലബോധം നഷ്ടപ്പെട്ട് ഞാൻ എത്രനേരം അങ്ങിനെ കിടന്നെന്ന് നിശ്ചയമില്ല. ഒടുവിൽ തലയുയർത്തി നോക്കിയപ്പോൾ ലോറിയുടെ മറുവശത്ത് ഭംഗിയുള്ള ഷൂസുധരിച്ച ഒരു ജോടി കാലുകൾ നിലയുറപ്പിച്ചിരിക്കുന്നതു കണ്ടു. അസേൽ! ഞാൻ തൽക്ഷണം അവളെ തിരിച്ചറിഞ്ഞു. ഞാൻ മുട്ടുകുത്തിനിന്നു. എണീറ്റു നിൽക്കാൻ എനിക്കു ശക്തിയില്ലായിരുന്നു. ഞങ്ങൾ ആദ്യമായി കണ്ടുമുട്ടിയ

അതേസ്ഥലമായിരുന്നു അത്.

"അമ്മൂമ്മ, നടന്നോളൂ." ഞാൻ പറഞ്ഞു.

"ഞാൻ അമ്മൂമ്മയല്ല." അസേൽ അന്നത്തെപ്പോലെ മറുപടി തന്നു.

"പിന്നെ ആരാണ്?"

"ഒരു പെൺകുട്ടി."

"സുന്ദരിയാണോ?"

"വന്നു നോക്കൂ."

ഞങ്ങളിരുവരും ചിരിച്ചു. ഞാൻ ചാടിയെണീറ്റ് അവളുടെയടുത്തേക്ക് ഓടി. അവളും എന്റെ നേർക്ക് ഓടിവന്നു. ഞങ്ങൾ മുഖാമുഖം നിന്നു.

"ലോകത്തിലെ ഏറ്റവും സുന്ദരിയായ പെൺകുട്ടി." ഞാൻ പറഞ്ഞു. "ഞാൻ ഇവിടെയുണ്ടെന്ന് നീ എങ്ങിനെയറിഞ്ഞു?"

ഇറക്കം കുറഞ്ഞ കൈയുള്ള കുപ്പായമണിഞ്ഞു നിന്നിരുന്ന ആ പെൺകുട്ടി കാറ്റിലുലഞ്ഞുകൊണ്ടു നിൽക്കുന്ന ലോലമായ ഒരു ഇളം പോപ്ലാർ തൈ പോലെ സുന്ദരിയായിരുന്നു.

"ഞാൻ വായനശാലയിൽ നിന്നു വരുമ്പോൾ നിങ്ങളുടെ ലോറിച്ചക്രങ്ങളുടെ പാട് നിലത്തു കണ്ടു."

"സത്യമാണോ?" അവൾ എന്നെ സ്നേഹിക്കുന്നുണ്ടെന്ന് പറയുന്നതിനേക്കാൾ മധുരമായിരുന്നു ആ വാക്കുകൾ. അവൾ എന്നെപ്പറ്റി വിചാരിക്കുകയും എന്റെ ലോറിച്ചക്രങ്ങളുടെ പാട് തിരയുകയും ചെയ്യുന്നു.

"ഇവിടെ എന്നെ കാത്തു നിൽപ്പുണ്ടാവുമെന്നു കരുതി ഞാൻ വന്നതാണ്."

ഞാൻ അവളുടെ കൈ പിടിച്ചു.

"അസേൽ, കയറിയിരിക്കൂ. നമുക്ക് കുറെ ദൂരം പോകാം."

അവൾ സന്തോഷത്തോടെ അതു സമ്മതിച്ചു. അവൾ ആകെ മാറിയിരുന്നു. എനിക്കും മാറ്റമുണ്ടായി. ഞങ്ങളുടെ എല്ലാ ക്ലേശങ്ങളും ഇതാ അവസാനിച്ചിരിക്കുന്നു. ആകാശവും റോഡും ഞങ്ങളുടെ സന്തുഷ്ടിയുമൊഴികെ മറ്റൊന്നും ഞങ്ങളെ സംബന്ധിച്ചിടത്തോളം ഇപ്പോൾ നിലവിലില്ല. ലോറിയുടെ വാതിൽ തുറന്ന് അസേലിനെ കയറ്റിയിരുത്തിയിട്ട് ഞാൻ എന്റെ സ്ഥാനത്തു ചെന്നിരുന്ന് ലോറി സ്റ്റാർട്ടാക്കി.

എങ്ങോട്ടെന്നറിയാതെ എന്തിനെന്നറിയാതെ ഞങ്ങൾ നീണ്ടുകിടന്ന വഴിയിലൂടെ വളരെ ദൂരം പോയി. പക്ഷേ അതു ഞങ്ങളെ അലട്ടിയില്ല. പരസ്പരം നോക്കിക്കൊണ്ട് മുട്ടിയുരുമ്മി ഇരിക്കുന്നതുതന്നെ ഞങ്ങളെ സന്തുഷ്ടരാക്കി. അസേൽ എന്റെ പട്ടാളത്തൊപ്പി ശരിയാക്കിവച്ചുതന്നു- രണ്ടു കൊല്ലമായി ഞാൻ അതും ധരിച്ചാണ് നടന്നിരുന്നത്.

"ഇങ്ങിനെ വയ്ക്കുന്നതാണു ഭംഗി." അസേൽ മന്ത്രിച്ചു. അവൾ സ്നേഹപൂർവ്വം എന്റെ തോളിൽ ചാരി.

ലോറി ഒരു പക്ഷിയെപ്പോലെ സ്റ്റെപ്പിയിലൂടെ പറന്നു. ലോകത്തിലുള്ള സർവ്വതിനും നവചൈതന്യം കൈവന്നെന്നു തോന്നി. മലകൾ, പാടങ്ങൾ, മരങ്ങൾ

എന്നിങ്ങനെ സർവ്വതും ഞങ്ങളെ എതിരേല്ക്കാനായി മുമ്പോട്ടോടിവന്നു...കാറ്റ് ഞങ്ങളുടെ മുഖത്തേയ്ക്കടിച്ചുകൊണ്ടിരുന്നു. ഞങ്ങൾ പിന്നെയും പറന്നുകൊണ്ടേയിരുന്നു. ആകാശത്തിൽ സൂര്യൻ തെളിഞ്ഞു പ്രകാശിച്ചു. ഞങ്ങൾ പൊട്ടിച്ചിരിച്ചു. വള്ളിക്കാഞ്ഞിരത്തിന്റേയും ട്യൂഫിപ് പൂക്കളുടേയും ഗന്ധം വായുവിൽ നിറഞ്ഞു നിന്നു. സ്വാതന്ത്ര്യത്തിന്റേതായ ആ ശുദ്ധവായു ഞങ്ങൾ ആർത്തിയോടെ ശ്വസിച്ചു.

ഒരു പരുന്ത് പുരാതനമായ ഒരു ശവക്കോട്ടയിൽനിന്ന് മേല്പോട്ടുയർന്ന് ഞങ്ങളെ ഒരു ഓട്ടപ്പന്തയത്തിന് വെല്ലുവിളിക്കുന്നമട്ടിൽ റോഡിനു മീതെ താണു പറന്നു.

രണ്ടു സവാരിക്കാർ ഭയന്ന് വശത്തേക്കു മാറി. എന്നാൽ അടുത്ത ക്ഷണത്തിൽത്തന്നെ അവർ "നില്ക്കൂ! നില്ക്കൂ!" എന്ന് ആക്രോശിച്ചു കൊണ്ട് കുതിരകളെ അതിവേഗം ഓടിച്ച് ഞങ്ങളുടെ പിന്നാലെ വന്നു. എനിക്ക് അവരെ പരിചയമില്ല. ഒരുപക്ഷേ അസേലിന് അറിയാമായിരിക്കും. താമസിയാതെ ഞങ്ങൾ അവരെ വളരെ പിന്നിലാക്കി.

ഞങ്ങളുടെ മുമ്പിൽ നീങ്ങിക്കൊണ്ടിരുന്ന ഒരു കുതിരവണ്ടി ഞങ്ങക്ക് കടന്നു പോകാനായി അരികിലേക്കുമാറി. അതിലുണ്ടായിരുന്ന യുവതിയും യുവാവും പരസ്പരം തോളിൽ കൈവച്ചു കൊണ്ട് എണീറ്റു നിന്ന് സ്നേഹപൂർവ്വം ഞങ്ങളുടെ നേരെ കൈ വീശി.

"നന്ദി," ഞാൻ തല വെളിയിലേക്കു നീട്ടി വിളിച്ചു പറഞ്ഞു.

സ്റ്റെപ്പി പിന്നിട്ട് ഞങ്ങൾ ടാറിട്ട റോഡിലേക്കു കടന്നു.

തടാകം അടുത്തെവിടെയോ ആണ്. റോഡിൽനിന്നു തിരിഞ്ഞ് കുറ്റിച്ചെടികളുടേയും പൊക്കമുള്ള പുല്ലിന്റെയും ഇടയിലൂടെ ഞാൻ തടാകക്കരയിലേക്കു ലോറി ഓടിച്ചു. വെള്ളത്തിന് തൊട്ടു മുകളിലുള്ള ഒരു ഉയർന്ന സ്ഥലത്ത് ഞാൻ ലോറി നിർത്തി.

വെളുപ്പുകലർന്ന നീലത്തിരമാലകൾ കൈ കോർത്തു പിടിച്ച് മഞ്ഞനിറമാർന്ന തീരത്തേക്ക് ഓടിക്കയറി. പർവ്വതങ്ങൾക്കു പിന്നിൽ സൂര്യൻ അസ്തമിക്കാൻ തുടങ്ങിയിരുന്നു. തടാകത്തിന്റെ മറ്റെയറ്റത്തുള്ള വെള്ളം സിന്ദൂരവർണ്ണമാർന്നു. മഞ്ഞിന്റെ വെള്ളത്തൊപ്പിയണിഞ്ഞ കരിംചുവപ്പുനിറമുള്ള പർവ്വതനിര അങ്ങകലെ ഉയർന്നു നിൽക്കുന്നതു കാണാമായിരുന്നു. അതിനുമീതെ കാർമേഘങ്ങൾ ഉരുണ്ടുകൂടി.

"അസേൽ, നോക്കൂ, അരയന്നങ്ങൾ!"

ശരൽക്കാലത്തും ശീതകാലത്തും മാത്രമേ ഇസിക്- കുളിൽ അരയന്നങ്ങൾ പ്രത്യക്ഷപ്പെടുകയുള്ളൂ. വസന്തത്തിൽ അപൂർവ്വമായെ അവ വരവുള്ളൂ. അവ തെക്കൻ പ്രദേശത്തുള്ള അരയന്നങ്ങളാണെന്നും വടക്കോട്ടു പോകുന്ന വഴി ഇസിക്-കുളിൽ വിശ്രമിക്കയാണെന്നുമാണ് പറയപ്പെടുന്നത്. അവയെ കാണുന്നത് ഭാഗ്യമാണത്രെ...

ഒരു പറ്റം വെളുത്ത അരയന്നങ്ങൾ താടകത്തിനു മീതെ വട്ടമിട്ടു പറന്നു. അവ മുകളിലേക്കു പറന്നുയർന്നിട്ട് ചിറകുകൾ വിരുത്തിപ്പിടിച്ച് പെട്ടെന്ന് താഴും. ശബ്ദത്തോടെ വെള്ളത്തിൽ പതിച്ച് പതയുടെ വലിയ വൃത്തങ്ങൾ ചമച്ചിട്ട് വീണ്ടും മേല്പോട്ടുയരും. ഒടുവിൽ അവ ഒരേ പോലെ ചിറകടിച്ചു പറന്ന് ഒരു നീണ്ട

ശൃംഖലയായി തടാകക്കരയിലെ ചെരിഞ്ഞ മണൽത്തിട്ടയിലേക്ക പോയി. അവയുടെ രാത്രി താവളം അതാണ്.

ഞങ്ങൾ ലോറിയ്ക്കള്ളിലിരുന്ന് നിശ്ശബ്ദരായി അരയന്നങ്ങളെ നോക്കിക്കൊണ്ടിരുന്നു. കാര്യങ്ങളെല്ലാം നേരത്തെ തീരുമാനിക്കപ്പെട്ടുകഴിഞ്ഞപോലെ ഞാൻ അസേലിനോട്ട പറഞ്ഞു.

“നോക്കു, തീരത്ത് കുറെ മേൽക്കുരകൾ കാണുന്നില്ലേ? അതാണ് നമ്മുടെ ഡിപ്പോ. ഇതായിരിക്കും നമ്മുടെ വീട്.” ലോറി തൊട്ടുകാണിച്ചുകൊണ്ട് ഞാൻ ചരിച്ചു. അവളെ കൊണ്ടുപോകാൻ എനിക്ക് മറ്റൊരിടമുണ്ടായിരുന്നില്ല.

അസേൽ എന്റെ കണ്ണുകളിലേക്ക നോക്കിക്കൊണ്ട് എന്റെ കഴുത്തിൽ കെട്ടിപ്പിടിച്ചു. ചിരിയുടേയും കണ്ണീരിന്റേയും ഇടയിലൂടെ അവൾ പറഞ്ഞു:

“എന്റെ പൊന്നേ, എനിക്ക് വീട്ട വേണ്ട. എന്റെ അച്ഛനും അമ്മയും എന്നെങ്കിലും എനിക്ക് മാപ്പുതന്നാൽ മതി.... അവർക്ക് ഇത് സഹിക്കാനാവില്ലെന്ന് എനിക്കറിയാം... പക്ഷേ ഞാൻ എന്തു ചെയ്യാനാണ്...?”

വളരെ വേഗം നേരം ഇരുട്ടി. ആകാശം മേഘാവൃതമായി. ഇരുണ്ട മേഘങ്ങൾ ജലനിരപ്പിനു മീതെ തങ്ങിനിന്നു. താടാകം ഇരുണ്ട് നിശ്ചലമായിക്കിടന്നു. കണ്ണഞ്ചിക്കുന്ന ഒരു പ്രകാശം ഇടയ്ക്കിടെ തെളിയുകയും പെട്ടെന്നു തന്നെ അണയുകയും ചെയ്തുകൊണ്ടിരുന്നതിനാൽ മലമുകളിൽ മറഞ്ഞിരുന്ന് ആരോ വൈദ്യുതിയുപയോഗിച്ച് എന്തോ കുട്ടിവിളക്കുകയാണെന്നു തോന്നി. ഒരു കൊടുങ്കാറ്റ് തുടങ്ങാൻ പോവുകയായിരുന്നു. വെറുതയല്ല അരയന്നങ്ങൾ യാത്ര ഇടയ്ക്കു വച്ചു നിർത്തി ഇസിക്- കുളിന്റെ കരയിൽ അഭയം തേടിയത്. മലകൾക്കു മീതെ പറക്കുന്നതിനിടയിൽ കൊടുങ്കാറ്റിലകപ്പെടാൻ അവ ഒരുക്കമല്ല.

ഇടി വെട്ടി. ശക്തിയായി മഴ പെയ്തു. തടാകത്തിലെ വെള്ളം ഇളകിമറിയുകയും ആർത്തിരമ്പുകയും ചെയ്തു തുടങ്ങി. വൻ തിരകൾ കരയിൽ വന്നു മുട്ടി. ആ വസന്തത്തിലെ ആദ്യത്തെ ഇടിയും മഴയുമായിരുന്നു അത്. ഞങ്ങളുടെ ആദ്യരാത്രിയും. വാതിലിലേയും വിൻഡ്സ് ക്രീനിലേയും ചില്ലുകളിലൂടെ വെള്ളം ധാരധാരയായി ഒലിച്ചുകൊണ്ടിരുന്നു. വാ പിളർന്നു കിടന്ന കറുത്ത തടാകത്തെ വെളുത്ത മിന്നൽപ്പണരുകൾ കുത്തിമുറിച്ചു. ഞങ്ങൾ പരസ്പരം ഒട്ടിച്ചേർന്നിരുന്ന് സ്വകാര്യം പറഞ്ഞു. തണുപ്പുകൊണ്ടോ ഭയംകൊണ്ടോ അസേൽ വിറയ്ക്കുന്നതുപോലെ തോന്നി. ഞാൻ എന്റെ ജാക്കറ്റുകൊണ്ട് അവളെ പൊതിഞ്ഞ് മാറോട്ടുചേർത്തുപിടിച്ചു. അതെനിക്ക് കൂടുതൽ തന്റേടവും കരുത്തും നൽകി. എന്നിൽ ഇത്രയേറെ വാത്സല്യവായ്പ് ഒളിഞ്ഞുകിടപ്പുണ്ടെന്ന് അപ്പോഴാണ് ഞാനറിയുന്നത്. മറ്റൊരാളെ സംരക്ഷിക്കുന്നത് ഇത്രയേറെ ആനന്ദമരുളുമെന്നും എനിക്ക് അതിനുമുമ്പ് അറിയില്ലായിരുന്നു.. ഞാൻ അവളുടെ ചെവിയിൽ മന്ത്രിച്ചു.”ചുവന്ന തുവാലയണിഞ്ഞ എന്റെ കൊച്ചു പോപ്ലാർതൈയാണു നീ! നിന്നെ വേദനിപ്പിക്കാൻ ഞാൻ ആരെയും അനുവദിക്കില്ല.”

തുടങ്ങിയതുപോലെതന്നെ പെട്ടെന്ന് കാറ്റും പിശറും അവസാനിച്ചു. എന്നാൽ തടാകത്തിലെ പ്രക്ഷുബ്ധമായ ജലപ്പരപ്പ് തൽക്ഷണം ശാന്തമായില്ല. മഴ ചാറിക്കൊണ്ടുമിരുന്നു.

ലോറിയിൽ ഒരു ചെറിയ റേഡിയോ ഉണ്ടായിരുന്നു- അന്ന് എനിക്കുണ്ടായിരുന്ന ഓരേയൊരു സ്വത്ത്. ഞാനതു തുറന്നു വച്ചു. അതെല്ലാം ഇന്നലെനടന്നതുപോലെ

ഞാൻ ഇപ്പോഴും ഓർമ്മിക്കുന്നു. ഫ്രഞ്ച് തീയേറ്ററുകാരുടെ "ചൊൽപ്പൊൻ" എന്ന ബാലെയാണ് അപ്പോൾ പ്രക്ഷേപണം ചെയ്തുകൊണ്ടിരുന്നത്. മലകൾക്കപ്പുറത്തുനിന്നുള്ള ആ സംഗീതം ക്യാബിനിലേക്കു പ്രവഹിച്ചു. ആ ബാലെയിലെ നായികാനായകന്മാരുടെ പ്രേമം പോലെ സ്നിഗ്ദ്ധമധുരമായിരുന്നു ആ സംഗീതം, കരഘോഷം മുഴങ്ങി. കാണികൾ അവർക്കു പൂക്കൾ എറിഞ്ഞുകൊടുത്തു കാണും. എന്നാൽ പ്രക്ഷുബ്ധമായ ഇസിക്-കുളിന്റെ തീരത്ത് ഒരു ലോറിയിലിരുന്ന് ആ സംഗീതം കേട്ട ഞങ്ങളാണ് അതേറ്റവും കൂടുതൽ ആസ്വദിച്ചതെന്ന് ഞാൻ ഉറപ്പിച്ചു പറയാം. ആ ബാലെ ഞങ്ങളെക്കുറിച്ചായിരുന്നു. ഞങ്ങളുടെ പ്രേമത്തെക്കുറിച്ച്, സൗഭാഗ്യം തേടി പുറപ്പെട്ട ചൊൽപ്പൊന്റെ കഥ ഞങ്ങളുടെ ഉള്ളിൽത്തട്ടി. എന്റെ ചൊൽപ്പൊൻ, എന്റെ പ്രഭാത നക്ഷത്രം, എന്റെയരികിൽത്തന്നെ ഇരുന്നു. പാതിരാവായപ്പോൾ അവൾ എന്റെ കൈകളിൽ കിടന്ന് മയങ്ങി. എന്നാൽ എനിക്ക് ഉടൻ ശാന്തനാകാൻ കഴിഞ്ഞില്ല. ഞാൻ അവളുടെ മുഖം മെല്ലെ തഴുകിക്കൊണ്ട് ഇസിക്-കുളിന്റെ ഉള്ളിൽനിന്നുയർന്ന നെടുവീർപ്പുകൾ ശ്രദ്ധിച്ചു.

പിറ്റേന്നു രാവിലെ ഞങ്ങൾ ഡിപ്പോയിലേക്കു പോയി. അവർ എന്നെ കഠിനമായി ശകാരിച്ചുവെന്ന് പറയേണ്ടതില്ലല്ലോ. എന്നാൽ ഞാൻ എന്തുകൊണ്ടാണ് അങ്ങിനെ ചെയ്തതെന്നറിഞ്ഞപ്പോൾ അവർ എനിക്ക് മാപ്പു തന്നു. ഞാൻ ക്രെയിനിന്റെ അടിയിൽനിന്ന് വഴുതിമാറിയ സംഭവം ഡിപ്പോയിൽ ഒരു സ്ഥിരം തമാശയായി മാറി.

ചൈനയിലേക്കുള്ള എന്റെ ആദ്യത്തെ ഓട്ടത്തിന് ഞാൻ തയ്യാറെടുത്തു. അസേലിനെക്കൂടി ഒപ്പം കൊണ്ടുപോയി വഴിമദ്ധ്യേയുള്ള എന്റെ സ്നേഹിതന്റെ വീട്ടിലാക്കാൻ ഞാൻ തീരുമാനിച്ചു. എന്റെ സ്നേഹിതൻ അലിബേക്ക് ജന്തുറിൽ കുടുംബസഹിതം താമസിച്ചിരുന്നത് നീറിനിനടുത്തുള്ള ട്രാൻസ്ഷിപ്പിംഗ് കേന്ദ്രത്തിലായിരുന്നു. ആ വഴി പോകുമ്പോഴെല്ലാം അതിർത്തിക്കടുത്തുള്ള അവരുടെ വസതി ഞാൻ സന്ദർശിക്കാറുണ്ട്. അലിബേക്കിന്റെ ഭാര്യ നല്ല ഒരു സ്ത്രീയാണ്. എനിക്കവരെ വലിയ കാര്യമായിരുന്നു.

ഞങ്ങൾ പുറപ്പെട്ടു. വഴിക്കുകണ്ട ഒരു കടയിൽ കയറി. അസേലിന് വേണ്ട വസ്ത്രങ്ങൾ വാങ്ങുകയാണ് ഞങ്ങൾ ആദ്യം ചെയ്തത്. ഇട്ടിരുന്നതല്ലാതെ മറ്റൊന്നും അവളുടെ കൈവശം ഇല്ലായിരുന്നല്ലോ. ഞങ്ങൾ പൂക്കളുള്ള വലിയ ഒരു ഷാളും കൂട്ടത്തിൽ വാങ്ങി. അതു വളരെ നന്നായെന്ന് പിന്നീടു തെളിഞ്ഞു. വഴിക്ക് പ്രായംചെന്ന ഒരു ഡ്രൈവറെ ഞങ്ങൾ കണ്ടുമുട്ടി. ഞങ്ങളുടെ അക്സക്കാലായ ഉർമാത്- അക്കേയായിരുന്നു അത്. ലോറി നിർത്താൻ ദൂരെനിന്നേ അദ്ദേഹം എന്നോട് അടയാളം കാണിച്ചു. ഞാൻ ലോറിയിൽനിന്നിറങ്ങി. അദ്ദേഹത്തിന്റെ അടുത്തുചെന്നു.

"സലാം അലേയ്കും, ഉർമാത്- അക്കേ," ഞാൻ അഭിവാദ്യം ചെയ്തു.

"അലേയ്കും അസ്സലാം, ഇലിയാസ്, നിന്റെ കൈത്തണ്ടയിൽ ഇരിക്കുന്ന പ്രാപ്പിടിയന്റെ ഉടലിന് നല്ല ശക്തിയുണ്ടാകട്ടെ." ആചാരമനുസരിച്ച് അദ്ദേഹം പറഞ്ഞു. "സന്തോഷവും സന്താനങ്ങളും തന്ന് ദൈവം നിങ്ങളെ അനുഗ്രഹിക്കട്ടെ."

"നന്ദി, പക്ഷേ ഇക്കാര്യം എങ്ങിനെ അറിഞ്ഞു?"

"മോനേ, നല്ല വാർത്ത കുഴിച്ചുമൂടാൻ പറ്റില്ല. അത് സജ്ജനങ്ങളുടെ നാവിലൂടെ

ഈ വഴി മുഴുവൻ സഞ്ചരിച്ചു കഴിഞ്ഞു."

ഞാൻ അത്ഭുതസ്തബ്ധനായിപ്പോയി.

ഞങ്ങൾ സംസാരിച്ചുകൊണ്ട് കുറേ നേരം നിന്നെങ്കിലും ഉർമാത് അക്കേ ഒരിക്കൽപ്പോലും ലോറിയിലിരിക്കുന്ന അസേലിന്റെ നേർക്കു നോക്കിയില്ല. ഭാഗ്യവശാൽ അസേലിനു കാര്യം മനസ്സിലായി. അവൾ ഷാൾ തലയിലിടുകയും അതുകൊണ്ട് മുഖം മറയ്ക്കുകയും ചെയ്തു. ഉർമാത്-അക്കെ സംതൃപ്തിയോടെ പുഞ്ചിരിച്ചു.

"ഇങ്ങനെയാണു വേണ്ടത്." അദ്ദേഹം പറഞ്ഞു. "മകളേ ആചാരങ്ങളെ ബഹുമാനിക്കുന്നതിനു നന്ദി. ഇനി മുതൽ നീ ഞങ്ങളുടെ, അതായത് ഡിപ്പോയിലെ എല്ലാ അക്സക്കാൻമാരുടേയും മരുമകളാണ്. ഇലിയാസ്. നിന്റെ വധുവിനെ കാണിച്ചതിന് സമ്മാനം ഇതാ." അദ്ദേഹം കുറെ പണം എനിക്ക് നീട്ടി. അതു വേണ്ടെന്നു പറഞ്ഞ് അദ്ദേഹത്തെ പിണക്കാൻ ഞാൻ ആഗ്രഹിച്ചില്ല.

ഞങ്ങൾ പിരിഞ്ഞു. അസേൽ ഷാൾ തലയിൽനിന്നു മാറ്റിയില്ല. കിർഗീസിയയിലെ എല്ലാ മാന്യ കുടുംബങ്ങളിലേയും സ്ത്രീകൾ ചെയ്യുന്നതുപോലെ മറ്റാരെയെങ്കിലും കാണുമ്പോൾ അവൾ അതുകൊണ്ട് മുഖം മറച്ചു. തനിച്ചായപ്പോൾ ഞങ്ങൾ ധാരാളം ചിരിച്ചു. ആ ഷാൾ ധരിച്ചപ്പോൾ അവളുടെ സൗന്ദര്യം കൂടിയെന്ന് എനിക്ക് തോന്നി.

"എന്റെ സുന്ദരിയായ വധൂ, മിഴികൾ ഉയർത്തി എന്നെ ഒന്ന് ചുംബിക്കൂ" ഞാൻ കെഞ്ചി.

"പറ്റില്ല, അക്സകാലുമാർ കാണും." ചിരിച്ചുകൊണ്ട് അവൾ മെല്ലെ എന്റെ കവിളിൽ ചുണ്ടു മുട്ടിച്ചു.

എതിരെ വന്ന എല്ലാ ഡ്രൈവർമാരും ലോറിനിർത്തി ഞങ്ങൾക്ക് മംഗളമാശംസിച്ചു. പലരും ഞങ്ങൾക്കു പൂക്കളും സമ്മാനങ്ങളും കൊണ്ടുവന്നിരുന്നു. കൂടാതെ അവർ ഞങ്ങളുടെ ലോറി പലനിറമുള്ള റിബണുകളും ടൂവാലകളും പൂക്കളുംകൊണ്ട് അലങ്കരിക്കുകയും ചെയ്തു. അത് ഞങ്ങളുടെ റഷ്യൻ സഹപ്രവർത്തകരുടെ ആശയമായിരുന്നിരിക്കണം. ഗ്രാമങ്ങളിൽ കല്യാണം നടക്കുമ്പോൾ അവർ പൂക്കൾകൊണ്ട് കാർ അലങ്കരിക്കുക പതിവാണ്. ഞങ്ങളുടെ ലോറിയും ദൂരെ നിന്നേ ആരുടേയും ശ്രദ്ധ ആകർഷിക്കത്തക്കവണ്ണം വർണ്ണശബളമായിത്തീർന്നു. ഞങ്ങൾക്ക് അളവറ്റ സന്തോഷം തോന്നി. എന്റെ സുഹൃത്തുക്കളെച്ചൊല്ലി ഞാൻ അഭിമാനം കൊണ്ടു. ആപത്തിൽ സഹായിക്കുന്നവനാണ് യഥാർത്ഥ മിത്രമെന്നാണ് പഴഞ്ചൊല്ല്. എന്നാൽ സന്തോഷത്തിൽ പങ്കുകൊള്ളുന്ന മിത്രവും അത്രതന്നെ പ്രിയങ്കരനാണ്.

എന്റെ ആത്മസുഹൃത്തായ, അലിബേക് ജന്തുറിനേയും കണ്ടുമുട്ടിയത് വഴിക്കു വച്ചാണ്. എന്നെക്കാൾ രണ്ടുവയസ്സു കൂടുതലുള്ള അയാൾ വലിയ തലയും കരുത്തുറ്റ ദേഹവുമുള്ള ഒരു മനുഷ്യനാണ്. ഡിപ്പോയിലുള്ള എല്ലാവരും അയാളെ ബഹുമാനിക്കുന്നു. അയാളെ ഞങ്ങൾ ട്രേഡ്യൂണിയൻ കമ്മിറ്റിയിലേയ്ക്കു തെരഞ്ഞെടുത്തിട്ടുണ്ട്. അയാൾ എന്തായിരിക്കും പറയാൻ പോകുന്നതെന്ന് ഞാൻ അത്ഭുതപ്പെട്ടു.

അലിബേക് വാചാലമായ മൗനംപൂണ്ട് ലോറിയിലേക്കു നോക്കി നിന്നു. പിന്നീട് അയാൾ അസേലിന്റെയടുത്തു ചെന്ന് അവൾക്കു കൈകൊടുക്കുകയും മംഗളമാശംസിക്കുകയും ചെയ്തു.

"യാത്രയുടെ വിവരങ്ങൾ കാണിക്കുന്ന കടലാസു കാണിക്കു." അയാൾ എന്നോടു പറഞ്ഞു. അത്ഭുതപരതന്ത്രനായി ഞാൻ അതയാൾക്കു നീട്ടി. വലിയ അക്ഷരത്തിൽ അതിനു കുറുക്കെ അയാൾ എഴുതി: "മധുവിധു യാത്ര നമ്പർ 167 അതിലെ സീരിയൽ നമ്പർ അതായിരുന്നു.

"എന്താണീക്കാട്ടുന്നത്?" ഞാൻ ചോദിച്ചു. "ഇത് ഒരു ഔദ്യോഗികരേഖയാണെന്ന് അറിഞ്ഞുകൂടേ?"

"ഈ യാത്ര ചരിത്രത്തിൽ സ്ഥാനംപിടിക്കും." അടക്കിച്ചിരിച്ചുകൊണ്ട് അയാൾ പറഞ്ഞു. "നമ്മുടെ ഗുമസ്തന്മാരും മനുഷ്യരാണ്. അല്ലേ! ശരി, ഇനി ഞാൻ തനിക്കു കൈ തരട്ടെ." അയാൾ എന്നെ കെട്ടിപ്പിടിച്ച് ഉമ്മവച്ചു. ഞങ്ങൾ ഇരുവരും ചിരിച്ചു.

ഒടുവിൽ ഞങ്ങൾ യാത്ര പറഞ്ഞ് ലോറിയിലേക്കു കയറാൻ തുടങ്ങുമ്പോൾ ചോദിച്ചു.

"നിങ്ങൾ എവിടെ താമസിക്കും?"

ഞാൻ ചുമൽ കുലുക്കി. ഞങ്ങൾക്ക് താമസിക്കാൻ ഇടമുണ്ടായിരുന്നില്ല.

"ഇതാണ് ഞങ്ങളുടെ വീട്.." ലോറി ചൂണ്ടിക്കാണിച്ചുകൊണ്ട് ഞാൻ പറഞ്ഞു.

"എന്ത്? ഈ ലോറിയോ? നിങ്ങൾ ഇവിടെയാണോ കുട്ടികളെ വളർത്താൻ പോകുന്നത്? ഞാൻ പറയുന്നതു കേൾക്കു. നിങ്ങൾക്ക് എന്റെ വീട്ടിൽ താമസിക്കാം. ഞാൻ മാനേജിമെന്റിനോടു സംസാരിക്കാം. ഞങ്ങൾ സ്വന്തം വീട്ടിലേക്കു താമസം മാറ്റാം."

റിബാചെച്യയിൽ. ഞങ്ങളുടെ ഡിപ്പോയിൽനിന്ന് അകലെയല്ലാതെ അലിബേക് ഒരു വീടു പണിയുന്നുണ്ടായിരുന്നു. ഒഴിവു സമയത്ത് ഞാനും അയാളെ അതിനു സഹായിച്ചിട്ടുണ്ട്.

"പക്ഷേ ഇനിയും അതിന്റെ പണി പൂർത്തിയായിട്ടില്ലല്ലോ."

ഞാൻ പറഞ്ഞു.

"അതു സാരമില്ല. ഒരു ശകലം പണിയേ ബാക്കിയുള്ളു. തനിക്ക് എന്റെ താമസസ്ഥലത്തെക്കാൾ നല്ല ഒരിടം കിട്ടാൻ പോകുന്നില്ല. നമ്മുടെ പാർപ്പിട ക്ഷാമം തനിക്ക് അറിയാമല്ലോ."

"നന്ദി, അലിബേക്. ഇതിലും മെച്ചപ്പെട്ട ഒരിടത്തെപ്പറ്റി ഞങ്ങൾക്കു ചിന്തിക്കാൻപോലും കഴിയുകയില്ല."

"തൽക്കാലം നിങ്ങൾ ഞങ്ങളോടൊപ്പം കഴിയണം. തിരിച്ചുവരുന്നവഴി എന്നെ കാത്തിരിക്കു. നമുക്ക് ഭാര്യമാരുമായി ആലോചിച്ച് എല്ലാം തീരുമാനിക്കാം," അസേലിനെ നോക്കി അയാൾ കണ്ണിറുക്കി.

"അതെ. ഇനി ഭാര്യമാരാണ് എല്ലാം തീരുമാനിക്കേണ്ടത്."

"മധുവിധുയാത്ര മംഗളമായി ഭവിക്കട്ടെ," അലിബേക്ക് വിളിച്ചു പറഞ്ഞു.

അതെ അതൊരു മധുവിധുയാത്ര തന്നെയായിരുന്നു- അത്ഭുതകരമായ ഒരു മധുവിധുയാത്ര.

കാര്യങ്ങൾ ഇത്ര ഭംഗിയായി കലാശിച്ചതിൽ ഞങ്ങൾ സന്തോഷിച്ചു. റോഡിൽ വച്ചുണ്ടായ ഒരു കൂടിക്കാഴ്ച ഇല്ലായിരുന്നെങ്കിൽ എന്റെ സന്തോഷം

പരിപൂർണ്ണമാകുമായിരുന്നു.

ഒരു വളവിനപ്പുറത്തുനിന്ന് ജന്തായുടെ ലോറി പാഞ്ഞുവന്നു. കദീചയും അയാളോടൊപ്പമുണ്ടായിരുന്നു. അയാൾ എന്റെ നേരെ കൈ വീശി. ഞാൻ ബ്രേക്കിട്ടു. വശങ്ങൾ തമ്മിൽ തൊട്ടു തൊട്ടില്ല എന്ന മട്ടിൽ ഞങ്ങളുടെ ലോറികൾ റോഡിൽ നിന്നു.

"തന്റെ ലോറി അലങ്കരിച്ചിരിക്കുന്നതെന്തിനാണ്? വല്ല കല്യാണമോ മറ്റോ ആണോ?" അയാൾ തല പുറത്തേക്കു നീട്ടി ചോദിച്ചു.

"അതെ," ഞാൻ പറഞ്ഞു.

"നേരാണോ?" വിശ്വസിക്കാനാവാതെ അയാൾ ചോദിച്ചു. അനന്തരം കദീചയുടെ നേരെ നോക്കിക്കൊണ്ട് പറഞ്ഞു. "ഞങ്ങളാണെങ്കിൽ തന്നെ അന്വേഷിച്ചു ലോകം മുഴുവൻ നടന്നു."

കദീചയുടെ മുഖം ചുവന്നു. അവൾ അമ്പരന്നുപോയെന്നു തോന്നി.

"നമസ്ക്കാരം, കദീചാ." ഞാൻ പറഞ്ഞു. അവൾ ഒന്നും പറയാതെ തല കുലുക്കി.

"ഇത് തന്റെ ഭാവിവധുവാണോ?" ഒടുവിൽ ജന്തായ് ചോദിച്ചു.

"അല്ല, എന്റെ ഭാര്യയാണ്." എന്നു പറഞ്ഞുകൊണ്ട് ഞാൻ അസേലിന്റെ ചുമലിൽ കൈ ചുറ്റി.

"അങ്ങിനെയാണോ?" അടക്കാനാവാത്ത അത്ഭുതത്തോടെ ജന്തായ് ചോദിച്ചു.

അതു നല്ല വാർത്തയാണോ ചീത്തവാർത്തയാണോ എന്ന് അയാൾക്ക് നിശ്ചയമില്ലാത്തതുപോലെ തോന്നി. 'ശരി. ശിരി. എന്റെ അഭിനന്ദനങ്ങൾ! മംഗളാശംസകൾ!"

"നന്ദി"

"താൻ ആളുമിടുക്കനാണല്ലോ." ജന്തായ് പിറുപിറുത്തു. "പെൺ പണം കൊടുക്കാതെ പെണ്ണിനെ കൊണ്ടുപോന്നു, അല്ലേ?"

"വിഡ്ഢി!" ഞാൻ അയാളെ ചീത്ത പറഞ്ഞു. "വേഗം കടന്നു പോകൂ."

എന്തൊരു മനുഷ്യൻ! അയാളെ കുറെക്കൂടി ചീത്ത വിളിക്കണമെന്ന ഉദ്ദേശത്തോടെ ഞാൻ തല പുറത്തേക്കു നീട്ടി. ജന്തായ് കവിൾ തടവിക്കൊണ്ട് ലോറിയുടെ അടുത്ത് നിൽക്കുന്നതും കദീച വയലിലേക്ക് ഓടിപ്പോകുന്നതുമാണ് ഞാൻ കണ്ടത്. അയാൾ അവളുടെ നേരെ മുഷ്ടിചുരുട്ടിക്കാട്ടിക്കൊണ്ട് ആക്രോശിച്ചു. അവൾ പുല്ലിലേക്കു വീണ് കൈത്തണ്ടകളിൽ മുഖമമർത്തി. കാര്യം എന്താണെന്ന് എനിക്ക് മനസ്സിലായില്ല. എങ്കിലും എനിക്ക് അവളോട് അനുകമ്പ തോന്നി. എന്തുകൊണ്ടോ ഞാനാണ് അതിനു കാരണക്കാരൻ എന്ന ഒരു തോന്നൽ എനിക്കുണ്ടായി. ഞാൻ അസേലിനോട് അതേപ്പറ്റി ഒന്നും പറഞ്ഞില്ല.

ഒരാഴ്ച കഴിഞ്ഞ് ഞങ്ങൾ ചരക്കു കയറ്റിറക്കുകേന്ദ്രത്തിനടുത്തുള്ള ചെറിയ ഒരു വീട്ടിൽ താമസമുറപ്പിച്ചു. ലോറി ഡ്രൈവർമാരുടെ കുടുംബങ്ങൾക്കും പെട്രോൾ പമ്പ് ജോലിക്കാർക്കും താമസിക്കാൻ വേണ്ടി ഉണ്ടാക്കപ്പെട്ട ഏതാനും വീടുകളിലൊന്നായിരുന്നു അത്. നറിനിനടുത്ത് റോഡുവക്കിലായി താമസിക്കാൻ നല്ല സൗകര്യമുള്ള

ഒരിടത്തായിരുന്ന ഈ വീടുകൾ. സിനിമാശാലകളും കടകളും ആശുപത്രിയും ജില്ലാകേന്ദ്രമായ നറീനിൽ ഉള്ളത് ഞങ്ങൾക്കു വലിയ അനുഗ്രഹമായിരുന്നു. റിബാച്യെ മുതൽ സിനിമാശാലകളും കടകളും ആശുപത്രിയും ജില്ലാകേന്ദ്രമായ നറീനിൽ ഉള്ളത് ഞങ്ങൾക്കു വലിയ അനുഗ്രഹമായിരുന്നു. പോരാത്തതിന് ഞങ്ങളുടെ റൂട്ടിൽ ഏതാണ്ട് മദ്ധ്യത്തിലായിരുന്നു ആ സ്ഥലം. റിബാച്യെ മുതൽ സിൻഡ്സ്യാൻ വരെയും തിരിച്ചുമുള്ള യാത്രമദ്ധ്യേ ഡ്രൈവർമാർക്ക് സ്വവസതികളിൽ വിശ്രമിക്കാനും ഉറങ്ങാനും അവസരം കിട്ടിയിരുന്നു. മിക്കവാറും എല്ലാ ദിവസവും എനിക്ക് അസേലിനെ കാണാൻ കഴിഞ്ഞു. എത്ര ധൃതിയിലാണെങ്കിലും ഏതസമയത്താണെങ്കിലും ഞാൻ അവളെ കാണാൻ വീട്ടിലെത്താറുണ്ട്. അസേൽ ഉൽകണ്ഠയോടെ എന്നെ കാത്തിരിക്കുകയാണെന്ന് എനക്കറിയാമായിരുന്നല്ലോ. ഞങ്ങൾ വീട്ടിലേക്ക് വേണ്ട സാമാനങ്ങൾ വാങ്ങിത്തുടങ്ങി. ചുരുക്കിപ്പറഞ്ഞാൽ വീടിന് വീടിന്റെ മട്ടുവന്നെന്നർത്ഥം. അസേലും ജോലിക്കു പോകണമെന്ന് ഞങ്ങൾ തീരുമാനിച്ചു. വാസ്തവത്തിൽ അവൾക്ക് അക്കാര്യത്തിൽ വലിയ നിർബന്ധമായിരുന്നു. ഗ്രാമത്തിൽ വച്ച് ജോലിയ്ക്കുപോയി ശീലിച്ച അവൾക്ക് വീട്ടിൽ വെറുതെയിരിക്കാൻ തീരെ ഇഷ്ടമുണ്ടായിരുന്നില്ല. അങ്ങിനെയിരിക്കുമ്പോഴാണ് താൻ ഗർഭണിയാണെന്ന് അസേലിനു മനസ്സിലായത്. ഞങ്ങൾ സന്തോഷംകൊണ്ടു തുള്ളിച്ചാടി.

ഞാൻ ചൈനയിൽനിന്നു മടങ്ങുന്ന സമയത്താണ് അവൾ പ്രസവിച്ചത്. അവളെ നറിനിലുള്ള പ്രസവാശുപത്രിയിലാക്കിയിട്ടാണ് ഞാൻ ചൈനയിലേക്കു പോയത്. ഉൽകണ്ഠാകുലനായി ഞാൻ ധൃതിയിൽ നറീനിലേക്ക് ചെന്നു. അതിനിടെ എനിക്കൊരു മകൻ ജനിച്ചുകഴിഞ്ഞിരുന്നു! അസേലിനെ അന്നു കാണാൻ അവർ എന്നെ അനുവദിച്ചില്ല. ഞാൻ മലമുകളിലേക്കു ലോറിയോടിച്ചു പോയി. ശൈത്യകാലമായിരുന്നു അത്. മഞ്ഞും പാറകളുമല്ലാതെ മറ്റൊന്നും കാണാനുണ്ടായിരുന്നില്ല. കറുപ്പും വെള്ളയും, വെള്ളയും കറുപ്പും- അതുകണ്ടുകണ്ട് എന്റെ കണ്ണുകൾ മഞ്ഞളിച്ചു. ഞാൻ ലോറിയോടിച്ച് ദൊളോൻ മലമ്പാതയുടെ മുകളിലെത്തി. എത്ര ഉയരത്തിലാണ് അത്! വളരെ താഴെ മേഘങ്ങൾ ഇഴഞ്ഞു നീങ്ങുന്നതും ഞാൻ കണ്ടു. ഞാൻ ലോറിയിൽനിന്നു ചാടിയിറങ്ങി ശ്വാസകോശങ്ങളിൽ വായുനിറച്ചിട്ട് ഉറക്കെ വിളിച്ചു പറഞ്ഞു:

“ഏയ്, മലകളേ! എനിക്ക് ഒരു മോനുണ്ടായി!”

അതിനു മറുപടിയായി മലകൾ വിറച്ചുവെന്നു തോന്നി. എന്റെ വാക്കുകളുടെ മാറ്റൊലി ഒരു മലയിടുക്കിൽ നിന്ന് മറ്റൊന്നിലേക്ക് ഉരുണ്ടു പോയ്ക്കൊണ്ടിരുന്നു.

ഞങ്ങൾ മോന് സമാത് എന്നു പേരിട്ടു. ഞാനാണ് ആ പേരു തെരഞ്ഞെടുത്തത്. ഞങ്ങൾക്ക് സമാത്തിനെപ്പറ്റിയേ സംസാരിക്കാനുണ്ടായിരുന്നുള്ളൂ. സമാത് ആദ്യമായി ചിരിച്ചു. സമാത്തിനു പല്ലു വരുന്നുണ്ട്... ചെറുപ്പക്കാരായ അച്ഛനമ്മമാർ എങ്ങിനെയാണെന്ന് നിങ്ങൾക്കറിയാമല്ലോ.

പരസ്പരം സ്നേഹിച്ച് സന്തുഷ്ടരായി ഞങ്ങൾ ജീവിച്ചു. ഓർക്കാപ്പുറത്താണ് കുഴപ്പങ്ങൾ തുടങ്ങിയത്...

കുഴപ്പത്തിന്റെ തുടക്കം എവിടെനിന്നായിരുന്നെന്നു കണ്ടുപിടിക്കാൻ ഇപ്പോൾ പ്രയാസമാണ്. എല്ലാം കൂടിക്കുഴഞ്ഞു കിടക്കുകയാണ്. സർവ്വത്ര കുഴപ്പം... അതിന്റെ

ുടക്കം ഏതാണെന്ന് സത്യത്തിൽ എനിക്കറിയില്ല. പക്ഷേ അതറിഞ്ഞാൽത്ത ന്നെ എന്താണ പ്രയോജനം?

യാദൃശ്ചികമായി ഞാൻ ആ മനുഷ്യനെ വഴിക്കു കണ്ടുമുട്ടി. ഇനിയെന്നെങ്കിലും കണ്ടുമുട്ടുമെന്ന് സംശയിക്കപോലും ചെയ്യാതെ ഞങ്ങൾ പിരിയുകയും ചെയ്തു.

ശരൽക്കാലത്തിന്റെ അവസാനമായിരുന്നു അത്. തികച്ചും നിരുന്മേഷമായ അന്തരീക്ഷം. മഴയോ മഞ്ഞോ എന്നു തീർത്തുപറയാനാവാത്ത ഒരു തരം നനവ് സദാ പൊഴിഞ്ഞുകൊണ്ടിരുന്നു. മലഞ്ചെരിവുകളിൽ കട്ടിയുള്ള കോടമഞ്ഞ് തങ്ങിനിന്നു. വിൻഡ്സ്ക്രീൻ വൈപ്പറുകൾ സദാ ചലിപ്പിക്കേണ്ടിവന്നു. ഞാൻ മലമുകളിൽ എത്തി ദൊളോൻ, ത്യാൻ-ഷാനിലെ അതികായനായ ദൊളോൻ! അതിനെ ചുറ്റിപ്പറ്റി എന്തൊക്കെ ഓർമ്മകളാണ്! ആ റൂട്ടിലെ ഏറ്റവും ദൂർഘടം പിടിച്ചതും. അപകടകരവുമായ ഭാഗമാണത്. ചുരുളുചുരുളായി ഒരു പാമ്പിനെ പ്പോലെ മുകളിലേക്ക് ഇഴഞ്ഞു കയറുന്ന റോഡ്. മേഘങ്ങളെ ടയറുകൾ കൊണ്ട് ചവിട്ടിമെതിച്ച് ലോറി ആകാശത്തേക്ക് കയറുകയാണ്. സീറ്റിൽ ചാരിക്കിടന്ന് വണ്ടിയോടിക്കണം. മുമ്പോട്ടു കുനിഞ്ഞിരിക്കാൻ ശ്രമിച്ചാൽ സീറ്റിലേക്കു തിരിച്ചുവീഴും. പെട്ടെന്ന് കുത്തനെയുള്ള ഒരിറക്കത്തിലേക്കു ചാടും. അപ്പോൾ സ്റ്റിയറിംഗ് വീലിലേക്കു വീണുപോകാതിരിക്കാൻ പിറകോട്ട് ബലം പിടിച്ചിരി ക്കണം. താന്തോന്നിയായ ഒരൊട്ടകത്തെപ്പോലെയാണ് അവിടുത്തെ കാലാവസ്ഥ. വേനൽക്കാലമോ ശൈത്യകാലമോ എന്നൊന്നും ദൊളോന് നോട്ടമില്ല. ആലിപ്പ ഴമോ മഴയോ മഞ്ഞോ എപ്പോൾ വേണമെങ്കിലും പെയ്യും. ഞങ്ങളുടെ ദൊളോൻ അങ്ങിനെയാണ്. എങ്കിലും ത്യാൻ-ഷാൻ നിവാസികളായ ഞങ്ങൾ അതിന്റെ ഭാവഭേദങ്ങളുമായി പഴകിക്കഴിഞ്ഞു. രാത്രിയിൽപ്പോലും അങ്ങോട്ടു കയറാൻ ഞങ്ങൾ ധൈര്യപ്പെടാറുണ്ട്...അതെങ്ങിനെയായിരുന്നുവെന്ന് ഓർത്ത് ഇപ്പോൾ ഞാൻ അത്ഭുതപ്പെടുന്നു. എന്നാൽ ആ റൂട്ടിൽ രാപകൽ ജോലിചെയ്തിരുന്ന കാലത്ത് ഈ അപകടങ്ങളെപ്പറ്റിയൊന്നും ഞാൻ ചിന്തിച്ചിരുന്നില്ല.

ദൊളോനടുത്തുള്ള ഒരു ഇടുക്കിൽ വച്ച് ഞാൻ ഒരു ലോറിയുടെ മുമ്പിൽ കയറി. "GAZ-51" എന്ന ലോറിയായിരുന്നു അത്. ഞാൻ ശരിക്കും ഓർക്കുന്നുണ്ട്. ആ ലോറി വഴിയിൽ കിടക്കുകയായിരുന്നു. രണ്ടു പേർ അതു നന്നാക്കാൻ ശ്രമിച്ചു കൊണ്ടു നിൽക്കുന്നതു കണ്ടു. അവരിലൊരാൾ റോഡിന്റെ മദ്ധ്യത്തിലേക്കു നീങ്ങി നിന്ന് ലോറി നിർത്താൻ കൈ കാണിച്ചു. ടാർപ്പാളിൻ കൊണ്ടുണ്ടാക്കിയ ഒരു മഴക്കോട്ടാണ് അയാൾ ധരിച്ചിരുന്നത്. അതിന്റെ തൊപ്പി ഉയർത്തി വച്ചിരുന്നു. ഉദ്ദേശം നാല്പതു വയസ്സു പ്രായം വരുന്ന ഒരു മനുഷ്യൻ. പട്ടാളക്കാരുടെ മട്ടിലുള്ള ഒരു മേൽമീശ. വിഷാദഭരിതമായ മുഖഭാവം. പ്രശാന്തമായ കണ്ണുകൾ.

"ദൊളോൻ റോഡു സംരക്ഷണകേന്ദ്രത്തിലേക്ക് എന്നെ എത്തിക്കാമോ?" അയാൾ ചോദിച്ചു. "എന്റെ മോട്ടോർ കേടായി. അവിടെനിന്നും ട്രാക്ടർ വിളിച്ചു കൊണ്ടുവന്ന് ഇത് വലിച്ചുകൊണ്ടു പോകാനേ പറ്റൂ"

"തീർച്ചയായും കൊണ്ടുപോകാം. പക്ഷേ നമുക്കു തന്നെ ഇത് എങ്ങിനെയെങ്കി ലും അനക്കാൻ പറ്റുകയില്ലേ?" ഞാൻ പുറത്തിറങ്ങി.

"ഒരു രക്ഷയുമില്ല. ഇത് ഇനി പ്രവർത്തിക്കയില്ല." എന്ന് നിരാശയോടെ പറഞ്ഞുകൊണ്ട് ഡ്രൈവർ ബോണറ്റ് അടച്ചു. ആ പാവം മനുഷ്യൻ തണുപ്പുകൊണ്ട്

വിറയ്ക്കുകയായിരുന്നു. അയാളുടെ മുഖം നീലിച്ചുപോയി. ഈ ഭാഗത്തു പരിചയമില്ലാത്ത ഒരു പട്ടണവാസിയാണ് അയാളെന്ന് ഞാൻ ഊഹിച്ചു. അയാൾ നിരാശയോടെ ചുറ്റും നോക്കി. ഫ്രൂൻസെയിൽനിന്ന് റോഡ് സംരക്ഷണകേന്ദ്രത്തിലേക്ക് ചരക്കു കൊണ്ടുപോവുകയായിരുന്നു അവർ. എങ്ങിനെ അവരെ സഹായിക്കാൻ കഴിയും? പെട്ടെന്ന് എനിക്ക് ഒരു തലതിരിഞ്ഞ ആശയം തോന്നി. ഞാൻ മുകളിലേക്കു നോക്കി. ആകാശം ഇരുണ്ടുതുടങ്ങിയിരുന്നു. മേഘങ്ങൾ താണു പറക്കുന്നുണ്ട്. എന്തുവന്നാലും ഒന്നു പരീക്ഷിച്ചു നോക്കാമെന്നു ഞാൻ ഉറച്ചു. വാസ്തവത്തിൽ വിവേക പൂർണ്ണമായ ഒരു ആശയമായിരുന്നില്ല അത്. പക്ഷേ അതിൽ അടങ്ങിയിരുന്ന സാഹസികത എനിക്ക് ആവേശം തന്നു. ശത്രുവിനെ ആക്രമിക്കാൻ തയ്യാറാകുന്നതുപോലെയായിരുന്നു അത്.

"നിങ്ങളുടെ ബ്രേക്ക് ശരിക്കു പ്രവർത്തിക്കുന്നുണ്ടോ?" ഞാൻ ചോദിച്ചു.

"ഉണ്ടായിരിക്കണം. ബ്രേക്കില്ലാതെ ഞാൻ വണ്ടിയോടിക്കയില്ലല്ലോ. പക്ഷേ മോട്ടോർ പ്രവർത്തിക്കയില്ലെന്ന് ഞാൻ പറഞ്ഞില്ലേ?"

"നിങ്ങളുടെ കൈയിൽ വലിച്ചോണ്ടു പോകാൻ വടമുണ്ടോ?"

"ഉണ്ട്. പക്ഷേ എന്തിനാണ്?"

"അത് എന്റെ ലോറിയിൽ കെട്ടൂ. ഞാൻ നിങ്ങളെ വലിച്ചുകൊണ്ടുപോകാം."

അവർ ഇരുവരും എന്നെ തുറിച്ചുനോക്കിക്കൊണ്ട് അനങ്ങാതെ നിന്നു.

"നിങ്ങൾക്കു ഭ്രാന്തുണ്ടോ?" ഡ്രൈവർ മെല്ലെ ചോദിച്ചു.

എന്റെ സ്വഭാവം അതാണ്; അത് നല്ലതാണോ ചീത്തയാണോ എന്നെനിക്ക് അറിയില്ല. പക്ഷേ ഒരാശയം തോന്നിയാൽ അത് നടപ്പിലാക്കിയേ ഞാൻ അടങ്ങൂ.

"ചങ്ങാതീ, പറയുന്നതു കേൾക്കൂ. നിങ്ങളെ സുരക്ഷിതമായി അവിടെ എത്തിക്കാമെന്ന് ഞാൻ ഉറപ്പു തരുന്നു."

ഡ്രൈവർ അതു പാടേ നിരസിച്ചു.

"അതു വേണ്ട. ഈ റോഡിൽ മറ്റൊരു ലോറി വലിച്ചുകൊണ്ടുപോകാൻ കഴിയുകയില്ലെന്ന് തനിക്ക് അറിഞ്ഞുകൂടേ? അക്കാര്യം ചിന്തിക്കാൻ പോലും ഞാൻ തയ്യാറില്ല."

എന്നെ സംബന്ധിച്ചിത്തോളം ജീവൻ പ്രധാനമായ എന്തോ ഒന്ന് അയാൾ നിരസിച്ചതുപോലെ ഞാൻക്ഷുഭിതനായി.

"താൻ ഒരു കഴുതയും പേടിത്തൊണ്ടനുമാണ്." ഞാൻ പറഞ്ഞു.

ഡ്രൈവർ മറ്റേ ആളുമായി കൂടിയാലോചിച്ചു. റോഡു നന്നാക്കുന്ന ജോലിക്കാരുടെ തലവനാണ് അയാളെന്ന് പിന്നീട് എനിക്ക് മനസ്സിലായി. അയാൾ എന്നെ ഒന്നു നോക്കിയിട്ട് വടം ലോറിയിൽ കെട്ടാൻ ഡ്രൈവർക്കു നിർദ്ദേശം കൊടുത്തു.,

ഡ്രൈവർ അമ്പരന്നുപോയി.

"ബൈതെമീർ-അക്കേ, ഇതിന് നിങ്ങൾ ഉത്തരം പറയേണ്ടിവരും."

"നമ്മളെല്ലാവരും ഉത്തരം പറയണം." ആ മനുഷ്യൻ ഈർഷ്യയോടെ മറുപടി പറഞ്ഞു.

എനിക്ക് അയാളെ ഇഷ്ടമായി. അയാളെപ്പോലുള്ള ഒരു മനുഷ്യനെ

ബഹുമാനിക്കാതിരിക്കാൻ സാദ്ധ്യമല്ല.

അങ്ങിനെ ഞാൻ അവരുടെ ലോറി വലിച്ചുകൊണ്ടുപോയി. തുടക്കത്തിൽ വലിയ ബുദ്ധിമുട്ടില്ലാതെ മുമ്പോട്ടു നീങ്ങാൻ ഞങ്ങൾക്കുകഴിഞ്ഞു. എന്നാൽ ദൊളാന്റെ മുകളിലേക്കുള്ള കയറ്റം വളരെ ദുഷ്കരമായിരുന്നു. തുടർച്ചയായുള്ള കയറ്റവും ഇടയ്ക്കു കുത്തനെയുള്ള ഇറക്കങ്ങളും എഞ്ചിനെ തളർത്തി. എഞ്ചിൻ ഞെരങ്ങുകയും ഇരയ്ക്കുകയും ചെയ്തുതുടങ്ങി. ആ ശബ്ദംകൊണ്ട് എന്റെ കാതുകൾ അടഞ്ഞുപോകുമെന്നു തോന്നി. പക്ഷേ ഞാൻ വിട്ടുകൊടുത്തില്ല. ഇല്ല, ഇതു പറ്റില്ല, ഞാൻ നിന്റെ ശക്തിയുടെ അവസാനത്തെ കണികയും ഊറ്റിയെടുക്കും! ഞാൻ മനസ്സിൽ പറഞ്ഞു. ദൊളോന്റെ മുകളിലേക്കുള്ള കയറ്റം വളരെ ബുദ്ധിമുട്ടുള്ളതാണെങ്കിലും എഞ്ചിൻ ഒരിക്കലും നിന്നു പോകാറില്ലെന്നും അല്പം ശക്തി എപ്പോഴും ബാക്കി കാണാറുണ്ടെന്നും എനിക്ക് അനുഭവത്തിൽനിന്ന് അറിയാമായിരുന്നു. ഞങ്ങൾ അതിനനുസരിച്ചേ ചരക്കുകയറ്റാറുള്ളൂ- കയറ്റാവുന്ന ഭാരത്തിന്റെ എഴുപതു ശതമാനം മാത്രം. സ്വാഭാവികമായും അപ്പോൾ അതേപ്പറ്റിയൊന്നും ഞാൻ ചിന്തിച്ചിരുന്നില്ല. അടക്കാനാവാത്ത ഉദ്വേഗവും വന്യമായ ഒരുതരം ശക്തിയും എനിക്കനുഭവപ്പെട്ടു. ഒരു പന്തയം ജയിക്കാനുള്ള വാശിയാണ് എന്നെ ബാധിച്ചിരുന്നത്. എനിക്ക് ഇവരെ സുരക്ഷിതമായി അവിടെ എത്തിച്ചേ തീരൂ! എന്നാൽ ഞാൻ വിചാരിച്ചിരുന്നതിനെക്കാൾ പതിന്മടങ്ങ് ദുഷ്ക്കരമായ ഒരു ഉദ്യമമാണ് അതെന്നു തെളിഞ്ഞു. എന്റെ ലോറി കുലുങ്ങുകയും വിറയ്ക്കുകയും ചെയ്തുകൊണ്ടിരുന്നു. വൈപ്പർ പ്രവർത്തിച്ചിട്ടും വിൻഡ് ഷീൽഡ് നനഞ്ഞ ചെളികൊണ്ട് മൂടി. തിക്കിത്തിരക്കി റോഡിലേക്കൊഴുകി വന്ന മേഘങ്ങൾക്കിടയിലൂടെയാണ് ടയറുകൾ മുമ്പോട്ടു പോയത്. അപകടകരമായ വളവുകൾ, കുത്തനെയുള്ള ഇറക്കങ്ങൾ! ഈ സാഹസത്തിനു മുതിർന്നതിൽ ഞാൻ സ്വയം കുറ്റപ്പെടുത്തി. ഈ ആൾക്കാർ കൊല്ലപ്പെട്ടാലോ എന്ന ഭയം എന്നെ പിടികൂടി. എഞ്ചിന് അനുഭവപ്പെട്ടതിനേക്കാൾ കൂടുതൽ പിരിമുറുക്കം എനിക്കനുഭവപ്പെട്ടു. തൊപ്പിയും കോട്ടും ജാക്കറ്റും സ്വെറ്ററും അഴിച്ചുമാറ്റിയിട്ടും ഞാൻ വിയർത്തൊലിച്ചു. ലോറിയും ചരക്കും ചേർന്ന ആ വൻഭാരം മുകളിലേക്കു വലിക്കുന്നതു ചില്ലറക്കാര്യമായിരുന്നില്ല. ബൈതെമീർ എന്നെ വളരെ സഹായിച്ചു. അയാൾ ഫുട്ട്ബോർഡിൽ നിന്നു കൊണ്ട് എനിക്ക് മാർഗ്ഗനിർദ്ദേശം തരികയും പിറകിലത്തെ ഡ്രൈവർക്ക് അടയാളം കൊടുക്കുകയും ചെയ്ത് ഞങ്ങളുടെ ചലനങ്ങൾ സംയോജിപ്പിച്ചുകൊണ്ടിരുന്നു. ഞങ്ങൾ ഒരു ഹെയർപിൻ വളവ് എടുക്കാൻ തുടങ്ങി. ഫുട്ട്ബോർഡിൽ നിൽക്കുന്നത് അപകടകരമായതിനാൽ അയാൾ ചാടിയിറങ്ങുമെന്നാണ് ഞാൻ വിചാരിച്ചത്. എന്നാൽ അയാൾ അനങ്ങിയില്ല. പറക്കാൻ തയ്യാറെടുക്കുന്ന ഒരു രാജകഴുകനെപ്പോലെ മാംസപേശികൾ ദൃഢമാക്കി അയാൾ വാതിലിൽ പിടിച്ചുകൊണ്ടുനിന്നു. ഞാൻ ആ മുഖത്തേക്കൊന്നു നോക്കി- തികച്ചും നിർവികാരം, കരിങ്കല്ലുകൊണ്ട് കൊത്തിയെടുത്തതാണെന്നു തോന്നും. അയാളുടെ കവിളിലൂടെ ഒലിച്ചിറങ്ങിയ മഴത്തുള്ളികൾ മേൽമീശയിലിരുന്നു തിളങ്ങി. പെട്ടെന്ന് എന്റെ മനസ്സ് ശാന്തമായി.

ഇനി ഒരു കയറ്റംകൂടി കയറിയാൽ കാര്യം ജയിച്ചു. ഞാൻ ആശ്വാസത്തോടെ ഓർത്തു. പെട്ടെന്ന് ബൈതെമീർ ഉറക്കെ വിളിച്ചുപറഞ്ഞു. “സൂക്ഷിക്കണം. ഒരു ലോറി വരുന്നുണ്ട്. വലത്തോട്ടു മാറൂ!”

ഞാൻ വലത്തുവശത്തേക്ക് മാറി. മലമുകളിൽനിന്ന് താഴോട്ട് ഒരു ലോറി

വരുന്നുണ്ടായിരുന്നു- ജന്തായ്. അയാൾ തീർച്ചയായും ഇത് എല്ലാവരോടും പറഞ്ഞു നടക്കും. തൊഴിൽ സുരക്ഷിതത്വത്തിന്റെ ചുമതല വഹിക്കുന്ന ഉദ്യോഗസ്ഥൻ ഇതറിഞ്ഞാൽ സംഗതി കുഴപ്പമാകും, ജന്തായ് അടുത്തടുത്തു വന്നുകൊണ്ടിരുന്നു. അയാൾ നെറ്റി ചുളിച്ചു കൊണ്ട് പിന്നോട്ട് ആയം പിടിച്ചിരുന്ന് ലോറിയോടിക്കയായിരുന്നു. മഡ്ഗാർഡുകൾ തമ്മിൽ ഉരസിയെന്നു തോന്നുന്നത്ര അടുത്തുകൂടി ഞങ്ങൾ കടന്നു പോയി. എന്നെ കണ്ട മാത്രയിൽ ജന്തായ് ഞെട്ടി. ചുവന്ന കുറുക്കന്റെ രോമത്തൊപ്പി ധരിച്ച തല അയാൾ ആട്ടുന്നതു കണ്ടു. "താൻ എത്ര വേണമെങ്കിൽ നാവിട്ടടിച്ചോളൂ. എനിക്കൊരു ചേതവുമില്ല." ഞാൻ മനസ്സിൽ പറഞ്ഞു.

ഞങ്ങൾ കയറ്റത്തിന്റെ മുകളിലെത്തി. കുത്തനെയുള്ള ഒരു ചെരിവിലൂടെ ലോറിയോടിച്ച് റോഡിൽ കയറി റോഡ് സംരക്ഷണകേന്ദ്രത്തിലേക്കുള്ള തിരിവിലെത്തി. ഞാൻ വിജയിച്ചിരിക്കുന്നു! ഞാൻ എന്റെ എഞ്ചിൻ നിർത്തിവച്ചു. എനിക്ക് യാതൊരു ശബ്ദവും കേൾക്കാൻ കഴിഞ്ഞില്ല. ഞാൻ ബധിരനാകുകയല്ല പ്രകൃതി ഊമയാകുകയാണുണ്ടായതെന്നു തോന്നി. പരിപൂർണ്ണനിശ്ശബ്ദത. ഞാൻ മെല്ലെ പുറത്തിറങ്ങി. ഫുട്ട്ബോർഡിലിരുന്നു. ശ്വാസംകഴിക്കാൻ വല്ലാത്ത ബുദ്ധിമുട്ടുതോന്നി. ഞാൻ അത്രയേറെ തളർന്നിരുന്നു. പോരാത്തതിന് അവിടെ വായു വളരെ കുറവായിരുന്നു. ബൈതെമീർ ചൂടുള്ള ജാക്കറ്റുകൊണ്ട് തൽക്ഷണംതന്നെ എന്റെ ചുമലുകൾ പുതപ്പിച്ചു. അയാൾ വല്ലാതെ വിളറിയിരുന്നു. സംസാരിക്കാൻ അശക്തനുമായിരുന്നു. എന്റെ മുമ്പിലായി നിലത്ത് ചടഞ്ഞിരുന്നുകൊണ്ട് അയാൾ ഒരു പാക്കറ്റ് സിഗററ്റ് എന്റെ നേരെ നീട്ടി. അതിൽ നിന്ന് ഒന്നെടുക്കുമ്പോൾ എന്റെ കൈ വിറച്ചിരുന്നു. ഞങ്ങൾ മൂവരും പുകവലിച്ചു. അല്പം കഴിഞ്ഞപ്പോൾ ഞങ്ങൾ സമനില വീണ്ടെടുത്തു. വീണ്ടും വന്യമായ ശക്തി എനിക്കനുഭവപ്പെട്ടു.

"എനിക്ക് ഇത് കഴിയുകയില്ലെന്ന് ആരാണു പറഞ്ഞത്?" എന്ന് ഉറക്കെ പറഞ്ഞുകൊണ്ട് ഞാൻ ഡ്രൈവറുടെ തോളിൽ തട്ടി. അതിന്റെ ശക്തികൊണ്ട് അയാൾ നിലത്തിരുന്നു പോയി. പെട്ടെന്ന് ഞങ്ങൾ മൂന്നുപേരും ചാടിയെണീറ്റ് പരസ്പരം മുതുകിലും തോളിലും തട്ടിക്കൊണ്ട് പൊട്ടിച്ചിരിക്കുകയും വിളിച്ചുകൂവുകയും ചെയ്തുതുടങ്ങി. ഒരു സംഘം വിഡ്ഢികളെപ്പോലെ ഞങ്ങൾ തുള്ളിച്ചാടി.

ഒടുവിൽ ഞങ്ങൾ ശാന്തരായി വിണ്ടും പുകവലിച്ചു. ഞാൻ ചൂടുവസ്ത്രങ്ങൾ ധരിച്ചു. വാച്ചിൽ നോക്കിയപ്പോൾ സമയം വൈകിയെന്നു മനസ്സിലായി.

"എനിക്ക് പോകാൻ നേരമായി." ഞാൻ പറഞ്ഞു.

ബൈതെമീർ മുഖം ചുളിച്ചു.

"പറ്റില്ല. നിങ്ങൾ എന്റെ സ്ഥലത്തുവന്ന് എന്റെ അതിഥിയായിരിക്കണം." അയാൾ പറഞ്ഞു.

പക്ഷേ എനിക്ക് സമയം തീരെ ഉണ്ടായിരുന്നില്ല..

"ക്ഷമിക്കണം. എനിക്ക് തീരെ സമയമില്ല." ഞാൻ പറഞ്ഞു."എനിക്ക് വീട്ടിൽ ഒന്നു കയറിയിട്ടു പോകണം. ഭാര്യ എന്നെ കാത്തിരിക്കുകയാവും."

"അല്പം കഴിഞ്ഞുപോകാം. നമുക്ക് ഒരു കുപ്പിതുറക്കണം." എന്റെ പുതിയ ചങ്ങാതിയായ ഡ്രൈവർ പറഞ്ഞു.

"അയാൾ പോകട്ടെ." ബൈതെമീർ ഇടയ്ക്കുകയറി പറഞ്ഞു. "അയാളുടെ ഭാര്യ

കാത്തിരിക്കും. ചോദിക്കാൻ വിട്ടുപോയി. നിങ്ങളുടെ പേരെന്താണ്?"

"ഇലിയാസ്."

"ശരി, ഇലിയാസ് വീട്ടിലേക്കു പോകൂ, സഹായിച്ചതിനു നന്ദി."

വലിയ റോഡുവരെ ബൈതെമീർ എന്റെ ഫുട്ബോർഡിൽ സഞ്ചരിച്ചു.. അവിടെ വച്ച് നിശ്ശബ്ദം എന്റെ കൈ പിടിച്ചമർത്തിയിട്ട് ചാടി താഴെയിറങ്ങി.

തിരിവിനടുത്തെത്തിയപ്പോൾ ഞാൻ തിരിഞ്ഞുനോക്കി. ബൈതെമീർ നടുറോഡിൽത്തന്നെ നിന്നിരുന്നു. തൊപ്പി കൈയിൽ വച്ച് തല കുനിച്ച് പിടിച്ച് അയാൾ ഗാഢമായി എന്തോ ആലോചിക്കുകയായിരുന്നു.

അതിവിടെ അവസാനിച്ചു.

അസേലിനോട് ഞാൻ വിശദമായി ഒന്നും പറഞ്ഞില്ല. വഴിക്കു ചിലരെ സഹായിക്കേണ്ടിവന്നെന്നും അതുകൊണ്ട് അല്പം താമസിച്ചെന്നും മാത്രം പറഞ്ഞു. ഭാര്യയിൽനിന്ന് ഞാൻ ഒന്നും ഒളിച്ചുവയ്ക്കാറില്ലായിരുന്നു. എങ്കിലും ഇതവൾ അറിയേണ്ട കാര്യമില്ല. അല്ലാതെ തന്നെ അവൾക്ക് എന്നെപ്പറ്റി എപ്പോഴും ഉൽകണ്ഠയാണ്. മാത്രവുമല്ല ഇത്തരം വിഡ്ഢിത്തം ഞാൻ ഇനിയൊരിക്കലും ആവർത്തിക്കയുമില്ല. ഒരിക്കൽ മാത്രമേ ഇങ്ങനെ സംഭവിക്കുകയുള്ളൂ. ഞാൻ മലമ്പാതയിലൂടെ ഒരു ലോറി വലിച്ചുകൊണ്ടുപോയി. അത്രതന്നെ. അവിടെവച്ച് എനിക്ക് തണുപ്പടിച്ചില്ലായിരുന്നെങ്കിൽ ഞാൻ അക്കാര്യം പിറ്റേന്നു തന്നെ മറക്കുമായിരുന്നു. തിരിച്ചുപോകുന്ന വഴി എനിക്ക് നല്ല സുഖം തോന്നിയില്ല. വീട്ടിലെത്തിയ നിമിഷംതന്നെ ഞാൻ കിടപ്പിലായി. ദൊളോൻ പാതയിലൂടെ ഒരു ലോറി വലിച്ചുകൊണ്ടുപോകുന്നതായി ജ്വരഭ്രാന്തിൽ എനിക്ക് തോന്നിയിരുന്നുവെന്നു മാത്രം ഞാൻ ഓർക്കുന്നു. ഹിമക്കാറ്റുകൊണ്ട് എന്റെ മുഖം കരിഞ്ഞുപോയി. ശ്വാസം വിടാൻ പോലും എനിക്ക് കഴിഞ്ഞില്ല. ഞാൻ സ്റ്റിയറിംഗ് വീൽ തിരിച്ചുകണ്ടിരുന്നെങ്കിലും അത് പഞ്ഞിപോലെ അടർന്നുപോയി. മുമ്പിൽ മലമ്പാതയാണ്. അവസാനമില്ലാത്ത പാത. റേഡിയേറ്റർ ആകാശത്തിലേക്കു ചൂണ്ടിയാണ് ഇരുന്നിരുന്നത്. ലോറി ഇരയ്ക്കുകയും കുലുങ്ങുകയും ചെയ്തു കൊണ്ട് മേലോട്ടു മോലോട്ട് കയറുകയാണ്. പെട്ടെന്ന് ഒരു കൊക്കയുടെ അടിയിലേക്ക് അതു മറിഞ്ഞു. ജ്വരം മൂർദ്ധന്യാവസ്ഥയിലെത്തിയതാവാം. മൂന്നാം ദിവസം മുതൽ നില മെച്ചപ്പെട്ടുതുടങ്ങി. രണ്ടു ദിവസംകൂടി കഴിഞ്ഞപ്പോൾ എനിക്ക് എണീറ്റിരിക്കാമെന്നായി. എന്നാൽ അസേൽ സമ്മതിച്ചില്ല. അവളെ സൂക്ഷിച്ചു നോക്കിയപ്പോൾ ഞങ്ങളിൽ ആർക്കായിരുന്നു അസുഖമെന്ന് ഞാൻ അത്ഭുതപ്പെട്ടു. അവൾ അത്രയേറെ മാറിയിരുന്നു. ഊതിയാൽ പറന്നു പോകുമെന്നു തോന്നിക്കും വണ്ണം അവൾ ശോഷിച്ചുപോയി. കണ്ണുകൾക്ക് ചുറ്റും കരിനീലനിറമുള്ള വളയങ്ങൾ സ്ഥാനം പിടിച്ചു. എല്ലാറ്റിനും പുറമെ കുട്ടിയെ നോക്കേണ്ട ചുമതലയും അവൾക്കുണ്ടായിരുന്നല്ലോ. ഇല്ല ഇതു പറ്റില്ല. ഞാൻ രോഗിയായി കിടന്ന് അവളെ ഇങ്ങനെ ബുദ്ധിമുട്ടിക്കുന്നതു ശരിയല്ല. ഞാൻ വിചാരിച്ചു. അവൾ ഇതിൽ നിന്നെല്ലാം അല്പനേരം മാറിനിൽക്കുന്നതു നല്ലതാണ്. അതുകൊണ്ട് ഞാൻ എണീറ്റ് വസ്ത്രം ധരിച്ചു തുടങ്ങി.

"അസേൽ," കുട്ടിയെ ഉണർത്താതിരിക്കാൻ സ്വരം താഴ്ത്തി ഞാൻ വിളിച്ചു. "സമാത്തിനെ മറ്റാരെയെങ്കിലും ഏലിപിക്കൂ. നമുക്ക് ഒരു സിനിമക്ക് പോകാം."

അവൾ ഓടിവന്ന് എന്നെ വീണ്ടും കിടക്കയിലേക്കുതന്നെ കിടത്തി. ഒരു നീണ്ട

വേർപാടിനുശേഷം ആദ്യമായി കാണുന്നതു പോലെ അവൾ എന്നെ നോക്കിനിന്നു. കണ്ണീരടക്കാൻ അവൾ നന്നേ പാടുപെട്ടെങ്കിലും അവളുടെ ഇമകൾ നനഞ്ഞു. ചുണ്ടുകൾ വിറച്ചു. എന്റെ നെഞ്ചിൽ മുഖമമർത്തി അവൾ പൊട്ടിക്കരഞ്ഞു.

"അസേൽ, എന്തു പറ്റി?"

'ഒന്നുമില്ല. നിങ്ങളുടെ അസുഖം മാറിയതിലുള്ള സന്തോഷം കൊണ്ടുണ്ടാണ്."

"എനിക്കും അതിൽ സന്തോഷമുണ്ട്. പക്ഷേ നീ ഇത്രയേറെ വിഷമിക്കുന്നതെന്തിനാണ്? എനിക്ക് ചെറിയൊരു അസുഖം വന്നു. അതുകൊണ്ട് നിന്നോടൊപ്പം ഇരിക്കാനും സമാത്തിനോടൊപ്പം കളിക്കാനും എനിക്ക് ധാരാളം സമയം കിട്ടിയെന്നു വിചാരിച്ചാൽ മതി," സമാത് ഇഴഞ്ഞുതുടങ്ങിയിരുന്നു. ഏതു ദിവസവും അവൻ നടന്നു തുടങ്ങും. ഈ പ്രായത്തിൽ കുട്ടികളെ നോക്കിനിൽക്കാൻ വളരെ രസമാണ്. "ഒരിക്കൽക്കൂടി രോഗം പിടിച്ചാലും തരക്കേടില്ല എന്നാണ് എനിക്ക് തോന്നുന്നത്."

"അങ്ങിനെ പറയരുതേ, നിങ്ങൾക്ക് ഒരിക്കലും രോഗം പിടിപെടരുത് എന്നാണ് എന്റെ ആഗ്രഹം." അസേൽ പറഞ്ഞു.

സമാത് ഉണർന്നു. ഉറക്കം വിട്ടുമാറാത്ത, ഇളം ചൂടുള്ള അവനെ അസേൽ ഞങ്ങളുടെ കിടക്കയിലേക്ക് എടുത്തുകിടത്തി. ഞങ്ങൾ അന്ന് വളരെ സന്തോഷിച്ചു. സമാത് ഒരു കൊച്ചു കരടിക്കുട്ടിയെപ്പോലെ ഞങ്ങളുടെ ദേഹത്ത് കയറുകയും ഇറങ്ങുകയും ചെയ്തുകൊണ്ടിരുന്നു.

"കണ്ടില്ലേ, എന്തൊരു രസം! എന്നിട്ട് നീ കരയുന്നു!" ഞാൻ പറഞ്ഞു. "നമുക്ക് നിന്റെ വീട്ടുകാരെ പോയി കാണണം. സമാത്തിനെ കാണുന്ന മാത്രയിൽ അവരുടെ പിണക്കമെല്ലാം തീരും തീർച്ച!"

അവളുടെ വീട്ടിലേക്കു പോകാൻ ഞങ്ങൾക്ക് ഉദ്ദേശ്യമുണ്ടായിരുന്നു. ഇത്തരം സന്ദർഭങ്ങളിൽ സാധാരണ ചെയ്യാറുള്ളതുപോലെ അവിടെ ചെന്ന് അവരോട് മാപ്പുചോദിക്കണം. പക്ഷേ അതിന് മുമ്പ് ഞാൻ അവധിക്കപേക്ഷിക്കേണ്ടതുണ്ട്. കുറെ സമ്മാനങ്ങളും വാങ്ങണം. വെറു കയ്യോടെ ബന്ധുക്കളെ സന്ദർശിക്കാൻ ആഗ്രഹിച്ചില്ല.

താമസിയാതെ ശൈത്യകാലം തുടങ്ങി. ത്യാൻ-ഷാൻ പർവ്വതപ്രദേശത്ത് ശൈത്യകാലം ഏറ്റവും അപകടകരമായ സമയമാണ്. ഹിമക്കാറ്റും ഹിമപാതവും ഹിമാനികളും കൊടികുത്തി വാഴുന്ന സമയം. അത് ഞങ്ങളുടെ ജോലി കൂടുതൽ വിഷമകരമാക്കിത്തീർത്തു. റോഡ് സംരക്ഷണകേന്ദ്രത്തിലുള്ളവരെയാണ് അതു കൂടുതൽ ബുദ്ധിമുട്ടിച്ചത്. ഹിമാനികൾ ഉണ്ടാവാൻ സാദ്ധ്യതയുണ്ടോ എന്ന് സദാ നോക്കിക്കൊണ്ടിരിക്കണം. ഉണ്ടെങ്കിൽ മുൻകൂട്ടി ആ മഞ്ഞുമല പൊട്ടിച്ചിട്ട് മഞ്ഞുകൂനകൾ റോഡിൽനിന്നു മാറ്റണം. ആ ശൈത്യകാലത്ത് താരതമ്യേന വലിയ ബുദ്ധിമുട്ടുണ്ടായിരുന്നില്ല. ഒരു പക്ഷേ ഞാൻ ശ്രദ്ധിക്കാത്തതാവാം-ഡ്രൈവർമാർക്ക് എപ്പോഴും തിരക്കാണ്. പോരാത്തതിന് ഞങ്ങളുടെ ഡിപ്പോ ഒരു പുതിയ ജോലികൂടി ഏറ്റെടുത്തു. നേരു പറഞ്ഞാൽ ഡ്രൈവർമാർ സ്വമനസ്സാലെ അത് ഏറ്റെടുത്തതാണ്. സേവനസന്നദ്ധരായി മുമ്പോട്ട് വന്നവരുടെ മുൻപന്തിയിൽ ഞാനായിരുന്നു. എനിക്ക് അതിൽ ഇപ്പോൾപ്പോലും ഖേദമില്ലതാനും. എന്നാൽ എന്റെ സർവ്വക്ലേശങ്ങളുടേയും തുടക്കം അവിടെനിന്നായിരുന്നു. നടന്നത്

ഇങ്ങനെയാണ്.

ഒരു സായാഹ്നത്തിൽ ഞാൻ ഡിപ്പോയിലേക്കു മടങ്ങുകയായിരുന്നു. അലിബേക് ജന്തുറിന്റെ ഭാര്യയ്ക്ക് കൊടുക്കാനായി അസേൽ ഒരു ചെറിയ പൊതി എന്നെ ഏല്പിച്ചിരുന്നു. ഞാൻ അവരുടെ പടിക്കൽ ചെന്നുനിന്ന് ഹോണടിച്ചു. അലിബേക്കിന്റെ ഭാര്യ പുറത്തുവന്നു.

"അലിബേക് എവിടെ?" ഞാൻ ചോദിച്ചു..

"അറിഞ്ഞുകൂടേ? റെയിൽവേ സ്റ്റേഷനിൽ എല്ലാവരും കൂടിയിരിക്കയാണല്ലോ? ട്രയിൻ വന്നുകഴിഞ്ഞെന്ന് പറയുന്നതു കേട്ടു."

അവർ എന്തിനെപ്പറ്റിയാണു പറയുന്നതെന്ന് എനിക്ക് തീരെ മനസ്സിലായില്ല. അവർ അതു വിശദീകരിച്ചു തന്നു. തങ്ങൾക്കുള്ള ഉപകരണങ്ങൾ അടിയന്തിരമായി എത്തിക്കണമെന്ന് അപേക്ഷിച്ചുകൊണ്ട് ചൈനയിലെ ഒരു വ്യവസായ സ്ഥാപനത്തിലെ തൊഴിലാളികൾ ഞങ്ങളുടെ ഡിപ്പോയിലേക്ക് ഒരു കമ്പിസന്ദേശം അയച്ചിരുന്നത്രെ.

കാര്യം എന്താണെന്നന്വേഷിക്കാൻ ഞാൻ ധൃതിയിൽ റെയിൽവേ സ്റ്റേഷനിലേക്കു ലോറിയോടിച്ചു പോയി. തടാകത്തിലേക്കു തുറക്കുന്ന ഇടുക്കിൽ ചരക്കിറക്കിക്കൊണ്ടിരുന്നു. നിരുന്മേഷമായ ഒരു അർദ്ധാന്ധകാരം എല്ലാറ്റിനേയും പൊതിഞ്ഞു. വിളക്കുകാലുകളുടെ അറ്റത്തെ വിളക്കുകളെ ആട്ടുകയും സ്ലാപ്പറുകളുടെ മുകളിലേക്ക് മഞ്ഞ് അടിച്ചു പറത്തുകയും ചെയ്തുകൊണ്ട് കാറ്റ് ശക്തിയായി വീശി. എഞ്ചിനുകൾ പാളങ്ങളിൽവച്ച് വണ്ടികളിൽ ഘടിപ്പിക്കപ്പെട്ടുകൊണ്ടിരുന്നു. അല്പം അകലെയുള്ള ഒരു പാളത്തിനു മുകളിൽ ഇരുമ്പുവളയങ്ങളും കമ്പികളുംകൊണ്ട് ബലമായി ബന്ധിച്ചിട്ടുള്ള വീഞ്ഞപ്പെട്ടികൾ വഹിക്കുന്ന ഒരു ക്രെയിനിന്റെ ജിബ് താണുകൊണ്ടിരുന്നു. സിൻഡ്സ്യാനിൽ പണിയാരംഭിച്ചിട്ടുള്ള വലിയ യന്ത്രനിർമ്മാണശാലയിലേക്ക് ലോറിവഴി കൊണ്ടുപോകാനുള്ള ഉപകരണങ്ങൾ അവർ ഗുഡ്സ് ട്രെയിനുകളിൽനിന്ന് ഇറക്കുകയായിരുന്നു. ഞങ്ങൾ ഇതിനകംതന്നെ കുറെ ഉപകരണങ്ങൾ സിൻഡ്സ്യാനിൽ എത്തിച്ചു കഴിഞ്ഞു.

അവിടെ ലോറികളെക്കൊണ്ട് നിന്നുതിരിയാൻ ഇടമില്ലായിരുന്നെങ്കിലും അവയിൽ സാമാനം കയറ്റിത്തുടങ്ങിയിരുന്നില്ല. അവർ എന്തോ കാത്തിരിക്കുകയാണെന്നു തോന്നി. ഡ്രൈവർമാർ ലോറിക്കകത്തോ ഫുട്ബോർഡിലോ ഇരിക്കുകയായിരുന്നു. കാറ്റിൽനിന്ന് രക്ഷപ്പെടാനായി ചിലർ അടുക്കിവച്ചിട്ടുള്ള വീഞ്ഞപ്പെട്ടികളുടെ മറയിൽ അഭയം തേടി. ഞാൻ അഭിവാദ്യം ചെയ്തിട്ട് പ്രത്യഭിവാദ്യം ചെയ്യാൻ ആരും മിനക്കെട്ടില്ല. അവർ പുകവലിച്ചുകൊണ്ട് നിശ്ശബ്ദരായി ഇരിക്കയായിരുന്നു. മറ്റുള്ളവരിൽനിന്നും അല്പം അകന്നുമാറി അലിബേക് നിൽക്കുന്നതു കണ്ടു ഞാൻ അടുത്തു ചെന്നു.

"എന്താണു കാര്യം? കമ്പിസന്ദേശം എന്തായിരുന്നു?"

"അവർക്ക് ആ വ്യവസായശാല സമയത്തിനു മുമ്പ് പൂർത്തിയാക്കണമെന്നുണ്ട്."

"അതിന്?"

"അതു നമ്മെയാശ്രയിച്ചാണിരിക്കുന്നത്. കൂട്ടിയിട്ടിരിക്കുന്ന ചരക്കു കണ്ടില്ലേ? ഇനിയും ഇതിലേറെ വാരാനുമുണ്ട്. ഇതെല്ലാം അവിടെ എത്തിക്കാൻ നമ്മൾ എത്ര

നാളെടുക്കും എന്നതാണ് പ്രശ്നം. അവർക്ക് ഇത് അടിയന്തരമായി ആവശ്യമുണ്ട്. അവർ നമ്മെയാണ് നമ്പുന്നത്. അവർ ദിവസം എണ്ണി കാത്തിരിക്കുന്നു.

"തന്റെ സംസാരം കേട്ടാൽ ഇതെല്ലാം എന്റെ കുറ്റമാണെന്നു തോന്നുമല്ലോ. എനിക്കതിൽ കാര്യമെന്താണ്?"

"ഓഹോ, ഇതാണോ തന്റെ മനോഭാവം? താൻ മറ്റൊരു നാട്ടുകാരനാണോ? ഇതിന്റെ പ്രാധാന്യം മനസ്സിലാക്കാൻ തനിക്കു കഴിയുന്നില്ലേ?

"തനിക്കു കിറുക്കാണ്." അയാളുടെ ശാസനാസ്വരം ഇഷ്ടപ്പെടാതിരുന്നതുകൊണ്ട് ഞാൻ പറഞ്ഞു. ഞാൻ മറ്റൊരിടത്തേക്കു നടന്നു.

ഡിപ്പോ മേധാവിയായ അമൻജോലൊവ് വന്നു. അദ്ദേഹം ഒരു സിഗററ്റു കത്തിച്ചു വലിച്ചുകൊണ്ട് ഞങ്ങളെ എല്ലാവരേയും നോക്കി.

"ഞാൻ മന്ത്രികാര്യാലയവുമായി ഫോണിൽ ബന്ധപ്പെടാം. ഒരു പക്ഷേ അവർ നമുക്ക് കൂടതൽ ആൾക്കാരെ അയച്ചുതരുമായിരിക്കും. പക്ഷേ അതു മാത്രം നമ്പിയിരുന്നാൽ കാര്യം നടക്കുകയില്ല" അദ്ദേഹം പറഞ്ഞു. "നമുക്ക് ഇക്കാര്യത്തിൽ എന്താണുചെയ്യാൻ കഴിയുന്നതെന്ന് എനിക്കറിയില്ല..."

"സഖാവ് അമൻജോലൊവ്, ഇത് ഒരു വലിയ പ്രശ്നമാണ്." ആരോ വിളിച്ചു പറഞ്ഞു. "വലിയ പെട്ടികളാണ്. മൂന്നോ നാലോ പെട്ടികളിൽ കൂടുതൽ ലോറിയിൽ കയറ്റാൻ കഴിയുകയില്ല. രാപകൽ ജോലിചെയ്താലും അടുത്ത വസന്തത്തിനുമുമ്പ് ഇതു മുഴുവൻ അവിടെ എത്തിക്കാൻ കഴിയുമെന്നു തോന്നുന്നില്ല."

"അതാണു കാര്യം," അമൻജോലൊവ് പറഞ്ഞു. "പക്ഷേ അതു സമയത്ത് അവിടെ എത്തിച്ചേ തീരൂ. ഇപ്പോൾ നിങ്ങൾ എല്ലാവരും വീട്ടിലേക്കു മടങ്ങി എന്തെങ്കിലും ഒരു വഴി ആലോചിച്ചു കണ്ടു പിടിക്കൂ."

അദ്ദേഹം കാറിൽ കയറി അവിടെ നിന്നു പോയി. ഞങ്ങളിൽ ആരും പോകാൻ എണീറ്റില്ല. വെളിച്ചം കുറഞ്ഞ ഒരു മൂലയിലിരുന്ന ഒരാൾ ആരോടെന്നില്ലാതെ കട്ടിയുള്ള താണ ശബ്ദത്തിൽ പറഞ്ഞു:

"ഒരു ആട്ടിൽതോൽകൊണ്ട് രണ്ടു കോട്ടുണ്ടാക്കാൻ പറ്റില്ല. അവർ ഇക്കാര്യം നേരത്തെ ആലോചിക്കണമായിരുന്നു." അയാൾ എഴുന്നേറ്റുനിന്ന് സിഗററ്റ് ചവിട്ടിക്കെടുത്തിയിട്ട് തന്റെ ലോറിയുടെയടുത്തേക്കു നടന്നു.

"അവർ എപ്പോഴും ഇങ്ങനെയാണ്." മറ്റൊരാൾ അയാളെ പിന്താങ്ങി. "താടിവരെ വെള്ളം പൊങ്ങിക്കഴിയുമ്പോൾ അവർ നമ്മെ സഹായത്തിനു വിളിക്കും. അപ്പോൾ നമ്മൾ നല്ലവരായിത്തീരും."

"ഇതു സഹോദരസഹജമായ സഹായമല്ലാതെ മറ്റൊന്നുമല്ല. എന്നിട്ട് നിങ്ങൾ മീൻകാരികളെപ്പോലെ പിറുപിറുക്കയാണ്." മറ്റൊരാൾ വിളിച്ചു പറഞ്ഞു. ഞാൻ ഈ വാദപ്രതിവാദത്തിൽ പങ്കെടുത്തില്ല. പക്ഷേ പർവ്വതത്തിനു മുകളിലൂടെ ഒരു ലോറി വലിച്ചുകൊണ്ടുപോയ കാര്യം പെട്ടെന്ന് ഞാൻ ഓർത്തു. എനിക്ക് വീണ്ടും അതിയായ ഉദ്വേഗം തോന്നി.

"അതു വളരെ എളുപ്പമാണ്.!" ഞാൻ വിളിച്ചു പറഞ്ഞു. ആൾക്കൂട്ടത്തിന്റെ മദ്ധ്യത്തിൽ ചെന്നുനിന്ന് ഞാൻ തുടർന്നു: "നമുക്ക് ട്രെയിലറുകൾ വലിച്ചുകൊണ്ടു പോകണം. അത്രതന്നെ."

ആരും അനങ്ങിയില്ല. പലരും എന്റെ നേരെ നോക്കിയതുപോലുമില്ല. ഒരു പരമ്പരവിഡ്ഢിയല്ലാതെ മറ്റാരും ഇങ്ങനെയൊരു നിർദ്ദേശം വയ്ക്കുകയില്ലെന്ന് അവർക്കറിയാമായിരുന്നു.

ജന്തായ് മെല്ലെ ഒന്നു ചൂളമടിച്ചിട്ട് പറഞ്ഞു. "ഇതു കേട്ടില്ലേ?"

അയാളുടെ ശബ്ദം ഞാൻ തിരിച്ചറിഞ്ഞു.

കഴിഞ്ഞ ഒരു ദിവസം ഞാൻ ഒരു ലോറി മുകലിലേക്കു വലിച്ചു കൊണ്ടുപോയി എന്നു പറയാൻ എനിക്കാഗ്രഹമുണ്ടായിരുന്നു. എന്നാൽ എനിക്കതിന് അവസരം കിട്ടിയില്ല. അവിടെ കൂടിയിരുന്നവരുടെ കൂട്ടത്തിൽനിന്ന് ഒരു തടിയൻ വീഞ്ഞ പ്പെട്ടിയുടെ മുകളിൽനിന്ന് താഴെയിറങ്ങി തന്റെ കയ്യുറ അടുത്തിരുന്ന ഡ്രൈവറെ ഏല്പിച്ചിട്ട് എന്റെയടുത്തേക്കു വന്നു. അയാൾ എന്റെ കോട്ടിന്റെ കോളറിൽ പിടിച്ച് വലിച്ചടുപ്പിച്ചുകൊണ്ട് പറഞ്ഞു:

"ഞാൻ തന്റെ ശ്വാസം ഒന്നു മണത്തു നോക്കട്ടെ."

ഞാൻ അയാളുടെ മുഖത്തേക്ക് ഊതി.

"ഇയാൾ കുടിച്ചിട്ടില്ല." എന്ന് അമ്പരപ്പോടെ പറഞ്ഞിട്ട് അയാൾ എന്റെ കോട്ടിൽനിന്നു പിടിവിട്ടു.

"എന്നാൽ ഇയാൾ ഒരു തനി വിഡ്ഢിയായിരിക്കും." അയാളുടെ കൂട്ടുകാരൻ പറഞ്ഞു. രണ്ടുപേരും അവരവരുടെ ലോറിയിൽ കയറി ഓടിച്ചുപോയി. മറ്റുള്ളവ രും പോകാനെണീറ്റു. ഞാൻ ഇതിൽപ്പരം വിഡ്ഢിയാകാനില്ല. നാണക്കേടുകൊണ്ട് എന്റെ തൊപ്പിപോലും ചുവന്നു പോയെന്ന് തോന്നി.

"ഒരു മിനിട്ടു നിൽക്കു" എന്നു പറഞ്ഞുകൊണ്ട് ഞാൻ അവരിൽ ഓരോരുത്ത രേയും സമീപിച്ചു."ഞാൻ കാര്യമായി പറയുകയാണ്. ഒരു ട്രെയിലർ വലിച്ചുകൊ ണ്ടുപോകാൻ കഴിയും..."

പ്രായം ചെന്ന ഒരു ഡ്രൈവർ. ഒരു അക്സക്കൽ, വിഷാദപൂർവ്വം എന്നെ നോക്കിക്കൊണ്ടു പറഞ്ഞു:

"ചെറുപ്പക്കാരാ. ഞാൻ ആദ്യമായി ലോറിയോടിച്ചുതുടങ്ങിയ കാലത്ത് താൻ മുലകുടി മാറാത്ത ഒരു ശിശുവായിരുന്നു. ത്യാൻ-ഷാൻ പർവ്വതനിര ഒരു നൃത്ത ശാലയല്ല. എനിക്ക് തന്നോട് അനുകമ്പയാണ് തോന്നിയത്. ഞങ്ങളെ ചിരിപ്പി ക്കരുതേ."

പരിഹസിച്ചു ചിരിച്ചുകൊണ്ട് എല്ലാവരും ലോറികളുടെയടുത്തേയ്ക്കു പോയി. ഞാൻ അപ്പോൾ അത്യുച്ചത്തിൽ ഇങ്ങനെ വിളിച്ചുപറഞ്ഞു:

"നിങ്ങൾ ഡ്രൈവർമാരല്ല! ഒരു കൂട്ടം പെണ്ണുങ്ങളാണ്.!"

അങ്ങിനെ പറഞ്ഞത് തനി വിഡ്ഢിത്തമായിപ്പോയി. ആവശ്യമില്ലാതെ കുഴപ്പം ക്ഷണിച്ചുവരുത്തുകയാണു ഞാൻ ചെയ്തത്.

അവർ ഒരു നിമിഷം വെറുതെ നിന്നിട്ട് എന്റെ നേരെ പാഞ്ഞടുത്തു.

"ആളുകളുടെ ജീവൻകൊണ്ട് പന്താടാമെന്നാണോ തന്റെ വിചാരം?"

"ഒരു കണ്ടുപിടുത്തക്കാരൻ! ബോണസ്സിലാണ് അയാളുടെ നോട്ടം?" ജന്തായ് വിളിച്ചു പറഞ്ഞു.

ആളുകളുടെ ആരവം ഭീഷണമായിത്തീർന്നു. അവർ വീഞ്ഞപ്പെട്ടികളുടെ നേർക്ക് എന്നെ തള്ളിത്തുടങ്ങി. ഞാൻ പിൻവാങ്ങി വീഞ്ഞപ്പെട്ടികളുടെ അട്ടിയിൽ ചാരിനിന്നു. അവർ എന്നെ അടിച്ച് ചമ്മന്തിയാക്കുമെന്നു ഞാൻ ഭയന്നു. ഞാൻ കുനിഞ്ഞ് ഒരു പലക കൈയിലെടുത്തു.

"എല്ലാവരും മാറി നിർക്കൂ!" ആൾക്കൂട്ടത്തിനിടയിലൂടെ ഒരാൾ നടന്നുവന്നു. അലിബേക്!

"നിശ്ശബ്ദത പാലിക്കൂ." അയാൾ ആക്രോശിച്ചു. "ഇലിയാസ്, ഇനി താൻ പറയാനുള്ളതു പറയൂ. വേഗമാകട്ടെ."

"പറഞ്ഞിട്ടെന്തു കാര്യം" കിതച്ചുകൊണ്ട് ഞാൻ ചോദിച്ചു.

"അവർ എന്റെ ബട്ടണുകൾ മുഴുവൻ പറിച്ചുകളഞ്ഞു. ശരി, പറയാം. ചരക്കു നിറച്ച ഒരു ലോറി ഞാൻ മലമ്പാതയിലൂടെ വലിച്ച് റോഡ് സംരക്ഷണകേന്ദ്രം വരെ കൊണ്ടുപോയി.

അതു വിശ്വസിക്കാതെ ആൾക്കാർ നിശ്ശബ്ദരായി നിന്നു.

"അത് അവിടെ എത്തിച്ചോ?" ആരോ ഒരാൾ വിളിച്ചുചോദിച്ചു.

"ഉവ്വ്. ഞാനത് ദൊളോൻ മലമ്പാതയ്ക്കപ്പുറം കടത്തി അവിടെ സുരക്ഷിതമായി എത്തിച്ചു."

"അത്ഭുതം!" ഒരാൾ പറഞ്ഞു.

"അയാൾ വെറുതെ കുരയ്ക്കുയാണ്." മറ്റാരോ വിളിച്ചു പറഞ്ഞു.

"പട്ടികളാണ് കുരയ്ക്കുന്നത്. ജന്തായ് അതു കണ്ടതാണ്. ഹേയ്, ജന്തായ്. താനെവിടെ? താൻ കണ്ടകാര്യം ഇവരോട് പറയൂ. ഓർക്കുന്നില്ലേ..."

എന്നാൻ ജന്തായ് മറുപടി പറഞ്ഞില്ല. അയാൾ മുങ്ങിക്കളഞ്ഞു. വെറുതെയല്ല. ഞാൻ അയാളെ വെറുത്തത്. പക്ഷേ അതു സാരമില്ല, ആൾക്കാർ അതേപ്പറ്റി തർക്കിച്ചു തുടങ്ങി. ചിലർ എന്റെ ഭാഗം പിടിച്ചു. എന്നാൽ ഒരു അവിശ്വാസി തർക്കത്തിനു വിരാമമിട്ടുകൊണ്ട് പറഞ്ഞു:

"ഇതെല്ലാം വിട്ടുവാക്കാണ്. ഒരാൾ ഒരിക്കൽ ഒരു കാര്യം ചെയ്തു. അതുകൊണ്ടെന്താ? നമ്മൾ കൊച്ചുകുട്ടികളല്ല. നമ്മുടെ റൂട്ടിൽ ടെയിലറുകൾ ഘടിപ്പിക്കുന്നത് വിലക്കിയിരിക്കയാണ്. അതിന് ആരും അനുവാദം തരികയില്ല. തൊഴിൽ സുരക്ഷിതത്വ വകുപ്പിന്റെ തലവനോടുചോദിച്ചു നോക്കൂ. അപ്പോൾ കണക്കിനു കിട്ടും. അദ്ദേഹം ഇതിന്റെ പേരിൽ ജയിൽ കയറാൻ ആഗ്രഹിക്കയില്ലെന്നു തീർച്ച... അതുകൊണ്ട് അക്കാര്യം മറക്കുകയാണു നല്ലത്..

"അതു സാരമില്ല. ആരുടെയെങ്കിലും അനുവാദം ചോദിക്കുന്നത്. എന്തിനാണ്?" മറ്റൊരാൾ അഭിപ്രായപ്പെട്ടു. "മുപ്പതുകളിൽ മലമ്പാതയിലൂടെ ഒന്നര ടൺ ഭാരമുള്ള ലോറി ഓടിച്ചു ഇവാൻ സ്തെപ്പാനൊവിച്ച് പുതിയ വഴി തുറന്നത് ആരുടേയും അനുവാദത്തോടെയല്ല. അദ്ദേഹം വെറുതെ അങ്ങുപോയി. അദ്ദേഹം ഇവിടെയുണ്ട്. വേണമെങ്കിൽ ചോദിച്ചു നോക്കിക്കൊളൂ..."

"അതു നേരാണ്." ഇവാൻ സ്തെപ്പിനൊവവിച്ച് പറഞ്ഞു. "പക്ഷേ ഇക്കാര്യത്തിൽ എനിക്ക് സംശയമുണ്ട് വേനൽക്കാലത്തുപോലും ആരും ട്രെയിലർ വലിച്ചുകൊണ്ടു പോയിട്ടില്ല. ഇപ്പോൾ ശൈത്യകാലവുമാണ്."

ഇതേവരെ മൗനമായി നിന്ന അലിബേക് സംസാരിക്കാൻ തീരുമാനിച്ചു.

"തർക്കിച്ചതു മതി." അയാൾ പറഞ്ഞു. "ഇതിനു മുമ്പ് അങ്ങിനെ ചെയ്തിട്ടില്ലെന്നു ള്ളതു ശരിതന്നെ. പക്ഷേ ഇതേപ്പറ്റി ആലോചിക്കേണ്ടതാണ്. പക്ഷേ, ഇലിയാസ്, അത് തന്നെപ്പോലെ വെട്ടൊന്ന് മുറി രണ്ട് എന്ന മട്ടിലല്ല ചെയ്യേണ്ടത്. നമുക്ക് അതിനു തയ്യാറെടുക്കണം. ശരിക്ക് ആലോചിക്കുകയും ഇതേപ്പറ്റി വിവരമുള്ള ആരോടെങ്കിലും ഉപദേശം ചോദിക്കുകയും പരീക്ഷണ ഓട്ടങ്ങൾ നടത്തുകയും ഒക്കെ വേണം. വാക്കുകൾകൊണ്ടുമാത്രം കര്യമില്ല."

"ഞാനതു തെളിയിച്ചുതരാം." ഞാൻ പ്രഖ്യാപിച്ചു. "നിങ്ങൾ അതേപ്പറ്റി ആലോ ചിക്കുന്ന സമയംകൊണ്ട് ഞാനതു തെളിയിക്കും. ആരു പറഞ്ഞതാണ് ശരിയെന്ന് അപ്പോൾ മനസ്സിലാകും."

എല്ലാവർക്കും മുൻകോപമുണ്ടാകാറുണ്ട്. എന്നാൽ അതു നിയന്ത്രിക്കാൻ നാം പഠിക്കണം. പക്ഷേ അതു സാധിക്കാത്ത ചില സന്ദർഭങ്ങൾ ഉണ്ടാകും. ഞാൻ സ്റ്റിയറിംഗ് വീൽ പിടിച്ചിരുന്നെങ്കിൽ ലോറിയെപ്പറ്റിയോ റോഡിനെപ്പററിയോ ബോധവാനായിരുന്നില്ല. നിരാശയും വിഷാദവും വൈരാഗ്യവും എന്റെയുള്ളിൽ തിളച്ചുമറിഞ്ഞു. എന്റെ അഭിമാനത്തെ വെല്ലുവിളിച്ചതോർത്തപ്പോൾ ഞാൻ കൂടുതൽ ക്ഷോഭിച്ചു കൂട്ടുകാരേ, നിങ്ങൾ നോക്കിക്കൊള്ളു. ഞാൻ അതു തെളിയിക്കും! ഒരു മനുഷ്യനെ വിശ്വസിക്കാതിരിക്കുകയും പരിഹസിച്ചു ചിരിക്കുകയും ചെയ്തതിന് ഞാൻ നിങ്ങളെ കാണിച്ചു തരാം. അലിബേക്കും മോശമില്ല. ശാന്തമായി ആലോ ചിക്കുകയും തയ്യാറെടുക്കുകയും പരീക്ഷണ ഓട്ടങ്ങൾ നടത്തുകയും ചെയ്യണമത്രെ! ബുദ്ധിയും സൂക്ഷ്മതയുമുള്ള ഒരു മനുഷ്യനാണയാൾ. പക്ഷേ സൂക്ഷ്മത പോയി തുലയട്ടെ! ഞാൻ നേരെ അതു ചെയ്ത് അവരെ ലജ്ജിപ്പിക്കും!"

ലോറി ഗാരേജിൽ കൊണ്ടിട്ടിട്ട് അതുമിതും ചെയ്തുകൊണ്ട് ഞാൻ വളരെ നേരം അവിടെ നിന്നു. എന്റെ ഞരമ്പുകൾ വലിഞ്ഞു മുറുകിയിരുന്നു. ഒരൊറ്റ വിചാരമേ എനിക്കുണ്ടായിരുന്നുള്ളു- എങ്ങിനെയെങ്കിലും ഒരു ട്രെയിലർ കരസ്ഥമാക്കി ഉടൻ തന്നെ മലമുകളിലേക്കു പുറപ്പെടണം. എന്തു വന്നാലും അതു ചെയ്തേ തീരൂ. പക്ഷേ ട്രെയിലർ എവിടെനിന്നു കിട്ടും?

ആലോചനയിൽ മുഴുകി ഞാൻ മുറ്റത്തുകൂടി പുറത്തേക്കുള്ള ഗയിറ്റിനടുത്തേക്കു നടന്നു. ഡെസ്പാച്ചറുടെ ഓഫീസിലെ ജനലിലൊഴികെ മറ്റെങ്ങും വെളിച്ചമുണ്ടായി രുന്നില്ല. പെട്ടെന്ന് ഞാൻ നിന്നു- കദീചയാണ് പറ്റിയ ആൾ! ഒരു ഡെസ്പാച്ചർക്ക് എന്തും ചെയ്യാൻ കഴിയും. കദീചയായിരിക്കും ഡ്യൂട്ടിയിലെന്ന് ഞാൻ വിശ്വസി ച്ചു. അവൾ എന്റെ അപേക്ഷ നിരസിക്കയില്ല. അവൾക്ക് അതു നിരസിക്കാൻ സാദ്ധ്യമല്ല. ഞാൻ ഒരു കുറ്റകൃത്യം ചെയ്യാനല്ല എല്ലാവരുടേയും നന്മയ്ക്കു വേണ്ടി ഒരു കാര്യം ചെയ്യാനാണ് ഒരുങ്ങുന്നത്. അതിനു സഹായിക്കുക മാത്രമായിരിക്കും അവൾ ചെയ്യുന്നത്.

ഞാൻ ഡെസ്പാച്ചറുടെ ജനലിനടുത്തെത്തി. ഈയിടെ ഞാൻ മറ്റുള്ളവരെപ്പോലെ ജനലിൽ മുട്ടുകയാണു പതിവെന്നും വാതിലിലൂടെ കദീചയുടെയടുത്തേക്കു കടന്നു ചെന്നിട്ട് വളരെക്കാലമായെന്നും പെട്ടെന്ന് എനിക്കോർമ്മവന്നു. അതോർത്ത് ഞാൻ മടിച്ചുനിന്നു. പെട്ടെന്ന് വാതിൽ തുറന്ന് കദീച പുറത്തു വന്നു.

"ഞാൻ അകത്തേക്കു വരികയായിരുന്നു. കദീചാ, നീ പോകാതിരുന്നത്

നന്നായി."

"ഞാൻ പോവുകയാണ്."

"ശരി. ഞാൻ വീട്ടുവരെ കൂടെ വരാം."

അവൾ ആശ്ചര്യഭാവത്തിൽ പുരികക്കൊടികൾ ഉയർത്തിക്കൊണ്ട് എന്നെ അടിമുടി ഒന്നു നോക്കി. "ശരി"

ഞങ്ങൾ ഗയിറ്റിലൂടെ പുറത്തിറങ്ങി. തെരുവ് ഇരുൾമൂടി കിടന്നു. തടാകത്തിൽനിന്നും തണുത്ത കാറ്റടിച്ചുകൊണ്ടിരുന്നു. തിരകൾ തീരത്തു വന്നു മുട്ടുന്ന ശബ്ദം കേൾക്കാമായിരുന്നു. തണുത്ത കാറ്റേറ്റ് വിറച്ചുകൊണ്ടിരുന്ന കദീച എന്റെ കൈയിൽ പിടിക്കുകയും എന്നോട് പറ്റിച്ചേർന്നു നടക്കുകയും ചെയ്തു.

"തണുക്കുന്നുണ്ടോ?" ഞാൻ ചോദിച്ചു.

"നിങ്ങൾ കൂടെയുള്ളപ്പോൾ ഞാൻ മരവിച്ചുപോവുകയില്ല." എന്നു പറഞ്ഞുകൊണ്ട് അവൾ ചിരിച്ചു.

ഏതാനും മിനിട്ടുകൾ മുമ്പ് എന്റെ ഞരമ്പുകൾ വല്ലാതെ മുറുകിയിരുന്നു. എന്നാൽ ഇപ്പോൾ എന്തുകൊണ്ടോ ഞാൻ തികച്ചും ശാന്തനായിത്തീർന്നു.

"നാളെ നിന്റെ ഡ്യൂട്ടി തുടങ്ങുന്നത് എപ്പോഴാണ് കദീച?" ഞാൻ ചോദിച്ചു.

"ഉച്ച കഴിഞ്ഞ്. കാര്യമെന്താണ്?"

"എനിക്ക് ഒരു കാര്യം സാധിക്കാനുണ്ട്. വളരെ പ്രധാനപ്പെട്ട ഒരു കാര്യം. അത് നിന്നെയാശ്രയിച്ചാണിരിക്കുന്നത്."

ആദ്യം അവൾ ഞാൻ പറയുന്നതു കേൾക്കാൻ കൂട്ടാക്കിയില്ല. എന്നാൽ ഞാൻ വീണ്ടും വീണ്ടും നിർബന്ധിച്ചുകൊണ്ടിരുന്നു: വഴിവിളക്കിന്റെ ചുവട്ടിൽ ഞങ്ങൾ നിന്നു.

"ഹാ, ഇലിയാസ്!" ഉൽകണ്ഠയോടെ എന്റെ കണ്ണുകളിലേക്കു നോക്കി നെടുവീർപ്പിട്ടുകൊണ്ട് അവൾ പറഞ്ഞു. "നിങ്ങൾ കുഴപ്പത്തിലാകും."

എന്നാൽ ഞാൻ ആവശ്യപ്പെട്ടത് അവൾ ചെയ്തുതരുമെന്ന് അതിനകം തന്നെ എനിക്ക് തീർച്ചയായി.

"എന്നെ വിശ്വസിക്കു കദീച," ഞാൻ അവളുടെ കരം ഗ്രഹിച്ചു. "എല്ലാം മംഗളമായി കലാശിക്കും. നീ അതു ചെയ്തുതരുമല്ലോ. ഇല്ലേ?"

അവൾ നിസ്സഹായയായി നെടുവീർപ്പിട്ടു.

"നിങ്ങളെപ്പോലുള്ള ഒരാളെ എന്തു ചെയ്യാൻ കഴിയും?" എന്നു പറഞ്ഞുകൊണ്ട് അവൾ സമ്മതഭാവത്തിൽ തലയാട്ടി.

പെട്ടെന്നുണ്ടായ സന്തോഷാധിക്യത്താൽ മറ്റൊന്നുമോർക്കാതെ ഞാൻ അവളെ കെട്ടിപ്പിടിച്ചു.

"നീ ഒരു ജിഗീത്തായി ജനിക്കേണ്ടിയിരുന്നു. കദീചാ! ശരി നാളെ കാണാം." ഞാൻ അവളുടെ കൈ ശക്തിയായി കുലുക്കി. വൈകുന്നേരമാകുമ്പോഴേയ്ക്കും കടലാസുകൾ തയ്യാറാക്കുമല്ലോ, ഇല്ലേ?"

"പോകാൻ വരട്ടെ." എന്റെ കൈപിടിച്ചുകൊണ്ട് അവൾ പറഞ്ഞു. അടുത്ത

നിമിഷം അവൾ പെട്ടെന്ന് തല തിരിച്ചുകൊണ്ട് പറഞ്ഞു. "ശരി, പോയ്ക്കോളൂ... ഹോസ്റ്റലിലേക്കാണോ?"

"അതെ, കദീച"

പിറ്റേ ദിവസം ഞങ്ങൾക്ക് ടെക്നിക്കൽ പരിശോധനയായിരുന്നു. ഡിപ്പോയിലുള്ളവരെല്ലാവരും പരിഭ്രാന്തരായി തീർന്നു. നശിച്ച ഇൻസ്പെക്ടർമാർ മറ്റുള്ളവർക്കു തീരെ സൗകര്യമില്ലാത്ത ദിവസമേ പരിശോധനയ്ക്ക് വരികയുള്ളൂ. എന്തെങ്കിലുമൊക്കെ കുറ്റം കണ്ടുപിടിക്കുകയും ചെയ്യും. അവർ വാസ്തവത്തിൽ ഒരു ശല്യമാണ്. ശല്യമല്ലാതെ മറ്റൊന്നുമില്ല. അവർ മാത്രം ആദ്യന്തം അക്ഷോഭ്യരായിരിക്കും.

എന്റെ ലോറി നല്ല സ്ഥിതിയിലായിരുന്നു. എനിക്കതറിയാമായിരുന്നെങ്കിലും ഞാൻ അതു നന്നാക്കുകയാണെന്നു ഭാവിച്ച് ഒഴിഞ്ഞുമാറി നിന്നു. കദീച ഡ്യൂട്ടിക്കു വരുന്നതുവരെ എങ്ങിനെയെങ്കിലും സമയം കളയണം. ആരും എന്നോടു സംസാരിച്ചില്ല. തലേ രാത്രിയിലുണ്ടായ സംഭവത്തെപ്പറ്റി ആരും പരാമർശിച്ചില്ല. എന്നെപ്പറ്റി ആലോചിക്കാൻ അവർക്ക് അപ്പോൾ സമയമില്ലായിരുന്നു എന്നതാണ് അതിനുകാരണം. പരിശോധന കഴിയാൻ അക്ഷമയോടെ കാത്തിരിക്കുകയായിരുന്നു അവർ. അതു കഴിഞ്ഞാലുടൻ ലോറി സ്റ്റാർട്ടാക്കി നഷ്ടപ്പെട്ട സമയം വീണ്ടെടുക്കണമെന്നായിരുന്നു ഓരോരുത്തരുടേയും ചിന്ത.

എങ്കിലും എന്റെ വൈരാഗ്യം മാറിയിരുന്നില്ല.

ഉച്ചകഴിഞ്ഞാണ് പരിശോധനയ്ക്കുള്ള എന്റെ ഊഴം വന്നത്. ഒടുവിൽ ഇൻസ്പെക്ടർമാർ തിരിച്ചുപോയി. അവിടമാകെ വിജനവും വിമൂകവുമായിത്തീർന്നു. പിൻവശത്തെ മുറ്റത്താണ് ട്രെയിലറുകൾ സൂക്ഷിച്ചിരുന്നത്. ആ ഭാഗത്തുള്ള നിരപ്പായ റോഡിൽ ചിലപ്പോൾ അവ ഉപയോഗിക്കാറുണ്ടായിരുന്നു. ഞാൻ ഒന്നു തിരഞ്ഞെടുത്തു. നാലു ചക്രങ്ങളുള്ള ഒരു സാധാരണ ചെയിസിസ്. എങ്കിലും ലളിതമായ ആ സാധനത്തിന് എത്ര വലിയ കോളിളക്കം സൃഷ്ടിക്കാൻ കഴിഞ്ഞെന്നോ! വരാനിരിക്കുന്നത് എന്താണെന്ന് അപ്പോൾ എനിക്ക് അറിയാൻ കഴിഞ്ഞിരുന്നെങ്കിൽ! പക്ഷേ എനിക്കതറിയാമായിരുന്നില്ല. അതിനാൽ ഞാൻ തികച്ചും ശാന്തനായി ഹോസ്റ്റലിലേക്കു പോയി. യാത്ര തുടങ്ങുന്നതിനു മുമ്പ് നന്നായി ഭക്ഷണം കഴിക്കുകയും ഒരു മണിക്കൂറെങ്കിലും സുഖമായി ഉറങ്ങുകയും ചെയ്യണം. ആ യാത്ര വളരെ ശ്രമകരമായിരിക്കും. അക്കാര്യം എനിക്ക് നന്നായി അറിയാമായിരുന്നു. എന്നാൽ എനിക്ക് ഉറക്കം വന്നില്ല. ഞാൻ കിടക്കയിൽ തിരിഞ്ഞും മറിഞ്ഞും കിടന്നു. നേരം ഇരുട്ടിത്തുടങ്ങിയപ്പോൾ ഞാൻ ഡിപ്പോയിലേക്കു പോയി.

കദീച നേരത്തേതന്നെ അവിടെ എത്തിയിരുന്നു. കടലാസുകൾ തയ്യാറായിക്കഴിഞ്ഞു. ഞാൻ അവ എടുത്തുകൊണ്ട് ധൃതിയിൽ ഗാരേജിലേക്കു നടന്നു. "എല്ലാവരും നോക്കിക്കോളൂ!" ഞാൻ ലോറിയുടെ പിന്നിൽ ട്രെയിലർ ഘടിപ്പിച്ചു. എഞ്ചിൻ സ്റ്റാർട്ടു ചെയ്തിട്ട് പുറത്തുകടന്ന് ഞാൻ ചുറ്റിനും നോക്കി. ഒരൊറ്റ മനുഷ്യജീവിയേയും കാണാനുണ്ടായിരുന്നില്ല. തടാകത്തിൽ തിരയടിക്കുന്ന ശബ്ദവും റിപ്പയർ ഷോപ്പിൽ യന്ത്രങ്ങൾ കറങ്ങുന്ന ശബ്ദവും മാത്രമേ കേൾക്കാനുണ്ടായിരുന്നുള്ളൂ.

നക്ഷത്രശൂന്യമായ ആകാശം തെളിഞ്ഞതാണെന്നു തോന്നി. എന്റെ പിന്നിൽ എഞ്ചിൻ കുറുങ്ങിക്കൊണ്ടിരുന്നു. നെഞ്ചിനുള്ളിൽ ഹൃദയം ശക്തിയായി മിടിക്കുന്ന ശബ്ദം ഞാൻ കേട്ടു. ഞാൻ ഒരു സിഗററ്റ് കത്തിക്കാൻ തുടങ്ങി. തൽക്ഷണം തന്നെ

അതു വലിച്ചെറിഞ്ഞു. പിന്നീടാവാം....

ഗയിറ്റിനടുത്തുവച്ച് കാവൽക്കാരൻ എന്നെ തടഞ്ഞു നിർത്തി.

"എങ്ങോട്ടാണ്?"

"ചരക്കുകയറ്റാൻ പോവുകയാണ്. അക്സക്കാൻ," സ്വരം സ്വാഭാവികമാക്കാൻ കഴിയുന്നത്ര ശ്രമിച്ചുകൊണ്ട് ഞാൻ പറഞ്ഞു. "ഇതാ പാസ്."

വൃദ്ധൻ കടലാസുകൾ കണ്ണിനടുത്തു പിടിച്ച് പരിശോധിച്ചു. എന്നാൽ ആ മങ്ങിയ വെളിച്ചത്തിൽ അയാൾക്ക് അതു വായിക്കാൻ കഴിഞ്ഞില്ല.

"അക്സക്കാൻ, സമയം പോകുന്നു. ധൃതിയിൽ ചെയ്യേണ്ട ജോലിയാണ്." ഞാൻ അക്ഷമ പ്രകടിപ്പിച്ചു.

ചരക്കുകയറ്റുന്ന ജോലി പതിവുപോലെ നടന്നു. പരമാവധി ഭാരം ഞാൻ കയറ്റി. ആരും ഒരക്ഷരം പറഞ്ഞില്ല.. അതെന്നെ അത്ഭുതപ്പെടുത്തി. റോഡിലെത്തിയശേഷമാണ് ഞാൻ സിഗററ്റു കത്തിച്ചത്. സൗകര്യമായി ഇരുന്നുകൊണ്ട് ഹെഡ്‌ലൈറ്റുകൾ തെളിച്ചു. സ്പീഡുകൂട്ടി. ഇരുൾ മൂടിക്കിടന്ന റോഡിന് ജീവൻ വച്ചു. അത് അതിവേഗം എന്നെ കടന്നു പോയ്ക്കൊണ്ടിരുന്നു. റോഡ് ശൂന്യമായിരുന്നതിനാൽ ഫുൾസ്പീഡിൽ എനിക്ക് പോകാൻ കഴിഞ്ഞു. അനായാസമായി ലോറി മുമ്പോട്ടു പൊയ്ക്കൊണ്ടിരുന്നു. അതു നേരെയാക്കാൻ ഞാൻ വളരെ പാടുപെട്ടു. എങ്കിലും പരിശീലനം കൊണ്ട് പൂർണ്ണമായും ലോറിയെ വരുതിയിൽ നിർത്താൻ കഴിയുമെന്ന് എനിക്ക് വിശ്വാസമുണ്ടായിരുന്നു. ഒരു സവാരിക്കാരൻ തന്റെ കുതിരയുടെ കഴുത്തിലേക്ക് കുനിഞ്ഞിരിക്കുന്നതുപോലെ ഞാൻ സ്റ്റിയറിംഗ് വീലിലേക്ക് കുനിഞ്ഞിരുന്നു. നേരെയുള്ള റോഡിൽ നല്ല വേഗത്തിൽ സഞ്ചരിച്ചാലേ പാതിരാവാകുമ്പോഴേക്ക് ദൊളോൻ മലമ്പാതയ്ക്കടുത്തെത്താൻ കഴിയൂ. ദൊളോന്റെ മുകളിലേക്കുള്ള കയറ്റം പാതിരായ്ക്കു തുടങ്ങണമെന്നായിരുന്നു. എന്റെ ആഗ്രഹം.

വിചാരിച്ചിരുന്നതിൽ കൂടുതൽ വേഗത്തിൽ ലോറിയോടിക്കാൻ ആദ്യം എനിക്ക് കഴിഞ്ഞു. എന്നാൽ പർവ്വതപ്രദേശത്തേക്കു കടന്നപ്പോൾ കൂടുതൽ സൂക്ഷ്മത ആവശ്യമായിത്തീർന്നു. ലോറിയിൽ പരമാവധി ഭാരം കയറ്റിയത് എഞ്ചിനു താങ്ങാൻ കഴിയാത്തതായിരുന്നില്ല അതിനു കാരണം. മുകളിലേയ്ക്കുള്ള കയറ്റം എപ്പോഴും പ്രയാസകരമാണ്. എന്നാൽ ഇറക്കമിറങ്ങുന്നതാണ് അതിലും പ്രയാസം. ട്രേയ്‌ലർ വശത്തേക്കു ചെരിയുകയും കുലുങ്ങുകയും ലോറിയിൽ വന്ന് ഇടിക്കുകയും ചെയ്തു കൊണ്ട് എന്നെ വെള്ളംകുടിപ്പിച്ചു. ഗിയറുകൾ സദാമാറ്റുകയും ബ്രേക്കിടുകയും സ്റ്റിയറിംഗ് തിരിച്ചു ലോറി റോഡിലേക്ക് വീണ്ടും കയറ്റുകയും ചെയ്യേണ്ടിവന്നു. ആദ്യം ഞാൻ ഒട്ടും ബേജാറില്ലാതെ ശാന്തമായി അതെല്ലാം ചെയ്തുകൊണ്ടിരുന്നു. എന്നാൽ ക്രമേണ എനിക്ക് കൂടുതൽ കൂടുതൽ മനക്ഷോഭം അനുഭവപ്പെട്ടു. ഇവിടെ കയറ്റങ്ങളും ഇറക്കങ്ങളും എത്രയുണ്ടെന്ന് ഒന്ന് എണ്ണി തിട്ടപ്പെടുത്താൻ ആർക്കെങ്കിലും തോന്നിയിട്ടുണ്ടോ എന്നു ഞാൻ ആലോചിച്ചു. എന്നിട്ടും ഞാൻ നിരാശനായില്ല. അപകടമൊന്നുമില്ല. ഞാൻ വല്ലാതെ തളർന്നു പോകുമെന്നുമാത്രമേയുള്ളൂ. ഞാൻ സമാശ്വസിച്ചു. "സാരമില്ല. മലമ്പാതയ്ക്കടുത്തെത്തുന്നതിനു മുമ്പ് കുറച്ചു വിശ്രമിക്കാം. തീർച്ചയായും എനിക്കതു കടക്കാൻ കഴിയും." ശരല്ക്കാലത്തു ബൈതെമീറിന്റെ ലോറി വലിച്ചുകൊണ്ട് പോയതിനേക്കാൾ പതിന്മടങ്ങു ശ്രമകരമായി ഇപ്പോൾ എനിക്ക് ഇതനുഭവപ്പെടാൻ കാരണമെന്തെന്ന്

ഞാൻ ആലോചിച്ചുനോക്കിയില്ല.

ദൊളോനോട് ഞാൻ അടുത്തുകൊണ്ടിരുന്നു. മലയിടുക്കിലെ കൂറ്റൻ പാറക്കെട്ടുകളിലും റോഡിന്റെ വശത്ത് കോട്ടമതിലുപോലെ ഉയർന്നുനിന്ന മഞ്ഞുമൂടിയ ശൃംഗങ്ങളിലും എന്റെ ഹെഡ്‌ലൈറ്റിൽ നിന്നുള്ള വെളിച്ചം തട്ടി. വലിയ ഹിമതുലങ്ങൾ താഴത്തേക്കു പറന്നു വീണു. “കാറ്റടിച്ച പൊടിമഞ്ഞു പറന്നു വീഴുന്നതായിരിക്കണം.” ഞാൻ വിചാരിച്ചു. എന്നാൽ ഹിമതുലങ്ങൾ തുടരെ തുടരെ ചില്ലിൽ വന്നുപതിച്ചു തുടങ്ങിയപ്പോൾ മഞ്ഞ് പെയ്യുകയാണെന്ന് എനിക്ക് മനസ്സിലായി. നനഞ്ഞ മഞ്ഞായിരുന്നു അത്. ശക്തിയായി പെയ്യുകയും ചെയ്തു. ഞാൻ പല്ലുകടിച്ച് പ്രാകിക്കൊണ്ട് വൈപ്പറുകൾ പ്രവർത്തിപ്പിച്ചു.

മലമ്പാതയിലേക്കുള്ള ആദ്യത്തെ വലിയ കയറ്റം ആരംഭിച്ചു. എഞ്ചിൻ പതിവുപോലെ ഇരച്ചുതുടങ്ങി. ഏക പ്രകാരവും നിരന്തരവുമായ ഒരു തരം ഇരമ്പൽ ഇരുട്ടിൽ മുഴങ്ങിക്കൊണ്ടിരുന്നു. ഒടുവിൽ ഞാൻ കയറ്റത്തിന്റെ മുകളിലെത്തി. ഇനി നീണ്ട ഒരു ഇറക്കമാണ്. എഞ്ചിൻ കറുങ്ങിക്കൊണ്ടിരുന്നു. ലോറി ഒരു വശത്തുനിന്ന് മറുവശത്തേക്ക് ആടി ഉലഞ്ഞുകൊണ്ട് ഇറങ്ങിത്തുടങ്ങി. ട്രെയിലർ ലോറിയിൽ വന്നുമുട്ടുകയും തടസ്സപ്പെടുത്തുകയും ചെയ്തുകൊണ്ട് ഒരു പ്രാകൃതനൃത്തമാരംഭിച്ചു. കൂട്ടിയിണക്കിയിരിക്കുന്ന ഭാഗത്തുനിന്നുയർന്ന ലോഹം ഉരയുന്ന ശബ്ദവും കുലുക്കവും കടുക്കവും എല്ലാം എന്റെ പുറത്തെ ഞരമ്പുകളിലേക്ക് അരിച്ചുകയറി. ആ കർണകഠോരമായ ശബ്ദം എന്റെ ഞരമ്പുകളെ തളർത്തി. എന്റെ നട്ടെല്ലിൽ വേദന അനുഭവപ്പെട്ടു. ആ വേദന എന്റെ കൈത്തണ്ടയിലേക്കു വ്യാപിച്ചു. ചക്രങ്ങൾ ബ്രേക്കിനെ അനുസരിക്കാൻ കൂട്ടാക്കാതെ നനഞ്ഞ മഞ്ഞിൽ വഴുതിപ്പോയി. ലോറി വിറയ്ക്കുകയും ആടുകയും സ്റ്റിയറിംഗ് എന്റെ കൈയിൽ നിന്ന് പിടിച്ചുമാറ്റാൻ ശ്രമിക്കുകയും ചെയ്തുകൊണ്ട് വശം തിരിഞ്ഞ് റോഡിനു കുറുകെ ഉരുണ്ടു പോയ്ക്കൊണ്ടിരുന്നു. ഞാൻ ശക്തിയായി സ്റ്റിയറിംഗ് തിരിക്കുകയും ബ്രേക്കു ചവിട്ടുകയും ചെയ്തു. യാത്ര തുടരാൻ സാദ്ധ്യമായിരുന്നില്ല. എന്റെ ശക്തി മുഴുവൻ ചോർന്നുപോയിരുന്നു. ഞാൻ ഹെഡ്‌ലൈറ്റുകൾ കെടുത്തുകയും എഞ്ചിൻ നിർത്തിവയ്ക്കുകയും ചെയ്തു. എന്റെ കൈപ്പത്തികൾ മരവിച്ച തടിപോലെയായിക്കഴിഞ്ഞിരുന്നു. ഞാൻ കിതപ്പോടെ ശ്വസിക്കുന്ന ശബ്ദം മാത്രം എനിക്ക് കേൾക്കാൻ കഴിഞ്ഞു. ഏതാനും മിനിട്ടുകൾ കഴിഞ്ഞപ്പോൾ എനിക്ക് കുറച്ചു ഭേദം തോന്നി. ഞാൻ ഒരു സിഗററ്റു കത്തിച്ചു. ചുറ്റും ഇരുട്ടും വിജനമായ നിശ്ചലതയും മാത്രം. ലോറിയുടെ വാതിലിലെ വിടവിലൂടെ കാറ്റു ചൂളം വിളിക്കുന്ന ശബ്ദമല്ലാതെ മറ്റൊരു ശബ്ദവും കേൾക്കാനില്ല. മുമ്പിൽ എന്താണുള്ളതെന്ന് ആലോചിക്കാൻ എനിക്ക് ഭയമായിരുന്നു. അവിടുന്നങ്ങോട്ട് ചെങ്കുത്തായ മലഞ്ചെരിവുകളിലൂടെയുള്ള ഹെയർപിൻ വളവുകളാണ്. ഡ്രൈവർമാരുടെ പേടിസ്വപ്നമാണവ. വളഞ്ഞുവളഞ്ഞുള്ള റോഡിലെ ആ അവസാനമില്ലാത്ത യാത്ര എഞ്ചിനേയും ഡ്രൈവറുടെ കൈകളേയും ഒരുപോലെ തളർത്തും. എങ്കിലും എനിക്ക് അവിടെ വെറുതെയിരിക്കാൻ കഴിയുമായിരുന്നില്ല. മഞ്ഞു ശക്തിയായി പെയ്തുകൊണ്ടിരുന്നു.

ഞാൻ എഞ്ചിൻ സ്റ്റാർട്ടാക്കി. വിമ്മിട്ടത്തോടെ മോങ്ങിക്കൊണ്ട് ലോറി മുകളിലോട്ടു കയറ്റിത്തുടങ്ങി. ഞാൻ പല്ലു കടിച്ചുപിടിച്ച് വളയങ്ങൾ ഒന്നൊന്നായി തരണം ചെയ്തു. ശ്വാസം വീണ്ടെടുക്കാൻപോലും ഞാൻ നിന്നില്ല. ഹെയർപിൻ വളവുകൾ പിന്നിലായിക്കഴിഞ്ഞു. അടുത്തത് നീളം കുറഞ്ഞതെങ്കിലും

കുത്തനെയുള്ള ഒരിറക്കമാണ്. അതു കഴിഞ്ഞാൽ മെല്ലെയുള്ള ഒരു ചെരിവിലൂടെ നീണ്ടുപോകുന്ന വളവില്ലാത്ത റോഡുവഴി റോഡ് സംരക്ഷണകേന്ദ്രത്തിനടുത്തുള്ള തിരിവിലെത്താം. അതു കഴിഞ്ഞാണ് അവസാനത്തെ കയറ്റം. വളരെ ബുദ്ധിമുട്ടി ഞാൻ ഇറക്കം ഇറങ്ങി നിരപ്പായ റോഡിലെത്തി. ആ വളവില്ലാത്ത റോഡിൽ ഏകദേശം നാലുകിലോമീറ്റർ ദൂരം ഞാൻ ലോറി പറപ്പിച്ചു വിട്ട് അവസാനത്തെ കയറ്റം കയറാൻ ശക്തി സംഭരിച്ചു. ഞാൻ മേലോട്ടു കയറിത്തുടങ്ങി... പക്ഷേ ആ വേഗത്തിൽ അധികദൂരം പോകാൻ കഴിഞ്ഞില്ല. ഓട്ടം മെല്ലെയായിത്തുടങ്ങി. ഞാൻ വണ്ടി രണ്ടാമത്തെ ഗിയറിലിട്ടു. പിന്നീട് ഒന്നിലിട്ടു. ഞാൻ സ്റ്റിയറിംഗിൽ അള്ളിപ്പിടിച്ചിരുന്നു. കറുത്തിരുണ്ട കനത്ത മേഘപാളികൾക്കിടയിലൂള്ള വിടവിലൂടെ നക്ഷത്രങ്ങൾ മിന്നിമറഞ്ഞു. ലോറി മുമ്പോട്ടു ഒരു സെന്റിമീറ്റർ പോലും നീങ്ങാൻ കൂട്ടാക്കിയില്ല. ടയറുകൾക്കു റോഡിൽ പിടുത്തം കിട്ടിയില്ല. അവ വശത്തേക്ക് പാളിപ്പോയ്ക്കൊണ്ടിരുന്നു. ഞാൻ ആക്സിലേറ്റർ അടിവരെ അമർത്തിക്കൊണ്ട് ആക്രോശിച്ചു: "അല്പം കൂടി! അല്പം കൂടി!"

എഞ്ചിന്റെ മോങ്ങൽ ഒരു തരം മുഴക്കമായി മാറി. പെട്ടെന്ന് അതും നിലച്ചു. എഞ്ചിൻ നിശ്ചേതനമായി. ലോറി മെല്ലെ പിറകോട്ട് ഉരുണ്ടുതുടങ്ങി. ഭാരിച്ച ട്രെയിലർ അതിനെ അടിയിലേക്കു വലിക്കുകയായിരുന്നു.ബ്രേക്കുകൊണ്ട് പ്രയോജനമുണ്ടായില്ല. ഒടുവിൽ ഒരു പാറയിൽ തടഞ്ഞ് ലോറി നിന്നു. പിന്നീട് യാതൊരു അനക്കവുമില്ല. ഞാൻ വാതിൽ തുറന്ന് പുറത്തേക്കു നോക്കി. അതെ, ഞാൻ വിചാരിച്ചതുപോലെ തന്നെ സംഭവിച്ചിരുന്നു. ആ നശിച്ച ട്രെയിലർ ഒരു കുഴിയിൽ ചാടിയിരിക്കയാണ്. അതു വലിച്ചു കയറ്റാൻ യാതൊരു മാർഗ്ഗവുമില്ല. ഗതിമുട്ടിയ ഞാൻ വീണ്ടും എഞ്ചിൻ സ്റ്റാർട്ടുചെയ്തു മുമ്പോട്ടു പോകാൻ ശ്രമിച്ചു. ചക്രങ്ങൾ ശക്തിയായി തിരിഞ്ഞുകൊണ്ടിരുന്നു. ലോറി മുമ്പോട്ടാഞ്ഞെങ്കിലും ഒരു തരിപോലും മുമ്പോട്ടു നീങ്ങിയില്ല. ഞാൻ വഴിയിലേക്കു ചാടിയിറങ്ങി ട്രെയിലറിനടുത്തെത്തി. അതിന്റെ ചക്രങ്ങൾ കുഴിയിൽ ആഴത്തിൽ ആണ്ടിറങ്ങിയിരുന്നു. അടക്കാനാവാത്ത കോപം കൊണ്ട് കത്തിജ്വലിച്ച് ഞാൻ എന്റെ ദേഹംകൊണ്ട് ട്രെയിലർ തള്ളിക്കയറ്റാൻ ശ്രമിച്ചു. നിലത്തു കുത്തിയിരുന്ന് തോളുകൊണ്ട് അത് ഉയർത്താൻ നോക്കി. ഞാൻ ഒരു വന്യമൃഗത്തെപ്പോലെ മുറുമുറുത്തു. ആയാസം കൊണ്ട് എന്റെ തലയിൽ കഠിനമായ വേദന അനുഭവപ്പെട്ടു. പക്ഷേ അതനക്കാൻ സാദ്ധ്യമായിരുന്നില്ല. ശക്തിമുഴുവൻ ക്ഷയിച്ച് ഞാൻ വഴിയിലേക്കു കമഴ്ന്ന വീണു. അവിടെക്കിടന്ന് മഞ്ഞിലും ചെളിയിലും മാന്തിക്കൊണ്ട് കണ്ണീരൊഴുക്കി- നിരാശയിൽനിന്നുറഞ്ഞുവന്ന കണ്ണീർ. അല്പം കഴിഞ്ഞ് ഞാൻ എണീറ്റ് വേച്ചുവേച്ച് ലോറിയുടെ അടുത്തെത്തി അതിന്റെ ഫുട്ട് ബോർട്ടിൽ ഇരുന്നു.

പെട്ടെന്ന് ദൂരെ ഒരു വണ്ടിയുടെ ശബ്ദം കേട്ടു. രണ്ടു പ്രകാശബിന്ദുക്കൾ കുത്തനെയുള്ള ഇറക്കമിറങ്ങി നിരപ്പായ റോഡിലൂടെ ഞാനിരിക്കുന്ന ദിക്കിലേക്കു നീങ്ങിത്തുടങ്ങി. ആരാണ് ആ ഡ്രൈവറെന്നോ എന്തിനാണ് അയാൾ ഈ അസമയത്തു യാത്ര ചെയ്യുന്നതെന്നോ അറിയാൻ എനിക്ക് താല്പര്യമില്ലായിരുന്നു. എന്നെ പിടിക്കാൻ പിന്നാലെ വരുന്ന ആ ഒരു ജോടി പ്രകാശബിന്ദുക്കളെപ്പറ്റിയുള്ള ഭയം ഒന്നു മാത്രമേ എനിക്ക് അനുഭവപ്പെട്ടുള്ളൂ. തൊണ്ടിസഹിതം പിടിക്കപ്പെട്ടാൽ ആഗ്രഹിക്കാത്ത ഒരു കള്ളനെപോലെ ഞാൻ ചാടിയെണീറ്റ് ട്രെയിലറും ലോറിയും തമ്മിലുള്ള ബന്ധം വേർപെടുത്തി. ക്യാമ്പിനുള്ളിലേക്കു വലിഞ്ഞുകയറി ലോറി

മുകളിലേയ്ക്കോടിച്ചു-ട്രെയിലർ അവിടെത്തന്നെ ഉപേക്ഷിച്ചു.

ഭയങ്കരമായ ഒരുതരം ഭയം എന്നെ ബാധിച്ചു. ട്രെയിലർ എന്റെ പിന്നാലെ ഓടിവരികയാണ്. അതെന്നെ ഏതു നിമിഷവും പിടികൂടും.... അവിശ്വസനീയമായ വേഗത്തിലാണ് ഞാൻ ലോറിയോടിച്ചത്. അപകടമൊന്നും പറ്റാതിരുന്നത് വഴി എനിക്ക് സുപരിചിതമായിരുന്നതുകൊണ്ട് മാത്രമാണ്.

ചരക്കിറക്കുകേന്ദ്രത്തിലെത്തിയപ്പോൾ നേരം വെളുത്തുതുടങ്ങിയിരുന്നു. ഒരു ഭ്രാന്തനെപ്പോലെ ഞാൻ എന്റെ വീടിന്റെ വാതിലിൽ മുഷ്ടി ചുരുട്ടി ഇടിച്ചു. വാതിൽ തുറന്നുതന്ന അസേലിന്റെ മുഖത്തേക്കു ഞാൻ നോക്കിയില്ല. അടിമുടി ചെളികുഴഞ്ഞുപിടിച്ച് അതേ രൂപത്തിൽ ഞാൻ നേരെ മുറിക്കുള്ളിലേക്കു കയറി. ഭയങ്കരമായി കിതച്ചു കൊണ്ട് നനഞ്ഞ എന്തിന്റെയോ മുകളിലേക്കു ഞാൻ വീണു. നനച്ചു വച്ച കുറെ തുണിയുടെ മുകളിലാണ് ഞാൻ ഇരുന്നത്. ഒരു സിഗററ്റെടുക്കാനായി ഞാൻ പോക്കറ്റിൽ തപ്പി. ലോറിയുടെ ചാവിയാണ് കൈയിൽ തടഞ്ഞത്. ഞാനത് ഭിത്തിയുടെ നേർക്കു വലിച്ചെറിഞ്ഞിട്ട് തല കുനിച്ചിരുന്നു. തകർന്ന മനസ്സും ചെളി പുരണ്ട ദേഹവുമായി ഞാൻ സ്തംഭിച്ചിരിക്കയായിരുന്നു. മേശക്കാലിനടുത്തായി അസേലിന്റെ നഗ്നമായ കാലുകൾ അസ്വസ്ഥമായി ചലിച്ചുകൊണ്ടിരിക്കുന്നത് നിലത്തേക്ക് തുറിച്ചുനോക്കിയപ്പോൾ ഞാൻ കണ്ടു. അവളോട് എന്തു പറയാനാണ്? അവൾ ചാവി നിലത്തുനിന്നെടുത്ത് മേശപ്പുറത്തു വച്ചു.

“കുളിക്കണ്ടേ? ഇന്നലെ രാത്രി മുതലേ ഞാൻ വെള്ളം ചൂടാക്കി വച്ചു കാത്തിരിക്കയാണ്.” അവൾ മെല്ലെ പറഞ്ഞു.

ഞാൻ സാവധാനം തലയുയർത്തി. ശയനവസ്ത്രങ്ങളണിഞ്ഞ അസേൽ മെല്ലിച്ച കൈകൾ നെഞ്ചിൽ ചേർത്തുവച്ചുകൊണ്ട് നിന്നു വിറയ്ക്കുകയായിരുന്നു. പേടിച്ചരണ്ട ആ കണ്ണുകൾ ഉൽക്കണ്ഠയോടും സഹതാപത്തോടും കൂടി എന്നെ നോക്കി.

“ഞാൻ ട്രെയിലർ മലമുകളിലെ കുഴിയിൽ കുടുക്കി.” അസാധാരണമായ നേർത്ത ശബ്ദത്തിൽ ഞാൻ പറഞ്ഞു.

“ഏതു ട്രെയിലർ?” അമ്പരപ്പോടെ അവൾ ചോദിച്ചു.

“പച്ചനിറമുള്ള ഒരു സാധാരണ ട്രെയിലർ 02-381 എന്ന നമ്പരടിച്ചത്. ഏതു ട്രെയിലറായാലെന്താണ്?” ഞാൻ അമർഷത്തോടെ ഉറക്കെ പറഞ്ഞു. “ഞാനതു മോഷ്ടിച്ചതാണ്. മനസ്സിലായോ? മോഷ്ടിച്ചത്!”

മെല്ലെ ഒരു ശബ്ദം കേൾപ്പിച്ചിട്ട് അസേൽ കട്ടിലിലിരുന്നു.

“എന്തിന്?”

“എന്തിന്!” “എന്തിന്!” അവൾക്കു കാര്യം മനസ്സിലാക്കാൻ കഴിയാതെ വന്നത് എന്നെ കൂടുതൽ ശുണ്ഠിപിടിപ്പിച്ചു. “ഒരു ട്രെയിലറുമായി ദൊളോൻ മലമ്പാത കടക്കണമെന്ന് ഞാൻ ആഗ്രഹിച്ചു. എല്ലാവരേയും കാണിച്ചുകൊടുക്കാൻ ഞാനാഗ്രഹിച്ചു. പക്ഷേ ഞാൻ തോറ്റു.”

ഞാൻ കൈകൊണ്ട് മുഖം പൊത്തി. കുറെ നേരത്തേയ്ക്ക് ഞങ്ങളിരുവരും ഒന്നും മിണ്ടിയില്ല. പെട്ടെന്ന് എന്തോ നിശ്ചയിച്ചുറച്ച ഭാവത്തോടെ അസേൽ എണീറ്റ് വസ്ത്രം ധരിച്ചുതുടങ്ങി.

“വെറുതെ അവിടെ ഇരിക്കാതെ വരൂ,” അവൾ പറഞ്ഞു.

“ഞാനെന്തു ചെയ്യണമെന്നാണ്?” ഞാൻ പതുക്കെ ചോദിച്ചു.

“ഡിപ്പോയിലേക്കു തിരിച്ചു പോകണം.”

“ട്രെയിലറില്ലാതെ എങ്ങിനെ പോകും?”

“അവിടെ ചെന്ന് വിശദീകരണം കൊടുത്താൻ മതി.”

“നിനക്കു ഭ്രാന്തുണ്ടോ?” ഞാൻ പൊട്ടിത്തെറിച്ചു. ഞാൻ മുറിയിലൂടെ ഓടിനടന്നു തുടങ്ങി. “ട്രെയിലറില്ലാതെ ഞാൻ അവിടെ ചെല്ലുന്നത് നല്ല കാഴ്ചയായിരിക്കും! ‘ക്ഷമിക്കണം, എനിക്ക് തെറ്റുപറ്റി, മാപ്പുതരണം.’ എന്നൊക്കെ പറഞ്ഞ് ഞാൻ ചെന്ന് അവരുടെ കാലുപിടിക്കണമെന്നാണോ നിന്റെ അഭിപ്രായം? അതു നടപ്പില്ല. അവർ എന്നെ എന്തു വേണമെങ്കിൽ ചെയ്തോട്ടെ. എനിക്കൊരു ചുക്കുമില്ല!”

എന്റെ ആക്രോശം സമാത്തിനെ ഉണർത്തി. അവൻ കരഞ്ഞുതുടങ്ങി. അസേൽ അവനെ എടുത്തു. എന്നാൽ അവൻ കൂടുതൽ ഉറക്കെ കരയുകയാണു ചെയ്തത്.

“നിങ്ങൾ ഒരു ഭീരുവാണ്.” പതുക്കെയെങ്കിലും ദൃഢസ്വരത്തിൽ അസേൽ പറഞ്ഞു.

“എന്തു പറഞ്ഞു?” ഞാൻ കോപം കൊണ്ടു മതിമറന്ന് അവളുടെ നേരെ പാഞ്ഞു. എനിക്കവളെ അടിക്കണമെന്ന് തോന്നി. പക്ഷേ അതിനു ധൈര്യമുണ്ടായില്ല. മലർക്കെ തുറന്ന ആ കണ്ണുകളിലെ ആശ്ചര്യഭാവം എന്നെ തടഞ്ഞു. അവളുടെ കൃഷ്ണമണികളിൽ എന്റെ ബീഭത്സവും വികൃതവുമായ മുഖം ഞാൻ കണ്ടു.

അവളെ ഒരു വശത്തേക്കു തള്ളി മാറ്റിയിട്ട് ഞാൻ വാതിലിനടുത്തേക്കു നടന്നു. ഞാൻ പുറത്തുകടന്ന് വാതിൽ കൊട്ടിയടച്ചു.

പുറത്ത് പ്രകാശം പരന്നുകഴിഞ്ഞിരുന്നു. ആ പകൽവെളിച്ചത്തിൽ തലേരാത്രിയിലെ എന്റെ പ്രവൃത്തി കൂടുതൽ ഹീനവും വികൃതവും തിരുത്താനാവാത്തതുമായി തോന്നി. ലോറിയിലുള്ള ചരക്ക് നിർദ്ദിഷ്ടസ്ഥാനത്ത് ഇറക്കുക മാത്രമാണ് എനിക്കിനിചെയ്യാനുള്ളത്. പിന്നീട് എന്തു ചെയ്യണമെന്ന് എനിക്കറിയില്ല...

ചരക്കിറക്കിയിട്ട് തിരിച്ചുവരുന്ന വഴി വീട്ടിലിറങ്ങിയില്ല. അസേലിനോടു പിണങ്ങിയതു കൊണ്ടായിരുന്നില്ല അത്. എന്റെ മുഖം ആരെയും കാണിക്കാൻ ഞാനാഗ്രഹിച്ചില്ല, ആരുടെയും മുഖത്തു നോക്കാൻ ഞാൻ ആഗ്രഹിച്ചില്ല- അതായിരുന്നു കാരണം. മനക്ലേശം അനുഭവപ്പെടുമ്പോൾ ഒറ്റയ്ക്കിരിക്കാനാണ് എനിക്കിഷ്ടം. അതു മറ്റാരും കാണുന്നതെനിക്കിഷ്ടമില്ല. മറ്റുള്ളവർ എങ്ങിനെയാണെന്ന് എനിക്കറിയില്ല. പക്ഷേ ഞാൻ അങ്ങിനെയാണ്. അല്ലെങ്കിൽത്തന്നെ എന്റെ മനോവിഷമത്തിൽ മറ്റുള്ളവർക്ക് എന്തു താല്പര്യമാണുള്ളത്? പല്ലുകടിച്ച് സഹിക്കുക, പറ്റുമെങ്കിൽ എല്ലാം എരിഞ്ഞടങ്ങുന്നതുവരെ സഹിക്കുക...

അന്നു രാത്രി ഞാൻ സത്രത്തിൽ കിടന്നാണ് ഉറങ്ങിയത്. അതു ഉറക്കമായിരുന്നില്ല. ഒരു നീണ്ട ദുസ്വപ്നമായിരുന്നു. മലമുകളിൽ ട്രെയിലർ അന്വേഷിച്ചു നടക്കുകയാണെന്ന് ഞാൻ സ്വപ്നം കണ്ടു. ചക്രങ്ങളുടെ പാടുകൾ എനിക്കന്ന് കാണാൻ കഴിഞ്ഞു. എന്നാൽ ട്രെയിലർ ഒരിടത്തും കണ്ടില്ല. അതെവിടെപ്പോയി? ആരാണതു കൊണ്ടുപോയത്? കണ്ടവരോടൊക്കെ ചോദിച്ചുകൊണ്ട് ഞാൻ പരിഭ്രാന്തനായി ഓടി നടന്നു.

മടക്കയാത്രയിൽ ആ ശപിക്കപ്പെട്ട സ്ഥലത്തുകൂടി കടന്നു പോയപ്പോൾ

വാസ്തവത്തിൽ അതവിടെ ഉണ്ടായിരുന്നില്ല. അലിബേക്കാണ് അതു ഡിപ്പോയിലേക്കു വലിച്ചുകൊണ്ടുപോയതെന്ന് പിന്നീട് മനസ്സിലായി.

അലിബേക്കും ട്രെയിലറും ഡിപ്പോയിലെത്തി അല്പം കഴിഞ്ഞ് ഞാനും അവിടെയെത്തി. ലോറിയുടെ മുൻവശത്തെ കണ്ണാടിയിൽ നോക്കിയപ്പോൾ എനിക്ക് എന്റെ മുഖം തിരിച്ചറിയാൻ കഴിഞ്ഞില്ല അതത്രയ്ക്ക് പ്രാകൃതമായിത്തീർന്നിരുന്നു.

ഡിപ്പോയിൽ ഒരു സാധാരണ പ്രഭാതമായിരുന്നു അത്. എല്ലാവരും അവരവരുടെ ജോലിയിൽ മുഴുകിയിരുന്നു. അറച്ചറച്ച് ഗയിറ്റിനുള്ളിൽ കടന്ന് ഗരേജിൽനിന്ന് കഴിയുന്നതും അകലെ ലോറി പാർക്കുചെയ്യുമ്പോൾ ഞാൻ അവിടെ അന്യനാണെന്ന് എനിക്കു തോന്നി. ലോറിയിൽനിന്നിറങ്ങാതെ ഞാൻ ചുറ്റും കണ്ണോടിച്ചു. ചെയ്തുകൊണ്ടിരുന്ന ജോലി നിർത്തിവച്ചിട്ട് അവിടെയുണ്ടായിരുന്നവരെല്ലാം എന്നെ തുറിച്ചു നോക്കിക്കൊണ്ടിരുന്നു. ദൈവമേ! ആ ലോറി തിരിച്ച് അതിവേഗം ഓടിച്ച് എവിടെയെങ്കിലും അപ്രത്യക്ഷനാകാൻ കഴിഞ്ഞെങ്കിൽ എന്നു ഞാൻ ആഗ്രഹിച്ചു. പക്ഷേ അതു സാദ്ധ്യമായിരുന്നില്ല. എനിക്ക് പുറത്തിറങ്ങേണ്ടി വന്നു. ഇച്ഛാശക്തി മുഴുവൻ സംഭരിച്ച് ഞാൻ ഡെസ്പാച്ചറുടെ ഓഫീസിലേക്കു നടന്നു. ഒന്നും സംഭവിച്ചിട്ടില്ലെന്ന ഭാവം അവലംബിക്കാൻ ഞാൻ ശ്രമിച്ചു. എങ്കിലും ഒളിച്ചോടാൻ ശ്രമിച്ച ഒരു പട്ടാളക്കാരൻ അണികളുടെ മുമ്പിലൂടെ ആനയിക്കപ്പെടുമ്പോൾ അയാൾക്കനുഭവപ്പെടുന്ന മനോവികാരമായിരുന്നു അപ്പോൾ എനിക്കനുഭവപ്പെട്ടത്. എല്ലാ ഡ്രൈവർമാരും ക്രുദ്ധരായി എന്നെ നോക്കുന്നുണ്ടെന്ന് എനിക്കറിയാമായിരുന്നു. അവരിലാരും എന്നെ വിളിക്കുകയോ അഭിവാദ്യം ചെയ്യുകയോ ഉണ്ടായില്ല. അവരുടെ സ്ഥാനത്ത് ഞാനായിരുന്നെങ്കിൽ ഞാനും ഇങ്ങനെ പെരുമാറുമായിരുന്നു.

ഞാൻ പടിയിൽ തട്ടി വീഴാൻ ഭാവിച്ചു. അതെന്നെ തട്ടിയുണർത്തി. കദീചയെപ്പറ്റിയോ അവളെ ഞാൻ കുഴപ്പത്തിൽ ചാടിച്ചതിനെപ്പറ്റിയോ അതേവരെ ഞാൻ ആലോചിച്ചതേയില്ല.

ഇടനാഴിയിൽ തൂക്കിയിട്ടിരുന്ന പോസ്റ്റർ എന്നെ തുറിച്ചുനോക്കി. അതിൽ "ലജ്ജാകരം" എന്ന് വലിയ അക്ഷരത്തിൽ എഴുതിയിരുന്നു. മലമുകളിൽ ഉപേക്ഷിക്കപ്പെട്ട ഒരു ട്രെയിലറുടെ പടം അടിയിൽ വരച്ചിട്ടുണ്ട്...

ഞാൻ മുഖം തിരിച്ചു. അടികൊണ്ടതുപോലെ എന്റെ മുഖം പുകഞ്ഞു. ഞാൻ ഡെസ്പാച്ചറുടെ മുറിയിലേക്കു കയറിച്ചെന്നു. കദീച ഫോണിൽ സംസാരിക്കുകയായിരുന്നു. എന്നെ കണ്ടയുടൻ അവൾ ഫോൺ താഴെവച്ചു.

"ഇന്നാ," എന്നു പറഞ്ഞുകൊണ്ട് ഞാൻ ഓട്ടത്തിന്റെ രേഖകളടങ്ങിയ കടലാസ് അവളുടെ മേശപ്പുറത്തേക്കിട്ടു.

അവൾ സഹാനുഭൂതിയോടെ എന്റെ നേരെ നോക്കി. അവൾ ബഹളം കൂട്ടുകയും കരയുകയും ചെയ്യാതിരുന്നാൽ മതിയായിരുന്നു. ഞാൻ വിചാരിച്ചു. "പിന്നീട്, മറ്റെവിടെയെങ്കിലും വച്ചാകാം, ദയവു ചെയ്തു ഇപ്പോൾ വേണ്ട." എന്റെ കണ്ണുകൾ അവളോടു യാചിച്ചു. അതു മനസ്സിലാക്കി അവൾ മൗനം ഭജിച്ചു.

"വലിയ ബഹളമായിരുന്നോ?" ഞാൻ ശബ്ദം താഴ്ത്തി ചോദിച്ചു..

അവൾ തലയാട്ടി.

"സാരമില്ല" പല്ലിറുമ്മിക്കൊണ്ട് ഞാൻ അവളെ ആശ്വസിപ്പിക്കാനായി പറഞ്ഞു.

"അവർ നിങ്ങളെ ഓട്ടത്തിൽനിന്നു നീക്കം ചെയ്തു." അവൾ പറഞ്ഞു.

"നീക്കം ചെയ്തോ? സ്ഥിരമായിട്ടോ?" കോടിയ ഒരു പുഞ്ചിരിയോടെ ഞാൻ ചോദിച്ചു.

"സ്ഥിരമായി നീക്കം ചെയ്യാനാണ് ആദ്യം അവർ തീരുമാനിച്ചത്. പക്ഷേ ഡ്രൈവർമാർ നിങ്ങളുടെ ഭാഗം പിടിച്ചു... തൽക്കാലത്തേക്കു നിങ്ങളെ പ്രാദേശിക ഓട്ടത്തിൽ ഇടാൻ ഒടുവിൽ അവർ സമ്മതിച്ചു. പോയി തലവനെ കാണൂ. ചെല്ലാൻ പറഞ്ഞിട്ടുണ്ട്."

"വേണ്ട. ഞാനില്ലാതെ അവർ കാര്യങ്ങൾ തീരുമാനിച്ചോട്ടെ. ആരുടെയും മുമ്പിൽ ചെന്ന് കരയാനും ഞാൻ ഉദ്ദേശിക്കുന്നില്ല."

ഇടിഞ്ഞ മനസ്സുമായി ഞാൻ അവിടെനിന്നിറങ്ങി. ഇടനാഴിയിലൂടെ മെല്ലെ നടന്നു. ആരോ എതിരെ വരുന്നതുകണ്ടു. ഞാൻ കടന്നുപോകാൻ ശ്രമിച്ചു. പക്ഷേ അലിബേക് വഴി തടഞ്ഞു.

"നിൽക്ക്, നിൽക്ക്!" എന്നെ ഒരു മൂലയിലേക്കു തള്ളി മാറ്റി. വിഷാദത്തോടെ മുഖത്തേക്കു നോക്കിക്കൊണ്ട് കനത്ത ശബ്ദത്തിൽ അയാൾ ചോദിച്ചു: "എടാ വീരാ, താൻ എന്താണു തെളിയിച്ചത്? താനൊരു നായിന്റെ മോനാണെന്നോ?"

"ഞാൻ എല്ലാവരുടേയും നന്മയ്ക്കുവേണ്ടിയാണ് അതു ചെയ്തത്?" ഞാൻ പിറുപുറുത്തു.

"അതു നുണയാണ്! തന്നത്താൻ കേമനാകാനായിരുന്നു തന്റെ മോഹം. താൻ തനിക്കുവേണ്ടി മാത്രമാണതു ചെയ്തത്. താൻ ഒരു നല്ല ആശയം കുഴിച്ചുമൂടി. ദൊളോൻ മലമ്പാതയിലൂടെ ഒരു ട്രെയിലർ വലിച്ചു കൊണ്ടുപോകാൻ കഴിയുമെന്ന് ഇനി ആരെങ്കിലും വിശ്വസിക്കുമോ?

താൻ ഒരു വിഡ്ഢിയാണ്. അല്പനാണ്."

എന്റെ സ്ഥാനത്ത് മറ്റാരായിരുന്നെങ്കിലും ഇരുന്നു ചിന്തിക്കുമായിരുന്നു. പക്ഷേ ഞാനതു ചെയ്തില്ല. അപ്പോൾ എനിക്ക് ശരിക്ക് ചിന്തിക്കാൻ കഴിയുമായിരുന്നില്ല. പുണ്ണിൽ കുത്തിയതുപോലെയാണ് എനിക്ക് തോന്നിയത്. ഞാനൊരു അല്പനാണെന്നും ആളാകാൻ വേണ്ടി ഞാൻ അതു ചെയ്തതാണെന്നുമാണ് അയാളുടെ വിചാരം. പക്ഷേ അതു നേരല്ലേ!

"വഴിയിൽനിന്നു മാറിനിൽക്കൂ." ഞാൻ അലിബേക്കിനെ വശത്തേക്കു തള്ളി മാറ്റി. "എനിക്ക് മതിയായി."

ഞാൻ പുറത്തു കടന്നു. അസ്ഥികളിലേക്കു തുളച്ചുകയറുന്ന ശീതക്കാറ്റ് മുറ്റത്തെ പൊടിമഞ്ഞ് ചുഴറ്റി പറത്തിക്കൊണ്ടിരുന്നു. ആളുകൾ എന്നോട് ഒരക്ഷരം പറയാതെ ഇടംകണ്ണിട്ട് എന്നെ നോക്കിക്കൊണ്ട് കടന്നുപോയി. എന്തു ചെയ്യണമെന്ന് എനിക്ക് നിശ്ചയമില്ലായിരുന്നു. ചുരുട്ടിപ്പിടിച്ച കൈകൾ പോക്കറ്റിലേക്കു തിരുകിക്കൊണ്ട് ഞാൻ ഗയിറ്റിനടുത്തേക്കു നടന്നു. ചേറ്റുകുഴികളിൽ പാടപോലെ പ്രത്യക്ഷപ്പെട്ടിരുന്ന നേർത്ത ഐസുപാളികൾ കാലിനടിയിൽ കിരുകിര ശബ്ദത്തോടെ ഞെരിഞ്ഞു തകർന്നു. ഒരു ഒഴിഞ്ഞ ടിൻ നിലത്തു കിടക്കുന്നതു കണ്ടു. ഞാൻ ശക്തിയായി തൊഴിച്ച് അതു ഗയിറ്റിനു പുറത്തേക്കിട്ട് അതിനെ പിൻതുടർന്ന് തെരുവിലെത്തി.

പകൽ സമയം മുഴുവൻ ഞാൻ ആ ചെറിയ പട്ടണത്തിലെ തെരുവുകളിലൂടെ അലഞ്ഞു തിരിഞ്ഞു. വിജനമായ തുറയിലൂടെ കുറേ സമയം അങ്ങോട്ടുമിങ്ങോട്ടും നടന്നു. ഇസിക്-കുൾ പ്രക്ഷുബ്ധമായിരുന്നു. ചെങ്ങാടങ്ങൾ ആടിയുലഞ്ഞു.

തുറയിലുള്ള ഒരു മദ്യശാലയിലെ മേശയ്ക്കു പിന്നിൽ ഞാൻ എപ്പോഴോ ചെന്നിരുന്നു. പാതി കാലിയായ ഒരു വോഡ്ക്ക കുപ്പിയും തീറ്റ സാധനങ്ങൾ വച്ച ഒരു പ്ലേയ്റ്റും എന്റെ മുമ്പിൽ ഇരിപ്പുണ്ട്. ഞാൻ എന്റെ ബൂട്ടുകളിലേക്കു നോക്കിക്കൊണ്ട് മുഖം വീർപ്പിച്ചിരുന്നു. ആദ്യത്തെ ഗ്ലാസ് മദ്യംതന്നെ എന്നെ മത്തുപിടിപ്പിച്ചിരുന്നു.

ജിഗീത്, എന്താണിത്ര ദുഃഖം?" സൗഹൃദം തുളുമ്പുന്ന ഒരു ശബ്ദം തെല്ലൊരു പരിഹാസത്തോടെ എന്റെ തൊട്ടു പിന്നിൽ നിന്ന് ചോദിച്ചു. വളരെ വിഷമിച്ച് ഞാൻ തലയുയർത്തി. കദീച!

"ഒറ്റയ്ക്കിരുന്നു കുടിക്കാൻ രസമില്ല, ഉണ്ടോ?" പുഞ്ചിരിച്ചുകൊണ്ട് അവൾ ചോദിച്ചു. അവൾ ഒരു കസേരയിലിരുന്നു. "നമുക്ക് ഒരുമിച്ച് അല്പം കുടിക്കാം. എന്താ, സമ്മതിച്ചോ?"

അവൾ രണ്ടുഗ്ലാസുകളിൽ വോഡ്ക്ക പകർന്ന് അവയിലൊന്ന് എന്റെ മുമ്പിലേക്കു തള്ളിനീക്കി.

"ഇതാ, തുടങ്ങാം." എന്നു പറഞ്ഞുകൊണ്ട് ഉല്ലാസപൂർവ്വം അവൾ എന്നെ നോക്കി കണ്ണിറുക്കി. അല്പം കുടിക്കാനും സംസാരിക്കാനും വേണ്ടി ഞങ്ങൾ വെറുതെ അവിടെ കയറിയതാണ് എന്ന ഭാവമായിരുന്നു അവൾക്ക്.

"എന്താണിത്ര സന്തോഷം?"

"സങ്കടപ്പെടുന്നതെന്തിനാണ്? ഇലിയാസ്, നിങ്ങളുടെയടുത്തിരിക്കുമ്പോൾ മറ്റൊന്നും എനിക്കൊരു പ്രശ്നമല്ല. പക്ഷേ നിങ്ങൾക്കു കുറെക്കൂടി മനക്കരുത്തുണ്ടായിരിക്കുമെന്നാണ് ഞാൻ വിചാരിച്ചിരുന്നത്. അതൊക്കെ പോകട്ടെ, നമുക്കു കുടിക്കാം." മെല്ലെ ചിരിച്ചുകൊണ്ട് അവൾ എന്റെയടുത്തേക്കു നീങ്ങിയിരുന്ന് ഗ്ലാസുകൾ കൂട്ടിമുട്ടിച്ചു. ആ കറുത്ത മിഴികൾ സ്നേഹപൂർവ്വം എന്റെ കണ്ണുകളിലേക്ക് ഉറ്റുനോക്കി.

ഞങ്ങൾ കുടിച്ചു. ഞാനൊരു സിഗററ്റു വലിച്ചു. എനിക്ക് അല്പം ആശ്വാസം തോന്നി. ആ ദിവസം ആദ്യമായി ഞാൻ ഒന്നു പുഞ്ചിരിച്ചു.

"കദീച, നീ മിടുമിടുക്കിയാണ്." എന്നു പറഞ്ഞുകൊണ്ട് ഞാൻ അവളുടെ കൈ പിടിച്ചമർത്തി.

ഞങ്ങൾ അവിടെനിന്നിറങ്ങിയപ്പോൾ നേരം ഇരുട്ടിയിരുന്നു. തടാകത്തിൽനിന്ന് ഇടയ്ക്കിടെ അടിച്ചുകൊണ്ടിരുന്ന കാറ്റ് മരത്തലപ്പുകളേയും വഴിവിളക്കുകളേയും ഉലച്ചു. എന്റെ കാലുകൾ നിലത്തുറച്ചില്ല. എന്റെ കൈത്തണ്ടയിൽ താങ്ങിപ്പിടിച്ച് കദീച എന്നെ മുമ്പോട്ടു നയിച്ചു.

"കദീചാ, ഞാൻ കാരണം നീയുംകൂടി കുഴപ്പത്തിൽ ചാടി." കൃതജ്ഞതയും കുറ്റബോധവും നിറഞ്ഞ ഹൃദയത്തോടെ ഞാൻ പറഞ്ഞു.

"പക്ഷേ ഞാൻ നിന്നെ രക്ഷിക്കാം... കുറ്റം മുഴുവൻ ഞാൻ ഏറ്റെടുക്കും..."

"എന്റെ പൊന്നേ, അതൊക്കെ മറന്നു കളയൂ." അവൾ പറഞ്ഞു.

"നിങ്ങൾ ഒരു എടുത്തുചാട്ടക്കാരനാണ്. കണ്ണുമടച്ച് എന്തിലെങ്കിലും ചെന്നു

തലയിടും. എനിക്കതു കാണുമ്പോൾ സങ്കടമാണ്. ഞാനും ഇതുപോലെയായിരുന്നു. ജീവിതത്തെ തോല്പിക്കാൻ പറ്റില്ല. വരുന്നതുപോലെ വരട്ടെ എന്നു വയ്ക്കുക. കിട്ടുന്നതെല്ലാം തട്ടിയെടുക്കുക... വിധിയെ വെല്ലുവിളിക്കുന്നതെന്തിനാണ്?..."

"അതു മറ്റൊരു രീതിയിലും നോക്കിക്കാണാം." ഞാൻ പ്രതിഷേധിച്ചു. എന്നാൽ ഒരു നിമിഷം ആലോചിച്ചിട്ട് ഞാൻ സമ്മതിച്ചു. "ഒരു പക്ഷേ നീ പറയുന്നതാവും ശരി."

ഞങ്ങൾ കദീചയുടെ വീട്ടുപടിക്കൽനിന്നു വിവാഹമോചനം നേടിയ അവൾ ഒറ്റയ്ക്കായിരുന്നു താമസം.

"വീടെത്തി" അവൾ പറഞ്ഞു.

ഞാൻ തിരിച്ചുപോകാൻ ധൃതികൂട്ടിയില്ല. ഇപ്പോൾ ഞങ്ങളിരുവരെയും കൂട്ടിയിണക്കുന്ന എന്തോ ഒന്ന് ഉണ്ടായിരുന്നു. അപ്പോൾ ഹോസ്റ്റലിലേക്കു പോകാൻ എനിക്ക് ഇഷ്ടമുണ്ടായിരുന്നുമില്ല. സത്യം വളരെ നല്ലതാണ്. പക്ഷേ ചിലപ്പോൾ അതു അസഹനീയമാംവണ്ണം കയ്പേറിയതായിരിക്കും. അതു കേൾക്കാതെ ഒഴിഞ്ഞുമാറാൻ ആരും ശ്രമിച്ചുപോകും.

"എന്താണു ഒരു വല്ലായ്മ?" കദീച ചോദിച്ചു."ക്ഷീണിച്ചോ? ഒരു പാടു ദൂരം നടക്കണോ?"

"സാരമില്ല, ഞാൻ എങ്ങിനെയെങ്കിലും അവിടെ എത്തിക്കൊള്ളാം ശുഭരാത്രി."

അവൾ എന്റെ കൈപ്പത്തിയിൽ സ്പർശിച്ചു.

"ദൈവമേ, ഐസുപോലെ തണുത്തിരിക്കുന്നല്ലോ! ഞാൻ ചൂടാക്കിത്തരാം." എന്നു പറഞ്ഞുകൊണ്ട് അവൾ എന്റെ കൈ അവളുടെ കോട്ടിനുള്ളിൽ വച്ച് നെഞ്ചോടമർത്തി. കൈ വലിച്ചെടുക്കാൻ ഞാൻ ധൈര്യപ്പെട്ടില്ല. ഊഷ്മളമായ ആ സ്പർശനത്തെ ചെറുത്തുനില്ക്കാൻ എനിക്ക് ശക്തിയുണ്ടായിരുന്നില്ല. അവളുടെ ഹൃദയത്തുടിപ്പുകൾ എന്റെ കൈപ്പടത്തിൽ അനുഭവപ്പെട്ടു. ചിരപ്രതീക്ഷിതമായ പ്രതികരണത്തിനുവേണ്ടി, താനർഹിക്കുന്നതു കിട്ടാൻ വേണ്ടി, അത് മുറവിളികൂട്ടുകയാണെന്നു തോന്നി. കുടിച്ചു ലക്കുവിട്ടനിലയിലായിരുന്നു ഞാനെങ്കിലും എന്റെ സുബോധം പൂർണ്ണമായും നശിച്ചിരുന്നില്ല. മെല്ലെ ഞാൻ കൈ പിൻവലിച്ചു.

"പോവുകയാണോ?"

"അതെ."

"എന്നാൽ നമസ്ക്കാരം," എന്നു പറഞ്ഞിട്ട് നെടുവീർപ്പിട്ടുകൊണ്ട് കദീച ധൃതിയിൽ നടന്നു. ഇരുട്ടത്ത് ഒരു ഗയിറ്റ് അടയ്ക്കുന്ന ശബ്ദം ഞാൻ കേട്ടു. ഞാൻ പോകാനായി തിരിഞ്ഞു. എന്നാൽ ഏതാനും ചുവടുകൾ വച്ചിട്ട് വീണ്ടും ഗയിറ്റിനടുത്ത് തിരിച്ചെത്തി- അതെങ്ങിനെ സംഭവിച്ചുവെന്ന് എനിക്കറിയില്ല. കദീച എന്നെ കാത്ത് അവിടെ നിൽക്കുന്നുണ്ടായിരുന്നു. അവൾ എന്നെ കെട്ടിപ്പിടിച്ച് എന്റെ അധരത്തിൽ ചുംബിച്ചു.

"തിരിച്ചു വന്നു!" എന്നു പറഞ്ഞുകൊണ്ട് എന്നെ കൈയിൽ പിടിച്ച് അവൾ അകത്തേക്കു കൊണ്ടുപോയി.

രാത്രിയിൽ എപ്പോഴോ ഞാൻ ഉണർന്നു. എവിടെയാണു ഞാനെന്ന് ആദ്യം പിടികിട്ടിയില്ല. കലശലായ തലവേദന എനിക്കുണ്ടായിരുന്നു. കദീചയുടെ ചൂടുള്ള

നഗ്നമായ ശരീരം എന്റെ ദേഹത്തോട് എന്റെ തോളിൽ തട്ടിക്കൊണ്ടിരുന്നു. ഉടൻ തന്നെ എനിക്ക് പോകണം. ഞാൻ എണീക്കാനൊരുങ്ങി. കണ്ണുതുറക്കാതെ അവൾ എന്നെ മുറുകെ പിടിച്ചു.

"പോകണ്ട." അവൾ മെല്ലെ പറഞ്ഞു. അവൾ തലയുയർത്തി ഇരുട്ടത്ത് എന്റെ കണ്ണുകളിലേക്കു നോക്കിക്കൊണ്ട് വികാരതരളിതയായി മന്ത്രിച്ചു. "എനിക്ക് നിങ്ങളെക്കൂടാതെ ജീവിക്കാനാവില്ല... നിങ്ങൾ എന്റേതാണ്. എന്റേതുമാത്രം. എന്നും എന്റേതായിരുന്നു. എനിക്ക് മറ്റൊന്നും ഒരു പ്രശ്നമല്ല. നിങ്ങളുടെ സ്നേഹമല്ലാതെ മറ്റൊന്നും ഒരു പ്രശ്നമല്ല. നിങ്ങളുടെ സ്നേഹമല്ലാതെ മറ്റൊന്നും എനിക്ക് വേണ്ട, ഇലിയാസ്. അതു മാത്രമേ ഞാൻ ആവശ്യപ്പെടുന്നുള്ളു... പക്ഷേ ഞാൻ നിങ്ങളെ കൈവിടുകയില്ല. മനസ്സിലായോ? ഒരിക്കലും കൈവിടുകയില്ല!" അവൾ പൊട്ടിക്കരഞ്ഞു. അവളുടെ കണ്ണീർ എന്റെ മുഖത്തുകൂടി ഒഴുകി.

ഞാൻ പോയില്ല. വെളുപ്പാൻകാലത്ത് ഞങ്ങൾ ഉറങ്ങി. വൈകിയാണ് ഉണർന്നത്. നേരം പുലർന്നിരുന്നു. ഞാൻ ധൃതിയിൽ വസ്ത്രം ധരിച്ചു. പരിഭ്രമവും മഞ്ഞുപോലെ ഉറഞ്ഞ ഒരു തരം ഭയവും എന്റെ ഹൃദയത്തെ ഞെരിച്ചുകൊണ്ടിരുന്നു ഞാൻ ധൃതിയിൽ മുറ്റത്തിറങ്ങി നടക്കുന്നതിനിടയിൽ ചുവന്ന രോമത്തൊപ്പി ധരിച്ച ജന്തായുടെ മുമ്പിലാണ് ഞാൻ ചെന്നു ചാടിയത്. ഒരു നിമിഷം ഞങ്ങളിരുവരും പകച്ചുനിന്നു. കണ്ണുകൾക്കു കൊല്ലാൻ കഴിയുമായിരുന്നെങ്കിൽ എന്റെ കണ്ണുകൾ അതു ചെയ്യുമായിരുന്നു. അയാൾ ജോലിക്കു പോകുന്ന വഴിയാണ്. അതിനടുത്തായിരുന്നു അയാളുടെ താമസം. അയാളെ കണ്ടില്ലെന്നു ഭാവിച്ചുകൊണ്ട് ഞാൻ ഡിപ്പോയുടെ നേർക്കു നടന്നു. പിന്നിൽ അയാൾ അർത്ഥം വച്ചു ചുമയ്ക്കുന്നതു ഞാൻ കേട്ടു. പൊടിമഞ്ഞ് അയാളുടെ കാലനടിയിൽ ഞെരിഞ്ഞു ശബ്ദമുണ്ടാക്കി. അയാൾ എന്റെ മുമ്പിൽക്കയറ്റാൻ ശ്രമിച്ചില്ല. പിന്നിലായതുമില്ല. അങ്ങിനെ മുമ്പിലും പിറകിലുമായി തൊട്ടുതൊട്ട് ഞങ്ങൾ ഡിപ്പോയിലെത്തി.

ഗാരേജിലേക്കു പോകുന്നതിനു പകരം ഞാൻ ഓഫീസിലേക്കാണ് പോയത്. ചീഫ് എഞ്ചിനീയറുടെ മുറിയിൽനിന്ന് ആളുകളുടെ ബഹളം കേട്ടു. ജോലി തുടങ്ങുന്നതിനു മുമ്പ് അഞ്ചുമിനിട്ടുനേരം എല്ലാവരും അവിടെ യോഗം കൂടുക പതിവായിരുന്നു. ആ മുറിയിലേക്കു കയറിച്ചെന്ന് പൊക്കം കുറഞ്ഞ ജന്നൽപ്പടിയിൽ കാലിന്മേൽ കാലുകയറ്റി ഇരുന്ന് സിഗരട്ടു വലിച്ചുകൊണ്ട്, സഹഡ്രൈവർമാരുടെ വാദപ്രതിവാദത്തിൽ പങ്കെടുക്കാനുള്ള അടക്കാനാവാത്ത ആഗ്രഹം എനിക്കുണ്ടായി. അതിത്രയേറെ ആകർഷകമായി മുമ്പൊരിക്കലും എനിക്ക് തോന്നിയിട്ടില്ല. എന്നാൽ അകത്തുപോകാൻ ഞാൻ ധൈര്യപ്പെട്ടില്ല. വെറും ഭീരുത്വമായിരുന്നില്ല അതിനു കാരണം. എന്റെ വൈരാഗ്യവും നിരാശയിൽനിന്നുടലെടുത്ത ധിക്കാരവും നിസ്സഹായതയും പിടിവാശിയുമെല്ലാം അതിന്റെ പിന്നിലുണ്ടായിരുന്നു. കദീചയുടെ വീട്ടിൽ രാത്രി കഴിച്ചതും എന്റെ മനസ്സിനെ അലട്ടിയിരുന്നു. എന്റെ നിർഭാഗ്യകരമായ പരീക്ഷണത്തെപ്പറ്റി മറക്കാൻ ആൾക്കാർ തയ്യാറില്ലെന്നു തോന്നി. അവർ അപ്പോൾ എന്നെപ്പറ്റിയായിരുന്നു സംസാരിച്ചുകൊണ്ടിരുന്നത്.

"ഇതു വലിയ നാണക്കേടാണ്.!" ആരോ വിളിച്ചുപറഞ്ഞു. "അയാളെ വിസ്തരിക്കുകയാണു വേണ്ടത്. അതിനു പകരം നിങ്ങൾ അയാളെ ന്യായീകരിക്കാൻ ശ്രമിക്കുന്നു. തന്റെ ഉദ്ദേശം നല്ലതാണെന്നു പറയാനുള്ള ധിക്കാരം അയാൾക്കുണ്ടായതാണ് അത്ഭുതം. എന്നിട്ട് ട്രെയിലർ മലമുകളിൽ ഉപേക്ഷിച്ചിട്ടു പോന്നില്ലേ?"

"ശരിയാണ്." മറ്റൊരാൾ പറഞ്ഞു. "ഇത്തരക്കാരെ നമ്മൾ ധാരാളം കണ്ടിട്ടുണ്ട്. ബോണസ്സിലാണ് അയാളുടെ കണ്ണ്. ഡിപ്പോയെ സഹായിക്കാനാണെന്നു പറയു ന്നതു വെറും നാട്യമാണ്. എന്തായാലും അതൊന്നും നടന്നില്ല..."

എല്ലാവരും ഒരേ സമയം എന്തൊക്കെയോ ഉറക്കെ വിളിച്ചു പറഞ്ഞു തുടങ്ങി. ഞാൻ കൂടുതൽ അവിടെ നിന്നില്ല. ഒളിച്ചു നിന്ന് മറ്റുള്ളവരുടെ സംസാരം കേൾ ക്കുന്നതെന്തിന്?

എന്റെ തൊട്ടുപിന്നിൽ ആൾക്കാരുടെ ശബ്ദം കേട്ടപ്പോൾ ഞാൻ നടപ്പിന്റെ വേഗം കൂട്ടി. മീറ്റിംഗ് കഴിഞ്ഞിരുന്നു. പക്ഷേ ആൾക്കാർ ഇപ്പോഴും ചൂടുപിടിച്ച വാദപ്രതിവാദത്തിലേർപ്പെട്ടിരിക്കയാണ്. അലിബേക്കിന്റെ ശബ്ദം ഞാൻ തിരി ച്ചറിഞ്ഞു. അയാൾ തികഞ്ഞ ആത്മവിശ്വാസത്തോടെ സംസാരിക്കയായിരുന്നു.

"ട്രെയിലറുകൾക്ക് ബ്രേക്ക് ഉണ്ടാക്കാൻ ഒരു പ്രയാസവുമില്ല. നമുക്ക് അത് ഇവിടെത്തന്നെ ചെയ്യാം. കംപ്രസറിൽനിന്ന് ഒരു ലൈൻ നീട്ടിയെടുക്കുകയും ബ്രേക്ക് ഷൂസ് ഘടിപ്പിക്കുകയും ചെയ്താൽ മതി. ഏയ്, ഇലിയാസ്, ഇലിയാസ്," അലിബേക് എന്നെ ഉറക്കെ വിളിച്ചു.

നിൽക്കാതെ ഞാൻ ഗാരേജിലേക്കു നടന്നു. അലിബേക് ഓടി എന്റെയൊപ്പ മെത്തി എന്റെ തോളിൽ പിടിച്ചു.

"താൻ പിശാചുപിടിച്ചതുപോലെ ഓടാതെ ഒന്നു നിൽക്ക്! ഞാൻ അവരെ പറഞ്ഞു ബോദ്ധ്യപ്പെടുത്തി. ഇലിയാസ്, താൻ വേഗം തയ്യാറായിക്കോ. ഇന്നു നമുക്ക് ട്രെയിലർ ഘടിപ്പിച്ച് ഒരു പരീക്ഷണ ഓട്ടം നടത്തണം. എന്റെ സഹായിയായി കൂടെ വരാൻ താൻ തയ്യാറാണോ?" അതിനോടും എനിക്ക് എതിർപ്പായിരുന്നു. അപ്പോൾ ഞാൻ ഒരു പരാജയമാണ്! എന്നെ സഹായിച്ച് കരകയറ്റാനാണ് അയാളുടെ പുറപ്പാട്! അതു മനസ്സിലിരിക്കട്ടെ! ഞാൻ അയാളുടെ കൈ തട്ടി മാറ്റി.

"താനും തന്റെ ട്രെയിലറുകളും തുലയട്ടെ."

"തനിക്കെന്താണ് കുഴപ്പം, ഇലിയാസ്? തന്റെ കുറ്റം കൊണ്ടാണ് അങ്ങനെ സംഭവിച്ചത്... ഒരു കാര്യം പറയാൻ ഞാൻ മറന്നു. വളോദ്യ ഷിറ്യായെവ് തന്നോട് എന്തെങ്കിലും പറഞ്ഞോ?"

"ഇല്ല. ഞാനയാളെ കണ്ടതേയില്ല. കാര്യമെന്താണ്?"

അതുകൊള്ളാം! ഇതേവരെ താൻ എവിടെയായിരുന്നു? അസേൽ തന്നെ കാത്ത് റോഡിൽത്തന്നെ നിൽക്കുകയാണ്; കടന്നു പോകുന്ന ഓരോ ഡ്രൈവർ മാരോടും തന്നെ കണ്ടോ എന്ന് അവൾ അന്വേഷിച്ചുകൊണ്ടിരുന്നു. അവൾ ആകെ പരിഭ്രമിച്ചിരിക്കയാണ്."

എന്റെ കാലുകൾ തളരുന്നതുപോലെ തോന്നി. എനിക്ക് കടുത്ത മനഃക്ഷോഭം അനുഭവപ്പെട്ടു. അസഹ്യമായ അപരാധബോധവും ലജ്ജയും മൂലം ഞാൻ മരിക്കാൻ ആഗ്രഹിച്ചു. അലിബേക്ക് എന്റെ കോട്ടിന്റെ കൈയിൽ പിടിച്ചു വലിച്ചുകൊണ്ട് ട്രെയിലറിൽ ഘടിപ്പിക്കാനുള്ള എന്തൊക്കെയോ ഉപകരണങ്ങളെപ്പറ്റി പറഞ്ഞു കൊണ്ടിരുന്നു. ഏതാനും ചുവടകലെ നിന്നിരുന്ന ജന്തായ് ഞങ്ങളുടെ സംഭാഷണം ശ്രദ്ധിക്കുന്നുണ്ടായിരുന്നു.

"വിടൂ," എന്നു പറഞ്ഞുകൊണ്ട് ഞാൻ കൈ സ്വതന്ത്രമാക്കി. "എന്നെ എന്റെ

പാട്ടിനുവിട്ടേക്കു. എനിക്ക് എല്ലാം മതിയായി. താൻ തന്റെ ട്രെയിലറുകൾ സൂക്ഷിച്ചു വച്ചോ. എനിക്കതിന്റെ ആവശ്യമില്ല. ഞാൻ ആരുടേയും സഹായിയായി വരാനും ഉദ്ദേശിക്കുന്നില്ല... മനസ്സിലായോ?"

അലിബേക്ക് പല്ലുകടിച്ച അയാളുടെ കവിളിലെ മാംസപേശികൾ പിടയുന്നതു കണ്ടു.

"താനാണിതു തുടങ്ങിവച്ചത്. വേണ്ടാത്ത കുഴപ്പങ്ങളൊക്കെ ഉണ്ടാക്കിയിട്ട് ഇപ്പോൾ കടന്നു കളയാനാണോ ഭാവം?" അയാൾ ചോദിച്ചു.

"ഇഷ്ടംപോലെ വിചാരിച്ചോളൂ."

ഞാൻ എന്റെ ലോറിയുടെയടുത്തേക്കു നടന്നു. എന്റെ മനസ്സിൽ ആകെ ഒരു മൂടൽവ്യാപിച്ചിരുന്നു. എന്റെ കൈകൾ വിറച്ചു. എന്തു കൊണ്ടാണെന്നറിയില്ല. ഞാൻ ലോറിയുടെ അടിയിലുള്ള കുഴിയിലേക്കു ചാടിയിറങ്ങി. തല തണുക്കാൻ വേണ്ടി ഞാൻ അതിന്റെ ഇഷ്ടികച്ചുമരിൽ ശിരസ്സമർത്തി.

"ഇലിയാസ്." മുകളിൽ നിന്ന് ആരോ മെല്ലെ വിളിച്ചു.

ഏതു പിശാചാണത്? ഞാൻ തലയുയർത്തി നോക്കി. ജന്തായ്, ചുവന്ന രോമത്തൊപ്പി ധരിച്ച ജന്തായ്. കൗശലം നിറഞ്ഞ കണ്ണുകളാൽ എന്നെ ഉറ്റു നോക്കിക്കൊണ്ട്. ഒരു കുണകിളിർത്തതുപോലെ അയാൾ കുഴിയുടെ വക്കിൽ ചടഞ്ഞിരിക്കയായിരുന്നു.

"ഇലിയാസ്, താൻ അയാൾക്കു കണക്കിനു കൊട്ടുത്തു."

"ആർക്ക്?"

"അലിബേക്കിന്. ആ നശിച്ച കണ്ടുപിടുത്തക്കാരനെ താൻ നിലയ്ക്കു നിർത്തി."

"ഇതിൽ തനിക്കെന്താ കാര്യം."

"തന്നെപ്പോലെ തന്നെ എനിക്കും ഇതിൽ കാര്യമുണ്ട് ട്രെയിലർ വലിക്കുന്നതുകൊണ്ട് ഡ്രൈവർമാരായ നമുക്ക് മെച്ചമൊന്നുമില്ല. തനിക്കതു നല്ലതുപോലെ അറിയാമല്ലോ. ഒരുത്തൻ കൂടുതൽ ഭാരം കയറ്റുകയോ കുറച്ചു സമയം കൊണ്ട് ഓട്ടം പൂർത്തിയാക്കുകയോ ചെയ്താൽ മറ്റുള്ളവരും അങ്ങനെ ചെയ്തോളണം. കാശു കൂടുതൽ തരികയുമില്ല. നഷ്ടക്കച്ചവടമാണെന്നറിഞ്ഞുകൊണ്ട് അതിനു തുനിഞ്ഞിറങ്ങുന്നതെന്തിനാണ്? ഒരു ദിവസം ഖ്യാതി നേടാം. പക്ഷേ പിന്നെയോ? ഞങ്ങൾക്ക് തന്നോട് വിരോധമില്ല. അതുകൊണ്ട് ഇങ്ങനെ പിടിച്ചുനിന്നോളൂ..."

"ആരാണീ 'ഞങ്ങൾ'," കഴിയുന്നതും ശാന്തനാകാൻ ശ്രമിച്ചു കൊണ്ട് ഞാൻ ചോദിച്ചു. "ഞങ്ങൾ എന്നു പറഞ്ഞത് തന്നെ ഉദ്ദേശിച്ചാണോ?"

"അല്ല, ഞാൻ മാത്രമല്ല," ജന്തായ് ധൃതിയിൽ കണ്ണു ചിമ്മിക്കൊണ്ടു പറഞ്ഞു.

"എടാ, മനുഷ്യകീടമേ! താൻ നുണ പറയുകയാണ്. തന്നെ ഒരു പാഠംപഠിപ്പിക്കാൻ വേണ്ടി മാത്രം ഞാൻ ഒരു ട്രെയിലർ വലിച്ചുകൊണ്ടുപോകും. ചത്താലും ഞാൻ ഒരു ട്രെയിലർ വലിച്ചു കൊണ്ടുപോകും. ചത്താലും ഞാൻ അതുചെയ്തേ അടങ്ങൂ. താൻ വേഗം ഇവിടുന്നു മാറിയിരുന്നോ. അല്ലെങ്കിൽ ഞാൻ തന്റെ മേൽ കൈവെച്ചെന്നിരിക്കും."

"മതി താൻ വലിയ വാചകമൊന്നും അടിക്കണ്ട." ജന്തായ് പറഞ്ഞു. "നല്ല

പിള്ള ചമഞ്ഞുനടക്കുന്ന താൻ ആരാണെന്ന് എനിക്ക് നേരിട്ടറിയാം. പിന്നെ, മറ്റേക്കാര്യമുണ്ടല്ലോ... കിട്ടിയ അവസരം പാഴാക്കാതെ മേളിച്ച് നടന്നോളൂ."

തെറിപറഞ്ഞുകൊണ്ട് ഞാൻ അയാളുടെ കരണത്തടിച്ചു.

അയാൾ മലർന്നടിച്ച് പിറകോട്ടു വീണു. ഞാൻ കുഴിയുടെ വക്കിൽ കൈകളൂന്നി പുറത്തു കടന്ന് അയാളുടെ നേർക്കു പാഞ്ഞു. എന്നാൽ അതിനകം തന്നെ അയാൾ എണീറ്റ് ഒഴിഞ്ഞുമാറി. തൊള്ളതുറന്ന് അയാൾ നിലവിളിച്ചു.

"ഓടിവരണേ! ചട്ടമ്പി, തെമ്മാടി! തന്നെ ജയിൽ കയറ്റും. നോക്കിക്കോ! പക പോക്കുന്നത് മറ്റുള്ളവരോടാണ്. തന്നെ വെറുതെ വിടുമെന്നു വിചാരിക്കേണ്ട...."

ആൾക്കാർ ഓടിക്കൂടി. അലിബേകും അവിടെയെത്തി.

"എന്താണിത്? താൻ അയാളെ അടിച്ചതെന്തിനാണ്?" അലിബേക് എന്നോടു ചോദിച്ചു.

"നേരു പറഞ്ഞതിന്" ജന്തായ് ഉറക്കെ വിളിച്ചുപറഞ്ഞു. "അയാളുടെ മുഖത്തു നോക്കി ഞാൻ സത്യം പറഞ്ഞു. അയാൾ ട്രെയിലർ മോഷ്ടിച്ച് മലമുകളിൽ ഉപേക്ഷിച്ചിട്ടു പോയി. പരിപാടി മുഴുവൻ തകരാറാക്കി. മനസ്സാക്ഷിയുള്ള ആളുകൾ അയാളുടെ തെറ്റു തിരുത്താൻ ഒരുങ്ങുമ്പോൾ അയാൾ അടിച്ച് അവരെ പിന്തിരിപ്പിക്കാൻ നോക്കുന്നു. അയാൾക്കു ഖ്യാതി നേടാൻ കഴിയുകയില്ല. അയാൾക്കിതുകൊണ്ട് ലാഭമൊന്നുമില്ല. അതാണു കാരണം."

അലിബേക് എന്റെനേരെ തിരിഞ്ഞു. അയാളുടെ മുഖം വിളറിവെളുത്തു. അടക്കാനാവാത്ത കോപം കൊണ്ട് വിക്കിവിക്കി അയാൾ പറഞ്ഞു:

"എടോ പന്നീ. തന്നെക്കൂടാതെ ഞങ്ങൾ കാര്യം നടത്തിക്കൊള്ളാം."

അയാൾ എന്റെ നെഞ്ചിൽ ഒരു തള്ളു വച്ചുതന്നു.

"താൻ വിഷമിക്കേണ്ട, വീരപുരുഷന്മാരെ കൂടാതെ ഞങ്ങൾ കാര്യം നടത്തിക്കൊള്ളാം..."

ഞാൻ ഒന്നും പറഞ്ഞില്ല. സംസാരിക്കാൻ ഞാൻ അശക്തനായിരുന്നു. ജന്തായുടെ മുഖംമൂടിയില്ലാത്ത ആ നുണപറച്ചിൽ എന്നെ സ്തബ്ധനാക്കി. എനിക്ക് ശബ്ദിക്കാൻ കഴിഞ്ഞില്ല. ആൾക്കാർ എന്നെ തുറിച്ചുനോക്കിക്കൊണ്ടു നിന്നു.

ഇവിടുന്ന് രക്ഷപ്പെടണം. എങ്ങിനെയെങ്കിലും രക്ഷപ്പെടണം... ഞാൻ ലോറിയിൽ കയറി ഗയിറ്റിനു പുറത്തേക്കു പാഞ്ഞു. വഴിയിൽവച്ച് ഞാൻ കുടിച്ചു ലെക്കുകെട്ടു. റോഡരികിലുള്ള ഒരിടത്തുനിന്ന് ഞാൻ അല്പം കുടിച്ചു. പക്ഷേ, അതുകൊണ്ടു പ്രയോജനമുണ്ടായില്ല. അതിനാൽ അടുത്ത സ്ഥലത്തിറങ്ങി ഒരു ഗ്ലാസു വോഡ്ക്ക മുഴുവൻ അകത്താക്കി. അതു കഴിഞ്ഞപ്പോൾ റോഡിലെ അടയാളങ്ങളും പാലങ്ങളും എന്നെ കടന്നുപോകുന്ന വണ്ടികളുമൊഴികെ മറ്റെല്ലാം ഞാൻ മറന്നു. കാര്യങ്ങൾ അത്ര മോശമല്ലെന്നു തോന്നിത്തുടങ്ങി.

"എല്ലാം പോയി തുലയട്ടെ" ഞാൻ ചിന്തിച്ചു. "വണ്ടിയോടിക്കുന്നതിൽ മാത്രം ശ്രദ്ധിക്കുക... കദീച... അവൾ മറ്റാരെക്കാളും മോശമല്ല. ചെറുപ്പക്കാരിയും സുന്ദരിയുമാണ്. അവൾ എന്നെ സ്നേഹിക്കുന്നു. ഭ്രാന്തെടുത്തു സ്നേഹിക്കുന്നു... അവൾ എനിക്കുവേണ്ടി എന്തും ചെയ്യും. ഞാൻ ഒരു നന്ദികെട്ടവനും വിഡ്ഢിയുമാണ്."

ഞാൻ വീട്ടിലെത്തിയത് വളരെ വൈകിയാണ്. ഞാൻ ആടിക്കൊണ്ട്

വാതിൽക്കൽ നിന്നു. ആട്ടിൽതോൽ കോട്ടിന്റെ ഒരു കൈമാത്രമേ ഞാൻ ഇട്ടിരുന്നുള്ളൂ. വലത്തുകൈ കോട്ടിനുള്ളിൽനിന്നു സ്വതന്ത്രമാക്കി വണ്ടിയോടിക്കാൻ ചിലപ്പോൾ കൂടുതൽ എളുപ്പമാണ്. ഒരു കൈ സ്വന്തമായി പിടിക്കുക കുട്ടിക്കാലത്ത് കവണയെറിഞ്ഞു കളിക്കുന്ന കാലം മുതലേ എന്റെ ഒരു ശീലമാണ്.

അസേൽ ഓടി വന്നു.

"എന്തു പറ്റി, ഇലിയാസ്?" അവൾ ചോദിച്ചു. എന്നാൽ തൽക്ഷണംതന്നെ അവൾക്കു കാര്യം മനസ്സിലായെന്നു തോന്നി. "എന്താണ് അവിടെത്തന്നെ നിൽക്കുന്നത്? തണുപ്പും ക്ഷീണവുമില്ലേ. വേഗം കോട്ടൂരിയിട്ടിട്ട് അകത്തു വരൂ."

അവൾ എന്നെ സഹായിക്കാനെത്തി. എന്നാൽ ഒരക്ഷരം മിണ്ടാതെ ഞാൻ അവളെ തള്ളിമാറ്റി. എനിക്ക് കഠിനമായ ലജ്ജതോന്നി. അതു മറച്ചുവയ്ക്കാൻ ഞാൻ ധിക്കാരപൂർവ്വം പെരുമാറി. ഞാൻ വേച്ചു വേച്ചു മുറിക്കുള്ളിൽ കടന്നു. ഒരു സ്റ്റൂൾ ശബ്ദത്തോടെ തട്ടിമറിച്ചു. ഒരു കസേരയിലേക്കു ഞാൻ കുഴഞ്ഞുവീണു.

"എന്തെങ്കിലും സംഭവിച്ചോ, ഇലിയാസ്?" ഉൽക്കണ്ഠാകുലയായി എന്റെ മത്തു പിടിച്ച കണ്ണുകളിലേക്കു നോക്കിക്കൊണ്ട് അവൾ ചോദിച്ചു.

"നിനക്കൊന്നും അറിഞ്ഞുകൂടെന്നാണോ ഭാവം?" എന്നു ചോദിച്ചുകൊണ്ട് ഞാൻ തല കുനിച്ചിരുന്നു. അസേൽ എന്നെ കുറ്റപ്പെടുത്തുന്നതും ശകാരിക്കുന്നതും കേൾക്കാൻ തയ്യാറായാണ് ഞാനിരുന്നത്. അവൾ എന്തു പറഞ്ഞാലും ഞാൻ ചെറുത്ത് ഒരക്ഷരം പറയാതെ കേട്ടിരിക്കുമായിരുന്നു. പക്ഷേ അവൾ മൗനം ഭജിച്ചതേയുള്ളൂ. അവൾ ആ മുറിയിലില്ലെന്നു തോന്നി. ഞാൻ തലയുയർത്തി നോക്കി. അവൾ എനിക്ക് പുറം തിരിഞ്ഞ് ജനലിനടുത്ത് നില്ക്കുകയായിരുന്നു. അവൾ കരയുകയാണെന്ന് ആ മുഖം കാണാതെതന്നെ എനിക്കു മനസ്സിലായി. എന്റെ ഹൃദയം വിങ്ങി.

"അസേൽ, എനിക്ക് നിന്നോട് ഒരു കാര്യം പറയാനുണ്ട്." മടിച്ചുമടിച്ചു. ഞാൻ പറഞ്ഞുതുടങ്ങി. പക്ഷേ എനിക്കതു പറയാൻ ധൈര്യമുണ്ടായില്ല; അവളെ അത്ര വലിയ ഒരു ആഘാതമേല്പിക്കാൻ ഞാൻ ആഗ്രഹിച്ചില്ല. പക്ഷേ അതു തെറ്റായിപ്പോയി...

"നിന്റെ വീട്ടിൽ ഉടനെയെങ്ങും പോകാൻ പറ്റുമെന്നു തോന്നുന്നില്ല." ഞാൻ വിഷയം മാറ്റി. "കുറെനാൾ കഴിഞ്ഞ് നോക്കാം. ഇപ്പോൾ അതിനുവേണ്ട ഒരുക്കങ്ങൾ ചെയ്യാൻ എനിക്ക് സമയമില്ല..."

"അതിനു ധൃതിയൊന്നുമില്ല," അസേൽ പറഞ്ഞു. അവൾ കണ്ണുതുടച്ചിട്ട് എന്റെയടുത്തേക്കു വന്നു. "ഇലിയാസ്, ഇപ്പോൾ അക്കാര്യമോർത്തു വിഷമിക്കേണ്ട. എല്ലാം ശരിയാകും. നിങ്ങൾ എന്തുപോലായെന്ന് തന്നത്താൻ ഒന്നു നോക്കൂ. ഈയിടെയായി നിങ്ങളെ തിരിച്ചറിയാൻ കഴിയുന്നില്ല. നിങ്ങൾ വളരെ മാറിയിട്ടുണ്ട്, ഇലിയാസ്."

"മതി, മതി," എന്റെ ഭീരുത്വം കാരണം തുടരാൻ ഞാൻ അവളെ അനുവദിച്ചില്ല. "ഞാൻ ക്ഷീണിച്ചു. എനിക്കുറങ്ങണം."

ഏതാനും ദിവസങ്ങൾ കഴിഞ്ഞ് ഞാൻ ഓട്ടം കഴിഞ്ഞു മടങ്ങുന്നവഴി മലമ്പാതയുടെ മറുവശത്ത് അലിബേക്കിനെ കണ്ടു. അയാൾ ഒരു ട്രെയിലർ വലിച്ചുകൊണ്ടു

പോവുകയായിരുന്നു. അതുമായി അയാൾ ദൊളാൻ കടന്നിരിക്കുന്നു.

എന്നെ കണ്ടപ്പോൾ അയാൾ ഓടിക്കൊണ്ടിരിക്കുന്ന ലോറിയിൽ നിന്ന് ചാടിയിറങ്ങി എന്റെ നേരെ കൈവീശി. ഞാൻ സ്പീഡു കുറച്ചു. ആഹ്ലാദഭരിതനായി അയാൾ റോഡിന്റെ നടുവിൽ നിന്നു.

"ഏയ്, ഇലിയാസ്. താഴെയിറങ്ങ്. നമുക്ക് ഒന്നു പുകവലിക്കാം."

ഞാൻ ഓട്ടം മെല്ലെയാക്കി. അലിബേക്കിന്റെ ലോറിയിൽ മറ്റൊരു ഡ്രൈവർ ഉണ്ടായിരുന്നു. ഒരു ചെറുപ്പക്കാരൻ. അവർ ലോറിയുടെ ചക്രങ്ങളിൽ ചങ്ങലയും ട്രെയിലറിൽ ബ്രേക്കും ഘടിപ്പിച്ചിട്ടുണ്ട്. ഒറ്റ നോട്ടത്തിൽ ഞാൻ ഇതെല്ലാം കണ്ടു. എന്നാൽ ഞാൻ താഴെയിറങ്ങാൻ കൂട്ടാക്കിയില്ല. താൻ അതു നേടി. വളരെ നല്ലത്. പക്ഷേ എന്നെ വെറുതെ വിട്ടേക്കു.

"നിൽക്കു, നിൽക്കു," അലിബേക് വിളിച്ചു പറഞ്ഞു. അയാൾ എന്റെ ലോറിയുടെ പിന്നാലെ ഓടി വന്നു. "ഇലിയാസ്, നിൽക്കു. എനിക്ക് തന്നോടു സംസാരിക്കാനുണ്ട് ജോലിക്കാര്യമാണ്. താൻ നിൽക്കാത്തതെന്താണ് ശരി, ശരി, പോയ്ക്കോ..."

ഞാൻ സ്പീഡു കൂട്ടി. വിളിച്ചുകൂവണ്ട. എനിക്ക് താനുമായി യാതൊരു ബന്ധവുമില്ല... അന്നു ഞാൻ ചെയ്തതു വിഡ്ഢിത്തമാണ്. ഒരുത്തമസ്നേഹിതനെയാണ്. എന്റെ ഏറ്റവും നല്ല സ്നേഹിതനെയാണ്. എനിക്ക് നഷ്ടപ്പെട്ടത്. അയാൾ പറഞ്ഞതും പ്രവർത്തിച്ചതും എല്ലാം ശരിയായിരുന്നു. എനിക്കിപ്പോൾ അതു മനസ്സിലാകുന്നുണ്ട്. എന്നാൽ ശാരീരികവും മാനസികവുമായ കൊടുംയാതനകൾ സഹിച്ച് ഞാൻ കഠിനയത്നം ചെയ്തിട്ടും പരാജയപ്പെട്ടിടത്ത് അയാൾ അനായാസമായി വിജയിച്ചതിന് അയാൾക്കു മാപ്പുകൊടുക്കാൻ അന്നെനിക്കു കഴിഞ്ഞില്ല.

കാര്യഗൗരവവും ചിന്താശീലവുമുള്ള ഒരു മനുഷ്യനാണ് അലിബേക്. എന്നെപ്പോലെ കണ്ണുമടച്ച്, ഒറ്റയ്ക്ക് അയാൾ ഒന്നിനും ചാടിപ്പുറപ്പെടുകയില്ല. മറ്റൊരു ഡ്രൈവറെക്കൂടി കൂടെക്കൊണ്ടുവന്നതും ബുദ്ധിപൂർവ്വമായി. ഒരാൾ ക്ഷീണിക്കുമ്പോൾ മറ്റെയാൾക്ക് ഓടിക്കാം. ഇവിടുത്തെ നിർണ്ണായക ഘടകങ്ങൾ എഞ്ചിനും ഡ്രൈവറുടെ ഉറച്ച ഇച്ഛാശക്തിയും ശക്തമായ കൈകളുമാണ്. പോരാത്തതിന് രണ്ടുപേർ മാറിമാറി ഓടിക്കുമ്പോൾ സാധാരണ സമയത്തിന്റെ പകുതി സമയം കൊണ്ട് ഓട്ടം പൂർത്തിയാക്കാം. അലിബേക് അതെല്ലാം കണക്കുകൂട്ടിയിരുന്നു. പിൻചക്രങ്ങളിൽ അയാൾ സാധാരണ ചങ്ങലകൾ ഘടിപ്പിച്ചു. അതെ, അയാൾ സർവ്വ സന്നാഹങ്ങളോടും കൂടിയാണ് ദൊളോൻ മലമ്പാതയെ ആക്രമിച്ചത്. എല്ലാ മുൻകരുതലും അയാളെടുത്തിരുന്നു.

താമസിയാതെ അലിബേക്കിനെപ്പോലെ മറ്റു പലരും ട്രെയിലറുകൾ ഘടിപ്പിച്ച് ദൊളോൻ കടന്നുതുടങ്ങി. ഏതു കാര്യത്തിലും തുടക്കമിടുന്നതാണ് പ്രധാനം. ഇതിനിടെ അടുത്തുള്ള മറ്റൊരു ഡിപ്പോയിൽനിന്ന് ഞങ്ങളെ സഹായിക്കാൻ കൂടുതൽ ലോറികളെത്തി. അടുത്ത പത്തു ദിവസം ത്യാൻ-ഷാൻ റോഡ് രാപകൽ ലോറികളുടെ ശബ്ദം കൊണ്ട് സജീവമായിത്തീർന്നു. ചുരുക്കിപ്പറഞ്ഞാൽ ചൈനാക്കാർക്ക് ഉപകരണങ്ങൾ വേണ്ട സമയത്തു തന്നെ എത്തിച്ചുകൊടുക്കാൻ ഞങ്ങൾക്ക് കഴിഞ്ഞു. ഞാനും സഹായിച്ചിരുന്നു.

വർഷങ്ങൾക്കുശേഷം ഇപ്പോൾ എനിക്ക് അക്കാലത്തെപ്പറ്റി ശാന്തമായി സംസാരിക്കാൻ കഴിയുന്നുണ്ട്. എന്നാൽ ആ ചൂടുപിടിച്ച ദിവസങ്ങളിൽ എനിക്ക്

ജീനിപ്പുറത്ത് ഉറച്ചിരിക്കാൻ ധൈര്യമുണ്ടായിരുന്നില്ല. എന്റെ ജീവിതമാകുന്ന അശ്വത്തെ ഞാൻ തെറ്റായ വഴിയിലേക്കു തിരിച്ചു.

അലിബേക്കിനെ വഴിക്കു കണ്ട ദിവസം ഞാൻ ഡിപ്പോയിൽ തിരിച്ചെത്തിയപ്പോൾ നേരം ഇരുട്ടിത്തുടങ്ങിയിരുന്നു. ഞാൻ ഹോസ്റ്റലിലേക്കു നടന്നു. വഴിക്ക് ഒരു മദ്യശാലയിൽ കയറി. ആ ദിവസങ്ങളിലെല്ലാം വെളിവില്ലാതാകുന്നതുവരെ കുടിക്കാനും അങ്ങനെ എല്ലാം മറക്കാനും ചത്തതുപോലെ കിടന്നുറങ്ങാനുമുള്ള അടക്കാനാവാത്ത ദാഹം എനിക്കനുഭവപ്പെട്ടിരുന്നു. ഞാൻ കുറെയധികം വോഡ്ക്ക കുടിച്ചെങ്കിലും എനിക്ക് ലഹരി തോന്നിയില്ല. മുമ്പെന്നത്തെക്കാളും അസ്വസ്ഥനും ദുഃഖിതനുമായാണ് ഞാൻ മദ്യശാലയിൽ നിന്നിറങ്ങിയത്. ആ പാതിരാത്രിക്ക് ഞാൻ പട്ടണത്തിന്റെ മറ്റെ അറ്റത്തേക്കു നടന്നു. യാതൊരു മടിയും കൂടാതെ ഞാൻ കദീചയുടെ വീട്ടിലെത്തി.

അതങ്ങനെ തുടർന്നു. ചെകുത്താനും കടലിനും ഇടയ്ക്കായിരുന്നു ഞാൻ. പകൽ മുഴുവൻ ലോറിയോടിക്കും. രാത്രിയിൽ കദീചയുടെ വീട്ടിലേക്കു മടങ്ങും. അവളുടെ മുമ്പിൽ എനിക്ക് കൂടുതൽ ഭദ്രതയും സ്വാതന്ത്ര്യവും തോന്നി. എന്നിൽനിന്നും മറ്റുള്ളവരിൽനിന്നും സത്യത്തിൽ നിന്നും ഞാൻ അവളുടെയടുത്ത് അഭയം തേടി. കദീചയ്ക്കു മാത്രമേ എന്നോടു സ്നേഹമുള്ളെന്നും അവൾക്കു മാത്രമേ എന്നെ മനസ്സിലാക്കാൻ കഴിയുന്നുള്ളെന്നും എനിക്കു തോന്നി. കഴിവതും കുറച്ചു സമയമേ ഞാൻ വീട്ടിൽ ചെലവഴിച്ചുള്ളൂ. അസേൽ, എന്റെ പ്രിയപ്പെട്ട അസേൽ! തന്റെ സത്യസന്ധതകൊണ്ടും നിഷ്ക്കളങ്കതകൊണ്ടും അവൾ എന്നെ വീട്ടിൽ നിന്ന് ആട്ടിയോടിക്കയാണെന്ന് ആ പാവം അറിഞ്ഞില്ല. അവൾ എന്നോടു കാണിക്കുന്ന സ്നേഹം ഞാൻ അർഹിക്കുന്നില്ലെന്നറിയാമായിരുന്നതുകൊണ്ട് അവളെ അഭിമുഖീകരിക്കാൻ എനിക്ക് കഴിഞ്ഞില്ല. പല ദിവസവും കുടിച്ചു ലക്കില്ലാതെയാണ് ഞാൻ വീട്ടിലെത്തിയിരുന്നത്. അവൾ എന്നെ ശകാരിച്ചില്ല. അതെന്തുകൊണ്ടാണെന്ന് ഇപ്പോൾപ്പോലും എനിക്ക് മനസ്സിലാക്കാൻ കഴിഞ്ഞിട്ടില്ല. അവളുടെ ദൗർബ്ബല്യം കൊണ്ടായിരുന്നോ? അതോ മനക്കരുത്തും വിശ്വാസവും ഉണ്ടായിരുന്നതിനാലാണോ? തീർച്ചയായും വിശ്വാസം കൊണ്ടായിരുന്നു. ഞാൻ ഈ പ്രതിസന്ധി തരണം ചെയ്ത് വീണ്ടും നേർവഴിയിലെത്തുമെന്ന് അവൾ വിശ്വസിച്ചിരുന്നു. എന്നാൽ എന്നെ ശകാരിക്കുകയും എല്ലാം തുറന്നുപറയാൻ നിർബ്ബന്ധിതനാക്കുകയുമാണ് അവൾ ചെയ്യേണ്ടിയിരുന്നത്. ജോലിയുമായി ബന്ധമില്ലാത്ത കുഴപ്പങ്ങളിലും ഞാൻ ചാടിയിട്ടുണ്ടെന്ന് അറിഞ്ഞിരുന്നെങ്കിൽ ഒരുപക്ഷേ, അവൾ അങ്ങിനെ ചെയ്തേനെ, ഞാൻ എന്തിലൂടെയാണ് കടന്നു പോകുന്നതെന്ന് അവൾ സംശയിച്ചുപോലുമില്ല. അവളെ വേദനിപ്പിക്കാൻ ഞാൻ ആഗ്രഹിച്ചില്ല, അതിനാൽ അവളോടതു പറയാനുള്ള നിമിഷം ഞാൻ നീട്ടിക്കൊണ്ടുപോയി. നാളെയാകാം. മറ്റൊരു ദിവസമാകാം. അങ്ങനെ ഒടുവിൽ സമയം വൈകിപ്പോയി. അവളോടും ഞങ്ങളുടെ പ്രേമത്തോടും ഞങ്ങളുടെ കുടുംബത്തോടും എനിക്കുണ്ടായിരുന്ന കടമ നിറവേറ്റാൻ എനിക്ക് കഴിഞ്ഞില്ല...

അവസാനത്തെ ദിവസം അസേൽ ഉദ്വേഗഭരിതയും ഉല്ലാസവതിയുമായി വാതിൽക്കൽ വന്നു നിന്നു. അവളുടെ മുഖം തുടുത്തിരുന്നു. കണ്ണുകൾ തിളങ്ങി. കോട്ടും ബൂട്ടുകളും ഊരിമാറ്റുന്നതിനുമുമ്പുതന്നെ അവൾ എന്നെ മുറിക്കുള്ളിലേക്കു വലിച്ചുകൊണ്ടുപോയി.

"ഇലിയാസ്. സമാത് പിടിച്ചുനിൽക്കാൻ തുടങ്ങി!"

"നേരാണോ? അവൻ എവിടെ?"

"മേശയ്ക്കടിയിലുണ്ട്."

"പക്ഷേ അവൻ മുട്ടുകുത്തി ഇഴയുകയാണല്ലോ?"

"കാണിച്ചു തരാം. സമാത്, വരൂ അച്ഛനെ ഒന്നുകാണിക്കൂ."

അമ്മ പറഞ്ഞത് അവനു മനസ്സിലായെന്നു തോന്നി. അവൻ ചിരിച്ചുകൊണ്ട് പുറത്തേക്ക് ഇഴഞ്ഞുവന്ന് കട്ടിലിന്റെ വക്കിൽ പിടിച്ച് എണീറ്റുനിന്നു. അവൻ പുഞ്ചിരിച്ചുകൊണ്ട് ഒരു മിനിട്ടുനേരം അങ്ങനെ നിന്നു. ആ കൊഴുത്ത കുഞ്ഞിക്കാലുകൾ ഉറച്ചിരുന്നില്ല. ധീരമായ അതേ പുഞ്ചിരിയോടെ അവൻ പൊത്തൊന്ന് താഴെ വീണു. ഞാൻ ഓടിച്ചെന്ന് അവനെ എടുത്തു മാറോടണച്ചു. അവന്റെ ഗന്ധം ഞാൻനുകർന്നു. എന്നെ സംബന്ധിച്ചിടത്തോളം എന്റ അസേലിനെപോലെ തന്നെ പ്രിയപ്പെട്ടതാണ് ആ ഗന്ധവും.

"ഇലിയാസ്, പതുക്കെ, അവനു വേദനിക്കും." അസേൽ അവനെ എടുത്തു. "അവൻ എത്ര മിടുക്കനാണെന്നു കണ്ടോ? വരൂ, വന്നു കോട്ടഴിച്ചിടൂ. അവൻ വേഗം ഒരു വലിയ കുട്ടിയാകും. അപ്പോൾ അവന്റെ അമ്മയും ജോലിക്കു പോകും. കാര്യങ്ങളെല്ലാം നേരെയാകും. ഇല്ലേ, മോനേ? എന്നിട്ട് നിങ്ങൾ!" അസേൽ എന്റെ മുഖത്തേക്ക് നോക്കി വിഷാദപൂർവ്വം പുഞ്ചിരി തൂകി.

ഞാൻ അടുത്തു കണ്ട കസേരയിലിരുന്നു. ആ ചുരുങ്ങിയ വാക്കുകളിൽ അവൾ തനിക്കു പറയാനുള്ളതു മുഴുവൻ പറഞ്ഞു കഴിഞ്ഞെന്ന് എനിക്കു തോന്നി. ആ ദുർദ്ദിനങ്ങളിൽ അവളുടെയുള്ളിൽ കുമിഞ്ഞുകൂടിയ വേദന മുഴുവൻ അതിൽ അടങ്ങിയിരുന്നു. ആ വാക്കുകളിൽ അപേക്ഷയും ശാസനയും പ്രതീക്ഷയും അടങ്ങിയിരുന്നു. അവളോട് ഇപ്പോൾത്തന്നെ എല്ലാം തുറന്നു പറയണം. അല്ലെങ്കിൽ ഉടൻതന്നെ ഇവിടുന്നു പോകണം. പോകുന്നതാണു നല്ലത്. താൻ സൗഭാഗ്യവതിയാണെന്ന് അവൾ കരുതുന്നു. അവൾക്ക് യാതൊരു സംശയവുമില്ല. ഞാൻ എണീറ്റു.

"എനിക്കു പോകാറായി."

"എങ്ങോട്ട്?" ഞെട്ടിക്കൊണ്ട് അവൾ ചോദിച്ചു. "ഇന്നും ഇവിടെ താമസിക്കുന്നില്ലേ? കുറച്ചു ചായ കുടിച്ചിട്ടു പോകൂ."

"സമയമില്ല." ഞാൻ പിറുപിറുത്തു. "ഇപ്പോൾ ഞങ്ങൾക്ക് എത്ര തിരക്കാണെന്ന് നിനക്കറിയാമല്ലേ?"

വാസ്തവത്തിൽ ജോലിയുമായി അതിനു യാതൊരു ബന്ധവുമില്ലായിരുന്നു. പിറ്റേദിവസം രാവിലെ ജോലിക്കു ഹാജരായാൽ മതി.

ലോറിയിൽ കയറി ഞാൻ സീറ്റിൽ അമർന്നിരുന്നു. ചാവി യഥാസ്ഥാനത്തുറപ്പിക്കാൻ ഞാൻ വളരെ നേരമെടുത്തു. എന്റെ ശോചനീയമായ സ്ഥിതിയോർത്ത് ഞാൻ ഞരങ്ങിക്കൊണ്ടിരുന്നു. ഞാൻ ലോറിയോടിച്ചു റോഡിലേക്കു കയറി. എന്റെ വീട്ടിലെ വെളിച്ചമുള്ള ജനാലകൾ പിന്നീട് അകന്നകന്നു പോയ്ക്കൊണ്ടിരുന്നു. ഇടുക്കിലെ പാലത്തിനടുത്തെത്തിയപ്പോൾ ഒരു ചെറിയ കുറ്റിക്കാട്ടിലേക്കു ലോറി കയറ്റിയിട്ടിട്ട് ലൈറ്റുകളണച്ചു. ആ രാത്രി അവിടെ കഴിച്ചുകൂട്ടാൻ ഞാൻ തീരുമാനിച്ചു. ഒരു സിഗരട്ടു പാക്കറ്റ് പുറത്തെടുത്തു. തീപ്പെട്ടിയിൽ ഒരൊറ്റ കോലേ

അവശേഷിച്ചിരുന്നുള്ളൂ. അത് ഉറച്ചു. എന്നാൽ സിഗരറ്റു കത്തിക്കാൻ കഴിയുന്ന തിനു മുമ്പ് അതണഞ്ഞു പോയി. ഞാൻ സിഗററ്റു പാക്കറ്റും ഒഴിഞ്ഞ തീപ്പെട്ടിയും പുറത്തേക്കു വലിച്ചെറിഞ്ഞിട്ട് ആട്ടിൻ തോൽ കോട്ടുകൊണ്ട് തലവഴി മൂടിപ്പുതച്ച് സീറ്റിൽ ചുരുണ്ടുകൂടി കിടന്നു.

അങ്ങകലെ തണുത്തുമരവിച്ചു നിൽക്കുന്ന പർവ്വതങ്ങൾക്കു മുകളിൽ നിഷ്പ്രഭ മായ ചന്ദ്രബിംബം തങ്ങിനിന്നു. മലയിടുക്കുകളിലൂടെ ഊളിയിട്ടുപോകുന്ന കാറ്റ് ഇടയ്ക്കിടെ നേർത്ത ശബ്ദത്തിൽ മോങ്ങുകയും ലോറിയുടെ പാതിതുറന്നുകിടന്ന വാതിൽ ആട്ടുകയും ചെയ്തുകൊണ്ടിരുന്നു. ആട്ടത്തിനൊത്ത് വാതിൽ ഞെരങ്ങി. അത്രയേറെ ഏകാന്തത എനിക്ക് ജീവിതത്തിൽ മറ്റൊരിക്കലും അനുഭവപ്പെട്ടിട്ടില്ല. നാട്ടുകാരിൽനിന്നും വീട്ടുകാരിൽനിന്നും സുഹൃത്തുക്കളിൽനിന്നും ഞാൻ ഒറ്റപ്പെട്ടി രിക്കയാണെന്ന ബോധം എന്നെ തളർത്തി. എനിക്ക് ഇങ്ങനെ അധികകാലം തുടരാൻ സാദ്ധ്യമല്ല. ഡിപ്പോയിലെത്തിയാലുടൻ കദീചയുമായി സംസാരിക്ക ണമെന്നു ഞാൻ തീരുമാനിച്ചു. ഞങ്ങൾ തമ്മിലുണ്ടായിരുന്ന ബന്ധം മറക്കാനും എനിക്ക് മാപ്പുതരാനും ഞാനവളോട് യാചിക്കും. സത്യസന്ധവും ശരിയുമായ ഒരേയൊരു മാർഗ്ഗം അതാണ്.

എന്നാൽ വിധിയുടെ നിശ്ചയം മറ്റൊന്നായിരുന്നു. സംഗതികൾ ഇങ്ങനെ യൊക്കെ ആയിത്തീരുമെന്ന് എനിക്ക് സംശയം പോലുമുണ്ടായിരുന്നില്ല. പിറ്റേ ദിവസം ഞാൻ വീട്ടിലെത്തിയപ്പോൾ വാതിൽ തുറന്നു കിടന്നിരുന്നു. പക്ഷേ വീട്ടിൽ ആരുമുണ്ടായിരുന്നില്ല. അസേൽ വെള്ളം എടുക്കാനോ വിറകെടുക്കാനോ പുറത്തേക്കിറങ്ങിയതാവുമെന്നാണ് ആദ്യം വിചാരിച്ചത്. ഞാൻ ചുറ്റും കണ്ണോടി ച്ചു. മുറിയാകെ അടുക്കും ചിട്ടയുമില്ലാതെ കിടക്കുന്നു. ശൂന്യമായ കറുത്ത അടുപ്പ് കണ്ടപ്പോൾ എന്റെ മജ്ജയിൽ ഒരു മരവിപ്പനുഭവപ്പെട്ടു. ഞാൻ സമാത്തിന്റെ കട്ടിലിനടുത്തേയ്ക്കോടി- അവൻ അവിടെയില്ല.

"അസേൽ" ഭയചകിതനായി ഞാൻ വിളിച്ചു.

അതിനു മറുപടിയായി ചുമരുകൾ മന്ത്രിച്ചു. "അസേൽ"

"അസേൽ, അസേൽ" എന്ന് ഉറക്കെ വിളിച്ചുകൊണ്ട് ഞാൻ പുറത്തേയ്ക്കോടി.

ആരും വിളികേട്ടില്ല. ഞാൻ അയൽ വീടുകളിലും പെട്രോൾ പമ്പിലും ചെന്ന ന്വേഷിച്ചു. പക്ഷേ ആർക്കും ഒന്നും അറിഞ്ഞുകൂടായിരുന്നു. ഒരു കാര്യം മാത്രം അവർ പറഞ്ഞു: തലേദിവസം കുട്ടിയെ സുഹൃത്തുക്കളുടെ വീട്ടിലേൽപ്പിച്ചിട്ട് അസേൽ എവിടെയോ പോയിരുന്നു. അന്നു വൈകിട്ടു വളരെ വൈകിയാണ് അവൾ തിരിച്ചെത്തിയത്.

"അവൾ അക്കാര്യം അറിഞ്ഞിട്ട് എന്നെ ഉപേക്ഷിച്ചു പോയതാവും,"

അതാലോചിച്ചപ്പോൾ ഞാൻ ഞടുങ്ങിപ്പോയി.

അന്നത്തെപ്പോലെ വേഗത്തിൽ അതിനു മുമ്പോ അതിൽപ്പിന്നീടോ ഞാൻ ത്യാൻ-ഷാൻ പ്രദേശത്തുകൂടി വണ്ടിയോടിച്ചിട്ടില്ല. അടുത്ത വളവിൽ വച്ചോ അടുത്ത ഇടുക്കിനടുത്തുവച്ചോ അവളോടൊപ്പമെത്താമെന്ന് പ്രതീക്ഷ എന്നെ തള്ളിവിട്ടു. ഏതെങ്കിലുമൊരു ലോറിയുടെ ഒപ്പമെത്തിയാലുടനെ ഞാൻ സ്പീഡു കുറച്ച് മഡ്ഗാർഡുകൾ തൊട്ടുരുമ്മുന്നതുവരെ അതിനോടടുത്ത് ക്യാബിനുള്ളിലേ ക്കു ചുഴിഞ്ഞു നോക്കും. ഉടൻ തന്നെ അതിവേഗം മുമ്പോട്ടു പോവുകയും ചെയ്യും.

ഡ്രൈവർമാർ എന്നെ ഉറക്കെ ചീത്ത വിളിച്ചു. ഇടയ്ക്ക് നിർത്താതെ ഞാൻ തുടർച്ച യായി അങ്ങിനെ മൂന്നു മണിക്കൂർ നേരം വണ്ടിയോടിച്ചുകൊണ്ടിരുന്നു. ഒടുവിൽ റേഡിയേറ്ററിലെ വെള്ളം തിളച്ചുതുടങ്ങി. ഞാൻ അതിന്റെ മുകളിൽ മഞ്ഞു കോരി യിട്ടിട്ട് അത്യാവശ്യത്തിനു കരുതിവച്ചിരുന്ന വെള്ളമെടുക്കാൻ ലോറിയുടെ പിൻവ ശത്തേക്കു പോയി. റേഡിയേറ്ററിൽ നിന്ന് ആവിയുയർന്നു. എഞ്ചിൻ ഓടിത്തളർന്ന ഒരു കുതിരയെപ്പോലെ കിതച്ചുകൊണ്ടിരുന്നു. ഞാൻ വീണ്ടും സ്റ്റിയറിംഗ് വീലിനു പിന്നിൽ ഇരുന്നപ്പോൾ അലിബേക്കിന്റെ ലോറി ഒരു ട്രെയിലറും വലിച്ചുകൊണ്ട് മലയിറങ്ങിവരുന്നതു കണ്ടു. അതു ഭാഗ്യമായെന്നു ഞാൻ വിചാരിച്ചു. അലിബേക്കും ഞാനും തമ്മിൽ കണ്ടാൽ മിണ്ടാറില്ലെങ്കിലും അസേൽ അയാളുടെ വീട്ടിലെത്തിയി ട്ടുണ്ടെങ്കിൽ തീർച്ചയായും അയാൾ പറയാതിരിക്കില്ല. ഞാൻ റോഡിന്റെ നടുക്ക് ചെന്നുനിന്ന് കൈ ഉയർത്തി.

"അലിബേക്, നിർത്തു!"

അപ്പോൾ വണ്ടിയോടിച്ചിരുന്നത് അലിബേക്കിന്റെ സഹായിയായിരുന്നു. അയാൾ ചോദ്യഭാവത്തിൽ അലിബേക്കിനെ നോക്കി. അലിബേക് നെറ്റി ചുളി ച്ചുകൊണ്ട് മുഖം തിരിച്ചു. ലോറി എന്നെ കടന്നുപോയി. അടിമുടി പൊടിമഞ്ഞിൽ കുളിച്ച് ഉയർത്തിപ്പിടിച്ച കൈയുമായി ഞാൻ റോഡിന്റെ നടുവിൽ അങ്ങനെ എത്രനേരം നിന്നെന്ന് എനിക്കറിയില്ല. ഒടുവിൽ ഞാൻ മുഖം തുടച്ചു. ഓ, എനിക്ക് മനസ്സിലായി. അയാൾ പകരം വീട്ടുകയാണ്, പക്ഷേ അതെന്നെ ശുണ്ഠിപിടിപ്പിച്ചി ല്ല. അസേൽ അലിബേക്കിന്റെ വീട്ടിലില്ല എന്ന ചിന്ത മാത്രമായിരുന്നു മനസ്സിൽ. എനിക്ക് കൂടുതൽ വിഷമം തോന്നി. അവൾ അവളുടെ വീട്ടിലേക്കു പോയിക്കാണും. അവൾക്ക് മറ്റെങ്ങും പോകാനില്ല. ഉടൻ തന്നെ അങ്ങോട്ടു പുറപ്പെടണം. ഞാൻ കഴിയുന്നത്ര വേഗം ചരക്കിറക്കി ധൃതിയിൽ ഡെസ്പാച്ചറുടെ ഓഫീസിലേക്കു നടന്നു. ഗയിറ്റിൽവച്ച് ഞാൻ ജന്തായുടെ ദേഹത്തു ചെന്നു മുട്ടി. ദൈവമേ, ആ ധിക്കാരിയുടെ മോന്ത എത്ര അരോചകമാണ്!

ജനലിലൂടെ ഞാൻ കടലാസുകൾ മേശപ്പുറത്തേക്കിട്ടപ്പോൾ കദീച വല്ലായ്മ യോടെ എന്നെ ഒന്നു നോക്കി. സംഭ്രമമോ കുറ്റബോധമോ എന്തോ ഒന്ന് അവളുടെ കണ്ണുകളിൽ ഒളിഞ്ഞിരുന്നു.

"ഇതു വേഗം ഒന്ന് ഒപ്പിട്ടു തരു," ഞാൻ പറഞ്ഞു.

"എന്തെങ്കിലും കുഴപ്പമുണ്ടായോ?"

"അവൾ വീട്ടിലില്ല, അസേൽ പോയി."

"അയ്യോ!" കദീചയുടെ മുഖം വിളറി. അവൾ എണീറ്റു നിന്നു. ചുണ്ടു കടിച്ചുകൊ ണ്ട് പറഞ്ഞു. "ഇലിയാസ്. ക്ഷമിക്കണം. എല്ലാം എന്റെ കുറ്റമാണ്."

"എന്ത്? എല്ലാം പറയൂ." ഞാൻ വാതിലിനടുത്തേക്ക് ഓടി.

"അങ്ങനെ സംഭവിച്ചുപോയി. അതെങ്ങനെയെന്ന് എനിക്കു തന്നെ അറിയില്ല. ഇന്നലെ രാത്രി കാവൽക്കാരൻ വാതിലിൽ മുട്ടിയിട്ട് ഒരു പെൺകുട്ടി എന്നെ കാണാൻ വന്നിരിക്കുന്നുവെന്നു പറഞ്ഞു. അത് അസേലാണെന്ന് തൽക്ഷണം എനിക്ക് മനസ്സിലായി. അവൾ അല്പനേരം എന്നെ ഉറ്റുനോക്കിക്കൊണ്ട് നിന്നിട്ട് ചോദിച്ചു: 'അത് സത്യമാണോ?" എനിക്ക് അപ്പോൾ എന്തു പറ്റിയെന്ന് എനിക്കു തന്നെ അറിയില്ല. ഞാൻ മറുപടി പറഞ്ഞത് ഇങ്ങനെയാണ്: 'സത്യമാണ്. മുഴുവൻ

സത്യമാണ്. ഇലിയാസ് എന്റെ കൂടെയായിരുന്നു' അവൾ ചൂളിപ്പോയി. ഞാൻ ഒരു വിഡ്ഢിയെപ്പോലെ ഈ മേശപ്പുറത്തു കമഴ്ന്നു കിടന്നു തേങ്ങിക്കൊണ്ടു പറഞ്ഞു. 'ഇലിയാസ് എന്റേതാണ്. എന്റേത് മാത്രം! അവൾ പോകുന്നതു ഞാൻ കണ്ടില്ല. എനിക്ക് മാപ്പു തരൂ, ഇലിയാസ്!"

"പക്ഷേ, അവൾ ഇതെങ്ങിനെ അറിഞ്ഞു?"

"ജന്തായ് പറഞ്ഞുകാണും. അയാളാണെന്ന് എനിക്ക് തീർച്ചയുണ്ട്. അയാൾ അതു ചെയ്യുമെന്നു ഭീഷണിപ്പെടുത്തിയിരുന്നു. അയാൾ ഒരു ദുഷിച്ച മനുഷ്യനാണ്. ഇലിയാസ്, വേഗം അവളെ ചെന്നു കണ്ടുപിടിക്കൂ. നിങ്ങൾ അവളുടെയടുത്തേക്കു പോകണം. ഞാൻ ഇനി ഒരിക്കലും നിങ്ങളുടെ ഇടയ്ക്ക് നിൽക്കുകയില്ല. ഞാൻ മറ്റെങ്ങോട്ടെങ്കിലും പോയ്ക്കൊളാം."

ശൈത്യകാലത്തെ തണുത്തുറഞ്ഞ സ്റ്റെപ്പിയിലൂടെ എന്റെ ലോറി പറന്നു. മഞ്ഞുകുന്നുകളുടെ മുകൾ ഭാഗം കാറ്റ് കുതിരകളുടെ കുഞ്ചിരോമം പോലെയാക്കി ത്തീർത്തു. വീടില്ലാത്ത മുൾച്ചെടികളെ കാറ്റ് കുഴികളിൽനിന്ന് പൊക്കിയെടുത്ത് ദൂരെയെറിഞ്ഞുകൊണ്ടിരുന്നു. ഗ്രാമീണ ഭവനങ്ങളുടെ പഴക്കം ചെന്ന കറുത്ത മൺ ചുമരുകളും നഗ്നമായ മരത്തോപ്പുകളും അങ്ങുദൂരെ പ്രത്യക്ഷപ്പെട്ടു.

ഞാൻ അസേലിന്റെ പടിക്കൽ ലോറി നിർത്തി. ഞരമ്പുകളുടെ പിരിമുറുക്കം കുറയ്ക്കാനായി ഒരു സിഗരട്ടു കത്തിച്ചു. അല്പം കഴിഞ്ഞ് അതു കുത്തിക്കെടുത്തിയിട്ട് ഹോണടിച്ചു. പുറത്തു വന്നത് അസേലായിരുന്നില്ല്. ഒരു കോട്ട് പുതച്ചുകൊണ്ട് അവളുടെ അമ്മ പുറത്തുവന്നു. ഞാൻ ഫുട്ട്ബോർഡിൽ നിന്നു കൊണ്ട് ശാന്തമായി പറഞ്ഞു:

"അമ്മാ, നമസ്ക്കാരം."

"ഓ, ഇതു നീയാണോ?" അവർ ദേഷ്യത്തോടെ പറഞ്ഞു. "എന്നെ അമ്മയെന്നു വിളിക്കാനുള്ള ധിക്കാരം എങ്ങിനെയുണ്ടായി? വേഗം ഇവിടുന്നു പൊയ്ക്കോ! തെണ്ടിപ്പരിഷ. പുല്ലിൽ ഒളിച്ചിരിക്കുന്ന പാമ്പ്! എന്റെ മോളെ മയക്കി കൂട്ടിക്കൊ ണ്ടുപോയിട്ട് പിന്നെയും വന്നിരിക്കുന്നോ? നീ ഞങ്ങളുടെ ജീവിതം നശിപ്പിച്ച്..."

അങ്ങോട്ട് ഒരക്ഷരം പറയാൻ വൃദ്ധ എന്നെ അനുവദിച്ചില്ല. അവർ തനിക്കറി യാവുന്ന ഏറ്റവും ദുഷിച്ച വാക്കുകളെല്ലാം എന്റെ നേരെ എടുത്തെറിഞ്ഞു. അവരുടെ ആക്രോശം കേട്ട് അയൽക്കാർ ഓടിക്കൂടി.

"ചവിട്ടി പുറത്താക്കാൻ ഞാൻ ആളുകളോടു പറയുന്നതിനു മുമ്പ് തന്നെ പോകു ന്നതാണു നല്ലത്. നാണം കെട്ട് തലയും താഴ്ത്തി പോയ്ക്കോ. ഇനി ഈ ഗ്രാമത്തിൽ കണ്ടുപോകരുത്!" അരിശം മൂത്ത് ആ സ്ത്രീ കോട്ട് നിലത്തേക്കെറിഞ്ഞിട്ട് എന്നെ ലോറിക്കകത്തേക്കു തള്ളി.

അവിടെനിന്നും പോവുക മാത്രമേ മാർഗ്ഗമുണ്ടായിരുന്നുള്ളു. അസേൽ പുറത്തി റങ്ങിവരാൻ പോലും കൂട്ടാക്കാത്ത സ്ഥിതിക്ക് മറ്റെന്തു ചെയ്യാനാണ്? കല്ലുകളും കമ്പുകളും ലോറിയിൽ വന്നു മുട്ടിക്കൊണ്ടിരുന്നു. ഗ്രാമീണ ബാലന്മാർ എനിക്കൊരു യാത്രയയപ്പു തന്നതാണ്.

അന്നു രാത്രി അതിക്രമിക്കുന്നതുവരെ ഞാൻ തടാകതീരത്ത് വെറുതെ നടന്നു. ചന്ദ്രികാർച്ചിതമായ ഇസ്ക്-കുൾ ക്ഷോഭിച്ച് തിരതല്ലിക്കൊണ്ടിരുന്നു. എപ്പോഴും

ചൂടുള്ള ആ തടാകം ഈ രാത്രിയിൽതണുത്ത് കലിതുള്ളിനിന്നു. കമഴ്ത്തിയിട്ടിരുന്ന ഒരു വഞ്ചിയുടെ പുറത്ത് ഞാനിരുന്നു. അലറിക്കൊണ്ട് കരയിലേക്കു കയറിവന്ന തിരകൾ എന്റെ ബൂട്ടുകളിൽ വന്നു മുട്ടിയിട്ട് ദുഃഖത്തോടെ നെടുവീർപ്പിട്ടുകൊണ്ട് പിൻവാങ്ങി.

ആരോ ഒരാൾ എന്റെ പിന്നിൽ വന്നു നിന്ന് എന്റെ തോളിൽ മെല്ലെ കൈ വച്ചു. കദീച.

ഏതാനും ദിവസങ്ങൾ കഴിഞ്ഞ് ഞങ്ങൾ ഫ്രൂൻസെയിലേക്കു പോയി. അവിടെ അനർഹായ് സ്റ്റെപ്പി മേച്ചിൽസ്ഥലമായി വികസിപ്പിക്കാനുള്ള ഒരു പദ്ധതിയെപ്പറ്റി പഠിച്ചുകൊണ്ടിരുന്ന ഒരു പര്യടനസംഘത്തിൽ ഞങ്ങൾക്കു ജോലികിട്ടി. എന്നെ ലോറിഡ്രൈവറായും കദീചയെ ചില്ലറജോലികൾക്കായുമാണ് എടുത്തത്. അങ്ങനെ ഞങ്ങൾ ഇരുവരും ഒരുമിച്ച് ഒരു പുതിയ ജീവിതം തുടങ്ങി.

പര്യടനസംഘത്തോടൊപ്പം ഞങ്ങൾ അനാർഹായ് സ്റ്റെപ്പിയുടെ മദ്ധ്യംവരെ യാത്രചെയ്തു. ബൽഹാഷ് തടാകത്തിനടുത്തുള്ള പ്രദേശത്തെവിടെയോ ആയിരുന്നു അത്. എന്നെ സംബന്ധിച്ചിടത്തോളം എത്രയും ദൂരം പോകുന്നോ അത്രയും നന്ന്. ഭൂതകാലം മാച്ചുകളയണമെങ്കിൽ അത് ഒറ്റയടിക്കാകട്ടെ.

ആദ്യമൊക്കെ ഞാൻ ജോലിയിൽ മുഴുകി. എന്റെ ദുഃഖം മറക്കാൻ ശ്രമിച്ചുകൊണ്ടിരുന്നു. അവിടെ ധാരാളം ജോലിയുണ്ടായിരുന്നുതാനും.

ആ പര്യടന സംഘത്തോടൊപ്പം ജോലി ചെയ്തു മൂന്നിൽച്ചില്ലാനും വർഷങ്ങൾ കൊണ്ട് ഞങ്ങൾ വിശാലമായ സ്റ്റെപ്പിയിൽ ഉടനീളം സഞ്ചരിച്ചു. ഞങ്ങൾ അവിടെ കിണറുകൾ കുഴിക്കുകയും റോഡുകൾ വെട്ടുകയും ചരക്കുകയറ്റിറക്കുകേന്ദ്രങ്ങൾ നിർമ്മിക്കുകയും ചെയ്തു. അനാർഹായ് ഇപ്പോൾ പഴയ കാട്ടുപ്രദേശമല്ല. മുമ്പ് പട്ടാപ്പകൽ പോലും അവിടെ ഒരാൾക്കു വഴി തെറ്റുമായിരുന്നു. മുൾച്ചെടികൾ മുറ്റിവളർന്ന ഏകാന്തമായ ആ സ്റ്റെപ്പിയിലൂടെ ഒരാൾ ഒരു മാസം നടന്നാലും മനുഷ്യവാസമുള്ള പ്രദേശത്തെത്തുകയില്ല. ഇപ്പോൾ അവിടം ഒരു കന്നുകാലി വളർത്തൽ കേന്ദ്രമാണ്. നല്ല വീടുകളും സംസ്ക്കാരകേന്ദ്രങ്ങളും മറ്റെല്ലാ സൗകര്യങ്ങളും അവിടെയുണ്ട്. അവിടെ ഇപ്പോൾ ഭക്ഷ്യധാന്യങ്ങളും കൃഷിചെയ്യുന്നു. അവിടെ ജോലി ധാരാളമുണ്ട്. പ്രത്യേകിച്ചു ലോറി ഡ്രൈവർമാർക്ക്. എങ്കിലും ഞാൻ തിരിച്ചുപോന്നു. അവിടുത്തെ ബുദ്ധിമുട്ടുകൾ സഹിക്കാനിഷ്ടമില്ലാഞ്ഞിട്ടു മടങ്ങിയതാണെന്നു വിചാരിക്കണ്ട. അവിടുത്തെ വൈഷമ്യങ്ങൾ താൽക്കാലികമായിരുന്നു. കദീചയും ഞാനും ബുദ്ധിമുട്ടുകളെ ഭയപ്പെടുന്നവരല്ല. ഞങ്ങൾ ഇരുവരും വളരെ യോജിപ്പോടെയാണ് കഴിഞ്ഞതെന്നും ചുരുക്കത്തിൽ പറയട്ടെ. ഞങ്ങൾ പരസ്പരം ബഹുമാനിക്കുകയും ഇഷ്ടപ്പെടുകയും ചെയ്തു. പക്ഷേ ബഹുമാനം ഒന്നും സ്നേഹം മറ്റൊന്നുമാണ്. ദമ്പതിമാരിൽ ഒരാൾ മറ്റെയാളെ എത്ര കലശലായി പ്രേമിക്കുന്നുണ്ടെങ്കിലും മറ്റെയാൾ തിരിച്ചു പ്രേമിക്കുന്നില്ലെങ്കിൽ ജീവിതം സന്തുഷ്ടമായിരിക്കയില്ല എന്നാണ് എന്റെ അഭിപ്രായം. മനുഷ്യസ്വഭാവം അതാണ്. ഒരുപക്ഷേ എന്റെ പ്രകൃതം അങ്ങനെയായതുകൊണ്ടു തോന്നുന്നതായിരിക്കാം. അതെന്തായാലും എന്തോ ഒന്നിന്റെ കുറവ് എനിക്ക് എപ്പോഴും അനുഭവപ്പെട്ടിരുന്നു. ആ കുറവു നികത്താൻ ജോലിക്കോ സുഹൃത് ബന്ധത്തിനോ സ്നേഹമയിയായ ഒരു സ്ത്രീയുടെ പരിചരണങ്ങൾക്കോ കഴിഞ്ഞില്ല. അസേലിനെ തിരിച്ചുകൊണ്ടുവരാൻ മറ്റൊരു ശ്രമം കൂടി നടത്താതെ അവിടുന്നു പോരാൻ ഞാൻ തീരുമാനിച്ചത് ബുദ്ധിശൂന്യമായിപ്പോയെന്ന് എനിക്കു

തോന്നിത്തുടങ്ങി. അനർഹായിലെ അവസാനത്തെ ആറുമാസം അസേലിനെപ്പറ്റിയും മകനെപ്പറ്റിയുമുള്ള ചിന്ത എന്നെ സദാ അലട്ടിക്കൊണ്ടിരുന്നു. എനിക്ക് ഉറങ്ങാൻ കഴിയാതായി. ഉറയ്ക്കാത്ത കൊഴുത്ത കുഞ്ഞിക്കാലുകൾ കുത്തി എണീറ്റുനിന്ന് പുഞ്ചിരിതൂകുന്ന സമാത്തിന്റെ രൂപം എന്റെ മനസ്സിൽ തെളിഞ്ഞു വന്നു. അവന്റെ ഇളം മേനിയുടെ സുഗന്ധം ജീവിതകാലം മുഴുവൻ ഞാൻ ഓർമ്മയിൽ സൂക്ഷിക്കും. എന്റെ പ്രിയപ്പെട്ട ത്യാൻ-ഷാൻ പർവ്വതങ്ങളും നീലനിറമാർന്ന എന്റെ ഇസിക്-കൂൾ തടാകവും ഞാൻ എന്റെ പ്രേമഭാജനത്തെ, എന്റെ ഒരേയൊരു പ്രേമഭാജനത്തെ, ആദ്യമായി കണ്ടുമുട്ടിയ സ്റ്റെപ്പിയും കാണാൻ ഞാൻ കൊതിച്ചു. എന്റെ വികാരങ്ങൾ മനസ്സിലാക്കാൻ കദീചയ്ക്കു കഴിഞ്ഞിരുന്നു. എന്നാൽ അവൾ എന്നോടു പരിഭവിച്ചില്ല. ഒടുവിൽ ഒരുമിച്ചുള്ള ജീവിതം തുടരുക അസാദ്ധ്യമാണെന്ന് ഞങ്ങൾക്കിരുവർക്കും ബോദ്ധ്യമായി.

ആ വർഷം അനർഹായ് സ്റ്റെപ്പിയിൽ വസന്തം വളരെ നേരത്തെ വന്നെത്തി. മഞ്ഞു മുഴുവൻ ഉരുകിക്കഴിഞ്ഞു. കുന്നുകൾ പച്ചനിറമാർന്നു. ചൂടും ഈർപ്പവും ആർത്തിയോടെ വലിച്ചെടുത്ത് സ്റ്റെപ്പി നവ ചൈതന്യമാർജ്ജിച്ചു. രാത്രിയിലെ വായു സുതാര്യമായിത്തീർന്നു. ആകാശത്തിൽ നക്ഷത്രങ്ങൾ മിന്നിത്തിളങ്ങി.

ഞങ്ങൾ പണിസ്ഥലത്തിനടുത്തുള്ള ടെന്റിൽ കിടക്കുകയായിരുന്നു. ഉറങ്ങാൻ കഴിയാത്ത മറ്റൊരു രാത്രി. പെട്ടെന്ന് സ്റ്റെപ്പിയുടെ നിശ്ചലനിശ്ശബ്ദതയിൽ വളരെ ദൂരെയെവിടെനിന്നോ ഒരു ട്രെയിനിന്റെ ചൂളം വിളി അവ്യക്തമായി ഞാൻ കേട്ടു. ആ ശബ്ദം എങ്ങനെ എന്റെ കാതുകളിലെത്തിയെന്നുള്ളത് ഒരത്ഭുതമാണ്. ഞങ്ങൾ താമസിച്ചിരുന്നിടത്തുനിന്ന് പന്ത്രണ്ടുമണിക്കൂർ ലോറിയിൽ സഞ്ചരിച്ചാലേ ഒരു റെയിൽപ്പാളത്തിൽ എത്തുകയുള്ളൂ. ഒരു പക്ഷേ വെറുതെ തോന്നിയതാവാം. എനിക്ക് തീർച്ചയില്ല. അതെന്തായാലും എന്റെ ഹൃദയം ശക്തിയായി മിടിച്ചുതുടങ്ങി. പോകാൻ ഒരുങ്ങിക്കോളൂ എന്ന് അതെന്നോടു പറഞ്ഞു.

“കദീച, ഞാൻ ഇവിടുന്ന് പോവുകയാണ്.”

“ശരി, ഇലിയാസ്. നമുക്ക് പിരിയാം.” അവൾ മറുപടി പറഞ്ഞു.

അങ്ങനെ ഞങ്ങൾ പിരിഞ്ഞു. കദീച വടക്കൻ കസാക്ക് സ്ഥാനിലേക്കു പോയി. അവൾ സന്തോഷമായി ജീവിക്കണമെന്നു ഞാൻ ആഗ്രഹിച്ചു. അവൾക്കുവേണ്ടി കാത്തിരിക്കുന്ന ഒരു പുരുഷനെ എവിടെ വച്ചെങ്കിലും അവൾ കണ്ടുമുട്ടുമെന്ന് ഞാൻ ദൃഢമായി വിശ്വസിച്ചു. അവളുടെ ആദ്യവിവാഹം ഒരു പരാജയമായിരുന്നു. അവൾ വിചാരിച്ചിരുന്നതു പോലുള്ള ഒരു മനുഷ്യനായിരുന്നില്ല അയാൾ. എന്റെ കൂടെയും അവൾക്കു സന്തുഷ്ടിലഭിച്ചില്ല. യഥാർത്ഥ പ്രേമമെന്താണെന്ന് അനുഭവിച്ചറിഞ്ഞിരുന്നില്ലെങ്കിൽ ഞാൻ കദീചയെ വിട്ടു പോവുകയില്ലായിരുന്നു. ഒരു സ്ത്രീയോടുള്ള പ്രേമമെന്താണെന്നും അവളുടെ പ്രേമമെന്തെന്നും അറിഞ്ഞവനാണു ഞാൻ. വാക്കുകൾക്കു വിശദീകരിക്കാനാവാത്ത ഒരനുഭൂതിയാണത്.

ഞാൻ കദീചയെ തീവണ്ടിയിൽ കയറ്റിയയച്ചു. വണ്ടി ഓടിത്തുടങ്ങിയപ്പോൾ ഞാൻ അതിനോടൊപ്പം അല്പദൂരം ഓടി. ‘വിട തരൂ കദീചാ. എന്നെപ്പറ്റി ചീത്തയൊന്നും വിചാരിക്കരുത്.” അവസാനമായി ഞാൻ അവളോടു മന്ത്രിച്ചു.

അനർഹായ് സ്റ്റെപ്പിയിൽ നിന്ന് കൊക്കുകൾ തെക്കോട്ടു പറന്നു തുടങ്ങി. ഞാൻ വടക്കോട്ടുയാത്ര തിരിച്ചു-ത്യാൻ മലകളിലേക്ക്.

അവിടെയെത്തിയപ്പോൾ ആദ്യം ചെയ്തത് അസേലിന്റെ ഗ്രാമത്തിലേക്കു പോകുന്ന ഒരു ലോറി കൈകാണിച്ചു നിർത്തുകയാണ്. അതിന്റെ പിന്നിൽ കയറി ഗ്രാമത്തിലേക്കു യാത്ര ചെയ്യുമ്പോൾ സകല ചിന്തകളും മനസ്സിൽനിന്ന് ആട്ടിയക റ്റാൻ ഞാൻ ശ്രമിച്ചുകൊണ്ടിരുന്നു. എനിക്ക് ഭയവും ആഹ്ലാദവും തോന്നി. ഞാൻ അസേലിനെ കാണാറുണ്ടായിരുന്ന അതേ റോഡിലൂടെയാണ് ലോറി പോയത്. എന്നാൽ ഇപ്പോൾ അത് പഴയ നാട്ടുവഴിയല്ല. കോൺക്രീറ്റ് പാലങ്ങളും റോഡ് അടയാളങ്ങളുമുള്ള ടാറിട്ട ഒന്നാന്തരം റോഡ്. അന്നത്തെ കുണ്ടും കുഴിയും നിറഞ്ഞ വഴി എനിക്കോർമ്മവന്നു. അന്ന് എന്റെ ലോറി ചേറ്റുകുഴിയിൽ അകപ്പെട്ട സ്ഥലം ഇപ്പോൾ തിരിച്ചറിയാൻ കഴിയുകയില്ല. അന്ന് അസേൽ ഇരുന്നിരുന്ന പാറയും കാണാനില്ല.

ഗ്രാമത്തിനടുത്തെത്തിയപ്പോൾ ഞാൻ ലോറിയുടെ മേൽക്കൂരയിൽ ഇടിച്ചു തുടങ്ങി.

ഡ്രൈവർ തല നീട്ടി വിളിച്ചു ചോദിച്ചു: “എന്താണ് കുഴപ്പം?”

“ദയവുചെയ്ത് ഇവിടെ ഒന്നു നിർത്തൂ. എനിക്കിറങ്ങണം.”

“ഈ പാടത്തിന്റെ നടുക്കോ? നമ്മൾ ഗ്രാമത്തിലെത്താറായല്ലോ.”

“അതു സാരമില്ല. എനിക്ക് നടക്കാനാണ് ഇഷ്ടം. ദൂരമധികമില്ലല്ലോ.” ഞാൻ ചാടിയിറങ്ങിയിട്ട് അയാൾക്കു കുറച്ചു പണം നീട്ടി.

“വേണ്ട.” അയാൾ പറഞ്ഞു. “ഡ്രൈവർമാർ സഹപ്രവർത്തകരിൽനിന്ന് പണം വാങ്ങാറില്ല.”

“ഇതു വാങ്ങിക്കൂ. ഞാൻ ഡ്രൈവറാണെന്ന് നിങ്ങൾ എങ്ങിനെയറിഞ്ഞു?”

“അതു നിങ്ങളെ കണ്ടാലറിയാം.”

“ശരി. നമസ്ക്കാരം!”

അയാൾ ഓടിച്ചുപോയി. ഞാൻ ധൈര്യം സംഭരിക്കാനായി റോഡിന്റെ നടുവിൽ കുറേനേരം നിന്നു. വിറയ്ക്കുന്ന കൈകൾകൊണ്ട് ഒരു സിഗററ്റു കത്തിച്ച് ആർത്തിയോടെ പല തവണ വലിച്ചു. ഒടുവിൽ അതു നിലത്തിട്ട് ചവിട്ടിക്കെടു ത്തിയിട്ടു ഞാൻ പറഞ്ഞു: “ഇതാ, ഞാൻ ഇവിടെഎത്തി.” ഞാൻ ഗ്രാമത്തിലേക്കു നടന്നു. എന്റെ ഹൃദയം തുടിക്കുന്നശബ്ദം കൊണ്ട് എന്റെ ചെവികൾ അടഞ്ഞു. തലയ്ക്കുള്ളിൽ ആരോ ചുറ്റികകൊണ്ട് അടിക്കുന്നതുപോലെ തോന്നി.

ഗ്രാമത്തിലും വലിയ മാറ്റങ്ങൾ ഉണ്ടായിട്ടുണ്ട്. അതു വളർന്നിരിക്കുന്നു. സ്ലേറ്റ് മേൽക്കൂരകളുള്ള കുറെ പുതിയ വീടുകൾ അവിടെ പ്രത്യക്ഷപ്പെട്ടിട്ടുണ്ട്. വൈദ്യുതക മ്പികൾ ഓരോ വീട്ടിലേക്കു നീണ്ടു പോകുന്നു. കൂട്ടുകൃഷിക്കളത്തിന്റെ ഓഫീസിനു മുമ്പിലുള്ള ഒരു തൂണിൽ ഒരു റേഡിയോയുടെ ഉച്ചഭാഷിണി ഘടിപ്പിച്ചിട്ടുണ്ട്. കുട്ടികൾ സ്ക്കൂളിലേക്ക് ധൃതിയിൽ നടന്നു പോകുന്നു. ടീച്ചർമാരോടൊപ്പം നടന്നു പോകുന്ന ഒരു സംഘം മുതിർന്ന കുട്ടികൾ എന്തോ ചർച്ചചെയ്യുകയാണ്. അന്ന് എന്റെ നേരെ കല്ലും കമ്പുകളും വലിച്ചെറിഞ്ഞ കുട്ടികൾ അക്കൂട്ടത്തിലുണ്ടായിരി ക്കാം. അതെ, കാലം മുമ്പോട്ടു പോവുകയാണ്. അതൊരിക്കലും നിശ്ചലമായി നിൽക്കയില്ല.

ഞാൻ കൂടുതൽ വേഗം നടന്നു. മൺ ചുമരുകളും മുറ്റത്തെ വില്ലോ മരവും

അവിടെത്തന്നെയുണ്ട്. ഞാൻ ശ്വാസം വിണ്ടെടുക്കാൻ തെല്ലിടനിന്നു. ഭയം കൊണ്ട് എന്റെ രക്തം ഉറഞ്ഞുപോകുമെന്നു തോന്നി. ആശങ്കയോടെ ഞാൻ ഗയിറ്റിൽ മുട്ടി. ഒരു പെൺകുട്ടി സ്കൂൾ ബാഗുമായി പുറത്തേക്ക് ഓടിവന്നു. ഒരിക്കൽ എന്റെ നേരെ നാക്കു നീട്ടി കാണിച്ച അതേ കുട്ടി. അവൾ ഇപ്പോൾ ഒരു മുതിർന്ന സ്കൂൾകുട്ടിയാണ്. അവൾ ധൃതിയിലായിരുന്നു. അമ്പരപ്പോടെ എന്നെ ഒന്നു നോക്കിയിട്ട് അവൾ പറഞ്ഞു:

"വീട്ടിൽ ആരുമില്ല"

"ആരുമില്ലേ?"

"ഇല്ല. അമ്മ തടിവെട്ടുകേന്ദ്രത്തിലേക്കു പോയി. അച്ഛൻ പാടത്ത് ട്രാക്ടറുകൾക്ക് വെള്ളം എത്തിച്ചുകൊടുക്കുകയാണ്."

"അസേലോ?" അധീരനായി ഞാൻ ചോദിച്ചു. എന്റെ നാവുവരണ്ടു.

"ആര്? അസേലോ?" അത്ഭുതത്തോടെ പെൺകുട്ടി ചോദിച്ചു.

"ചേച്ചി പോയിട്ട് എത്രയോ കാലമായി."

"ഒരിക്കലും തിരിച്ചുവന്നിട്ടില്ലേ?"

"എല്ലാ വർഷവും ചേട്ടനൊടൊപ്പം വരാറുണ്ട്. ചേട്ടൻ ഒരു നല്ല മനുഷ്യനാണെന്ന് അമ്മ എപ്പോഴും പറയും."

കൂടതലൊന്നും ഞാൻ ചോദിച്ചില്ല. പെൺകുട്ടി സ്കൂളിലേക്കോടി. ഞാൻ വന്ന വഴിയേ തിരിച്ചു നടന്നു.

ആ വാർത്ത എനിക്ക് കനത്ത ഒരടിയായിരുന്നു. അവൾ കല്യാണം കഴിച്ചിരിക്കുന്നത് ആരെയാണെന്നോ താമസിക്കുന്നത് എവിടെയെന്നോ അറിയുന്നതിൽ കാര്യമൊന്നുമില്ലെന്നു തോന്നി. എന്തിനു ചോദിക്കണം? അസേൽ മറ്റൊരാളെ കണ്ടുപിടിക്കാനിടയുണ്ടെന്ന് ഞാൻ ആലോചിച്ചിട്ടേയില്ല. പക്ഷേ ഞാനത് പ്രതീക്ഷിക്കേണ്ടതായിരുന്നു. ഞാൻ തിരിച്ചുവരുന്നതും കാത്ത് അവൾ ജീവിതം പാഴാക്കുന്നതെന്തിനാണ്?

തിരിച്ചുപോകാൻ ലോറി കാത്തു നിൽക്കാതെ ഞാൻ നടന്നു തുടങ്ങി.

റോഡ് ആകെ മാറിയിരുന്നു. ഇപ്പോൾ അത് ഉറച്ചതും മിനുസമുള്ളതുമാണ്. സ്റ്റെപ്പിക്കു മാത്രം യാതൊരു മാറ്റവുമില്ല.

ഉഴുതിട്ടിരുന്ന വയലുകൾ കറുത്ത തുണ്ടുകളായും വിളറിയ കച്ചിക്കുറ്റികൾകൊണ്ട് മൂടിയ വയലുകൾ ഇളം നിറമുള്ള തുണ്ടുകളായും അവിടെ പ്രത്യക്ഷപ്പെട്ടു. പർവ്വതങ്ങളിൽനിന്നുത്ഭവിച്ച സ്റ്റെപ്പി ചെറിയ ചെറിയ അലകളായി ചക്രവാളത്തിലേക്ക് ഒഴുകിക്കൊണ്ടിരിക്കയാണെന്നു തോന്നി. അങ്ങകലെ ഇസികം-കുളിൻ കരയിൽ ചെന്ന് മഞ്ഞനിറമുള്ള കിന്നരിപോലെ അതവസാനിച്ചു. മഞ്ഞുരുകിയതിനാൽ നിലം നനവാർന്ന് നഗ്നമായിക്കിടന്നു. വസന്തത്തിലെ ഉഴവു തുടങ്ങിയ ട്രാക്ടറുകളുടെ ശബ്ദം മുഴങ്ങിക്കൊണ്ടിരുന്നു.

ഞാൻ ജില്ലാകേന്ദ്രത്തിലെത്തിയത് രാത്രിയിലാണ്. നേരം വെളുത്തപ്പോൾ ഞാൻ ഒരു തീരുമാനത്തിലെത്തിച്ചേർന്നിരുന്നു. പഴയ ഡിപ്പോയിൽ ചെന്ന് ജോലിചെയ്യണം. എല്ലാം കഴിഞ്ഞു. എല്ലാം നഷ്ടപ്പെട്ടു എങ്കിലും ജീവിക്കുകയും ജോലിചെയ്യുകയും വേണം. ഭാവിയിൽ.... ഭാവിയിൽ എന്താണുണ്ടാകാൻ

പോകുന്നതെന്ന് ആർക്കറിയാം...

പതിവുപോലെ ത്യാൻ-ഷാൻ റോഡ് വാഹനഗതാഗതം കൊണ്ട് സജീവമായിരുന്നു. എനിക്ക് പോകേണ്ടിടത്തേക്ക് അനവധി വാഹനങ്ങൾ പൊയ്ക്കൊണ്ടിരുന്നു. എന്നാൽ ഞങ്ങളുടെ ഡിപ്പോയിൽ നിന്നുള്ള ഒരു ലോറിയിൽ കയറാമെന്നായിരുന്നു തീരുമാനിച്ചിരുന്നത്. ഒടുവിൽ ഒരു ലോറി വന്നു. ഞാൻ കൈ ഉയർത്തി.

ഡ്രൈവർ കടന്നുപോയെങ്കിലും പെട്ടെന്ന് ബ്രേക്കു ചവിട്ടി വണ്ടി നിർത്തി. ഞാൻ എന്റെ പെട്ടി കൈയിലെടുത്തു. ഡ്രൈവർ ലോറിയിൽനിന്നിറങ്ങി എന്റെയടുത്തേക്കു വന്നു. എന്റെ രജിമെന്റിലുണ്ടായിരുന്ന ഒരാളായിരുന്നു അത്-യെർമേക്. ഞാനാണ് അയാളെ വണ്ടിയോടിക്കാൻ പഠിപ്പിച്ചത്. അയാൾ സന്ദേഹഭാവത്തിൽ പുഞ്ചിരിച്ചുകൊണ്ട് എന്റെ മുഖത്തേക്ക് നോക്കി.

"എന്നെ മനസ്സിലായോ?" ഞാൻ ചോദിച്ചു.

"സാർജന്റ്... ഇലിയാസല്ലേ? ഇലിയാസ് അലിബായെവ്?"

അയാൾക്ക് ഓർമ്മവന്നു.

"അയാൾ തന്നെ." കയ്പ്പേറിയ ഒരു പുഞ്ചിരിയോടെ ഞാൻ പറഞ്ഞു. എന്നെ തിരിച്ചറിയാൻ ഇത്ര പ്രയാസമാണെങ്കിൽ ഞാൻ വളരെയേറെ മാറിപ്പോയിരിക്കണം

ഞങ്ങൾ യാത്രയ്ക്കിടയിൽ പട്ടാളത്തിലുണ്ടായിരുന്ന കാലത്ത് ഓർമ്മകൾ അയവിറക്കിക്കൊണ്ടിരുന്നു. അയാൾ ഉത്തരം മുട്ടിക്കുന്ന ചോദ്യങ്ങൾ വല്ലതും ചോദിക്കുമോ എന്നായിരുന്നു എന്റെ ഭയം. പക്ഷേ അയാൾ ഒന്നും അറിഞ്ഞിട്ടില്ലെന്നു തോന്നി. ഞാൻ ആശ്വസിച്ചു.

"താൻ എന്നാണ് തിരിച്ചുവന്നത്?"

"ഞാൻ ഈ ജോലിയിലായിട്ട് ഇപ്പോൾ രണ്ടുവർഷമായി."

"അലിബേക് ജന്തുറിൽ ഇപ്പോൾ എവിടെയാണെന്ന് അറിയാമോ?"

"അറിഞ്ഞുകൂടാ. ഞാൻ വരുന്നതിനു മുമ്പ് അയാൾ ഇവിടെ നിന്നുപോയി. ഇപ്പോൾ പാമീർ പർവ്വതപ്രദേശത്തെവിടെയോ ഒരു ഡിപ്പോയിൽ ചീഫ് മെക്കാനിക്കായി ജോലി ചെയ്യുകയാണെന്നു കേട്ടു."

"അലിബേക് മിടുക്കനാണ്!" ഞാൻ വിചാരിച്ചു. "എന്റെ പ്രിയസ്നേഹിതാ. ഞാനിതിൽ സന്തോഷിക്കുന്നു. താൻ ഒരു യഥാർത്ഥ ജിഗീത്താണ്." അങ്ങനെ അയാൾ ഉദ്ദേശിച്ചിടത്ത് എത്തിച്ചേർന്നു. പട്ടാളപരിശീലനക്കാലത്ത് അയാൾ ഒരു ട്രാൻസ്പോർട്ട് ടെക്നിക്കൽ സ്കൂളിൽ കറസ്പോണ്ടൻസ് കോഴ്സിനു ചേർന്നിരുന്നു. പിന്നീട് ഉപരിവിദ്യാഭ്യാസം പൂർത്തിയാക്കാൻ അയാൾ ആഗ്രഹിച്ചിരുന്നു.

"ഇപ്പോഴും അമൻജോലൊവ് തന്നെയാണോ ഡയറക്ടർ?"

"അല്ല. പുതിയ ഒരാളാണ്. അമൻജോലൊവ് പ്രമോഷൻ കിട്ടി മന്ത്രികാര്യാലയത്തിൽ പോയി."

"എന്നെ അവർ ജോലിക്കെടുക്കാൻ സാദ്ധ്യതയുണ്ടോ?" ഞാൻ ചോദിച്ചു.

"തീർച്ചയായും എടുക്കും. ഒന്നാം ക്ലാസ് ഡ്രൈവറാണല്ലോ നിങ്ങൾ. പട്ടാളപരിശീലനക്കാലത്ത് എല്ലാവർക്കും നിങ്ങളെപ്പറ്റി വലിയ മതിപ്പായിരുന്നു."

"അതെ ഒരിക്കൽ അങ്ങനെയായിരുന്നു." ഞാൻ പതുക്കെ പറഞ്ഞു. "ജന്തായ് എന്നയാളെ പരിചയമുണ്ടോ?

"ഇല്ല. ഞാൻ ആ പേരു കേട്ടിട്ടേയില്ല."

"ഡിപ്പോയിൽ വലിയ മാറ്റങ്ങൾ ഉണ്ടായിട്ടുണ്ട്." ഞാൻ വിചാരിച്ചു.

"നിങ്ങൾ മലമ്പാതയിലൂടെ ട്രെയിലർ വലിച്ചുകൊണ്ടുപോകാറുണ്ടോ?" ഞാൻ ചോദിച്ചു.

"ഉണ്ട്. ചരക്ക് കൂടുതലുള്ളപ്പോൾ ട്രെയിലർ ഘടിപ്പിക്കും,"

സാധാരണ മട്ടിൽ യെർമേക് പറഞ്ഞു."ഞങ്ങൾക്ക് നല്ല ശക്തിയുള്ള ലോറികൾ ഉണ്ട്."

ആ ട്രെയിലറുകൾക്ക് ഞാൻ കൊടുത്ത വിലയെന്താണെന്ന് അയാൾ അറിഞ്ഞിട്ടില്ല.

അങ്ങനെ ഞാൻ എന്റെ പഴയ ഡിപ്പോയിൽ തിരിച്ചെത്തി. വീണ്ടും കണ്ടുമുട്ടിയത് ആഘോഷിക്കാൻ ഒരു ഗ്ലാസ് കുടിക്കാമെന്നു പറഞ്ഞ് യെർമേക് എന്നെ വീട്ടിലേക്കു ക്ഷണിച്ചു. പക്ഷേ ഞാനതു നിരസിച്ചു. ഇപ്പോൾ ഞാൻ മദ്യം തൊടുകയില്ല.

ഡിപ്പോയിലുള്ളവർ എന്നോട് വളരെ നന്നായി പെരുമാറി. എന്നെപ്പറ്റി എല്ലാം അറിയാമായിരുന്നവർ ചോദ്യങ്ങൾ ചോദിച്ചു എന്നെ അലട്ടിയില്ല. അതിന് അവരോട് എനിക്ക് കൃതജ്ഞത തോന്നി. അവർ വിചാരിച്ചത് ഇങ്ങനെയാണെന്നു തോന്നി. "മറ്റൊരിടത്തെ ജീവിതം അനുഭവിച്ചറിഞ്ഞ ഒരാൾ തിരിച്ചുവന്നിരിക്കുന്നു; അയാൾ തന്റെ ജോലി ശരിക്കു നിർവ്വഹിക്കുന്നുണ്ട്. ഞങ്ങൾക്ക് അതുമതി. കഴിഞ്ഞതെല്ലാം കഴിഞ്ഞു." എല്ലാം മറക്കാൻ ഞാനും കഠിനമായി ശ്രമിച്ചു. സർവ്വതും മറക്കണം. ഞാനും എന്റെ കുടുംബവും പാർത്തിരുന്ന വീടിനടുത്തുകൂടി പോകുമ്പോൾ ഞാൻ ഇടംവലം നോക്കാറില്ല. അവിടെയുള്ള പെട്രോൾ പമ്പിൽ പെട്രോളടിക്കാൻ നിൽക്കുകയില്ല. പക്ഷേ അതുകൊണ്ടൊന്നും പ്രയോജനമുണ്ടായില്ല. സ്വയം വഞ്ചിക്കാൻ എനിക്ക് കഴിഞ്ഞില്ല.

ഞാൻ ഡിപ്പോയിൽ തിരിച്ചെത്തിയിട്ട് കുറെ നാൾ കഴിഞ്ഞു. കാര്യങ്ങൾക്കൊക്കെ അടുക്കും ചിട്ടയും വന്നുതുടങ്ങി. എന്റെ ലോറിയുമായി ഞാൻ ഇണങ്ങിക്കഴിഞ്ഞു. അത് ഞാൻ എല്ലാ സ്പീഡിലും എല്ലാ റോഡുകളിലും ഓടിച്ചു നോക്കിയിട്ടുണ്ട്. ചുരുക്കിപ്പറഞ്ഞാൽ എനിക്ക് എന്റെ ജോലി ശരിക്കറിയാമായിരുന്നു.

അന്ന് ഞാൻ ചൈനയിൽനിന്നു മടങ്ങുകയായിരുന്നു. യാതൊന്നും അപ്പോൾ എന്റെ മനസ്സിനെ അലട്ടിയില്ല. പുകവലിക്കുകയും ഉദാസീനമായി ചുറ്റും നോക്കുകയും ചെയ്തുകൊണ്ട് ഞാൻ മെല്ലെ ലോറിയോടിച്ചുകൊണ്ടിരുന്നു. വസന്തകാലത്തിലെ സുന്ദരമായ ഒരു ദിവസമായിരുന്നു അത്. ആട്ടുവളർത്തുകാർ വേനൽക്കാല മേച്ചിൽപ്പുറങ്ങളിലേക്കു നീങ്ങിത്തുടങ്ങിയിരുന്നു. അങ്ങു ദൂരെ അവരുടെ യൂർത്തകൾ കാണാം. അവയിൽ ചിലതിൽനിന്ന് നീലനിറത്തിൽ പുക ഉതിരുന്നുണ്ട്. കുതിരകൾ അസ്വസ്ഥരായി ചിനയ്ക്കുന്ന ശബ്ദം കാറ്റു ചെവിയിലെത്തിച്ചു. റോഡിൽനിന്ന് അകലെയല്ലാതെ ഒരിടത്ത് ആടുകൾ മേഞ്ഞു നടന്നു. ആ ദൃശ്യം എന്നിൽ ബാല്യകാലസ്മരണകൾ ഉണർത്തി. എനിക്ക് എന്തുകൊണ്ടോ വിഷാദം തോന്നി... തടാകത്തിനടുത്തെത്തിയപ്പോൾ ഞാൻ അത്ഭുതസ്തബ്ധനായി-ഇസിക്-കുളിൽ

അരയന്നങ്ങൾ ഇറങ്ങിയിട്ടുണ്ട്.

വസന്തത്തിൽ ഞാൻ അവിടെ അരയന്നങ്ങളെ കാണുന്നത് ഇതു രണ്ടാമത്തെ തവണയാണ്. കടുംനീലനിറമുള്ള വെള്ളത്തിനു മീതെ ആ വെളുത്ത പക്ഷികൾ വട്ടമിട്ടു പറന്നു. ഒന്നും ആലോചിക്കാതെ ഞാൻ റോഡിൽനിന്ന് വശത്തേക്കു കയറി നേരെ തടാകത്തിന്റെ കരയിലേക്കു വണ്ടിയോടിച്ചു-വളരെക്കാലം മുമ്പ് ഒരു ദിവസം ചെയ്തതുപോലെ, ഹാ, ഇസിക്-കുൾ, ഇസിക്-കുൾ-പാടിത്തീരാത്ത എന്റെ ഗാനം! അസേലിനോടൊപ്പം ഇവിടെ വന്ന് വെള്ളത്തിനു തൊട്ടു മുകളിലുള്ള ഇതേ സ്ഥലത്ത് ഞാൻ ലോറി നിർത്തിയ ആ ദിവസത്തെപ്പറ്റി ഇപ്പോൾ ഞാൻ എന്തിന് ഓർക്കുന്നു? എല്ലാം അന്നത്തേപ്പോലെ തന്നെ, നീലയും വെള്ളയും നിറമാർന്ന തിരകൾ കൈകോർത്തുപിടിച്ച് മഞ്ഞനിറമുള്ള കരയിലേക്കു ഓടിക്കയറിക്കൊണ്ടിരുന്നു. മലകൾക്കു പിന്നിൽ സൂര്യൻ അസ്തമിച്ചുതുടങ്ങി. തടാകത്തിന്റെ അങ്ങേയറ്റം കുങ്കമനിറമാർന്നു. അരയന്നങ്ങൾ ഉദ്വേഗഭരിതരായി ഉറക്കെ കരഞ്ഞുകൊണ്ട് വെള്ളത്തിനു മീതെ പറന്നുനടന്നു. അവ മുകളിലേയ്ക്കുയർന്നിട്ട് മുഴങ്ങുന്ന ചിറകുകൾ വിരുത്തിപ്പിടിച്ച് താണു. അവ വെള്ളത്തിൽ വീണ് പാതയുടെ വലിയ വൃത്തങ്ങൾ സൃഷ്ടിച്ചു. എല്ലാം പഴയതുപോലെ തന്നെ. അസേൽ എന്നോടൊപ്പമില്ലെന്നു മാത്രം. അസേൽ, ചുവന്ന തൂവാലയണിഞ്ഞ എന്റെ പോപ്ലാർ തൈ, നീ എവിടെയാണ്?

ഞാൻ വളരെ നേരം അവിടെയിരുന്നു. ഒടുവിൽ ഡിപ്പോയിലേക്കു മടങ്ങി. എന്റെ ഞരമ്പുകൾ തളർന്നു. ഞാൻ വീണ്ടും കുടിച്ചു... വീണ്ടും ഉണർന്ന ഹൃദയവേദന വോഡ്ക്കയിൽ മുക്കിക്കൊല്ലാൻ ഞാൻ മദ്യശാലയിലേക്കു കയറി. വളരെ വൈകിയാണ് ഞാനവിടെ നിന്നിറങ്ങിയത്. ആകാശം അന്ധകാരമയവും മേഘാവൃതവുമായിരുന്നു. ഒരു പൈപ്പിൽ നിന്ന് പുറത്തേക്കു വരുന്നതുപോലെ മലയിടുക്കിൽനിന്ന് കാറ്റ് വീശിക്കൊണ്ടിരുന്നു. അത് വൈദ്യുതകമ്പികളിൽത്തട്ടി ഓരിയിട്ടു.

മൺതരികൾ എന്റെ മീതെ വർഷിച്ചു. തടാകം ഞരങ്ങുകയും കിതയ്ക്കുകയും ചെയ്തുകൊണ്ടിരുന്നു. ഒടുവിൽ ഞാൻ ഹോസ്റ്റലിലെത്തി വസ്ത്രം മാറ്റാതെതന്നെ കിടക്കയിൽ വീണ് ഗാഢമായി ഉറങ്ങി.

മദ്യത്തിന്റെ മത്തിറങ്ങാത്തതു കാരണം പിറ്റേന്നു രാവിലെ എനിക്ക് തല പൊക്കാൻ കഴിഞ്ഞില്ല. മഞ്ഞുകലർന്ന ചാറ്റൽമഴ രാവിലെ മുതൽ പെയ്തുകൊണ്ടിരുന്നു. പുറത്തുപോകാൻ മടിച്ച് ഞാൻ ഏകദേശം മൂന്നു മണിക്കൂറോളം കിടക്കയിൽത്തന്നെ കിടന്നു. ജോലിക്കുപോലും എന്നെ സമാശ്വസിപ്പിക്കാൻ കഴിയാതെ വന്നത് അതാദ്യമായിട്ടാണ്. എനിക്ക് ലജ്ജതോന്നി. ഞാൻ എണീറ്റു.

ലോറി ഉദാസീനമായി നീങ്ങിക്കൊണ്ടിരുന്നു. വാസ്തവത്തിൽ ലോറിയല്ല എന്റെ മനസ്സാണ് ഉദാസീനമായിരുന്നത്. പോരാത്തതിന് കെട്ട കാലാവസ്ഥയും. എതിരെ വന്നിരുന്ന വണ്ടികളിൽ മഞ്ഞു പറ്റിപ്പിടിച്ചിരുന്നിരുന്നു. മലമുകളിൽ മഞ്ഞുപെയ്തെന്നർത്ഥം. മഞ്ഞു പെയ്യുകയോ ഹിമക്കാറ്റടിക്കുകയോ എന്തു വേണമെങ്കിൽ ആവട്ടെ. എനിക്കൊന്നുമില്ല. എന്നെ സംബന്ധിച്ചിടത്തോളം എല്ലാം അവസാനിച്ചു കഴിഞ്ഞു. ഇനി ഇതൊന്നും ഒരു പ്രശ്നമല്ല....

എന്റെ മാനസികാവസ്ഥ ഇതിൽക്കൂടുതൽ മോശമാവാനില്ല. എന്റെ മുഖം കണ്ണാടിയിൽ കണ്ടപ്പോൾ എനിക്ക് മനംപിരട്ടി; കുറ്റിരോമങ്ങൾ വളർന്നുനിൽക്കുന്ന

വിളറി, ചീർത്ത്, ഓജസ്സില്ലാത്ത ഒരു മുഖം, വഴിക്കു വണ്ടി നിർത്തി ഞാൻ ആഹാരം കഴിക്കുകയായിരുന്നു വേണ്ടിയിരുന്നത്. അന്ന് ഞാൻ ഒന്നും കഴിച്ചിട്ടുണ്ടായിരുന്നില്ല. എന്നാൽ എനിക്ക് വിശപ്പില്ലായിരുന്നു. കിടക്കാനായിരുന്നു എനിക്കു മോഹം. ആ ആസക്തിക്ക് ഒരിക്കൽ വശംവദനായാൽ പിന്നീട് പിടിച്ചു നിർത്താൻ വളരെ പ്രയാസമാണെന്ന് അറിയാമല്ലോ. ഒരു ഗ്ലാസു മദ്യം അകത്തു ചെന്നപ്പോൾ എനിക്ക് കുറച്ചു സുഖം തോന്നി. വണ്ടിയും കൂടുതൽ ഉഷാറായി ഓടിത്തുടങ്ങി: അടുത്ത മദ്യശാലയുടെ മുമ്പിലും ഞാൻ ലോറി നിർത്തി ഒരു ഗ്ലാസു കുടിച്ചു. പിന്നീട് ഒന്നുകൂടി ഉള്ളിലാക്കി. റോഡ് ഇപ്പോൾ പറന്നു പോവുകയാണ്. വൈപ്പറുകൾ അങ്ങോട്ടുമിങ്ങോട്ടും ചലിച്ചുകൊണ്ടിരുന്നു. വളരെ നേരം മുമ്പ് കെട്ടുപോയ ഒരു സിഗരട്ട് വലിച്ചുകൊണ്ട് ഞാൻ സ്റ്റിയറിംഗ് വീലിലേക്കു കുനിഞ്ഞിരുന്നു. എന്റെ വണ്ടിയിലേക്കു ചെളിതെറിപ്പിച്ചുകൊണ്ട് എതിരെ ചീറിപ്പാഞ്ഞുവരുന്ന വണ്ടികളല്ലാതെ മറ്റൊന്നും ഞാൻ കണ്ടില്ല. സമയം വൈകിയതിനാൽ ഞാൻ ആക്സിലേറ്ററിൽ അമർത്തിച്ചവിട്ടി. മലമുകളിൽവച്ച് ഇരുട്ട് എന്റെ മുമ്പിൽ കയറി. നക്ഷത്രങ്ങളില്ലാത്ത നിരുന്മേഷമായ ഒരു രാത്രിയായിരുന്നു അത്. കുടിച്ച വോഡ്ക്ക പ്രവർത്തിച്ചുതുടങ്ങിയിരുന്നു. എനിക്ക് ആകെ ഒരു തളർച്ചതോന്നി. കൺമുമ്പിൽ ഒരുതരം കറുത്ത പൊട്ടുകൾ ചുഴന്നു കറങ്ങി. ലോറിക്കുള്ളിൽ എനിക്ക് വീർപ്പുമുട്ടൽ അനുഭവപ്പെട്ടു. എനിക്ക് മനം മറിഞ്ഞു. അതിനുമുമ്പൊരിക്കലും മദ്യലഹരി എന്നെ അത്ര കലശലായി ബാധിച്ചിരുന്നില്ല. എന്റെ മുഖത്തുകൂടി വിയർപ്പൊഴുകി. ഞാൻ ഒരു ലോറിയോടിക്കുകയല്ല, ലോറിയുടെ ഹെഡ്‌ലൈറ്റിൽനിന്ന് പ്രവഹിച്ച രണ്ടു പ്രകാശനാളങ്ങൾക്ക് മീതെ സവാരി ചെയ്യുകയാണ് എന്ന് എനിക്ക് തോന്നി. പാറപ്പുറത്തുകൂടി പൊങ്ങിയും താണും ഇഴഞ്ഞുപോകുന്ന പ്രകശരശ്മികളെ പിൻതുടർന്ന് മുകളിലേക്കു കയറും. അവയോടൊപ്പം വളഞ്ഞുപുളഞ്ഞ് പിന്നെയും മുമ്പോട്ടുപോകും. നിമിഷം തോറും എന്റെ ശക്തി ക്ഷയിച്ചുകൊണ്ടിരുന്നു. സ്റ്റിയറിംഗിലുള്ള പിടി അല്പമൊന്നയച്ചാൽ എന്റെ നിയന്ത്രണം വിട്ടുപോകുമെന്നറിയാമായിരുന്നതിനാൽ ഞാൻ വണ്ടി നിർത്താൻ ശ്രമിച്ചില്ല. ഞാൻ എവിടെ എത്തിയെന്ന് എനിക്ക് നിശ്ചയമില്ലായിരുന്നു. ദൊളോൻ മലമ്പാതയിൽ എവിടെയോ ആയിരുന്നു. ഹാ, ദൊളോൻ ദൊളാൻ! ത്യാൻ-ഷാൻ പർവ്വതനിരയിലെ അതികായനായ ദൊളോൻ! നിന്നെ കടന്നുപോകാൻ എളുപ്പമല്ല. പ്രത്യേകിച്ചും രാത്രിയിൽ കുടിച്ചു ലക്കുകെട്ട ഒരു ഡ്രൈവർക്ക് അത് അസാദ്ധ്യമാണ്.

യാത്രയുടെ കാഠിന്യം കൊണ്ട് വിറച്ചുകൊണ്ടിരുന്ന ലോറി ഒരു കയറ്റത്തിന്റെ മുകളിലെത്തിയിട്ട് താഴത്തേക്ക് ഉരുണ്ടു തുടങ്ങി. ചുറ്റുമുള്ളതെല്ലാം കറങ്ങുകയാണെന്നു തോന്നി. കറുത്ത ആകാശം കീഴ്മേൽ മറിഞ്ഞു. എന്റെ കൈകൾ എന്നെ അനുസരിക്കാൻ കൂട്ടാക്കിയില്ല. ലോറി കൂടുതൽ കൂടുതൽ വേഗത്തിൽ ചെരിവിലൂടെ പറന്നുകൊണ്ടിരുന്നു. ഒരു പതിഞ്ഞ മുട്ടലും ലോഹം കിറുകിറുങ്ങുന്ന ശബ്ദവും ഞാൻ കേട്ടു. ഹെഡ്‌ലൈറ്റുകൾ ഒരു നിമിഷം ശക്തിയായ തെളിഞ്ഞിട്ട് അണഞ്ഞു. ചുറ്റും ഇരുട്ടുമാത്രം. "ലോറി എവിടെയോ ചെന്നു മുട്ടി." എന്ന ചിന്ത മനസ്സാക്ഷിയുടെ അഗാധതയിൽ ഒരു സൂചിമുനപോലെ കുത്തി നോവിച്ചു.

ഞാൻ അവിടെ എത്രനേരം കിടന്നെന്ന് അറിയില്ല. വളരെ ദൂരെ എവിടെയോ ആരോ സംസാരിക്കുന്ന ശബ്ദം കേട്ടു. ചെവികൾ രണ്ടും പഞ്ഞിവെച്ചടച്ചിരിക്കയാണെന്ന് തോന്നിക്കും വണ്ണം അസ്പഷ്ടമായിരുന്നു അത്. "ഒരു വിളക്കു തര്വാ"

ആരോ പറഞ്ഞു. എന്റെ തലയിലും തോളുകളിലും നെഞ്ചിലും ഒരു കൈ ഇഴഞ്ഞുനടന്നു."അയാൾ മരിച്ചിട്ടില്ല. പക്ഷേ കുടിച്ച് ബോധം കെട്ടു കിടക്കുകയാണ്." മറ്റൊരു ശബ്ദം പറഞ്ഞു: "റോഡിൽനിന്ന് ഇതു മാറ്റിയിടണം."

"ഏയ്, ചങ്ങാതീ, അല്പം മാറിക്കിടക്കൂ. നമുക്ക് ഈ ലോറി അരികിലേക്കു മാറ്റിയിടാം." എന്നു പറഞ്ഞുകൊണ്ട് ഒരാൾ മെല്ലെ എന്റെ തോളിൽ ഒന്നു തള്ളി.

ഞരങ്ങിക്കൊണ്ട് ഞാൻ തല പൊക്കി. നെറ്റിയിലുണ്ടായിരുന്ന മുറിവിൽനിന്ന് രക്തം ഒഴുകി. എന്റെ നെഞ്ചിൽ എന്തോ ഒന്ന് അമർത്തിപ്പിടിച്ചിരുന്നതുപോലെ തോന്നി. എനിക്ക് എണീറ്റിരിക്കാൻ കഴിഞ്ഞില്ല. ആ മനുഷ്യൻ ഒരു തീപ്പെട്ടിയുരച്ച് എന്നെ നോക്കി. അതു കെട്ടപ്പോൾ മറ്റൊന്നുകൂടി ഉരച്ചു. വീണ്ടും നോക്കി.

"കാര്യങ്ങൾ വളരെ മോശമാണ്! ചങ്ങാതീ, നിങ്ങൾ എങ്ങനെ ഈ നിലയിലെത്തി?" ഇരുട്ടത്ത് കേട്ട ആ സ്വരം എന്നോടു സഹതപിക്കുന്നതുപോലെ തോന്നി.

"ലോറി തകർന്നുപോയോ?" രക്തം തുപ്പിക്കളഞ്ഞുകൊണ്ട് ഞാൻ ചോദിച്ചു.

"ഇല്ല, വലിയ കേടൊന്നും പറ്റിയിട്ടില്ല. റോഡിന്റെ മറുവശത്തേക്കു പാളിപ്പോയതേയുള്ളൂ."

"ശരി. എന്നാൽ ഞാൻ റോഡിൽ തടസ്സമുണ്ടാക്കാതെ പോയ്ക്കോളാം." എന്നു പറഞ്ഞുകൊണ്ട് ഞാൻ ചാവി തിരിക്കാൻ ശ്രമിച്ചു. എന്റെ വിരലുകൾ വിറച്ചുകൊണ്ടിരുന്നു.

"നിൽക്കൂ," കരുത്തുറ്റ ഒരു കൈ എന്റെ ചുമലുകളിൽ ചുറ്റിക്കൊണ്ട് അയാൾ പറഞ്ഞു. "നിങ്ങൾ വേണ്ടത്ര കുഴപ്പങ്ങൾ ഉണ്ടാക്കിക്കഴിഞ്ഞു. വരൂ. ഇന്നു രാത്രി എന്റെ വീട്ടിൽ തങ്ങിയിട്ട് നാളെ രാവിലെ വേണ്ടതെന്താണെന്ന് ആലോചിക്കാം."

രണ്ടുപേർ ചേർന്ന് എന്നെ ലോറിയിൽനിന്ന് വലിച്ചു പുറത്തെടുത്തു.

"കെമേൽ, തൽക്കാലം ലോറി ഒരു വശത്തേക്കു മാറ്റിയിടൂ. പിന്നീട് വേണ്ടതു ചെയ്യാം."

"അയാൾ എന്നെ തന്റെ തോളിൽ താങ്ങി വലിച്ചുകൊണ്ടുപോയി. എങ്ങോട്ടാണു പോകുന്നതെന്ന് ആ ഇരുട്ടിൽ എനിക്ക് മനസ്സിലായില്ല. വളരെ ദൂരം നടന്ന് ഞങ്ങൾ അയാളുടെ വീട്ടിലെത്തി. അയാൾ എന്നെ വാതിലിനുള്ളിലേക്കു പിടിച്ചു കയറ്റി. മുൻവശത്തെ മുറിയിൽ ഒരു മണ്ണെണ്ണ വിളക്കു കത്തിക്കൊണ്ടിരുന്നു. ആതിഥേയൻ എന്നെ ഒരു സ്റ്റൂളിലിരുത്തിയിട്ട് എന്റെ ആട്ടിൽതോൽക്കോട്ടിന്റെ ബട്ടണുകൾ അഴിച്ചുതുടങ്ങി. ഞാൻ അയാളെ ശരിക്കൊന്നു നോക്കി. റോഡു സംരക്ഷണകേന്ദ്രത്തിന്റെ തലവനായ ബൈതെമീർ, ഇയാളുടെ ലോറിയാണ് അന്നൊരിക്കൽ ഞാൻ മലമ്പാതയിലൂടെ വലിച്ചുകൊണ്ടുപോയത്. എന്റെ അപ്പോഴത്തെ അവസ്ഥയോർത്ത് എനിക്ക് ലജ്ജതോന്നിയെങ്കിലും അയാളെ കണ്ടതിൽ ഞാൻ സന്തോഷിച്ചു. ഞാൻ ക്ഷമാപണം ചെയ്യാനും നന്ദിപറയാനുമായി വാ തുറക്കാൻ ഭാവിച്ചതാണ്. എന്നാൽ ആ സമയത്ത് പിന്നിൽ ആരോ വിറകു താഴെയിടുന്ന ശബ്ദം കേട്ട് ഞാൻ തിരിഞ്ഞുനോക്കി. സാവധാനം, വളരെ പ്രയാസപ്പെട്ട്, ഞാൻ എണീറ്റു നിന്നു. എനിക്ക് താങ്ങാനാവാത്തത്ര വലിയ ഒരു ഭാരം എന്റെ ചുമലുകളിൽ പതിച്ചതുപോലെ തോന്നി. വാതിൽക്കൽ നിന്നിരുന്നത് അസേലാണ്! അവളുടെ കാൽക്കൽ വിറകുകമ്പുകൾ ചിതറിക്കിടക്കുന്നുണ്ട്. അവൾ അസ്വാഭാവികമാംവണ്ണം

നിശ്ചലയായി പാവയെപ്പോലെ നിന്ന് എന്നെ നോക്കുകയായിരുന്നു.

"എന്താണിത്?" അവൾ മന്ത്രിച്ചു.

"അസേൽ!" എന്നു വിളിക്കാൻ ഞാനൊരുങ്ങിയതാണ്. എന്നാൽ അവളുടെ കണ്ണുകളിൽ കണ്ട അകൽച്ചയും വെറുപ്പും എന്നെ തടഞ്ഞു. ലജ്ജകൊണ്ട് എന്റെ തല ചുട്ടുപൊള്ളി. ഞാൻ തലതാഴ്ത്തിനിന്നു. ആ നിശ്ശബ്ദത ഭയാനകമായിരുന്നു. ബൈതെമീറാണ് അതിനു വിരാമമിട്ടത്. അയാൾ എന്നെ വീണ്ടും പിടിച്ചിരുത്തിയിട്ട് ശാന്തമായ സ്വരത്തിൽ അസേലിനോടു പറഞ്ഞു:

"കുഴപ്പമൊന്നുമില്ല, അസേൽ, ഈ ലോറി ഡ്രൈവർക്ക് ഒരു ചെറിയ അപകടം പറ്റി. അയാൾക്ക് അല്പം വിശ്രമം ആവശ്യമാണ്... കുറച്ച് അയഡിൽ കൊണ്ടുവരൂ."

"അയഡിനോ? അയൽവീട്ടുകാർ അതു കൊണ്ടുപോയിരിക്കയാണ്. പക്ഷേ ഞാൻ ചെന്നു മേടിച്ചുകൊണ്ടു വരാം," പരിഭ്രമത്തോടെ പറഞ്ഞിട്ട് അസേൽ ധൃതിയിൽ അവിടുന്നു പോയി.

അനങ്ങുകയോ ശബ്ദിക്കുകയോ ചെയ്യാതെ ഞാൻ അവിടെ ഇരുന്നു. മദ്യത്തിന്റെ ലഹരി പൂർണ്ണമായും എന്നെ വിട്ടുപിരിഞ്ഞു. പെട്ടെന്ന് എനിക്ക് തലയ്ക്കു വെളിവുണ്ടായി. എന്റെ ചെന്നിയിലേക്കു രക്തം ഇരച്ചു കയറി.

"ആദ്യം മുറിവുകൾ കഴുകി വെടിപ്പാക്കാണം." എന്റെ നെറ്റിയിലെ മുറിവു പരിശോധിച്ചിട്ട് ബൈതെമീർ പറഞ്ഞു. അയാൾ ഒരു തൊട്ടിയുമെടുത്തുകൊണ്ട് പുറത്തേക്കു പോയി. ഏകദേശം അഞ്ചുവയസ്സു തോന്നിക്കുന്ന ഒരു കുട്ടി അടുത്ത മുറിയുടെ വാതിൽക്കൽ വന്നുനിന്നു എത്തിനോക്കി. ചെരിപ്പിടാത്ത ആ ബാലൻ ഒരു ഷർട്ടുമാത്രമേ ധരിച്ചിരുന്നുള്ളൂ. അവൻ ജിജ്ഞാസയോടെ എന്നെ ഉറ്റുനോക്കി. അവനെ ഉടൻ ഞാൻ തിരിച്ചറിഞ്ഞു. അതെങ്ങിനെയെന്നു ചോദിച്ചാൽ എനിക്കതിന് ഉത്തരമില്ല. എന്റെ ഹൃദയം പറഞ്ഞതാവാം.

"സമാത്." എന്നു മന്ത്രിച്ചുകൊണ്ട് ഞാൻ അവന്റെ നേരെ കൈ നീട്ടി. ആ സമയത്ത് ബൈതെമീർ തിരിച്ചുവന്നു. ഭയം കൊണ്ട് ഞാൻ ഞെട്ടി പിറകോട്ടാഞ്ഞു. അതെന്തുകൊണ്ടായിരുന്നെന്ന് എനിക്കറിയില്ല. ഞാൻ സമാത്തിനെ പേരെടുത്തു വിളിക്കുന്നത് അയാൾ കേട്ടോ എന്നായിരുന്നു എന്റെ പേടി. തൊണ്ടി സഹിതം പിടിക്കപ്പെട്ട ഒരു കള്ളന്റെ അവസ്ഥയായിരുന്നു എന്റേത്. പരിഭ്രമം മറച്ചുവയ്ക്കാനായി ഞാൻ നെറ്റിയിലെ മുറിവ് പൊത്തിപ്പിടിച്ചുകൊണ്ട് പൊടുന്നനെ ചോദിച്ചു:

"ഇതു നിങ്ങളുടെ മകനാണോ?"

കഷ്ടം, ഞാനെന്തിനാണ് അങ്ങിനെ ചോദിച്ചത്? അതിന് സ്വയം മാപ്പുകൊടുക്കാൻ ഇന്നും എനിക്ക് കഴിഞ്ഞിട്ടില്ല.

"എന്റെയാണ്" ഒരു ആതിഥേയന്റെ മര്യാദയോടെ ബൈതമീർ പറഞ്ഞു. അയാൾ തൊട്ടി താഴെ വച്ചിട്ട് സമാത്തിനെ എടുത്തു. "എന്റെയാണ്. എന്റെ സ്വന്തം, അല്ലേ, സമാത്?" അയാൾ കുട്ടിയെ ചുംബിക്കുകയും അവന്റെ കഴുത്തിൽ മേൽമീശ മുട്ടിച്ച് ഇക്കിളികൂട്ടുകയും ചെയ്തുകൊണ്ട് പറഞ്ഞു. ബൈതെമീറിന്റെ പെരുമാറ്റത്തിലോ സ്വരത്തിലോ അല്പം പോലും കാപട്യം കലർന്നിരുന്നില്ല. "നീ ഉറങ്ങാത്തതെന്താണ്? കൊച്ചുകള്ളൻ. നിനക്ക് എല്ലാം അറിയണം. ഇല്ലേ? ശരി, ഇനി വേഗം പോയി ഉറങ്ങിക്കോ!"

“അമ്മ എവിടെ?” സമാത് അന്വേഷിച്ചു.

“ഇപ്പോൾ വരും. അതാ, വന്നു കഴിഞ്ഞല്ലോ. മോൻ പോയി കിടക്ക്.”

അസേൽ ഓടി മുറിക്കുള്ളിലെത്തി. അവൾ ആശങ്കയോടെ ആ രംഗം ധൃതിയിൽ ഒന്ന് നിരീക്ഷിച്ചിട്ട് അയഡിൽ ബൈതെമീറിനെ ഏല്പിച്ചു. ഒന്നും മിണ്ടാതെ ഉടൻ തന്നെ സമാത്തിനേയും എടുത്തുകൊണ്ട് അവൾ അകത്തേക്കു പോയി.

ബൈതെമീർ ടൗവ്വൽ വെള്ളത്തിൽ മുക്കി എന്റെ മുഖത്തെ രക്തം തുടച്ചു കളഞ്ഞു.

“കിടന്നു നിലവിളിക്കരുത്, കേട്ടോ,” അയഡിൻ പുരട്ടുന്നതിനിടയിൽ പുഞ്ചിരിച്ചുകൊണ്ട് അയാൾ തമാശ പറഞ്ഞു. അതു കഴിഞ്ഞ് സഗൗരവം അയാൾ തുടർന്നു: “നിങ്ങൾക്കു ഇതിന് കിട്ടേണ്ടത് ഇതൊന്നുമല്ല. പക്ഷേ നിങ്ങൾ ഇന്ന് എന്റെ അതിഥിയായതുകൊണ്ട് ഞാൻ ക്ഷമിച്ചിരിക്കുന്നു. അസേൽ, കുറച്ചു ചായ തരാമോ?”

“ഇപ്പോൾ കൊണ്ടുവരാം.”

ബൈതെമീർ കമ്പളത്തിനുമീതെ ഒരു കോസടി നിവർത്തിയിട്ട് അതിന്റെ മീതെ ഒരു കുഷ്യനും വച്ചു.

“ഇരുന്ന് വിശ്രമിക്കൂ.” അയാൾ എന്നോടു പറഞ്ഞു.

“നന്ദി. എനിക്കുവേണ്ടി ബുദ്ധിമുട്ടേണ്ട” ഞാൻ മറുപടി പറഞ്ഞു.

“മടിക്കാതെ ഇവിടെ വന്ന് സൗകര്യമായിട്ടിരിക്കൂ.” അയാൾ നിർബന്ധിച്ചു.

അതൊരു പേടിസ്വപ്നംപോലെയായിരുന്നു. ആരോ എന്റെ ഹൃദയം ഞെക്കിപ്പിടിച്ചുകൊണ്ടിരിക്കയാണെന്ന് എനിക്കു തോന്നി. എനിക്ക് ശ്വാസംമുട്ടി. ഉദ്വേഗവും പ്രതീക്ഷയുംകൊണ്ട് എന്റെ ഞരമ്പുകൾ വലിഞ്ഞു മുറുകി. ദൈവമേ, ഞാൻ എന്തിനു ജനിച്ചു!

അസേൽ മുറിയിലേക്കു തിരിച്ചുവന്നു. ഞങ്ങളുടെ നേരെ നോക്കാതിരിക്കാൻ ശ്രമിച്ചുകൊണ്ട് അവൾ സമോവർ എടുത്തു മുറ്റത്തേക്കു കൊണ്ടുപോയി.

“ഞാൻ സഹായിക്കാം.” ബൈതെമീർ വിളിച്ചുപറഞ്ഞു. അയാൾ പോകാൻ എണീറ്റു. എന്നാൽ സമാത് വീണ്ടും ഓടി വാതിൽക്കൽ വന്നു. അവന് ഉറങ്ങാൻ ഉദ്ദേശമില്ലെന്നു തോന്നി.

“നിനക്ക് എന്തു വേണം. സമാത്?” ബൈതെമീർ ശാസനസ്വരത്തിൽ ചോദിച്ചു.

“അമ്മാവാ, അമ്മാവൻ സിനിമയിൽനിന്നു വന്നതാണോ?” എന്റെ മകൻ എന്നോടു ചോദിച്ചു. ശരിക്ക് കാണാനായി അവൻ അടുത്തുവന്നുനിന്നു.

അവൻ ഉദ്ദേശിച്ചതെന്താണെന്ന് എനിക്കു മനസ്സിലായി. ബൈതമീറും അതു ഊഹിച്ചു. അയാൾ ഉറക്കെ ചിരിച്ചുകൊണ്ട് അവന്റെ മുമ്പിലിരുന്നു. “നീ ഒരു രസികനാണല്ലോ.” എന്നു കുട്ടിയോടു പറഞ്ഞിട്ട് അയാൾ എന്റെ നേരെ തിരിഞ്ഞു. “ഖനികൾക്കടുത്ത് സിനിമ കാണിക്കുമ്പോൾ ഞങ്ങൾ ഇവനെയും കൊണ്ടുപോകാറുണ്ട്.”

“ഞാൻ സിനിമയിൽനിന്നു വന്നതാണ്.” കളിയിൽ പങ്കുചേർന്നുകൊണ്ട് ഞാൻ പറഞ്ഞു.

“അതു നുണയാണ്.” സമാത് മുഖം ചുളിച്ചുകൊണ്ട് പറഞ്ഞു.

“അതെന്താ?”

"അമ്മാവന്റെ കൈയിൽ വാളില്ലല്ലോ."

"ഞാനതു വീട്ടിൽ വച്ചിരിക്കയാണ്."

"എന്നെ കാണിക്കാമോ? നാളെ?"

"സമ്മതിച്ചു. ഇവിടെ വരൂ. നിന്റെ പേര് സമാത് എന്നല്ലേ?"

"അതെ, അമ്മാവന്റെ പേരോ?"

"എന്റെ പേര്..." ഞാൻ അറച്ചുനിന്നു. ഒടുവിൽ പറഞ്ഞു

"ഞാൻ ഇലിയാസ് അമ്മാവനാണ്." ആ വാക്കുകൾ എന്റെ തൊണ്ടയിൽ തടഞ്ഞു.

സമാത്, നേരം ഒരുപാടായി. പോയി ഉറങ്ങൂ." ബൈതെമീർ പറഞ്ഞു.

"അച്ഛാ, കുറച്ചുനേരം കൂടി ഞാൻ ഇവിടെ നിന്നോട്ടേ?" സമാത് കെഞ്ചി.

"ശരി. ഞാൻ പോയി ചായ കൊണ്ടുവരാം."

സമാത് എന്റെയടുത്തു വന്നു നിന്നു. ഞാൻ അവന്റെ കൈ തലോടി. അവന് എന്റെ നല്ല ഛായയുണ്ടായിരുന്നു... അവന്റെ കൈകൾ എന്റേതുപോലെയായിരുന്നു. ചിരിയും എന്റേതു തന്നെ.

"വലുതാവുമ്പോൾ ആരാകാനാണ് നിനക്ക് ഇഷ്ടം?" മകനോട് എന്തെങ്കിലും സംസാരിക്കാനുള്ള ആഗ്രഹംകൊണ്ട് ഞാൻ ചോദിച്ചു.

"ലോറി ഡ്രൈവർ."

"നിനക്ക് ലോറിക്കകത്തു കയറി യാത്രചെയ്യാൻ ഇഷ്ടമാണോ?"

"അതെ, എനിക്ക് ഒരുപാട് ഇഷ്ടമാണ്.... പക്ഷേ ഞാൻ കൈ കാണിച്ചാൽ ആരും കയറ്റുകയില്ല."

"നാളെ ഞാൻ നിന്നെ കയറ്റാം. സമ്മതിച്ചോ?"

"സമ്മതിച്ചു. ഞാൻ അമ്മാവന് എന്റെ ഗോലികൾ തരാം."

എന്നു പറഞ്ഞുകൊണ്ട് അവൻ അതെടുക്കാൻ അകത്തേയ്ക്കോടി.

മുറ്റത്ത് സമോവറിനടിയിൽ തീകത്തിത്തുടങ്ങി. അസേലും ബൈതമീറും പതുക്കെ എന്തോ സംസാരിച്ചുകൊണ്ടിരുന്നു.

സമാത് ഗോലികൾ സൂക്ഷിച്ചുവച്ചിരിക്കുന്ന ആട്ടിൻ തോൽ സഞ്ചിയുമായി ഓടിവന്നു.

"ഇഷ്ടമുള്ളത് എടുത്തോളൂ." എന്നു പറഞ്ഞുകൊണ്ട് വർണ്ണശബളമായ തന്റെ നിധി മുഴുവൻ അവൻ നിലത്തു കുടഞ്ഞിട്ടു.

ഓർമ്മയ്ക്കായി അവയിലൊന്നെടുക്കാൻ ഞാൻ ആഗ്രഹിച്ചു.. എന്നാൽ എനിക്കതിനു ധൈര്യമില്ലായിരുന്നു. വാതിൽ ചവിട്ടിത്തുറന്ന് ആവി പറക്കുന്ന സമോവാറുമായി ബൈതെമീർ കയറി വന്നു. പിന്നാലെ അസേലും ഉണ്ടായിരുന്നു. അവൾ ചായയുണ്ടാക്കുന്നതിൽ വ്യാപൃതയായി. ബൈതെമീർ പൊക്കം കുറഞ്ഞ ഒരു വട്ടമേശ കമ്പളത്തിന്റെ മീതെ കൊണ്ടുവന്നു വച്ചിട്ട് അതിൽ ഒരു മേശവിരി നിവർത്തിയിട്ടു. ഞാനും സമാത്തും ഗോലികൾ സഞ്ചിയിലേക്കു പെറുക്കിയിട്ടു.

"നീ നിന്റെ സമ്പാദ്യം മുഴുവൻ കാണിക്കുകയായിരുന്നോ?" എന്നു

ചോദിച്ചുകൊണ്ട് ബൈതെമീർ സ്നേഹപൂർവ്വം അവന്റെ ചെവിക്കു പിടിച്ചു.

ചായ തയ്യാറായി. ഞങ്ങൾ ചായ കുടിക്കാനിരുന്നു. ഇതിനുമുമ്പ് തമ്മിൽ കണ്ടിട്ടില്ലെന്ന് അസേലും ഞാനും നടിച്ചു. ക്ഷോഭം പുറത്തുകാട്ടാതിരിക്കാൻ ഞങ്ങളിരുവരും ശ്രമിച്ചു. അതിനാൽ അധികസമയവും ഞങ്ങൾ നിശ്ശബ്ദത പാലിച്ചു. സമാത് ബൈതെമീറിന്റെ മടിയിൽ കയറിയിരുന്ന് കൊഞ്ചുകയായിരുന്നു.

"അച്ഛാ, അച്ഛന്റെ മീശ എപ്പോഴും എന്റെ മുഖത്തു കുത്തും." അവൻ പരാതിപ്പെട്ടു. എങ്കിലും അവൻ അയാളുടെ മീശയിലേക്കു വീണ്ടും വീണ്ടും മുഖം അമർത്തിക്കൊണ്ടിരുന്നു.

എന്റെ മകനെ മകനേയെന്നു വിളിക്കാൻ ധൈര്യമില്ലാതെ, അവൻ മറ്റൊരാളെ അച്ഛനെന്നു വിളിക്കുന്നതു കേട്ടുകൊണ്ട് അവിടെയിരിക്കുന്നത് എന്നെ സംബന്ധിച്ചിടത്തോളം കൊടും ദണ്ഡനയായിരുന്നു. അസേൽ, എന്റെ പ്രിയപ്പെട്ട അസേൽ, തൊട്ടടുത്തിരുന്നിട്ടും അവളുടെ മുഖത്തു നോക്കാൻ എനിക്കവകാശമില്ല. അത് അതിലും വലിയ ദണ്ഡനയാണ്. അവൾ ഇവിടെ എങ്ങനെയെത്തി? അവൾ ഈ മനുഷ്യനെ പ്രേമിച്ചു വിവാഹം കഴിച്ചതാണോ? എന്നെ പരിചയമുണ്ടെന്നുള്ളതിന്റെ യാതൊരു സൂചനയും കാണിക്കാതെ തികച്ചും ഒരു അപരിചിതനോടെന്നപോലെയാണ് അവൾ എന്നോടു പെരുമാറുന്നത്. ആ സ്ഥിതിക്ക് കാര്യങ്ങൾ എങ്ങനെ മനസ്സിലാക്കും? അവൾ എന്നെ ഇത്രയേറെ വെറുക്കുന്നുണ്ടോ? ബൈതെമീറിന് എന്നെപ്പറ്റി യാതൊരു സംശയവും തോന്നിയിട്ടില്ലേ? സമാത് എന്റെ തനിപ്പകർപ്പാണെന്ന് അയാൾക്കു കാണാൻ കഴിയുന്നില്ലേ? ഞാൻ അയാളുടെ ലോറി വലിച്ചുകൊണ്ടുപോയ സംഭവത്തെപ്പറ്റി അയാൾ പരമാർശിക്കാത്തതെന്താണ്? അയാൾ അതു മറന്നുപോയിരിക്കുമോ?

ഉറങ്ങാൻ കിടന്നപ്പോൾ എന്റെ മനസ്സ് കൂടുതൽ അസ്വസ്ഥമായി. അവിടെ ആ കമ്പളത്തിൽത്തന്നെയാണ് എനിക്ക് കിടക്ക ഒരുക്കിയത്. ഞാൻ ഭിത്തിയിലേക്കു മുഖം തിരിച്ച് കിടന്നു. വിളക്കിന്റെ തിരി താഴ്ത്തി വച്ചിരുന്നു. അസേൽ മേശ വൃത്തിയാക്കുകയാണ്.

"അസേൽ," ബൈതെമീർ കിടപ്പറയിൽ നിന്ന് മെല്ലെ വിളിച്ചു. അവൾ വാതില്ക്കൽ ചെന്നു നിന്നു.

"അയാളുടെ ഷർട്ട് ഒന്നു നനച്ചിട്ടാൽക്കൊള്ളാം."

അസേൽ രക്തത്തിൽക്കുതിർന്ന എന്റെ വരയൻ ഷർട്ട് എടുത്തു കൊണ്ടുപോയി നനയ്ക്കാനാരംഭിച്ചു. എന്നാൽ പെട്ടെന്നു തന്നെ അവൾ ശയനമുറിയിലേക്കു തിരിച്ചുവന്നു.

"റേഡിയേറ്ററിലെ വെള്ളം ചോർത്തിക്കളഞ്ഞോ?" അവൾ പതുക്കെ ബൈതെമീറിനോടു ചോദിക്കുന്നതു ഞാൻ കേട്ടു. "ഇല്ലെങ്കിൽ അത് ഉറയും..."

"കൈമേൽ അതു ചെയ്തു." ബൈതെമീറും അവളെപ്പോലെ തന്നെ സ്വരം താഴ്ത്തി പറഞ്ഞു. "ലോറിക്കു വലിയ കേടൊന്നും പറ്റിയിട്ടില്ല. ഞങ്ങളതു രാവിലെ ശരിയാക്കാം."

ഞാൻ റേഡിയേറ്ററിലെ വെള്ളത്തിന്റെ കാര്യമേ മറന്നിരുന്നു. അപ്പോൾ ലോറിയെപ്പറ്റിയായിരുന്നില്ലല്ലോ എന്റെ ചിന്ത.

അസേൽ എന്റെ ഷർട്ടു നനച്ചു. അടുപ്പിന്റെ മുകളിൽ അതുണങ്ങാൻ തൂക്കിയിട്ടുമ്പോൾ അവൾ ഒരു നെടുവീർപ്പിട്ടു. പിന്നീട് വിളക്ക് ഊതിക്കെടുത്തിയിട്ട് കിടപ്പറയിലേക്കു പോയി.

വീട് ഇരുട്ടിൽ മുങ്ങി. അന്നു രാത്രി അവിടെ ആരും ഉറങ്ങുകയില്ലെന്ന് എനിക്കറിയാമായിരുന്നു. ഓരോരുത്തരും അവരവരുടെ ചിന്തകളിൽ മുഴുകി. ബൈതെമീർ സമാത്തിന്റെകൂടെയാണു കിടന്നത്. അയാൾ അവനോട് വാത്സല്യപൂർവ്വം എന്തോ മന്ത്രിക്കുന്നതും പുതപ്പുമാറിപ്പോയപ്പോൾ അതു ശരിയാക്കി വയ്ക്കുന്നതും ഞാൻ ശ്രദ്ധിച്ചു. ഇടയ്ക്കിടെ സമാന്യം ഉറക്കെത്തന്നെ അസേൽ നെടുവീർപ്പിട്ടുകൊണ്ടിരുന്നു. കണ്ണീർനിറഞ്ഞ് തിളങ്ങുന്ന അവളുടെ കണ്ണുകൾ ഈ ഇരുട്ടിൽ ഞാൻ കാണുന്നതായി എനിക്ക് തോന്നി. അവൾ എന്തായിരിക്കും ഓർക്കുന്നത്? ആരായിരിക്കും അവളുടെ ചിന്തകളിൽ നിറഞ്ഞുനിൽക്കുന്നത്? ഇപ്പോൾ അവൾക്ക് മൂന്നുപേരെപ്പറ്റി ചിന്തിക്കാനുണ്ട്.... ഒരുപക്ഷേ എന്നെപ്പോലെ അവളും ഞങ്ങളെ കൂട്ടിയിണക്കിയിരുന്ന സുന്ദരവും കയ്പേറിയതുമായ എല്ലാറ്റിനെപ്പറ്റിയുമുള്ള സ്മരണകൾ അയവിറക്കുകയായിരിക്കാം. പക്ഷേ അവളെ എനിക്കിനി കയ്യെത്തിപ്പിടിക്കാൻ കഴിയുകയില്ല... അവളുടെ ചിന്തകളും എനിക്ക് പിടിതരികയില്ല. അസേൽ മാറിപ്പോയി. അവളുടെ കണ്ണുകൾക്കും മാറ്റമുണ്ടായിട്ടുണ്ട്. നിഷ്കളങ്കതകൊണ്ടും ആത്മാർത്ഥതകൊണ്ടും തിളങ്ങുന്ന, ആരെയും വിശ്വസിക്കുന്ന, അന്നത്തെ കണ്ണുകളല്ല ഇപ്പോൾ അവ. ഇപ്പോൾ അവ കർക്കശമാണ്. എങ്കിലും അവൾ ഇപ്പോഴും എന്റെ അസേൽ തന്നെയാണ്. എന്റെ പോപ്ലാർ തൈ. അവളുടെ ഓരോ ചലനവും ഓരോ വാക്കും എനിക്ക് വിലപ്പെട്ടതാണ്. കൂടുതൽ ദുഃഖിതനും നിരാശനുമായി തലയിണയുടെ മൂല കടിച്ചുപിടിച്ചുകൊണ്ട് ആ രാത്രി മുഴുവൻ ഞാൻ ഉറങ്ങാതെ കിടന്നു.

ഉരുണ്ടുകൂടിയ മേഘങ്ങൾക്കിടയിൽ ചന്ദ്രബിംബം മറയുകയും തെളിയുകയും ചെയ്യുന്നതു ഞാൻ കണ്ടു.

അസേലും ബൈതെമീറും അതിരാവിലെ തന്നെ ഉണർന്നു. വീട്ടു ജോലികൾ ഒതുക്കാനായി അവർ മുറ്റത്തിറങ്ങിയ ഉടൻതന്നെ ഞാനും എണീറ്റു. എനിക്ക് പോകാൻ സമയമായി. ഞാൻ ശബ്ദം കേൾപ്പിക്കാതെ സമാത്തിന്റെ കട്ടിലിനടുത്തുചെന്ന് അവനെ ഒന്നു ചുംബിച്ചിട്ട് മുറിക്കു പുറത്തു കടന്നു.

മുറ്റത്ത് അസേൽ ഒരു വലിയ കലത്തിലേക്കു വെള്ളം ഒഴിക്കുകയായിരുന്നു. ആ കലം വച്ചിരുന്ന കല്ലടുപ്പിൽ കത്തിക്കാൻ ബൈതെമീർ വിറകു കൊത്തിക്കീറിക്കൊണ്ടിരുന്നു. ഞാനും ബൈതെമീറും ലോറി കിടന്നിരുന്നിടത്തേക്കു പോയി. പുകവലിച്ചുകൊണ്ടാണ് ഞങ്ങൾ നടന്നത്. ഞങ്ങളിരുവരും ഒരക്ഷരം മിണ്ടിയില്ല. ലോറിയുടെ ഒരു ഹെഡ് ലൈറ്റ് തകർന്നുപോയിരുന്നു. മഡ്ഗാർഡും ബമ്പറും ചളുങ്ങിയിട്ടുണ്ട്. ഒരു ചക്രം തിരിയുകയില്ല. ഞങ്ങൾ ഒരു പാരയും ചുറ്റികയുമുപയോഗിച്ച് ഞങ്ങളാലാവും വിധം ആ കേടുപാടുകൾ നീക്കി. പിന്നീട് കൂടുതൽ പ്രയാസമുള്ള ജോലിയിലേയ്ക്കു കടന്നു. എഞ്ചിൻ മരവിച്ചുപോയിരുന്നു. അതു പ്രവർത്തിപ്പിക്കാൻ ഞങ്ങൾ ഭഗീരഥപ്രയത്നം ചെയ്തു. എണ്ണ ചൂടാക്കാൻ തീ കത്തിച്ചു. മാറിമാറി ക്രാങ്ക് തിരിച്ചു കൊണ്ടിരുന്നു. ഞങ്ങളുടെ തോളുകൾ മുട്ടിയുരുമ്മി. ഒരേ ക്രാങ്കതിരിച്ച് ഞങ്ങളുടെ ഇരുവരുടേയും കൈപ്പടങ്ങൾ ചൂടായി. ഒരാളുടെ ശ്വാസം മറ്റൊരാളുടെ മുഖത്തു തട്ടിക്കൊണ്ടിരുന്നു. ഒരേ ഉദ്ദേശത്തോടെ

ഞങ്ങൾ ജോലിചെയ്തുകൊണ്ടിരുന്നു. ഒരുപക്ഷേ ഞങ്ങൾ ചിന്തിച്ചിരുന്നതും ഒരേ കാര്യത്തെപ്പറ്റിയായിരുന്നിരിക്കണം.

എഞ്ചിൻ അനങ്ങിയില്ല. ഞങ്ങൾ കിതച്ചുതുടങ്ങി. അസേൽ രണ്ടു തൊട്ടി ചൂടുവെള്ളം കൊണ്ടുവന്നു. അവൾ അത് എന്റെ മുമ്പിൽ വച്ചിട്ട് ഒരക്ഷരം പറയാതെ ഒരു വശത്തേക്കു മാറിനിന്നു. ഞാൻ ആ വെള്ളം റേഡിയേറ്ററിലൊഴിച്ചു. ഞാനും ബൈതെമീറും വീണ്ടും ക്രാങ്ക് തിരിച്ചുതുടങ്ങി. ഒടുവിൽ എഞ്ചിൻ അനങ്ങി. ഞാൻ ക്യാബിനിൽ കയറിയിരുന്നു. എഞ്ചിൽ ഏതു സമയവും നിന്നു പോകുമെന്നു തോന്നി. സ്പാർക്ക് പ്ലഗുകൾ പരിശോധിക്കാൻ ബൈതെമീർ ബോണറ്റ് ഉയർത്തി. ആ സമയത്ത് സമാത് ഓടി അവിടെയെത്തി. അവൻ കിതയ്ക്കുന്നുണ്ടായിരുന്നു.

അവൻ ലോറിയുടെ ചുറ്റും ഓടി. അതിൽ കയറി യാത്രചെയ്യാൻ അവന് അടക്കാനാവാത്ത ആഗ്രഹമുണ്ടായിരുന്നെന്നു സ്പഷ്ടം. അസേൽ അവനെ പിടിച്ചുനിർത്തി. അവന്റെ കൈയിൽനിന്ന് പിടിവിടാതെ അവൾ ലോറിക്കടുത്തു നിന്നു. കുറ്റപ്പെടുത്തലും വേദനയും സഹാനുഭൂതിയും കലർന്ന വാചാലമായ ഒരു നോട്ടം അവൾ എന്റെ നേർക്കയച്ചു. അവരെ ഇരുവരേയും തിരിച്ചുകിട്ടാനും അവരോടു ഞാൻ ചെയ്ത തെറ്റു തിരുത്താനും ഞാൻ അപ്പോൾ എന്തും ചെയ്യുമായിരുന്നു.

"അസേൽ," ലോറിയുടെ തുറന്നു കിടന്ന വാതിലിലൂടെ തലനീട്ടി ഞാൻ പറഞ്ഞു. "കുട്ടിയേയും എടുത്തുകൊണ്ട് കയറിയിരിക്കു. അന്നത്തെപ്പോലെ ഞാൻ നിന്നെ കൊണ്ടുപോകാം. അസേൽ. ദയവുചെയ്തു വരൂ." ഞാൻ കെഞ്ചി. എഞ്ചിന്റെ ഇരമ്പൽകൊണ്ട് എന്റെ ശബ്ദം ബൈതെമീറിനു കേൾക്കാൻ കഴിയുമായിരുന്നില്ല.

അസേൽ ഒരക്ഷരം മിണ്ടിയില്ല. അവളുടെ കണ്ണുകൾ നിറഞ്ഞു. അവൾ മുഖം തിരിച്ചു പിടിച്ച് തലയാട്ടി.

"അമ്മേ, നമുക്ക് ലോറിയിൽ കയറാം." സമാത് അവളുടെ കൈ പിടിച്ചു വലിച്ചുകൊണ്ട് പറഞ്ഞു.

തലയുയർത്താതെ അവൾ അവിടുന്നു പോയി. ഒരിക്കൽപ്പോലും തിരിഞ്ഞു നോക്കിയില്ല. സമാത്തിന് വീട്ടിൽ പ്പോകാൻ ഇഷ്ടമില്ലായിരുന്നു. അവൻ കൈ വിടുവിച്ച് ലോറിയുടെയടുത്തേക്കു തിരിച്ചു വരാൻ ശ്രമിച്ചുകൊണ്ടിരുന്നു.

ബൈതെമീർ ബോണറ്റ് അടച്ചു. ചുറ്റിക ജനലിലൂടെ നീട്ടിക്കൊണ്ട് അയാൾ പറഞ്ഞു: "തയ്യാർ"

ഞാൻ ഓടിച്ചു പോയി. സ്റ്റിയറിംഗിന്റേയും മലകളുടേയും റോഡിന്റെയും ലോകത്തിലേക്കു ഞാൻ തിരിച്ചുവന്നു. എന്റെ ലോറി എന്നെ മുമ്പോട്ടു കൊണ്ടുപോയ്ക്കൊണ്ടിരുന്നു- അതിന് എന്തറിയാം!....

അങ്ങിനെയാണ് അസേലിനേയും മോനേയും ഞാൻ വീണ്ടും കണ്ടുമുട്ടിയത്. ഞങ്ങൾ വീണ്ടും കാണുകയും വീണ്ടും പിരിയുകയും ചെയ്തത് അങ്ങനെയാണ്. അതിർത്തിയിലേക്കും അവിടുന്ന് തിരിച്ചുമുള്ള ഓട്ടത്തിനിടയിൽ ഞാൻ അതേപ്പറ്റി ആലോചിച്ചുകൊണ്ടേയിരുന്നു. നിരാശാജനകമായ ആ ചിന്തകൾ എന്നെ തളർത്തി... എനിക്കിവിടെനിന്നു പോകണം. എന്നെന്നേയ്ക്കുമായി പോകണം. ഇവിടെ ഇനി നിൽക്കാൻ സാധ്യമല്ല..

അവിടം വിടാൻ ഞാൻ തിരുമാനിച്ചു. ഡിപ്പോയിലേക്കു മടങ്ങുമ്പോൾ ഞാൻ

എല്ലാം നിശ്ചയിച്ചുറപ്പിച്ചിരുന്നു. റോഡ് സംരക്ഷണ കേന്ദ്രത്തിലേക്കുള്ള തിരിവി നടുത്തെത്തിയപ്പോൾ റോഡിനടുത്തൊരിടത്ത് സമാത് ഒരു പെൺകുട്ടിയോടും മറ്റൊരാൺകുട്ടിയോടുമൊപ്പം കളിച്ചുകൊണ്ടു നിൽക്കുന്നതു ഞാൻ കണ്ടു. അവർ ചെറിയ കല്ലുകൾകൊണ്ട് മതിലുകളും കാലിത്തൊഴുത്തുകളും ഉണ്ടാക്കുകയായിരുന്നു. താഷ് കർഗോൺ എന്നാണ് ആ കളിയുടെ പേര്. അവർ ആ സ്ഥലത്തു കളിച്ചുകൊണ്ടു നിൽക്കുന്നത് ഒരുപക്ഷേ അതിനുമുമ്പും ഞാൻ കണ്ടിട്ടുണ്ടാവാം... ഞാൻ എന്റെ സ്വന്തം മകനെ തിരിച്ചറിയാതെ അവന്റെ കൺമുമ്പിലൂടെ ദിവസവും കടന്നു പൊയ്ക്കൊണ്ടിരുന്നു. ഞാൻ വണ്ടി നിർത്തി.

"ഏയ്, സമാത്," ഞാൻ വിളിച്ചു. അവനെ ശരിക്കൊന്നു കാണാൻ എനിക്ക് ആഗ്രഹമുണ്ടായിരുന്നു. കുട്ടികൾ ഓടിവന്നു.

"ഞങ്ങളെ ലോറിയിൽ കയറ്റാനാണോ അമ്മാവൻ വന്നത്?" സമാത് ചോദിച്ചു.

"അതെ ഞാൻ നിങ്ങളെ കുറച്ചുദൂരം കൊണ്ടുപോകാം."

കുട്ടികൾ ലോറിയിൽ കയറി.

"ഈ അമ്മാവൻ ഞങ്ങളുടെ പരിചയക്കാരനാണ്." സമാത് കൂട്ടുകാരോട് പറഞ്ഞു.

ഞാൻ കുറച്ചു ദൂരമേ അവരെ കൊണ്ടുപോയുള്ളു. കുട്ടികളേക്കാൾക്കൂടുതൽ സന്തോഷം എനിക്കാണുണ്ടായതെന്നു ഞാൻ തീർത്തുപറയാം.

"ഇനി വീട്ടിലേയ്ക്കോടിക്കോ." വാതിൽ തുറന്നുകൊടുത്തുകൊണ്ട് ഞാൻ പറഞ്ഞു. കുട്ടികൾ ചാടിയിറങ്ങി. ഞാൻ പുറത്തിറങ്ങി. സമാത്തിനെ പിടിച്ചുനിർത്തിക്കൊണ്ട് ഞാൻ പറഞ്ഞു.

"നിൽക്കു, സമാത്, എനിക്ക് ഒരു കാര്യം പറയാനുണ്ട്."

ഞാൻ അവനെ പൊക്കിയെടുത്തു തലയ്ക്കു മുകളിൽ ഉയർത്തിപ്പിടിച്ചു. ഞാനവനെ വളരെ നേരം ഉറ്റുനോക്കിക്കൊണ്ടിരുന്നു. മാറോടു ചേർത്തുപിടിച്ച് ഉമ്മവച്ചിട്ടാണ് ഞാൻ അവനെ താഴെ നിർത്തിയത്.

"അമ്മാവാ വാളെവിടെ? കൊണ്ടുവന്നിട്ടുണ്ടോ?" അവന് അക്കാര്യം ഓർമ്മ വന്നു.

"കഷ്ടം! ഞാനക്കാര്യം മറന്നു പോയല്ലോ. ഇനി വരുമ്പോൾ തീർച്ചയായും കൊണ്ടുവരാം." ഞാൻ വാക്കുകൊടുത്തു.

"മറക്കല്ലേ, ഞങ്ങൾ എപ്പോഴും ഇവിടെയാണ് കളിക്കുന്നത്."

"ശരി. ഇനി കൂട്ടുകാരുടെയടുത്തേക്ക് ഓടിക്കോ."

ഡിപ്പോയിലെത്തിയ ഉടൻ ഞാൻ മരപ്പണിശാലയിൽചെന്ന് കുട്ടികൾക്കു കളിക്കാൻ മൂന്നു വാളുകൾ ഉണ്ടാക്കി. പിറ്റേ ദിവസം ഞാനതും കൊണ്ടാണ് പോയത്.

കുട്ടികൾ എന്നെ അവിടെ കാത്തുനിന്നിരുന്നു. ഞാൻ അന്നും അവരെ ലോറിയിൽ കയറ്റി കുറെ ദൂരം കൊണ്ടുപോയി. അങ്ങനെയാണ് ഞാൻ എന്റെ മകനുമായും അവന്റെ കൂട്ടുകാരുമായും അടുത്തത്. അവർ വളരെ വേഗം എന്നോട് ഇണങ്ങി. എന്റെ ലോറി കണ്ടാലുടൻ അവർ മത്സരിച്ച് റോഡിലേക്ക് ഓടിവരും."

നമ്മുടെ ലോറി! നമ്മുടെ ലോറി!" എന്നവർ വിളിച്ച പറയും.

എനിക്ക് പുതുജീവൻവെച്ചു. ഞാൻ ഒരു മനുഷ്യനാണെന്ന് വീണ്ടും എനിക്ക് തോന്നിത്തുടങ്ങി. ഉന്മേഷത്തോടും ഉത്സാഹത്തോടും കൂടിയാണ് ഇപ്പോൾ ഞാൻ ജോലിക്കു പുറപ്പെട്ടത്. വഴിയിൽ എന്റെ മകൻ എന്നെ കാത്തു നില്ക്കുമെന്ന് എനിക്കറിയാമായിരുന്നു. ഏതാനും മിനിട്ട നേരത്തേക്കാണെങ്കിലും അവനെ എന്റെയൊപ്പം ഇരുത്താം. അവനെ കാണാൻ കൃത്യസമയത്തെത്തണമെന്ന ഒരേയൊരു ചിന്ത മാത്രമേ ഇപ്പോൾ എനിക്കുള്ളൂ. മലമ്പാത കടക്കുന്നത് പകൽസമത്തായിരിക്കാൻ ഞാൻ പ്രത്യേകം ശ്രദ്ധിച്ചിരുന്നു. വസന്തത്തിലെ സുന്ദരമായ കാലാവസ്ഥയായിരുന്നതിനാൽ കുട്ടികൾ അധികസമയവും പുറത്തു കളിക്കുകയായിരിക്കും. അതുകൊണ്ട് അവരെ കണ്ടുമുട്ടാൻ എളുപ്പമായിരുന്നു. സന്തോഷംകൊണ്ടു ഞാൻ മതിമറന്നു. ആ കൂടിക്കാഴ്ചയ്ക്കു വേണ്ടി മാത്രമാണ് ഞാൻ അക്കാലത്ത് ജീവിക്കുകയും ജോലിചെയ്യുകയും ചെയ്തത്. എന്നാൽ ചിലപ്പോൾ ഭയം എന്നെ പിടികൂടിയിരുന്നു. ഞാൻ കുട്ടികളെ ലോറിയിൽ കയറ്റുന്ന കാര്യം അസേലും ബൈതെമീറും അറിഞ്ഞിട്ടുണ്ടോ? അറിഞ്ഞിട്ടുണ്ടെങ്കിലും ഇല്ലെങ്കിലും സമാത് എന്നെ കാണുന്നത് അവർ തടയാൻ സാദ്ധ്യതയുണ്ട്. റോഡിനടുത്തു കളിക്കാൻ അവനെ വിട്ടില്ലെങ്കിലോ?... ഞാൻ ഭയന്നത് അതായിരുന്നു. അങ്ങനെ ചെയ്യരുതേയെന്ന് അസേലിനോടും ബൈതെമീറിനോടും എന്റെ ഹൃദയം മൂകമായി യാചിച്ചു. ആ ഹ്രസ്വമായ കൂടിക്കാഴ്ചകളെങ്കിലും എനിക്ക് നഷ്ടപ്പെടരുതേ! പക്ഷേ ഒരു ദിവസം അതുതന്നെ സംഭവിച്ചു.

മേദിനം അടുത്തു. എന്റെ മകന് ഒരു സമ്മാനം കൊടുക്കാൻ ഞാൻ തീരുമാനിച്ചു. ചാവികൊടുത്താൽ ഓടുന്ന ഒരു ലോറി ഞാൻ അവനുവേണ്ടി വാങ്ങി. അന്നു രാവിലെ ഡിപ്പോയിൽ കുറെ ജോലികളുണ്ടായിരുന്നു. അതിനാൽ ഞാൻ പതിവിലും വൈകിയാണ് പുറപ്പെട്ടത്. വഴിക്കുവച്ച് ആ സമയനഷ്ടം പരിഹരിക്കണം. അന്ന് എനിക്ക് അകാരണമായി വല്ലാത്ത പിരിമുറുക്കവും സംഭ്രമവും തോന്നിയത് അതിനാലാവാം. ആ സ്ഥലത്തോടടുക്കാറായപ്പോൾ ഞാൻ പൊതിയെടുത്ത് സീറ്റിൽ വച്ചു. അതു കിട്ടുമ്പോൾ അവൻ തുള്ളിച്ചാടുന്നതു ഞാൻ ഭാവനയിൽ കണ്ടു. തീർച്ചയായും അവന് ഇതിലും നല്ല കളിപ്പാട്ടങ്ങൾ ഉണ്ട്. പക്ഷേ ഇതിനൊരു പ്രത്യേകത കാണും- വലുതാകുമ്പോൾ ലോറിയോടിക്കണമെന്നു സ്വപ്നം കാണുന്ന ഒരു പിഞ്ചുബാലന് ഒരു ഡ്രൈവർ സുഹൃത്തു കൊടുക്കുന്ന സമ്മാനമാണിത്. എന്നാൽ അന്ന് സമാത്തിനെ അവിടെ കണ്ടില്ല. അവന്റെ കൂട്ടുകാർ എന്റെയടുത്തേക്ക് ഓടിവന്നു. ഞാൻ താഴെയിറങ്ങി.

"സമാത് എവിടെ?"

"വീട്ടിലുണ്ട്. അവനു സുഖമില്ല" ആൺകുട്ടി പറഞ്ഞു.

"സുക്കേടാണോ?"

"സുക്കേടൊന്നുമില്ല." പെൺകുട്ടി തനിക്ക് എല്ലാം അറിയാമെന്ന മട്ടിൽ പറഞ്ഞു. "ഇവിടെ കളിക്കാൻ അവന്റെ അമ്മ സമ്മതിക്കാത്തതുകൊണ്ടാണ്."

"കാരണമെന്താണ്?"

"അതെനിക്കറിയില്ല. സമ്മതിക്കുന്നില്ലെന്നു മാത്രം അറിയാം."

അങ്ങനെ അതും അവസാനിച്ചു.

"ഇതു സമാത്തിനു കൊടുത്തേക്കു." എന്നു പറഞ്ഞ് ഞാൻ പൊതി ആൺകുട്ടിയുടെ കൈയിൽ കൊടുത്തു. ഒരു നിമിഷം കഴിഞ്ഞ് ഞാൻ മനസ്സു മാറ്റി. "അല്ലെങ്കിൽ വേണ്ട." എന്നു പറഞ്ഞ് ഞാൻ അതുതിരിച്ചു വാങ്ങിക്കൊണ്ട് നിരുന്മേഷനായി ലോറിയിലേക്കു കയറി.

"അമ്മാവൻ നമ്മളെ കയറ്റാത്തതെന്താ?" ബാലൻ ചേച്ചിയോടു ചോദിച്ചു.

"അമ്മാവൻ ക്ഷീണിച്ചു." അവൾ വിഷാദപൂർവ്വം പറഞ്ഞു.

അവൾ പറഞ്ഞതു ശരിയായിരുന്നു. ജീവിതത്തിൽ ഒരിക്കലും ഞാൻ ഇത്രയേറെ അവശനാകുകയോ തളരുകയോ ചെയ്തിട്ടില്ല. അസേലിന് എന്നോട് ഇത്ര ക്രൂരത കാണിക്കാൻ കഴിയുന്നതെങ്ങനെ? ഞാൻ ഒരു ചീത്തഭർത്താവായിരുന്നുവെന്നു സമ്മതിക്കാം. പക്ഷേ അവളുടെയുള്ളിൽ എന്നെക്കുറിച്ച് ഒരിറ്റു സഹാനുഭൂതിപോലും ഇല്ലെന്നും വരുമോ? എനിക്കതു വിശ്വസിക്കാൻ കഴിഞ്ഞില്ല. അസേലിന് അതു സാദ്ധ്യമല്ല. മറ്റെന്തെങ്കിലും കാരണം കാണും. പക്ഷേ എന്താണിത്? എങ്ങിനെ അറിയും? സമാത്തിന് വാസ്തവത്തിൽ അസുഖമാണെന്നു വിശ്വസിക്കാൻ ഞാൻ ശ്രമിച്ചു. അവന്റെ കൂട്ടുകാരൻ പറഞ്ഞല്ലോ. അവൻ രോഗബാധിതനായി കിടക്കുകയാണെന്ന് ഞാൻ സ്വയം ബോദ്ധ്യപ്പെടുത്തി. അവൻ ജ്വരം മൂർഛിച്ച് കിടന്നുരുളുന്ന രംഗം എന്റെ കൺമുമ്പിൽ തെളിഞ്ഞു. അവന് എന്റെ സഹായം വേണ്ടിവരുമോ? അടിയന്തിരമായ വല്ല മരുന്നും ആവശ്യമുണ്ടോ? അവനെ ആശുപത്രിയിലെത്തിക്കാൻ വണ്ടിയില്ലാതെ അവർ വിഷമിച്ചിരിക്കയായിരിക്കുമോ? അവർ പട്ടണത്തിലല്ല മലമുകളിലാണ് പാർക്കുന്നത്... ഉത്ക്കണ്ഠകൊണ്ട് എന്റെ സുബോധം നശിച്ചു. മനസ്സിൽ കൃത്യമായ യാതൊരു ഉദ്ദേശവുമില്ലാതെ ഞാൻ തിരിച്ചു ലോറിയോടിച്ചു. എന്റെ മകനെ കാണണം. ഉടൻ കാണണം എന്ന ഒരൊറ്റ ചിന്തയേ എനിക്കുണ്ടായിരുന്നുള്ളൂ... അവനെ എനിക്ക് കാണാൻ കഴിയുമെന്നു വിശ്വസിക്കാൻ ഞാൻ ആഗ്രഹിച്ചു. ഞാൻ അവനെ കാണുമെന്ന് എന്റെ ഹൃദയം എന്നോടു പറഞ്ഞു. ഭാഗ്യദോഷത്തിന് പെട്രോൾ തീർന്നു. ഒരു പെട്രോൾ പമ്പിൽ വണ്ടിനിർത്താൻ ഞാൻ നിർബന്ധിതനായി....

ഇലിയാസ് മൗനമവലംബിച്ചു. ഉടുത്ത മുഖം കൈപ്പടംകൊണ്ട് തുടച്ചിട്ട് അയാൾ വിഷാദത്തോടെ നെടുവീർപ്പിട്ടു. ഷട്ടർ മുകളിലേക്ക് ആകാവുന്നത്ര പൊക്കിവച്ചിട്ട് അയാൾ മറ്റൊരു സിഗററ്റുകൂടി കത്തിച്ചു.

നേരം പാതിരാ കഴിഞ്ഞിരുന്നു. ഞങ്ങൾ ഇരുവരുമൊഴികെ ട്രെയിനിലുണ്ടായിരുന്ന എല്ലാവരും ഉറങ്ങിക്കാണും. ചക്രങ്ങൾ അവയുടെ അവസാനിക്കാത്ത ഗാനം മുഴക്കിക്കൊണ്ടിരുന്നു. വേനൽക്കാല രാത്രി മാഞ്ഞുകൊണ്ടിരിക്കുന്നതും ചെറിയ സ്റ്റേഷനുകളിലെ വിളക്കുകൾ ഓടിമറയുന്നതും തുറന്ന ജനലിലൂടെ ഞാൻ കണ്ടു. എഞ്ചിന്റെ ശബ്ദം മുഴങ്ങിക്കൊണ്ടിരുന്നു.

"അഗായ്, നിങ്ങൾ എന്നോട് ലോറിയിൽ കയറ്റാൻ ആവശ്യപ്പെട്ടതും ഞാൻ നിരസിച്ചതും അപ്പോഴായിരുന്നു. എന്തുകൊണ്ടാണെന്ന് ഇപ്പോൾ മനസ്സിലായല്ലോ." എന്തോ ആലോചിച്ച് അയാൾ ചുണ്ടുകോട്ടി പുഞ്ചിരിച്ചു.

"ഞാൻ നിങ്ങളുടെ പെട്രോൾ പമ്പിൽവച്ചാണു കണ്ടത്. പിന്നീട് നിങ്ങൾ ഒരു പൊബേദ കാറിൽ എന്റെ മുമ്പിൽ കടന്നു. ഞാൻ നിങ്ങളെ കണ്ടു...

ഞാൻ ഉത്കണ്ഠാകുലനായി വണ്ടിയോടിച്ചുകൊണ്ടിരുന്നു. എന്നാൽ ഹൃദയം

എന്നെ വഞ്ചിച്ചില്ല. സമാത് റോഡിൽ എന്നെക്കാത്തു നിന്നിരുന്നു. എന്നെ കണ്ടയുടൻ അവൻ റോഡിന്റെ നടുക്കു വന്നുനിന്ന് വിളിച്ചു. "അമ്മാവാ! ഡ്രൈവർ അമ്മാവാ!"

എന്റെ കുഞ്ഞുമോന് യാതൊരസുഖവുമില്ല. ദൈവമേ എനിക്കുണ്ടായ ആശ്വാസം! ലോകത്തെ മുഴുവൻ ആലിംഗനം ചെയ്യാൻ എനിക്കു തോന്നി. അത്രയേറെ സന്തുഷ്ടനായിരുന്നു. ഞാൻ ലോറി നിർത്തി അവന്റെയടുത്തേക്ക് ഓടിച്ചെന്നു..

"നിനക്ക് വാസ്തവത്തിൽ സുഖക്കേടൊന്നുമില്ല. ഉണ്ടോ?"

"ഇല്ല. അമ്മ എന്നെ വിടാതിരുന്നതാണ്. ഞാൻ ഇനി അമ്മാവന്റെ ലോറിയിൽ കയറരുതെന്ന് അമ്മ പറഞ്ഞു. ഞാൻ കരഞ്ഞു." സമാത് പറഞ്ഞു.

"പക്ഷേ ഇപ്പോൾ അമ്മ വിട്ടതെന്തു കൊണ്ടാണ്?"

"കുട്ടികളെ ലോറിയിൽ കയറ്റാൻ ഒരാൾക്ക് ആഗ്രഹമുണ്ടെങ്കിൽ അയാൾ കയറ്റിക്കോട്ടെ എന്ന് അച്ഛൻ പറഞ്ഞു."

"അങ്ങിനെ പറഞ്ഞോ?"

"ഞാൻ പറഞ്ഞു ഞാനൊരു ഡ്രൈവർ ആകുമെന്ന്..."

"അക്കാര്യം തീർച്ചയാണ്. നീ ഒരു നല്ല ഡ്രൈവറായിരിക്കും. ഞാൻ നിനക്കു കൊണ്ടുവന്നിരിക്കുന്നതെന്താണെന്നറിയാമോ?" ഞാൻ കളിപ്പാട്ടം പുറത്തെടുത്തു. "നോക്കു, ഒരു ലോറി കൊച്ചു ഡ്രൈവർമാർക്ക് പറ്റിയ വണ്ടി."

സമാത്തിന്റെ മുഖം പ്രസന്നമായി.

"അമ്മാവൻ എന്നെ എപ്പോഴും ലോറിയിൽ കയറ്റും. ഇല്ലേ അമ്മാവാ?" അവൻ അപേക്ഷാഭാവത്തിൽ എന്നെ നോക്കി.

"തീർച്ചയായും കയറ്റും." ഞാൻ ഉറപ്പുകൊടുത്തു. "മേദിനത്തിൽ ഞാൻ നിന്നെ പട്ടണത്തിൽ കൊണ്ടുപോകാം. എന്താ ഇഷ്ടമാണോ? നമുക്ക് ലോറി ഭംഗിയുള്ള കൊടികൾകൊണ്ട് അലങ്കരിക്കണം. എന്നിട്ട് ഞാൻ നിന്നെ വീട്ടിൽകൊണ്ടു വിടാം."

ഞാൻ അവനോട് അങ്ങനെ പറഞ്ഞതെന്തിനാണെന്ന് എനിക്കറിയില്ല. എനിക്ക് അതിന് എന്തവകാശമായിരുന്നു? അതിനും പുറമെ പെട്ടെന്ന് അതൊക്കെ സ്വയം വിശ്വസിക്കാൻ എനിക്കെങ്ങിനെ കഴിഞ്ഞു? എന്നാൽ അതുകൊണ്ടും തീർന്നില്ല. ഞാൻ അതിനുമപ്പുറം കടന്നു.

"നിനക്കിഷ്ടമാണെങ്കിൽ എന്നും നിനക്ക് എന്റെ കൂടെ താമസിക്കാം." ഞാൻ എന്റെ മകനോട് കാര്യമായി പറഞ്ഞു. "നമുക്ക് ക്യാബിന്റെ അകത്തു താമസമാക്കാം. എവിടെപ്പോയാലും ഞാൻ നിന്നെക്കൂടെ കൊണ്ടുപോകും. ഞാൻ ഒരിക്കലും നിന്നെ വിട്ടുപിരിയുകയില്ല. വരാൻ നിനക്കു ഇഷ്ടമാണോ?"

"അതെ, അതെ," സമാത് അത്യുത്സാഹത്തോടെ വിളിച്ചു പറഞ്ഞു. "നമുക്ക് ലോറിക്കുള്ളിൽ താമസിക്കാം! അമ്മാവാ നമുക്ക് ഇപ്പോൾത്തന്നെ പോകാം!"

പ്രായപൂർത്തിയായ ഒരു മനുഷ്യൻ ഒരു കൊച്ചുകുഞ്ഞിനെപ്പോലെ നിരുത്തരവാദപരമായി പ്രവർത്തിക്കുന്ന ചില സന്ദർഭങ്ങൾ ഉണ്ട്. ഞങ്ങൾ ലോറിയിൽ കയറി ഇരുന്നു. ഞാൻ മടിച്ചുമടിച്ച് ചാവി തിരിച്ചിട്ട് സെൽഫ് സ്റ്റാർട്ടർ അമർത്തി.

സമാത്തിന് വലിയസന്തോഷമായി. അവൻ ഇരുന്ന ചാടുകയും സ്നേഹപൂർവ്വം എന്നെ ഉന്തുകയും തള്ളുകയും ഒക്കെ ചെയ്യുകൊണ്ടിരുന്നു. ലോറി ഓടിത്തുടങ്ങി. അതു സമാത്തിനെ കൂടുതൽ സന്തുഷ്ടനാക്കി. അവൻ ചിരിക്കുകയും വാതോരാതെ സംസാരിക്കുകയും ചെയ്യുകൊണ്ടിരുന്നു. സ്റ്റിയറിംഗിനേയും ഡാഷ് ബോർഡിനേയും കുറിച്ച് എന്തോ അവൻ പറഞ്ഞതുകേട്ട് ഞാൻ പൊട്ടിച്ചിരിച്ചു. പെട്ടെന്ന് എന്റെ തലയ്ക്ക് വെളിവുണ്ടായി. ഞാൻ ആകെ വിയർത്തു. ഞാൻ എന്താണിച്ചെയ്യുന്നത്? പെട്ടെന്ന് ഞാൻ സ്പീഡു കുറച്ചു. എന്നാൽ വണ്ടി നിർത്താൻ സമാത് സമ്മതിച്ചില്ല.

"അമ്മാവാ, വേഗം, നമുക്കു കുറേക്കൂടി വേഗം പോകാം." അവൻ കെഞ്ചി. ആ തിളങ്ങുന്ന കണ്ണുകളുടെ അപേക്ഷ നിരസിക്കാൻ ഞാൻ അശക്തനായിരുന്നു. ഞാൻ സ്പീഡു കൂട്ടി. ഫുൾസ്പീഡിൽ വണ്ടിയോടിത്തുടങ്ങിയപ്പോൾ കുറെ മുമ്പിലായി ഒരിടത്ത് ഒരു സ്റ്റീംറോളർ റോഡു നന്നാക്കിക്കൊണ്ടിരിക്കുന്നു. അതു തിരിഞ്ഞ പ്പോൾ അതിന്റെ പിന്നിൽ ബൈതെമീർ ഇരിക്കുന്നതാണ് ഞാൻ കണ്ടത്. അയാൾ റോഡുടാറു ചെയ്യുകയാണ്. അയാളെ കണ്ട ക്ഷണത്തിൽ ഞാൻ ഞെട്ടി. ലോറി നിർത്താൻ ഞാൻ ആഗ്രഹിച്ചില്ലെങ്കിലും ഞാനതിനു ധൈര്യപ്പെട്ടില്ല. ഞാൻ സമാത്തിനെ വീട്ടിൽനിന്നു വളരെ ദൂരെ കൊണ്ടുവന്നിരുന്നു. ഞാൻ കുനി ഞ്ഞിരുന്ന് വണ്ടിയോടിച്ചു. ബൈതെമീർ തലയുയർത്തി നോക്കിയില്ല. എപ്പോഴും വണ്ടികൾ കടന്നു പൊയ്ക്കൊണ്ടിരുന്നതുകൊണ്ട് അയാൾ ഞങ്ങളുടെ ലോറി ശ്രദ്ധിച്ചതേയില്ല. എന്നാൽ സമാത് അയാളെ കണ്ടു.

"അതാ അച്ഛൻ! അമ്മാവാ നമുക്ക് അച്ഛനെക്കൂടെ കൊണ്ടുപോകാം. അമ്മാവാ, നിർത്തു. ഞാൻ അച്ഛനെ വിളിക്കാം."

ഞാൻ വണ്ടി നിർത്തിയില്ല. എങ്ങനെ നിർത്തും? ബൈതെമീറിനോടു ഞാൻ എന്തു പറയും? സമാത് ജനലിലൂടെ എത്തിനോക്കി. പെട്ടെന്ന് അവനു ഭയം തോന്നി. അവൻ നിലവിളിച്ചു. "എനിക്ക് അച്ഛന്റെയടുത്തു പോകണം. എന്നെ ഇറക്കി വിടൂ. എനിക്ക് അച്ഛന്റെയടുത്തു പോകണം. നിർത്തു. നിർത്തു! അയ്യോ അമ്മേ, എന്നെ കൊണ്ടുപോകുന്നു! ഞാൻ വരുന്നില്ല!"

ഞാൻ സ്പീഡു കുറച്ചു. റോഡിലെ ഒരു തിരിവിനടുത്ത് ഒരു പാറയുടെ പിന്നിൽ ലോറി നിന്നു.

"സമാത്, കരയരുതേ, ഞാൻ ഇപ്പോൾത്തന്നെ നിന്നെ തിരിച്ചു കൊണ്ടുവിടാം. കരയാതിരുന്നാൽ മാത്രം മതി,"

ഞാൻ അവനെ സമാധാനിപ്പിക്കാൻ ശ്രമിച്ചു. എന്നാൽ വല്ലാതെ പേടിച്ചുപോ യിരുന്നതിനാൽ അവൻ കരച്ചിലടക്കിയില്ല.

"എനിക്ക് അമ്മാവന്റെ കൂടെ വരാൻ ഇഷ്ടമില്ല. എനിക്ക് അച്ഛന്റെയടുത്തു പോകണം. എന്നെ വിടൂ!" വാതിലിൽ ഇടിച്ചുകൊണ്ട് അവൻ വിളിച്ചുകൂവി: "എന്നെവിടൂ! വിടൂ!"

എന്തൊരു കഷ്ടം!

"സമാത്, കരയല്ലേ," ഞാൻ കെഞ്ചി, "ഇപ്പോൾ വാതിൽ തുറക്കാം. നീ കരയാ തിരുന്നാൽ മതി, ഞാൻ തന്നെ നിന്നെ അച്ഛന്റെയടുത്തു കൊണ്ടു വിടാം. വരൂ, നമുക്കു പോകാം."

അവൻ ചാടി താഴയിറങ്ങി. തൽക്ഷണം തന്നെ ഉറക്കെ നിലവിളിച്ചുകൊണ്ട് അവൻ ഓടിത്തുടങ്ങി.

ഞാൻ അവനെ പിടിച്ചു നിർത്തി.

"നിൽക്ക്, മുഖം തുടച്ചിട്ട് പോകൂ. കരയല്ലേ, മോനെ, കരയല്ലേ. നിന്റെ ലോറിയുടെ കാര്യം മറന്നോ, നോക്ക്," ഞാൻ അതിന് ചാവികൊടുത്തു. എന്റെ കൈ വിറയ്ക്കുന്നുണ്ടായിരുന്നു.

"ഇതാ ഇത് നിന്റെ പിറകെ ഓടിവരുന്നു. പിടിച്ചോ." ആ കളിലോറി റോഡിലൂടെ ഉരുണ്ട് ഒരു കല്ലിൽത്തട്ടി കുഴിയിലേക്കു മറിഞ്ഞു.

"എനിക്ക് വേണ്ട." എന്നു പറഞ്ഞിട്ട് കൂടുതൽ ഉറക്കെ കരഞ്ഞുകൊണ്ട് അവൻ ഓടി.

എന്റെ തൊണ്ടയിൽ എന്തോ തടഞ്ഞു. ഞാൻ അവന്റെ പിന്നാലെ ഓടി.

"നിനക്ക്, കരച്ചിൽ നിർത്തു. ഞാൻ... ഞാൻ നിന്റെ..." എന്നാൽ എനിക്ക് ആ വാക്കുച്ചരിക്കാൻ കഴിഞ്ഞില്ല.

സമാത് ഓടിക്കൊണ്ടിരുന്നു.

അവൻ വളവിനപ്പുറത്ത് മറഞ്ഞു ഞാൻ വളവുവരെ അവനെ അനുഗമിച്ചിട്ട് അവിടെ നിന്നു.

അവൻ ഓടിച്ചെന്ന് ബൈതെമീറിനെ കെട്ടിപ്പിടിക്കുന്നതു ഞാൻ കണ്ടു. അയാൾ നിലത്തിരുന്ന് അവനെ ചേർത്തു പിടിച്ചു. അവൻ അയാളുടെ കഴുത്തിൽ കൈ ചുറ്റിയിട്ട് ഭയത്തോടെ എന്നെ ഒളിഞ്ഞുനോക്കി.

ബൈതെമീർ അവന്റെ കൈ പിടിച്ച് നടന്നുപോയി-വലിയ മനുഷ്യനും ചെറിയ കുട്ടിയും.

ഞാൻ ആ പാറയിൽ അള്ളിപ്പിടിച്ചു കൊണ്ട് കുറേനേരം അവിടെ നിന്നിട്ട് ലോറിയുടെയടുത്തേക്കു പോയി. കുഴിയിൽ ചക്രങ്ങൾ മോലോട്ടായി കിടക്കുന്ന കളിലോറി കടന്നുപോയപ്പോൾ എന്റെ കവിളുകളിലൂടെ കണ്ണീരൊഴുകി. "ശരി. അതങ്ങിനെ അവസാനിച്ചു." എന്നു പറഞ്ഞുകൊണ്ട് ഞാൻ എന്റെ ലോറിയുടെ ബോണറ്റിൽ തലോടി. അതിന് ഇളം ചൂടുണ്ടായിരുന്നു. എന്റെ മകനുമായുള്ള അവസാനത്തെ കൂടിക്കാഴ്ചയ്ക്ക് മൂകസാക്ഷിയായ ആ ലോറിയോടു പോലും എനി ക്കിപ്പോൾ എന്തെന്നില്ലാത്ത അടുപ്പംതോന്നി...

ഇലിയാസ് എണീറ്റ് ഇടനാഴിയിലേക്കു പോയി.

"ഞാൻ കുറച്ചു ശുദ്ധവായു ശ്വസിക്കട്ടെ," വാതിൽക്കൽനിന്ന് അയാൾ എന്നോടു പറഞ്ഞു.

ഞാൻ കംപാർട്ട്മെന്റിനുള്ളിൽത്തന്നെ ഇരുന്നു. നേരം വെളുക്കാറായിരുന്നു. വിളർത്ത ആകാശത്തിന്റെ കീറുകൾ ജനലിനു പുറത്ത് ഓടി മറഞ്ഞുകൊണ്ടിരുന്നു. കമ്പിത്തൂണുകളുടെ മങ്ങിയ രൂപരേഖ ഇപ്പോൾ തിരിച്ചറിയാൻ കഴിയുന്നുണ്ട്. ഇപ്പോൾ ലൈറ്റിന്റെ ആവശ്യമില്ല.

എനിക്കറിയാവുന്നതും ഇലിയാസിനറിയാൻ പാടില്ലാത്തതുമായ ചില കാര്യ ങ്ങൾ അയാളോട് പറയണോ എന്നാലോചിച്ചുകൊണ്ട് ഞാൻ കിടന്നു. എന്നാൽ

അയാൾ തിരിച്ചുവരാൻ വളരെ താമസിച്ചു. ഞാൻ അയാളോട് അതു പറഞ്ഞുമില്ല.

തന്റെ മകനും അസേലും എവിടെയാണെന്ന് ഇലിയാസ് കണ്ടു പിടിച്ചതിനു ശേഷമാണ് ഞാൻ ബൈതെമീറിനെ കണ്ടുമുട്ടിയത്. കിർഗീസിയയിലെ റോഡു പണിക്കാരുടെ ഒരു ഡെലിഗേഷൻ പാമീറിലേക്കു പോവുകയായിരുന്നു. അവരെപ്പറ്റി ഒരു ലേഖനമെഴുതാൻ താജിക്കിസ്ഥാനിലെ പ്രധാനപത്രം എന്നെ നിയോഗിച്ചു.

ബൈതെമീർ കുലോവായിരുന്നു അവരിലൊരാൾ. റോഡു പണിക്കാരുടെ മുൻ പന്തിയിൽ നിൽക്കുന്ന ആ മനുഷ്യനെ പരിചയപ്പെടാനാണ് ഞാൻ ദെളോനിൽ എത്തിയത്.

എന്നാൽ ഞങ്ങൾ യാദൃഛികമായിട്ടാണ് കണ്ടുമുട്ടിയത്. അതിനിടവന്നത് എന്റെ ഭാഗ്യമായി ഞാൻ കരുതുന്നു. ഞങ്ങൾ മലമ്പാതയുടെ മുകളിലെവിടെയോ എത്തിയപ്പോൾ ചുവന്ന കൊടി വീശിക്കൊണ്ട് ഒരാൾ ഞങ്ങളുടെ ബസ്സ് നിർത്തിച്ചു. അല്പം മുമ്പ് ഒരു ഉരുൾപൊട്ടലുണ്ടായെന്നും റോഡു സഞ്ചാരയോഗ്യമാക്കിക്കൊണ്ടിരിക്കുന്നതേയുള്ളൂന്നും അയാൾ അറിയിച്ചു. ഞാൻ ബസ്സിൽനിന്നിറങ്ങി സംഭവസ്ഥലത്തേക്കു നടന്നു. നല്ല ബലമുള്ള തടികൾകൊണ്ട് അവിടെ വേലികെട്ടി തിരിച്ചിരുന്നു. ഒരു ബുൾഡോസർ റോഡിൽവീണ മണ്ണും കല്ലും വഴിവക്കിലേക്കും അതിനപ്പുറത്തേക്കും തള്ളി മാറ്റിക്കൊണ്ടിരുന്നു. ബുൾഡോസറിന് തിരിയാൻ സ്ഥലമില്ലാത്തിടത്ത് ആളുകൾ തൂമ്പകളും കുന്താലികളും കൊണ്ട് മണ്ണുമാറ്റിക്കൊണ്ടിരുന്നു. ടർപ്പാളിൻ മഴക്കോട്ടും ഉയർത്തി ബൂട്ടുകളും ധരിച്ച ഒരാൾ ഡ്രൈവർക്കുള്ള നിർദ്ദേശങ്ങൾ ഉറക്കെ വിളിച്ചു പറഞ്ഞുകൊണ്ട് ബുൾഡോസറിനടുത്തുകൂടി നടക്കുന്നുണ്ട്.

“അല്പം ഇടത്തോട്ടു തിരിയൂ. ഒന്നുകൂടി ശ്രമിച്ചു നോക്കൂ! ഇനി വേലികെട്ടിയിരിക്കുന്നതിനോട് കുറെക്കൂടി അടുക്കാം. മതി! റിവേഴ്സ് ചെയ്യൂ!”

ജോലി പൂർത്തിയാകാറായി. വാഹനങ്ങൾക്കു കടന്നുപോകാൻ റോഡിന്റെ ഒരു ഭാഗം വെടിപ്പാക്കിക്കഴിഞ്ഞു. ഇരുവശത്തും കാത്തു നിന്നിരുന്ന ഡ്രൈവർമാർ ഹോണടിക്കുകയും വഴി തുറക്കണമെന്നു പറഞ്ഞ് ബഹളം കൂട്ടുകയും ചെയ്തു തുടങ്ങി. എന്നാൽ ടർപാളിൻ മഴക്കോട്ടു ധരിച്ച മനുഷ്യൻ അതൊന്നും കേട്ടഭാവം നടിക്കാതെ തികച്ചും ശാന്തനായി ജോലി തുടർന്നു. അയാളുടെ നിർദ്ദേശപ്രകാരം വളപ്പിനുള്ളിലെ മണ്ണ് ഞെരിച്ചമർത്തിക്കൊണ്ട് ബുൾഡോസർ പല തവണ അങ്ങോട്ടുമിങ്ങോട്ടും ഓടി. “ഇതു ബൈതെമീറായിരിക്കണം. ഈ മനുഷ്യന് തന്റെ ജോലി ശരിക്കറിയാം.” എനിക്ക് തീർച്ചയായി. എനിക്ക് തെറ്റിയില്ല. ബൈതെമീർ കുലൊവുതന്നെയായിരുന്നു അത്. ഒടുവിൽ അയാൾ വഴി തുറന്നു. കാറുകളും ലോറികളും പ്രയാണം തുടർന്നു..

‘നിങ്ങളുടെ ബസ്സ് കടന്നുപോയല്ലോ. ഇനി എന്തു ചെയ്യും?” അയാൾ എന്നോടു ചോദിച്ചു.

“ഞാൻ നിങ്ങളെ കാണാൻ ഇവിടെ ഇറങ്ങിയതാണ്.” ഞാൻ പറഞ്ഞു.

ബൈതെമീർ ആശ്ചര്യം പ്രകടിപ്പിച്ചില്ല. “എങ്കിൽ എന്റെ അതിഥിക്കു സ്വാഗതം.” എന്ന് ലാളിത്യമാർന്ന അന്തസ്സോടെ പറഞ്ഞുകൊണ്ട് അയാൾ എനിക്ക് ഹസ്തദാനം ചെയ്തു.

‘ബക്കേ, ഞാൻ ജോലിസംബന്ധിച്ച് നിങ്ങളെ കാണാൻ വന്നതാണ്.

ബഹുമാനസൂചകമായി അങ്ങിനെ അഭിസംബോധനചെയ്തുകൊണ്ട് ഞാൻ പറഞ്ഞു. "റോഡു പണിക്കാരുടെ ഒരു ഡെലിഗേഷൻ താജിക്കിസ്ഥാനിലേക്കു പോകുന്നുണ്ടെന്ന് നിങ്ങൾക്കറിയാമല്ലോ ഇല്ലേ!"

"ഞാൻ കേട്ടു."

"നിങ്ങൾ അങ്ങോട്ടു പുറപ്പെടുന്നതിനു മുമ്പ് നിങ്ങളുമായി കുറച്ചു സംസാരിക്കണമെന്നുണ്ട്."

തവിട്ടു നിറത്തിൽ എഴുന്നു നിൽക്കുന്ന മേൽമീശ തടവിക്കൊണ്ട് അതു കേട്ടു നിന്ന അയാളുടെ നെറ്റിയിൽ ആഴമുള്ള ഒരു ചുളിവ് പ്രത്യക്ഷപ്പെട്ടു.

"നിങ്ങൾ വന്നത് വളരെ സന്തോഷം. പക്ഷേ ഞാൻ പാമീറിലേക്കു പോകുന്നില്ല. അതുകൊണ്ട് എന്നെപ്പറ്റി എഴുതാൻ സമയം കളയേണ്ട." അയാൾ പറഞ്ഞു.

"പോകാതിരിക്കാൻ എന്താണു കാരണം? ജോലിസംബന്ധമായ വല്ല പ്രശ്നങ്ങളുമാണോ? അതോ കുടുംബകാര്യമോ?"

"എന്റെ ജോലി ഈ റോഡിലാണ്. നിങ്ങൾ അതു നേരിട്ടു കണ്ടതാണ്. പിന്നെ വീട്ടിലെ കാര്യം." അയാൾ ഇടയ്ക്കുവച്ചു സംസാരം നിർത്തി ഒരു സിഗററ്റു കത്തിച്ചു. "വീട്ടിലെ കാര്യം... മറ്റെല്ലാവരേയും പോലെ.... എനിക്കും ഒരു കുടുംബമുണ്ട്. പലതും ചെയ്യാനുമുണ്ട്... അതെന്തായാലും ഞാൻ പാമീറിലേക്കു പോകുന്നില്ല."

അയാളുടെ മനസ്സുമാറ്റാൻ ഞാൻ യത്നിച്ചു. ഡെലിഗേഷനിൽ അയാളെപ്പോലെ കഴിവുള്ള ഒരാൾ ഉണ്ടായിരിക്കേണ്ടത് ആവശ്യമാണെന്ന് അയാളെ ബോദ്ധ്യപ്പെടുത്താനായിരുന്നു എന്റെ ശ്രമം. ബൈതെമീർ ഞാൻ പറഞ്ഞതെല്ലാം ക്ഷമയോടെ കേട്ടിരുന്നെങ്കിലും തന്റെ തീരുമാനത്തിൽത്തന്നെ ഉറച്ചുനിന്നു.

എന്റെ ഉത്സാഹം കെട്ടടങ്ങി. നല്ലൊരു അവസരം കളഞ്ഞുകുളിച്ചതോർത്ത് എനിക്ക് എന്നോടുതന്നെ ശുണ്ഠിവന്നു. എന്റെ തൊഴിൽ പരമായ നൈസർഗ്ഗികവാസന എന്നെ വഞ്ചിച്ചു. എന്റെ സമീപനം തെറ്റായിരുന്നു. അതിനാൽ എഴുതാനുള്ള വക എനിക്ക് നഷ്ടപ്പെട്ടു. പത്രം എന്നെ ഭാരമേല്പിച്ച ജോലി എനിക്ക് നിറവേറ്റാൻ കഴിയാതെവന്നു.

"ക്ഷമിക്കണം, ബക്കേ. ഞാൻ തിരിച്ചു പോവുകയാണ്. വല്ല വാഹനങ്ങളിലും കടന്നുകൂടാൻ പറ്റിയേക്കും."

ബൈതെമീർ ചിന്താമഗ്നനായി തന്റെ ബുദ്ധികൂർമ്മത സ്ഫുരിക്കുന്ന, പ്രശാന്തമായ കണ്ണുകൾകൊണ്ട് എന്നെ നോക്കി. കട്ടിയുള്ള മേൽമീശയ്ക്കടിയിൽ ഒരു പുഞ്ചിരി വിരിഞ്ഞു.

"പട്ടണവാസികൾ നമ്മുടെ നാട്ടുനടപ്പൊക്കെ മറന്നെന്നു തോന്നുന്നു. ഒരു വീടും ഒരു കുടുംബവും ഒരു ദെസ്തെർകോനും[4] ഉറങ്ങാൻ ഒരിടവും എനിക്കുണ്ട്. നിങ്ങൾ എന്നെ കാണാൻ വന്ന സ്ഥിതിക്ക് എന്റെ വീട്ടിൽ താമസിച്ച് യാത്രാക്ഷീണം മാറ്റാതെ ഞാൻ നിങ്ങളെ വിടുകയില്ല. നാളെ രാവിലെ തിരിച്ചു പോകാം. വരൂ, ഞാൻ നിങ്ങൾക്ക് എന്റെ ഭാര്യയേയും മകനേയും പരിചയപ്പെടുത്തിത്തരാം. എനിക്ക് അല്പം ജോലിയുണ്ട്. ഇരുട്ടുന്നതിനു മുമ്പ് എല്ലായിടവും ഒന്നു നോക്കണം.

4 ദെസ്തോർകോൻ - അതിഥിസൽക്കാരത്തിനു വേണ്ടിമാത്രം മാറ്റിവച്ചിരിക്കുന്ന ഒരു മേശവിരി- എ ഡി

അധികം സമയമെടുക്കുകയില്ല. ഞങ്ങളുടെ ജോലി ഇങ്ങനെയാണ്."

"ഞാനും വരട്ടേ, ബക്കേ?"

പട്ടണത്തിൽ നിന്നു വന്ന എന്റെ വസ്ത്രങ്ങളിലേക്കു നോക്കി പുഞ്ചിരിച്ചുകൊണ്ട് അയാൾ പറഞ്ഞു:

"എന്റെ കൂടെ വരാൻ പറ്റിയ വേഷമല്ല നിങ്ങളുടേത്. നമുക്ക് വളരെ ദൂരം പോകണം. കുത്തനെയുള്ള വഴിയുമാണ്."

"സാരമില്ല."

ഞങ്ങൾ ഒരുമിച്ച് പുറപ്പെട്ടു. ഓരോ പാലവും ഓരോ തിരിവും ഓരോ ഇറക്കവും ഉന്തിനിൽക്കുന്ന ഓരോ പാറക്കെട്ടും അയാൾ പരിശോധിച്ചുകൊണ്ടിരുന്നു. സ്വാഭാവികമായും ഞങ്ങൾ സംസാരിച്ചുതുടങ്ങി. എന്നെ ഇഷ്ടപ്പെടാനും എന്നെ വിശ്വസിച്ച് തന്റെ ജീവിതകഥ എന്നോടു പറയാനും ബൈതെമീറിനെ പ്രേരിപ്പിച്ചതെന്താണെന്ന് ഇന്നും എനിക്കറിയില്ല. തന്റെ ജീവിതത്തെപ്പറ്റിയും തന്റെ കുടുംബത്തെപ്പറ്റിയും അയാൾ എന്നോടു പറഞ്ഞു.

റോഡുമേസ്തിരിയുടെ കഥ

ഞാൻ പാമീറിലേക്കു പോകാത്തതെന്താണെന്ന് നിങ്ങൾ എന്നോടു ചോദിച്ചല്ലോ.. ഞാൻ തന്നെ പാമീർ പർവ്വതപ്രദേശത്ത് ജനിച്ച ഒരു കിർഗീസുകാരനാണ്. ഇവിടെ, ഈ ത്യാൻ-ഷാൻ പർവ്വതപ്രദേശത്ത് എന്നെ എത്തിച്ചതു വിധിയാണ്. യൗവ്വനത്തിലേക്കു കാലുകുത്തിയ കാലത്തുതന്നെ ഞാൻ മറ്റനേകം കംസോമോൾ സന്നദ്ധസേവകന്മാരോടൊപ്പം പാമീർ റോഡു നിർമ്മാണ ജോലിയിൽ പ്രവേശിച്ചു. ഞങ്ങൾ പ്രത്യേകിച്ചും ഇളംപ്രായക്കാർ ഉത്സാഹത്തോടെ ജോലിചെയ്തു. അതിൽ അത്ഭുതപ്പെടാനില്ല. അഗമ്യമായ പാമീറിന്റെ മദ്ധ്യത്തിലേക്കുള്ള ഒരു റോഡാണ് ഞങ്ങൾ വെട്ടിക്കൊണ്ടിരുന്നത്.! മുൻപന്തിയിൽ നിന്ന ഒരു ജോലിക്കാരനായിരുന്നു ഞാൻ. ബോണസ്സുകളും ബഹുമതികളും എനിക്ക് വേണ്ടുവോളം കിട്ടി. പക്ഷേ അതേപ്പറ്റിയല്ല ഞാൻ പറയാനുദ്ദേശിക്കുന്നത്.

ഞാൻ അവിടെ ഒരു പെൺകുട്ടിയെ കണ്ടുമുട്ടി. ഞാനവളെ പ്രേമിച്ചു സുന്ദരിയും ബുദ്ധിമതിയുമായിരുന്നു അവൾ. റോഡുനിർമ്മാണത്തിൽ സഹായിക്കാനായി ഒരു ഗ്രാമത്തിൽനിന്ന് വന്നതാണ് ആ പെൺകുട്ടി. അക്കാലത്ത് ഒരു കിർഗീസ് പെൺകുട്ടിയെ സംബന്ധിച്ചിടത്തോളം അത് ഒട്ടും എളുപ്പമായിരുന്നില്ല. ഇപ്പോൾപ്പോലും പെൺകുട്ടികൾ വ്യവസായമേഖലയിൽ പണിയെടുക്കുന്നതു വിരളമാണെന്ന് നിങ്ങൾക്കറിയാമല്ലോ. ഇപ്പോഴും നമ്മൾ പഴയ ആചാരങ്ങളുടെ ചങ്ങലക്കെട്ടുകൾ മുഴുവൻ പൊട്ടിച്ചിട്ടില്ല. ശരി, അങ്ങിനെ ഒരു വർഷം കഴിഞ്ഞു. റോഡുപണി പൂർത്തിയാകാറായി. അവിടെ റോഡ് സംരക്ഷണ ജോലിക്കാരെ ആവശ്യമായി വന്നു. കൂട്ടായ അദ്ധ്വാനം കൊണ്ട് റോഡുവെട്ടാം. പക്ഷേ അതു നല്ല സ്ഥിതിയിൽ സംരക്ഷിക്കണമെങ്കിൽ പരിശീലനം സിദ്ധിച്ച ആൾക്കാർ വേണം. ഒരു ചെറുപ്പക്കാരൻ എഞ്ചിനീയർ അവിടെയുണ്ടായിരുന്നു. ഹുസയീനൊവ് എന്നായിരുന്നു അയാളുടെ പേര്. അയാൾ ഇപ്പോഴും റോഡ് നിർമ്മാണ ജോലിയിൽത്തന്നെയുണ്ട്. ഇപ്പോൾ ഒരു വലിയ ഉദ്യാഗസ്ഥനാണ്. ഞങ്ങൾ സ്നേഹിതന്മാരായിരുന്നു. റോഡു സംരക്ഷണത്തിനുള്ള ഒരു പരിശീലന കോഴ്സിൽ ഞാൻ ചേരണമെന്ന

ആശയം അയാളാണ കൊണ്ടുവന്നത്. ഞാൻ തിരിച്ചുവരുന്നതുവരെ എന്റെ ഗുൽബര കാത്തിരിക്കയില്ലെന്നായിരുന്നു എന്റെ ഭയം. അവളുടെ അച്ഛനമ്മമാർ അവളെ ഗ്രാമത്തിലേക്കു കൂട്ടിക്കൊണ്ടു പോകുമോയെന്നും ഞാൻ ഭയന്നു. എന്നാൽ അതൊന്നും സംഭവിച്ചില്ല. ഞാൻ തിരിച്ചുവരുമ്പോൾ അവൾ അവിടെത്തന്നെ വിശ്വസ്തതയോടെ എന്നെക്കാത്തിരിക്കുന്നുണ്ടായിരുന്നു. ഞങ്ങൾ വിവാഹിതരായി. റോഡു സംരക്ഷണകേന്ദ്രത്തിൽ താമസവും തുടങ്ങി. ഞങ്ങളുടെ വിവാഹജീവിതം സന്തുഷ്ടമായിരുന്നു. മലമ്പാതകളിൽ താമസമാക്കിയിട്ടുള്ള റോഡുപണിക്കാർക്ക് ഉറപ്പുള്ള ഒരു കുടുംബവും, നല്ലൊരു ഭാര്യയും മറ്റാരെക്കാളും കൂടുതൽ ആവശ്യമാണ്. അക്കാര്യം ഞാൻ സ്വന്തം അനുഭവത്തിൽനിന്ന് പറയുകയാണ്. ഞാൻ എന്റെ ജോലിയിൽ ആമഗ്നനായിരുന്നതിനാൽ എന്റെ ഭാര്യക്കു പിടിപ്പതു പണിയുണ്ടായിരുന്നു. ഞങ്ങൾക്ക് ഒരു മോളുണ്ടായി. കുറച്ചുനാൾ കഴിഞ്ഞ് ഒരു പെൺകുട്ടികൂടി പിറന്നു.

അപ്പോഴാണ് യുദ്ധം പൊട്ടിപ്പുറപ്പെട്ടത്.

പാമീർ റോഡിലൂടെ പട്ടാളത്തിൽ ചേരാൻ പോകുന്ന ആൾക്കാരുടെ നിലയ്ക്കാത്ത പ്രവാഹം തുടങ്ങി. എന്റെ ഊഴവും വന്നു. ഞങ്ങൾ ഒരു പ്രഭാതത്തിൽ വീട്ടിൽനിന്ന് റോഡിലേക്കു പുറപ്പെട്ടു. ഞാൻ ചെറിയ കുട്ടിയെ എടുത്തു. മൂത്തമകൾ എന്റെ കോട്ടിൽ പിടിച്ചുകൊണ്ട് നടന്നു. എന്റെ ഗുൽബറാ, എന്റെ പാവം ഗുൽബറാ! എന്റെ സഞ്ചി പിടിച്ചിരുന്നത് അവളാണ്. മനക്ഷോഭം പുറത്തുകാട്ടാതിരിക്കാൻ അവൾ ശ്രമിച്ചുകൊണ്ടിരുന്നു. എന്നാൽ വിജനമായ ആ പർവ്വതപ്രദേശത്തെ റോഡു സംരക്ഷണകേന്ദ്രത്തിൽ രണ്ടു പിഞ്ചുകുഞ്ഞുങ്ങളേയും കൊണ്ട് ഒറ്റയ്ക്ക് താമസിക്കേണ്ടിവരുന്നത് അവളെ സംബന്ധിച്ചിടത്തോളം എത്ര ഭയങ്കരമായിരിക്കുമെന്ന് എനിക്കറിയാമായിരുന്നു. ഗ്രാമത്തിലുള്ള എന്റെ ബന്ധുക്കളുടെയടുത്തേക്ക് അവരെ അയക്കാൻ എനിക്ക് ആഗ്രഹമുണ്ടായിരുന്നു. എന്നാൽ ഗുൽബറ സമ്മതിച്ചില്ല. ഞാൻ തിരിച്ചുവന്നതും കാത്ത് അവിടെത്തന്നെ താമസിച്ചുകൊള്ളാമെന്ന് ഗുൽബറശാഠ്യം പിടിച്ചു. റോഡു നോക്കാൻ ആരെങ്കിലും ഒരാൾ വേണമായിരുന്നതാനും... അന്ന് റോഡുവക്കിൽ നിന്ന് ഞാൻ എന്റെ ഭാര്യയോടും കുട്ടികളോടും വിട പറഞ്ഞു. ഞങ്ങൾക്ക് അന്നു തീരെ ചെറുപ്പമായിരുന്നു. ഞങ്ങൾ ജീവിച്ചു തുടങ്ങിയതേയുള്ളൂ...

എഞ്ചിനീയർ ബറ്റാലിയനിലായിരുന്നു ഞാൻ സേവനമനുഷ്ഠിച്ചത്. യുദ്ധകാലത്ത് ഞങ്ങൾ ഉണ്ടാക്കിയ റോഡുകൾക്കും കടത്തുകൾക്കും പാലങ്ങൾക്കും കയ്യുംകണക്കുമില്ല! ഞങ്ങൾ ദോൺ നദിയും വിസ്റ്റലയും ഡാന്യൂബും കടന്നു. വെള്ളത്തിൽ നിന്ന് ദേഹം മരവിക്കുകയും പുകകൊണ്ട് ശ്വാസം മുട്ടുകയും ചുറ്റും ഷെല്ലുകൾ പൊട്ടിത്തെറിച്ച് കടത്തുകൾ തകരുകയും ആളുകൾ മരിച്ചുവീഴുകയും ചെയ്തപ്പോൾ ഇനി കൂടുതൽ സഹിക്കാനാവില്ലെന്നു തോന്നിയിട്ടുണ്ട്. അവർ എന്നെക്കൂടികൊന്ന് ഈ ദണ്ഡനയ്ക്ക് അറുതിവരുത്തിയെങ്കിൽ എന്ന് വിചാരിച്ചിട്ടുണ്ട്. എന്നാൽ പെട്ടെന്ന് മലമുകളിൽ കാത്തിരിക്കുന്ന കുടുംബത്തിന്റെ ഓർമ്മ വരും. അപ്പോൾ ചോർന്നുപോയ ശക്തി തിരിച്ചുകിട്ടും. "ഈ പാലത്തിനടിയിൽ വീണു മരിക്കാനല്ല പാമീറിൽനിന്ന് ഞാൻ ഈ വഴി മുഴുവൻ താണ്ടിയത്!" ഞാൻ വിചാരിക്കും. താങ്ങ് സ്ഥാനത്തുനിർത്താനുള്ള കമ്പി ഞാൻ പല്ലുകൊണ്ട് കടിച്ചു പിടിച്ചു ചുറ്റും. എന്നാലും വിട്ടുകൊടുക്കുകയില്ല... അവർ എന്നെ കൊന്നില്ല. ഞാൻ ബർലിന്റെ അടുത്തുവരെ എത്തി.

ഭാര്യയുടെ കത്തുകൾ മുറയ്ക്കു വന്നുകൊണ്ടിരുന്നു. വഴിയിൽ വന്നുനിന്ന് പോസ്റ്റ്മാൻ കത്തുകൾ ശേഖരിക്കുന്ന ഓരോ തവണയും അവൾ എഴുതുമായിരുന്നു. അവൾ എല്ലാക്കാര്യങ്ങളും എനിക്ക് വിശദമായി എഴുതി. റോഡിന്റെ കാര്യവും എഴുതാൻ മറന്നില്ല. അവളാണ് എന്റെ സ്ഥാനത്ത് ഇപ്പോൾ റോഡു മേസ്തരിയുടെ പണിചെയ്യുന്നത്. അത് ഭാരിച്ച പണിയായിരുന്നു-അത് വെറും റോഡല്ല, പാമീർ പർവ്വത പ്രദേശത്തുള്ള റോഡാണ്.

1945 വസന്തത്തിൽ അവളുടെ കത്തുകൾ വരാതായി. ഞാൻ ഉൽക്കണ്ഠാകുലനായിത്തീർന്നു. യുദ്ധമുന്നണിയിൽ തപാൽ വിതരണത്തിന് പല തടസ്സങ്ങളും ഉണ്ടാകാറുണ്ട്. അതുകൊണ്ടായിരിക്കുമെന്ന് ഞാൻ സമാധാനിച്ചു. ഒരു ദിവസം ഞാൻ ഹെഡ്ക്വാർട്ടേഴ്സിലേക്കു വിളിക്കപ്പെട്ടു. "സാർജന്റ്, നിങ്ങൾ യുദ്ധത്തിൽ നിങ്ങളുടെ പങ്കു വഹിച്ചു കഴിഞ്ഞു. ഞങ്ങളുടെ കൃതജ്ഞതയും ഈ മെഡലുകളുമായി നാട്ടിലേക്കു മടങ്ങു. ഇപ്പോൾ നിങ്ങളെ അവിടെയാണ് കൂടുതൽ ആവശ്യം." അവർ പറഞ്ഞു.. എനിക്ക് സന്തോഷമായി. ഞാൻ വീട്ടിലേക്ക് കമ്പിയടിക്കുകപോലും ചെയ്തു.

തീവണ്ടിയിറങ്ങിയപ്പോൾ മിലിട്ടറി ഓഫീസിൽ പോയി രജിസ്റ്റർ ചെയ്യാൻ പോലും നിൽക്കാതെ ഞാൻ നേരെ വീട്ടിലേക്കു പോയി. വീട്! കഴിയുന്നതും വേഗം അവിടെയെത്തണം. ഒരു ലോറി എന്നെ കയറ്റി. ഞങ്ങൾ പാമീർ റോഡിലൂടെ മുകളിലോട്ടു കയറിത്തുടങ്ങി.

ചിറകുണ്ടായിരുന്നെങ്കിൽ എന്നു ഞാൻ ആശിച്ചു. യുദ്ധമുന്നണിയിൽ വച്ച് ഞാൻ സഞ്ചരിച്ചിരുന്ന സ്റ്റുഡിബേക്കർ വണ്ടികളോട് തട്ടിച്ചു നോക്കിയപ്പോൾ ഈ ലോറി ഇഴയുകയാണെന്നു തോന്നി.

"ചങ്ങാതീ. ഒന്നു ശക്തിയായി ചവിട്ടു!" ഞാൻ ഡ്രൈവറോടു വിളിച്ചു പറഞ്ഞു. "കുറച്ചുകൂടി വേഗം പോകാൻ കഴിയുമോ എന്നുനോക്കു. ഞാൻ വീട്ടിലേക്കു മടങ്ങുകയാണ്.!"

വീട്ടിനോടടുത്തു. അടുത്ത തിരിവുകഴിഞ്ഞാൽ വീടെത്തും. ആകാംക്ഷകൊണ്ട് എനിക്കു വീർപ്പുമുട്ടി. ഞാൻ ഓടുന്ന വണ്ടിയിൽനിന്ന് ചാടിയിറങ്ങി. സഞ്ചി മുതുകിലേറ്റിക്കൊണ്ട് അതിവേഗം ഓടി ഞാൻ തിരിവു കടന്നു. പക്ഷേ... എനിക്ക് ആ സ്ഥലം തിരിച്ചറിയാൻ കഴിഞ്ഞില്ല. മലകളും റോഡും അവിടെത്തന്നെയുണ്ട്. പക്ഷേ... വീടു കാണാനില്ല. ഒരൊറ്റ ജീവിയേയും കാണാനില്ല. കല്ലും ചരലും കൂടിക്കിടക്കുന്നുണ്ട്. മറ്റൊന്നുമില്ല. മലയുടെ അടിവാരത്തിലാണ് എന്റെ വീടുനിന്നിരുന്നത്. ഇവിടെ താഴ്വരയ്ക്കു വീതി കുറവായിരുന്നു. ഞാൻ മലമുകളിലേക്കു നോക്കി. എന്റെ രക്തം ഉറഞ്ഞുപോയി. ഒരു കൂറ്റൻ മഞ്ഞുമല ഇടിഞ്ഞുവീണതാവണം. വളരെ പൊക്കത്തിൽനിന്ന് അടർന്നുവീണ അത് മാർഗ്ഗമദ്ധ്യയുള്ള സർവ്വവും തട്ടിമാറ്റിയിരിക്കുന്നു. ഒന്നും അവശേഷിക്കുന്നില്ല. മലഞ്ചെരിവിൽ നിന്ന് ഒരു ഭീകരഹസ്തം മണ്ണ് മാന്തിയെടുത്ത് താഴ്വരയോളം നീണ്ടുകിടക്കുന്ന ഒരു വലിയ ചാലു സൃഷ്ടിച്ചിരിക്കുകയാണെന്നു തോന്നി. ധാരാളം മഞ്ഞു പെയ്തിട്ടുണ്ടെന്നും പെട്ടെന്ന് മഴ ആരംഭിച്ചെന്നും ഭാര്യയുടെ അവസാനത്തെ കത്തിൽ എഴുതിയിരുന്നു. ഹിമമല മുൻകൂട്ടി പൊട്ടിച്ചു മാറ്റാൻ കഴിയുമായിരുന്നു. പക്ഷേ ഒരു സ്ത്രീ ഒറ്റയ്ക്ക് എന്തു ചെയ്യും?

അങ്ങിനെയായിരുന്നു എന്റെ തിരിച്ചുവരവ്! ഞാൻ ആയിരം തവണ മരണത്തെ

അഭിമുഖീകരിച്ചിട്ടുണ്ട്. ആനരകാഗ്നിയിൽ നിന്ന് പൊള്ളലേൽക്കാതെ ഞാൻ തിരിച്ചുവന്നു.. പക്ഷേ അവർ... ഇല്ലാതായിരിക്കുന്നു. ഞാൻ സപ്തനാഡികളും തളർന്ന് അവിടെ നിന്നു. മലകളെ കിടിലം കൊള്ളിക്കുമാറ് ഉറക്കെ നിലവിളിക്കണമെന്ന് ഞാൻ ആഗ്രഹിച്ചു. പക്ഷേ ശബ്ദിക്കാൻ കഴിഞ്ഞില്ല. എന്റെ മനസ്സ് കല്ലായിത്തീർന്നു. ഞാൻ മരിച്ചു കഴിഞ്ഞു. എന്റെ സഞ്ചി തോളിൽ നിന്ന് ഊർന്നു നിലത്തു വീണു. ഞാൻ അതവിടെനിന്നെടുത്തില്ല. ഞാൻ ഭാര്യക്കും മക്കൾക്കും ചില സമ്മാനങ്ങൾ അതിൽ കരുതിയിരുന്നു. വഴിക്ക് എന്റെ പട്ടാളഷർട്ട് വിറ്റ് ഒരു പൊതി മിഠായിയും വാങ്ങിയിരുന്നു. എന്തെങ്കിലുമൊരു അത്ഭുതം സംഭവിക്കുമെന്ന് പ്രതീക്ഷിച്ച് ഞാൻ അവിടെ കാത്തുനിന്നു. ഒടുവിൽ ഞാൻ തിരിഞ്ഞു നടന്നു. ഒരു തവണ ഞാൻ മുകളിലേക്കു നോക്കി. മലകൾ ആടുകയാണെന്നു തോന്നി. അവ കൂട്ടം കൂടി എന്റെ പിന്നാലെ ഓടിവന്നു. ഞാൻ ഉറക്കെ നിലവിളിച്ചുകൊണ്ട് ഓടി. ആ ശപിക്കപ്പെട്ട സ്ഥലത്തുനിന്ന് ഓടിയൊളിക്കണം. അപ്പോഴാണ് ഞാൻ കണ്ണീരൊഴുക്കിയത്...

ഞാൻ എങ്ങോട്ട് എങ്ങിനെ പോയെന്ന് എനിക്കറിയില്ല. ഒടുവിൽ ഒരു റെയിൽവേസ്റ്റേഷനിലെത്തി. അവിടെയുണ്ടായിരുന്ന ആൾക്കാരുടെയിടയിൽ ഒരു ഭ്രാന്തനെപ്പോലെ ഞാൻ ചുറ്റിനടന്നു. പെട്ടെന്ന് ആരോ എന്റെ പേരു വിളിച്ചു. ഹുസയീനൊവായിരുന്നു അത്. അയാൾ വീട്ടിലേക്കു പോവുകയാണ്. ഞാൻ അയാളോട് എല്ലാം പറഞ്ഞു. "ഇനി എങ്ങോട്ടാണ്?" അയാൾ ചോദിച്ചു. എനിക്ക് നിശ്ചയമില്ലായിരുന്നു. "അതു പറ്റില്ല. താൻ ഇതിൽനിന്നു കരകയറണം. താൻ ഒറ്റക്ക് അലഞ്ഞുതിരിയാൻ ഞാൻ അനുവദിക്കയില്ല. നമുക്ക് ഒരു റോഡുണ്ടാക്കാൻ ത്യാൻ-ഷാൻ പർവ്വതപ്രദേശത്തേക്കു പോകാം. പിന്നത്തെക്കാര്യം പിന്നെ ആലോചിക്കാം..."

അങ്ങിനെയാണ് ഞാൻ ഇവിടെയെത്തിയത്. ആദ്യത്തെ കുറെ വർഷങ്ങൾ ഞങ്ങൾ പാലം കെട്ടുന്നതിൽ വ്യാപൃതരായിരുന്നു. എനിക്ക് എവിടെയെങ്കിലും സ്ഥിരതാമസമാക്കാൻ സമയമായി. ഹുസയീനൊവ് അതിനകം തന്നെ മന്ത്രികാര്യാലയത്തിൽ ജോലിചെയ്തു തുടങ്ങിയിരുന്നു. അയാൾ പലപ്പോഴും എന്നെ സന്ദർശിക്കാറുണ്ട്. റോഡുമേസ്തരിയുടെ ജോലിയിലേക്കു തിരിച്ചുപോകാൻ അയാൾ എന്നെ ഉപദേശിച്ചു. എന്നാൽ എനിക്കതിനു ധൈര്യമുണ്ടായിരുന്നില്ല. എനിക്ക് ഭയമായിരുന്നു. നിർമ്മാണ സ്ഥലത്താകുമ്പോൾ ചുറ്റും ആൾക്കാരുണ്ടായിരിക്കും. ആളുകളുടെ മദ്ധ്യത്തിൽവെച്ച് എന്റെ ദുഃഖം എനിക്ക് താങ്ങാനാവും. പക്ഷേ മേസ്തരിയുടെ പണി ഏകാന്തമാണ്. എന്റെ ദുഃഖം എന്നെ തളർത്തിക്കളയും ദുഃഖത്തിൽനിന്നു കരയറാൻ ഇനിയും എനിക്ക് കഴിഞ്ഞിരുന്നില്ല. ഭൂതകാലം നിറംമങ്ങാതെ സ്മരണയിൽ തങ്ങിനിന്നു. ജീവിതം അവിടെ അവസാനിച്ചെന്നും ഭാവി എനിക്ക് ഒന്നും കൊണ്ടുവരാനില്ലെന്നും തോന്നി. ഞാൻ എന്റെ ഭാര്യയേയും കുട്ടികളേയും വളരെയേറെ സ്നേഹിച്ചിരുന്നു. ആ വിടവ് നികത്താൻ ഒന്നിനും ആർക്കും കഴിയുകയില്ലെന്ന് ഞാൻ വിശ്വസിച്ചു. രണ്ടാമതു വിവാഹം ചെയ്യുന്നതിനെപ്പറ്റിചിന്തിക്കാൻ ഞാനൊരുക്കമല്ല. ഒരു സ്ത്രീയോടൊപ്പം കഴിയാൻ വേണ്ടി മാത്രം വിവാഹം ചെയ്യുന്നത് സന്തുഷ്ടിയായി ഞാൻ കണക്കാക്കുന്നില്ല. അതിലും നല്ലത് ഒറ്റയ്ക്ക് കഴിയുകയാണ്.

എങ്കിലും റോഡുമേസ്തരിയുടെ ജോലി ഒന്നു പരീക്ഷിച്ചുനോക്കാൻ ഞാൻ

തീരുമാനിച്ചു. ഇവിടെ ഈ ചുരത്തിലെ റോഡിന്റെ ചുമതല ഞാൻ ഏറ്റെടുത്തു, സംഗതികൾ ഞാൻ വിചാരിച്ചിരുന്നത്ര മോശമായിരുന്നില്ല. ഞാൻ ക്രമേണ ഇതുമായി പഴകി. റോഡിന്റെ ഈ ഭാഗത്തെ ജോലി വളരെ ക്ലേശപൂർണ്ണമായിരുന്നു. മലമ്പാതയല്ലേ അതിനാലാവാം എനിക്കിതിൽ ആമഗ്നനാകാൻ കഴിഞ്ഞത്. വൈഷമ്യങ്ങളെ നേരിടാൻ എനിക്ക് ഇഷ്ടമായിരുന്നു. കാലം എന്റെ വേദനയുടെ മൂർച്ച കുറച്ചു. എങ്കിലും ഞാൻ സ്വപ്നം കണ്ടുകൊണ്ടിരുന്നു. എന്റെ വീടുണ്ടായിരുന്നിടത്തേക്കു തുറിച്ചുനോക്കിക്കൊണ്ട് ഞാൻ ഒരു ശിലയായി മലയടിവാരത്തിൽ നിൽക്കുന്നതായി ഞാൻ സ്വപ്നം കാണാറുണ്ടായിരുന്നു. ആ സ്വപ്നം കാണുന്നതിന്റെ പിറ്റേന്ന് ഞാൻ അതിരാവിലെ ജോലിക്കുപുറപ്പെടും. നേരം ഇരുട്ടുന്നതുവരെ റോഡിൽത്തന്നെ കഴിച്ചു കൂട്ടും. അന്നെല്ലാം ഞാൻ തികച്ചും ഏകാകിയായിരുന്നു. ചിലപ്പോൾ ഞാൻ ആലോചിച്ചിട്ടുണ്ട്: "ഒരു ജീവിതത്തിൽ ഇനിയും സന്തുഷ്ടി കണ്ടെത്താൻ കഴിയുമായിരിക്കും."

തികച്ചും അപ്രതീക്ഷിതമായി ഞാൻ അതു കണ്ടെത്തുകയും ചെയ്തു ഭദ്രതയില്ലാത്ത, സങ്കീർണ്ണമായ ഒരുതരം സന്തുഷ്ടി.

നാലു വർഷം മുമ്പാണ് അതുണ്ടായത്. എന്റെ അയല്ക്കാരന്റെ അമ്മയ്ക്കു സുഖമില്ലാതായി. വലിയൊരു കുടുംബവും പിടിപ്പിതും ജോലിയുമുണ്ടായിരുന്നതിനാൽ ആ മനുഷ്യന് അമ്മയെ ഡോക്ടറുടെയടുത്തേക്കു കൊണ്ടുപോകാൻ സമയം കിട്ടിയില്ല. ആ സ്ത്രീയുടെ നില ഒന്നിനൊന്നു മോശമായിക്കൊണ്ടിരുന്നു. അതിനാൽ ഞങ്ങൾക്കു സാമാനം കൊണ്ടുവന്ന ഒരു ലോറിയിൽ അവരെ കൊണ്ടുപോകാമെന്നു ഞാൻ സമ്മതിച്ചു. വൃദ്ധയെ ആശുപത്രിയിൽ കിടത്തണമെന്ന് ഡോക്ടർ പറഞ്ഞു. എന്നാൽ അവർ അതു സമ്മതിച്ചില്ല. തന്റെ സ്വന്തം വീട്ടിൽ കിടന്നു മരിക്കണമെന്നു പറഞ്ഞു. അവർ ബഹളം കൂട്ടി. തിരിച്ചുകൊണ്ടുവന്നില്ലെങ്കിൽ അവർ എന്നെ ശപിക്കുമെന്നു പറഞ്ഞു. അങ്ങിനെ ഞങ്ങൾ തിരിച്ചുപോന്നു. നേരം ഇരുട്ടിക്കഴിഞ്ഞിരുന്നു. കയറ്റിറക്കുകേന്ദ്രം കടന്ന് അല്പം കഴിഞ്ഞപ്പോൾ ഡ്രൈവർ ലോറി നിർത്തി.

"എങ്ങോട്ടാണു പോകേണ്ടത്?" അയാൾ ആരോടോ ചോദിക്കുന്നതു കേട്ടു.

ഒരു സ്ത്രീ എന്തോ മറുപടി പറഞ്ഞു.

"ശരി, കയറിക്കോളൂ." ഡ്രൈവർ പറഞ്ഞു.

ഒരു കൊച്ചുകുഞ്ഞിനെ മാറോടു ചേർത്തു പിടിച്ചുകൊണ്ട് കൈയിൽ ഒരു ഭാണ്ഡവുമായി ഒരു ചെറുപ്പക്കാരി ലോറിയുടെ വശത്തെത്തി. ഞാൻ അവളെ പിടിച്ചു കയറ്റി. ക്യാബിന്റെ തൊട്ടടുത്ത് കാറ്റ് ഏറ്റവും കുറവുള്ള സ്ഥലത്തായിരുന്നു ഞാൻ ഇരുന്നിരുന്നത്. ആ സ്ഥാനം അവൾക്ക് ഒഴിഞ്ഞുകൊടുത്തിട്ട് ഞാൻ ഒരു മൂലയിൽ ചെന്നിരുന്നു.

കൊടും തണുപ്പുള്ള ഒരു ദിവസമായിരുന്നു അത്. ശക്തിയായ കാറ്റ് മജ്ജപോലും മരവിപ്പിച്ചു. കുട്ടി കരഞ്ഞുതുടങ്ങി. അമ്മ താരാട്ടുപാടുകയും ആട്ടുകയും ചെയ്തെങ്കിലും അതു കരച്ചിൽ നിർത്തിയില്ല. എന്തെങ്കിലും ചെയ്തേ പറ്റൂ. ആ യുവതിയേയും കുട്ടിയേയും ക്യാബിനുള്ളിൽ ഇരുത്താൻ നിവൃത്തിയില്ല. അതിനുള്ളിൽ രോഗിയായ വൃദ്ധയുണ്ടല്ലോ. ഞാൻ അവളുടെ തോളിൽ തൊട്ടു വിളിച്ചിട്ടു പറഞ്ഞു.

"കുട്ടിയെ ഇങ്ങോട്ടു തരൂ. കരച്ചിൽ മാറ്റാമോ എന്നു നോക്കട്ടെ. നീ കുറച്ചുകൂടി

ചാഞ്ഞിരുന്നാൽ കാറ്റിന്റെ ശക്തി കുറയും."

ഞാൻ കുട്ടിയെ എന്റെ ആട്ടിൽതോൻ കോട്ടിനുള്ളിലാക്കി ചേർത്തുപിടിച്ചു. ഏകദേശം പത്തുമാസം പ്രായമുള്ള നല്ലൊരു കുട്ടി. ഞാൻ കുട്ടിയെ നെഞ്ചിന്റെ ഇടത്തുവശത്ത് അണച്ചുപിടിച്ചു. പെട്ടെന്ന് എന്റെ ഹൃദയം മുറിവേറ്റ ഒരു പക്ഷി യെപ്പോലെ പിടഞ്ഞു. കയ്പും മധുരവും കലർന്ന ഒരു അനുഭൂതിയായിരുന്നു അത്. ഞാൻ ചിന്തിച്ചു.

"ഞാൻ ഇനി എന്നെങ്കിലും ഒരച്ഛനാകുമോ?" യാതൊന്നുമറിയാത്ത ആ കുഞ്ഞ് എന്റെ നെഞ്ചിൽ പറ്റിച്ചേർന്നിരുന്നു.

"ആൺകുട്ടിയാണോ?" ഞാൻ ചോദിച്ചു.

അവൾ തലയാട്ടി. ആ പാവം പെൺകിടാവ് തണുപ്പുകൊണ്ട് മരവിച്ചുപോയി രുന്നു. അവൾ ധരിച്ചിരുന്ന കോട്ട് തീരെ കനംകുറഞ്ഞതാണെന്ന് എനിക്കു മനസ്സി ലായി. തണുപ്പുകാലത്ത് ആട്ടിൽതോൽക്കോട്ടിനു മുകളിൽപ്പോലും ഞാൻ ഈ ടർപാളിൻ മഴക്കോട്ടു ധരിക്കാറുണ്ട്. എന്റെ ജോലിക്ക് അതില്ലാതെ പറ്റുകയില്ല. കുട്ടിയെ ഒരു കൈയിൽ പിടിച്ചുകൊണ്ട് ഞാൻ മറ്റേ കൈ അവളുടെ നേരെ നീട്ടി.

"ഈ കോട്ട് ഊരിയെടുത്തോളൂ. അല്ലെങ്കിൽ നിനക്കു തണുപ്പടിക്കും."

"വേണ്ട, വേണ്ട. ദയവുചെയ്ത് ബുദ്ധിമുട്ടണ്ട്," അവൾ പറഞ്ഞു.

"മടിക്കാതെ വലിച്ചെടുക്കൂ. കാറ്റിൽനിന്നു രക്ഷപ്പെടാൻ അതേ മാർഗ്ഗമുള്ളൂ."

അവൾ എന്റെ മഴക്കോട്ട് പുതച്ചു. ഞാൻ അത് കാലിനടിയിലേക്കു തിരുകി വച്ചുകൊടുത്തു.

"തണുപ്പു കുറഞ്ഞോ?"

"ഉവ്വ്"

"ഇത്ര വൈകി പുറപ്പെട്ടതെന്താണ്?"

"പുറപ്പെടേണ്ടിവന്നു." അവൾ മെല്ലെ പറഞ്ഞു.

ഖനിക്കാരുടെ സെറ്റിൽമെന്റിന് മുമ്പിലൂടെയാണ് ഞങ്ങൾ പൊയ്ക്കൊണ്ടിരു ന്നത്. ജനാലകളിലൊന്നും വെളിച്ചമില്ലായിരുന്നു. എല്ലാവരും ഉറക്കമാണ്. ഉറക്കെ കുരച്ചുകൊണ്ട് കുറേ പട്ടികൾ ഞങ്ങളുടെ ലോറിയുടെ പിന്നാലെ ഓടിവന്നു. ഞാൻ ഒരു ഞെട്ടലോടെ നിവർന്നിരുന്നു: ഇവൾ എങ്ങോട്ടാണ്? ഈ സെറ്റിൽമെന്റിലേ ക്കു വരികയാവുമെന്നാണ് ഞാൻ വിചാരിച്ചത്. ഇതിനപ്പുറം വീടുകളൊന്നുമില്ല. മലമ്പാതയും അവിടെയുള്ള ഞങ്ങളുടെ റോഡു സംരക്ഷണ കേന്ദ്രവും മാത്രമേ മുമ്പിലുള്ളൂ.

"നിനക്ക് ഇറങ്ങാറായെന്നു തോന്നുന്നു." എന്നു പറഞ്ഞുകൊണ്ട് ഞാൻ ക്യാബിന്റെ മേൽക്കൂരയിൽ ഇടിച്ചു. "മലമ്പാതയുടെ അടുത്തെത്തിക്കഴിഞ്ഞു. ലോറി അതിനപ്പുറത്തേക്കു പോവുന്നില്ല."

"ഇതേതു സ്ഥലമാണ്?" അവൾ ചോദിച്ചു.

"ഖനിക്കാരുടെ സെറ്റിൽമെന്റ്. ഇവിടെയല്ലേ നിനക്കിറങ്ങേണ്ടത്?"

"അതെ... ഇവിടെയാണ്..." അവൾ സന്ദേഹഭാവത്തിൽ പറഞ്ഞു. പിന്നീട് ധൃതിയിൽ എഴുന്നേറ്റ് എന്റെ മഴക്കോട്ടു തിരിച്ചുതന്നിട്ട് കുഞ്ഞിനെ എടുത്തു.

ഉടൻതന്നെ കുട്ടി ചിണുങ്ങിത്തുടങ്ങി. അവൾ എന്തോ കുഴപ്പത്തിൽപ്പെട്ട് ഉഴലു കയാണെന്ന് എനിക്ക് തോന്നി. ഈ കുരിരുട്ടത്തും കൊടും തണുപ്പിലും അവളെ ഒറ്റയ്ക്ക് വിട്ടിട്ടുപോകാൻ എന്റെ മനസ്സാക്ഷി സമ്മതിച്ചില്ല.

"നിനക്ക് പോകാൻ ഒരിടവുമില്ലെന്ന് എനിക്കറിയാം." ഞാൻ വെട്ടിത്തുറന്നു പറഞ്ഞു."അബദ്ധധാരണകളൊന്നും വേണ്ട. ആ കുട്ടിയെ ഇങ്ങോട്ടു തരൂ." ഞാൻ ബലമായി കുട്ടിയെ പിടിച്ചുമേടിച്ചു. "വേണ്ടെന്നു പറഞ്ഞിട്ടു കാര്യമില്ല. ഇന്നു രാത്രി ഞങ്ങളുടെ സ്ഥലത്ത് താമസിച്ചിട്ട് നാളെ എന്തുവേണമെങ്കിലും ചെയ്തോളൂ... പോകാം." ഞാൻ ഡ്രൈവറോടു പറഞ്ഞു.

ലോറി നീങ്ങിക്കൊണ്ടിരുന്നു. അവൾ മുഖം കൈപ്പടം കൊണ്ട് പൊത്തിപ്പിടിച്ച് നിശ്ശബ്ദമായി ഇരുന്നു. അവൾ കരയുകയാണോ?

"പേടിക്കേണ്ട." ഞാൻ അവളെ ആശ്വസിപ്പിക്കാൻ ശ്രമിച്ചു.

"ഞാൻ നിനക്ക് യാതൊരു ദ്രോഹവും ചെയ്യുകയില്ല. ഞാൻ റോഡുമേസ്തിരി., ബൈതെമീർ ക്ലുലൊവാണ്, നിനക്ക് എന്നെ വിശ്വസിക്കാം."

ഞാൻ അമ്മയേയും കുട്ടിയേയും അന്നുരാത്രി എന്റെ വീട്ടിൽ താമസിപ്പിച്ചു. മുറ്റത്ത് ഒരു ചെറിയ ചാർത്തുണ്ടായിരുന്നു. ഞാൻ അവിടെ എനിക്ക് കിടക്കാൻ ഇടമുണ്ടാക്കി. എന്നാൽ എനിക്കുറങ്ങാൻ കഴിഞ്ഞില്ല. എന്താണവളുടെ പ്രശ്നമെന്ന് ഊഹിക്കാനാവാതെ ഉൽകണ്ഠാകുലനായി ഞാൻ ഉറങ്ങാതെ കിടന്നു. കുത്തികുത്തിച്ചോദിക്കുന്നതു നല്ലതല്ലെന്ന് എനിക്കറിയാം. എന്നോട് അന്യർ അങ്ങിനെ ചോദിക്കുന്നത് എനിക്കിഷ്ടമല്ല. എങ്കിലും അവളോട് ഒന്നുരണ്ടു കാര്യങ്ങൾ ചോദിച്ചറിയാൻ ഞാൻ നിർബ്ബന്ധിതനായി. അവൾക്ക് ഒരുപക്ഷേ സഹായം ആവശ്യമായിരിക്കാം. അവൾ വളരെ വിഷമിച്ച് ഒന്നോരണ്ടോ വാക്കുകളിൽ ഉത്തരം പറഞ്ഞു. എന്നാൽ അവൾ പറയാതിരുന്ന പലതും എനിക്ക് ഊഹിക്കാൻ കഴിഞ്ഞു. അവൾ ഒരു വിഷമസന്ധിയിൽ അകപ്പെട്ടിരിക്കയാണ്. അവൾ പറഞ്ഞ ഓരോ വാക്കിന്റെയും പിന്നിൽ പറയപ്പെടാത്ത പത്തുവാക്കുകൾ മറഞ്ഞിരിക്കുന്നുണ്ടായിരുന്നു. അവൾ ഭർത്താവിനെ ഉപേക്ഷിച്ച് വീടുവിട്ടിറങ്ങിയതാണ്. ആരുടേയും മുമ്പിൽ തലകുനിക്കാത്ത ഒരു പെൺകുട്ടിയാണ് അവളെന്നു തോന്നി. അവൾ വളരെയേറെ ദുഃഖിക്കുന്നുണ്ടെന്ന് എനിക്ക് കാണാൻ കഴിഞ്ഞു. പക്ഷേ അവൾ അതു സമ്മതിച്ചുതരാൻ തയ്യാറായില്ലായിരുന്നു. അവരവർക്ക് ഇഷ്ടമുള്ളതുപോലെ പ്രവർത്തിക്കാൻ ഓരോരുത്തർക്കും സ്വാതന്ത്ര്യമുണ്ടല്ലോ. അവൾ ഇഷ്ടം പോലെ ചെയ്യട്ടെ. എങ്കിലും എനിക്കവളോട് സഹാനുഭൂതി തോന്നി. അവൾക്കു തീരെ ചെറുപ്പമായിരുന്നു. ഒരു സ്ത്രീയെപ്പോലെയല്ല കൃശാംഗിയായ ഒരു ബാലികയെപ്പോലെയാണ് അവൾ ഇരുന്നിരുന്നത്. സൗമ്യയും സുശീലയുമായ ഒരു പെൺകിടാവാണ് അവളെന്നു തോന്നി... ഈ പെൺകുട്ടി വീടുവിട്ടിറങ്ങിപ്പോകാൻ ഏതെങ്കിലും ഒരു പുരുഷൻ അനുവദിക്കുമോ? പക്ഷേ അതെല്ലാം അവരുടെ സ്വന്തം കാര്യമാണ്. രാവിലെ ആ വഴി വരുന്ന ആദ്യത്തെ ലോറിയിൽ അവളെ കയറ്റിവിടണമെന്നു ഞാൻ തീരുമാനിച്ചു. ഞാൻ പകൽ മുഴുവൻ ജോലിചെയ്തു തളർന്നിരുന്നതിനാൽ താമസിയാതെ ഉറങ്ങിപ്പോയി. ഒരു ശിശുവിനെ തണുപ്പിൽനിന്നും രക്ഷിക്കാനായി ആട്ടിൻതോൽക്കോട്ടിനടിയിൽ എന്റെ മാറോടു ചേർത്തു പിടിച്ചുകൊണ്ട് ഒരു ലോറിയിൽ യാത്രചെയ്യുന്നതായി ഞാൻ സ്വപ്നം കണ്ടു.

അതിരാവിലെ ഞാൻ ഉണർന്നു. പതിവുള്ള റോഡു പരിശോധന കഴിഞ്ഞിട്ട് ഞാൻ ധൃതിയിൽ തിരിച്ചെത്തി. എന്റെ അതിഥികൾ എന്തുചെയ്യുകയായിരിക്കുമെന്ന് ഞാനാലോചിച്ചു. ഞാൻ അടുപ്പു കത്തിച്ച് സമോവർ തിളയ്ക്കാൻ വച്ചു. അവരെ ഉണർത്തരുതെന്നു കരുതി. ശബ്ദം തീരെ ഉണ്ടാക്കാതെയാണ് ഞാൻ അതെല്ലാം ചെയ്തത്. എന്നാൽ അവൾ എണീറ്റു കഴിഞ്ഞിരുന്നു. അവൾ പോകാൻ ഒരുങ്ങി. എന്റെ സഹായത്തിന് അവൾ നന്ദി പറഞ്ഞു. എന്നാൽ ചായ കുടിക്കാതെ അവരെ അയയ്ക്കാൻ ഞാൻ വിസമ്മതിച്ചു. അവൾ ചായ തയ്യാറാകുന്നതുവരെ കാത്തിരുന്നു. തലേരാത്രിയിലെ എന്റെ കൊച്ചുസഹയാത്രികൻ ഒരു മിടുമിടുക്കനായിരുന്നു. അവന്റെ കൂടെ കളിക്കാൻ ബഹുരസം തോന്നി....

"എങ്ങോട്ടു പോകാനാണ് ഉദ്ദേശിക്കുന്നത്?" ചായ കുടിക്കുന്നതിനിടയിൽ ഞാൻ ചോദിച്ചു.

"റിബാച്യെയിലേക്ക്." അല്പം ആലോചിച്ചിട്ട് അവൾ പറഞ്ഞു.

"അച്ഛനമ്മമാർ അവിടെയാണോ താമസിക്കുന്നത്?;"

"അല്ല. അവർ തൊസോറിനപ്പുറമുള്ള ഒരു ഗ്രാമത്തിലാണ് താമസം."

"അങ്ങിനെയാണെങ്കിൽ ലോറികൾ മാറിക്കയറേണ്ടിവരും. അത് അത്ര സൗകര്യമായിരിക്കയില്ല."

"പക്ഷേ ഞാൻ അങ്ങോട്ടല്ല. ഞങ്ങൾക്ക് എന്റെ അച്ഛനമ്മമാരുടെയടുത്തു പോകാൻ സാദ്ധ്യമല്ല,." കുഞ്ഞിനെ നോക്കിക്കൊണ്ട് വിഷാദപൂർവ്വം അവൾ പറഞ്ഞു. "കുറ്റം ഞങ്ങളുടേതാണ്."

രക്ഷാകർത്താക്കളുടെ അനുവാദമില്ലാതെയാണ് അവൾ കല്യാണം കഴിച്ചതെന്ന് ഞാൻ ഊഹിച്ചു. അതങ്ങിനെയായിരുന്നെന്ന് പിന്നീട് മനസ്സിലായി.

റോഡിൽച്ചെന്ന് കാത്തുനിൽക്കാനാണ് അവൾ തീരുമാനിച്ചിരുന്നത്. എന്നാൽ തണുത്ത കാറ്റുള്ളതിനാൽ കുട്ടിയേയും കൊണ്ട് വീട്ടിനുള്ളിൽ ഇരുന്നാൽ മതിയെന്നും ഞാൻ റോഡിൽ ചെന്ന് ലോറി നിർത്താമെന്നും ഞാൻ നിർദ്ദേശിച്ചു. എന്റെ നിർബ്ബന്ധത്തിനു വഴങ്ങി അവൾ അതു സമ്മതിച്ചു.

കുറെ നേരത്തേയ്ക്കു ലോറികളൊന്നും വന്നില്ല. പിന്നീട് ഒരു ലോറി കടന്നു പോയി. അതു നിർത്താൻ ഞാൻ കൈകാണിച്ചില്ല. എനിക്ക് ഭയം തോന്നി. ഞാനെന്തിനാണ് അതു കടന്നുപോകാൻ അനുവദിച്ചത്? അപ്പോൾ മുതൽ എനിക്ക് കടുത്ത മനക്ഷോഭം അനുഭവപ്പെട്ടു. പിന്നെയും ലോറികൾ വന്നു. പക്ഷേ ഞാൻ കൈകാണിച്ചില്ല. അടുത്തതാവാം, അടുത്തതാവാം, എന്നു സ്വയം പറഞ്ഞുകൊണ്ട് ഞാൻ സമയം നീട്ടിക്കൊണ്ടുപോയി. ഇനി വരുന്ന ലോറി നിർത്താൻ ആവശ്യപ്പെടുമെന്നു ഞാൻ ദൃഢനിശ്ചയം ചെയ്തു. പക്ഷേ അതു വന്നപ്പോൾ എന്റെ കൈ പൊങ്ങിയില്ല. ഇല്ല. ഇതു പറ്റില്ല. അവൾ എന്നെ വിശ്വസിച്ച് അവിടെ കാത്തിരിക്കയാണ്. എനിക്ക് എന്നോടുതന്നെ വെറുപ്പുതോന്നി. പക്ഷേ എന്നേക്കാൾ ശക്തി കൂടുതലുള്ള എന്തോ ഒന്ന് എന്നെ തടഞ്ഞുകൊണ്ടിരുന്നു. ഒഴികഴിവുകൾ കണ്ടുപിടിക്കാൻ എനിക്ക് യാതൊരു വിഷമവുമുണ്ടായിരുന്നില്ല: ലോറിയുടെ ചില്ലുപൊട്ടിയതാണ്, കുട്ടിക്കു തണുക്കും; ഡ്രൈവറെ കണ്ടിട്ട് നല്ലവനാണെന്നു തോന്നുന്നില്ല, കുടിയനോ സാഹസികനോ ആണ്. നേരത്തെതന്നെ യാത്രക്കാരെ കയറ്റിയിട്ടുള്ള ലോറി കാണുമ്പോൾ എനിക്ക് സന്തോഷമായിരുന്നു–ഒഴികഴിവുകൾ

കണ്ടു പിടിക്കണ്ടല്ലോ. ഒരഞ്ചുമിനിട്ടുകിട്ടി അവളേയും കുട്ടിയേയും തടഞ്ഞു നിർത്താൻ കഴിഞ്ഞാൽ അത്രയും നല്ലത്... "അല്ലെങ്കിൽത്തന്നെ അവൾ എങ്ങോട്ടു പോകും?" മാതാപിതാക്കളുടെയടുത്തേക്കു പോകാൻ സാദ്ധ്യമല്ലെന്ന് അവൾത ന്നെ പറഞ്ഞു. റിബാചെയ്യയിൽ ഈ കുട്ടിയേയും കൊണ്ട് അവൾ എന്തു ചെയ്യും? ശൈത്യകാലം അവനെ കൊല്ലും. ഇവിടെ അവർ താമസിക്കുന്നതാണ് ഉള്ളതിൽ ഭേദം. കുറെക്കാലം ഇവിടെ താമസിച്ച് ഈ വിഷമഘട്ടം തരണം ചെയ്യട്ടെ. ഒരുപക്ഷേ അവൾ ഭർത്താവിന്റെയടുത്തേക്കു തിരിച്ചുപോയേക്കും. അല്ലെങ്കിൽ അയാൾ അവളെയന്വേഷിച്ച് ഇവിടെ വരുമായിരിക്കും..."

അവളെ റോഡിലേക്കു കൂട്ടിക്കൊണ്ടുവന്നിരുന്നെങ്കിൽ എന്തിലെങ്കിലും കയറ്റി ഞാനവളെ അയക്കുമായിരുന്നു. അതായിരുന്നു നല്ലത്. എന്തായാലും ഞാൻ മൂന്നു മണിക്കൂർ മുഴുവൻ അങ്ങിനെ റോഡിൽ സംശയിച്ചു നിന്നു. എനിക്ക് എന്നോടുതന്നെ കഠിനമായ അമർഷം തോന്നി. ശരി, അവളെ കൂട്ടിക്കൊണ്ടുവന്ന് ആദ്യം കാണുന്ന ലോറിയിൽ കയറ്റിയയയ്ക്കാം. ഞാൻ തീരുമാനിച്ചു. അല്ലെങ്കിൽ എനിക്കൊരിക്കലും അതു ചെയ്യാൻ കഴിയുകയില്ല. ഞാൻ വീട്ടിലേക്കു നടക്കുമ്പോൾ അവൾ എതിരെ വരുന്നതു കണ്ടു: കാത്തിരുന്ന് അവളുടെ ക്ഷമയറ്റുകാണും. എനിക്ക് വല്ലാത്ത ലജ്ജ തോന്നി. അപരാധബോധം എന്റെ മുഖത്ത് നിന്നു മാച്ചുകളയാനായില്ല.

"ഒരുപാടു താമസിച്ചോ? ആ വഴി പോകുന്ന ലോറികളൊന്നും കാണുന്നില്ല. ചിലതു കടന്നുപോയി പക്ഷേ അതു നിങ്ങൾക്കു സഞ്ചരിക്കാൻ പറ്റിയതല്ലായിരു ന്നു. ദയവുചെയ്ത് തെറ്റിദ്ധരിക്കരുത്.. ദൈവത്തെയോർത്ത് വീട്ടിനുള്ളിലേക്കു ഒന്നു വരൂ. ഒരു നിമിഷനേരത്തേക്ക്."

അമ്പരപ്പും നിരാശയും അവളുടെ മുഖത്തു തെളിഞ്ഞു കണ്ടെങ്കിലും അവൾ എന്നോടൊപ്പം വീട്ടിലേക്കു മടങ്ങി.

"എന്നോട് അനുകമ്പ കാട്ടുകയാണോ?" അവൾ ചോദിച്ചു.

"അല്ല. കാര്യം അതല്ല.... നിങ്ങൾക്ക് എന്തു സംഭവിക്കും എന്ന ഭയം കൊണ്ടാണ്. നിനക്ക് കുട്ടിയേയുംകൊണ്ട് വളരെ ബുദ്ധിമുട്ടായിരിക്കും. എങ്ങനെ ജീവിക്കും?"

"ഞാൻ ജോലിചെയ്യും. മുമ്പു ഞാൻ ജോലി ചെയ്തിരുന്നു."

"പക്ഷേ എവിടെ ജോലി കിട്ടും?"

"എവിടെയെങ്കിലും കിട്ടും. എന്തായാലും ഞാൻ തിരിച്ചു പോവുകയില്ല. അച്ഛ നമ്മമാരുടെയടുത്തേയ്ക്കും പോകാൻ ഉദ്ദേശിക്കുന്നില്ല. ഒരു ജോലി സമ്പാദിച്ച് ജീവിക്കും."

ഞാനെന്തു പറയും? ആ സമയത്ത് എന്തിനെപ്പറ്റിയെങ്കിലും ഇരുന്നു ചിന്തി ക്കാൻ അവൾ അശക്തയായിരുന്നു. വ്രണിതമായ ഹൃദയവും ആത്മാഭിമാനവും അവളെ മുമ്പോട്ടു തള്ളി വിട്ടുകൊണ്ടിരുന്നു. എങ്ങോട്ടു പോകുന്നുവെന്നുള്ളത് ഇപ്പോൾ അവൾ ആലോചിക്കുന്നതേയില്ല. "ജോലി ചെയ്തു ജീവിക്കാം." എന്നു പറയാൻ എളുപ്പമാണ്. പക്ഷേ അവളെ നിർബ്ബന്ധിച്ച് തിരിച്ചയക്കാൻ സാദ്ധ്യ മായിരുന്നില്ല.

കുഞ്ഞ് എന്റെ നേരെ കൈ നീട്ടി. ഞാൻ അവനെ എടുത്തു ചുംബിച്ചുകൊണ്ട്

വിചാരിച്ചു: "എന്റെ തങ്കക്കുടമേ, എനിക്ക് നിന്നെ വിട്ടുപിരിയേണ്ടിവരും. എന്റെ സ്വന്തം കുട്ടിയെപ്പോലെ നീ എനിക്കു പ്രിയപ്പെട്ടവനാണ്."

"ശരി, നമുക്കു പുറപ്പെടാം." ഞാൻ മെല്ലെ പറഞ്ഞു.

ഞങ്ങൾ പോകാൻ എണീറ്റു. കുട്ടിയെ എടുത്തിരുന്നതു ഞാനാണ്. വാതിൽക്കൽ എത്തിയപ്പോൾ ഞാൻ തിരിഞ്ഞുനടന്നു.

"നിനക്ക് വേണമെങ്കിൽ ഇവിടെത്തന്നെ ജോലി കിട്ടും." ഞാൻ പറഞ്ഞു. "നിനക്ക് ഇവിടെ താമസിച്ചുകൊണ്ട് ജോലിചെയ്യാം. ഇവിടെ ഒരു ചെറിയ മുറിയുണ്ട്. കുറച്ചു ദിവസം ഇവിടെ താമസിക്കൂ. പോകുന്നത് എപ്പോൾ വേണമെങ്കിലും ആകാമല്ലോ... ആലോചിച്ചു തീരുമാനിക്കൂ."

ആദ്യം അവൾ സമ്മതിച്ചില്ല. എന്നാൽ ഞാൻ പറഞ്ഞു പറഞ്ഞ് ഒടുവിൽ അവളെക്കൊണ്ടു സമ്മതിപ്പിച്ചു.

അങ്ങിനെ അസേലും കൊച്ചു സമാത്തും എന്നോടൊപ്പം റോഡു സംരക്ഷണ കേന്ദ്രത്തിൽ താമസമാക്കി. മുറ്റത്തുള്ള ചെറിയ മുറിയിൽ തണുപ്പു കൂടുതലാണ്. അതുകൊണ്ട് അസേലിനും മോനുമായി എന്റെ മുറി ഒഴിഞ്ഞു കൊടുത്തിട്ട് ഞാൻ മുറ്റത്തെ മുറിയിലേക്കു താമസം മാറ്റി. എനിക്കതു ധാരാളം മതിയായിരുന്നു.

എന്റെ ജീവിതം പാടെ മാറി. പ്രത്യക്ഷത്തിൽ അതിനു യാതൊരു മാറ്റവും വന്നിരുന്നില്ല. ഇപ്പോഴും ഞാൻ ഏകനാണ്. എന്നാൽ ഞാൻ ജീവിതത്തിലേക്കു മടങ്ങിവന്നു. ദീർഘകാലത്തെ ഏകാന്തതകൊണ്ട് മരവിച്ചുപോയ എന്റെ ഹൃദയത്തിലെ ഐസുരുകിത്തുടങ്ങി. തീർച്ചയായും അതിനു മുമ്പും ഞാൻ ആളുകളിൽനിന്ന് അകന്നു നില്ക്കുകയായിരുന്നില്ല. എന്നാൽ തോളോടുതോളുരുമി നടക്കുന്നതുകൊണ്ടോ നല്ല സുഹൃത്തുക്കളാകുന്നതുകൊണ്ടോ ഒരു മിച്ചു ജോലിചെയ്യുന്നതുകൊണ്ടോ അവരെ സഹായിക്കുകയും അവരിൽനിന്നു സഹായം തേടുകയും ചെയ്യുന്നതുകൊണ്ടോ ഏകാന്ത അകറ്റാൻ സാദ്ധ്യമല്ല. അവയ്ക്കൊന്നും നികത്താനാവാത്ത ഒരുതരം ശൂന്യത എനിക്കനുഭവപ്പെട്ടിരുന്നു. ആ കൊച്ചുകുട്ടിയുമായി ഞാൻ വളരെ അടുത്തു. ഞാൻ പതിവുള്ള റോഡുപരിശോധയ്ക്കിറങ്ങുമ്പോൾ അവനെ കമ്പിളിപ്പുതപ്പുകൊണ്ട് മൂടിപ്പൊതിഞ്ഞ് കൂടെക്കൊണ്ടുപോകാം. പകൽമുഴുവൻ അവനെയും എടുത്തുകൊണ്ടാണ് ഞാൻ നടക്കുന്നത്. ഒഴിവുസമയം കിട്ടുമ്പോൾ അവനെ കളിപ്പിച്ചുകൊണ്ടിരിക്കും. അവരില്ലായിരുന്നപ്പോൾ ഞാൻ എങ്ങിനെ ജീവിച്ചു? എനിക്കിപ്പോൾ അക്കാര്യം സങ്കല്പിക്കാൻപോലും കഴിയുന്നില്ല.

എന്റെ അയൽക്കാർ നല്ലവരായിരുന്നു. അവർ അസേലിനോടും സമാത്തിനോടും സ്നേഹപൂർവ്വം പെരുമാറി. പക്ഷേ പിഞ്ചുകുഞ്ഞുങ്ങളെ ഇഷ്ടപ്പെടാതിരിക്കാൻ ആർക്കെങ്കിലും കഴിയുമോ? സ്നേഹമയിയും നിഷ്ക്കളങ്കയുമായ അസേലിനെ റോഡു സംരക്ഷണകേന്ദ്രത്തിലുള്ള എല്ലാവരും തങ്ങളുടെ സ്വന്തത്തിൽപ്പെട്ട ഒരാളായി കണക്കാക്കി. അസേൽ കാരണമാണ് ഞാൻ സമാത്തുമായി ഇത്രയേറെ അടുത്തതും. ഞാൻ എന്തിനത് ഒളിച്ചുവയ്ക്കണം? എത്രതന്നെ ശ്രമിച്ചിട്ടും എനിക്കത് എന്നിൽ നിന്നുതന്നെ ഒളിച്ചുവയ്ക്കാൻ കഴിഞ്ഞിട്ടില്ല. ഞാൻ അവളിൽ അനുരാഗബദ്ധനായിത്തീർന്നു. പ്രഥമദൃഷ്ടിയിൽത്തന്നെ ഞാൻ അവളെ പ്രേമിച്ചു. ഉള്ളഴിഞ്ഞു സ്നേഹിച്ചു. വർഷങ്ങളുടെ പഴക്കമുള്ള ഏകാന്തതയും ഞാനനുഭവിച്ച ദുഃഖങ്ങളും

യാതനകളും, എനിക്ക് നഷ്ടപ്പെട്ട സർവ്വവും ആ പ്രേമത്തിലടങ്ങിയിരുന്നു. എന്നാൽ എന്റെ പ്രേമത്തെപ്പറ്റി അവളോടു പറയാൻ എനിക്കവകാശമില്ലായിരുന്നു. അയാൾ വരുന്നതും കാത്തിരിക്കയായിരുന്ന അവൾ. തന്റെ ആകാംക്ഷ അവൾ പുറത്തു കാട്ടിയിരുന്നില്ല. എന്നാൽ കടന്നുപോകുന്ന ഓരോ ലോറിയിലേക്കും പ്രതീക്ഷ യോടെ അവൾ നോക്കുന്നത് റോഡിൽ അവളോടൊപ്പം പണിചെയ്തുകൊണ്ടുനിൽ ക്കുമ്പോൾ ഞാൻ ശ്രദ്ധിച്ചിട്ടുണ്ട്. ചിലപ്പോൾ കുട്ടിയേയുമെടുത്തുകൊണ്ട് റോഡരി കിലുള്ള ഒരു കല്ലിന്റെ പുറത്ത് മണിക്കൂറുകളിരുപ്പിച്ച് അവൾ ഇരിക്കാറുണ്ടായിരുന്നു. എന്നാൽ അയാൾ വന്നില്ല. അയാൾ ആരാണെന്നോ എത്തരക്കാരനാണെന്നോ എനിക്കറിയില്ലായിരുന്നു. ഞാൻ അയാളെപ്പറ്റി അവളോട് ചോദിച്ചില്ല അവൾ പറഞ്ഞതുമില്ല.

മാസങ്ങൾ കടന്നുപോയി. സമാത് വളർന്നുകൊണ്ടിരുന്നു. ബുദ്ധി ശക്തിയും ഓമനത്തവുമുള്ള ഒരു കുട്ടിയായിരുന്നു അവൻ. അവനോട് ആരെങ്കിലും പറഞ്ഞു കൊടുത്തിട്ടോ അവനു തന്നത്താൻ തോന്നിയിട്ടോ എന്നറിയില്ല, അവൻ അച്ഛാ എന്ന് എന്നെ വിളിച്ചു തുടങ്ങി. എന്നെകണ്ടാലുടൻ, "അത്താ! അത്താ[5]! എന്നു വിളിച്ചുകൊണ്ട് അവൻ ഓടിവരും. പുഞ്ചിരിച്ചുകൊണ്ട് അസേൽ ഒരു സ്വപ്നത്തിലെ ന്നപോലെ അവനെ നോക്കിനിൽക്കും. ഒരേസമയം അതെന്നെ നോവിക്കുകയും സന്തോഷിപ്പിക്കുകയും ചെയ്തു. അവന്റെ അച്ഛനായിരിക്കാൻ എനിക്ക് സന്തോ ഷമേയുള്ളൂ. പക്ഷേ എനിക്ക് എന്തുചെയ്യാൻ കഴിയും?

ആ വേനൽക്കാലത്ത് ഞങ്ങൾ റോഡു നന്നാക്കിക്കൊണ്ട് നിൽക്കുകയായിരു ന്നു. വാഹനങ്ങൾ തൊട്ടുതൊട്ടു കൂടി കടന്നുപോകുന്നുണ്ട്. പെട്ടെന്ന് അസേൽ ഒരു ലോറിക്കാരനോട് ഉറക്കെ വിളിച്ചു പറഞ്ഞു:

"ഏയ്, ജന്തായ്, ഒരു നിമിഷം നിൽക്കൂ."

ബ്രേക്കു ചവിട്ടുന്ന ശബ്ദം കേട്ടു. ലോറി നിന്നു. അസേൽ അതിനടുത്തേക്ക് ഓടി. അവളും ഡ്രൈവറും എന്താണു സംസാരിച്ചതെന്ന് എനിക്കു കേൾക്കാൻ കഴിഞ്ഞി ല്ല. എന്നാൽ പെട്ടെന്ന് അസേൽ ശബ്ദമുയർത്തി ഇങ്ങനെ വിളിച്ചു പറഞ്ഞു.

"നുണയാണ്! ഞാനിതു വിശ്വസിക്കയില്ല. വേഗം ഇവിടുന്ന് പോയ്ക്കൊള്ളൂ. വേഗം!"

അയാൾ ലോറി ഓടിച്ചുപോയി. അസേൽ റോഡു മുറിച്ചുകടന്ന് വീട്ടിലേ യ്ക്കോടി. അവൾ കരയുകയായിരുന്നെന്ന് എനിക്ക് തോന്നി.

എനിക്ക് ജോലിയിൽ ശ്രദ്ധ കേന്ദ്രീകരിക്കാൻ കഴിഞ്ഞില്ല. ആരാണയാൾ? അയാൾ അവളോട് പറഞ്ഞതെന്താണ്? പലതരത്തിലുള്ള സംശയങ്ങളും അഭ്യൂഹ ങ്ങളും എന്റെ മനസ്സിലേക്കു തിക്കിത്തിരക്കി വന്നുകൊണ്ടിരുന്നു. അതു സഹിക്കാ നാവാതെ ഞാൻ വീട്ടിലേയ്ക്കു പോയി. എന്നാൽ അസേൽ പുറത്തിറങ്ങി വന്നില്ല. അവൾ സ്വന്തം മുറിയിലേക്കു കയറിച്ചെന്നു.

"സമാത് എവിടെ? ഇന്നു ഞാൻ അവനെ കണ്ടതേയില്ല."

"അവൻ ഇവിടെയുണ്ട്," തളർന്ന ശബ്ദത്തിൽ അസേൽ പറഞ്ഞു.

"അത്താ" എന്നു വിളിച്ചുകൊണ്ട് സമാത് എന്റെ നേരെ കൈ നീട്ടി.

---

5 *അത്താ - അച്ഛൻ (കിർഗീസ്). എഡി.

ഞാൻ അവനെ കളിപ്പിക്കുകയും ചിരിപ്പിക്കുകയും ചെയ്തുകൊണ്ടിരുന്നു. എന്നാൽ അസേൽ വിഷാദമൂകയായി ഇരുന്നതേയുള്ളു.

"അസേൽ, എന്തുപറ്റി?" ഞാൻ ചോദിച്ചു.

"എനിക്ക് പോകണം." ഒരു നെടുവീർപ്പോടെ അവൾ പറഞ്ഞു.

"എനിക്കിവിടെ യാതൊരു ബുദ്ധിമുട്ടുമുള്ളതുകൊണ്ടല്ല, ബക്കേ, എനിക്ക് നിങ്ങളോട് വളരെ കടപ്പാടുണ്ട്. പക്ഷേ എനിക്ക് പോയേ തീരൂ. എങ്ങോട്ടു പോകണമെന്ന് എനിക്കറിയില്ല. എങ്കിലും പോകാതെ പറ്റില്ല."

അവൾ തീരുമാനിച്ചുകഴിഞ്ഞെന്ന് എനിക്ക് മനസ്സിലായി. അവളോടു സത്യം തുറന്നു പറയുകയല്ലാതെ മറ്റൊന്നും എനിക്ക് ചെയ്യാനില്ലായിരുന്നു.

"നീ ഇവിടെ നിൽക്കണമെന്നു പറയാൻ എനിക്കവകാശമില്ല. പക്ഷേ ഞാനും ഇവിടെ ഇനി താമസിക്കാനുദ്ദേശിക്കുന്നില്ല. എനിക്കും എങ്ങോട്ടെങ്കിലും പോകണം. ആളില്ലാത്ത ഒരിടം ഉപേക്ഷിച്ച് ഒരിക്കൽപോന്നവനാണു ഞാൻ. വിശദീകരണം ആവശ്യമുണ്ടോ, അസേൽ? എന്റെ ഹൃദയവികാരങ്ങൾ നിനക്കു മനസ്സിലാകുന്നില്ലേ? നീ പോയാൽ പാമീറിലെ ആ ദുർദ്ദിനം വീണ്ടും എന്റെ ജീവിതത്തിലേക്ക് കടന്നുവരും. ആലോചിക്കു, അസേൽ... അയാൾ തിരിച്ചുവരികയാണെങ്കിൽ, നിന്റെ ഹൃദയം അതാഗ്രഹിക്കുന്നുണ്ടെങ്കിൽ, നിനക്ക് അയാളോടൊപ്പം പോകാം. ഞാൻ ഒരു തടസ്സമാവുകയില്ല. നീ എന്നും സ്വതന്ത്ര യായിരിക്കും..."

സമാത്തിനെ എടുത്തുകൊണ്ട് ഞാൻ റോഡിലേക്കിറങ്ങി. വളരെ നേരം ഞാൻ അവനേയും കൊണ്ട് അങ്ങോട്ടുമിങ്ങോട്ടും നടന്നു. ആ പിഞ്ചോമനക്കുട്ടന് ഒന്നും മനസ്സിലായില്ല.

അസേൽ പോയില്ല. പക്ഷേ എത്രനാൾ അവൾ ഇവിടെ കാണുമെന്ന് എനിക്കറിയില്ലായിരുന്നു. എന്തിനെപ്പറ്റിയാണ് അവൾ ചിന്തിക്കുന്നത്? എന്താണ് അവളുടെ തീരുമാനം? ഈ ചോദ്യങ്ങൾ എന്നെ അലട്ടിക്കൊണ്ടിരുന്നു.

അങ്ങിനെയിരിക്കുമ്പോൾ ഒരു ദിവസം ഉച്ചയ്ക്ക് ഞാൻ വീട്ടിലെത്തി. ഞാൻ കണ്ട കാഴ്ചയെന്തായിരുന്നെന്നോ? സമാത് പിടിക്കാതെ നടക്കാൻ ശ്രമിക്കുന്നു. വീണാൽ പിടിക്കാനായി അസേൽ അടുത്തു കുനിഞ്ഞുനിൽക്കുന്നുണ്ട്. ഞാൻ നിർന്നിമേഷനായി നോക്കിനിന്നു.

"ബക്കേ, നോക്കു, നിങ്ങളുടെ മകൻ നടന്നു തുടങ്ങി." പ്രസന്നമായ ഒരു പുഞ്ചിരിയോടെ അസേൽ പറഞ്ഞു.

ഞാൻ കേട്ടത് തെറ്റിപ്പോയോ? "നിങ്ങളുടെ മകൻ." എന്നുതന്നെയാണോ അവൾ പറഞ്ഞത്?

ഞാൻ കുന്താലി താഴെയിട്ടിട്ട് നിലത്തിരുന്നുകൊണ്ട് അടുത്തു വരാൻ സമാത്തനെ കൈ കാട്ടി വിളിച്ചു.

"മോൻ ഇങ്ങോട്ടു വരൂ. എന്റെ ഒട്ടകക്കുഞ്ഞല്ലേ. വരൂ, കുഞ്ഞിക്കാലു ശരിക്ക് നിലത്തൂന്നി നടന്നു വാ. പേടിക്കണ്ട!"

സമാത് കൈകൾ നീട്ടിപ്പിടിച്ച് "അത്താ!" എന്നു വിളിച്ചുകൊണ്ട് ഓടിവന്നു.

"അസേൽ, നമുക്ക് നാളെ ഇതാഘോഷിക്കണം." ഞാൻ പറഞ്ഞു.

“കറുത്ത കമ്പിളിനൂലും വെളുത്ത കമ്പിളിനൂലും ചേർത്തത് ഒരു ചരടു പിരിച്ചെടുക്കണം, അയൽ വീടുകളിലെ കുട്ടികളെ ക്ഷണിക്കണം.”

“അങ്ങിനെയാകട്ടെ, ബക്കേ,”

“വെളുത്ത കമ്പിളിനൂലും കറുത്ത കമ്പിളിനൂലും തന്നെ വേണം. കേട്ടോ.”

ഞാൻ എന്റെ കുതിരപ്പുറത്തു കയറി കന്നുകാലി വളർത്തുകാരനായ ഒരു സ്നേഹിതന്റെ വീട്ടിൽച്ചെന്ന് ധാരാളം കുമീസും[6] ആട്ടിറച്ചിയും കൊണ്ടുവന്നു. പിറ്റേന്ന് “കെട്ടുപൊട്ടിക്കൽ” ചടങ്ങിൽ പങ്കെടുക്കാൻ ഞങ്ങൾ അയൽക്കാരെ വിളിച്ചു.

ഞാൻ സമാത്തിനെ മുറ്റത്തു നിർത്തി കറുപ്പും വെളുപ്പും നിറമുള്ള ചരടുകൊണ്ട് അവന്റെ കാലുകൾ കൂട്ടിക്കെട്ടി. അടുത്ത് ഒരു കത്രിക വച്ചു. കുട്ടികളെ മുറ്റത്തിന്റെ മറ്റേയറ്റത്തു കൊണ്ടുപോയി നിർത്തിയിട്ട് ഞാൻ പറഞ്ഞു. “ഓടിച്ചെന്ന് ആദ്യം സമാത്തിന്റെ കാലിലെ കെട്ടു മുറിക്കുന്ന കുട്ടിക്ക് ഒന്നാം സമ്മാനം കിട്ടും. മറ്റുള്ളവർക്ക് അവർ എത്തുന്ന മുറയ്ക്കും. ശരി. ഓടിക്കോളൂ.!” ഞാൻ കൈകാണിച്ചു.

കുട്ടികൾ കൂവിവിളിച്ചുകൊണ്ട് ഓടിച്ചെന്ന് ചരടുമുറിച്ചു.

കൊള്ളാം, ഇനി നീ ഓടു മോനേ!”ഞാൻ സമാത്തിനോടു പറഞ്ഞു. “കുട്ടികളെ,. സമാത്തിനേയും കൂടെ കൊണ്ടുപോകൂ.!”

“സ്നേഹിതരേ.” ഞാൻ എല്ലാവരോടുമായി പറഞ്ഞു. “എന്റെ കുതിരക്കുട്ടി ഓടാൻ പഠിച്ചു. അതിവേഗം ഓടുന്ന ഒരു കുതിരയായി അവൻ വളരട്ടെ.”

സമാത് കുട്ടികളുടെ പിന്നാലെ ഓടി. ഒന്നു രണ്ടു ചുവടു വച്ചിട്ട് അവൻ തിരിഞ്ഞുനിന്ന് “അത്താ!” എന്നു വിളിച്ചുകൊണ്ട് കാൽ വഴുതി വീണു. ഞാനും അസേലും അവന്റെയടുത്തേക്ക് ഓടി. ഞാൻ അവനെ പൊക്കിയെടുത്തു കൊണ്ടിരിക്കുമ്പോൾ അസേൽ ആദ്യമായി പറഞ്ഞു. “എന്റെ പ്രിയപ്പെട്ട ഭർത്താവ്.”

അങ്ങിനെയാണ് ഞങ്ങൾ ഭാര്യാഭർത്താക്കന്മാരായിത്തീർന്നത്.

ആ ഹേമന്തത്തിൽ ഞങ്ങൾ അസേലിന്റെ വീട്ടുകാരെ സന്ദർശിച്ചു. അവർക്ക് അപ്പോഴും അസേലിനോടുള്ള ദേഷ്യം മാറിയിരുന്നില്ല. എങ്കിലും ക്രമേണ അവർ അവൾക്കു മാപ്പു കൊടുക്കുകയും ആശീർവ്വദിക്കുകയും ചെയ്തു.

വർഷങ്ങൾ കടന്നുപോയി. സമാത്തിന് ഇപ്പോൾ അഞ്ചു വയസ്സുണ്ട്. ഞങ്ങൾ യോജിപ്പോടും സന്തോഷത്തോടും കൂടി കഴിയുന്നു. ഞങ്ങൾ ഒരു കാര്യം മാത്രം ഒരിക്കലും ചർച്ചചെയ്തിട്ടില്ല. ഞങ്ങൾ വാക്കുകളുപയോഗിക്കാതെതന്നെ ഒരു കരാറിലെത്തിയിരുന്നു-ഞങ്ങളെ സംബന്ധിച്ചിടത്തോളം ആ മനുഷ്യൻ ഇപ്പോൾ ജീവിച്ചിരിക്കുന്നില്ല...

എന്നാൽ കാര്യങ്ങളെല്ലാം നാം ആഗ്രഹിക്കുന്നതുപോലെ നടക്കാറില്ല. അയാൾ ഈയിടെ ഒരു ദിവസം ഈ ഭാഗത്തു പ്രത്യക്ഷപ്പെട്ടു...

റോഡിൽ ഒരു അപകടമുണ്ടായി. രാത്രിയിലാണതു സംഭവിച്ചത്. ശബ്ദം കേട്ട് ഞാനും അടുത്തുതന്നെ താമസിക്കുന്ന എന്റെ അസിസ്റ്റന്റും കൂടി സംഭവസ്ഥലത്തെത്തി. ഒരു ലോറി റോഡരികിലുള്ള കമ്പിത്തൂണുകളിൽ ചെന്നിടിച്ച ശബ്ദമാണു ഞങ്ങൾ കേട്ടത്. അതിലെ ഡ്രൈവർ മുറിവേറ്റ് ബോധരഹിതനായി കിടന്നിരുന്നു. അയാൾ ക്രമത്തിലേറെ കുടിച്ചിട്ടുമുണ്ടെന്നു മനസ്സിലായി. ഞാൻ

6 പുളിപ്പിച്ച കുതിരപ്പാൽ. എഡി.

അയാളെ തിരിച്ചറിഞ്ഞു. എന്നാൽ പേരു മറന്നു പോയി. അയാൾ ഒരിക്കൽ എന്റെ ലോറി മലമ്പാതയിലൂടെ വലിച്ചുകൊണ്ടുവന്ന് എന്നെ സഹായിച്ചിട്ടുണ്ട്. ദൊളോൻ മലമ്പാതയിലൂടെ ഒരു ലോറി മറ്റൊന്നിനെ വലിച്ചുകൊണ്ട് പോകുന്നത് കുട്ടിക്കളി യല്ലെന്ന് ഓർക്കണം. അതിനുമുമ്പ് ആരും അതു പരീക്ഷിച്ചു നോക്കിയിരുന്നില്ല. എന്നാൽ ആ മനുഷ്യന് അതിനുള്ള തന്റേടമുണ്ടായി. അയാൾ സുരക്ഷിതമായി ഇവിടെ എത്തിക്കുകയും ചെയ്തു. എനിക്കയാളെ ഇഷ്ടമായി. വാസ്തവത്തിൽ വളരെ ഇഷ്ടമായി. അതിനുശേഷം ആരോ ഒരാൾ ഒരു ട്രെയിലർ വലിച്ചുകൊണ്ടു പോകാൻ ശ്രമിച്ചെങ്കിലും അതിൽ പൂർണ്ണമായും വിജയിച്ചില്ല. അവസാനഘട്ടത്തിൽ എന്തോ അബദ്ധം പറ്റി. ട്രെയിലർ കുഴിയിൽപ്പെട്ടുപോയി. അതവിടെ ഉപേക്ഷിച്ചിട്ട് അയാൾ കടന്നു കളഞ്ഞു. എന്നെ സഹായിച്ച ആ സാഹസികൻ തന്നെയായിരു ന്നിരിക്കണം അതെന്ന് എനിക്ക് തോന്നി. അയാളുടെ ഉദ്യമം പരാജയപ്പെട്ടതിൽ എനിക്കു വിഷമം തോന്നുകയും ചെയ്തു. എന്നാൽ അധികം താമസിയാതെ മലമ്പാ തയിലൂടെ ട്രെയിലർ വലിച്ചുകൊണ്ടുപോകുന്നത് ഒരു സാധാരണ പതിവായിത്തീർ ന്നു. അതെങ്ങിനെ ചെയ്യണമെന്ന് ഡ്രൈവർമാർ പഠിച്ചു. ഒരു നല്ല കാര്യമാണത്.

ആ മനുഷ്യനെയാണ് അസേൽ ഉപേക്ഷിച്ചു പോന്നതെന്ന് എനിക്ക് സംശയംപോലും തോന്നിയില്ല. അതറിഞ്ഞിരുന്നെങ്കിൽപ്പോലും ഞാൻ അയാളെ സഹായിക്കുമായിരുന്നു. ഞാനയാളെ വീട്ടിലേക്കു കൊണ്ടുവന്നു. തൽക്ഷണം എനിക്ക് എല്ലാം മനസ്സിലായി. അസേൽ ഒരു പിടി വിറകുമായി മുറിയിലേക്കു കയറി വന്നു. അയാളെ കണ്ടമാത്രയിൽ അവളുടെ കൈയിൽനിന്ന് അതു താഴെ വീണു. എന്നാൽ ഞങ്ങൾ ആദ്യമായി അയാളെ കാണുകയാണെന്ന് ഞങ്ങളും അയാളും നടിച്ചു. അവരെ വേദനിപ്പിക്കുകയോ പരസ്പരം വീണ്ടും കണ്ടെത്തുന്നതു തടയുകയോ ചെയ്യുന്ന തരത്തിലുള്ള ഒരു വാക്കോ ചലനമോ എന്റെ ഭാഗത്തു നിന്നു ണ്ടാവാതിരിക്കാൻ ഞാൻ പ്രത്യേകം ശ്രദ്ധിച്ചു. കാര്യങ്ങൾ തീരുമാനിക്കേണ്ടത് ഞാനല്ല, അവരാണ്, ഭൂതകാലം അവരുടേതായിരുന്നു. എന്നെ കെട്ടിപ്പിടിച്ച് എന്നോടൊപ്പം ഉറങ്ങുന്ന കുട്ടി അവരുടെ മകനാണ്.

അന്നു രാത്രി ആരും ഉറങ്ങിയില്ല. ഓരോരുത്തരും സ്വന്തം ചിന്തകളിൽമുഴുകി. എനിക്കും ചിലതെല്ലാം ചിന്തിക്കാനുണ്ടായിരുന്നു.

മകനേയുംകൊണ്ട് അയാളോടൊപ്പം പോകാൻ അസേലിനു പൂർണ്ണസ്വാതന്ത്ര്യ മുണ്ട്. അതവളുടെ അവകാശമാണ്. അവളുടെ ഹൃദയത്തിന്റെയും ബുദ്ധിയുടേയും ഉപദേശമനുസരിച്ച് അവൾ പ്രവർത്തിക്കട്ടെ. ഞാൻ.... ഞാനാരാണ്? എനിക്കി തിൽ കാര്യമൊന്നുമില്ല. അവരുടെയിടയിൽ ഞാൻ തടസ്സം നിൽക്കുകയില്ല....

അയാൾ ഇപ്പോഴും ഈവഴി ഓട്ടുന്നുണ്ട്. ഇത്രകാലം അയാൾ എവിടെയായി രുന്നെന്നോ എന്തുചെയ്യുകയായിരുന്നെന്നോ എനിക്കറിയില്ല. പക്ഷേ ഞാനതറി യുന്നതെന്തിന്? അതവരുടെ കാര്യമാണ്...

പരിശോധന കഴിഞ്ഞ് ഞാനും ബൈതമൂറും അയാളുടെ വീട്ടിലേക്കു തിരിച്ചു. പകൽ അവസാനിക്കാറായിരുന്നു. വസന്തത്തിലെ ധൂമാവൃതമായ ഒരു അസ്തമയം ഹിമമകുടമണിഞ്ഞ ത്യാൻ-ഷാൻ പർവ്വതനിരയെ പൊതിഞ്ഞു. ലോറികൾ ഇരമ്പി ക്കൊണ്ട് താഴത്തേക്കു പാഞ്ഞുകൊണ്ടിരുന്നു.

“സംഗതികളുടെ കിടപ്പ് ഇങ്ങനെയാണ്.” അല്പനേരത്തെ മൗനത്തിനുശേഷം

വിഷാദപൂർവ്വം ബൈതമീർ പറഞ്ഞു. "ഈ സമയത്ത് എനിക്ക് വീട്ടിൽനിന്നു പോകാൻ നിവൃത്തിയില്ല. അസേൽ പോകാൻ തീരുമാനിക്കയാണെങ്കിൽ അവൾ അതെന്നോടു പറഞ്ഞിട്ടു പോകട്ടെ. ശുദ്ധമായ മനസ്സാക്ഷിയുമായി അവൾ പിരിയുന്നതാണ് എനിക്കിഷ്ടം. കുട്ടിയെ ആശീർവ്വദിച്ചു വിടണം. ഞാനവനെ എന്റെ സ്വന്തം മജ്ജയിലും മാംസത്തിലും നിന്നുണ്ടായ കുട്ടിയെപ്പോലെ സ്നേഹിക്കുന്നു. എങ്കിലും അവരിൽനിന്ന് അവനെ തട്ടിയെടുക്കാൻ എനിക്കാഗ്രഹമില്ല. ഞാൻ പോകാത്തതിന്റെ കാരണം ഇപ്പോൾ വ്യക്തമാണല്ലോ. പാമീറിലേക്കായതുകൊണ്ട് ആ യാത്ര കൂടുതൽ അസാദ്ധ്യമാണ്. ഞാൻ ഇതൊക്കെ പത്രത്തിലെഴുതാൻ പറഞ്ഞതല്ലെന്നറിയാമല്ലോ. ഒരു മനുഷ്യൻ എന്നനിലയിൽ നിങ്ങളോടു പറഞ്ഞതാണ്....

ഉപസംഹാരത്തിനു പകരം

ഓഷിൽ വച്ചു ഞാനും ഇലിയാസും പിരിഞ്ഞു. അയാൾ പാമീറിലേക്കുപോവുകയായിരുന്നു.

"അവിടെ ചെന്നാലുടൻ ഞാൻ അലിബേക്കിനെ കണ്ടുപിടിക്കും. ജീവിതം ആദ്യം മുതൽ ആരംഭിക്കാൻ ശ്രമിക്കാം." ഇലിയാസ് ഉറക്കെ ചിന്തിച്ചു. "ഞാൻ ഇനിയും ജീവിതത്തിന്റെ മുമ്പിൽ അടിയറവും പറഞ്ഞിട്ടില്ല. കുറേക്കാലം കഴിയുമ്പോൾ ഞാൻ വീണ്ടും വിവാഹം കഴിച്ച് വീടും കുടുംബവുമായി മറ്റുള്ളവരെപ്പോലെ ജീവിക്കും. എനിക്ക് എന്നെന്നേക്കുമായി നഷ്ടപ്പെട്ടതു മാത്രം ഇനി ഒരിക്കലും തിരിച്ചു കിട്ടുകയില്ല. മരണം വരെ അവസാനശ്വാസം വരെ ഞാൻ അസേലിനേയും ഞങ്ങളുടേതായിരുന്ന സുന്ദരമായ എല്ലാറ്റിനേയും ഓർക്കും."

ഇലിയാസ് ചിന്താഭരിതനായി തല കുമ്പിട്ടിരുന്നു. വളരെ നേരത്തെ മൗനത്തിനു ശേഷം അയാൾ തുടർന്നു.

"ഇങ്ങോട്ടു പുറപ്പെട്ട ദിവിസം ഞാൻ തടാകത്തിനടുത്ത് അതേ സ്ഥാനത്തു ചെന്നിരുന്ന് ത്യാൻ-ഷാൻ മലകളോടും ഇസിക്-കുളിനോടും വിട ചോദിച്ചു. ഇസിക്-കുൾ. പാടിത്തീരാത്ത എന്റെ ഗാനമേ! വിട തരൂ! എന്റെ പ്രേമഭാജനത്തിന്റെ പ്രേമം എന്നോടൊപ്പം കൊണ്ടുപോകാൻ ഭാഗ്യമില്ലാത്തതുപോലെ തന്നെ നിന്റെ നീലിമയും നിന്റെ സ്വർണ്ണനിറമാർന്ന തീരങ്ങളും എന്നോടൊപ്പം കൊണ്ടുപോകാൻ എനിക്ക് ഭാഗ്യമില്ല. അസേൽ. ചുവന്ന തൂവാലയണിഞ്ഞ എന്റെ പോപ്ലാർതൈ! വിടതരൂ! പ്രിയ വിട! നിനക്കു നല്ലതു വരട്ടെ..."

●

www.ingramcontent.com/pod-product-compliance
Lightning Source LLC
LaVergne TN
LVHW100034181026
850499LV00001B/3
9789387398474